சாதியை அழித்தொழித்தல்

நூலுக்கான பாராட்டு

'சாதியை அழித்தொழித்தல்' நூல், அது தீவிரமான ஆட்சேபணைக்கு உரியது என்பதாலேயே படிக்கப்பட வேண்டும். டாக்டர் அம்பேத்கர் இந்து மதத்திற்கு ஒரு சவால்... தனது வாழ்வுக்கும் மேலாகத் தனது மதத்தைப் போற்றும் எந்த இந்துவும் இந்தக் குற்றச்சாட்டின் முக்கியத்துவத்தைக் குறைத்து மதிப்பிட முடியாது.

எம்.கே. காந்தி

முதலாளித்துவ உலகுக்குக் கம்யூனிஸ்ட் கட்சி அறிக்கை என்னவாக இருக்கிறதோ அதேதான் சாதீய இந்தியாவுக்குச் 'சாதியை அழித்தொழித்தல்' நூலும். அருந்ததி ராயின் முன்னுரை விரிவானதாகவும் சிறப்பானதாகவும் இருக்கிறது. சி. ஆனந்தின் அடிக்குறிப்புகள் துல்லியமாகவும் சிறப்பான பாணியிலும் அமைந்துள்ளன.

ஆனந்த் டெல்டும்ப்டே

சாதியை அழித்தொழித்தல்
ப்ரேமா ரேவதி (பி. 1976)
மொழிபெயர்ப்பாளர்

ப்ரேமா ரேவதி, வடஆற்காடு மாவட்டம் அரக்கோணத்தில் பிறந்தவர். சென்னையில் இளநிலை கணிதம் படித்து பின் ஊடகத்துறையிலும் திரைத்துறையிலும் பணியாற்றினார். தற்போது நாகப்பட்டினம் மாவட்டம் கீழக்கரையிருப்பு கிராமத்தில் 'வானவில்' எனும் பள்ளியை நடத்திவருகிறார்.

இவருடைய கவிதைத் தொகுப்பு 'யாக்கையின் நீலம்'.

சாதியை அழித்தொழித்தல்
செம்பதிப்பு
பி.ஆர். அம்பேத்கர்

ஆய்வுக்குறிப்புகளுடன் பதிப்பித்தவர்
சி. ஆனந்த்

அருந்ததி ராய்
எழுதிய
'டாக்டரும் புனிதரும்'
அறிமுகக் கட்டுரையுடன்

ஆங்கிலத்திலிருந்து தமிழில்
ப்ரேமா ரேவதி

காலச்சுவடு பதிப்பகம்

அன்பார்ந்த வாசகருக்கு,

வணக்கம்.

காலச்சுவடு நூலை வாங்கியமைக்கு நன்றி.

நூலின் உள்ளடக்கம், உருவாக்கம், அட்டைப்படம் இன்ன பிற அம்சங்கள் பற்றிய உங்கள் கருத்துகளையும் ஆலோசனைகளையும் காலச்சுவடு வரவேற்கிறது. தகவல், எழுத்து, வாக்கியப் பிழைகள் தென்பட்டால் அவசியம் தெரிவித்து உதவுங்கள். நூல் தயாரிப்பில் கடும் குறைபாடு இருப்பின் மாற்றுப் பிரதி உங்களுக்குக் கிடைக்கக் காலச்சுவடு ஏற்பாடு செய்யும்.

***மின்னஞ்சல்:* publisher@kalachuvadu.com**

காலச்சுவடு நாகர்கோவில் அலுவலகத்திற்குக் கடிதம் அனுப்பலாம்.

தங்கள்

எஸ்.ஆர். சுந்தரம் (கண்ணன்)

பதிப்பாளர் – நிர்வாக இயக்குநர்

© "The Doctor and the Saint": Arundhati Roy

© Annotations: S. Anand

© Cover: Designosis

© Original English edition: Navayana Publishing Pvt Ltd

© Translation: Prema Revathi

சாதியை அழித்தொழித்தல் ❖ கட்டுரைகள் ❖ ஆசிரியர்: பி.ஆர். அம்பேத்கர் ❖ ஆங்கிலத்திலிருந்து தமிழில்: ப்ரேமா ரேவதி ❖ முதல் பதிப்பு: மே 2016, பன்னிரண்டாம் பதிப்பு: மார்ச் 2025 ❖ வெளியீடு: காலச்சுவடு பப்ளிகேஷன்ஸ் (பி) லிட்., 669, கே. பி. சாலை, நாகர்கோவில் 629001

caatiyai azhittozittal ❖ Essays ❖ Tamil translation of 'Annihilation of Caste' ❖ Author: B.R. Ambedkar ❖ Translated from English by: Prema Revathi ❖ Language: Tamil ❖ First Edition: May 2016, Twelfth Edition: March 2025 ❖ Size: Royal ❖ Paper: 18.6 kg maplitho ❖ Pages: 392

Published by Kalachuvadu Publications Pvt. Ltd., 669, K.P. Road, Nagercoil 629001, India ❖ Phone: 91-4652-278525 ❖ e-mail: publications@kalachuvadu.com ❖ Printed at Mani Offset, Chennai 600077

ISBN: 978-93-5244-024-5

03/2025/S.No. 700, kcp 5664, 18.6 (12) 9ss

பொருளடக்கம்

மொழிபெயர்ப்பாளர் குறிப்பு	9
பதிப்பாசிரியர் குறிப்பு	11
டாக்டரும் புனிதரும்	15
அருந்ததி ராய்	
அடிக்குறிப்புகள்	135
சாதியை அழித்தொழித்தல்	167
1. இரண்டாவது பதிப்பிற்கான முன்னுரை, 1937	171
2. மூன்றாவது பதிப்புக்கான முன்னுரை, 1944	174
3. முன்னுரை	175
4. சாதியை அழித்தொழித்தல், நிகழாத உரை, 1936	191
அம்பேத்கர் – காந்தி விவாதம்	295
5. மகாத்மா காந்தி முன்வைக்கும் சாதிக்கான வக்காலத்து	297
6. சந்த் ராம் காந்திக்குப் பதிலளிக்கிறார்	305
7. மகாத்மாவுக்கு ஒரு பதில்	309
பூனா ஒப்பந்தம் பற்றிய ஒரு குறிப்பு	335
BIBLIOGRAPHY	
Doctor and the Saint	353
Annihilation of Caste	361
நன்றியுரை	
அருந்ததி ராய்	373
சி. ஆனந்த்	375
பொருளடைவு	379

மொழிபெயர்ப்பாளர் குறிப்பு

அம்பேத்கரின் எழுத்துக்களை மொழிபெயர்க்கும் இவ்வாய்ப்பு எனக்கு மிகவும் மன எழுச்சி தருவதாகவும் பலவிதங்களில் என்னை ஒருமுகப்படுத்துவதாகவும் இருந்தது. இம்மொழிபெயர்ப்பில் எனக்குப் பெரிதும் உதவிய சக மொழிபெயர்ப்பாளர்களான முத்துவேல், கிருஷ்ணவேணி, வெற்றி ஆகியோருக்கு நன்றி. இதை முழுதும் பொறுமையாக சரிபார்த்த பேராசிரியர் பெர்னார்ட் சந்திரா அவர்களின் ஈடுபாட்டுக்கும் அன்புக்கும் நன்றி. நூலைப் பிழை திருத்திப் பல கேள்விகளை எழுப்பிச் செழுமைப்படுத்திய செந்தூரனுக்கு நன்றி. இதன் வடிவமைப்பு, ஒருங்கிணைப்பு ஆகிய மிகக் கடினமான பணிகளைச் செய்திருக்கும் மஞ்சுவுக்கு நன்றி. இறுதியாகப் பல குழப்பங்களுக்கிடையிலும் இப்பணியை நான் செய்து முடிக்க உறுதுணையாய் நின்ற தோழன் நடராஜனுக்கு நன்றி.

சென்னை
11 மே 2016

ப்ரேமா ரேவதி

பதிப்பாசிரியர் குறிப்பு

டாக்டர் பி.ஆர். அம்பேத்கரின் 'சாதியை அழித்தொழித்தல்', அது யாருக்காக எழுதப்பட்டதோ அந்த வாசகர்களை இன்னமும் தேடிக்கொண்டிருக்கும் ஒரு பனுவல். அது ஆரம்பத்திலேயே தன்மீது செலுத்தப்பட்ட ஒரு படுகொலை முயற்சியை முறியடித்து இன்றைக்கு எட்டியிருக்கும் ஒரு காப்பிய நிலையை அடைந்திருக்கிறது. லாகூரின் இந்து சீர்திருத்த அமைப்பான ஜாத் பாத் தோடக் மண்டல் (சாதிப் பேதத்தை உடைக்கும் குழு) 1936இல் தனது வருடாந்திர மாநாட்டில் உரையாற்ற அம்பேத்கரை அழைத்தது. அவரது உரையை முன்னதாகவே கேட்டு வாங்கி பெற்றது. பின்னர் அதன் உள்ளடக்கத்தைத் 'தாங்க முடியாமல்' மண்டல் அதிர்ந்தது. அம்பேத்கர் தமது மேடையைச் சாதி முறையை விமர்சிக்க மட்டுமல்லாமல் இந்து மதத்தையே தாக்குவதற்குப் பயன்படுத்தப்போகிறார் என அறிந்ததும் மண்டலினர் அவருக்கான அழைப்பைத் திரும்பப் பெற்றனர். 1936 மே மாதத்தில் அம்பேத்கர் தனது உரையின் 1500 பிரதிகளைத் தனது சொந்தச் செலவில் அச்சிட்டிருந்தார். அது உடனடியாக ஆறு மொழிகளில் பெயர்க்கப்பட்டது. சிறப்புரிமை பெற்ற 'உயர்' சாதிகள் இதை அறியாத் துயிலில் இருந்தாலும், 'சாதியை அழித்தொழித்தல்' சிறிய, பெரும்பாலும் தலித்துகளால் நடத்தப்படும் அச்சகங்களால், பதிப்பகங்களால் பதிப்பிக்கப்பட்டு மீள்பதிப்பு செய்யப்பட்டு – அம்பேத்கரின் மொத்தத் தொகுப்பில் உள்ள பிற நூல்களைப் போலவே – அதிகமும் தலித் வாசகர்களால் கடந்த எழுபதாண்டுகளாக வாசிக்கப்பட்டு வருகிறது.

ஆனாலும், 'சாதியை அழித்தொழித்தல்' முதன்மையாக தலித் அல்லாத சிறப்புரிமை பெற்றவர்களுக்காக அம்பேத்கர் எழுதிய உரை. இந்தக் கூட்டம் அதனை வாசிக்கவேயில்லை. இந்த அடிக்குறிப்புகளுடன் கூடிய ஆய்வுப் பதிப்பு என்பது அவரது உரைக்கு அத்தகையதொரு விமர்சனப்பூர்வமான ஆய்வுப்புலம்சார் கவனத்தைப் பெற்றுத் தருவதற்கான ஒரு முயற்சியே.

நான் இந்தப் பனுவலை வாசித்து மீண்டும் மீள்வாசித்துப் பார்த்ததில், அது எவ்வளவு வளமானது என்பதை உணர்ந்தேன். இதற்கான வரலாற்றுப் பின்புலத்தோடு பொருத்தி இதை வாசிக்க முடிந்தால் இன்றைய சமகால வாசகர்கள் இதை எவ்வளவு விரும்பிப் படிப்பார்கள், இதிலிருந்து எவ்வளவு கற்றுக்கொள்வார்கள் என நினைத்தேன். ஜாத் பாத் தோடக் மண்டலை நிறுவியது யார்? ஆதிக்க நிலையிலிருந்த ஆரிய சமாஜத்தின் நிலைப்பாட்டைத் துணிவாக எதிர்த்துநின்ற சந்த் ராம் யார்? கவிதாவில் நடந்ததாக அம்பேத்கர் குறிப்பிடும் ஆனால் விரிவாகச் சொல்லாமல் விடும் சம்பவம் என்ன? அவர் 'சமூக செயல்திறன்' 'ஒருங்கிணைந்து சகவாழ்வு' அல்லது 'சமூக சவ்வூடுபரவல்' ஆகிய கருத்தாக்கங்களை எங்கிருந்து எடுத்துக் கையாள்கிறார்? 1932இல் உருவான வகுப்புவாரிப் பிரதிநிதித்துவத்துக்கும் ரோமாபுரியின் கொமிடியா செண்டுரியாடாவிற்கும் இடையே அவர் சுட்டிக்காட்டும் தொடர்பு எத்தகையது? அமெரிக்க அராஜகவாத பெண்ணியவாதியான வோல்டரின் டி க்ளேருக்கும் அம்பேத்கர் முன்வைத்த நேரடிச் செயல்பாட்டுக்கும் என்ன தொடர்பு? இந்தக் கேள்விகளுக்குப் பதில் காணும் முயற்சியில்தான் நான் இப்பனுவலுக்கு அடிக்குறிப்புகள் எழுதத் தொடங்கினேன். இதைச் செய்துகொண்டிருக்கும்போதுதான் 1937இல் வெளிவந்த இரண்டாம் பதிப்பில் அம்பேத்கர் பல சிறிய நுட்பமான மாற்றங்களைச் செய்திருக்கிறார் என்பதை உணர்ந்தேன். அவருக்கும் காந்திக்கும் இடையே நிகழ்ந்த வாதம் இரண்டாவது பதிப்பில் சேர்க்கப்பட்டது. 1944 பதிப்பில் அம்பேத்கர் இன்னமும் சில மாற்றங்களைச் செய்தார். இவை அனைத்தும் தேவையான இடத்தில் குறிப்பிடப்பட்டுள்ளன. அம்பேத்கரின் அசல் முதற்பதிப்பு சில சமயம் பல பக்கங்களுக்கு ஓடும் பெரிய பத்திகளைக் கொண்டதாக இருந்தது. அவை ஏற்பான இடங்களில் பிரிக்கப்பட்டுள்ளன. அம்பேத்கர் தந்துள்ள அத்தியாய எண்கள் பின்பற்றப்பட்டுள்ளன, புதிய பத்திகளும் எண்ணிக்கையிடப்பட்டுள்ளன.

'சாதியை அழித்தொழித்தல்' பல இடங்களில் சமஸ்கிருத வரிகளைக் கொண்டிருக்கிறது. அம்பேத்கர் அவற்றை ஆளுமையோடு எடுத்தாள்கிறார், அவற்றைத் தனது வாசகர்களுக்காக விளக்கிச் சொல்ல அவர் முனைவதில்லை. இவற்றை மொழிபெயர்க்க நான் ஆய்வாளர் பிபேக் தேப்ராயை அணுகினேன். அவரும் மிக உற்சாகத்தோடு ஒத்துழைத்தார். அவர் ஒவ்வொரு வசனத்தையும் ஒரு புதிர்போலக் கையாண்டார்.

அருந்ததி ராயின் முன்னுரை 'டாக்டரும் புனிதரும்' ஒரு முழு புத்தக நீளக் கட்டுரை. அது வாசகர்களைச் சமகால இந்தியாவில் செயலாற்றும் சாதி முறைமை குறித்துப் பரிச்சயப்படுத்துகிறது. 'சாதியை அழித்தொழித்தல்' வெளியானதற்குப் பின்பு நிகழ்ந்த காந்தி – அம்பேத்கர் விவாதத்தின் வரலாற்றுப் பின்னணியில் அதை அலசுகிறது. தனது முன்னுரையில் ராய் காந்தியின் மிக அறியப்படாத ஒரு பக்கத்தை நமக்குக் காண்பிக்கிறார். அவரது வார்த்தைகளில்: "அம்பேத்கர்தான் காந்தியின் மிக வலிமைவாய்ந்த எதிரி. காந்தியை அரசியல் ரீதியாக, அறிவு ரீதியாக மட்டும் அவர் எதிர்க்கவில்லை. தார்மீக ரீதியாக எதிர்கொண்டவரும்

அவரே. நாம் அனைவரும் அறிந்த அம்பேத்கர் நீக்கம் செய்யப்பட்ட காந்தியின் கதை ஒரு துன்பியல் நகைச்சுவை. அதேபோல காந்தியை ஒதுக்கிவிட்ட அம்பேத்கரின் கதையும் அம்பேத்கருக்குச் செய்யும் துரோகமாகவே அமையும். ஏனெனில் அம்பேத்கருடைய உலகின் மீது காந்தி பல அற்புதமற்ற விதங்களில் உலாவிக்கொண்டிருந்தார்."

இந்தப் புத்தகப் பனுவல் இந்தத் துறையில் பணியாற்றிவரும் மிகச் சிறந்த சில ஆய்வாளர்களால் வாசிக்கப்பட்டு பரிசீலிக்கப் பட்டுள்ளது: கிறிஸ்டோஃப் ஜாஃப்ரெலாட், தாமஸ் ப்லோம் ஹான்சன், அய்யாதுரை கஜேந்திரன், ஆனந்த் டெல்டும்ப்டே, சதீஷ் தேஷ்பாண்டே, உமா சக்கரவர்த்தி. இவர்கள் ஒவ்வொருவரும் பரிந்துணர்வோடும் சிரத்தையோடும் அக்கறையோடும் பதிலளித்தனர். அது எனக்கு இப் பணியை மேலும் செழுமைப்படுத்தவும் சீராக்கவும் உதவியது.

புது தில்லி   சி. ஆனந்த்
26 ஜனவரி 2014

ANNIHILATION OF CASTE

SPEECH PREPARED

BY

Dr. B. R. Ambedkar
M. A., Ph. D., D. Sc., Barrister-at-Law.

FOR

The Annual Conference of the
JAT-PAT-TODAK MANDAL OF LAHORE

BUT

NOT DELIVERED

Owing to the cancellation of the Conference by the Reception Committee on the ground that the views expressed in the speech would be unbearable to the Conference.

15th May   **1936**   **Price As. 8/-**

டாக்டரும் புனிதரும்

அருந்ததி ராய்

அம்பேத்கரின் 'சாதியை அழித்தொழித்தல்' கிட்டத்தட்ட எண்பது வருடங்கள் கடந்த, நிகழ்த்தப்படாத ஓர் உரை. முதல்முறை அதைப் படித்தபோது மங்கலான ஓர் அறையில் யாரோ உள்ளே வந்து ஜன்னல்களைத் திறந்ததுபோல உணர்ந்தேன். டாக்டர் பீம்ராவ் ராம்ஜி அம்பேத்கரைப் படிப்பது பெரும்பாலான இந்தியர்கள் பள்ளிகளில் கற்பிக்கப் பட்டு நம்புகின்றவற்றிற்கும், நாம் நம்முடைய தினசரி வாழ்க்கையில் பார்க்கும் எதார்த்தத்திற்குமான இடை வெளிகளை இணைக்கிறது.

என்னுடைய தந்தை ஓர் இந்து, பிரம்ம சமாஜத்தைச் சேர்ந்தவர். நான் வளர்ந்து பெரியவளாகும் வரை அவரை சந்திக்கவேயில்லை. கம்யூனிஸ ஆட்சியில் கேரளத்தின் ஒரு சிறு கிராமமான அய்மனத்தில் என்னுடைய தாயுடன் ஒரு சிரியன் கத்தோலிக்க குடும்பத்தில் வளர்ந்தேன். ஆனாலும் என்னைச் சுற்றிலும் சாதியின் விரிசல்களும் பிளவுகளும் இருக்கத்தான் செய்தன. அய்மனத்தில் ஒரு தனியான 'பறையர்' சபை இருந்தது, அதில் 'பறையர்' பாதிரிகள் தீண்டத்தகாதோருக்குப் போதித்தனர். சனங்களின் பெயர்களில், ஒருவரை ஒருவர் அழைக்கும் முறைகளில், அவர்கள் பார்த்த வேலைகளில், அணிந்த உடைகளில், ஏற்பாடு செய்யப்பட்ட திருமணங்களில், பேசிய மொழியில் சாதி இருந்தது. ஆனாலும் நான் எந்த ஒரு பாடப் புத்தகத்திலும் சாதி என்ற கருத்தாக்கத்தை எதிர்கொள்ளவேயில்லை. அம்பேத்கர் வாசிப்பு நம்முடைய கல்வித் திட்டத்தில், கற்பித்தல் உலகில் இருந்த இந்த பெரும் இடைவெளி குறித்த எச்சரிக்கை மணியை அடித்தது. ஏன் இந்த இடைவெளிகள் ஏற்பட்டன என்பதையும் இந்தியச் சமூகம் ஒரு தீவிர புரட்சிகர மாறுதலுக்கு உள்ளாகும் வரை இந்த இடைவெளிகள் தொடர்ந்து அப்படியேதான் இருக்கப் போகின்றன என்பதையும் அந்த வாசிப்பு தெளிவுபடுத்தியது.

வாசிப்பினால் புரட்சிகளைத் துவக்க முடியும்; பலசமயம் துவங்கியுமிருக்கின்றன.

நீங்கள் மலாலா யூசுஃப்ஸை பற்றிக் கேள்விப்பட்டிருக் கிறீர்கள் ஆனால் சுரேகா பூட்மாங்கே யார் என்று தெரியாது என்றால், அம்பேத்கரை நிச்சயம் வாசிக்க வேண்டும்.

மலாலாவுக்குப் பதினைந்து வயதுதான், ஆனால் அதற்குள்ளாகவே பல குற்றங்களைப் புரிந்துவிட்டாள். அவள் ஒரு சிறுமி, அவள் பாகிஸ்தானின் ஸ்வாட் பள்ளத்தாக்கு பகுதியில் வாழ்ந்தாள், பிபிஸியில் வலைப் பதிவாளராக இருந்தாள், *நியுயார்க் டைம்ஸின்* வீடியோவொன்றில் இடம்பெற்றாள், முக்கியமாக அவள் பள்ளிக்குச் சென்றாள். மலாலா மருத்துவராக ஆசைப்பட்டாள். அவளுடைய அப்பா அவளை அரசியல்வாதியாக ஆக்க விரும்பினார். அவள் ஒரு தீரமான குழந்தை. பள்ளிகள் பெண்களுக்கானவை அல்ல எனவும் மலாலா தங்களுக்கு எதிராகப் பேசுவதை நிறுத்தவில்லையென்றால் அவளைக் கொன்றுவிடுவோம் என்றும் தலிபான் விடுத்த பிரகடனங்களுக்கு அவள் (அவள் தந்தையும்) செவிசாய்க்கவில்லை. 2012 அக்டோபர் ஒன்பதாம் தேதி மலாலா, துப்பாக்கியேந்திய ஒருவரால் பள்ளிப்பேருந்திலிருந்து இறக்கப்பட்டு தலையில் சுடப்பட்டாள். மலாலா இங்கிலாந்துக்கு விமானத்தில் கொண்டு செல்லப்பட்டு, இருப்பதிலேயே சிறந்த மருத்துவ சிகிச்சைக்குப்பின் பிழைத்துக்கொண்டாள். அது ஓர் அற்புதம்.

அமெரிக்க ஜனாதிபதியும் உள்துறைச் செயலரும் அவளுக்கு ஆதரவுச் செய்திகளை அனுப்பினார்கள். பாப் பாடகி மடோனா அவளுக்கு ஒரு பாடலை சமர்ப்பணம் செய்தார். அஞ்சலீனா ஜோலி அவளைப்பற்றி ஒரு கட்டுரை எழுதினார். மலாலா, அமைதிக்கான நோபல் பரிசுக்குப் பரிந்துரை செய்யப்பட்டாள்; *டைம்* பத்திரிகையின் அட்டையில் அவள் படம் வெளிவந்தது. அவள் மீது கொலைமுயற்சித் தாக்குதல் நடந்த சில தினங்களில் இங்கிலாந்தின் முன்னாள் பிரதமரும் ஐநா சபையின் சர்வதேச கல்விக்கான சிறப்புத் தூதுவருமான கார்டன் ப்ரவுன், ஒவ்வொரு பெண் குழந்தைக்கும் கல்வியை கொண்டுசேர்க்கச் சொல்லி பாகிஸ்தான் அரசைக் கோரும் 'நான் மலாலா' என்ற பொது மனுவைத் தொடங்கி வைத்தார். பாகிஸ்தான் மீதான அமெரிக்க ஆளில்லா ட்ரோன் போர்விமான தாக்குதல்கள் பெண்வெறுப்பு மிகுந்த இஸ்லாமியத் தீவிரவாதிகளை 'அழிக்கும்' தம்முடைய பெண்ணியப் பணியைத் தொடர்கின்றன.

சுரேகா போட்மாங்கேவுக்கு நாற்பது வயது, அவரும் பல குற்றங்களைப் புரிந்துள்ளார். அவர் ஒரு பெண் – 'தீண்டத்தகாதவள்', இந்தியாவில் வாழ்ந்த தலித் பெண், படு ஏழை அல்ல. அவர் தன் கணவரைவிட அதிகம் படித்திருந்தார், எனவே தனது குடும்பத்தின் தலைமைப் பொறுப்பை ஏற்றிருந்தார். டாக்டர் அம்பேத்கர் அவருடைய 'ஹீரோ'. சுரேகாவைப் போலவே அவரது குடும்பமும் இந்து மதத்தைத் துறந்து பௌத்தத்தை ஏற்றுக்கொண்டவர்கள். சுரேகாவின் குழந்தைகள் கல்வி பெற்றிருந்தனர். அவருடைய இரண்டு மகன்கள் சுதீர் மற்றும் ரோஷன் கல்லூரிப் படிப்பு படித்திருந்தனர். அவருடைய மகள் ப்ரியங்காவுக்குப் பதினேழு வயது, பள்ளிப்படிப்பை முடிக்கவிருந்தார். சுரேகாவும் அவருடைய கணவரும் மகாராஷ்டிர மாநிலம் கயர்லாஞ்சி கிராமத்தில் ஒரு சிறுதுண்டு நிலம் வாங்கினர். அந்த நிலம், சுரேகாவின் சாதியான மகர்களைவிடத் தங்களை உயர்வாகக் கருதிக்கொண்ட பிறசாதிகளின் நிலங்களால் சூழப்பட்டிருந்தது. அவர் ஒரு தலித் என்பதால்,

ஒரு நல்ல வாழ்க்கைக்கு ஆசைப்படும் உரிமை அவருக்கு இல்லாததால், கிராமப் பஞ்சாயத்து அவருக்கு மின்சார இணைப்பைப் பெறவோ அவர்களுடைய குடிசையைக் கட்டடமாக மாற்றவோ அனுமதிக்கவில்லை. அவர்களுடைய நிலத்திற்கு பொதுவாய்க்காலில் இருந்து நீர் பாய்ச்சவோ பொதுக் கிணற்றில் இருந்து நீர் எடுக்கவோ அந்தக் கிராமம் அனுமதிக்க வில்லை. இவற்றிற்கும் மேலாக சுரேகாவின் நிலத்தின் வழியாக சாலை அமைக்கவும் கிராமத்தினர் முயன்றனர். அவர் அதை எதிர்த்தபோது அவர்கள் தங்களின் மாட்டுவண்டிகளை அவர் நிலத்தின் வழியாகக் கொண்டுசென்றனர். அவரது விளைந்த பயிர்களின்மீது அவர்கள் தங்களின் ஆடுமாடுகளை ஏவினர்.

அப்போதும் சுரேகா தளரவில்லை. அவர் காவல்துறையிடம் புகார் அளித்தார். அவர்கள் எந்த நடவடிக்கையும் எடுக்கவில்லை. அடுத்து வந்த மாதங்களில் கிராமத்தில் பதற்றம் சுரவேகத்தில் கூடிக்கொண்டே சென்றது. சுரேகாவிற்கு எச்சரிக்கை விடுக்க கிராமத்தினர் அவருடைய உறவினர் ஒருவரைத் தாக்கி அவரைக் கொன்றனர். சுரேகா மீண்டும் காவல்துறையிடம் புகார் அளித்தார். இந்தமுறை காவலர்கள் சிலரைக் கைது செய்தனர். ஆனால் குற்றம் சாட்டப்பட்டவர்கள் உடனடியாகப் பிணையில் வெளியே வந்துவிட்டனர். அவர்கள் பிணையில் வெளியே வந்த அன்று (29 செப்டம்பர் 2006) மாலை ஆறு மணியளவில் வெறிபிடித்த சுமார் எழுபது கிராமத்தினர், ஆண்களும் பெண்களுமாக டிராக்டர்களில் வந்து போட்மாங்கேக்களின் வீட்டைச் சுற்றிவளைத்தனர். பையாலால் நிலத்தில் வேலைபார்த்துக் கொண்டிருந்த சுரேகாவின் கணவர் சத்தம் கேட்டு வீட்டிற்கு ஓடினார். ஒரு புதருக்குப் பின்னால் மறைந்திருந்து அந்தக் கும்பல் தன் குடும்பத்தினரைத் தாக்குவதைப் பார்த்தார். அருகிலிருக்கும் நகரமான துசாலாவுக்கு ஓடி உறவினர் ஒருவரின் உதவியோடு காவலர்களைத் தொலைபேசியில் அழைத்தார். (காவலர்கள், தொலைபேசியை எடுப்பதற்குக்கூட உங்களுக்கு சிபாரிசுகள் தேவை.) ஆனால் அவர்கள் வரவே இல்லை. அந்தக் கும்பல் சுரேகா, ப்ரியங்கா மற்றும் இரு மகன்களையும், அதில் ஒருவர் கண்பார்வை குறைந்தவர், வெளியே இழுத்து வந்தனர். அந்த இரு இளைஞர்களும் தங்களின் தாயையும் சகோதரியையும் வல்லுறவு செய்யக் கட்டாயப்படுத்தப் பட்டனர்; மறுத்தபோது, பிறப்புறுப்பில் தாக்கப்பட்டு பின்னர் அவர்களின் ஆண்குறி வெட்டியெறியப்பட்டு, கொல்லப்பட்டனர். சுரேகாவும் ப்ரியங்காவும் கூட்டுப் பாலியல் வல்லுறவு செய்யப்பட்டுப் பின்னர் அடித்துக் கொல்லப்பட்டனர். நான்கு உடல்களும் அருகிலிருந்த கால்வாயில் வீசியெறியப்பட்டன. அங்கு அவை மறுநாள் கண்டெடுக்கப்பட்டன.[1]

முதலில் ஊடகங்கள் அதை ஒரு 'கள்ளக்காதல்' கொலையாகச் சித்திரித்தன. சுரேகா தன் உறவினருடன் (முதலில் தாக்கப்பட்டவர்) தகாத உறவு கொண்டிருந்ததால் கிராமத்தினர் ஆத்திரமடைந்தனர் என்கிற ரீதியில் செய்தி எழுதினர். தலித் அமைப்புக்களின் தீவிரமான மக்கள்திரள் போராட்டங்கள்தான் சட்ட இயந்திரத்தை இந்தக் குற்றத்தைக் கண்திறந்து பார்க்க நெட்டித் தள்ளியது.

அவ்வழக்கில் எப்படி தடயங்கள் கலைக்கப்பட்டு அழிக்கப்பட்டன என்பதை 'மக்கள் உண்மையறியும் குழுக்கள்' உலகிற்குத் தெரிவித்தன. மாவட்ட நீதிமன்றம் ஒருவழியாய்த் தனது தீர்ப்பை அறிவித்தது, அதில் குற்றம்சாட்டப்பட்டவர்களுக்கு மரண தண்டனை விதிக்கப்பட்டது. ஆனால், வழக்கில் தாழ்த்தப்பட்டோர் – பழங்குடிகள்மீதான வன்கொடுமைத் தடுப்புச் சட்டத்தைப் பிரயோகிக்க மறுத்தது. கயர்லாஞ்சி கொடூரம் 'பழிவாங்கும்' நோக்கில் நிகழ்த்தப்பட்ட குற்றம், அதில் பாலியல் வல்லுறவுக்கான ஆதாரங்களோ சாதீயக் கோணமோ ஏதுமில்லை என்று நீதிபதி தீர்ப்பளித்தார்.[2] இப்படி ஒரு தீர்ப்பு தனது முன்வைப்பின் மூலம் குற்றம் குறித்த சட்டரீதியான புரிதலையே நீர்த்துபோகச் செய்வதும், உச்சபட்ச தண்டனையான மரண தண்டனையை வழங்கி பின் அது மேல்முறையீட்டில் குறைக்கப்படவோ அல்லது நீக்கப்படவோ வழிசெய்வதும் இந்தியாவில் ஒன்றும் புதிய வழக்கமல்ல.[3] ஒரு நீதிமன்றம், எந்த ஒரு நபருக்கும் அவர் எப்படிப்பட்ட கொடுங்குற்றத்தைச் செய்திருப்பினும் மரண தண்டனை அளிப்பது நீதியல்ல. அதேவேளையில் நீதிமன்றம் சாதீய வன்மம் தொடர்ந்து இந்தியாவில் கொடூர யதார்த்தமாக இருந்துவருவதைப் பதிவுசெய்திருந்தால் அது நீதிக்கான ஒரு தொடக்கப் புள்ளியாகவாவது இருந்திருக்கும். ஆனால் அந்த நீதிபதி சர்வசாதாரணமாக சாதியைத் தூசி தட்டுவதுபோலத் தூக்கியெறிந்துவிட்டார்.

சுரேகா போட்மாங்கேவும் அவருடைய குழந்தைகளும் ஒரு சந்தைநேச ஜனநாயகத்தில் வாழ்ந்தார்கள். எனவே 'நான் சுரேகா' என எந்த சர்வதேசப் பொதுமனுவும் ஐநா சபையால் இந்திய அரசை நோக்கி எழுப்பப்படவில்லை. எந்த நாட்டின் தலைவரும் இந்திய அரசை நோக்கி தங்கள் அறச்சீற்றத்தை வெளிப்படுத்தவுமில்லை. அதுவும் நல்லதுதான், நாம் சாதியைக் கடைபிடிக்கிறோம் என்பதற்காக நம்மீது டெய்ஸி கட்டர்கள் வந்து விழத்தேவையில்லை. (வியட்நாம் போரில் அமெரிக்கா வீசிய குண்டுகளின் பெயர் – டெய்ஸி கட்டர்.)[4]

'தீண்டத்தகாதவர்களுக்கு,' இன்றைய இந்திய அறிவுஜீவிகள் கைக்கொள்ளத் தயங்கும் தீரத்துடன் அம்பேத்கர் சொன்னார், "இந்துமதம் கொடிய பயங்கரங்களின் இருட்டறை" என்று.[5]

ஒரு எழுத்தாளருக்கு தன் சக மனிதர்களை 'தீண்டத்தகாதவர்கள்', 'பட்டியல் சாதியினர் *(SC)*' 'பிற்படுத்தப்பட்ட சாதி *(BC)*' அல்லது 'பிற பிற்படுத்தப்பட்ட சாதி *(OBC)*' என்றெல்லாம் விவரிப்பது பயங்கரங்களின் இருட்டறையில் வாழ்வது போன்றதுதான். அம்பேத்கர் இறுகிய அறச்சீற்றத்துடன் 'தீண்டத்தகாதவர்கள்' என்ற வார்த்தையைத் தயக்கமின்றி பிரயோகித்ததால், நானும் அப்படியேதான் சொல்லவேண்டும். இன்று தீண்டத்தகாதவர்கள் என்ற சொல் தலித் (நொறுக்கப்பட்டவர்கள்) என்ற மராத்திச் சொல்லாக மாறியிருக்கிறது. தலித் என்பதும் 'பட்டியல் சாதியினர்'–எஸ்.சி என்ற சொல்லோடு இணையானதாகக் கலந்து பயன்படுத்தப்படுகிறது. இந்தமுறை முனைவர் ரூபா விஸ்வநாத் சுட்டிக்காட்டுவதைப் போல தவறான பிரயோகமாகும். ஏனெனில் தலித் என்ற பதம் சாதீயக் கொடுமையிலிருந்து வெளியேற பிற மதங்களைத்

தழுவிய தீண்டத்தகாதவர்களையும் (என் கிராமத்தில் கிறித்துவத்தைத் தழுவிய பறையர்களைப் போல) உள்ளடக்கியது, ஆனால் எஸ்.சி எனப்படும் பட்டியல் சாதியினர் என்ற வார்த்தை அப்படி அல்ல.[6] வன்மத்தின் வகைப்படுத்தப்பட்ட அதிகாரப்பூர்வ பெயரிடல் முறை ஒரு புதிர்ப்பாதை. அங்கே அனைத்துமே ஒரு வெறிகொண்ட அதிகாரியின் கோப்புக் குறிப்புகள் போலத்தான் படிக்கக் கிடைக்கும். இதைத் தவிர்க்க நான் பெரும்பாலும், கடந்தகாலத்தைக் குறிப்பிடுகையில் 'தீண்டத்தகாதவர்' என்றும் நிகழ்காலத்தைக் குறிப்பிடுகையில் 'தலித்' என்றும் குறிப்பிடுகிறேன். பிற மதங்களைத் தழுவிய தலித்துகளைப் பற்றி எழுதுகையில், நான் குறிப்பாக சீக்கிய தலித்துகள், இஸ்லாமிய தலித்துகள், கிறித்தவ தலித்துகள் என்று குறிப்பிட்டுள்ளேன்.

மீண்டும் அம்பேத்கர் சொன்ன அந்த கொடூரங்களின் இருட்டறைக்குத் திரும்பிச் செல்வோம்.

ஒரு தலித்மீது தலித் அல்லாத ஒருவரால் ஒவ்வொரு பதினாறு நிமிடங்களுக்கும் ஒரு குற்றம் இழைக்கப்படுவதாகத் தேசிய குற்றக் கணக்குத் துறை பதிவு செய்திருக்கிறது. ஒவ்வொரு நாளும் நான்கிற்கும் மேற்பட்ட தலித் பெண்கள் தலித் அல்லாதவர்களால் பாலியல் வல்லுறவுக்கு ஆளாக்கப்படுகிறார்கள். ஒவ்வொரு வாரமும் பதிமூன்று தலித்துகள் கொல்லப்படுகிறார்கள், ஆறு தலித்துகள் கடத்தப்படுகிறார்கள். 2012இல் மட்டும், அந்த தில்லி பாலியல் பலாத்கார வழக்கின் அதே வருடத்தில்,[7] 1574 தலித் பெண்கள் பாலியல் பலாத்காரத்திற்கு உள்ளானார்கள். (பொதுவான நடைமுறை என்பது தலித்துகள்மீது நிகழும் பாலியல் பலாத்காரங்களிலும் மற்ற குற்றங்களிலும் பத்து சதவீதம்தான் புகார்களாக அளிக்கப்படுகிறது.) 651 தலித்துகள் படுகொலை செய்யப்பட்டார்கள்.[8] இது வெறும் பலாத்காரம் மற்றும் கொலையின் எண்கள்தான். துகில் உரியப்பட்டது, நிர்வாணமாக ஊரைச் சுற்றி வரவைத்தது, பீயைத் தின்ன கட்டாயப்படுத்தியது,[9] நிலம் பறித்துக்கொள்ளப்பட்டது, ஊரை விட்டு ஒதுக்கிவைத்தது, சமூகப் புறக்கணிப்புக்கு உள்ளானது, குடிநீர் பெற தடைசெய்யப்பட்டது இவையெல்லாம் சேர்க்கப்படாமல். இந்த புள்ளிவிவரங்கள் நிச்சயமாய் பந்த் சிங்கை உள்ளடக்கியிருக்காது. பந்த் சிங், பஞ்சாபின் மஸாபி சீக்கிய தலித்[10] – 2005இல் இவர் தன் மகளை கூட்டுப் பாலியல் பலாத்காரத்திற்கு உள்ளாக்கியவர்கள்மீது புகார் அளிக்கத் துணிந்ததால் இவரது இரு கைகளும் ஒரு காலும் வெட்டப்பட்டன. மூன்று உறுப்புக்கள் துண்டாடப்பட்டன. இழந்தவர்கள் குறித்து தனியான புள்ளி விவரங்கள் எதுவும் இல்லை.

"ஒரு சாராரின் அடிப்படை உரிமைகள் சமூகத்தால் எதிர்க்கப்பட்டால், எந்தச் சட்டமும், எந்த மக்களவையும், எந்த நீதியமைப்பும் அவற்றை உண்மையான பொருளில் உறுதி செய்யமுடியாது" என்றார் அம்பேத்கர். "அமெரிக்காவில் நீக்ரோவிற்கோ, ஜெர்மனியில் யூதர்களுக்கோ, இந்தியாவில் தீண்டத்தகாதவர்களுக்கோ அடிப்படை உரிமைகளால் என்ன பயன்? பர்க் சொன்னதுபோல் பெருங்கூட்டங்களைத் தண்டிக்க எந்த வழியும் கண்டறியப்படவில்லை."[11]

இந்தியாவின் எந்த கிராமத்துப் போலிஸ்காரரிடமாவது கேட்டுப் பாருங்கள் அவருடைய பணி என்னவென்று. "அமைதியை நிலைநாட்டுவது" என்று அவர் உங்களுக்குப் பதிலளிக்கக் கூடும். பெரும்பான்மையான சமயங்களில் இது சாதி முறைமையைத் தூக்கிப் பிடித்துதான் நிலைநிறுத்தப்படுகிறது. தலித்துகளின் விழைவுகள் அமைதிக்கு ஊறு விளைவிப்பவை.

சாதியை அழித்தொழித்தல் என்பது அமைதிக்கு ஊறு விளைவிப்பது.

❍

நிறவெறி, இனவாதம், பாலியல் பாகுபாடு, பொருளாதார ஏகாதிபத்தியம், மதவெறி போன்ற பிற சமகால அருவெறுப்புக்கள் சர்வதேச அரங்குகளில் அரசியல்ரீதியாகவும் அறிவுப்பூர்வமாகவும் எதிர்க்கப்பட்டிருக்கிறது. ஆனால் இந்தியாவில் கடைபிடிக்கப்பட்டு வரும் சாதி முறைமை – மனித சமூகம் அறிந்தவற்றிலேயே மிக மிருகத் தனமான ஏற்றத்தாழ்வுடைய சமூக அமைப்புகளில் ஒன்றான இது – அதுபோன்ற கவனத்திலிருந்தும் கண்டனத்திலிருந்தும் எப்படித் தப்பித்தது? ஒருவேளை, இந்துமதத்தோடு பின்னிப் பிணைந்து போயிருப்பதால், பல நல்லவை என்று கருதப்படும் விஷயங்களிலிருந்து – அதாவது, மிஸ்டிசிஸம், ஆன்மிகம், அகிம்சை, சகிப்புத்தன்மை, சைவம், காந்தி, யோகாசனம், யாத்திரிகர்கள், பீட்டில்ஸ், இப்படி – இதை யாரும், குறைந்தபட்சம் வெளியாட்கள் முடிச்சுக்களை அவிழ்த்துப் பார்க்கவோ அர்த்தம்கொள்ள முயலவோ சாத்தியமற்றதாய் இருக்கிறது.

பிரச்சனையை மேலும் சிக்கலாக்கும் விதமாக, சாதி, நிறவெறியைப் போலன்றி, நிற வகைகளில் பிரிக்கப்பட்டதல்ல. எனவே அதைப் பார்ப்பது சுலபமல்ல. மேலும் நிறவெறியைப் போலல்லாமல் சாதிய முறைமைக்கு உயர்மட்டங்களில் ரசிகர்கள் இருக்கின்றனர். அவர்கள் வெளிப்படையாகவே வாதிடுவார்கள், சாதி ஒரு சமூகப் பசை என்றும் அது சமூகங்களையும் மக்களையும் சுவாரஸ்யமான முறைகளில் இணைக்கவும் பிரிக்கவும் செய்கிறது என்றும் மொத்தத்தில் அது ஒரு நல்ல விஷயமென்றும் சொல்வார்கள். அதுதான் இந்திய சமூகத்திற்கு அது எதிர்கொண்ட பல பிரச்சனைகளை எதிர்கொள்ளும் வலிமையையும், நெகிழ்வுத்தன்மையையும் அளித்தது என்றும் சொல்வார்கள்.[12] இந்திய அரசுக் கட்டமைப்பு சாதீய பாகுபாட்டையும் வன்முறையையும் இனவெறியோடோ நிறவெறியோடோ ஒப்பிடும் எண்ணத்தைக் கண்டு வெளிறுகிறது. 2001இல் டர்பனில் நிகழ்ந்த இனவெறிக்கு எதிரான சர்வதேச மாநாட்டில் சாதிப் பிரச்சனையை எழுப்ப முயன்ற தலித்துகளை அது கடுமையாக ஒடுக்க முனைந்தது. சாதி ஒரு 'உள் விஷயம்' என வலியுறுத்தியது. சாதீய வழமை, இனவெறி ஒடுக்குமுறை போன்றதல்ல என்றும் சாதி இனவெறி அல்ல என்றும் பல பிரபல சமூகவியலாளர்களின் ஆய்வுகளை முன்வைத்தது.[13] அம்பேத்கர் அவர்களின் கூற்றை ஒத்துக் கொண்டிருந்திருப்பார். ஆனால், டர்பன் மாநாட்டின் பின்புலத்தில் தலித் செயல்பாட்டாளர்கள் எழுப்ப முயன்ற கூற்று, சாதி இனவெறி அல்ல என்றபோதிலும் இரண்டும் ஒப்புநோக்கக் கூடியவை என்பதே. இரண்டுமே மனிதர்களை அவர்களது பிறப்பின்

அடிப்படையில் குறிவைத்து ஒடுக்கும் முறைமைகள்.[14] அந்த உணர்விற்கு ஆதரவாக 2014 ஜனவரி 15ஆம் நாள் வாஷிங்டன் டிசியில் கேபிடால் ஹில்லில் நடைபெற்ற மார்டின் லூதர் கிங்கின் 85வது பிறந்தநாள் நினைவு நிகழ்வின் போது ஆப்பிரிக்க அமெரிக்கர்கள் 'கரிசனப் பிரகடனத்தில்' கையெழுத்திட்டனர். அது இந்தியாவில் தலித்துகளின் மீதான ஒடுக்குமுறையை முடிவுக்கு கொண்டுவர கோரியது.[15]

அடையாளம் மற்றும் நீதி, வளர்ச்சி மற்றும் அபிவிருத்தி, குறித்த தற்போதைய விவாதங்களில், இந்தியாவின் நன்கு அறியப்பட்ட பல ஆய்வாளர்களுக்கு சாதி அதிகபட்சமாக ஒரு தலைப்பு, அல்லது உபதலைப்பு. பல நேரங்களில் பின்குறிப்பு மட்டுமே. குறைப்புவாத மார்க்சிய வர்க்க விவாதத்தினுள் சாதியைக் கட்டாயமாகத் திணிப்பதன் மூலம், இந்தியாவின் முற்போக்கு – இடதுசாரி அறிவுலகம் சாதியைக் காண்பதை இன்னமும் கடினமாக்கியுள்ளன. இந்த அழிப்பு, இந்தக் காணாமலிருக்கும் திட்டம், சிலநேரங்களில் ஒரு தெளிவான அரசியல் செயல்பாடாகவும், சில நேரங்களில் சாதியை எப்போதும் இருட்டில்கூட எதிர்கொள்ளவேண்டிவராத, அதனாலேயே அது ஒழிக்கப்பட்டுவிட்டதாகவும் பெரியம்மையைப் போல, இல்லாமல் ஆக்கப்பட்டுவிட்டதாகவும் நம்பும் மேட்டுக்குடித் தனத்திலிருந்தும் வெளிப்படுகிறது.

❍

இன்னும் பல ஆண்டுகளுக்கு மானுடவியலாளர்கள் சாதியின் தோற்றுவாய் குறித்து விவாதிப்பார்கள் ஆனால் அதன் அடிப்படைக் கொள்கைகளான, ஏற்றத்தாழ்வு, உரிமைகள் மற்றும் கடமைகளை விதிக்கும் சரியும் அளவுகோல், தூய்மை – தீட்டுக்கான அளவீடுகள், அவை நடைமுறைப்படுத்தப்பட்ட, நடைமுறைப்படுத்தப்படும் வழிகள், கண்காணிக்கப்பட்ட திணிக்கப்பட்ட வழிகள் இவற்றையெல்லாம் புரிந்துகொள்வது அவ்வளவு கடினமில்லை. சாதிய பிரமீடின் உச்சி தூய்மையானதாகக் கருதப்படுகிறது அங்கிருப்பவர்களுக்கான உரிமைகள், சலுகைகள் அதிகம். அதன் அடிப்பகுதி அசுத்தமானது; அவர்களுக்கு உரிமைகள் இல்லை. ஆனால், கடமைகள் ஏராளம். இந்த தீட்டு தூய்மை வலைப்பின்னல் என்பது விரிவான சாதிசார் குலத்தொழில் அமைப்போடு தொடர்புடையது. 1916இல் கொலம்பியா பல்கலைக்கழகத்தில் நிகழ்ந்த கருத்தரங்கிற்கென எழுதிய 'இந்தியாவில் சாதிகள்' என்ற கட்டுரையில் அம்பேத்கர் சாதியை ஒரு அகமணப் பிரிவு என்றும் 'அடைக்கப்பட்ட வர்க்கம்' என்றும் வரையறுக்கிறார். இன்னொரு தருணத்தில், சாதி முறைமையை 'மரியாதையின் மேலேறும் ஏணி – வெறுப்பின் கீழிறங்கும் ஏணி' என்று விவரிக்கிறார்.[16]

நாம் இன்று சாதீய முறைமை என்றழைக்கும் அமைப்பு இந்துமதத்தின் ஆதிப் பனுவல்களில் வர்ணாச்ரம தர்மம் என்றும் சதுர்வர்ணம் – நான்கு வர்ணங்களின் அமைப்பு, என்றும் பதியப்பட்டுள்ளது. தமக்கென ஒரு குலத்தொழிலைக் கொண்ட, இந்து சமூகத்தில் இருக்கும் சுமார் நான்காயிரம் அகமணமுறை சாதிகள் நான்கு வர்ணங்களாகப் பிரிக்கப்பட்டுள்ளன –

பிராமணர்கள் (புரோகிதர்கள்), க்ஷத்திரியர்கள் (படைவீரர்கள்), வைசியர்கள் (வியாபாரிகள்), சூத்திரர்கள் (வேலைக்காரர்கள்). இதற்கு வெளியே இருப்பவை அவர்ண சாதிகள் – அதி சூத்திரர்கள், மனிதம் மறுக்கப்பட்டவர்கள், அவர்களுக்குள்ளாகவே ஒரு படிநிலையில் பிரிக்கப்பட்டவர்கள் – தீண்டத்தகாதவர்கள், காணத்தகாதவர்கள், எதிர்வரத் தகாதவர்கள் – அவர்களின் இருப்பு, தீண்டல், ஏன் அவர்களின் நிழல்கூட தீட்டாகச் சாதி இந்துக்களால் கருதப்படுகின்றது. சில சமூகங்களில், ரத்த உறவுகளுக்குள்ளான பாலுறவைத் தவிர்க்க ஒவ்வொரு அகமணக் குழுவும், ஒன்றை ஒன்று மணக்க முடியாத கோத்திரங்களாகப் பிரிக்கப்பட்டுள்ளன. சாதிக்குள்ளான புறமண முறையும் சாதிகளுக்கிடையிலான அகமணமுறையைப்போலவே தீவிரமாக சாதிய பெரியவர்களால் அங்கீகரிக்கப்பட்ட படுகொலைகள், சிரமறுப்புகள் என கண்காணிக்கப்படுகிறது.[17] ஜிம் க்ரோ சட்டங்களைவிடக் கொடுமையான, எழுதப்படாத விதிமுறைகளைக் கொண்டு இந்தியாவின் ஒவ்வொரு பிரதேசமும் தனது பிரத்தியேகமான தனித்தன்மைவாய்ந்த சாதீயக் கொடூரத்தை உருவாக்கி சிரத்தையாக மெருகூட்டி வைத்திருக்கிறது. தனியான சேரிகளில் வசிக்க வைக்கப்பட்டிருந்ததோடு, தீண்டத்தகாதவர்கள் சாதி இந்துக்களால் பயன்படுத்தப்படும் பொதுச் சாலைகளை பயன்படுத்த அனுமதிக்கப்படவில்லை, பொதுக்கிணற்றில் நீர் எடுக்கவோ அருந்தவோ மறுக்கப்பட்டனர், இந்துக் கோயில்களுக்குள் அனுமதிக்கப்படவில்லை, உயர்சாதிப் பள்ளிக்கூடங்களில் அவர்கள் அனுமதிக்கப்படவில்லை, மேலாடை அணிந்துகொள்ள உரிமை மறுக்கப்பட்டனர்; சில குறிப்பிட்ட வகை உடைகளையும் அணிகலன்களையும் மட்டுமே அணிய அனுமதிக்கப்பட்டனர். அம்பேத்கர் பிறந்த மகர் சாதியைப்போன்ற சில சாதிகள், தங்கள் இடுப்பில் துடைப்பத்தைக் கட்டிக்கொள்ளப் பணிக்கப்பட்டனர். அவர்கள் நடக்கநடக்க அவர்களின் தீட்டான காலடித் தடத்தை அந்தத் துடைப்பம் அழித்து சுத்தப்படுத்திக் கொண்டே வரும். வேறுசிலர் பேசும்போது தீட்டான அவர்களின் எச்சிலைச் சேகரித்துக்கொள்ள தங்கள் கழுத்தில் ஒரு கிண்ணத்தைக் கட்டிக் கொள்ளவேண்டும். தீண்டத்தகாத பெண்களின் உடல்களின்மீது உயர்சாதி ஆண்களுக்கு முழுமையான கேள்விகளற்ற அதிகாரம் இருந்தது. காதல் மாசுபடுத்துகிறது. பாலியல் வல்லுறவு தூய்மையானது. இந்தியாவின் பல பகுதிகளில் இவை இன்றளவிலும் தொடர்ந்து நடைபெறுகின்றன.[18]

இப்படியான ஒரு சமூக அமைப்பைத் திட்டமிட்டு உருவாக்கிய அந்தச் சிந்தனையை, அது மனிதர்களாலானதோ தெய்வீகமானதோ அதைப்பற்றி மேலும் சொல்ல என்ன இருக்கிறது?

வர்ணாசிரமத்தின் தர்மம் போதாதென்று ஊழ்வினையின் பாரம் வேறு. தாழ்த்தப்பட்ட சாதிகளில் பிறந்தவர்கள் முற்பிறப்புகளில் அவர்கள் செய்த தவறுகளுக்குத் தண்டனை அனுபவிக்கிறார்களாம். மொத்தத்தில், அவர்கள் ஒரு சிறைத் தண்டனையை அனுபவித்துக் கொண்டிருக்கிறார்கள். பணிய மறுத்தல் இன்னமும் மோசமான தீர்ப்பை அவர்கள்மீது சுமத்தும், அதாவது இன்னும் ஒரு பிறப்பு சூத்திரராகவோ தீண்டத்தகாதவராகவோ பிறக்க நேரிடும். எனவே ஒழுங்காகப் பணிவதுதான் நல்லது.

“சாதி அமைப்பைவிடக் கீழ்மைப்படுத்தும் வேறொரு சமூக அமைப்பு இருக்க முடியாது” என்றார் அம்பேத்கர். “இது மனிதர்களை ஸ்தம்பிக்கச் செய்து, மரத்துப் போகச் செய்து, எந்த உருப்படியான செயல்பாட்டிலிருந்தும் முடமாக்கும் ஒரு முறைமை.”[19]

உலகின் மிகப் பிரபலமான இந்தியரான மோகன்தாஸ் கரம்சந்த் காந்தி, இதனுடன் முரண்பட்டார். இந்தியச் சமூகத்தின் மேதைமையாக சாதீய முறைமையை அவர் பார்த்தார். சென்னையில் 1916இல் மதகுருக்களுக்கான மாநாட்டில் பேசுகையில் இவ்வாறு கூறினார்:

> *மிகப் பரந்த இந்த சாதிய முறைமை சமூகத்தின் மதரீதியான தேவைகளை மட்டும் பூர்த்தி செய்யவில்லை, அதன் அரசியல் தேவைகளையும் ஈடுசெய்தது. கிராமத்தினர் தங்கள் உள்பிரச்சனைகளைச் சாதி முறைமையால் தாங்களே தீர்த்துக் கொண்டனர். அதன்மூலம் அரச அதிகாரத்தின் அல்லது பிற அதிகாரங்களின் ஒடுக்குமுறையையும் எதிர்கொண்டனர். சாதிய முறைமையையும் உருவாக்கும் வல்லமை பொருந்திய ஒரு தேசத்தின் அமைப்பாக்கும் சக்தியையும் ஒன்று திரட்டும் திறமையையும் மறுப்பது சாத்தியமேயில்லை.*[20]

1921இல், அவருடைய குஜராத்தி இதழான *நவஜீவனில்* எழுதினார்:

> *இந்து சமூகத்தால் இதைத் தாங்க முடிந்திருக்கிறது என்றால், அது சாதி அமைப்பின் மேல் கட்டப்பட்டிருப்பதால்தான் . . . சாதிய அமைப்பை ஒழித்துவிட்டு மேற்கத்திய ஐரோப்பிய சமூக அமைப்பை ஏற்றுக்கொள்வதென்பது இந்துக்கள் தங்களுடைய குலத்தொழில் மரபை விட்டுவிடவேண்டும் என்பதாகும். அதுதான் சாதி அமைப்பின் ஆன்மா. குலத்தொழில் நியமம் என்றென்றைக்குமானது. அதை மாற்றுவது என்பது ஒழுங்கைக் குலைக்கும் செயலாகும். என் வாழ்நாள் முழுவதும் பிராமணர் என்றழைக்க முடியாத ஒரு பிராமணரால் எனக்கு எந்த பயனும் இல்லை. ஒவ்வொரு நாளும் ஒரு பிராமணர் சூத்திரராகவும், சூத்திரர் பிராமணராகவும் மாறிக்கொண்டே இருந்தால் அது மிகப் பெரிய குழப்பத்தை உருவாக்கும்.*[21]

காந்தி சாதி அமைப்பின் ரசிகராக இருந்தாலும், அவர் சாதிகளுக் கிடையில் எந்த ஏற்றத்தாழ்வும் இருக்கக்கூடாதென நம்பினார்; அனைத்து சாதிகளும் சமமாகக் கருதப்படவேண்டும், அவர்ண சாதிகள் – அதி சூத்திரர்கள் வர்ணாசிரமத்துக்குள் கொண்டுவரப்படவேண்டும் எனக் கருதினார். இதற்கு அம்பேத்கரின் மறுமொழி, “சாதி அமைப்பின் ஒரு விளைவுதான் சாதியற்றவர்கள் (அவர்ண சாதியினர்). சாதிகள் இருக்கும்வரை சாதியற்றவர்களும் இருக்கத்தான் செய்வார்கள். சாதியமைப்பின் அழிவைத் தவிர வேறெதுவும் சாதியற்றவர்களை விடுவிக்க முடியாது.”[22]

ஏகாதிபத்திய ஆங்கிலேய அரசுக்கும் இந்திய அரசுக்கும் இடையே அதிகார மாற்றம் நிகழ்ந்த ஆகஸ்டு 1947க்குப் பின் எழுபது ஆண்டுகள் கழிந்துவிட்டன. சாதி, கடந்தகால விஷயமாகிவிட்டதா? நம்முடைய புதிய ‘ஜனநாயகத்தில்’ வர்ணாசிரம தர்மம் எப்படி தன்னை வெளிப்படுத்தி வருகிறது?

○

நிறைய மாறியிருக்கிறது. இந்தியாவிற்கு ஒரு தலித் குடியரசுத் தலைவராக இருந்திருக்கிறார், இந்திய உச்சநீதிமன்றத்தின் தலைமை நீதிபதியாகவும் ஒரு தலித் இருந்துவிட்டார். தலித்துகள் – பிற ஒடுக்கப்பட்ட சாதிகள் பெரும்பான்மை வகிக்கும் அரசியல் கட்சிகளின் எழுச்சி என்பது ஒரு மகத்தான, சில வகைகளில் புரட்சிகரமான மாற்றம். அது வடிவத்தில் சிறியதானாலும், புலப்படும் அளவிலான சிறுபான்மையாக மட்டுமே இருந்தாலும் – அதன் தலைமை – பரந்துபட்ட பெரும்பான்மை தலித்துகளின் விழைவை உயிர்ப்பிக்கிறது, நம்முடைய வரலாற்றைக் கணக்கில்கொண்டு பார்த்தால் அரசியல் களத்தில் தலித் பெருமையின் முரட்டுத்தனமான நிலைநாட்டல் என்பது நல்ல விஷயமாகத்தான் இருக்கமுடியும். பகுஜன் சமாஜ் போன்ற கட்சிகளின்மீது சுமத்தப்படும் ஊழல், அராஜகம் பற்றிய புகார்கள் பிற பழைய அரசியல் கட்சிகளுக்கும் பொருந்தும், இன்னும் அதிக அளவிலேயே. ஆனால் பி.எஸ்.பி மீதான குற்றச்சாட்டுகள், தீவிரமான குரலிலும் அவமானகரமான தொனியிலும் எழுப்பப்படுவதற்கான காரணம் அதனுடைய தலைவர் மாயாவதி – தலித், தனித்து வாழும் பெண். இவையிரண்டு குறித்தும் எந்த வருத்தமும் இல்லாதவர் என்பதுதான். பி.எஸ்.பியின் பலவீனங்கள் / பின்னடைவுகள் எத்தகையதாக இருந்தாலும், தலித் சுயமரியாதையைக் கட்டமைக்கும் பணியில் அதன் பங்கு ஒரு அளப்பரிய அரசியல் பணி, அது என்றுமே குறுக்கப்படக்கூடாது. ஒடுக்கப்பட்ட சாதிகள் பாராளுமன்ற ஜனநாயகத்தில் கணக்கில் கொள்ளப்படவேண்டிய ஒரு சக்தியாக உருவாகிவரும் அதேவேளையில் ஜனநாயகம் என்பதே பல கட்டமைப்புரீதியான தீவிரமான வழிகளில் வலுவிழந்துகொண்டு வருவது கவலைக்குரியது.

சோவியத் கூட்டமைப்பின் வீழ்ச்சிக்குப் பின், அணிசாரா நாடுகள் இயக்கத்தின் முன்னணியில் இருந்த இந்தியா, தன்னை அமெரிக்காவின் இஸ்ரேலின் இயற்கையான கூட்டாளியாக மீள்பொருத்திக் கொண்டது. 90களில் இந்திய அரசு ஒரு மாபெரும் பொருளாதாரச் சீர்திருத்தத்தில் இறங்கியது. அதுவரை பாதுகாக்கப்பட்ட நிலையில் இருந்த இந்தியச் சந்தையை சர்வதேச மூலதனத்திற்குத் திறந்துவிட்டது. இயற்கை வளங்களை, ஐம்பது வருடங்களாகப் பொதுப்பணத்தில் உருவாக்கப்பட்ட அத்தியாவசிய சேவைகளையும் கட்டுமான வசதிகளையும் தனியார் பன்னாட்டு நிறுவனங்களுக்குத் தாரைவார்த்தது. இருபது ஆண்டுகள் கழித்து, உற்பத்தி வளர்ச்சி விகிதம் மகத்தான முறையில் அதிகரித்திருந்தாலும் (அதுவும் சமீபத்தில் குறையத் தொடங்கிவிட்டது) இந்தப் புதிய பொருளாதாரக் கொள்கைகள் மிகச் சிலரின் கைகளில் செல்வம் குவிய வழி செய்திருக்கிறது. இன்று, இந்தியாவில் மிகவும் கொண்டாடப்படும் உள்நாட்டு உற்பத்தி விகித எண்ணிக்கையில் கால்வாசிக்கு ஒப்பான சொத்துகளை அதன் நூறு பணக்காரார்கள் வைத்துள்ளனர்.[23] 120 கோடி பேர் வாழும் ஒரு நாட்டில், 80 கோடிக்கும் மேலான மக்கள் ஒரு நாளைக்கு இருபது ரூபாய்க்கும் கீழான வருமானத்தில் வாழ்கிறார்கள்.[24] பன்னாட்டு நிறுவனங்கள்தான் கிட்டத்தட்ட நாட்டையே சொந்தமாக்கிக்கொண்டு நடத்திக் கொண்டிருக்கிறார்கள். அரசியல்வாதிகளும் அரசியல் கட்சிகளும் பெருவணிகத்தின் துணை நிறுவனங்களாகச் செயல்படத் தொடங்கிவிட்டார்கள்.

இவையெல்லாம் மரபான சாதி அமைப்பை எப்படி பாதித்திருக்கின்றன? சாதிதான் இந்தியச் சமூகத்தைப் பாதுகாத்து, தொழிற்புரட்சிக்குப் பின் மேற்கத்திய சமூகம் பிளவுண்டதையும் துண்டுகளாய்ப் போனதையும்போல ஆகிவிடாமல் பார்த்துக்கொண்டது என்று சிலர் வாதிடுகின்றனர்.[25] மற்றவர்கள் இதற்கு எதிராக வாதிடுகின்றனர். முன்கண்டிராத அதீத நகரமயமாக்கல், புதிய வேலைத் தளங்களின் உருவாக்கம் ஆகியவை பழைய முறைமையை உலுக்கியெடுத்து, சாதியப் படிநிலைகளை வழக்கழிந்து போகச் செய்யவில்லையென்றாலும் அவற்றை பொருத்தமற்றவையாக மாற்றியிருப்பதாக அவர்கள் வாதிடுகின்றனர். இந்த இரண்டு வாதங்களுமே தீவிர கவனம்பெற தகுதியானவை. பின்வரும் இலக்கியமற்ற இடைச்செருகலை மன்னியுங்கள், ஆனால் பொதுமைப்படுத்துதல்கள் உண்மையின் இடத்தைப் பெறமுடியாது.

ஃபோர்ப்ஸ் பத்திரிகை வெளியிட்ட சமீபத்திய டாலர் கோடீஸ்வரர்கள் பட்டியலில் ஐம்பத்தைந்து இந்தியர்கள் இடம்பெற்றிருந்தனர்.[26] அந்த சொத்து மதிப்புகள் எல்லாமே அவர்கள் வெளியிட்ட சொத்துமதிப்புகளைச் சார்ந்து கணக்கிடப்பட்டவை. இந்த டாலர் கோடீஸ்வரர்களுக்கு உள்ளேயே செல்வப் பங்கீடு ஒரு செங்குத்தான பிரமீடைப் போலத்தான் இருக்கிறது. இதில் மேலுள்ள பத்து கோடீஸ்வரர்களின் மொத்தச் சொத்து மதிப்பு அவர்களுக்கு அடுத்துவரும் நாற்பத்தைந்து பேரின் மொத்தச் சொத்துமதிப்பையும்விட அதிகம். முதல் பத்தில் ஏழு பேர் வைசியர்கள், அனைவருமே உலகம் முழுவதும் வியாபாரம் நடத்தும் பன்னாட்டு நிறுவனங்களின் தலைவர்கள். இவர்களுக்கு சொந்தத் துறைமுகங்கள் இருக்கின்றன. சுரங்கங்கள், எண்ணெய்க் கிணறுகள், எரிவாயுக் கிணறுகள், கப்பல் நிறுவனங்கள், மருந்துக் கம்பெனிகள், தொலைபேசி சேவைகள், பெட்ரோல் நிறுவனங்கள், அலுமினிய நிறுவனங்கள், செல்பேசி சேவைநிறுவனங்கள், தொலைக்காட்சிக் குழுமங்கள், உணவு நிலையங்கள், உயர்நிலைப் பள்ளிகள், திரைப்படத் தயாரிப்பு நிறுவனங்கள், மரபணு ஸ்டெம் செல் சேகரிக்கும் பாதுகாப்பிடங்கள், மின்சார விநியோக நிறுவனங்கள் மற்றும் சிறப்புப் பொருளாதார மண்டலங்கள் இருக்கின்றன. இவர்கள்: முகேஷ் அம்பானி (ரிலையன்ஸ்), லக்ஷ்மி மித்தல் (ஆர்செலார் மித்தல் நிறுவனம்), திலிப் சாங்க்வி (சன் ஃபார்மா நிறுவனம்), ருயா சகோதரர்கள் (ருயா குழுமம்), கே.எம். பிர்லா (ஆதித்யா பிர்லா குழுமம்), சாவித்ரி தேவி ஜிண்டால் (ஓ.பி. ஜிண்டால் குழுமம்), கௌதம் அதானி (அதானி குழுமம்), சுனில் மித்தல் (பார்தி ஏர்டெல்). அடுத்து உள்ள நாற்பத்தைந்து பேரில் பத்தொன்பது பேர் வைசியர்கள். மீதமுள்ளவர்கள் பெரும்பாலும் பார்சிக்கள், போராக்கள் – கத்ரிக்கள் (வணிக சாதிகளைச் சேர்ந்தவர்கள்) அந்தப் பட்டியலில் தலித்துகளோ ஆதிவாசிகளோ இல்லை.

பெருநிறுவனங்கள் தவிர்த்து மாநகரங்களின் சிறு வணிகங்கள் மீதும் நாடுமுழுவதும் கிராமப்புறங்களில் உள்ள பாரம்பரியக் கொடுக்கல் வாங்கல் முறை மீதும் (வட்டிக்கு கடன் பெறுவது) பனியாக்களின் (வைசியர்கள்) கட்டுப்பாடு இருக்கிறது. கோடிக்கணக்கான வறிய விவசாயிகளும் ஆதிவாசிகளும், மத்திய இந்தியாவின் அடர்காடுகளினுள் வசிப்பவர்கள் உட்பட, இந்த பயங்கரமான கடன் வட்டி வலைச்

சுழற்சியில் சிக்குண்டு கிடக்கிறார்கள். ஆதிவாசிகள் அதிகம் வாழும் இந்தியாவின் வடகிழக்கு மாகாணங்களான – அருணாச்சல பிரதேசம், மணிப்பூர், மிஸோரம், திரிபுரா, மேகாலயா, நாகாலாந்து மற்றும் அசாமில் – 'சுதந்திரத்திற்குப்'பின் தொடர்ந்து பல பத்தாண்டுகள் ஆயுதப் போராட்டங்கள், கிளர்ச்சிகள், ரத்தம் சிந்துதல்கள் நடந்துள்ளன. ஆனால் இவை அனைத்தின் ஊடாகவும் மார்வாடிகளும் பிற பனியா வணிகர்களும் அங்கே புகுந்து குடியேறி, ஆரவாரமின்றி தங்கள் வர்த்தகத்தை நிலைநிறுத்திக் கொண்டுள்ளனர். அந்தப் பிரதேசங்களின் அனைத்துப் பொருளாதார நடவடிக்கைகளையும் இப்போது கிட்டத்தட்ட இவர்கள்தான் கட்டுப்பாட்டில் வைத்திருக்கிறார்கள்.

சாதிவாரியாகக் கணக்கெடுக்கப்பட்ட கடைசி சென்சஸான 1931 மக்கள்தொகைக் கணக்கெடுப்பில், வைசியர்கள் மொத்த மக்கள்தொகையில் 2.7 சதவீதம் இருந்தனர் (தீண்டத்தகாதவர்கள் 12.5 சதவீதம் இருந்தனர்.)[27] சிறந்த மருத்துவ வசதிகளும் அவர்களின் குழந்தைகளுக்கு ஒரு பாதுகாப்பான எதிர்காலத்தை உறுதிசெய்யும் பணவலிமையும் அவர்களுக்கு இருந்தது என்பதைக் கணக்கில்கொண்டு பார்த்தால் இப்போதைய வைசியர்களின் எண்ணிக்கை குறைந்திருக்க வேண்டுமேயொழிய அதிகரித்திருக்க முடியாது. எப்படிப் பார்த்தாலும், அவர்கள் இன்றைய புதிய பொருளாதார அமைப்பில் செலுத்தும் செல்வாக்கு பிரமிக்கத்தக்கது. பெருவணிகத்திலும் சிறு வணிகங்களிலும், விவசாயத்திலும் சரி, தொழில்துறையிலும் சரி, சாதியும் முதலாளித்துவமும் கலந்து ஒரு அச்சுறுத்தும் அமைதியைக் குலைக்கும் தனித்தன்மையான இந்திய உலோகம் வார்க்கப்பட்டிருக்கிறது. சாதி அமைப்பிற்குள் அவரவர் சொந்தக்காரர்களைப் பதவிகளில் உடனிருத்திக்கொள்ளும் அதிகாரத் துஷ்பிரயோகம் உட்பொருத்தப்பட்டு இருக்கிறது.

வைசியர்கள் தங்களுக்கு விதிக்கப்பட்டுள்ள தெய்வீகக் கடமையைத்தான் செய்துவருகிறார்கள். கந்து வட்டி வைசியர்களின் உரிமை என்று கி.மு 350 வாக்கில் எழுதப்பட்ட அர்த்தசாஸ்திரம் சொல்கிறது. மனு சாஸ்திரம் (ஏறக்குறைய கி.மு.150) இன்னும் ஒருபடி மேலேபோய் விகிதாச்சார வட்டிமுறையை விவரிக்கிறது. பிராமணர்களுக்கு மாதத்திற்கு 2 சதவீதம், க்ஷத்திரியர்களுக்கு 3 சதவீதம், வைசியர்களுக்கு 4 சதவீதம், சூத்திரர்களுக்கு 5 சதவீதம்.[28] ஆண்டுக் கணக்கில் பார்த்தால் ஒரு பிராமணர் வருடத்திற்கு 24 சதவீதம் வட்டி கட்டவேண்டும். சூத்திரர்களும் தலித்துகளும் 60 சதவீதம் வட்டி செலுத்தவேண்டும். இன்றும்கூட பரிதாப நிலையில் உள்ள ஒரு வறிய விவசாயிக்கோ, நிலமற்ற விவசாயக் கூலிக்கோ கந்துவட்டிக்காரர்கள் வருடத்திற்கு 60 சதவீத (அல்லது அதற்கதிகமான) வட்டியை விதிப்பது சர்வசாதாரணமாக நடந்துவருகிறது. அவர்களால் பணமாகத் திருப்பிக் கட்ட முடியாவிடால், தங்கள் உடலால் வட்டி கட்டவேண்டும். அது என்னவெனில் தீர்க்கவே முடியாத கடன்களைத் தீர்க்க, அவர்கள் கந்துவட்டிக்காரரின் நிலத்தில் தலைமுறை தலைமுறையாக வேலை செய்யவேண்டும். ஒரு 'தாழ்ந்த' சாதிக்காரனுக்கு வேலை செய்யவேண்டும் என்று யாரையும் நிர்பந்திக்கமுடியாது என்று மனுதர்மத்தில் விதிக்கப்பட்டுள்ளது என்பதைச் சொல்லவும் தேவையில்லை.

இந்திய வர்த்தகம் வைசியர்களின் கட்டுப்பாட்டில் இருக்கிறது. மண்ணில் நிலவும் தெய்வங்களான – பிராமணர்கள் என்ன செய்கிறார்கள்? அவர்கள் மொத்த மக்கள்தொகையில் 6.4 சதவீதம் இருப்பதாக 1931 சென்சஸ் கணக்கெடுப்பு பதிவு செய்கிறது. வைசியர்களைப் போலவே அல்லது அதையொத்த காரணங்களினால் இந்த சதவீதமும் குறைந்திருக்க வாய்ப்பிருக்கிறது. வளர்ந்துவரும் சமூகங்களுக்கான ஆராய்ச்சி மையம் (சி.எஸ்.டி.எஸ் ஆய்வு நிறுவனம்) நடத்திய கணக்கெடுப்பின்படி மிகமிக அதிக இடங்களை மக்களவையில் பெற்றிருந்த பிராமணர்கள் இப்போது குறைந்திருக்கிறார்கள்.[29] அப்படியென்றால் பிராமணர்களின் செல்வாக்கு குறைந்திருக்கிறது என்று அர்த்தமா?

1948இல் சென்னை ராஜதானியில் மூன்று சதவீதம் இருந்த பிராமணர்கள், அரசுப்பதவிகளில், கெஜட் பதவிகளில் 37 சதவீதத்தையும் கெஜட் அல்லாத பதவிகளில் 43 சதவீதத்தையும் கைப்பற்றியிருந்ததாக அம்பேத்கர் எழுதியிருக்கிறார்.[30] அதன்பின் இத்தகைய நிலவரங்களை நாம் அறிந்துகொள்ளவோ கண்காணிக்கவோ ஒரு நம்பகமான வழியில்லை. ஏனெனில் 1931க்குப் பின் பார்க்காமல் இருப்பதற்கான திட்டம் அமலுக்கு வந்தது. பொதுவில் இருந்திருக்கவேண்டிய தகவல்கள் இல்லாத நிலையில், நாம் நமக்குக் கிடைப்பவற்றை வைத்துதான் பேசவேண்டியிருக்கிறது. 1990இல் 'பிராமண அதிகாரம்' என்ற கட்டுரையில் குஷ்வந்த் சிங் இப்படி எழுதுகிறார்,

> பிராமணர்கள் நம் நாட்டு மக்கள்தொகையில் 3.5 சதவீதம்தான் இருக்கின்றனர். . . இன்று அவர்கள் ஏறத்தாழ 70 சதவீத அரசுப் பணிகளைக் கைப்பற்றியிருக்கிறார்கள். இந்த எண்ணிக்கை கெஜட் பதவிகளை மட்டும்தான் குறிக்கிறது என்று நினைக்கிறேன். ஆனால் இன்னமும் இந்திய ஆட்சிப்பணி உயர்மட்டங்களில், இணைச் செயலர் பதவியிலிருந்து மேலாகப் பார்த்தோமானால், 500 பதவிகளில் 310இல் பிராமணர்கள் இருக்கிறார்கள், அதாவது 63 சதவீதம்; 26 மாநில தலைமைச் செயலர்களுள் 19 பேர் பிராமணர்கள்; 27 ஆளுநர்கள் மற்றும் லெப்டினண்ட் ஆளுநர்களுள் 13 பேர் பிராமணர்கள்; 16 உச்சநீதிமன்ற நீதிபதிகளுள் 9 பேர் பிராமணர்கள்; 330 உயர்நீதிமன்ற நீதிபதிகளுள் 166 பேர் பிராமணர்கள்; 140 இந்தியத் தூதர்களுள் 58 பேர் பிராமணர்கள்; 3300 மொத்த இ.ஆ.ப அதிகாரிகளுள் 2376 பேர் பிராமணர்கள். இவர்கள் தேர்தல் பதவிகளிலும் இதேபோல இடங்களைப் பிடித்திருக்கிறார்கள்; 508 மக்களவை உறுப்பினர்களுள் 190 பேர் பிராமணர்கள்; 244 மேலவை உறுப்பினர்களுள் 89 பேர் பிராமணர்கள். இந்தியாவில் 3.5 சதவீதம் உள்ள பிராமண சமூகம், நாட்டில் உள்ள உயர்பதவிகளுள் 36 சதவீதம் முதல் 63 சதவீதமான பதவிகளை வகித்துக் கொண்டிருக்கிறது என்பது இந்த புள்ளிவிவரங்களின் மூலம் தெள்ளத் தெளிவாகிறது. இது எப்படி நடந்தது என்று எனக்குத் தெரியாது. ஆனால் இது முழுக்க முழுக்க பிராமணர்களின் உயர் அறிவுநிலையால் நேர்ந்தது என்று என்னால் சிறிதும் நம்ப முடியவில்லை.[31]

குஷ்வந்த் சிங் சொல்லும் புள்ளிவிவரங்களில் தவறுகள் இருக்கலாம், ஆனால் அவை முழுவதும் தவறானவை அல்ல. இப்போது இந்தப் புள்ளிவிவரங்கள் கால் நூற்றாண்டு பழையவை.

மக்கள்தொகைக் கணக்கெடுப்பின் அடிப்படையிலான புதிய புள்ளிவிவரங்கள் இருந்தால் மிகவும் உதவியாக இருக்கும், ஆனால் அவை வெளிவருவதாய் இல்லை.

முன் குறிப்பிட்ட சி.எஸ்.டி.எஸ் அறிக்கையின்படி 1950 முதல் 2000 வரையான இந்திய உச்சநீதிமன்ற தலைமை நீதிபதிகளுள் 47 சதவீதம் பேர் பிராமணர்கள். இதே காலகட்டத்தில் உயர்நீதிமன்றங்களிலும் கீழ்க் கோர்ட்டுகளிலும் இணை நீதிபதிகளாக இருந்தவர்களில் 40 சதவீதம்பேர் பிராமணர்கள். பிற்படுத்தப்பட்டோர் வாரியம் 2007இல் வெளியிட்ட அறிக்கையில் இந்திய அதிகாரவர்க்கப் பதவிகளில் 31.17 சதவீதம் பிராமணர்கள் கையில் இருப்பதாகக் கூறியிருக்கிறது. இவர்களில் பெரும்பாலானோர் உயர்பதவிகள் வகித்தனர்.

ஊடகத்துறையிலும் பிராமணர்கள் மேலாதிக்கம் செலுத்தியுள்ளனர். இதிலும் 1945இல் அம்பேத்கர் சொன்ன கருத்து இன்னமும் பொருந்தி வருகிறது.

தீண்டத்தகாதவர்களுக்கு ஊடகம் கிடையாது. காங்கிரஸ் பத்திரிகைகளின் கதவுகள் அவர்களுக்கு மூடப்பட்டிருக்கின்றன. அவை அவர்களுக்கு சிறிதளவும் விளம்பரம் செய்துவிடக்கூடாதென தீர்மானமாக இருக்கின்றன. அவர்களுக்குச் சொந்தமாய் ஊடகங்களை வைத்துக்கொள்ள முடியாது என்பது சொல்லித் தெரிய வேண்டியதில்லை. விளம்பர வருமானம் இன்றி எந்த பத்திரிகையும் தொடரமுடியாது. விளம்பரங்கள் என்பது வர்த்தகத்திலிருந்துதான் வரமுடியும், இந்தியாவின் வர்த்தகம் முழுவதும், பெரிய – சிறிய என அனைத்து வர்த்தகமும், காங்கிரஸ் கட்சியுடன் தம்மை இணைத்துக் கொண்டுள்ளது, காங்கிரஸ் அல்லாத எந்த அமைப்பிற்கு சாதகமாகவும் அவை ஒருபோதும் செயல்படா. இந்தியாவில் செய்திகளை விநியோகிப்பதில் முக்கிய நிறுவனமான அசோசியேட் பிரஸ்ஸின் இந்திய அலுவலகத்தில் அனைவரும் மெட்ராஸ் பிராமணர்கள் – ஆமாம், மொத்த ஊடகமும் அவர்கள் கையில்தான் இருக்கிறது – அவர்கள், ஊரறிந்த காரணங்களுக்காக முழுவதுமாக காங்கிரஸ் ஆதரவு நிலை எடுத்திருப்பவர்கள். அவர்கள் காங்கிரஸுக்கு எதிரான எந்தச் செய்தியையும் வெளிவர அனுமதிக்கமாட்டார்கள். இவை அனைத்தும் தீண்டத்தகாதவர்களின் அதிகாரத்திற்கு அப்பாற்பட்ட விஷயங்களாகும்.[32]

2006இல் சி.எஸ்.டி.எஸ், புதுதில்லியில் உள்ள உயர்மட்ட ஊடக மேட்டுக்குடியின் சமூக விவரங்கள்பற்றி ஒரு கணக்கெடுப்பு நடத்தியது. அதன்படி தில்லியில் அமைந்துள்ள 37 இந்தி, ஆங்கில பத்திரிகைகள் மற்றும் தொலைக்காட்சிகளின் 315 முக்கிய தலைமைப் பொறுப்புகளில், ஆங்கில அச்சு ஊடகங்களில் கிட்டத்தட்ட 90 சதவீதமும், தொலைக்காட்சிகளுள் 79 சதவீதமும் 'உயர்சாதி'யினர் வசம் உள்ளது. இவர்களுள் 49 சதவீதம்

பேர் பிராமணர்கள். இந்த *315* பேரில் ஒருவர்கூட தலித்தோ ஆதிவாசியோ அல்ல. சூத்திரர்கள் என வகுக்கப்பட்ட சாதிகளைச் சேர்ந்தவர்கள் 4 சதவீதமும் முஸ்லிம்கள் 3 சதவீதமும் இடம்பிடித்திருந்தனர்.

இதுதான் பத்திரிகையாளர்கள் – ஊடகப் பிரபலங்களின் நிலவரம். இவர்கள் பணிபுரியும் பெரும் ஊடக நிறுவனங்களை யார் நடத்துகிறார்கள்? முக்கியமான நான்கு ஆங்கில தேசிய செய்தித்தாள்களுள் மூன்றை வைசியர்கள் நடத்துகிறார்கள், ஒன்றை பிராமணக் குடும்ப நிறுவனம் நடத்துகிறது. *டைம்ஸ் ஆஃப் இந்தியா* ஆங்கில செய்தித்தாளையும் 'டைம்ஸ் நவ்' என்ற 24 மணிநேர செய்தித் தொலைக்காட்சி அலைவரிசையையும் நடத்துகின்ற இந்தியாவின் மிகப்பெரிய ஊடக நிறுவனமான டைம்ஸ் நிறுவனம் (பென்னெட் & கோல்மேன் நிறுவனம்) ஒரு ஜெயின் (பனியா) குடும்பத்திற்குச் சொந்தமானது. *ஹிந்துஸ்தான் டைம்ஸ்* ஆங்கில செய்தித்தாள் பத்ரியாக்களுக்குச் சொந்தமானது; இவர்கள் மார்வாடி பனியாக்கள். *இந்தியன் எக்ஸ்பிரஸ்* கோயங்காக்களுக்குச் சொந்தமானது; இவர்களும் மார்வாடி பனியாக்கள். *தி இந்து* நாளிதழ் பிராமண குடும்ப நிறுவனத்திற்குச் சொந்தம். ஐந்தரை கோடி பிரதிகள் விற்கும், இந்தியாவின் மிக அதிகம் விற்பனையாகும் *தைனிக் ஜாக்ரன்* இந்தி நாளிதழ் குப்தா குடும்பத்தினருக்குச் சொந்தமானது; கான்பூர் பனியாக்கள் இவர்கள். ஒன்றே முக்கால் கோடி பிரதிகள் விற்கும், செல்வாக்குமிக்க இந்தி நாளிதழ்களில் முக்கியமான ஒன்றான *தைனிக் பாஸ்கர்,* அகர்வால் குடும்பத்தாருக்குச் சொந்தமானது; இவர்களும் பனியாக்கள்தான். ரிலையன்ஸ் நிறுவனம் (முகேஷ் அம்பானி என்ற குஜராத்தி பனியாவுக்குச் சொந்தமானது) இந்தியாவில் உள்ள 27 முக்கிய தேசிய – பிராந்தியத் தொலைக்காட்சி சேனல்களில், தீர்மானிக்கும் அளவிற்கான பங்குகளைப் பெற்றிருக்கிறது. இந்தியாவின் மிகப்பெரிய செய்தி – பொழுதுபோக்குத் தொலைக்காட்சிக் குழுமங்களில் ஒன்றான ஜீ டி.வி சுபாஷ் சந்திராவுக்கு சொந்தமானது; இவரும் ஒரு பனியாதான். (தென்னிந்தியாவில் சாதி தன்னை சற்று வேறாக வெளிப்படுத்துகிறது. உதாரணமாக *ஈநாடு குழுமம்* – நாளிதழ்கள், உலகின் மிகப்பெரிய திரைப்பட நகரம் இன்னும் பல தொழில்களை நடத்தும் இக்குழுமத்தின் தலைவர் ராமோஜி ராவ்; இவர் கம்மா என்றழைக்கப்படும் விவசாய சாதியைச் சேர்ந்தவர். இது பெருஊடக உரிமை வரிசையில் பிராமண – பனியாக்களின் முழு ஆதிக்கத்தை மாற்றியிருக்கிறது. இன்னொரு முக்கிய ஊடகக் குழுமமான சன் தொலைக்காட்சிக் குழுமம் மாறன் குடும்பத்தாருக்குச் சொந்தமானது; இவர்கள் பிற்படுத்தப்பட்டச் சாதியைச் சேர்ந்தவர்கள், ஆனால் இன்று அரசியல்ரீதியாகப் பலம்வாய்ந்தவர்கள்.)

சுதந்திரத்திற்குப் பின், ஒரு வரலாற்றுத் தவறைச் சரிசெய்ய இந்திய அரசு பல்கலைக்கழகங்களிலும் அரசு வேலைகளிலும் பட்டியல் சாதியினர் மற்றும் பட்டியல் பழங்குடியினருக்கு இடஒதுக்கீட்டை அறிமுகப்படுத்தியது.[33] பொதுநீரோட்டத்திற்குள் நுழைய பட்டியல் சாதியினருக்கு உள்ள ஒரே வாய்ப்பு இடஒதுக்கீடு மட்டுமே. (வேறு மதங்களுக்கு மாறி இன்னமும் ஒடுக்குமுறைக்கு ஆளாகிவரும் தலித்துகளுக்கு இதுவும் உதவாது என்பது இன்னொரு பக்கம்.) இடஒதுக்கீடு பெறுவதற்கு ஒரு தலித், உயர்நிலைப் பள்ளிப்

படிப்பு பெற்றிருக்கவேண்டும். அரசின் புள்ளிவிவரங்களின்படி 71.3 சதவீதம் பட்டியல் சாதி மாணவர்கள் பத்தாம் வகுப்பு முடிப்பதற்கு முன்னதாகவே நின்றுவிடுகின்றனர். இதன் பொருள், கடைநிலை அரசு வேலைக்குக்கூட இடஒதுக்கீட்டுச் சலுகை என்பது நான்கில் ஒரு தலித்துக்குத்தான் பொருந்துகிறது.[34] அலுவலகப் பணியில் சேருவதற்கான அடிப்படைத் தகுதி பட்டப் படிப்பு. 2001 மக்கள்தொகைக் கணக்கெடுப்பின்படி 2.24 சதவீதம் தலித்துகள்தான் பட்டப் படிப்பு முடித்துள்ளனர்.[35] எவ்வளவு தான், குறைந்த எண்ணிக்கையிலான தலித்துகளுக்கு மட்டுமே அது பொருந்துவதாயிருந்தாலும் இடஒதுக்கீட்டுக் கொள்கை தலித்துகள் பொதுத் துறைகளுக்குள் நுழையவும், மருத்துவர்களாக, ஆய்வாளர்களாக, எழுத்தாளர்களாக, நீதிபதிகளாக, காவலர்களாக, ஆட்சிப் பணி அதிகாரிகளாக உருவாகவும் வழிசெய்திருக்கிறது. இவர்களின் எண்ணிக்கை சிறியதுதான். ஆனால், அதிகாரத்தின் அடுக்குகளில் தலித் பிரதிநிதித்துவம் இருக்கிறதென்பதே சமூகத்தின் கரடுதட்டிய பழைய சமன்பாடுகளைப் மாற்றும் சக்திமிக்க ஒன்றாகிறது. சில பத்தாண்டுகளுக்கு முன்னால் கற்பனைகூட செய்து பார்க்கமுடியாத சூழல்களை, உதாரணத்திற்கு ஒரு தலித் ஆட்சிப்பணி அதிகாரிக்குக் கீழ் ஒரு பிராமண குமாஸ்தா வேலை பார்க்கும் சூழலை அது உருவாக்குகிறது.[36] தலித்துகள் தங்களுக்கென வென்றெடுத்துக் கொண்ட இந்த சின்னஞ்சிறு வாய்ப்புகூட உயர்சாதி வெறுப்புணர்வின் மதிலின் முன்னால் கரைந்து போகிறது.

உதாரணத்திற்கு, பட்டியல் சாதியினர் மற்றும் பழங்குடியினருக்கான தேசிய ஆணைய அறிக்கைப்படி மத்திய பொதுத் துறை நிறுவனங்களின், ஏ கிரேடு (இந்த கேவலமான வார்த்தைக்கு மன்னியுங்கள்) அலுவலர்களுள் வெறும் 8.4 சதவீதம்தான் பட்டியல் சாதியினர். இடஒதுக்கீட்டின்படி இவர்கள் 15 சதவீதம் இருக்கவேண்டும்.

இந்திய நீதித்துறையில் தலித்துகள் – ஆதிவாசிகளின் பிரதிநிதித்துவம் பற்றிய அதிர்ச்சியூட்டும் புள்ளிவிவரங்களும் அதே அறிக்கையில் இருக்கின்றன. தில்லியின் 20 உயர்நீதிமன்ற நீதிபதிகளுள் ஒருவர்கூட பட்டியல் சாதிகளைச் சேர்ந்தவர் அல்ல. அனைத்து நீதித்துறைப் பதவிகளையும் கணக்கில் எடுத்தால் 1.2 சதவீதம் பேர்தான் பட்டியல் சாதியினர்; ராஜஸ்தானிலும் இதேபோன்ற புள்ளிவிவரங்கள்தான் கிடைத்திருக்கின்றன. சமூக நீதி இயக்க மரபில் வந்த தமிழ்நாட்டில், இதுவரை இருந்த 38 உயர்நீதிமன்ற நீதிபதிகளுள் 4 பேர்தான் தலித்துகள். மார்க்சிய மரபில் வந்த கேரளாவில் 25 உயர்நீதிமன்ற நீதிபதிகளுள் ஒருவர்தான் தலித்.[37] சிறைச்சாலைகளில் உள்ளவர்களை ஆய்வுசெய்தால் ஒருவேளை இதற்கு நேரெதிரான விகிதங்களில் புள்ளிவிவரங்கள் கிடைக்கலாம்.

2011 மக்கள்தொகைக் கணக்கெடுப்பின்படி, இந்தியாவின் 120 கோடி மக்கள்தொகையில் 25 சதவீதம் உள்ள பட்டியல் சாதிகளும் பழங்குடிகளும் தங்கள் எண்ணிக்கைக்கேற்ற விகிதத்தில் உச்சநீதிமன்ற நீதிபதிப் பதவிகளில் இடம்பெறவேண்டும் என்று தலித்தான முன்னாள் குடியரசுத் தலைவர் கே.ஆர். நாராயணன் கருத்துத் தெரிவித்தபோது நீதித்துறை கனவான்களால் அவர் எள்ளப்பட்டார். “இந்தப் பிரிவுகளில் தகுதியுடைய நபர்கள்

இருக்கிறார்கள், அவர்களை குறைத்துப் பிரதிநிதித்துவப் படுத்துவதையோ பிரதிநிதித்துவப் படுத்தாமல் இருப்பதையோ நியாயப்படுத்த முடியாது" என்று அவர் 1999இல் கூறினார். "நீதித்துறையில் எந்தவித இடஒதுக்கீடும் அதன் சுதந்திரத்திற்கும் சட்டத்தின் ஆட்சிக்கும் ஊறு விளைவிக்கும்" என்று பதிலளித்தார் உச்சநீதிமன்ற மூத்த வழக்கறிஞர் ஒருவர். இன்னொரு உயர்மட்ட சட்டப் புள்ளி, "வேலையில் இடஒதுக்கீடுகள் ஒரு வெறுப்பான விஷயம். தகுதியின் முதலிடம் காப்பாற்றப்படவேண்டும் என நான் நம்புகிறேன்" என்றார்.[38]

ஆயிரம் ஆயிரம் ஆண்டுகளாக தாழ்த்தப்பட்ட சாதிகளுக்கு சில வகை அறிவைத் தருவதற்குக்கூட தடைவிதித்து, அதற்கு தெய்வ ஆக்ஞை இருக்கிறதென நியாயப்படுத்தி வந்த ஒரு அமைப்பின் பலன்களையெல்லாம் அனுபவித்த இந்திய மேட்டுக்குடியினருக்கு 'தகுதி' என்பது அவர்கள் விரும்பும்போது பயன்படும் ஒரு ஆயுதம். இப்போது அது எதிர்க்கப்படும்போது, அரசு வேலைகளிலும் பல்கலைக்கழகங்களிலும் இடஒதுக்கீட்டுக் கொள்கைக்கு எதிராக வசதிபடைத்த சாதியினரின் உணர்வுபூர்வமான போராட்டங்கள் நடந்துவருகின்றன. 'தகுதி' என்பது ஏதோ ஒரு வரலாற்று வெற்றிடத்திலிருந்து வருவது என்பதும், மேட்டுக்குடியினரின் சாதிச் சங்க செயல்பாடுகள், தாழ்த்தப்பட்ட சாதியினர் மீதான அரசு நிறுவனத்தின் ஆழ்ந்த வெறுப்பு என்பதெல்லாம் கணக்கில் எடுத்துக் கொள்ளத் தேவையற்ற விசயங்கள் என்பதுவுமே இவர்களின் முன்னனுமானம். உண்மையில், 'தகுதி' என்பது பாரபட்சத்திற்கான மேற்பூச்சாக இருக்கிறது.

முற்போக்கு சமூகவியலாளர்களின் வரலாற்றியலாளர்களின் கோட்டையாகக் கருதப்படும் தில்லி ஜவஹர்லால் நேரு பல்கலைக்கழகத்தில் 3.29 சதவீதம் ஆசிரியர்கள்தான் தலித்துகள்; 1.44 சதவீதம் பேர் ஆதிவாசிகள்.[39] இடஒதுக்கீடுப்படி இதுமுறையே 15 சதவீதமாகவும் 7.5 சதவீதமாகவும் இருக்கவேண்டும். இருபத்தேழு ஆண்டுகளாக இடஒதுக்கீட்டை செயல்முறைப்படுத்தியபிறகும் இதுதான் நிலை. 2010இல், இந்த பிரச்சனை எழுப்பப்பட்டபோது, ஜே.என்.யூவின் சில பேராசிரிய பீடங்கள், அரசியலமைப்புச் சட்டம் கட்டாயமாக வலியுறுத்தியிருக்கும் இடஒதுக்கீட்டுக் கொள்கையை நடைமுறைப்படுத்தினால், "அது ஜே.என்.யூவை இந்த நாட்டின் சிறந்த கல்வி மையங்களில் ஒன்றாய் விளங்கும் நிலையிலிருந்து தடுத்து நிறுத்திவிடும்" என்று திருவாய் மலர்ந்தனர்.[40] ஜே.என்.யூவின் ஆசிரியப் பதவிகளில் இடஒதுக்கீட்டை நடைமுறைப்படுத்தினால், "பணக்காரர்கள் வெளிநாடுகளுக்கும், பிற தனியார் பல்கலைக்கழகங்களுக்கும் போய்விடுவார்கள், பின்தங்கியவர்களுக்கு இதுவரை ஜே.என்.யூ பெருமையுடன் அளித்துவந்த உலகத்தரமான கல்வியை இனியும் வழங்கமுடியாத நிலை ஏற்படும்" என்றனர்.[41] உயிரியல் துறைப் பேராசிரியரான பி.என். மல்லிக் இவ்வளவு சுற்றிவளைக்காமல் வெளிப்படையாகவே, "சில சாதிகள் மரபணுரீதியாகவே வலுவிழந்தவை, எனவே அவர்களை வளர்த்தெடுத்தாலும் மிகக் குறைவான வளர்ச்சியே ஏற்படும். அப்படியே செய்தாலும் அது தகுதி மற்றும் சிறப்பு ஆகியவற்றை ரத்து செய்வதாகவே அமையும்" என்றார்.[42] வருடாவருடம் இந்தியா

முழுவதும் ஆதிக்க சாதி மாணவர்கள் இடஒதுக்கீட்டிற்கு எதிரான ஆர்ப்பாட்டங்களை நிகழ்த்தி வருகின்றனர்.

மேல்மட்டத்தில் இதுதான் நிலவரம். புதிய இந்தியாவின் இன்னொரு புறம், சச்சார் கமிட்டி அறிக்கை, தலித்துகளும் ஆதிவாசிகளும் எப்போதும் இருந்ததைப்போல பொருளாதார கோபுரத்தின் அடிமட்டத்திலேயே, முஸ்லிம் சமூகத்துக்குக் கீழாக இருப்பதை நமக்குச் சொல்கிறது.[43] சுரங்கத் திட்டங்கள், அணைக்கட்டுக்கள், பிற பெரிய கட்டுமானத் திட்டங்களாலும் பெயர்த்தெறியப்படும் கோடிக்கணக்கான மக்களில் பெரும்பான்மையானவர்கள் ஆதிவாசிகளும் தலித்துகளும்தான் என்பது நமக்குத் தெரியும். பரிதாபக் கூலிக்கு விவசாயத் தொழிலாளிகளாகவும், பெருநகரக் கட்டுமானத் தொழிலில் ஒப்பந்தக் கூலிகளாகவும் பணியாற்றுபவர்களும் அவர்களே. ஏறத்தாழ எழுபது சதவீதம் தலித்துகள் நிலமற்றவர்கள். பஞ்சாப், ஹரியானா, பீகார், கேரளா போன்ற மாநிலங்களில் இந்த எண்ணிக்கை தொண்ணூறு சதவீதத்தைத் தொடுகிறது.[44]

அரசின் ஒரே ஒரு துறையில் மட்டும் தலித்துகள் ஒன்றுக்கு ஆறு என்ற விகிதத்தில் அதிக இடம்பிடித்துள்ளனர். துப்புரவுப் பணியாளர்கள் என்ற பெயரில் இந்திய அரசால் நியமிக்கப்பட்டவர்களில் – வீதிகளைச் சுத்தப்படுத்துபவர்கள், பாதாளச் சாக்கடைகளுக்குள் இறங்கி அவற்றைப் பழுது பார்ப்பவர்கள், கழிவறைகள் சுத்தம் செய்பவர்கள், கடைநிலைப் பணிகளைச் செய்பவர்கள் – இவர்களில் கிட்டத்தட்ட தொண்ணூறு சதவீதமானவர்கள் தலித்துகள்.[45] (இந்தத் துறையும் இப்போது தனியார் மயமாக்கலுக்கு வந்துள்ளது, இனி தனியார் நிறுவனங்கள் இந்தப் பணிகளை இன்னும் குறைந்த ஊதியத்திற்கும் உத்தரவாதமற்ற வேலையாகவும் தற்காலிகப் பணியாகவும் தலித்துகளுக்கு ஒப்பந்தத்தில் அளிக்கும் நிலை வரும்.)

மனிதர்கள் மலம் அள்ள வேண்டியிராத ஆடம்பரமான ஜொலிக்கும் கழிப்பறைகளைக் கொண்ட பேரங்காடிகளிலும் பன்னாட்டு நிறுவன அலுவலகங்களிலும் உள்ள துப்புரவுத் தொழிலாளர் பணிகள் தலித் அல்லாதவர்களுக்கு வழங்கப்படுகின்ற அதேவேளையில், அரசின் புள்ளிவிவரப்படியே, ஒரு கோடி முப்பது லட்சம் பேர்,[46] பெரும்பாலும் பெண்கள், தினமும் தங்கள் தலையில் பீக்கூடைகளைச் சுமந்து தண்ணீரில்லாத கழிவறைகளைச் சுத்தம்செய்து வாழ்க்கையை நடத்து கின்றனர். இது சட்டத்திற்குப் புறம்பானது என்றபோதிலும் இந்திய ரயில்வே துறைதான் இப்படியான பணியாளர்களை மிக அதிக அளவில் வேலைக்கமர்த்தியுள்ளது. ஒவ்வொரு நாளும் 14,300 ரயில்வண்டிகள் தினமும் இரண்டரை கோடி பயணிகளை 65000 கிலோமீட்டர்கள் தூரம் கொண்டுசெல்கின்றன. அவர்கள் அனைவரின் கழிவும் 1,72,000 கழிவு ஓட்டைகளின் மூலம் நேரடியாக ரயில் தண்டவாளங்களின்மீது கொட்டப்படுகின்றன. பல டன்கள் இருக்கக்கூடிய இந்த மலம் தலித்துகளால் கையுறையோ வேறு எந்த பாதுகாப்போ இன்றி கைகளால் அள்ளிச் சுத்தம் செய்யப்படுகிறது.[47] மலம் அள்ளும் தொழில் தடை மற்றும் மறுவாழ்வுச் சட்டம் மத்திய மந்திரி சபையிலும் ராஜ்ய சபையிலும் 2013 செப்டம்பரிலேயே ஒப்புதல் அளிக்கப்பட்டிருந்தாலும் இந்திய ரயில்வே

அதை கண்டுகொள்ளவில்லை. ஆழமாய்ப் பெருகிவரும் வறுமையாலும், குறைந்துகொண்டே போகும் அரசுப் பணிவாய்ப்புகளாலும் – பரம்பரை 'மலமள்ளுபவர்'களாகத் தங்களுக்கு வழங்கப்பட்டுவரும் நிரந்தர அரசு வேலையையும் பிறர் புகுந்து பெற முயல்வதை ஒரு பகுதி தலித்துகள் தீவிரமாக எதிர்த்தும் வருகிறார்கள்.

ஒரு சில தலித்துகள் இந்தத் தடைகள் அனைத்தையும் தாண்டி முன்னுக்கு வந்திருக்கிறார்கள். அவர்களின் தனிப்பட்ட வாழ்க்கைக் கதைகள் உத்வேகம் அளிக்கும் அற்புதங்கள். சில தலித் வியாபாரிகளும் பெண்களும் இணைந்து தங்களுக்கென தலித் இந்திய வர்த்தக மற்றும் தொழில் சங்கம் *(DICCI)* என்ற நிறுவனத்தைக் கட்டி இருக்கிறார்கள். இந்த அமைப்பு பெருநிறுவனங்களால் புகழப்பட்டு அவற்றின் ஆதரவையும் பெறுகிறது, தொலைக்காட்சிகளிலும் பெருவணிக ஊடகங்களிலும் காட்சிப்படுத்தப்படுகிறது. ஏனெனில் அது நீங்கள் கடினமாக உழைக்கத் தயாராக இருந்தால், முதலாளித்துவம் உள்ளார்ந்த சமத்துவத்தைக் கொடுக்கும் என்ற உணர்வை ஏற்படுத்துவதால்.[48]

சாதி இந்து ஒருவர் கடல்கடந்து சென்றால் அவர் சாதியற்றவராகவும் தீட்டுப்பட்டவராகவும் கருதப்பட்ட காலம் ஒன்று இருந்தது. ஆனால் இன்று, சாதி அமைப்பு தன்னை ஏற்றுமதி செய்துகொள்ளத் தயாராகிவிட்டது. இந்துக்கள் எங்கெல்லாம் செல்கிறார்களோ அங்கெல்லாம் அதைக் கொண்டுசெல்கிறார்கள். அது வன்முறையாக முறித்துப் போடப்பட்ட இலங்கைத் தமிழர்களுக்குள் இயங்குகிறது; சுதந்திர உலகத்திற்குக் குடிபெயர்ந்த உயர்நடுத்தர வர்க்கத்தினரிடம் வாழ்கிறது; ஐரோப்பா, அமெரிக்கா எங்கும். பிரிட்டனில் சுமார் பத்தாண்டுகளாக தலித் தலைமையிலான குழுக்கள் சாதீய ஒடுக்குமுறையை இனஒடுக்குமுறையின் ஒரு வடிவமாக பிரிட்டிஷ் அரசுச் சட்டங்களில் அங்கீகரிக்கப்படவேண்டும் என்ற போராட்டத்தை நடத்திவருகிறார்கள். இந்தக் கணம் வரை சாதி இந்து அதிகாரக் குழுக்கள் அவற்றைத் தடுத்து வருகிறார்கள்.[49]

ஜனநாயகம் சாதியை ஒழிக்கவில்லை. சாதி அதற்குள்ளும் தன்னை ஆழமாய் ஊடறுத்து நிலைநிறுத்தி நவீனப்படுத்திக் கொண்டுள்ளது. அதனால்தான் அம்பேத்கரைப் படிக்கவேண்டிய காலம் இது.

❍

அம்பேத்கர் ஒரு பன்முகம்கொண்ட எழுத்தாளர். துரதிர்ஷ்டவசமாக அவரது படைப்புகள், காந்தி, நேரு, விவேகானந்தர் ஆகியோரின் படைப்புகளைப்போலப் புத்தக கடைகளில், நூலகங்களின் அலமாரிகளில் காணக் கிடைப்பதில்லை.

அவரின் பல தொகுப்புகளில், 'சாதியை அழித்தொழித்தல்' மிகத் தீவிரமான பனுவல். அது இந்து அடிப்படைவாதிகளை நோக்கியோ தீவிரவாதிகளை நோக்கியோ எழுப்பப்பட்ட விவாதமல்ல, தங்களை மிதவாதிகளாகக் கருதியவர்களுக்காக, யாரை அம்பேத்கர் இந்துக்களில் சிறந்தவர்கள் என்று அழைத்தாரோ – சில அறிவுஜீவிகள் இடதுசாரி இந்துக்கள் என்று அழைக்கும் – அவர்களுக்காக எழுதப்பட்டது.[50]

இந்து சாஸ்திரங்களை நம்பிக்கொண்டே இன்னொரு புறம் தம்மை மிதவாதியாகவும் பரந்தமனப்பான்மை கொண்டவராகவும் நினைத்துக்கொள்வது, அடிப்படையில் முரண்பாடானது என்பது அம்பேத்கரின் வாதம். 'சாதியை அழித்தொழித்தல்' பிரசுரிக்கப்பட்டபோது, மகத்தான இந்துவாகப் பெரிதும் போற்றப்படும் மகாத்மா காந்தி அம்பேத்கரின் அறைகூவலுக்கு எதிர்வினையாற்றினார். அவர்களின் விவாதம் புதியது அல்ல. அவர்கள் இருவருமே, பலகாலங்களுக்கு முன்பே துவங்கப்பட்டு இன்னமும் ஒரு முடிவுக்குவராத ஆழமான, சமூக அரசியல் தத்துவார்த்தச் சிக்கல்களின் அவர்களது தலைமுறையின் பிரதிநிதிகள்.

200–100 கி.மு வரை செல்லும் சாதி எதிர்ப்பு அறிவுமரபின் வாரிசு, தீண்டத்தகாதவரான அம்பேத்கர். ரிக் வேதத்தின்(கி.மு.1200–900) புருஷ ஸூக்த மந்திரத்தில்[51] பிறப்பெடுத்ததாகக் கருதப்படும் சாதிய முறைமை முதலாவது எதிர்ப்பை ஆயிரம் ஆண்டுகளுக்குப் பிறகுதான் எதிர்கொண்டது. பௌத்தர்கள் சாதியை உடைத்துக்கொண்டு சங்கங்களை அமைத்து சாதி வேறுபாடின்றி அனைவரையும் அதில் சேர்த்துக்கொண்டபோது அது நடந்தது. ஆனாலும் சாதி அதையும் தாங்கி, தாண்டி வளர்ந்தது. பன்னிரண்டாம் நூற்றாண்டின் மத்தியில் பசவண்ணரின் தலைமையில் வீரசைவர்கள் தென்னிந்தியாவில் சாதியைக் கேள்விக்குள்ளாக்கினார்கள்; நசுக்கவும் பட்டார்கள். பதினான்காம் நூற்றாண்டு தொடக்கத்திலிருந்து பிரியத்துக்குரிய பக்தி கவிமுனிகள் – சொக்கமேளா, ரவிதாஸ், கபீர், துக்காராம், மீரா, ஜானாபாய் ஆகியோர் சாதி எதிர்ப்பு இயக்கத்தின் கவிஞர்கள் ஆனார்கள்; அப்படியே தொடர்கிறார்கள். பத்தொன்பதாம் நூற்றாண்டு இறுதியில் இருபதாம் நூற்றாண்டு துவக்கத்தில் ஜோதிராவ் புலேயும் அவருடைய சத்யசோதக் சமாஜமும் மேற்கிந்தியாவில் தோன்றியது. இந்துமதத்தை நிராகரித்த, கிறித்தவத்திற்கு மாறிய (பின்னர் அதையும் கேள்விக்குட்படுத்திய) மராத்தி பிராமண விதவையான பண்டித ரமாபாய் – அநேகமாய் இந்தியாவின் முதல் பெண்ணியவாதியும் இவரே – ஆதி இந்து இயக்கத்தைத் தலைமை தாங்கிய அச்சுதானந்த் ஹரிஹர் – இவர் பாரதிய அச்சுத் மகாசபாவை (இந்திய தீண்டத்தகாதோரின் மகாசபை) தொடங்கினார் – முதல் தலித் இதழான *அச்சுத்தின்* ஆசிரியர் அய்யன்காளியும் நாராயணகுருவும் மலபாரிலும் திருவிதாங்கூரிலும், சனாதனத்தை (பழைமையை) உலுக்கினார்கள்; இன்னும் தமிழ்ச் சமூகத்தில் பிராமண மேலாதிக்கத்தை எள்ளி நகையாடிய / தூக்கியெறிந்த கலகக்காரர் அயோத்திதாசரும் அவருடைய சாக்கிய பௌத்தர்களும்.

சாதி எதிர்ப்பு பண்பாட்டில் அம்பேத்கரின் சமகாலத்தவர்களான சென்னை ராஜதானியில் பெரியார் என்று அழைக்கப்பட்ட ஈ.வெ. ராமசாமி நாயக்கர், வங்காளத்தின் ஜோகேந்திரநாத் மண்டல், பஞ்சாபில் இந்து மதத்தையும் சீக்கிய மதத்தையும் சேர்த்து நிராகரித்த அத் தர்ம இயக்கத்தை தோற்றுவித்த பாபு மங்கு ராம், இவர்கள் அனைவரும் அம்பேத்கரின் சகாக்கள்.

காந்தி ஒரு குஜராத்தி வியாபார குடும்பத்தில் பிறந்த வைசியர். இவர் வசதி படைத்த சாதி இந்து சீர்திருத்தவாதிகளின் பட்டியலில் அவர்களின் அமைப்புகளின் பட்டியலில் ஒரு புதிய வரவு: 1828இல் பிரம்ம

சமாஜத்தைத் தொடங்கிய ராஜாராம் மோஹன் ராய்; 1875இல் ஆர்ய சமாஜத்தைத் தொடங்கிய தயானந்த சரஸ்வதி; 1897இல் ராமகிருஷ்ண மடத்தைத் தொடங்கிய சுவாமி விவேகானந்தர்; இன்னும் பலர், இன்னும் பல சீர்திருத்த அமைப்புகள்.[52]

அதன் வரலாற்றையும் அதன் கதாநாயகர்களையும் அறியாதவர்களுக்கு அம்பேத்கர் – காந்தி விவாதங்களை அதன் காலச் சூழலுக்குள் பொருத்துவது என்பது வேறுபட்ட பல அரசியல் கிளைகளுக்குள் பயணிக்கும் தேவையை உருவாக்கும். ஏனெனில் இது வேறுபட்ட கருத்துடைய இரு நபர்களுக்குள் நடைபெற்ற வெறும் கருத்தியல் விவாதமல்ல. இருவரும் முற்றிலும் வேறுபட்ட இருவேறு நலக்குழுக்களின் பிரதிநிதிகள். அவர்களின் யுத்தம் இந்தியத் தேசியப் போராட்டத்தின் மையத்தில் நிகழ்ந்தவை. அவர்கள் அன்றைக்கு சொன்னதற்கும் செய்தவற்றிற்கும் இன்றளவிலும் நடைமுறை அரசியலில் தாக்கங்கள் இருக்கின்றன. அவர்களின் வேறுபாடுகள் அன்றைக்கும் (இன்றைக்கும்) தீர்க்கப்படாதவையாகவே இருந்தன. இருவரும் ஆழமாக நேசிக்கப்படுகின்றனர்; அவர்களைப் பின்பற்றுபவர்களால் பலநேரங்களில் வழிபடப்படுகின்றனர். இவர்கள் இருவரும் பிரிக்கமுடியாத அளவிற்கு இணைக்கப்பட்டுள்ள போதிலும் இவர்களில் எந்த ஒரு பிரிவினருக்கும் மற்றவரின் கதை சொல்லப்படுவதில் விருப்பமில்லை. அம்பேத்கரே காந்தியின் மிக வல்லமைமிக்க எதிரி. அவர் காந்தியை அரசியல்ரீதியாக அறிவுரீதியாக மட்டும் எதிர்க்கவில்லை. தார்மீகரீதியாகவும் எதிர்கொண்டார். நாம் அனைவரும் படித்து வளர்ந்த கதையான அம்பேத்கர் நீக்கம்செய்யப்பட்ட காந்தியின் கதை ஒரு துன்பியல் நகைச்சுவை. அதேபோல காந்தியை ஒதுக்கிவிட்ட அம்பேத்கரின் கதையும் அம்பேத்கருக்குச் செய்யும் துரோகமாகவே அமையும். ஏனெனில் அம்பேத்கரின் உலகில் பல அற்புதமற்ற விதங்களில் காந்தி உலாவிக்கொண்டிருந்தார்.

○

நம் அனைவருக்கும் தெரியும். இந்திய தேசிய இயக்கம் ஒரு மகத்தான நட்சத்திரப் பட்டியலை கொண்டிருந்தது. அது ஒரு ஹாலிவுட் வெற்றிப்படத்தின் கருவாகக்கூட ஆகி எட்டு ஆஸ்கார் விருதுகளை வென்றிருக்கிறது. தேசத்தந்தைகளின் (தாய்களுக்கு அந்தத் தகுதி இல்லை.) அணிவகுப்பை வரிசைப்படுத்திக் கலைத்து மீண்டும் வரிசைப்படுத்தி பல்வேறு படிநிலைகளையும் பட்டியல்களையும் உருவாக்குவது அவற்றைப் பத்திரிகைகளில், நூல்களில் பதிப்பது, அது குறித்துக் கருத்துக்கணிப்புகள் நடத்துவது என்று தேசத் தந்தைகள் பற்றிய பொழுதுபோக்குகளை நாம் உருவாக்கிக் கொண்டுள்ளோம். பல கடும் எதிரிகள் இருந்தபோதிலும் காந்தி இந்தப் பட்டியலின் முதலிடத்தை இன்னமும் பெற்று வருகிறார். இதில் உள்ள மற்றவர்களைப் பற்றி எட்டிப் பார்ப்பதற்குக்கூட காந்தியைப் பிரித்து அவரை ஒரு தனி வகைமாதிரியாக வைத்தால்தான் முடிகிறது. மகாத்மா காந்திக்கு பின் யார் மிக உயர்ந்த இந்தியர்?[53]

அம்பேத்கர் (இந்திய அரசின் இணை தயாரிப்பான அட்டன்பரோவின் காந்தி படத்தில் இவருக்கு ஒரு சிறு சீன்கூட இல்லை என்றபோதிலும்)

பெரும்பாலும் எப்படியாவது இறுதிக் கட்டத்தை எட்டி விடுகிறார். அவருடைய அரசியலுக்காகவும் வாழ்வின் சிந்தனை மையமாக இருந்த உணர்வுகளுக்குமாக இல்லாமல் அவர் அரசியலமைப்புச் சட்டத்தை எழுதிய காரணத்துக்காகவே அவர் இதற்கு தேர்ந்தெடுக்கப்படுகிறார். இந்தத் தேர்வுகளைப் பார்க்கும்போது நிச்சயமாக இது ஒரு இடஒதுக்கீடு போன்ற இழப்புகளுக்கு ஈடுகட்டும் செயல்பாடாகவும் ஒரு அரசியல் சரித்தன்மையை வெளிப்படுத்திக்கொள்ளும் முயற்சியாகவும் தெரிவது தவிர்க்க முடியாததாக இருக்கிறது. இதற்கெதிராகவும் சில முணுமுணுப்புகள் கேட்காமலில்லை: சந்தர்ப்பவாதி (ஏனெனில் அவர் ஆங்கிலேய வைஸ்ராயின் நிர்வாகக் கவுன்சிலில் 1942லிருந்து 1946 வரை லேபர் உறுப்பினராக இருந்தார்.) 'ஆங்கிலேய கைக்கூலி' (ஏனெனில் உப்புச் சத்தியாக்கிரகம் நடத்தி காங்கிரஸார் கைதுசெய்யப்பட்டுக் கொண்டிருந்தபோது, 1930இல் அவர் ஆங்கிலேய அரசு நடத்திய முதல் வட்டமேசை மாநாட்டிற்கான அழைப்பை ஏற்றார்.) 'பிரிவினைவாதி' (ஏனெனில் அவர் தீண்டத்தகாவர்களுக்குத் தனித் தொகுதிகள் கேட்டார்.) 'தேசத்துரோகி' (ஏனெனில் அவர் முஸ்லிம் லீகின் தனிப் பாகிஸ்தான் கோரிக்கையை ஆதரித்தார், ஜம்மு காஷ்மீரை மூன்றாய் பிரிக்கலாம் என கருத்துக் கூறினார்.)[54]

ஆனால் இந்தப் பட்டங்களை எல்லாம் தாண்டி, அம்பேத்கரோ காந்தியோ தங்கள்மீது ஏகாதிபத்திய எதிர்ப்பு அல்லது ஏகாதிபத்திய ஆதரவு என்ற நிலைப்பாடுகளை நாம் எளிதில் ஒட்டிவிட அனுமதிக்காதவர்கள். அவர்களுடைய முரண்பாடு ஏகாதிபத்தியம் மற்றும் அதற்கெதிரான போராட்டத்தைக் குறித்த நம் புரிதலைச் சிக்கலாக்குகிறது. ஒருவகையில் ஆழமாக்குகிறது.

வரலாறு காந்தியிடம் கருணையுடன் நடந்துகொண்டது. அவர் வாழும் காலத்திலேயே பலகோடி மக்கள் அவரை வழிபட்டார்கள். அவரின் தெய்வீகம் பொதுத்தன்மை வாய்ந்ததாகவும் என்றென்றைக்குமானதாகவே பார்க்கப்பட்டது. அவரின் பட்டம், அவருக்கான உருவகம் அவரின் வாழ்வை மீறிய பிம்பமாக மாறியது மட்டுமல்ல, அவை அவரையும் மீட்டுருவாக்கம் செய்துள்ளது.

(அதனால்தான் காந்திபற்றிய விமர்சனம் என்பது ஒட்டுமொத்த காந்தியவாதிகள் பற்றிய விமர்சனமாக தன்னிச்சையாய் எடுத்துக்கொள்ளப் படக்கூடாது) காந்தி பலருக்கும் பலவாய் ஆகியிருக்கிறார்; ஒபாமாவும் காந்தியை நேசிக்கிறார், கைப்பற்றுவோம் இயக்கமும் நேசிக்கிறது. அராஜகவாதிகளும் அவரை விரும்புகிறார்கள், ஸ்தாபனமும் விரும்புகிறது. நரேந்திர மோடியும் அவரை விரும்புகிறார், ராகுல் காந்தியும் விரும்புகிறார். ஏழைகளும் விரும்புகிறார்கள், பணக்காரர்களும் விரும்புகிறார்கள்.

அவர் இருக்கும் நிலைமைகளைக் கட்டிக்காப்பதன் புனிதர்.

காந்தியின் வாழ்வும் எழுத்தும் – நாற்பத்தெட்டாயிரம் பக்கங்கள், தொண்ணூற்றி எட்டு புத்தகங்களாகத் தொகுக்கப்பட்டவை – பலவகைகளில் நிகழ்வுக்குப் பின் நிகழ்வாக, வரிக்குவரி பிரித்து எடுத்துச் சொல்லப்பட்டிருக்கின்றன. புரிந்துகொள்ளக்கூடிய ஒரு கதையாடலே, அப்படி ஒன்று அதில் எப்போதாவது இருந்திருக்குமெனில், இல்லாமல்

போகும் அளவிற்கு அவை நடைமுறைப் பயன்பாட்டில் விரிந்துள்ளன. பிரச்சனை என்னவென்றால் காந்தி எல்லாவற்றையும் சொல்லியிருக்கிறார், அவற்றின் எதிர்மறையையும் சொல்லியிருக்கிறார். செர்ரி பறிக்க வருபவர்களுக்கு அவர் திகைப்படைய வைக்கும் அளவிலான செர்ரி வகைகளைக் கொடுக்கிறார், ஒருவேளை மரத்தில்தான் கோளாறோ என நீங்கள் ஆச்சரியப்படும் அளவிற்கு.

உதாரணத்திற்கு, 1946இல் அவர் கள்ளங்கபடமற்ற சொர்க்கத்தை விவரிக்கும் ‘பிரமிட் *vs* ஓசியானிக் சர்க்கிள்’ (பிரமிட் சமுத்திர வட்டம்) பதிவில் இப்படிச் சொல்கிறார்:

> சுதந்திரம் அடிமட்டத்திலிருந்து தொடங்கவேண்டும். அப்போது ஒவ்வொரு கிராமமும் முழு அதிகாரம்பெற்ற ஒரு பஞ்சாயத்தாக அல்லது குடியரசாக இருக்கும். அதன்படி ஒவ்வொரு கிராமமும் சுயமாகத் தன்னைத் தக்கவைத்துக் கொள்ளத்தக்கதாகவும் இந்த மொத்த உலகத்திடமிருந்தும் தன்னைக் காப்பாற்றிக் கொள்ளும் அளவிற்குத் தன்னுடைய விவகாரங்களைத் தானாகவே நிர்வகிக்கும் சக்தி வாய்ந்ததாகவும் இருக்கவேண்டும். இப்படிப்பட்ட பல கிராமங்கள் சேர்ந்த அமைப்பில் விரிவடைந்து கொண்டிருக்கும் சமத்துவமான வட்டங்கள் உருவாகும். வாழ்வு, அடித்தளம் தக்க வைக்கும் உச்சியைக் கொண்ட பிரமிடைப் போல இருக்காது. ஆனால் அது ஒரு கடல் வட்டம்போல இருக்கும், எப்போதும் தன்னை கிராமத்திற்காக அழித்துக்கொள்ளத் தயாராயிருக்கும் தனிநபரை மையமாகக் கொண்ட கடல் வட்டம். அவ்வாறாக அதில், வெளிவிளிம்பு அதிகாரத்தைப் பிரயோகித்து வட்டத்தின் மையத்தை நொறுக்க முடியாது. மாறாக, அது உள்ளிருக்கும் அனைவருக்கும் சக்தியளிக்கும், தன்னிலிருந்தே தனக்கான சக்தியைப்பெறும்.[55]

இன்னொரு பக்கம் 1921இல் *நவஜீவன்* இதழில் காந்தி சாதியை ஏற்றுக்கொண்ட பதிவும் இருக்கிறது. இதை அம்பேத்கர் குஜராத்தியிலிருந்து மொழிபெயர்த்தார். (பலமுறை அவர் காந்தி மக்களை ஏமாற்றுவதாகக் குறிப்பிட்டிருக்கிறார், காந்தியின் குஜராத்தி மற்றும் ஆங்கில எழுத்துக்கள் ஒப்பீடு செய்யப்படவேண்டும் என்றும் அம்பேத்கர் சொல்கிறார்.)[56]

> கட்டுப்பாட்டின் இன்னொரு பெயரே சாதி. இன்பம் துய்ப்பதன்மீது கட்டுப்பாடுகளை விதிக்கிறது சாதி. ஒருவர் தன் இன்பங்களுக்காகச் சாதி வரையறைகளை மீறுவதை அது அனுமதிப்பதில்லை. சாதிவிட்டு சாதி திருமணம், அன்னம், நீர் புழங்குதல் ஆகியவற்றின் மீதான சாதீய நிராகரிப்புகளின் அர்த்தம் இதுதான். இவை என்னுடைய கருத்துக்கள், எனவே நான் சாதிமுறையை முழுதாய் ஒழித்துக்கட்ட நினைக்கும் அனைவரையும் எதிர்க்கிறேன்.[57]

இது “விரிவடைந்து கொண்டே இருக்கும் சமத்துவமான வட்டங்களுக்கு” நேரெதிரான ஒன்று இல்லையா?

இந்த இரு பதிவுகளும் இருபத்தைந்து ஆண்டுகால இடைவெளியில் கூறப்பட்டவை என்பது உண்மைதான். அப்படியென்றால் காந்தி

திருந்தினார்; சாதிபற்றிய தன் பார்வையை மாற்றிக்கொண்டார் என்று அர்த்தமா? ஆமாம் மாறினார். பூமித் தட்டுகளின் வேகத்தில் மாறினார். சாதிய முறைமையின் நுண் விவரங்கள் உட்பட அனைத்தையும் நம்பியதிலிருந்து அவர் நான்காயிரம் தனிச் சாதிகளும் நான்கு வர்ணங்களாக ஒன்றிணையவேண்டும் என்ற அளவிற்கு மாறினார். (சாதியத்தின் தோற்றுவாய் என அம்பேத்கர் நால்வர்ணமுறையைக் கருதினார்.)

தன் வாழ்வின் இறுதிக் காலகட்டத்தில் (அவருடைய கருத்துக்கள் அரசியல் செயல்பாடுகளாக மாறும் அபாயம் இல்லாத கருத்துக்களாகவும், அவருடைய கருத்துக்களாகவும் மட்டுமே பார்க்கப்பட்ட காலத்தில்) அவர் சாதி விட்டு சாதி திருமணங்களையும், அன்னம், நீர் புழங்குவதையும் தான் எதிர்க்கவில்லை எனக் கூறினார். தான் வர்ணாசிரமத்தின் மீது நம்பிக்கை கொண்டிருந்தபோதிலும் ஒருவருடைய வர்ணம் அவரின் தகுதியால் தீர்மானிக்கப் படவேண்டுமே தவிர பிறப்பினால் அல்ல என்று சில சமயம் பேசினார். (இதுதான் ஆரிய சமாஜத்தினதும் நிலைப்பாடு.) இந்த நிலைப்பாட்டின் அபத்தத்தை அம்பேத்கர் சுட்டிக் காட்டினார். "தங்கள் தகுதியால் அல்லாது பிறப்பால் உயர்நிலையை அடைந்துவிட்டவர்களை நீங்கள் எப்படி அவர்களின் இடத்தை காலிசெய்யச் சொல்லி வற்புறுத்துவீர்கள்?"[58] மேலும் அவர், பெண்களுக்கு என்ன செய்வீர்கள் என்றும் கேட்டார். அவர்களின் நிலை அவர்களின் தகுதிசார்ந்து தீர்மானிக்கப்படுமா அல்லது அவர்களின் கணவர்களின் தகுதிசார்ந்து தீர்மானிக்கப்படுமா என்று கேட்டார்.

தீண்டத்தகாதோர்மீது காந்திக்கு இருந்த அன்பு குறித்தும் அவர் கலந்துகொண்ட சாதிவிட்டுச் சாதி திருமணங்களைப் பற்றியும் காந்தியைப் பின்பற்றுபவர்கள் பதிவு செய்யும் கதைகள், சம்பவங்கள் எல்லாவற்றையும் தாண்டி தொண்ணூற்றி எட்டு புத்தகங்களாகத் தொகுக்கப்பட்ட தன் எழுத்துக்களில் காந்தி ஒரே ஒரு முறைகூட நால் வர்ண முறை – வர்ணாசிரம தர்மத்தின் மீதான தன் நம்பிக்கையை தெளிவாக, திட்டவட்டமாகப் புறந்தள்ளவில்லை. தன்னுடைய பாலியல் விழைவை கட்டுப்படுத்தும் முயற்சியில் அவ்வப்போது ஏற்படும் இடைவெளிகளைப் பற்றிப் பொதுவிலும் தனியாகவும் துயரார்ந்த மன்னிப்புகளைக் கோரும் பழக்கம்கொண்டிருந்த அவர்,[59] சாதி பற்றித் தான் சொன்ன, செய்த மிகமோசமான பாதிப்புகளை உருவாக்கக்கூடிய விஷயங்களைப் பற்றி எப்போதும் துயருற்றதாகப் பதிவுகளில்லை.

ஆனாலும், ஏன் நாம் கெட்டவற்றை விட்டுவிட்டு காந்தியைப் பற்றிய நல்ல விஷயங்களில் கவனம் செலுத்தி அதைப் பயன்படுத்தி மக்களிடமுள்ள சிறந்தவற்றை வெளிக்கொணரக்கூடாது? இது ஒரு சரியான கேள்விதான். காந்திக்கான பீடங்களைக் கட்டியவர்கள் தங்களுக்குள்ளாகவே கேட்டு பதில் சொல்லியிருக்கக்கூடிய கேள்விதான். எல்லாவற்றையும் தாண்டி நம் கருத்துக்களுக்கு எதிரான கருத்துக்களைக் கொண்டிருந்தவர்களாயினும் சிறந்த இசையமைப்பாளர்களின் எழுத்தாளர்களின் கட்டடக் கலைஞர்களின் விளையாட்டு வீரர்களின் இசைக் கலைஞர்களின்

படைப்புகளைப் போற்றுவது சாத்தியமான ஒன்றுதான். வித்தியாசம் என்னவென்றால் காந்தி ஒரு இசையமைப்பாளரோ எழுத்தாளரோ இசைக் கலைஞரோ விளையாட்டு வீரரோ அல்ல. அவர் தன்னை ஒரு தீர்க்கதரிசியாக, ஆத்மபலம் கொண்ட முனிவராக, ஒழுக்கவாதியாக, மனிதநேயம் கொண்டவராக, உண்மையையும் நேர்மையையும் மட்டும் கொண்டு ஒரு மாபெரும் சாம்ராஜ்யத்தைக் கீழிறக்கியவராக நமக்கு காட்சி அளிக்கிறார். அகிம்சாவாதியான காந்தியை, அதிகாரத்தை நோக்கி உண்மையைப் பேசிய காந்தியை, அநீதியின் எதிர்ப்பாளரான காந்தியை, கனிவான காந்தியை, இருபால் தன்மைகள் கொண்ட காந்தியை, காந்தி என்ற தாயை, அரசியலை பெண்மயப்படுத்திய (என்று கூறப்படும்), பெண்களுக்கு அரசியல் வெளியில் இடமேற்படுத்திக் கொடுத்த காந்தியை, சூழலியல்வாதி காந்தியை, உடனடி நகைச்சுவை உணர்வுக்கும் பிரமாதமான ஒற்றை வரிகளுக்கும் சொந்தக்காரரான காந்தியை – சாதி பற்றிய அவரது பார்வைகளையும் செயல்களையும் எப்படி ஒரு புள்ளியில் இணைப்பது? ஏற்றுக்கொள்வது? முற்றிலும் மிருகத்தனமான கரடு தட்டிப்போன அநீதியின் அடித்தளத்தின்மீது வசதியாக எழுந்து நிற்கும் இந்தத் தார்மீக நேர்மையின் கட்டுமானத்தை நாம் என்ன செய்வது? காந்தி சிக்கலானவர் என்று சொல்லிக் கடந்துசெல்வது போதுமானதா? காந்தி ஒரு அசாதாரணமானவர் என்பதிலும் கவர்ந்திழுக்கக் கூடியவர் என்பதிலும் எந்த சந்தேகமும் இல்லை. ஆனால் இந்தியாவின் சுதந்திரப் போராட்டத்தில் அவர் உண்மையில் அதிகாரத்தை நோக்கி உண்மையைப் பேசினாரா? ஏழையிலும் ஏழைகளோடு, மிகப் பலவீனமானவர்களோடு அவர் தன்னை உண்மையிலேயே இணைத்துக்கொண்டாரா?

"இந்தியாவின் விடுதலைக்காக காங்கிரஸ் போராடிக்கொண்டிருப்பதால், அது இந்திய மக்களுடைய விடுதலைக்காக, அதிலும் தாழ்ந்தவர்களிலும் தாழ்த்தப்பட்டவர்களின் விடுதலைக்காக அது போராடிக்கொண்டிருக்கிறது என்று நிம்மதியடைவது முட்டாள்தனமானது" என்றார் அம்பேத்கர். "காங்கிரஸ் விடுதலைக்காகப் போராடுகிறதா என்ற கேள்வியைவிட யாருடைய விடுதலைக்காக காங்கிரஸ் போராடுகிறது என்பது அதிக முக்கியத்துவம் வாய்ந்த கேள்வி" என்றும் அவர் சொன்னார்.[60]

1931இல், அம்பேத்கர் காந்தியை முதன்முறை சந்தித்தபோது, காந்தி அவருடைய கடும் காங்கிரஸ் விமர்சனங்களைப் பற்றிக் கேட்டார். (தாய்நாட்டிற்கான போராட்டத்தை விமர்சிப்பதற்கு ஒப்பானதாக அவருடைய காங்கிரஸ் விமர்சனங்கள் கருதப்பட்டன.) "காந்திஜி, எனக்கு தாய்நாடு இல்லை" என்பதுதான் அம்பேத்கரின் புகழ்பெற்ற பதில். "தன்மானமுள்ள எந்த ஒரு தீண்டத்தகாதவனும் இந்த நாட்டைப் பற்றிப் பெருமை கொள்ளமாட்டான்."[61]

வரலாறு அம்பேத்கரிடம் கருணையற்று நடந்துகொண்டது. முதலில் அது அவரைக் கட்டுப்படுத்தியது, பின்னர் அது அவரைப் பெருமைப்படுத்தியது. அது அவரை இந்தியாவின் தீண்டத்தகாதோரின் தலைவராக, சேரிகளின் ராஜாவாக ஆக்கியது. அது அவரின் எழுத்துக்களை மறைத்துவிட்டது. தீவிரமான அவரின் அறிவுத்திறனையும் அடங்கமறுக்கும் குணத்தையும் தூக்கியெறிந்துவிட்டது.

அதே நேரம், அம்பேத்கரைப் பின்பற்றுபவர்கள் அவருடைய மரபை பல புதுமையான வழிகளில் உயிர்ப்புடன் வைத்திருக்கிறார்கள். லட்சக்கணக்கில் உற்பத்திசெய்யப்பட்ட சிலையாக அவரை உருமாற்றியது அதில் ஒன்று. அம்பேத்கரின் சிலை தீவிரத்தன்மையும் உயிர்ப்புமுள்ள ஒரு பொருள். அது உலகின் உள்ளே தன்னுடைய இடத்தைப் பெற அனுப்பப்பட்டுள்ளது.[62] ஒரு தலித்திற்கு உரித்தான வெளிப்படையான இடத்தையும், மெய்நிகர் வெளியில் இடத்தையும், பொது, தனி இடங்களையும் பெற அனுப்பப்பட்டுள்ளது. தங்களுடைய சிவில் உரிமைகளை நிலைநாட்ட தலித்துகள் அம்பேத்கரின் சிலைகளைப் பயன்படுத்தி இருக்கின்றனர் – தங்களுக்கு உரித்தான நிலத்தைக் கேட்க, அவர்களுடைய தண்ணீரைப் பெற, அவர்களுக்கு மறுக்கப்பட்ட பொது இடங்களைக் கைக்கொள்ள... பொது இடங்களில் வைக்கப்பட்டுள்ள, பேரணிகளில் கொண்டு செல்லப்படுகின்ற அம்பேத்கரின் சிலைகள் எப்போதும் ஒரு புத்தகத்தை கையில் கொண்டிருக்கின்றன. அந்தப் புத்தகம் புரட்சிகரச் சீற்றத்தால் விடுதலையுணர்வை ஏற்படுத்தும் சாதி ஒழிப்பு பனுவல் அல்ல. உருவாக்கத்தில் அம்பேத்கர் முக்கிய பணியாற்றிய ஒவ்வொரு இந்திய பிரஜையின் வாழ்வையும் நல்லபடியோ கெட்டபடியோ ஆளும் ஆவணமான இந்திய அரசியலைப்புச் சட்டத்தின் பிரதி.

அரசியலமைப்புச் சட்டத்தை எதிர்ச்செயல்பாட்டிற்கான கருவியாகப் பயன்படுத்துவது ஒன்று. அதன் வரையறைகளுக்குள் கட்டுப்படுத்தப்பட்டு நின்றுவிடுவது வேறொன்று. அம்பேத்கரின் சூழல்கள் அவரைப் புரட்சிக்காரராகவும் அதே சமயம் ஆட்சி அதிகாரத்தின் வாயிலில் வாய்ப்புக் கிடைத்தபோது நுழைபவராகவும் இருக்க நிர்பந்தித்தன. தன்னுடைய இந்த இரண்டு அம்சங்களையும் அவர் தங்குதடையின்றியும் பாரிய விளைவுகளை ஏற்படுத்தும் விதத்திலும் கையாண்டதில்தான் அவருடைய மேதைமை இருக்கிறது. ஆனால் நிகழ்காலத்தின் கண்ணாடிவழியாகப் பார்த்தால் அது அவர் இரட்டைத் தன்மைவாய்ந்த சிலசமயம் குழப்பமான ஒரு மரபை விட்டுச்சென்றிருப்பதாகக் காட்சியளிக்கிறது. அம்பேத்கர் என்ற தீவிரவாதி. அம்பேத்கர் என்ற அரசியலமைப்புச் சட்டத்தின் தந்தை. அரசியலமைப்புவாதம் என்பது புரட்சியின் பாதையில் தடங்கலாக வரமுடியும். மேலும் தலித் புரட்சி இன்னமும் நிகழவில்லை. நாம் இன்னமும் அதற்கு காத்திருக்கிறோம். அதற்கு முன்னதாக வேறெந்தப் புரட்சியும் இந்தியாவில் நிகழ முடியாது.

அரசியலமைப்புச் சட்டத்தை எழுதுவது ஒரு தீவிர செயல்பாடாக இருக்கமுடியாது என்று சொல்வதல்ல இதன் பொருள். இருக்க முடியும், இருந்திருக்கலாம், அம்பேத்கர் அவரால் முடிந்த அளவு அதைச் செய்ய முயன்றார். ஆனால் அவரே ஒப்புக்கொள்வதைப்போல அவர் அதில் முழுமையாக வெற்றியடையவில்லை.

இந்தியா தன் சுதந்திரத்தை நோக்கிப் பேரிரைச்சலோடு நகர்ந்துகொண்டிருந்தபோது, அம்பேத்கர் – காந்தி இருவருமே சிறுபான்மையினரின் குறிப்பாக முஸ்லிம்கள், தீண்டத்தகாதோரின் எதிர்காலம் பற்றி அக்கறைகொண்டிருந்தனர். ஆனால் அவர்கள்

நெருங்கிக்கொண்டிருந்த புதிய தேசத்தின் பிறப்பை இரு மிகவேறுபட்ட வழிகளில் எதிர்கொண்டனர். காந்தி நாடு உருவாக்கம் பற்றிய அலுவல்களிலிருந்து தன்னை மேலும் மேலும் விலக்கிக் கொண்டார். அவரைப் பொறுத்தவரை காங்கிரஸ் கட்சியின் பணி முடிந்துவிட்டது. கட்சி கலைக்கப்படவேண்டும் என அவர் விரும்பினார். அரசு என்பது வன்முறையின் ஒழுங்கமைக்கப்பட்ட அடர்வடிவம் என காந்தி (சரியாகவே) நம்பினார். அரசு ஒரு மனித வடிவத்தில் இல்லாததால், அது ஆன்மா அற்றதாக இருப்பதால், அது தன் இருப்பையே வன்முறையால் பெறுகிறது என்று நம்பினார்.[63] காந்தியின் புரிதலில் சுய ராஜ்ஜியம், சுயாட்சி என்பது தன் மக்களின் தார்மீக இதயத்தில் இருப்பதாகவே இருந்தது. தன் மக்கள் என்பவர்கள் வெறும் பெரும்பான்மை சமுதாயத்தினர் மட்டுமல்ல என்பதை அவர் தெளிவாக விளக்கினார்.

> இந்திய சுயராஜ்ஜியம் என்பது பெரும்பான்மை சமூகத்தினரின் அதாவது இந்துக்களின் ஆட்சியாக இருக்கும் என்று சொல்லப்படுகிறது. அதைவிட பெரிய தவறெதுவும் இருக்க முடியாது. அது உண்மையானால், நான் நிச்சயமாக அதை சுயராஜ்ஜியம் என்று அழைக்க மறுப்பேன், என்னுடைய எல்லா பலத்தையும் பிரயோகித்து அதை எதிர்த்துப் போராடுவேன். என்னைப் பொறுத்தவரை ஹிந்த் ஸ்வராஜ் என்பது அனைத்து மக்களின் சுயாட்சி, அது நீதியின் ஆட்சி.[64]

அம்பேத்கரைப் பொறுத்தவரை, 'மக்கள்' என்பவர்கள் ஒரே வகைப்பட்ட உள்ளார்ந்த நேர்மை அழகாய் ஒளிரும் ஒரு கூட்டம் அல்ல. காந்தி என்ன சொன்னாலும், சுயராஜ்ஜியம் என்ன வடிவம் எடுக்கும் என்பதை பெரும்பான்மை சமூகம்தான் தீர்மானிக்கும் என்பது அவருக்குத் தெரிந்தே இருந்தது. இந்தியாவின் தீண்டத்தகாதோர் இந்தியாவின் பெரும்பான்மையான இந்துக்களின் தார்மீக இதயத்தால் ஆளப்படுவது என்ற எண்ணமே அவரைப் பாடாய்ப்படுத்தியது. அவர் தவிப்பில் ஆழ்ந்தார், எப்படியாவது அரசியலமைப்புக் கமிட்டியின் உறுப்பினராக ஆவதற்கான தீவிர முயற்சிகள் எடுத்தார். உருவாகிவரும் தேசத்தின் அரசியலமைப்புச் சட்டத்தின் வடிவத்திலும் அதன் தன்மையிலும் தன்னால் நடைமுறையில் பயன்படும் மாற்றங்களை ஏற்படுத்த அந்தப் பதவி உதவும் என நினைத்தார். இதற்காகத் தன் சுயகௌரவத்தைக்கூட விட்டுக்கொடுக்கவும் தன் பழைய எதிரியான காங்கிரஸ் கட்சியின் மீதான அவநம்பிக்கைகளை ஒதுக்கி வைக்கவும் அவர் தயாராக இருந்தார்.

சாதி அமைப்பின் பாரம்பரிய சமூக அறத்திற்கு மாறாக அரசியலமைப்பு சார்ந்த அறத்தை சட்டரீதியாக முன்நிறுத்துவதுதான் அம்பேத்கரின் முக்கிய நோக்கம். அரசியல் நிர்ணய சபையில் 1948, நவம்பர் நான்காம் தேதி பேசும்போது, "அரசியலைப்பு சார்ந்த அறம் என்பது இயல்பான உணர்வன்று. அது வளர்த்தெடுக்கப்படவேண்டிய ஒன்று. நம்முடைய மக்கள் அதை இன்னும் கற்கவில்லை என்பதை நாம் உணரவேண்டும். இந்திய ஜனநாயகம் என்பதே அடிப்படையில் ஜனநாயகமற்ற இந்திய மண்ணின் மீதான ஒரு மேல் அலங்காரம்தான்."[65]

டாக்டரும் புனிதரும்

அரசியலமைப்புச் சட்டத்தின் இறுதி வரைவு குறித்து அம்பேத்கர் பெரும் ஏமாற்றமடைந்தார். ஆனாலும், அவர் அதற்குள் சில உரிமைகளையும் பாதுகாப்புச் சட்டகங்களையும் ஏற்படுத்துவதில் வெற்றியடைந்தார். தாழ்த்தப்பட்ட சாதிகளைப் பொறுத்தவரை, அது எந்தச் சமூகத்திற்காக உருவாக்கப்பட்டதோ அந்தச் சமூகத்தைவிடவும் அறிவொளி மிக்கதொரு ஆவணமாய் அரசியலமைப்புச் சட்டத்தை உருவாக்கி அளித்தார். (இன்னும் பலருக்கு, உதாரணமாக இந்தியாவின் பழங்குடி மக்களுக்கு, அரசியலமைப்புச் சட்டம் என்பது வெறும் காலனியாதிக்க வழமையின் நீட்சியாகவே இருந்தது.) அம்பேத்கர் அரசியலமைப்புச் சட்ட உருவாக்கத்தைத் தொடர்ச்சியான பணியாகவே கருதினார். தாமஸ் ஜெஃபர்சனைப்போல, ஒவ்வொரு தலைமுறையும் தமக்கான புதிய அரசியலமைப்புச் சட்டத்தை உருவாக்கிக் கொள்ளும் உரிமை இல்லாவிட்டால், இந்தப் பூமி "வாழ்பவர்களுக்கல்ல, இறந்தவர்களுக்கே" உரியதாகும் என அம்பேத்கரும் நம்பினார்.[66] பிரச்சனை என்னவென்றால், வாழ்பவர்கள் இறந்தவர்களைவிட அதிக முற்போக்கானவர்களாகவோ அறிவொளி மிக்கவர்களாகவோ இருக்கவேண்டும் என்று அவசியம் இல்லை. இன்றைக்கு பல சக்திகள், குறிப்பாக அரசியல், வணிக சக்திகள் அப்பட்டமான பிற்போக்கான வழிகளில் அரசியலமைப்புச் சட்டத்தை மாற்றியெழுத முயற்சித்து வருகிறார்கள்.

அம்பேத்கர் ஒரு வழக்கறிஞர் என்றபோதும் அவருக்குச் சட்டம் வரைதலைப் பற்றிய பிரமைகள் எதுவும் இல்லை. சுதந்திரத்திற்குப் பிந்தைய இந்தியாவின் சட்ட அமைச்சராக அவர் பல மாதங்கள் இந்து சட்டத் தொகுப்பு சட்டத்தை உருவாக்க உழைத்தார். பெண்களைக் கட்டுப்பாட்டிற்குள் வைத்திருப்பதன்மூலம் சாதி அமைப்பு தன்னை வளர்த்தெடுக்கிறது என்று அம்பேத்கர் நம்பினார். எனவே இந்து திருமணச் சட்டத்தை பெண்களுக்குச் சமத்துவம் அளிக்கும் வகையில் மாற்றுவது அவருடைய முக்கிய அக்கறைகளுள் ஒன்றாய் இருந்தது.[67] அவர் முன்மொழிந்த சட்டம் விவாகரத்தைச் சட்டபூர்வமாக அனுமதிக்கவும் விதவைகளுக்கும் பெண்குழந்தைகளுக்கும் சொத்துரிமை ஏற்படுத்தவும் முற்பட்டது. அரசியல் நிர்ணய சபை நான்கு வருடங்கள் *(1947 – 1951)* இதன்மீது காலம் கடத்தியது, பின்னர் அதை முடக்கியது.[68] குடியரசுத் தலைவர் ராஜேந்திர பிரசாத் இந்த முன்வரைவு சட்டமாவதை தடுத்து நிறுத்துவேன் என்று அச்சுறுத்தினார். இந்து சாமியார்கள் மக்களவையை முற்றுகையிட்டனர். வருகின்ற தேர்தலில் தங்கள் ஆதரவை விலக்கிக்கொள்வோம் என்று ஜமீன்தார்களும் தொழிலதிபர்களும் எச்சரித்தனர்.[69] இறுதியில் அம்பேத்கர் தன்னுடைய சட்ட அமைச்சர் பதவியிலிருந்து விலகினார். அவர் தன்னுடைய விலகல் உரையில், "இந்து மதத்தின் ஆன்மாவான வகுப்புகளுக்கு இடையிலான ஏற்றத்தாழ்வையும், பாலினங்களுக்கு இடையிலான ஏற்றத்தாழ்வையும் அப்படியே விட்டுவிட்டுப் பொருளாதாரப் பிரச்சனைகள் குறித்த சட்டங்களை உருவாக்கிக்கொண்டு செல்வது என்பது நம்முடைய அரசியலமைப்புச் சட்டத்தைக் கேலிக் கூத்தாக்கிவிட்டு சாணக் குவியலுக்குமேல் மாளிகை கட்டுவதைப் போன்றதாகிவிடும்" என்றார்.[70]

அளவுக்கதிகமான குழுவாதமும் பிற்போக்குத்தனமும் சூழ்ச்சிகளும் கோலோச்சிய பன்முகப்பட்ட சிக்கலான அரசியல் போராட்டத்திற்கு அம்பேத்கர் எல்லாவற்றிற்கும் மேலாய் அறிவார்த்தத்தைக் கொண்டு சேர்த்தார்.

❍

சாதியை அழித்தொழித்தல் பலநேரங்களில் (சில அம்பேத்கரிஸ்டுகளாலும்) அம்பேத்கரின் கற்பனையான லட்சிய உலகமாக அழைக்கப்படுகிறது. அவருடைய நடைமுறை சாத்தியமில்லாத, நிகழமுடியாத கனவு. அவர் ஒரு பாறையை ஒரு மலைமுகட்டின்மீது உருட்டி ஏற்றிக்கொண்டிருந்தார் என்று அவர்கள் சொல்கிறார்கள். மதநம்பிக்கைகளிலும் மூடநம்பிக்கைகளிலும் இவ்வளவு ஆழமாக மூழ்கியிருக்கும் ஒரு சமூகம் தன்னுடைய ஆழ்ந்த நம்பிக்கைகளின் மீதான இப்படிப்பட்ட மூர்க்கமான தாக்குதலை வெளிப்படையாக எதிர்கொள்ளும் என்று எப்படி எதிர்பார்க்கமுடியும்? அனைத்து சாதிகளையும் சேர்ந்த, தலித்துகளையும் உள்ளடக்கிய, கோடிக்கணக்கான இந்துக்களுக்கு, இந்துமதம் அதனுடைய செயல்பாட்டில் அனைத்தையும், பிறப்பு, இறப்பு, போர், திருமணம், உணவு, இசை, கவிதை, நடனம் என அனைத்தையும் ஊடுருவிச் செல்லும் ஒரு வாழ்க்கைமுறை. அது அவர்களது பண்பாடு, அவர்களின் சுய அடையாளம். பெரும்பான்மை இந்துக்கள் படித்துக்கூட இராத அதன் ஆதிப் பனுவல்களான சாஸ்திரங்களில் அது சாதி முறைமையை அங்கீகரிக்கிறது என்ற ஒரே காரணத்தால் மட்டும் எப்படி இந்து மதத்தை ஒருவர் துறந்துவிட முடியும்?

அம்பேத்கரின் பதில் இது: அப்படிச் செய்யாமல் எப்படி இருக்க முடியும்? இத்தகைய நிறுவனமாக்கப்பட்ட அநீதி, அது தெய்வீக ஆக்ஞை யாகவே இருந்தாலும் அதை எப்படி ஒருவர் ஏற்க முடியும்?

> வார்த்தைஜாலங்களில் அடைக்கலம் தேடுவது பயனற்றது. இலக்கண முறைப்படி படித்தாலும், தர்க்கபூர்வமாக விளங்கிக் கொண்டாலும், சாஸ்திரங்கள் சொல்பவையாக நம்பப்படுவனவற்றை அவை சொல்லவில்லை என்றெல்லாம் மக்களிடம் சொல்லிப் பயனில்லை. சாஸ்திரங்கள் மக்களால் எப்படி புரிந்துகொள்ளப் பட்டிருக்கின்றன என்பதுதான் முக்கியம். நீங்கள் புத்தர் எடுத்த நிலைப்பாட்டை எடுக்கவேண்டும் . . . புத்தரும் குருநானக்கும் செய்ததுபோல நீங்கள் சாஸ்திரங்களைப் புறந்தள்ள வேண்டும். அது மட்டுமில்லை அவற்றின் அதிகாரத்தையும் மறுக்கவேண்டும். சாதிகளின் புனிதத்தன்மை என்ற இந்த எண்ணத்தை அவர்கள் உருவாக்கியிருக்கும் மதத்தைப் பற்றி இந்துக்களிடம், அவர்களின் பிரச்சனை அவர்களுடைய மதம்தான், என்று சொல்ல நீங்கள் தைரியம் கொள்ளவேண்டும். அப்படியான தைரியத்தை நீங்கள் கைக்கொள்வீர்களா?[71]

அம்பேத்கர் சுடுதண்ணீருக்குப் பயந்து தொட்டியோடு குழந்தையையும் தூக்கியெறிவதாகக் காந்தி நம்பினார். அம்பேத்கர் சுடுதண்ணீரும்

குழந்தையும் ஒன்றோடு ஒன்றாய்ப் பிணைந்து கலந்த ஒற்றை உயிரி என்று நம்பினார்.

நாமும் ஒரு கணம் ஒப்புக்கொள்ளலாம் – ஆனால் ஒருபோதும் ஏற்கமுடியாது – சாதியை அழித்தொழித்தல் ஒரு கற்பனை லட்சிய உலகத்திற்கான பனுவல் என்று. அப்படியே வைத்துக்கொண்டாலும் இதுகூட – அறச்சீற்றமும் துணிச்சல்மிகுந்த இந்தத் தூக்கியெறிதலும் – நம்மிடையே இல்லாவிட்டால் நாம் ஒரு சமூகமாக எவ்வளவு பரிதாபத்துரியவர்களாக, எவ்வளவு குறைக்கப்பட்டவர்களாக, எவ்வளவை இழந்தவர்களாக இருப்போம் என்பதையும் நாம் ஒப்புக்கொள்ளவேண்டும். அம்பேத்கரின் சீற்றம் நம் அனைவருக்கும் ஒரு சிறிய நிழலை ஒரு சிறு கௌரவத்தைத் தருகிறது.

அம்பேத்கர்மீது சுமத்தப்படும் லட்சிய உலகவாதம் என்பது சாதி எதிர்ப்பு மரபின் ஒரு பகுதியாக இருந்த ஒன்றே. பக்தி இயக்கப் பாடல்களில் இது அதிகமாகக் காணப்படுகிறது. ‘ராம ராஜ்ஜியத்தைப்’ போல பழம்பெருமை சுமந்த பௌராணிக கிராமக் குடியரசுகளைப்போல அல்லாமல் இந்த விளிம்புநிலை பக்தி கவிஞானிகள் நகரங்களைப் பாடினார்கள்.[72] காலமற்ற வெளிகளில் இருக்கும் நகரங்களைப் பாடினார்கள், எங்கும் நிறைந்து கிடக்கும் பயத்திலிருந்து எங்கே தீண்டத்தகாதவர்கள் விடுதலையடைவார்களோ, கற்பனைக்கு அப்பாற்பட்ட இழிவிலிருந்தும் அடுத்தவர்களின் நிலங்களில் செலுத்தும் முடிவற்ற உழைப்பிலிருந்தும் விடுபடுவோர்களோ அந்த நகரங்களை. பதினைந்தாம் நூற்றாண்டின் கவி ரவிதாஸுக்கு (ராய்தாஸ், ருஹிதாஸ், ரோஹிதாஸ் என்றும் அறியப்படுபவர்) அந்த இடம் பேகம்புரா, துக்கமற்ற நகரம், பிரிவினைகளற்ற நகரம், மனிதர்கள் எங்கு விருப்பமோ அங்கு செல்லக்கூடிய நகரம்:

> அங்கே நோவுகள் இல்லை துன்பமுமில்லை
> கவலையுமில்லை, பயமுமில்லை, வரிகளில்லை,
> எவருக்கும் எதுவும் உடைமையில்லை
> வன்மம் இல்லை, சித்திரவதையும் இல்லை அவமானமும் இல்லை . . .
> தோல் பதனிடுபவனான விட்டுவிடுதலையான ராய்தாஸ் கூறுகிறேன்:
> என்னுடன் அந்த நகரைப் பகிர்ந்துகொள்பவன் என் தோழன்.[73]

துக்காராமுக்கு, அந்த நகரம் பந்தர்பூராக இருந்தது. எங்கு அனைவரும் சமமானவர்களோ, எங்கு அனைவருக்கும் சமமாக முக்கியஸ்தர்களும் பணியாற்றுவரோ, எங்கு மக்கள் சுதந்திரமாக ஆடிப்பாடிக் கலந்து மகிழ்கிறார்களோ அந்த நகரம். கபீருக்கு அது பிரேம்நகர், அன்பின் நகரம்.

அம்பேத்கரின் லட்சிய உலகம் காத்திரமானது. சொல்வதென்றால், அது, நீதியின் மாநகரம் – உலகியல் நீதி. அவர் ஒரு அறிவொளிமிக்க இந்தியாவைக் கற்பனை செய்தார், *பிரபுத்த பாரத்*, ஐரோப்பிய அறிவொளி காலத்தின் சிறந்த கருத்துக்களை பௌத்த சிந்தனையோடு பிணைந்து உருவாக்கப்பட்டது அது. (அவர் வாழ்நாளில் அவர் ஆசிரியராக இருந்த நாளிதழ்களில் கடைசி நான்கிற்கு அவர் கொடுத்த பெயர் *பிரபுத்த பாரத்*.)

காந்தி நவீன நகரங்களை 'கேன்சர் கட்டிகளை' ஒத்த அசாதாரணக் கட்டிகளென்று அழைத்தார். அவை "இந்த கணத்தில் கிராமங்களின் குருதித்தாரையை உயிராதாரத்தை வடியச்செய்யும் தீய குறிக்கோளுடன் பணிபுரிகின்றன" என்றார்.[74] அம்பேத்கருக்கும் பெரும்பான்மையான தலித் மக்களுக்கும் காந்தியின் லட்சிய கிராமம் என்பது "உள்ளூர்த்தன்மையின் புழக்கடை; அறியாமையின், குறுகிய மனப்பான்மையின், சாதி–மதவாதத்தின் குகை"யாகக் காட்சியளித்தது புரிந்துகொள்ளத் தக்கதே.[75] மேற்கத்திய நவீனத்தின் மீதான காந்தியின் தீவிர விமர்சனம் தனித்தன்மைவாய்ந்த இந்திய விவசாய சமூக ஆனந்தவாழ்வைக் கட்டியெழுப்பி அவர் கொள்ளும் நினைவேக்கம் சார்ந்தது என்றால் அந்த நினைவேக்கம் குறித்த அம்பேத்கரின் விமர்சனம் நடைமுறைத் தேவைசார்ந்த மேற்கத்திய தாராளச் சிந்தனையிலிருந்தும் அதன் முன்னேற்றம், மகிழ்ச்சி (இப்போது, இவை மீளமுடியாத நெருக்கடிகளுக்கு உள்ளாகியிருக்கின்றன) குறித்த வரையறைகளிலிருந்தும் வந்தவை. நீதியின்மீது அவர்கொண்ட சார்பும் அதற்கு அவரளித்த முக்கியத்துவமும் அம்பேத்கரின் பார்வையைக் கிராமங்களிலிருந்து நகரங்களை நோக்கித் திருப்பின. நகரமயமாக்கலை நோக்கி, நவீனத்துவத்தை நோக்கி, தொழில்மயமாதலை நோக்கி – பெருநகரங்கள், பெரும் அணைக்கட்டுகள், பெரும்பாசனத் திட்டங்கள் என. முரண்பாடாக இந்த வளர்ச்சிமாதிரிதான் இன்று பல்லாயிரக்கணக்கான மக்கள் அநீதியுடன் தொடர்புபடுத்திப் பார்க்கும் வளர்ச்சி மாதிரியாக இருக்கிறது. சுற்றுச்சூழலைப் பாழ்படுத்தி, சுரங்கங்கள், அணைக்கட்டுகள் பிற உள்கட்டுமானத் திட்டங்களின் பெயரால் கோடிக்கணக்கான மக்களைக் கட்டாயமாக அவர்கள் வாழிடங்களிலிருந்து வெளியேற்றும் வளர்ச்சி மாதிரி. இன்னொருபுறம், அதிர்ச்சியளிக்கும் உள்ளார்ந்த அநீதியைக் கண்டும்காணாமல் குருடாய் இருக்கும் காந்தியின் பௌராணிக கிராம அமைப்பு அதே அளவு முரண்பாடாக இந்த நீதிகேட்கும் போராட்டங்களின் சின்னமாக மாறியுள்ளது.

காந்தி தன்னுடைய கிராமக் குடியரசுகளை பிரச்சாரம்செய்த அதே சமயத்தில் அவருடைய நடைமுறைத் தெளிவு (அல்லது சிலர் சொல்வதைப்போல அவருடைய இரட்டைத் தன்மை) அவரை பெரும் அணைக்கட்டுகளை பெருவர்த்தக நிறுவனங்களை ஆதரிப்பதற்கும் அவற்றின் ஆதரவைப் பெறுவதற்கும் இடமேற்படுத்திக் கொடுத்தது.[76] தென்னாப்பிரிக்காவிலிருந்து திரும்பிவந்த ஆண்டிலிருந்து வாழ்நாள் இறுதிவரை அவரது முக்கியப் புரவலர், மாபெரும் ஜவுளி முதலாளியும் செய்தித்தாள் அதிபருமான ஜி.டி.பிர்லா.

அம்பேத்கரின் காந்தியின் எதிர்நிலை லட்சிய உலகங்கள் மரபிற்கும் நவீனத்திற்குமான காப்பிய யுத்தத்தை பிரதிநிதித்துவப்படுத்தின. லட்சிய உலகங்களை நாம் சரியென்றும் தவறென்றும் சொல்லமுடியுமென்றால் அவை இரண்டுமே சரி. அவை இரண்டுமே மிகத் துயரார்ந்த வகையில் தவறும்கூட. மேற்கத்திய நவீனத்துவத் திட்டத்தின் ஆழத்தில் நட்டுவைக்கப்பட்டிருந்த அழிவின் விதையைக் கண்டறியும் தீர்க்கதரிசனம் காந்திக்கு இருந்தது.

மேற்கைப் போன்ற வழிமுறையில் இந்தியா தொழில்மயமாக்கலை கைக்கொள்வதைக் கடவுள் தடுப்பாராக. ஒரேயொரு சிறு தீவு ராஜ்ஜியத்தின் பொருளாதார ஏகாதிபத்தியம் இன்று உலகை சங்கிலிகளால் கட்டிப் போட்டிருக்கிறது. முப்பதுகோடி மக்களைக் கொண்ட ஒரு முழு தேசமும் இதுபோன்ற பொருளாதாரச் சுரண்டலில் இறங்கினால் உலகம் வெட்டுக்கிளிகள் தின்றுபோட்ட மொட்டைச் செடி போலாகிவிடும்.[77]

புவி வெப்பமடைந்து வரும் இக்காலத்தில், பனிப்பாறைகள் உருகி கானகங்கள் அழிந்துவரும் நிலையில் காந்தியின் வார்த்தைகள் தீர்க்க தரிசனமாக ஒலிக்கின்றன. நவீன நாகரீகத்தின் பயங்கரம்குறித்த அவரது பார்வை அவரை ஒரு பௌராணிக இந்திய மரபைப் போற்றிப் புகழவைத்தன. அது அவருடைய மொழியில் அழகானதாகவும் நீதியானதாகவும் இருந்தது. தன் பங்கிற்கு அம்பேத்கர் அந்த கடந்தகாலம், அந்த மரபு எவ்வளவு வலிநிறைந்த ஏற்றத்தாழ்வை உள்ளடக்கியது என்பதை உணர்ந்திருந்தார். அதிலிருந்து விலகி வெளியேறிடும் அவசரத்தில் அவர் மேற்கத்திய நவீனத்தின் அழிவுநிறை அபாயத்தை இனங்காணத் தவறிவிட்டார்.

அம்பேத்கரின், காந்தியின் மிக வேறுபட்ட இந்த இரு லட்சிய உலகங்கள் அவற்றின் விளைவுகளை மட்டும் – கிராமம், நகரம் – வைத்து எடைபோடப்படக் கூடாது. இந்த லட்சிய உலகங்களின் பின்னால் உந்துசக்தியாக இருந்த கருத்துக்களும் அதே அளவு முக்கியம் வாய்ந்தவை. சமகால வளர்ச்சி மாதிரிகளை எதிர்த்த மக்கள் பெருந்திரள் போராட்டங்களை அம்பேத்கரிஸ்டுகள் 'சுற்றுச்சூழல் கரிசனவாதம்' என்று அழைப்பதும், காந்தியவாதிகள் காந்தியை நீதியின், அறவிழுமியங்களின் சின்னமாக முன்னெடுப்பதும் இரண்டுமே அந்த இரு மனிதர்களை இயக்கிய மிக வேறுபட்ட ஆழ்உணர்வுகளின் மிக மேலோட்டமான முன்வைப்பே ஆகும்.

பக்தி கவிஞானிகள் கனவுகண்ட அந்த நகரங்கள் – பேகம்புரா, பந்தர்பூர், பிரேம்நகர் – இவை அனைத்திலும் ஒரு பொது அம்சம் இருந்தது. அவை அனைத்தும் பார்ப்பனீயத்தின் தளைகளிலிருந்து விடுபட்ட காலத்தில், வெளியில் இருந்தன. சாதி எதிர்ப்பு இயக்கம் 'இந்துமதம்' என்பதைவிட 'பார்ப்பனீயம்' என்ற சொல்லாடலைத்தான் விரும்பியது. பார்ப்பனீயம் என்பதன்மூலம் அவர்கள் பிராமணர்கள் என்ற ஒரு சாதியையோ சமூகத்தையோ குறிப்பிடவில்லை. அவர்கள் டாமினோ விளைவை (ஒன்று மற்றொன்றை மாற்றும் சங்கிலி நிகழ்வுகள்) எதை அம்பேத்கர் 'பின்பற்றுதலின் தொற்றுநோய்' என அழைத்தாரோ அதைக் குறிப்பிட்டனர். எந்தச் சமூகம் தன்னை முதலாவதாக உள் அடைத்துக் கொண்டதோ – பிராமணர்கள் – அவர்கள் விளைவித்த சங்கிலி நிகழ்வைக் குறித்தனர். "சிலர் கதவை மூடிக்கொண்டார்கள்", "பிறருக்கோ அது அவர்களை வரவிடாமல் மூடப்பட்டிருந்தது" என்று அவர் எழுதினார்.[78]

ஒரு கதிரியக்க அணுவின் அரைவாழ்வுக் காலத்தைப் போன்று இந்த 'பின்பற்றுதலின் தொற்றுநோய்' சாதிப் படிநிலையில் கீழிறங்கக் கீழிறங்கச் சிதைந்துகொண்டே செல்கிறது. ஆனால் எப்போதும் முழுவதுமாக

மறைந்து போவதில்லை. அம்பேத்கர் விளக்குவதுபோல அது ஒரு 'தரப்படுத்தப்பட்ட ஏற்றத்தாழ்வான' அமைப்பை உருவாக்குகிறது. அதில், "சமூகப் பிரமிடின் அடியில் இருப்பவர்களைத் தவிர முற்றிலுமாக உரிமை மறுக்கப்பட்ட பிரிவு வேறு எதுவுமில்லை. மற்றவர்களின் உரிமைகள் தரப்படுத்தப்பட்டிருக்கின்றன. கீழே இருப்பவர்களுக்கும் அவர்களையும்விட கீழே இருப்பவர்களைக் காட்டிலும் அதிக உரிமைகள் இருக்கின்றன. ஒவ்வொரு பிரிவும் உரிமைகளைக் கொண்டிருப்பதனால், அனைத்துப் பிரிவுகளும் இந்த அமைப்பை தொடர்ந்து கடைபிடிக்க ஆர்வம் கொண்டுள்ளன."[79]

சாதி அணுவின் இந்த அடுக்கடுக்கான தேய்மானம் என்பது – பிராமணர்களால் க்ஷத்திரியர்களுக்கு எதிராக, க்ஷத்திரியர் அல்லது வைசியரால் சூத்திரருக்கு எதிராக, அல்லது சூத்திரரால் தீண்டத் தகாதவருக்கு எதிராக மட்டும் கடைபிடிக்கப் படுவதல்ல பார்ப்பனீயம் என்று விளக்குகிறது. தீண்டத்தகாதவரால் எதிரில் வரமுடியாதவர்களுக்கு எதிராக, எதிரில் வரக்கூடாதவர்களால் காணத் தகாதவர்களுக்கு எதிராகவும் கடைபிடிக்கப் படுகிறது. இதன் அர்த்தம் ஒரு பின்ன அளவு பார்ப்பனீயம் அனைவரிலும் இருக்கிறது, அவர்கள் எந்த சாதியினராக இருந்தாலும். இதுதான் உச்சகட்ட கட்டுப்பாட்டுச் சாதனம். இதன்மூலம்தான் தூய்மை தீட்டு கருத்தாக்கங்களும், ஒடுக்குமுறையான இந்த ஏற்றத்தாழ்வை நிர்வகிக்க அத்தியாவசியமான வழிமுறைகளான, சமூக மற்றும் உடல்சார்ந்த வன்முறைகளின் நிகழ்வும் பரவலாக பிரித்து அளிக்கப்படுவது மட்டுமல்லாமல், அது ஒவ்வொருவரின் மூளைக்குள்ளும் கற்பனைக்குள்ளும் நட்டுவைக்கப்படுகிறது. படிநிலையின் அடித்தட்டில் இருப்பவர்களையும் சேர்த்து. இது ஒரு விரிவடைந்த அமலாக்க ஒருங்கிணைவு போன்றது. இதில் ஒவ்வொருவரும் மற்ற அனைவரையும் கண்காணிக்கமுடியும். எதிரில் வரக்கூடாதவர்கள் காணத் தகாதவர்களைக் கண்காணிக்கிறார்கள்; மாலாக்கள் மாதிகரை வெறுக்கிறார்கள். மாதிகர்கள் டக்காளிகளுக்கு எதிராக திரும்புகின்றனர். டக்காளிகள் ரெல்லிகளின் மீது உட்கார்ந்திருக்கின்றனர்; வன்னியர்கள் பறையர்களோடு சண்டையிடுகின்றனர், அவர்கள் முறைக்கு பறையர்கள் அருந்ததியரை அடித்துப் போடத் துணிவார்கள்.

பார்ப்பனீயம், ஒடுக்குபவர்களையும் ஒடுக்கப்பட்டவர்களையும் பிரிக்கும் தெளிவான கோட்டைக் கிழிப்பதற்குச் சாத்தியமில்லாமல் ஆக்குகிறது. ஆனாலும் சாதீயத்தின் படிநிலை ஒடுக்குபவர்கள், ஒடுக்கப் படுபவர்கள் இருக்கிறார்கள் என்பதைத் தெள்ளத்தெளிவாகக் காட்டுகிறது. (உதாரணத்திற்கு, தீண்டத்தகாதவர்களுக்கும் தீண்டத்தகுந்தவர்களுக்கும் இடையே ஆன கோடு மரணத் தெளிவாய்த் தெரிகிறது.) சாதிப் பிரிவுகளுக்கு இடையே சமூக அல்லது அரசியல் ஒருங்கிணைவைப் பார்ப்பனீயம் முன்விலக்கம் செய்கிறது. நிர்வாக அமைப்பாக இது ஒரு மாபெரும் மேதைமைதான். "ஒரு சிறு பொறி காட்டுத் தீயை மூட்டிவிடும்" என்பது மாவோ தன் கொரில்லா படைக்கு விடுத்த செய்தி. இருக்கலாம். ஆனால் பார்ப்பனீயம் நமக்கு இந்தியாவில் காட்டை அல்ல ஒரு புதிர்ப்பாதையைக் கையளித்திருக்கிறது. அந்த சிறிய பொறி பாவம் அலைந்து திரிகிறது,

வளைகளுக்கும் தடுப்பரண்களுக்கும் இடையே தொலைந்துதொலைந்து அலைவுறுகிறது. அம்பேத்கரின் வார்த்தையில், "சுதந்திரம், சமத்துவம், சகோதரத்துவம் என்ற உணர்வின் முழுமையான மறுப்பே பார்ப்பனீயம்."[80]

○

'சாதியை அழித்தொழித்தல்' 1936இல் லாகூரில் வசதிபடைத்த உயர்சாதி இந்துப் பார்வையாளர்கள் முன்னிலையில் அம்பேத்கர் பேசவிருந்த உரையின் பனுவல். அவரைத் தலைமையுரை ஆற்ற அழைக்கும் தைரியம்கொண்ட அந்த அமைப்பு ஆர்ய சமாஜத்தின் வழிவந்த லாகூரின் சாதி பேத உடைப்பு மன்றம் (ஜாத் பாத் தோடக் மண்டல்). அதனுடைய பெரும்பான்மையான உறுப்பினர்கள் உயர்சாதி இந்து சீர்திருத்தவாதிகள். அச்சிட்டு விநியோகிப்பதற்காக உரையை முன்னதாகவே அனுப்புமாறு அவர்கள் கேட்டிருந்தனர். அவ்வுரையைப் படித்துவிட்டு அவர்கள் அம்பேத்கர் வேத சாஸ்திரங்களின் மீதும், இந்து மதத்தின் மீதுமே அறிவார்ந்த தாக்குதலை தொடுக்கப் போகிறார் என்பதை உணர்ந்தவுடன் அவருக்குக் கடிதம் எழுதினர்:

> எந்த அசம்பாவிதமும் நேராமல் இந்த மாநாடு நிறைவடையவேண்டும் என விரும்பும் எங்களில் சிலர் குறைந்தபட்சம் நீங்கள் வேதம் என்ற வார்த்தையையாவது இப்போதைக்கு நீக்கிவிடவேண்டும் என விரும்புகிறோம். இதை நான் உங்களுடைய நல்ல புத்திக்கே விட்டுவிடுகிறேன். ஆனால், நீங்கள் உங்களுடைய நிறைவுப் பத்திகளில் இந்த உரை முழுக்கமுழுக்க உங்களுடையது என்றும் அதற்கு மன்றம் எந்த வகையிலும் பொறுப்பல்ல என்றும் தெளிவாக அறிவிப்பீர்கள் என்றும் நான் எதிர்பார்க்கிறேன்.[81]

அம்பேத்கர் தன்னுடைய உரையை மாற்ற மறுத்துவிட்டார். நிகழ்ச்சி ரத்து செய்யப்பட்டது. அவருடைய உரை மன்றத்தினருக்கு அப்படியொரு அதிர்ச்சியைத் தந்திருக்க வேண்டிய அவசியமில்லை. அதற்கு சில மாதங்களுக்கு முன்புதான், 1935 அக்டோபர் பதிமூன்றாம் தேதி பம்பாய் ராஜதானியில் (தற்போதைய மராட்டிய மாநிலத்தில்) இயோலாவில் நடைபெற்ற தாழ்த்தப்பட்ட வகுப்பினர் மாநாட்டில், பத்தாயிரத்திற்கும் மேற்பட்ட பார்வையாளர்களிடம் அம்பேத்கர்:

> நாம் நம்மை இந்து என்றழைத்துக் கொள்ளும் துரதிர்ஷ்டவசத்தால்தான் இப்படி நடத்தப்படுகிறோம். நாம் வேறொரு மதத்தின் உறுப்பினர்களாக இருந்திருந்தால் யாரும் நம்மை இப்படி நடத்தமாட்டார்கள். எந்த மதம் உங்களுக்கு சம அந்தஸ்தை அளித்து சமத்துவமாக நடத்துகிறதோ அதைத் தேர்ந்தெடுத்துக் கொள்ளுங்கள். நாம் நம்முடைய தவறை இப்பொழுது சரிசெய்து கொள்ளலாம். தீண்டத்தகாதவன் என்ற இழிவோடு பிறக்கும் துரதிர்ஷ்டம் எனக்கு நேர்ந்தது. அது என்னுடைய தவறு அல்ல. ஆனால் நான் ஒரு இந்துவாக இறக்கமாட்டேன், ஏனென்றால் அது என் கையில் உள்ள முடிவு.[82]

அம்பேத்கர் போன்ற ஒரு தீண்டத்தகாதோரின் பெருந்தலைவர் மதம் மாறுவோம் என்று அச்சுறுத்தல் விடுப்பது இந்து சீர்திருத்தவாதிகளுக்குக் கிடைக்கக்கூடிய மிக மோசமான செய்தியாக இருந்த காலகட்டம் அது.

மதமாற்றம் எப்படி பார்த்தாலும் புதியதல்ல. நூற்றாண்டுகளுக்கு முன்பிருந்தே சாதி இழிவில் இருந்து தப்பிக்கத் தீண்டத்தகாதோரும் பிற இழிநிலையில் வைக்கப்பட்ட உழைக்கும் மக்களும் மதம்மாறத் தொடங்கிவிட்டனர். இஸ்லாமிய ஆட்சி காலத்தில் பல கோடிப் பேர் இஸ்லாத்திற்கு மாறினர். பின்னர் இன்னும் பல கோடிப் பேர் சீக்கிய மதத்திற்கும் கிறித்தவத்திற்கும் மாறினர். துயரம் என்னவெனில், இந்தத் துணைக் கண்டத்தில் சாதிய உணர்வு மதத்தையே மீறும் வல்லமை கொண்டிருப்பதுதான். அவர்களுடைய மதம் அங்கீகரிக்காத போதும் மேல்தட்டு முஸ்லிம்கள், சீக்கியர்கள், கிறித்தவர்கள் சாதிய ஒடுக்குமுறையைக் கடைபிடிக்கின்றனர்.[83] பாகிஸ்தானிலும் வங்கதேசத்திலும் நேபாளத்திலும் துப்புரவு பணிபுரியும் சமூகங்கள் தீண்டத்தகாததாக இருக்கின்றன. காஷ்மீரிலும் அப்படியே.)

ஒடுக்கப்பட்ட சாதியைச் சேர்ந்த இந்துக்கள் பெருங்கூட்டமாக மதம் மாறுவது, குறிப்பாக இஸ்லாத்திற்கு மாறுவது இன்னமும் பொற்கால இந்துவாழ்வை அழித்துச் சூறையாடிய முஸ்லிம் ஆட்சியின் குரூரத்தைப் பற்றியே எழுதிவரும் இந்து மேலாதிக்க வரலாற்றியலில், ஒரு சங்கடமான இடத்தையே பெற்றுவருகிறது.[84] சூறையாடலும் குரூரங்களும் நிகழ்ந்தன. ஆனாலும் அந்த ஆட்சி பலருக்குப் பலவழிகளில் அர்த்தமுடையதாக இருந்தது. ஆர்ய பட்களின் (பிராமணர்களின்) பொற்காலம் என்று கூறப்படும் காலத்தைப் பற்றியும் முஸ்லிம் ஆட்சியைப் பற்றியும் துவக்ககால நவீன சாதிமறுப்பு அறிவுஜீவிகளுள் மூத்தவரான ஜோதிராவ் புலே (1827 – 1890) இதோ இப்படிச் சொல்கிறார்:

முஸ்லிம்கள், ஆர்ய பட்களின் குடைவு கற்சிற்பங்களை அழித்து, அவர்களைப் பலவந்தமாக அடிமைப்படுத்தி சூத்திரர்களையும் அதிசூத்திரர்களையும் பெரும் எண்ணிக்கைகளில் அவர்களின் பிடியிலிருந்து வெளிக்கொண்டுவந்து முஸ்லிம்களாக மாற்றி அவர்களையும் முஸ்லிம் மதத்தில் இணைத்தனர். இது மட்டுமல்ல, அவர்கள் அன்னம் நீர் புழங்குதல், சாதிவிட்டுச் சாதி திருமணங்களையும் சாத்தியப்படுத்தி எல்லாவகையிலும் சமஉரிமைகளை வழங்கினார்கள். முஸ்லிம்கள் இவர்களைத் தங்களைப்போலவே மகிழ்ச்சியாக இருக்கவைத்து அதை ஆர்ய பட்களைப் பார்க்க வைத்தார்கள்.[85]

நூற்றாண்டின் இறுதிக்குள் மதமாற்றம் என்பது இந்தியாவில் முற்றிலும் வேறுபட்ட பின்விளைவுகளைக் கொண்டதாக மாறிவிட்டது. பரிச்சயமில்லாத பல புதிய காரணங்கள் இந்தத் தேர்வுகளுக்குள் நுழைந்துவிட்டன. மக்களால் வெறுக்கப்படும் ஒரு ஆட்சியை எதிர்ப்பது என்பது இனிமேலும் ஓர் எதிர் படை தலைநகரத்துக்குள் நுழைந்து, அரசனை வீழ்த்தி தூக்கியெறிந்து அரியணையில் உட்காருவது என்ற நடைமுறையில் நடப்பதில்லை. பழைய கருத்தியலில் ராஜ்ஜியமாய் இருந்தது இப்போது புதிய கருத்தியலில் தேசிய அரசாக உருமாற்றம் அடைந்துள்ளது. நவீன ஆட்சிமுறை என்பது இப்போது பிரதிநிதித்துவ உரிமை குறித்த பல ஸ்திரமற்ற கேள்விகளை உள்ளடக்கி இருக்கிறது: இந்திய மக்களின் பிரதிநிதியாக இருக்கும் உரிமை யாருக்குள்ளது? இந்துக்கள், முஸ்லிம்கள், சீக்கியர்கள், கிறித்தவர்கள், வசதிபடைத்த

சாதிகள், ஒடுக்கப்பட்ட சாதிகள், விவசாயிகள், தொழிலாளிகள் என அனைத்து இந்திய மக்களுக்கும்? சுயாட்சியின் 'சுயம்' ஸ்வராஜின் 'ஸ்வா' எப்படி கட்டமைக்கப்படும்? யார் முடிவெடுப்பார்கள்? திடீரென்று தங்களுக்குள் ஆயிரத்திற்கும் மேற்பட்ட மொழிகளில் பேசிக்கொள்ளும் இனம், சாதி, இனக்குழு, மதம் என நம்பமுடியாத அளவிற்கு பலவகைப்பட்ட வேறுபாடுகள்கொண்ட மக்கள் கூட்டம், ஒரு நவீன தேசத்தின் நவீன பிரஜைகளாக மாற்றப்பட வேண்டியவர்களானார்கள். இப்படி ஒரே மாதிரியாக இவர்களை மாற்றுவதற்கான செயற்கையான வழிமுறைகள் நேரெதிர் விளைவுகளை ஏற்படுத்த தொடங்கியது. ஒருபுறம் நவீன இந்திய தேசம் தன்னைக் கட்டமைத்துக் கொள்ளும்போதே இன்னொருபுறம் அது முறியத் தொடங்கியது.

இந்தப் புதிய அமைப்பில், ஜனத்தொகை கணக்குகள் மிக முக்கியமானதாயின் ஆய்வுகளின் மூலம் ஆங்கிலேயர் உருவாக்கிய மக்கள்தொகை கணக்குகள் – கடினமான ஆனால் வளைக்கவே முடியாதது என்று சொல்லமுடியாத சில நெகிழ்வுகளைக் கொண்டிருந்த சாதிய படிநிலையை தங்களுடைய சில சொந்தத் தீர்ப்புகளையும் கற்பிதங்களையும் சேர்த்து – ஒட்டுமொத்த சமூகத்தையும் 'குற்றவாளிகள்' 'வீரர்கள்' என்றெல்லாம் முத்திரை குத்தும் ஆங்கிலேய தொகுப்புமுறைகள் மூலம் – திடப்படுத்தி அவற்றை உறையவைத்துப் பூட்டியது. தீண்டத்தகாத சாதிகள் இந்து என்ற தலைப்பிட்ட கணக்கின்கீழ் பதியப்பட்டனர். (1930இல் 44.5 மில்லியன் தீண்டத்தகாதவர்கள் இருந்ததாக அம்பேத்கர் குறிப்பிடுகிறார்.[86] அதே காலகட்டத்தில் அமெரிக்காவில் வாழ்ந்த ஆப்பிரிக்க அமெரிக்கர்களான கறுப்பின மக்களின் எண்ணிக்கை 8.8 மில்லியன் ஆகும்.) இப்படிப்பட்ட சூழ்நிலையில் இந்து மதத்திலிருந்து பேரளவிலான தீண்டத்தகாதோரின் வெளியேற்றம் என்பது "இந்து" பெரும்பான்மைக்கு மிக பேரழிவானதாய் இருந்திருக்கும். பிரிவினைக்கு முந்தைய ஒன்றிணைந்த பஞ்சாபில் 1881க்கும் 1941க்கும் இடையே இந்துக்கள் எண்ணிக்கை 43.8 சதவீதத்திலிருந்து 29.1 சதவீதத்திற்கு குறைந்தது. இது பெருமளவில் தாழ்த்தப்பட்ட சாதிகளின் மற்றும் இதர சாதிகளின் இஸ்லாமிய, சீக்கிய கிறித்தவ மதமாற்றத்தினாலேயே நிகழ்ந்தது.[87]

இந்து சீர்திருத்தவாதிகள் இந்த வெளியேற்றத்தை தடுக்க விரைந்தார்கள். 1875இல் தயானந்த சரஸ்வதியால் (கத்தியவாரில் குஜராத்தி பிராமண குடும்பத்தில் பிறந்த மூல் சங்கர்) தோற்றுவிக்கப்பட்ட ஆர்ய சமாஜம் இதில் மிக பழமையானது. தீண்டாமைக்கு எதிரான பிரச்சாரத்தில் ஈடுபட்ட இவர்கள் உருவச்சிலை வழிபாட்டை தடைசெய்தனர். 1877இல் தயானந்த சரஸ்வதி ஷுத்தி நிகழ்வை "அசுத்தமானவர்களை சுத்தப்படுத்த" துவக்கினார். பத்தொன்பதாம் நூற்றாண்டின் துவக்கத்தில் அவருடைய சீடர்கள் வட இந்தியாவில் இதை பெரிய அளவில் நடத்தினர்.

1899இல் ராமகிருஷ்ண மடத்தின் சுவாமி விவேகானந்தர் – இவர் 1893இல் சிகாகோவில் நடைபெற்ற உலக மதங்களின் பேரவையில் சந்நியாசியின் காவி உடையில் பேசிப் பிரபலமானவர் – அங்கே அவர் "இந்து மதத்தை விட்டு வெளியே செல்லும் ஒவ்வொருவரும் இங்கே ஒரு வெற்றிடம் மட்டுமல்ல, அங்கே இன்னுமொரு எதிரியே" என்று கூறினார்.[88]

தீண்டத்தகாதோரின் மனங்களையும் இதயங்களையும் வென்றெடுத்து இந்து மதத்தை காப்பாற்ற உறுதி பூண்ட புதிய சீர்திருத்த அமைப்புகள் பஞ்சாபில் பெருமளவில் தோன்றின. ஸ்ரத்தானந்த தலித் உத்தார் சபா, அனைத்திந்திய அச்சுதோத்தார் கமிட்டி, பஞ்சாப் அச்சுத் உத்தார் மண்டல், மற்றும் ஆர்ய சமாஜத்தின் பகுதியான சாதி பேத உடைப்பு மன்றம் (ஜாத் பாத் தோடக் மண்டல்).[89]

சீர்திருத்தவாதிகள் பயன்படுத்திய 'இந்து', 'இந்துமதம்' ஆகிய வார்த்தைகள் புதியவை. அதுவரை இவ்வார்த்தைகள் முகலாயர்களாலும் ஆங்கிலேயர்களாலும் பயன்படுத்தப்பட்டவை. ஆனால் இந்துக்கள் என்று அழைக்கப்பட்டவர்கள் அதுவரை தங்களைப் பற்றிச் சொல்லிக்கொள்ள பயன்படுத்திய வார்த்தைகளல்ல அவை. ஜனத்தொகை சார்ந்த தேவைகளும் அச்சங்களும் ஏற்படும்வரை அவர்கள் எப்போதும் தங்கள் குலத்தையும் சாதி அடையாளத்தையுமே முன்நிறுத்தி வந்தனர். "முற்றுமுதலாக நாம் புரிந்துகொள்ள வேண்டியது என்னவென்றால் இந்து சமூகம் என்பது ஒரு கட்டுக்கதை. இந்து என்ற பெயரே வெளிநாட்டிலிருந்து வந்தது" என்றார் அம்பேத்கர்.

இது முகமதியர்களால் உள்ளூர்வாசிகளுக்கு (சிந்து நதிக்கு கிழக்கில் வசித்தவர்கள்) கொடுக்கப்பட்ட பெயர். தங்களை வேறுபடுத்திக் காட்ட முகமதியர்களால் இது கொடுக்கப்பட்டது. முகமதிய படையெடுப்பிற்கு முந்தைய எந்த சமஸ்கிருதப் பதிவிலும் இந்த வார்த்தை வருவதில்லை. அதுவரை அவர்கள் ஒரு பொதுப் பெயருக்கான தேவையே உணரவில்லை, ஏனெனில் அவர்கள் தங்களை ஒரு ஒருங்கிணைந்த கட்டமைக்கப்பட்ட சமூகமாகவே உணரவில்லை. இந்து சமூகம் என்று ஒன்று இல்லவே இல்லை. அது சாதிகளின் ஒரு தொகுப்பே ஆகும்.[90]

சீர்திருத்தவாதிகள் தங்களையும் தங்கள் அமைப்புகளையும் குறிக்க "இந்து" என்ற சொல்லை பயன்படுத்த தொடங்கியபோதும் அது மதத்தின் அடிப்படையில் செய்யப்பட்டது என்பதை விட அது பிளவுபட்ட மக்களை ஒரு ஒன்றுபட்ட அரசியல் கட்டமைப்பாக ஒன்றிணைக்கும் அடிப்படையில் செய்யப்பட்டது என்பதுதான் சரி. சீர்திருத்தவாதிகள் தொடர்ந்து பயன்படுத்திய "இந்து தேசம்" "இந்து இனம்" என்ற பதங்களையும் இந்த அடிப்படை விளக்குகிறது.[91] இந்த அரசியல் இந்துமதம்தான் பின்னர் இந்துத்துவம் என்று அழைக்கப்பட்டது.[92]

ஜனத்தொகை பிரச்சனை நேரடியாகவே எதிர்கொள்ளப்பட்டது. "இந்த நாட்டில் அரசாங்கம் எண்ணிக்கைகளின் அடிப்படையில் அமைகிறது" என 1921 ஜனவரி பத்தாம் தேதி கான்பூரில் இருந்து வெளியான *பிரதாப்* என்ற செய்தித்தாளின் ஆசிரியர் எழுதினார். மேலும் அவர்,

சுத்தி என்பது இந்துக்களுக்கு வாழ்வா சாவா பிரச்சனையாக மாறிவிட்டது. ஒன்றுமில்லாத இடத்திலிருந்து முஸ்லிம்கள் 70 மில்லியன் வரை வளர்ந்துவிட்டார்கள். கிறித்தவர்கள் நான்கு மில்லியன். 70 மில்லியன் முஸ்லிம்களால் 220 மில்லியன் இந்துக்கள் வாழச் சிரமப் படுகிறார்கள். அவர்கள் எண்ணிக்கை அதிகரித்தால் என்ன

நடக்கும் என்று கடவுளுக்குத்தான் வெளிச்சம். சுத்தி என்பது மத நோக்கங்களுக்காக மட்டும் செய்யவேண்டியது என்பது உண்மைதான். ஆனால் பிற காரணங்களுக்காகவும் இந்துக்கள் தங்களுடைய வேற்று சகோதரர்களை தழுவ வேண்டிய கட்டாயத்தில் இருக்கிறார்கள். இந்துக்கள் இப்போது விழித்தெழவில்லை என்றால், அவர்கள் முடிந்து போவார்கள்[93]

என்று எழுதியிருக்கிறார்.

இந்து மகாசபா போன்ற பழமைவாத இந்து அமைப்புகள்கூட மேடைப்பேச்சோடு நிற்காமல் இந்தப் பணியை தொடங்கினர். தங்களுடைய ஆழ்ந்த நம்பிக்கைகளுக்கும் நடைமுறைக்கும் எதிராக தீண்டாமை எதிர்ப்புக் கொள்கைக்கு உத்வேகத்தோடு மாறத்தொடங்கினார்கள். தீண்டத்தகாதோரின் மதமாற்றம் தடுத்து நிறுத்தப்படவேண்டும். அவர்கள் உள்வாங்கப் படவேண்டும், அவர்களின் புரோட்டீன்கள் உடைக்கப்பட்டு ஜீரணிக்கப்படவேண்டும். அவர்களைப் பெரிய வீட்டிற்குள் அழைத்து வரவேண்டும், ஆனால் வெளியே பணியாட்கள் அறையில் வைக்கவேண்டும் என செயல்பட்டார்கள். இதைப் பற்றி அம்பேத்கர் சொல்கிறார்:

இந்து மதம் பலவற்றை உள்வாங்கும் திறன் கொண்டது என்பது உண்மைதான். மாட்டுக்கறி தின்னும் இந்து மதம் (சரியாகச் சொல்வதானால் ஆரம்ப கால இந்து மதத்தின் பெயரான பிராமணீயம்) பௌத்தத்தின் அகிம்சை தத்துவத்தை ஏற்றுக்கொண்டு சைவம் உண்ணும் மதமானது. ஆனால் ஒன்றை மட்டும் இந்து மதத்தால் எப்போதுமே செய்ய முடியவில்லை – தீண்டத்தகாதோரை உள்வாங்கும் விதத்தில் தன்னைச் சீர்படுத்திக் கொள்வது இல்லாவிட்டால் தீண்டாமையை அகற்றுவது என்பதுதான் அது.[94]

இந்து சீர்திருத்தவாதிகள் இப்படியான தங்கள் பணிகளில் ஈடுபட்டிருந்தபோது, தீண்டத்தகாதோர் தலைமை தாங்கிய சாதி எதிர்ப்பு இயக்கங்களும் தங்களை அணிதிரட்டத் தொடங்கின. சுவாமி அச்சுதானந்த ஹரிஹர் வேல்ஸ் இளவரசருக்கு நிலச் சீர்திருத்தம், தீண்டத்தகாத குழந்தைகளுக்கு தனிப்பள்ளிகள், தனித் தொகுதி உள்ளிட்ட பதினேழு கோரிக்கைகள் கொண்ட பட்டயத்தை அளித்தார். இன்னொரு பிரபலமான தலைவர் பாபு மங்கு ராம் கனடாவிலும் வட அமெரிக்காவிலும் இருந்த பஞ்சாபியரால் 1913இல் துவங்கப்பட்ட ஏகாதிபத்திய எதிர்ப்பு கத்தர் கட்சியில் உறுப்பினராக இருந்தார். முதல் சுதந்திரப் போராட்டம் என்றழைக்கப்படும் 1857இல் சிப்பாய் கலகத்தால் உந்தப்பட்ட பஞ்சாபி இந்தியர்களின் சர்வதேச இயக்கம் தான் கத்தர் (கலகம்) கட்சி. ஆயுதப் போராட்டத்தால் ஆங்கிலேய ஆட்சியை தூக்கியெறிவதுதான் அதன் குறிக்கோள். (ஒருவகையில் இந்தியாவின் முதல் கம்யூனிஸ்ட் கட்சி இதுதான் என்றும் சொல்லலாம். நகர்ப்புற உயர்சாதி தலைமை கொண்டிருந்த காங்கிரஸ் கட்சி போலல்லாமல் கத்தர் கட்சி பஞ்சாபின் விவசாய மக்களோடு நெருக்கமாய் இருந்தது. இன்று இல்லாமல் போய்விட்டாலும், அதன் நினைவு பஞ்சாபின் இடதுசாரி புரட்சிகர கட்சிகளுக்கு இணைந்து பணிபுரிவதற்கான புள்ளியாய் விளங்குகிறது.)

அமெரிக்காவில் பத்தாண்டுகள் இருந்தபின் பாபு மங்கு ராம் இந்தியா திரும்பி வந்தபோது, இங்கே சாதி அமைப்பு அவருக்காக காத்திருந்தது. அவர் தான் மீண்டும் தீண்டத்தகாதவராக ஆக்கப்பட்டதை உணர்ந்தார்.[95] அவர் 1926இல் பக்தி கவிமுனி ரவிதாசை ஆன்மீக நாயகனாகக் கொண்ட அத் தர்ம இயக்கத்தை தோற்றுவித்தார். அத் தர்மிகள் தாங்கள் இந்துவும் இல்லை சீக்கியரும் இல்லை என்று அறிவித்தனர். ஆரிய சமாஜத்தை விட்டு பல தீண்டத்தகாதோர் அத் தர்ம இயக்கத்தில் இணைந்தனர்.[96] பாபு மங்கு ராம் பின்னாளில் அம்பேத்கரின் தோழரானார்.

ஜனத்தொகை குறித்த கவலைகள் கொதிப்பான அரசியல் நிலையை உருவாக்கியது. இன்னும் பல கொலைபாதக போட்டிகளும் நடந்துகொண்டிருந்தன. ஆங்கிலேய அரசாங்கம் இந்தியாவை ஆளும் உரிமையை ஏகாதிபத்திய ஆக்ஞையின் படி தமக்குத்தாமே அளித்துக்கொண்டு இந்திய மேட்டுகுடியினரோடு நெருங்கி பணியாற்றி, இங்கு நிலவும் நிலைமைகளை மாற்றாமல் இருப்பதில் கவனமாகச் செயல்பட்டு தம் அதிகாரத்தைக் கெட்டிப்படுத்திக் கொண்டனர்.[97] ஒரு காலத்தில் வளமையாக இருந்த துணைக் கண்டத்தின் வளங்களை உறிஞ்சி எடுத்து – அல்லது இப்படி சொல்லலாமா – ஒருகாலத்தில் வளமையாக இருந்த துணைக் கண்டத்தின் மேட்டுக்குடியினரின் வளங்களை உறிஞ்சி எடுத்தனர். ஆங்கிலேய அரசு இங்கிருந்து இங்கிலாந்துக்கு உணவு ஏற்றுமதி செய்துகொண்டிருந்த காலகட்டத்தில் பல மில்லியன் மக்களைக் கொன்ற பஞ்சங்களை இங்கே தோற்றுவித்தனர்.[98] இது எதுவும் அவர்களை சாதிய மதரீதியிலான கலவரங்களை வெடிக்கச் செய்யும் சில பிரச்சனைகளை தந்திரமாக கொளுத்திப் போடுவதிலிருந்து நிறுத்தவில்லை. 1909இல் முஸ்லிம்களுக்கு மாகாண சபைகளிலும் மத்தியிலும் தனி வாக்குரிமை அளிக்கும் மிண்டோ மார்லி சீர்திருத்தத்தை சட்டமாக்கினார்கள். அதை எதிர்ப்பவர்கள் எவராயினும் அவர்களுடைய அரசியல் அறம்சார் முறைகளை ஆங்கிலேய அரசு கேள்விக்குள்ளாக்கத் தொடங்கியது. பண்டையகால நடவடிக்கை போன்ற தீண்டாமையை கடைபிடிக்கும் மக்கள் எப்படி சுயாட்சியைப் பற்றிப் பேசமுடியும்? வசதிபடைத்த உயர்சாதி இந்துக்களால் தலைமைதாங்கப்படும் காங்கிரஸ் கட்சி எப்படி முஸ்லிம்களின் பிரதிநிதியாக முடியும்? அல்லது தீண்டத்தகாதோரின் பிரதிநிதியாகமுடியும்? ஆங்கிலேய அரசிடமிருந்து வந்தவை என்பதால் இவை நிச்சயம் சூழ்ச்சியான கேள்விகளாகத்தான் இருக்கமுடியும், ஆனால் சூழ்ச்சியான கேள்விகளுக்குக் கூட பதில்கள் தேவை.

விரிந்துகொண்டிருந்த இந்தப் பிளவை சரியாக்க இறங்கியவர் அநேகமாய் இந்த நவீன உலகம் அறிந்த அரசியல்வாதிகளிலேயே மிக முழுமையானவரான மோகன்தாஸ் கரம்சந்த் காந்தி. போட்டியில் வெற்றி பெற வேண்டிய நிர்ப்பந்தத்தை ஆங்கிலேயருக்கு ஏகாதிபத்திய ஆக்ஞை தந்ததென்றால் காந்திக்கு அதை அவருடைய மகாத்மியம் நிர்ப்பந்தித்தது.

○

தென்னாப்பிரிக்காவில் 20 ஆண்டுகால அரசியல் செயல்பாட்டுக்குப் பிறகு காந்தி 1915இல் இந்தியாவிற்கு திரும்பி வந்து தேசிய இயக்கத்தில்

உடனடியாக இறங்கினார். அவருடைய முதலாவது அக்கறை, எந்த அரசியல்வாதியினதும் போல, தேசிய இயக்கத்தின் பல குழுக்களை ஒன்றிணைத்து உருவாகிவரும் புதிய தேசத்தின் தகுதியான ஒரே பிரதிநிதியாக இந்திய தேசிய காங்கிரஸை ஆக்குவதுதான். அது ஒரு மாபெரும் பணி. அனைவரையும் – இந்துக்கள், முஸ்லிம்கள், கிறித்தவர்கள், சீக்கியர்கள், உயர் சாதியினர், தாழ்த்தப்பட்ட சாதியினர், நிலச்சுவான்தார்கள், விவசாயிகள், பண்ணையார்கள், ஜமீன்தார்கள், தொழிலாளிகள், தொழிலதிபர்கள் – என அனைவரையும் பிரதிநிதித்துவப்படுத்துவதற்கான அந்த முயற்சியின் தூண்டுதல்களும் முரண்களும் காந்தியின் மகாத்மியம் என்ற பரலோக ஊற்றுக்குள் ஈர்த்துக் கொள்ளப்பட்டன.

பாற்கடலைக் கடைந்தபோது வெளிவந்த ஆலகால விஷத்தை உண்ட நீலகண்ட சிவனின் புராணத்தைப்போல, ஒரு புதிய தேசம் சுழன்றெழுந்த காலத்தில் அதன் அடியாழத்தில் இருந்து எழும்பிவந்த விஷத்தை விழுங்க காந்தி தன் சக தலைவர்களினும் முதன்மையானவராக இருந்தார். துரதிர்ஷ்டவசமாக காந்தி சிவன் அல்ல. அவரை அந்த விஷம் ஆட்கொள்ளவும் செய்தது. காங்கிரஸ் கட்சியின் மேலாதிக்கம் அதிகரிக்க அதிகரிக்க மிகுந்த வன்முறையாக எல்லாம் சிதறி விழத்தொடங்கின.

காங்கிரஸ் வென்றெடுக்கவேண்டிய முக்கிய மூன்று தொகுப்புகளாக பழமைவாத உயர்சாதி இந்துக்களும் தீண்டத்தகாதவர்களும் முஸ்லிம்களும் இருந்தார்கள்.

காங்கிரஸின் இயல்பான தொகுதியான பழமைவாத இந்துக்களைப் பொறுத்தவரை காந்தி தன்னுடைய ராம ராஜ்ஜியம், அவரது தெய்வீக அகராதியான பகவத் கீதை (பெரும்பாலான சிலைகளில் காந்தி இந்தப் புத்தகத்தைத்தான் கையில் வைத்து இருப்பார்.) என்ற பொன்னுலகத்தைத் தூக்கிப் பிடித்தார். அவர் தன்னை ஒரு சனாதன இந்து என்று அழைத்துக் கொண்டார். சனாதன தர்மம், நித்தியத்துவம் பெற்ற சட்டமாக, எல்லாவற்றின் தோற்றுவாயாக, அனைத்தின் கொள்கலனாக தன்னை நிலைநிறுத்திக்கொண்டது. ஆன்மீகமாகப் பார்த்தால் அது ஒரு பரந்த அழகிய கருத்தாக்கம்; பன்மைத்துவத்தின் சகிப்புத்தன்மையின் எடுத்துக்காட்டு. ஆனால் அரசியல்ரீதியாக இவையெல்லாவற்றிற்கும் நேரெதிரான நிலையில் பயன்படுத்தப்படுகிறது. ஆதிக்கம் செலுத்தி ஜீரணித்தல் என்ற குறுகிய நோக்கத்திற்காக அது இஸ்லாம், கிறித்தவம், பௌத்தம், சமணம், சீக்கியம் ஆகிய மதங்களை உள்ளிழுத்துக் கொள்ளப் பயன்படுத்தப்படுகிறது. ஒரு பெரு வணிக நிறுவனத்தின் குடையின்கீழ் செயல்படும் சிறு கம்பெனிகளாக இந்தப் பிற மதங்கள் செயல்படவேண்டும் என எதிர்பார்க்கப்படுகிறது.

இரண்டாவது பெரிய தொகுதியான தீண்டத்தகாதவர்களை தம் பக்கம் இழுக்க இந்திய தேசிய காங்கிரஸ் 1917இல் தீண்டாமை ஒழிப்பு குறித்து ஒரு தீர்மானம் நிறைவேற்றியது. காங்கிரஸை உருவாக்கியவர்களில் ஒருவரான பிரம்மஞான சபையின் அன்னி பெசண்ட் அம்மையார் கூட்டத்திற்குத் தலைமை தாங்கினார். அது ஒரு 'விசித்திரமான நிகழ்வு' என அம்பேத்கர் குறிப்பிடுகிறார்.[99] 1909இல் இந்தியன் ரெவ்யூவில் அன்னி

பெசண்ட் அம்மையார், பள்ளிகளில் தீண்டத்தகாத குழந்தைகளை 'சுத்த' சாதிக் குழந்தைகளிடமிருந்து பிரித்து வைக்க வேண்டியதன் தேவைபற்றி எழுதிய கட்டுரையை மீள்பிரசுரம் செய்தார். அதில்:

> இப்போது அவர்களின் உடல்கள் பல தலைமுறைகளாக அவர்கள் உட்கொண்ட கடும் நெடிகொண்ட உணவாலும் சாராயத்தாலும் துர்நாற்றம் வீசுபவையாக இருக்கின்றன. சில தலைமுறைகளாவது அவர்கள் தூய்மையான உணவும் வாழ்முறையும் கடைபிடித்தால்தான் அவர்களின் உடல்கள் மிகப் பிரமாதமான சுகாதார முறைகளில் பழக்கப்படுத்தப்பட்ட, மிகச் சுத்தமான உணவுகளை உண்டு வளர்ந்த குழந்தைகளின் அருகே அமரத் தகுதியடையும். நாம் தாழ்த்தப்பட்ட வகுப்பினரை அதே அளவிலான தூய்மைநிலைக்கு உயர்த்தவேண்டும். தூய்மையானவர்களை அசுத்தமான நிலைக்கு கீழிறக்கக்கூடாது. அது நடைபெறும்வரை நெருங்கிய இணைப்பு என்பது விரும்பத்தக்கதல்ல.[100]

காங்கிரஸ் கட்சி வென்றெடுக்கவேண்டிய மூன்றாவது பெருந்தொகுதி முஸ்லிம் மக்கள். (இவர்கள் சாதி இந்துக்களின் தூய்மை – தீட்டு அளவுகோலில் மிலேச்சர்கள், அதாவது அசுத்தமானவர்கள்; அவர்களுடன் உணவு, நீர் புழங்குதல் தடைசெய்யப்பட்ட ஒன்று.) 1920இல் காங்கிரஸ் முதலாம் உலகயுத்தத்தில் நேச நாடுகள் ஒட்டோமன் பிரதேசங்களை கூறுபோட்டுக் கொள்வதை எதிர்த்து உருவான அனைத்து – இஸ்லாமிய இயக்கத்தின் தலைவர்களாக இருந்த பழமைவாத இந்திய முஸ்லிம்களுடன் அணிசேர முடிவு செய்தது. தோற்கடிக்கப்பட்ட ஒட்டோமனின் சுல்தான்தான் சன்னி முஸ்லிம்களின் மதத் தலைவர் காலிஃப். ஒட்டோமன் ராஜ்ஜியத்தின் பிரிவினையை சன்னி முஸ்லிம்கள் இஸ்லாமிய காலிஃபியத்திற்கான அச்சுறுத்தலாகப் பார்த்தனர். காந்தியின் தலைமையில் காங்கிரஸ் கட்சி இந்தப்போராட்டத்தில் குதித்து கிலாஃபத் (காலிஃபியம்) போராட்டத்தை தங்களுடைய முதல் தேசிய சத்தியாக்கிரகத்தில் ஒரு அம்சமாக முன்னெடுத்தனர். அந்த சத்தியாக்கிரகம் ஆங்கிலேய அரசு, யுத்தகால அவசரநிலையில் பிரகடனப் படுத்திக் கொண்ட அதிகாரங்களை யுத்தம் முடிந்த பின்னும் தொடர 1919இல் கொண்டு வந்த ரௌலட் சட்டத்தை எதிர்ப்பதற்காகத் திட்டமிடப்பட்டது.

கிலாஃபத் போராட்டத்திற்கான காந்தியின் ஆதரவு வெறும் அரசியல் சந்தர்ப்பவாதமா இல்லையா என்பது பற்றி பலப்பல விவாதங்கள் நடந்துவிட்டன. ஃபைசல் தேவ்ஜி என்ற வரலாற்றியலாளர் அந்தக் காலகட்டத்தில் காந்தி ஒருவித சர்வதேசியத்தை நோக்கி இயங்கினார் என்று ஏற்றுக்கொள்ளத்தக்க வகையில் வாதிடுகிறார். ஒரு பொறுப்புள்ள காலனியப் பிரஜையாக (தன்னுடைய தென் ஆப்பிரிக்க வருடங்களில் தன்னை எப்படிப் பார்த்தாரோ அப்படியே) அவர் ஆங்கிலேய அரசை தார்மீக ரீதியில் அணுகி அதை மாற்றி அதன் அனைத்துப் பிரஜைகளுக்கும் பொறுப்பேற்கும்படி செய்வது என்ற அணுகுமுறையைக் கையாண்டார்.[101] காந்தி கிலாஃபத்தை ஒரு உயர்குறிக்கோளாகவும் ஒத்துழையாமை இயக்கத்தை மதமறுப்புக்கு எதிரான மதத்தின் போராட்டமாகவும் அடையாளப்படுத்தினார்.[102] இதன்மூலம் காந்தி இந்து மதமும்

இஸ்லாமும் இணைந்து, அவரது பார்வையில் தன் தார்மீக மையத்தை இழந்துகொண்டிருந்த கிறித்தவ மதத்தை மாற்றுவது என்ற கருத்தை முன்வைத்தார். ஒத்துழையாமை இயக்கத்தின்போதுதான் காந்தி மதத்தையும் மத அடையாளங்களையும் தன்னுடைய அரசியலின் மையக் கூறுகளாக முன்வைத்தார். ஒருவேளை அதை அவர் பக்தர்கள் தங்கள் ஆன்மாவை சூடேற்றிக்கொள்ள பயன்படும் என்ற நினைப்பில் ஒரு பாதையோர நெருப்பாகப் பற்றவைத்திருக்கலாம். ஆனால் அது பெருநெருப்பாய் பற்றிக்கொண்டது; இதுவரை அணைந்துபோகாத நெருப்பு.

விரிவான இஸ்லாமியப் போராட்டம் ஒன்றிற்கு ஆதரவு தெரிவித்ததன் மூலம் காந்தி தன் தலைப்பாகையை இன்னமும் பெரிய ஒரு வளையத்திற்குள் வீசினார். அவர் தன்னுடைய 'இந்துத்தன்மையை' அடிக்கோடிட்டுக் காட்ட பெரிதும் பிரயாசைப்பட்டபோதும் அவர் தன்னை ஒரு இந்துத் தலைவருக்கும் மேலாக ஏன் இந்தியத் தலைவருக்கும் மேலாக, ஆங்கிலேய அரசின் அனைத்து பிரஜைகளுக்குமான தலைவராக தன்னை முன்நிறுத்த முயன்றார். கிலாஃபத் இயக்கத்திற்கு காந்தி அளித்த ஆதரவு அச்சமயத்தில் முஸ்லிம்கள் உண்மையான இந்தியர்கள் இல்லை என்றும் அவர்களின் மூடத்தனமான விசுவாசங்களின் மையம் இந்தியாவுக்கு வெளியேதான் இருக்கிறது என்றும் பேசத் தொடங்கியிருந்த இந்து மதத் தீவிரவாதிகளின் கைகளில் வேறு வடிவம் எடுத்தது. பழமைவாத முஸ்லிம்களுடன் காங்கிரஸின் அணிசேர்க்கை பழமைவாத இந்துக்களையும் மிதவாத முஸ்லிம்களையும் கோபம் கொள்ளச் செய்தது.

ஒத்துழையாமை இயக்கம் உச்சத்தில் இருந்த 1922இல், பல விஷயங்கள் கை மீறிச்சென்றன. ஐக்கிய மாகாணத்தில் (இன்றைய உத்தரப் பிரதேசம்) செளரி செளரா என்ற ஊரில் போராட்டக்குழு ஒன்று 22 காவலர்களைக் கொன்று காவல் நிலையத்திற்குத் தீ வைத்தது. காந்தி இதை மக்கள் இன்னமும் உண்மையான சத்தியாக்கிரகிகளாக மாற்றம் பெறாததன் அறிகுறியாகவும்; அவர்கள் அகிம்சாவழிப் போராட்டத்திற்கும் ஒத்துழையாமை இயக்கம் நடத்தவும் தயாராகவில்லை என்பதாகவும் பார்த்தார். பிற தலைவர்கள் எவரையும் கலந்தாலோசிக்காமல் காந்தி தன்னிச்சையாக சத்தியாகிரகத்தைத் திரும்பப் பெற்றுக்கொண்டார். ஒத்துழையாமை இயக்கமும் கிலாஃபத் இயக்கமும் இணைந்து நடைபெற்றவை என்பதால், இந்தத் திரும்பப் பெறுதல் கிலாஃபத்திற்கும் முற்றுப்புள்ளியாகியது. இந்த தன்னிச்சையான முடிவால் ஆத்திரமுற்ற கிலாஃபத் இயக்கத் தலைவர்கள் காங்கிரஸிலிருந்து பிரிந்து சென்றனர். விஷயங்கள் கலைந்துவிழத் தொடங்கின.

1925 வாக்கில் டாக்டர் கே.பி. ஹெட்கேவரால் 'ராஷ்ட்ரிய ஸ்வயம் சேவக் சங்' (ஆர்.எஸ்.எஸ்) என்ற இந்து தேசியவாத அமைப்பு தொடங்கப் பட்டுவிட்டது. ஆர்.எஸ்.எஸ்ஸின் ஆரம்பகால கருத்தியலாளர்களுள் ஒருவரான பி.எஸ். மூன்ஜெ 1931இல் இத்தாலிக்குப் பயணம்செய்து முசோலினியை சந்தித்து வந்தார். ஐரோப்பிய ஃபாசிசத்தால் உத்வேக மடைந்த ஆர்.எஸ்.எஸ் தங்கள் அமைப்பில் பயிற்சிபெற்ற படையணிகளை உருவாக்கத் தொடங்கியது. (இன்று அவர்கள் கோடிக்கணக்கில் பெருகி

யிருக்கின்றனர். முன்னாள் பிரதமர் அடல் பிஹாரி வாஜ்பாயி, முன்னாள் உள்துறை அமைச்சர் எல்.கே. அத்வானி, நான்குமுறை குஜராத்தின் முதலமைச்சராக தேர்வுசெய்யப்பட்ட நரேந்திர மோடி ஆகியோரும் இந்த அமைப்பின் உறுப்பினர்கள்.) இரண்டாவது உலக யுத்தம் தொடங்கிய காலகட்டத்திற்குள்ளாகவே முசோலினியும் ஹிட்லரும் ஆர்.எஸ்.எஸ் அமைப்பின் ஆன்மிக, அரசியல் வழிகாட்டிகளாக ஆனார்கள் (இன்றளவும் தொடர்கிறார்கள்.) பின்னர், ஆர்.எஸ்.எஸ். இந்தியாவை ஒரு இந்து நாடென்றும் இந்தியாவில் உள்ள முஸ்லிம்கள் ஜெர்மனி யூதர்களுக்கு நிகரானவர்கள் என்றும் அறிவித்தது. ஹெட்கேவருக்குப் பின் ஆர்.எஸ்.எஸ் அமைப்பின் தலைவராக பொறுப்பேற்ற எம்.எஸ். கோல்வால்க்கர் 1939இல் ஆர்.எஸ்.எஸ்ஸின் பைபிள் எனக் கருதப்படும் 'நாம் அல்லது நமக்கான தேசிய வரையறை' என்ற புத்தகத்தில் இப்படி எழுதுகிறார்:

> தன் இனத்தின் பண்பாட்டின் தூய்மையைக் கட்டிக்காக்க ஜெர்மனி உலகமே அதிரும் வகையில் தன் நாட்டிலிருந்து செமிடிக் இனத்தவர்களை – யூதர்களை அழித்து வெளியேற்றியது. இனப்பெருமையின் உச்சம் இங்கு வெளிப்படுத்தப்பட்டுள்ளது … இந்துஸ்தானத்தில் இருக்கும் நாம் கற்று லாபம் பெறுவதற்கான நல்ல பாடம் இது.[103]

1940ற்குள் எம்.ஏ. ஜின்னா தலைமையிலான முஸ்லிம் லீக் பாகிஸ்தான் தீர்மானத்தை நிறைவேற்றியிருந்தது.

1947இல் வரலாற்றின் மிகத் துன்பமான கயமைகளுள் ஒன்றான ஆங்கிலேய அரசின் இந்தியா – பாகிஸ்தான் பிரிவினை அவசரஅவசரமாக நிகழ்த்தப்பட்டது. ஆங்கிலேய அரசு அவசரமாக நாட்டிற்கு இடையே கிழித்த எல்லைக்கோடு சமூகங்களுக்கு இடையே மக்களுக்கு இடையே கிராமங்களுக்கிடையே வீடுகளுக்கிடையே, ஒரு ஆட்டின் காலை வெட்டுவதற்குத் தேவையான கவனமும் பாதுகாப்பு ஏற்பாடுகளும்கூட இல்லாமல் கிழித்துச் சென்றது.

அமைதியின் வன்முறை எதிர்ப்பின் தூதுவரான காந்தி தான் தலைமை தாங்குவதாக நினைத்த ஒரு இயக்கம் துடிக்கத்துடிக்க வெடித்த இன வன்முறை வெறியாட்டத்தில் கரைந்து போவதைப் பார்க்க வேண்டியவரானார். அந்த கொலைவெறி வன்முறைகள் ஐந்துலட்சம் பேரை ('இந்தியா ஒரு புதிய வரலாறு' என்ற நூலில் ஸ்டான்லி ஓல்பெர்ட் பத்து லட்சம் என்கிறார்.) பலி வாங்கியது; ஏறக்குறைய ஒரு கோடியே இருபது லட்சம்பேர் வீட்டை கடந்தகாலத்தை, அவர்கள் அதுவரை அறிந்த அனைத்தையும் இழந்தனர். தேசப்பிரிவினை என்ற துன்பியல் நிகழ்விற்குள் ரத்தவெறியையும் மூர்க்கத்தையும் தடுக்க காந்தி தன்னாலான அனைத்தையும் செய்தார். வெகுதூரம் பயணங்கள் மேற்கொண்டு அவர் வன்முறையின் இதயத்திற்கே சென்றும் மன்றாடினார், பிரார்த்தித்தார், உண்ணாநோன்பிருந்தார், ஆனால் அந்த துர்க்கனவு வாதையெனக் கட்டவிழ்க்கப்பட்டிருந்தது, நிற்கவில்லை; அதை அவரால் நிறுத்த முடியவில்லை. வெறுப்பு கொட்டிச் சிதறி அதன்வழியில் தென்பட்ட அனைத்தையும் கபளீகரம் செய்தது. அது இன்னமும் கிளைபிரிந்து

வளர்ந்துகொண்டிருக்கிறது, மண்ணுக்கு மேலேயும் கீழேயும். அது இந்தத் துணைக் கண்டத்திற்கு பயங்கரமான ஆழ்ந்த காயமுற்ற ஒரு உளவியலைக் கையளித்திருக்கிறது.

இருபுறமும் நிகழ்ந்த கொலைகளின், இனச் சுத்திகரிப்பின், மதத் தீவிரவாத மார்தட்டுதல்களின் பரபரப்பிலும் பாகிஸ்தான் அரசு ஒரு விஷயத்தில் மட்டும் தெளிவாக இருந்தது. அது தீண்டத்தகாத முனிசிபல் துப்புரவுத் தொழிலாளர்களைத் தேசத்தின் 'அத்தியாவசியமான சேவைகள்' என வரையறுத்து அவர்களைக் கட்டுப்படுத்தி, அவர்களுக்கு இந்தியா செல்ல அனுமதி மறுத்தது. (தூய்மையானவர்களின் தேசத்தில் வேறு யார்தான் பீ அள்ளுவார்கள்?) இந்த விஷயத்தை அம்பேத்கர் பிரதம மந்திரி நேருவிடம் டிசம்பர் 1947இல் எழுதிய கடிதத்தில் எழுப்பினார்.[104] பலத்த சிரமங்களுக்கிடையில் அம்பேத்கர் அந்த அத்தியாவசிய சேவையின் ஒரு சிறுபகுதியினராவது அங்கிருந்து எல்லை கடக்க உதவினார். இன்றும்கூட பாகிஸ்தானில் பல இஸ்லாமிய பிரிவுகள் யார் சிறந்த முஸ்லிம், யார் சரியான முஸ்லிம், யார் அதி விசுவாசமான முஸ்லிம் என்ற போட்டிகளுக்காக வெட்டிக் கொலைசெய்து சண்டை போட்டுக்கொண்டிருந்தாலும் யாருக்கும் இஸ்லாத்திற்கு எதிரான இந்தத் தீண்டாமைக் கடைபிடித்தல் குறித்து நெஞ்சம் துடிக்கவில்லை.

பிரிவினைக்கு ஐந்து மாதங்கள் கழித்து, ஜனவரி 1948இல் காந்தி தில்லி வந்தால் வழமையாகத் தங்கும் பிர்லா மாளிகையின் புல்வெளியில் பிரார்த்தனைக் கூட்டத்திற்கு செல்லும்போது சுட்டுக் கொல்லப்பட்டார். அவரைக் கொன்றது பார்ப்பனரும் இந்து மகாசபை, ஆர்.எஸ்.எஸ்ஸின் முன்னாள் உறுப்பினருமான நாதுராம் கோட்சே. அப்படி ஒன்று சாத்திய மென்றால் கோட்சே ஒரு மரியாதையான கொலையாளி. முதலில் அவன் காந்தியின் மக்கள் விழிப்புணர்வுப் பணிக்காக அவரை வணங்கிவிட்டுப் பின்பு துப்பாக்கியால் சுட்டான். சுட்டபின்னரும் அவன் அங்கே நின்றிருந்தான். தப்பியோடவோ தன்னை மாய்த்துக் கொள்ளவோ அவன் முயலவில்லை. நான் மகாத்மா கந்தியை ஏன் கொலை செய்தேன் என்ற தன்னுடைய புத்தகத்தில் அவன் இப்படி எழுதுகிறான்:

> (ஆனால்) இந்தியாவில் வகுப்புவாரி பிரதிநிதித்துவம், தனித் தொகுதிகள் போன்றவை ஏற்கனவே நாட்டின் ஒன்றுபடுதலைக் குறைத்துவிட்டிருந்தன. இதுபோன்ற இன்னும் பல முயற்சிகள் நடந்துகொண்டு இருந்தன. ஆங்கிலேய அரசு மத அடிப்படையிலான பாரபட்சத்தை மிக உறுதியாக எந்தவித நேர்மையும் இன்றி செய்து வந்தது. இதனாலெல்லாம் தென் ஆப்பிரிக்காவில் நடந்தது போலவே காந்திஜி இந்துக்களுக்கும் முஸ்லிம்களுக்கும் சேர்த்து ஏற்றுக்கொள்ளப்பட்ட தலைவராக ஆவது மிகக் கடினமான ஒன்றானது. ஆனால் அவர் அனைத்து இந்தியர்களுக்கும் தலைவராக இருந்து பழகிவிட்டார். உண்மையைச் சொல்லவேண்டுமென்றால், ஒரு பிளவுண்ட தேசத்தின் தலைவராக இருப்பது என்பதையே அவரால் புரிந்துகொள்ளமுடியவில்லை. தங்களுக்குள்ளாகவே எதிர்எதிராய்ப் பிளவுண்டு நிற்கும் ஒரு ராணுவத்திற்குத் தளபதியாக இருப்பதை அவருடைய நேர்மையான மனம் அபத்தம் என்று கருதியது.[105]

மகாத்மாவை அவரிடமிருந்தே, தான் காப்பாற்றியதாக காந்தியின் கொலையாளி நினைத்ததைப்போலத் தோன்றுகிறது. கோட்சேவும் அவனின் கூட்டாளி நாராயண் ஆப்டேவும் காவிக்கொடி, பிரிவினைக்கு முந்தைய இந்தியாவின் வரைபடம் மற்றும் ஆச்சரியமூட்டும் வகையில் ஒரு பகவத் கீதை புத்தகத்தைக் கையிலேந்தித் தூக்குமேடை ஏறினார்கள். காந்தியின் ஆன்மீக அகராதியான அதே பகவத் கீதை.

அடிப்படையில் மகாபாரதப் (சகோதரர்கள் சகோதரர்களின்மேல் தொடுத்த போர்) போரில் அர்ஜுனனுக்கு கிருஷ்ணனின் அறிவுரையான கீதை நூல், யுத்த களத்தின் அறநெறிமுறைகள், பக்தி பற்றிய இறையியல்சார்ந்த தத்துவார்த்தப் பிரகடனமாகும். அம்பேத்கரை பகவத் கீதை கவரவில்லை. "இதுவரை கேட்டிராத கொலைசெய்வதற்கான நியாயத்தை" அது உள்வைத்திருக்கிறது என்பதே அம்பேத்கரின் கருத்து. அவர் அதை "மனிதர்களிடம் உள்ளார்ந்த பண்புகள் பிறப்பிலேயே இருக்கின்றன எனக் கூறுவதன் மூலம் நால்வர்ண முறைமைக்கு ஒரு தத்துவார்த்த அடிப்படையை ஏற்படுத்தும்" நூல் எனக் கண்டுரைத்தார்.[106]

மகாத்மா காந்தி தோல்வியுற்ற ஒரு துயர மனிதராக இறந்தார். அம்பேத்கர் நிலைகுலைந்து போனார். அவர் தன்னுடைய எதிராளியை அம்பலப்படுத்த விரும்பினார், கொன்று போட அல்ல. நாடு அதிர்ச்சிக்குள் வீழ்ந்தது.

இவை அனைத்தும் பின்னர் நடந்தவை. நாம் கதைக்கு முன்னால் போய்விட்டோம்.

○

அதற்கும் முப்பத்தைந்து ஆண்டுகளுக்கு முன்னரே காந்தியின் மகாத்மியம் இந்திய தேசிய இயக்கத்தின் காற்றோட்டத்தில் ஒரு பாய்மரமாக உயர்ந்து அலைவீசியிருந்தது. அவர் உலகின் கற்பனையை ஈர்த்திருந்தார். நூற்றுக்கணக்கான, ஆயிரக்கணக்கான மக்களை நேரடிக் களச் செயல்பாட்டிற்குள் ஈடுபடுத்தியிருந்தார். அவர் அனைவரின் கண்களுக்குமான ஈர்ப்பு. தேசத்தின் குரல். 1931இல் லண்டனில் நடைபெற்ற இரண்டாவது வட்ட மேஜை மாநாட்டில் காந்தி முழுமையான நம்பிக்கை யுடனும் நிதானமாகவும் தான் ஒட்டுமொத்த இந்தியாவின் பிரதிநிதி என்று அறிவித்தார். பொதுவெளியில் அம்பேத்கருடனான அவருடைய முதல் மோதல் (தீண்டத்தகாதவர்களுக்குத் தனித் தொகுதிகள் கேட்கும் அம்பேத்கரின் திட்டம் குறித்து) நிகழ்ந்த அந்த மாநாட்டில் இப்படிப் பேச காந்தியால் முடிந்தது, "நான் ஒரு தனிப்பட்ட நபராக என் சொந்த ஆளுமையால் பரந்துபட்ட தீண்டத்தகாதோரின் பிரதிநிதியாக என்னை முன்வைக்கிறேன்."[107]

ஒரு வசதிபடைத்த உயர்சாதி பனியாவான (வியாபார சாதிகள்) அவர், தன் சொந்த ஆளுமையால், எப்படி இந்தியாவின் 45 மில்லியன் தீண்டத்தகாதவர்களின் பிரதிநிதியாக முடியும்? தன்னை ஒரு மகாத்மா என்று தானே நம்பாவிட்டால் அது சாத்தியமா? சாதாரண மனிதர் களுக்கு வாய்க்காத ஒரு குரல்வலிமை காந்திக்கு அவரது மகாத்மியத்தின்

வாயிலாக வாய்த்திருந்தது. அவர் தன்னுடைய 'உட்குரலை' உணர்ச்சி பூர்வமகவும் திறம்படவும் பலமுறை பிரயோகிக்க அது உதவியது. தன்னுடைய உடல்நலத்தைப் பற்றி, தான் உட்கொள்ளும் உணவுபற்றி, தன்னுடைய ஜீரணத்தைப் பற்றி, தான் உட்கொள்ளும் குடல்கழுவும் மருந்துகள்பற்றி தன்னுடைய பாலியல் வாழ்வு பற்றியெல்லாம் தினசரி செய்தி அறிக்கைகளை வெளியிடுவதற்கான இடத்தை அவருக்கு அது அனுமதித்தது. அவற்றின்மூலம் பொதுமக்களைத் தன்னுடன் அந்தரங்கமான நெருக்கத்திற்கு கொண்டுவரவும் பின்னர் அவர் தன்னுடைய உண்ணாநோன்புகளின் போதும் பொதுவில் சுய தண்டனை கொடுத்துக்கொள்ளும் செயல்பாடுகளின் போதும் அவர்களைத் திறமையாகக் கையாளவும் பயன்படுத்தவும் வழிகொடுத்தது. தான் கூறியவற்றுடனேயே தானே பலமுறை முரண்படவும் அனுமதியளித்தது. பின்னர்: "ஒரு குறிப்பிட்ட விஷயத்தில் என்னுடைய நோக்கம் நான் முன்பு கூறியவற்றிற்கு ஏற்ப இருப்பது அல்ல. அந்தந்தக் கணங்களில் வெளிப்படும் உண்மைகளுக்கு ஏற்ப உறுதியாக இருப்பதுதான். அதன் விளைவாக நான் உண்மையிலிருந்து உண்மைக்கு வளர்ந்திருக்கிறேன்" என்று சொல்வதற்கும் இடமளித்தது.[108]

சாதாரண அரசியல்வாதிகள் அரசியல் சூழலுக்கு அரசியல் சூழல் ஊசலாடுகிறார்கள். ஒரு மகாத்மா உண்மைக்கு உண்மை வளரமுடியும்.

காந்தி எப்படி மகாத்மா என்று அழைக்கப்பட்டார்? அவர் தொடக்கத்திலிருந்தே கருணையோடும் ஒரு புனிதருக்கான எல்லாரும் சமம் என்ற உள்ளுணர்வு சார்ந்தும் இயங்கினாரா? அல்லது அவை பாதையின் ஊடே அவரை வந்து அடைந்தனவா?

வரலாற்றியலாளர் ராமச்சந்திர குஹா எழுதி சமீபத்தில் வெளிவந்த 'காந்தியின் சரிதை'யில் அவர் காந்தி தென்னாப்பிரிக்காவில் பணிபுரிந்த இருபது ஆண்டுகள்தான் அவரை மகாத்மாவாக ஆக்கியன என்று வாதிடுகிறார்.[109] அவருடைய அர்ச்சிப்பு போற்றுதல் – அதாவது அவர் முதன்முறையாக மகாத்மா என்று பொதுவில் அழைக்கப்பட்டது, 1915இல். அவர் தென்னாப்பிரிக்காவிலிருந்து திரும்பி இந்தியாவில் பணிபுரியத் துவங்கிய உடனேயே அது அவரது சொந்த ஊரான குஜராத் மாநில போர்பந்தருக்கு அருகில் கோண்டாலில் நடைபெற்ற கூட்டத்தில் நிகழ்ந்தது.[110] அச்சமயத்தில் இந்தியாவில் மிகச் சிலருக்குத்தான் அதுவும் மேலோட்டமான, துல்லியமற்ற வகையில்தான் காந்தி தென்னாப்பிரிக்காவில் பங்குபெற்ற போராட்டங்களைப் பற்றிய தகவல்கள் தெரிந்திருந்தன. இந்த வருடங்களை ஆழ்ந்து பார்க்கவேண்டிய தேவையுள்ளது. ஏனெனில், அவை காந்தியை மகாத்மாவாக ஆக்கியதோ இல்லையோ அவரது சாதி, இனம், ஏகாதிபத்தியம் பற்றிய கருத்துக்களை உருவாக்கின என்பது நிச்சயம். இனத்தைப்பற்றிய அவரது பார்வை, சாதியைப்பற்றிய அவரது பார்வைக்கும் முன்பாக உருவான ஒன்று. தென்னாப்பிரிக்காவில் அன்று நடந்தவை இன்றுவரை அங்கே வாழும் இந்திய சமூகத்திற்குத் தீவிரமான விளைவுகளை ஏற்படுத்தும் நிகழ்வுகளாக இருக்கின்றன. அந்த ஆண்டுகளில் அங்கு நிகழ்ந்தவற்றின் சம்பவங்களையும் காலத்தின் பரப்பையும் தெரிந்துகொள்ள அதிர்ஷ்டவசமாக நம்மிடம் மகாத்மாவின்

சொந்த வார்த்தைகள் இருக்கின்றன (அவற்றின் முரண்பாடுகளும்).[111] காந்தி புகழ்பாடும் வரலாறுகள் ஊட்டிவளர்க்கப்பட்ட தலைமுறையினருக்கு (என்னையும் சேர்த்து) தென்னாப்பிரிக்காவில் நடந்தவற்றைத் தெரிந்து கொள்வது சங்கடமான ஒன்று மட்டுமல்ல; அது மதிகலங்கும் அதிர்ச்சி தரக்கூடியது.

ஒளிரும் பாதை

லண்டனின் உயர்மட்ட பாரிஸ்டர் அமைப்பான இன்னர் டெம்பிளில் பயிற்சிபெற்ற இருபத்திநான்கு வயது காந்தி 1893 மே மாதம் தென்னாப்பிரிக்கா வந்து சேர்ந்தார். வசதி படைத்த குஜராத்தி முஸ்லிம் குடும்பத்தின் சட்ட ஆலோசகர் வேலை அவருக்கு அங்கே காத்திருந்தது. ஆப்பிரிக்கக் கண்டத்தின் மீதான தன் பிடியை ஏகாதிபத்திய பிரிட்டன் இறுக்கிக்கொண்டிருந்த காலமது. அவர் வந்துசேர்ந்த சில மாதங்களுக்குள்ளாகவே காந்தி இரக்கமற்ற முறையில் அரசியல் விழிப்புணர்வுக்குள் தள்ளப்பட்டார். பாதி கதை வரலாறாக்கப்பட்டது: பீட்டர்மேரிட்ஸ்பர்க் ரயில்நிலையத்தில் 'வெள்ளையர்களுக்கு மட்டும்' முதல்வகுப்பு ரயில்பெட்டியிலிருந்து காந்தி வெளியே தள்ளப்பட்டார். இன்னொரு பாதி பலரும் அறியாதது: காந்தி இனவாதப் பிரிவினைக் கண்டு பாதிக்கப்படவில்லை. அவர் 'இந்தியப் பயணிகள்' – இந்திய வியாபாரிகள், பெரும்பாலும் முஸ்லிம்களும் உயர்சாதி இந்துக்களும் – தென்னாப்பிரிக்காவிற்கு வியாபாரம் செய்ய வந்தவர்கள் உள்நாட்டு கறுப்பு ஆப்பிரிக்கர்களுக்கு இணையாக நடத்தப்படுவதைக் கண்டுதான் அவர் கொதிப்படைந்தார். இந்தியப் பயணிகள் ஆங்கிலேய அரசின் பிரஜைகளாக நடாலுக்கு வந்திருப்பதால் அவர்களும் ராணி விக்டோரியாவின் அனைத்து ஏகாதிபத்திய பிரஜைகளின் சமத்துவம்குறித்த 1858இன் பிரகடனப்படி வெள்ளையர்களுக்கு இணையாக நடத்தப்படவேண்டும் என்பதுதான் காந்தியின் வாதம்.

காந்தி, 1894இல் வசதிபடைத்த இந்திய வியாபாரிகளாலும் வர்த்தகர்களாலும் நிதி ஆதாரமளிக்கப்பட்டு உருவாக்கப்பட்ட நடால் இந்திய காங்கிரஸின் செயலாளர் ஆனார்.[112] அதன் உறுப்பினர் சந்தா மூன்று பவுண்டுகள் என்பது அன்றைக்குப் பெரும் தொகை. எனவே அது ஒரு மேட்டுக்குடி கிளப் என்பது தெளிவாகிறது. (ஒரு ஒப்பீட்டிற்காக: பன்னிரண்டு ஆண்டுகள் கழித்து ஸுலூ இனத்தவர்கள் தங்களால் கட்டமுடியாத அளவில் ஒரு பவுண்டு தேர்தல் வரி விதிக்கப்பட்டதை எதிர்த்து ஆங்கிலேய அரசுக்கு எதிராகக் கிளர்ச்சி செய்தனர்.)

1895இல் டர்பன் தபால்நிலையப் பிரச்சனைக்கு 'தீர்வு' கண்டது என்பது நடால் இந்தியக் காங்கிரஸிற்கு கிடைத்த முதல் வெற்றிகளில் ஒன்று. அந்தத் தபால் நிலையத்திற்கு இரண்டு வாயில்கள்தான் இருந்தன. வெள்ளையர்களுக்கு ஒன்று, கறுப்பர்களுக்கு ஒன்று. காந்தி அதிகாரிகளுக்கு மனுபோட்டு 'காஃபிர்கள்' (மதமற்றவர்கள்) பயன்படுத்தும் அதே வாயிலை இந்தியர்கள் பயன்படுத்த வேண்டி வராத வகையில் மூன்றாவது வாயில் ஒன்றைத் திறக்க வைத்தார்.[113] 1894 டிசம்பர் 19ஆம் தேதி நடால் சட்டசபைக்கு எழுதிய திறந்த மடலில் அவர்

இந்தியர்களும் ஆங்கிலேயர்களும் "இந்தோ ஆரியன் என்றழைக்கப்படும் ஒரே அடிப்படையிலிருந்து ஊற்றெடுத்தவர்கள்" என்று குறிப்பிட்டு அக்கூற்றுக்கு வலுசேர்க்க மேக்ஸ் முல்லர், ஆர்தர் ஷோபன்ஹேயர், வில்லியம் ஜோன்ஸ் ஆகியோரையும் மேற்கோள் காட்டினார். "ஒரு பண்படாத காஃபிரின் நிலைக்கு இந்தியர்கள் கீழிறக்கப் படுகிறார்கள்" என்று அவர் புகார் கூறினார்.¹¹⁴ இந்தியச் சமூகத்தின் பிரதிநிதி என்ற நிலையில் காந்தி எப்போதும் இந்தியப் பயணிகளையும் இந்தியாவிலிருந்து வந்த ஒப்பந்தத் தொழிலாளிகளையும் கவனமாக வேறுபடுத்தினார்:

அவர்கள் இந்துவாக இருந்தாலும் முகமதியர்களாயிருந்தாலும் அவர்கள் குறிப்பிட்டுச் சொல்லும்படியான எந்தவித முழுமையான ஒழுக்கவியல், மத போதனைகளும் அற்றவர்கள். அவர்கள் வெளியிலிருந்து உதவிபெறாமல் தங்களைப் படிப்பித்துக்கொள்ளக் கற்றுக்கொள்ளவில்லை. இப்படியான நிலையில் அவர்கள், சிறிய தூண்டுதலின் பேரில்கூட பொய்சொல்ல இணங்குவார்கள். பிறகு பொய் சொல்வதே அவர்களின் பழக்கமாகவும் நோயாகவும் மாறிவிடுகிறது. காரணங்கள் ஏதுமின்றி பொய் சொல்வார்கள், தங்களைப் பொருளியல்ரீதியாக மேம்படுத்திக் கொள்ளும் எந்த வாய்ப்புகளில்லாவிட்டாலும், சொல்லப்போனால் அவர்கள் என்ன செய்துகொண்டிருக்கிறார்கள் என்று தெரியாமலே பொய் சொல்வார்கள். தங்கள் அசிரத்தையால் தங்களுடைய அறம்சார் புலன்களே இற்று விழுந்துவிடும் வாழ்க்கை நிலையை எட்டுவார்கள்.¹¹⁵

இப்படி 'அறம்சார் புலன்கள்' முற்றிலும் இற்றுப்போகும் நிலையில் இருந்த இந்திய ஒப்பந்தக் கூலித் தொழிலாளர்களில் பெரும்பகுதியினர் தாழ்த்தப்பட்ட சாதிகளில் இருந்து வந்தவர்கள். அடிமைத்தனத்திற்கு ஒப்பான வேலைச் சூழல்களில் கரும்புத் தோட்டங்களில் அடைத்து வைக்கப்பட்டவர்கள். இவர்கள் கட்டிவைத்துச் சாட்டையால் அடிக்கப்பட்டார்கள்; பசி, பட்டினியில் கிடத்தப்பட்டார்கள்; சிறைவைக்கப்பட்டார்கள்; பலநேரங்களில் பாலியல் பலாத்காரங்களுக்கு ஆளாக்கப்பட்டார்கள், பெரும் எண்ணிக்கைகளில் செத்து மடிந்தார்கள்.¹¹⁶

காந்தி துரிதகதியில் இந்தியப் பயணிகளின் மிக முக்கிய பிரதிநிதியாகவும் தொடர்பாளராகவும் ஆனார். அவர் 1896இல் இந்தியாவிற்குப் பயணம்செய்து ஆவேசம் கொண்டிருந்த மக்கள் கூட்டங்களில், பலநேரம் அறை நிரம்பி வழியும் கூட்டங்களில், தென்னாப்பிரிக்காவில் இந்தியர்கள் சந்தித்துவரும் இனவெறி குறித்து உரையாற்றினார். அந்த சமயத்தில் ஆப்பிரிக்காவில் அதிவேகமாக வளர்ந்துவரும் இந்திய மக்கள்தொகை குறித்து ஆங்கிலேய அரசாங்கம் பெருந்தவிப்பில் இருந்தது. அவர்களைப் பொருத்தவரை காந்தி 'கூலிகளின்' – அனைத்து இந்தியர்களுக்கும் அவர்கள் வைத்த பெயர் – தலைவர்.¹¹⁷ முரண்நகையுடன் பார்த்தால் ஆங்கிலேயர்களின் இனவெறி அனைவருக்குமானது. அது காந்தி அரும்பாடுபட்டுக் கொண்டுவர முயன்ற வேறுபாடுகளைக் கணக்கில் கொள்ளவில்லை.

காந்தி டர்பனுக்குத் திரும்புவதற்கும் முன்னரே அவரின் பிரச்சாரத்தைப் பற்றிய செய்தி அங்கு சென்று சேர்ந்துவிட்டது.

'கப்பலை நங்கூரமிட விடமாட்டோம்' என்ற ஆயிரக் கணக்கான வெள்ளையர்களின் ஆர்ப்பாட்டத்திற்கு இடையே அவர் பயணித்த கப்பல் சென்று சேர்ந்தது. பல நாள் பேச்சுவார்த்தைக்குப் பின்புதான் காந்தி தரையிறங்க அனுமதிக்கப்பட்டார். தன்னுடைய வீட்டிற்குச் செல்லும் வழியில் அவர் ஜனவரி 12ஆம் தேதி 1897இல் அடித்து உதைத்துத் தாக்கப்பட்டார். அவர் அந்தத் தாக்குதலை கௌரவத்துடனும் மனபலத்துடனும் எதிர்கொண்டார்.[118] இரண்டு நாட்கள் கழித்து *தி நடால் அட்வைசர்* என்னும் இதழுக்கு அளித்த பேட்டியில் காந்தி மீண்டும் ஒருமுறை தன்னை 'கூலிகளிடமிருந்து' வேறுபடுத்திக் காட்டினார்.

நான் மிகத் தெளிவாகச் சொல்லிவிட்டேன், துண்டுப் பிரசுரங்களிலும் பிற இடங்களிலும், நடாலில் ஒப்பந்தக் கூலித் தொழிலாளிகளின் நிலை உலகின் பிற பகுதிகளில் அவர்கள் அனுபவிக்கும் நிலையோடு ஒப்பிட்டுப் பார்த்தால் மேம்பட்டதாகவோ அல்லது அதிக மோசமானதாகவோ இல்லை. நான் ஒப்பந்தக் கூலித் தொழிலாளிகள் குரூரமான முறையில் நடத்தப்படுகிறார்கள் என ஒருபோதும் காண்பிக்க முயன்றதில்லை.[119]

1899இல் தென்னாப்பிரிக்காவில் கொள்ளையடித்த வளங்களுக்காக ஆங்கிலேய அரசு டச்சு குடியேற்ற பண்ணையார்களுடன் போர் புரிந்தது. கிம்பர்லியில் வைரம் இருப்பது 1870இல் கண்டுபிடிக்கப்பட்டது. விட்வாட்டர்ஸ்ராண்டில் தங்கம் இருப்பது 1886இல் கண்டுபிடிக்கப்பட்டது. ஆங்கிலோ – போயர் போர் என்று அக்காலகட்டத்தில் அழைக்கப்பட்ட போர் இன்று தென்னாப்பிரிக்கப் போர் அல்லது வெள்ளைக்காரனின் போர் எனச் சரியாக அறியப்படுகிறது. ஆயிரக்கணக்கில் ஆப்பிரிக்க மக்களும் இந்திய ஒப்பந்தக் கூலிகளும் இரு பக்கத்திலுமான இராணுவங்களில் கட்டாயமாகத் தள்ளப்பட்டார்கள். இந்தியர்களுக்கு ஆயுதம் வழங்கப்படவில்லை. எனவே அவர்கள் ஊழியர்களாகவும் நோயாளிகளின் படுக்கை தூக்குபவர்களாகவும் பணிபுரிந்தனர். காந்தியும் இந்தியப் பயணிகள் குழுவும் ஏகாதிபத்தியத்தின் பிரஜைகளாகத் தங்களுடைய கடமை என நினைத்துத் தாங்களாகவே ஆங்கிலேயருக்குப் பணிபுரிய முன்சென்றனர். காந்தி ஆம்புலன்ஸ் அணியில் சேர்க்கப்பட்டார்.

போயர் கொரில்லாக்களை ஆங்கிலேயப் படையணிகள் எதிர்கொண்ட மிருகத்தனமான போர் அது. ஆயிரக்கணக்கான போயர் பண்ணைகளை ஆங்கிலேயர் எரித்துச் சாம்பலாக்கினர். கால்நடைகளையும் மனிதர்களையும் வெட்டிவீழ்த்தி நிலத்தைக் கைப்பற்றினர். இலட்சக்கணக்கான போயர் மக்கள், பெரும்பகுதி பெண்களும் குழந்தைகளும், சித்திரவதை முகாம்களில் அடைக்கப்பட்டனர். அந்த முகாம்களில் ஏறத்தாழ முப்பதாயிரம் பேர் மாண்டனர். பலர் உணவின்றி இறந்தனர்.[120] சிறைமுகாம்கள் ஒரு புதிய வகையினமாக உருவாக்கப்பட்டன; யூத மக்களுக்கான ஹிட்லரின் நாஜி சித்திரவதை முகாம்களின் முன்னோடிகளாக. பலவருடங்கள் கழித்து இந்தியாவுக்குத் திரும்பிய பின் காந்தி தென்னாப்பிரிக்க போர் பற்றிய தன் நினைவுக் குறிப்புகளில் எழுதும்போது சித்திரவதை முகாம்களில் இருந்த கைதிகள் ஒரு உற்சாகமான சத்தியாகிரகத்தைப் பயிற்சி

செய்துகொண்டிருந்ததாகக் குறிப்பிட்டிருக்கிறார். இந்த வழிமுறையைத்தான் அவர் ஜெர்மனியில் யூதர்களுக்கும் அறிவுறுத்தினார்.)[121]

தங்கள் மதம் தங்களின் சுதந்திரத்தைப் பாதுகாப்பதற்காகத் தங்களைத் துன்பப்படச் சொல்கிறது என்பதை உணர்ந்த போயர் பெண்கள் பொறுமையாகவும் உற்சாகமாகவும் அனைத்துக் கடினநிலைகளையும் எதிர்கொண்டனர். பசித்துக் கிடந்தனர்; உறையும் குளிரிலும் எரிக்கும் வெயிலிலும் துன்புற்றனர். சிலசமயம் மதுவின் மயக்கத்திலோ அல்லது மோகத்தின் வெறியிலோ ஒரு சிப்பாய் இந்தப் பாதுகாப்பற்ற பெண்களை பலாத்காரம் செய்யத் துணிவான். அப்போதும் அந்த வீரப் பெண்கள் வலியில் சுருளக்கூட இல்லை.[122]

போர் முடிந்த பின், ஆங்கிலேயப் படையணிகளிலிருந்த ஒவ்வொருவருக்கும் அவர்களின் வீரத்திற்குப் பரிசாக 'ராணியின் சாக்லேட்டு' ஒரு துண்டு வழங்கப்படும் என்று ஆங்கிலேய அரசு அறிவித்தது. சம்பளமின்றிப் பணிபுரிந்த ஆம்புலன்ஸ் அணியின் தலைவர்களுக்கும் இந்தப் பரிசு தரப்பட பரிசீலனை செய்யவேண்டுமென காலனிய அதிகாரச் செயலருக்கு காந்தி கடிதம் எழுதினார். "மகாராணியாரின் இந்தப் பரிவான பரிசுக்கான விதிமுறைகளில் இந்தியத்தலைவர்களுக்கும் அதை வழங்குவதை அனுமதித்தால் அவர்கள் அதைப் பெரிதும் போற்றுவார்கள், ஒரு பொக்கிஷமாகக் கருதுவார்கள்."[123] காலனிய அதிகாரச் செயலர், சாக்லேட்டு கமிஷன் செய்யப்படாத அலுவலர்களுக்கு மட்டும்தான் என நறுக்குத் தெறிக்கும் பதிலை அனுப்பினார்.

போயர் போர் முடிவடைந்த பின் 1901இல் காந்தி நடால் இந்தியக் காங்கிரஸின் நோக்கங்கள் எப்படி இந்தியர்களுக்கும் ஆங்கிலேயருக்கும் இடையே ஒரு மேம்பட்ட புரிந்துணர்வை ஏற்படுத்துவதற்கானதாய் இருக்கவேண்டும் என்று பேசினார். தான் ஒரு "ஏகாதிபத்திய சகோதரத்துவத்தை" எதிர்பார்ப்பதாகவும் அது "சாம்ராஜ்ஜியத்துடன் நட்பு பாராட்டும் ஒவ்வொருவரும் எதிர்நோக்கவேண்டிய ஒன்று" எனவும் கூறினார்.[124]

ஆனால் அது அப்படி நடக்கவில்லை. போயர்கள் காந்தியின் சகோதரத்துவத்தையும் அவரின் வியூகத்தையும் தெளிவாகக் கைக்கொண்டனர். 1902இல் அவர்கள் ஆங்கிலேயருடன் வெரினிக்கிங் ஒப்பந்தத்தில் கையெழுத்திட்டனர். அந்த ஒப்பந்தத்தின்படி ட்ரான்ஸ்வால் மற்றும் ஆரஞ்சு சுதந்திர மாகாணம் ஆகியவற்றில் இருந்த போயர் குடியரசுகள் நேரடியாக ஆங்கிலேய முடியின் கீழ் காலனிகளாக்கப்பட்டன. இதற்குப் பதிலாக ஆங்கிலேய அரசு அவர்களின் குடியரசுகளிற்குச் சுயாட்சி அந்தஸ்து வழங்கியது. போயர்கள் ஆங்கிலேய அரசின் மிக வன்முறையாளர்களான தளபதிகளாய் உருமாறினார்கள். ஒரு காலத்தில் அஞ்சப்பட்டும் தேடப்பட்டும் வந்த 'தீவிரவாதி' ஜேன் ஸ்மட்ஸ் கட்சிமாறிப் பின்னாளில் முதலாம் உலகப் போரில் ஆங்கிலேயப் படைகளை தலைமைதாங்கி வழிநடத்தினார். வெள்ளைக்காரர்கள் தங்களிடையே அமைதியை மீட்டுக்கொண்டனர். வைரங்களையும்

தங்கத்தையும் நிலங்களையும் தங்களிடையே பங்கிட்டுக் கொண்டனர். கறுப்பர்களும் இந்தியர்களும் பிற வெள்ளை அல்லாத நிறத்தவர்களும் இந்தச் சமன்பாட்டில் விடுபட்டுப் போனார்கள்.

காந்தி தடைபட்டு நிற்கவில்லை. தென்னாப்பிரிக்கப் போருக்கு சில வருடங்களுக்குப் பிறகு அவர் மீண்டும் அரசின் பணிக்குத் தன்னார்வமாக முன்வந்தார்.

ஸுலூ மக்களின் தலைவர் பம்பாத்தா காமக்கின்ஸா 1906இல் தன் மக்களை ஆங்கிலேய அரசின் புதிய ஒரு பவுண்டு வரிவிதிப்பிற்கு எதிரான எழுச்சிக்குத் தலைமையேற்று வழிநடத்தினார். ஸுலூக்களும் ஆங்கிலேயரும் பழைய எதிரிகள், அவர்கள் அதற்கு முன்னரும் போரிட்டுக்கொண்ட வரலாறு இருந்தது. 1879இல் ஆங்கிலேயர் ஸுலூ ராஜ்ஜியத்தைத் தாக்கியபோது ஸுலூக்கள் போரிட்டு ஆங்கிலேயரை அழித்தொழித்தனர். அந்த வெற்றி ஸுலூக்களை உலகவரைபடத்தில் நிலைநிறுத்தியது. காலப்போக்கில் ஆங்கிலேயரின் வெடிகுண்டு வலிமைக்கு ஈடுகொடுக்க முடியாமல் அவர்கள் வீழ்த்தப்பட்டுத் தங்கள் மண்ணைவிட்டு வெளியேற்றப்பட்டனர். அப்போதும் அவர்கள் வெள்ளையர்களின் பண்ணைகளில் வேலை செய்ய மறுத்தனர்; அதனால்தான் ஒப்பந்தக் கூலிகளாக இந்தியர்கள் கப்பல்களில் கொண்டுவரப்பட்டனர். பல்வேறு காலகட்டங்களில் ஸுலூக்கள் எதிர்ப்புக்கான எழுச்சிகளைக் கட்டமைத்தனர். பம்பாத்தா கிளர்ச்சியின்போது, புரட்சியாளர்கள் ஈட்டிகளையும் மாட்டுத்தோல் கேடயங்களையும் மட்டும் ஏந்திக்கொண்டு, நவீனப் படைக்கலன்களோடு எதிர்நின்ற ஆங்கிலேயப் படையை எதிர்த்துப் போரிட்டனர்.

கிளர்ச்சி பற்றிய செய்தி வந்ததுமே, காந்தி தொடர்ச்சியாகப் பல கடிதங்களை *இந்திய கருத்து (இந்தியன் ஒபினியன்)* எனும் செய்தித்தாளில் வெளியிட்டார். நான்கு மொழியில் வெளிவந்த அந்தச் செய்தித்தாளை 1903இல் காந்தி தொடங்கியிருந்தார். (அதன் புரவலர்களில் ஒருவர் டாடா தொழில் சாம்ராஜ்ஜியத்தின் சர். ரத்தன்ஜி ஜாம்ஷெட்-ஜி டாடா). நவம்பர் 18, 1905 தேதியிட்ட கடிதமொன்றில் காந்தி எழுதுகிறார்:

> போயர் போரின் சமயத்தில், அவர்களிடம் நம்பி அளிக்கப்படும் எந்த வேலையையும் செய்வதற்கு இந்தியர்கள் தன்னார்வமாக முன்வந்தனர் என்பது நினைவு கொள்ளப்படும். அப்போதும் கடும் முயற்சிக்குப் பின்தான் அவர்கள் ஆம்புலன்ஸ் அணியில்கூட சேர்த்துக்கொள்ளப்பட்டார்கள். நடால் இந்திய தன்னார்வ ஆம்புலன்ஸ் அணி எத்தகைய பணிபுரிந்ததென ஜெனரல் பட்லர் சான்றிதழ் வழங்கியுள்ளார். எப்படிப்பட்ட ஆயுதப்படை வீணடிக்கப் படுகிறது என்பதை அரசாங்கம் உணர்ந்தால் அவர்கள் நம்மைப் பயன்படுத்திக் கொள்வதோடு இந்தியர்களுக்கு முறையான போர்ப் பயிற்சியும் அளிக்கக்கூடும்.[125]

1906 ஏப்ரல் 14ஆம் தேதி காந்தி மீண்டும் *இந்திய கருத்து* நாளிதழில் எழுதினார் (குஜராத்தியிலிருந்து மொழி பெயர்க்கப்பட்டது):

டாக்டரும் புனிதரும்

காலனி நாட்டில் நிலவும் இந்த பேராபத்துக் காலத்தில் நம்முடைய கடமை என்ன? காஃபிர்களின் (ஸுலூக்கள்) கிளர்ச்சி நியாயமானதா இல்லையா என்று சொல்வது நம்முடைய இடமல்ல. நாம் ஆங்கிலேய அரசு இருப்பதால்தான் நடாலில் இருக்கிறோம். நம்முடைய குறைந்தபட்ச இருப்பே அரசைச் சார்ந்துதான் இருக்கிறது. எனவே எந்த வழியிலாவது உதவிகளைச் செய்வது நம்முடைய கடமை. நிஜமாகவே போர் வந்தால் இந்தியச் சமூகம் அதில் என்ன பாத்திரம் வகிக்கும் என்று பத்திரிகைகளில் விவாதிக்கப்படுகிறது. இந்தியச் சமூகம் தன் பங்கை ஏற்கத் தயாராக இருக்கிறது என நாம் ஏற்கெனவே இதே நாளிதழின் ஆங்கிலப் பத்திகளில் அறிவித்துவிட்டோம். நாம் போயர் போரில் செய்ததை இப்போதும் செய்யவேண்டும் என நம்புகிறோம்.[126]

கிளர்ச்சி விரைவிலேயே அடக்கப்பட்டது. தலைவர் பம்பாத்தா பிடிக்கப்பட்டு சிரமறுக்கப் பட்டார். நான்காயிரம் ஸுலூக்கள் கொல்லப்பட்டனர். பல்லாயிரக்கணக்கானோர் தாக்கப்பட்டனர், கைது செய்யப்பட்டனர். போர்களின் தலைவன் என்றறியப்பட்ட வின்ஸ்டன் சர்ச்சில்கூட நிகழ்ந்த வன்முறைகளால் பாதிக்கப்பட்டார். *"இந்த கொடூரமான வெட்டிச் சாய்த்தல் நிச்சயமாக மக்களவையில் (ஹவுஸ் ஓஃப் காம்மன்ஸ்) கடும் எதிர்ப்புக்குள்ளாகும் என உள்துறைச் செயலரை எச்சரிக்கைசெய்வது என் கடமை என நினைக்கிறேன்... கறுப்பர்களுக்கும் வெள்ளையர்களுக்கும் இடையே கொல்லப்பட்டவர்களின் எண்ணிக்கை 3500:8 என்ற விகிதத்தில் இருக்கிறது."*[127]

காந்தி, தன்னுடைய பங்கிற்கு, வெள்ளையனின் போரிலும் பம்பாத்தா கிளர்ச்சியிலும் பங்கேற்றதற்கு ஒருபோதும் வருத்தப்படவில்லை. ஆனால் அதை அவர் மாற்றிக் கற்பனை செய்துகொண்டார். பல வருடங்கள் கழித்து 1928இல் 'தென்னாப்பிரிக்காவில் சத்தியாகிரகம்'[128] என்ற பெயரில் எரவாடா சிறையிலிருந்து எழுதிய நினைவுக் குறிப்புகளில் இந்த இரு கதைகளுமே, இப்படிச் சொல்லலாமா, பரிணாமம் அடைந்தன. அதற்குள் சதுரங்கப் பலகையின் காய்கள் பக்கம் மாறியிருந்தன. காந்தி ஆங்கிலேயருக்கு எதிராக மாறிவிட்டிருந்தார். இந்தப் புதிய பதிவில், பம்பாத்தா கிளர்ச்சியில் ஸ்ட்ரெட்ச்சர் தூக்கி அணியின் உண்மை இன்னுமொரு உண்மையாக வளர்ந்துவிட்டது.

டிரான்ஸ்வாலில் இருந்த இந்தியர்கள்மீது மேலும் அடக்குமுறைகள் விதிப்பதற்கான முயற்சிகள் நடைபெற்றுக் கொண்டிருந்தபோதுதான் ஸுலூ கிளர்ச்சி வெடித்தது... எனவே நான் அரசிற்கு படையணி களுடன் பணிபுரிய ஒரு ஆம்புலன்ஸ் தூக்கும் அணியை கட்டுவதற்கான எனது ஆலோசனையை வழங்கினேன்... இந்த ஆம்புலன்ஸ் அணியினர் ஒரு மாத காலம் பணிபுரிந்தனர்... காயங்களுடன் ஐந்து ஆறு நாட்களுக்குக் கூட கண்டுகொள்ளாமல் விடப்பட்ட ஸுலூக்களின் நாற்றமடிக்கும் காயங்களைக் கழுவவேண்டியிருந்தது. எங்களுக்கு அந்த வேலை பிடித்திருந்தது. ஸுலூக்களால் எங்களிடம் பேசமுடியவில்லை. ஆனால் அவர்களின் செய்கைகளிருந்தும்

கண்களில் இருந்த பாவத்திலிருந்தும் அவர்கள் நாங்கள் அளித்த பேணுதலை கடவுளே அனுப்பியதுபோல உணர்ந்தனர் என்று தெரிந்தது.[129]

பிற்காலத்தில் கட்டமைக்கப்பட்ட அடித்து உடைக்கப்பட்ட, தோல்வியுற்ற ஸுலூவின் பிம்பம் – கடவுளின் அமைதித் தூதுவர்களுக்கென நன்றியுணர்ச்சி பொங்கும் அறிவற்ற மிருகத்தின் வடிவில் – அவர் முன்னாட்களில் ஸுலூக்கள் குறித்துத் தான் நடத்திய நாளிதழில் எழுதியவற்றிற்கு முற்றிலும் முரண்பட்டவையாக இருந்தன என்பதை நம்மால் பார்க்கமுடியும். பம்பாத்தா கிளர்ச்சியின் கதையை காந்தி மறுகற்பனை செய்கையில், நொறுக்கப்பட்ட ஸுலூ அவருடைய மற்றொரு அறப்பரீட்சையான பிரம்மச்சரியத்துக்கும் உத்வேகமளிக்கும் குறியீடாகிறான்.

> நான் ஆம்புலன்ஸ் அணியில் பணிபுரியும்போது என் மனதில் மிதந்துகொண்டிருந்த இரு எண்ணங்கள் ஸ்திரமாக நிலைகொண்டன. ஒன்று, முழுதும் சேவை வாழ்க்கை வாழ ஆசைப்படுபவர்கள் பிரம்மச்சரியத்தை மேற்கொள்ளவேண்டும். இரண்டாவது, அவன் வறுமையைத் தன்னுடைய வாழ்நாள் துணையாக ஏற்றுக் கொள்ள வேண்டும். அவன் தன்னை தாழ்த்திச் செய்யவேண்டிய கடமைகளையும் பெருத்த அபாயங்களையும் ஏற்பதைத் தடுக்கும் அல்லது சுருங்கிப் போகச் செய்யும் எந்தத் தொழிலையும் ஏற்றுக்கொள்ளாமல் இருப்பது.[130]

பிரம்மச்சரியத்துடனும் வறுமையுடனுமான காந்தியின் சோதனைகள் அவர் 1904இல் துவங்கிய ஃபீனிக்ஸ் குடியிருப்பு கம்யூனில் துவங்கின. அது 100 ஏக்கர் நிலப்பரப்பில் நடால் பிரதேசத்தின் இதயப்பகுதியில், இந்திய ஒப்பந்தக்கூலிகள் கொத்தடிமைகளாக பணிபுரிந்த கரும்புத் தோட்டங்களின் இடையே கட்டப்பட்டிருந்தது. அந்த கம்யூனில் சில ஐரோப்பியர்களும் (ஒப்பந்தக் கூலிகளாக இல்லாத) சில இந்தியர்களும் இருந்தனர். எந்த கறுப்பு ஆப்பிரிக்கரும் இல்லை.

பம்பாத்தா கிளர்ச்சி முடிந்து சில மாதங்களிலேயே செப்டம்பர் 1906இல் காந்தியின் நட்புக்கான அறைகூவல்களையும் விசுவாசப் பிரகடனங்களையும் தாண்டி ஆங்கிலேய அரசு அவரைக் கைவிட்டது. டிரான்ஸ்வால் ஆசியாடிக் சட்டத் திருத்தத்தை ஆங்கிலேய அரசு கொண்டுவந்தது. அதன் குறிக்கோள் இந்திய வியாபாரிகளை (இவர்கள் ஆங்கிலேய வர்த்தகர்களுக்கு போட்டியாகக் கருதப்பட்டனர்.) டிரான்ஸ்வாலுக்குள் வரவிடாமல் செய்வதுதான்.[131] ஒவ்வொரு ஆசியனும் தன்னைப் பதிவு செய்துகொள்வதோடு கேட்கும்பொழுது கைரேகை பதிக்கப்பட்ட அடையாளச் சான்றிதழைக் காண்பிக்கவேண்டும். இந்தச் சட்டம், பதிவு செய்துகொள்ளாதவர்களை நாடுகடத்த அரசிற்கு அதிகாரம் அளித்தது. மேல்முறையீடு செய்வதற்கு உரிமையில்லை. ஒரு ‘ஏகாதிபத்திய சகோதரத்துவத்தை’ கனவுகண்டுகொண்டிருந்த சமூகத் தலைவர் ஒருவர் திடீரென மீண்டும் “தென் ஆப்பிரிக்காவின் பூர்வகுடிகளுக்கும் வெள்ளை அல்லாத நிறத்தவருக்கும் கீழான அந்தஸ்திற்கு” இறக்கப்பட்டார்.[132]

காந்தி மிகுந்த தைரியத்துடன் இந்தியப் பயணிகளின் போராட்டத்தை முன்நின்று தலைமைதாங்கி வழிநடத்தினார். பொதுஇடத்தில் மூட்டப்பட்ட தீயில் இரண்டாயிரம் பேர் தங்களுடைய சான்றிதழ்களைக் கொளுத்தினர். காந்தி கொடூரமாகத் தாக்கப்பட்டார், கைதுசெய்யப்பட்டு சிறையிலடைக்கப்பட்டார். அங்குதான் அவருடைய துர்க்கனவுகள் நனவாகத் தொடங்கின. ஒரு தபால் நிலையத்தின் நுழைவாயிலைக் கூட காஃபிர்களோடு பகிர்ந்துகொள்ள விரும்பாதவர் இப்போது சிறைச்சாலையின் கொட்டடியை ஒரு காஃபிருடன் பகிரவேண்டிய நிலைக்கு வந்தார்.

> நாங்கள் கடினமான நிலைமைகளுக்குத் தயாராக இருந்தோம். ஆனால் இப்படிப்பட்ட அனுபவத்திற்கு அல்ல. நாங்கள் வெள்ளையர்களோடு சேர்த்து அடைக்கப்படாததை புரிந்துகொண்டோம். ஆனால் உள்ளூர்வாசிகளின் தரத்தில் சேர்த்து வைக்கப்படுவதை ஏற்றுக்கொள்ள மிகவும் கஷ்டமானதாக இருந்தது. இந்தியர்கள் தங்களுடைய அமைதியான எதிர்ப்பை அவசரப்பட்டு ஆரம்பித்துவிடவில்லை என நான் நினைத்தேன். இதுவே இந்த வெறுக்கத்தக்க சட்டம் இந்தியர்களை இன்னமும் கேவலப்படுத்தும் நோக்குடனேயே கொண்டுவரப்பட்டுள்ளது என்பதற்கான ஆதாரமுமாகும். இது கேவலப்படுத்துதலா இல்லையா என்பதைத்தாண்டி இது மிகவும் அபாயகரமானது என்பதை நான் சொல்லவேண்டும். காஃபிர்கள் எப்போதும் நாகரீகமற்றவர்கள் – அதிலும் குற்றவாளிகள் இன்னமும் அதிகமாக. தொல்லைதரக்கூடிய, அழுக்கான மிருகங்களைப்போல வாழக்கூடியவர்கள்.[133]

ஒரு வருடம் கழித்து, தனது இருபது வருட தென்னாப்பிரிக்க வாழ்வின் பதினாறாவது ஆண்டின் ஜனவரி பதினாறாம் தேதி *இந்தியன் ஒப்பினியன்* நாளிதழில் ‘காவோலில் என் இரண்டாவது அனுபவம்’ என்ற தலைப்பில் இப்படி எழுதினார்:

> முழுவதும் உடல்நலம் குன்றியிருந்த காஃபிர் கைதிகள் அடைக்கப் பட்டிருந்த செல்லில் எனக்கு ஒரு படுக்கை அளித்தனர். இந்த செல்லில் நான் பெருத்த பயத்துடனும் துயரத்திலும் இரவைக் கழித்தேன். என்னுடன் எடுத்துச் சென்றிருந்த பகவத் கீதையை வாசித்தேன். என்னுடைய சூழ்நிலைக்குப் பொருத்தமான ஸ்லோகங்களை அவற்றைப்பற்றி தியானித்துக்கொண்டே படித்தேன். அப்படித்தான் நான் என்னை சமன்படுத்திக் கொண்டேன். எனக்கு அவ்வளவு சங்கடமாக இருந்ததற்குக் காரணம் அங்கிருந்த காஃபிர் மற்றும் சீனக் கைதிகள் முரட்டுத்தனமாக, கட்டற்று, கொலைவெறியுடன், ஒழுக்கமற்ற வழிகளில் ஈடுபடுபவர்களாகவும் இருந்ததுதான். அந்த சீனன் மிக மோசவனாகத் தெரிந்தான். அவன் கட்டிலுக்கு அருகே வந்து என்னை உற்றுப் பார்த்தான். நான் அசைவில்லாமல் கிடந்தேன். அப்புறம் அவன் இன்னொரு படுக்கையில் இருந்த காஃபிரிடம் சென்றான். இருவரும் தங்கள் பிறப்புறுப்புக்களை திறந்து காண்பித்து ஆபாசமான ஜோக்குகளைப் பகிர்ந்துகொண்டனர்.

இந்தியக் கைதிகளை காஃபிர்களோடோ பிறரோடோ சேர்த்து வைக்கக்கூடாது எனப் போராட்டம் நடத்தவேண்டும் என நான் என் மனதில் உறுதியெடுத்துக் கொண்டேன், நமக்கும் அவர்களுக்கும் இடையே எந்தப் பொதுவான தன்மையும் கிடையாது என்பதை நாம் புறந்தள்ளமுடியாது. மேலும் அவர்கள் இருக்கும் அதே அறையில் உறங்கவேண்டும் என நினைப்பவர்களுக்கும் அப்படிச் செய்வதற்கு மோசமான உள்நோக்கங்கள் இருக்கும்.[134]

சிறையிலிருந்தே காந்தி வெள்ளை அதிகாரிகளுக்குத் தனிச்சிறை வார்டுகள் கேட்டு மனுபோடத் தொடங்கினார். தனித்தனி இடங்கள் கேட்கும் யுத்தத்தை அவர் பல காரணங்களை முன்வைத்து நடத்தினார்: அவர் தனிப் போர்வைகள் கேட்டார் ஏனெனில் "மிக அழுக்கான காஃபிர் ஒருவன் பயன்படுத்திய போர்வை பின்னர் இந்தியருக்குக் கொடுக்கப் படலாம்" என அவர் கவலைகொண்டார்.[135] அவர் இந்தியர்களுக்குப் பொருத்தமான சிறை உணவைக் கோரினார் – சாதமும் நெய்யும்[136] – மேலும் காஃபிர்கள் விரும்பிச் சாப்பிட்ட மீலி பேப்பை அவர் உண்ண மறுத்தார். அவர் இந்தியக் கைதிகளுக்கு தனிக் கழிவறைகளும் கோரினார்.[137]

இருபதாண்டுகள் கழித்து, 1928இல் இவை அனைத்தைப் பற்றிய உண்மைகளும் கூடு விட்டுக் கூடு தாவும் வித்தைகளாகி வேறொரு கதையாக முற்றிலுமாய் மாறிவிட்டன. தென்னாப்பிரிக்காவில் இந்தியர்களுக்கும் ஆப்பிரிக்கர்களுக்கும் தனித்தனி முறைகளில் கல்வி அளிப்பது பற்றிய திட்டம் குறித்து காந்தி இப்படி எழுதினார்:

> தங்களைத் தனியாக பிரித்துக்கொள்வதுபற்றி யோசிக்க முடியாத அளவிற்கு ஆப்பிரிக்கர்களுடன் ஏராளமான பொதுமை இந்தியர் களுக்கு இருக்கிறது. அவர்கள் தென்னாப்பிரிக்காவில் எந்தக் காலஅளவிற்கானாலும் ஆப்பிரிக்கர்களின் அனுதாபமும் அவர்களின் நட்பும் இல்லாமல் வாழ்தல் – இருத்தல் சாத்தியமில்லை. நான் அறிந்தவரை இந்தியர்களின் பொதுவான அமைப்புகள் எப்பொழுதும் தங்களுடைய ஆப்பிரிக்க சகோதரர்களைவிட தாங்கள் உயர்ந்தவர்கள் என்பதான நடவடிக்கையை மேற்கொண்டதில்லை. அப்படியான ஒரு செயல்பாடு தென்னாப்பிரிக்காவில் குடியேறியுள்ள இந்தியர்களின் மத்தியில் வலு பெறுமானால் அது மிகப்பெரிய துன்பியல் நிகழ்வாக இருக்கும்.[138]

பின்னர், 1939இல், கறுப்பு ஆப்பிரிக்கர்களும் இந்தியர்களும் இணைந்து தென்னாப்பிரிக்காவின் வெள்ளை ஆட்சிக்கு எதிராக நிற்கவேண்டும் என்று சொன்ன ஜவஹர்லால் நேருவுடன் முரண்பட்டு காந்தி தான் முன்னர் சொன்னதற்கு மாறாக மீண்டும் மாற்றிப் பேசினார்: "ஒருவர் எவ்வளவுதான் பண்டுக்களுடன் அனுதாபம் கொண்டிருந்தாலும், இந்தியர்களால் அவர்களுடன் இணைந்து நிற்க முடியாது."[139]

காந்தி படித்தவர், பல நாடுகளுக்குப் பயணம் செய்தவர். அவருக்கு உலகத்தின் பிற பாகங்களில் அலைவீசிக் கொண்டிருந்த அரசியல் மாற்றங்கள் தெரிந்திருக்கும். W.E.B. டுபாய்ஸ் 'கறுப்பின மக்களின்

ஆன்மாக்கள்' என்ற புத்தகத்தில் "எப்போதும் இந்த இருமையை ஒருவர் உணரமுடிகிறது – ஒரு அமெரிக்கன், ஒரு நீக்ரோ; இரண்டு ஆன்மாக்கள், இரண்டு சிந்தனைகள், இரண்டு தீர்க்கப்படாத போராட்டங்கள்; இரண்டு போரிடும் கொள்கைகளை அகத்தேகொண்ட ஒரு கறுத்த உடல், அதன் தீர்மானகரமான வலிமைதான் அது இரண்டாகக் கிழிந்து போகாமல் வைத்திருக்கிறது" என்று எழுதிய அதே காலகட்டத்தில்தான் காந்தி ஆப்பிரிக்கர்களைப் பற்றிய தன்னுடைய அவமதிப்பான வார்த்தைகளை எழுதினார்.[140]

காலனிய ஆட்சியுடன் இணைந்து செயல்பட காந்தி முயற்சி செய்துகொண்டிருந்த அதே காலகட்டத்தில்தான் அராஜகவாதியான எம்மா கோல்ட்மேன் இப்படிச் சொன்னார்:

மையப்படுத்தப்பட்ட அதிகாரம் ஒடுக்கப்பட்ட தேசங்களில் ஒரு சர்வதேச இணக்க உணர்வை ஏற்படுத்தியிருக்கிறது. ஒரு அமெரிக்க சுரங்கத் தொழிலாளிக்கும் அவரைச் சுரண்டும் அவரது சொந்த நாட்டவருக்கும் இடையே நிலவுவதை விட மேலான ஒரு ஒத்திசைவை பிரதிபலிக்கும் இணக்க உணர்வு அமெரிக்க உழைப்பாளர்களுக்கும் அயல்தேசங்களில் உள்ள அவரது உழைப்பாள சகோதரர்களுக்கும் இடையில் நிலவுகிறது. அந்நிய ஆக்கிரமிப்புகளுக்கு அச்சப்படாத ஒரு இணக்கம்; ஏனெனில் அது அனைத்துத் தொழிலாளிகளையும் ஒரு புள்ளியில் சேர்க்கிறது. அவர்கள் தங்கள் எஜமானர்களைப் பார்த்து, "போ போய் உன்னுடைய கொலைகளை நீயே செய்துகொள். நாங்கள் உனக்காக இதை நெடுங்காலம் செய்துவிட்டோம்" என்று சொல்லும் புள்ளி அது.[141]

காந்தியின் சமகாலத்தவரான பண்டித ரமாபாய் (1858–1922) அவருடைய துரதிர்ஷ்டவசமான உள்ளுணர்வுகளைக் கொண்டிருக்கவில்லை. பிராமணராகப் பிறந்து ஆணாதிக்கமும் சாதிவெறியும்கொண்ட இந்துமதத்தைத் துறந்து கிறித்தவராக மாறி, பின்னர் ஆங்கிலிக்கன் தேவாலயத்தோடும் முரண்பட்டு இந்தியாவின் சாதி எதிர்ப்பு மரபில் கௌரவமான இடத்தைப் பெற்றார். ரமாபாய் 1886இல் அமெரிக்கப் பயணம் மேற்கொண்டபோது, அடிமையாக இருந்து விடுதலைபெற்றவரான ஹாரியட் டப்மேனை சந்தித்தார். தான் சந்தித்த அனைவரிலும் ஹாரியட்டை மிகவும் அதிகமாக வியந்து போற்றினார். ஆப்பிரிக்க மக்களைப் பற்றிய காந்தியின் மனநிலையையும் பண்டித ரமாபாய் தான் ஹாரியட் டம்மேனை சந்தித்தது பற்றிய பதிவையும் ஒப்புநோக்கிப் பாருங்கள்:

ஹாரியட் இன்னமும் வேலைசெய்து கொண்டிருக்கிறார். அவருக்குச் சொந்தமாக ஒரு சிறு வீடு இருக்கிறது, அங்கே அவரும் அவருடைய கணவரும் வாழ்கின்றனர், அவர்களுடைய மக்களுக்காக இணைந்து பணிசெய்கின்றனர்... ஹாரியட் மிகப் பெரிதாக வலிமையானவராக இருந்தார். அவர் ஒரு கரடியைப்போல என்னைக் கட்டிக்கொண்டார். என் சிறிய கைகள் நோகும்வரை அதை அவர் குலுக்கிக் கொண்டேயிருந்தார்![142]

1873இல் தன்னுடைய 'அடிமைமுறை' (குலாம்கிரி) நூலின் சமர்ப்பணத்தை ஜோதிராவ் பூலே இப்படி எழுதினார்:

> அமெரிக்காவின் நல்ல மனிதர்களுக்கு, நீக்ரோக்களின் அடிமைமுறை ஒழிப்பில் அவர்களின் கம்பீரமான பற்றுதலற்ற தியாகமும் சுய மறுப்பும் அடங்கிய தீவிர உணர்வுரீதியான பங்களிப்பிற்கான வியப்பின் பாராட்டின் ஒரு சிறு அடையாளமாக; அதேசமயத்தில் என்னுடைய நாட்டு மக்களும் அவர்களின் அந்த உன்னதமான எடுத்துக்காட்டைத் தங்களுக்கான வழிகாட்டியாய்க்கொண்டு தங்களுடைய சூத்திர சகோதரர்களைப் பார்ப்பனீய அடிமைச் சாசனத்தின் வலைப் பிடிகளில் இருந்து விடுதலையடைவதற்கு முற்படுவார்கள் என்ற ஆழமான எதிர்பார்ப்பில்.[143]

பிற விஷயங்களுடன் விதவை மணம், பெண்கல்விக்காகப் பிரச்சாரம் செய்த, தீண்டத்தகாதாரின் குழந்தைகளுக்காகப் பள்ளி ஒன்றை துவங்கிய பூலே எப்படி "அடிமைகளின் உரிமையாளர்கள் அடிமைகளை பொதிசுமக்கும் கழுதைகளைப் போல, அடியும் உதையும் சரமாரியாகப் பொழிந்து எந்நேரமும் அவர்களைப் பசியால் வாட்டி" வைத்திருந்தனர் என்று விவரிக்கிறார். பின்பு எப்படி அவர்களை "காளைமாடுகளைப் போல ஏரில் பூட்டிக் கொளுத்தும் வெயிலில் நிலத்தை உழவைத்தனர்" என்றும் பதிவுசெய்கிறார். அடிமைமுறையைப் பற்றி சூத்திரர்களும் அதி சூத்திரர்களும் எவரைக் காட்டிலும் நன்றாக புரிந்துகொள்வார்கள் என்று பூலே நம்பினார். ஏனெனில், "அவர்களுக்கு அதை ஒருபோதும் அனுபவித்திருக்காத மற்றையவர்களைக் காட்டிலும் அடிமைமுறையின் நேரடி அனுபவம் இருக்கிறது; சூத்திரர்கள் பார்ப்பனர்களால் கைப்பற்றப்பட்டு அடிமைப்படுத்தப் பட்டனர்."[144]

இனவெறிக்கும் சாதீயத்திற்குமான தொடர்பு 2001 டர்பன் மாநாட்டிற்கு ஒரு நூற்றாண்டுக்கும் முன்பே பேசப்பட்டுவிட்டது. அறிவுஜீவித்துவம் சாதிக்க முடியாததை சில சமயம் பரிந்துணர்வு சாதித்து விடுகிறது.

○

வகைப்படுத்தப்படாத தென்னாப்பிரிக்கச் சிறைகளில் காந்தி அனுபவித்த அனைத்துத் துன்பங்களையும் தாண்டி அவர் முன்னெடுத்த பாஸ் முறைமைக்கு எதிரான சத்தியாக்கிரகம் எந்தப் பெரிய ஆதரவையும் பெறவில்லை. வெளிநாட்டினர் பதிவுசெய்து கொள்ளவேண்டியிருப்பது மற்றும் அவர்களின் கைரேகை பதிவுசெய்யப்படுவதற்கு எதிராகப் பல போராட்டங்களை முன்னெடுத்த காந்தி திடீரென இந்தியர்கள் கைரேகை பதிவுசெய்தலை அவர்களாகவே செய்வதாயிருந்தால் சம்மதம் என அறிவித்தார். தான் தொடுத்த போராட்டத்திற்கு நேரெதிரான ஒரு பேரத்திற்கு காந்தி ஒப்புக்கொள்வது அது முதல்முறையல்ல.

இந்த சமயத்தில்தான் காந்திக்கு அவருடைய பணக்கார கட்டடக்கலை நிபுண நண்பர் ஹெர்மன் காலன்பக் ஜோஹானஸ்பர்க் நகருக்கு வெளியே 1100 ஏக்கர் நிலத்தைப் பரிசாகக் கொடுத்தார். இங்குதான் அவர் ஆயிரம் பழமரங்களைக்கொண்ட டால்ஸ்டாய் பண்ணை என்ற

தன்னுடைய இரண்டாவது கூட்டுவாழ்வுப் பண்ணையைத் தொடங்கினார். டால்ஸ்டாய் பண்ணையில் அவர் தூய்மை, ஆன்மிகம் பற்றிய தனது பரிசோதனைகளை ஆரம்பித்தார். சத்தியாக்கிரகத்துக்கான தன்னுடைய உள்ளார்ந்த விதிகளையும் வடிவமைப்பையும் வளர்த்தெடுத்தார்.

ஆப்பிரிக்கக் காலனியாதிக்கத்தில் ஆங்கிலேய அரசுடன் கைகோர்க்க காந்தி கொடுத்திருந்த விண்ணப்பங்கள் – அதை ஏற்க ஆங்கிலேய அரசு காண்பித்த தயக்கம் என்ற பின்னணியில் எதிராளியை உண்மையின் அன்பின் வலிமைகொண்டு அணுகுவது என்ற சத்தியாகிரகம் ஒரு கச்சிதமான அரசியல் ஆயுதம்.

காந்தி ஆளும் அமைப்பை அச்சுறுத்தவோ தூக்கியெறியவோ முயலவில்லை. அவர் அதனோடு நண்பராயிருக்க விரும்பினார். பண்படுத்தப் படாத காஃபிர்களின் மேல் அவரின் வெறுப்பின் ஆழம், இன்னொருபுறம் அவர் ஆங்கிலேயர்களைப் போற்றுவதோடும் விரும்பியதோடும் பொருந்திப்போனது. சத்தியாகிரகம் என்பது ஒருவகையில் அவர்களை ஆசுவாசப்படுத்துவதாக இருந்தது; அவர்களிடம் "நீங்கள் எங்களை நம்பலாம். எங்களைப் பாருங்கள். நாங்கள் எங்களையே வேண்டுமானால் காயப்படுத்திக் கொள்வோம், உங்களை எதுவும் செய்யமாட்டோம்" என்று சொல்வதைப் போல. (இது எந்த வகையிலும் சத்தியாக்கிரகம் என்பது குறிப்பிட்ட சூழல்களில் ஒரு வலிமையான அரசியல் எதிர்ப்பு ஆயுதம் என்பதை மறுக்கும் வாதமல்ல. நான் சாதாரணமாக காந்தி எத்தகைய சூழல்களில் சத்தியாகிரகத்தோடான தனது பரிசோதனைகளைத் தொடங்கினார் என்பதுபற்றி விவரித்து வருகிறேன்.)

சாராம்சத்தில், சத்தியாகிரகம் என்ற அவரது எண்ணம் என்பது துறவு, தூய்மையடைதல் என்ற நியமங்களின் அடிப்படையிலானது. துறவு என்பது தானாகவே அரசியலை மதப்பரப்புதல் அணுகுமுறைக்கு கொண்டு சென்று விடக்கூடியது. தூய்மை மற்றும் தூய்மைப்படுத்துதலுக்கு அவர் கொடுத்த அழுத்தம் வெளிப்படையாகவே சாதீய முறைமையிலிருந்து எடுத்தாளப்பட்டது, ஆனால் காந்தி பின்னர் தன் குறிக்கோள்களைத் தலைகீழாக மாற்றி தீண்டத்தகாதவர்களுக்கான தனது 'சீர்ப்படுத்துதல்களை' ஒரு 'சுய சுத்திகரிப்பு' செயல்திட்டமாகப் பதிவுசெய்தார். மொத்தத்தில் சுய துன்புறுத்தல் மற்றும் பிராயச்சித்தம் செய்ய கரடுமுரடான தோலாடையை அணியும் ஒரு வகை கிறித்தவ நம்பிக்கையும் அவருடைய பிரத்தியேக வகை இந்துமதமும் சிலர் பின்பற்றும் சைவ உணவுமுறையும் சேர்ந்த ஒரு தயாரிப்பு. (தலித்துகளின் முஸ்லிம்களின் இன்னும் கறியுண்ணும் நம்மைப்போன்ற பலரின் அதாவது இந்திய மக்கள்தொகையின் பெரும்பகுதியின் அசுத்தத்தை, தீட்டை அடிக்கோடிட்டுக் காண்பிப்பதாகவும் இந்த சைவக் கொள்கை ஆனது.) இன்னொரு கவர்ச்சிகர உட்பொருள் பிரம்மச்சரியம் – திருமணம் செய்துகொள்ளாமல் வாழ்வது, விந்துக்களை தேக்கி வைப்பது, முற்றான பாலியல் மறுப்பு ஆகியவை ஒரு தூய்மையான சத்தியாகிரகியின் அடிப்படைத் தகுதிகளாக ஆகின. உடலைச் சிலுவையில் அறைவது, இன்ப விழைவை நிராகரிப்பது – அப்படியே இன்னும் அனைத்து இயல்பான மனித உள்ளுணர்வுகளையும் மறுதலிப்பது ஒரு முக்கியக் கூறானது. உண்பது

கூட கடுமையான தாக்குதலுக்கு உட்பட்டது: "இயற்கை உபாதைகளைக் கழிப்பதுபோல உணவு உட்கொள்வதும் அசுத்தமானது."[145]

பசியால் வாடும் ஒருவர் உணவு உட்கொள்வதை அசுத்தமானதாகப் பார்க்க முடியுமா?

தான் அதி ஏழையினும் ஏழையாக வாழ விரும்புவதாக காந்தி எப்போதும் கூறிவந்தார். கேள்வி என்னவென்றால், ஏழ்மையை உருவாக்கிக் கொள்ளமுடியுமா? ஏழ்மை என்பது வெறும் பணம், உடைமைகள் இருப்பது அல்லது இல்லாமலிருப்பது பற்றியதல்ல. ஏழ்மை என்பது அதிகாரமற்று இருப்பது. ஒரு அரசியல்வாதியாக காந்தியின் தொழில் அதிகாரத்தைக் கைக்கொள்வது; அதை அவர் சிறப்பாகவே செய்தார். அவருடைய நட்சத்திர அதிகாரம் இல்லாமல் சத்தியாக்கிரகம் என்பது இந்த அளவிற்குக்கூட வேலை செய்திருக்காது. நீங்கள் அதிகாரம் படைத்தவராக இருந்தால் நீங்கள் எளிமையாய் வாழலாம், ஆனால் நீங்கள் ஏழையாக முடியாது. காந்தியை ஏழ்மையில் வைத்திருக்க தென்னாப்பிரிக்காவில் பல ஏக்கர் விளைநிலங்களும் இயற்கைவழி பழமரங்களும் தேவைப்பட்டன.

ஏழைகளின் அதிகாரம் மறுக்கப்பட்டவர்களின் போராட்டம் மீட்டெடுத்தலேயொழிய அது துறவு அல்ல. ஆனால் காந்தி, பல வெற்றிகரமான சாமியார்களைப்போல புத்திகூர்மைவாய்ந்த ஒரு அரசியல்வாதி. துறப்பதற்கு அதிக உடைமைகள்கொண்ட ஒருவரின் துறவு என்பது எப்போதுமே பொதுப்புத்தியைக் கவர்ந்திழுக்கும் என்று அவருக்குத் தெரியும். (காந்தி பின்னர், தன்னுடைய மேற்கத்திய கோட் சூட்டை தவிர்த்து வேட்டி கட்டத் தொடங்குவார், ஏழைகளினும் ஏழையைப் போல உடையணியும் பொருட்டு. ஆனால் மறுபுறம், பணமற்றவராக, தீண்டத்தகாதவராக, உயர்சாதியினர் அணியும் உடைகளை அணியும் உரிமை அற்றவராக பிறந்த அம்பேத்கர் மூன்றடுக்கு சூட்டை அணிந்து தன் எதிர்ப்பைப் பதிவுசெய்வார்.)

காந்தி தன்னுடைய ஏழ்மைச் சடங்குகளை டால்ஸ்டாய் பண்ணையில் நிகழ்த்திக்கொண்டிருந்தபோது அவர் மூலதனக்குவிப்பு குறித்தோ ஏற்றத்தாழ்வான சொத்துடைமை பற்றியோ கேள்வியெழுப்பவில்லை என்பது ஒரு விசித்திரம். அவர் தோட்டத்தொழிலாளர்களுக்கான மேம்பட்ட வேலைச் சூழலுக்காகவோ அல்லது திருடப்பட்ட நிலங்களை திருப்பிஅளிக்கக் கேட்டோ கொடி பிடிக்கவில்லை. அவர் இந்திய வியாபாரிகள் தங்கள் தொழில்களை டிரான்ஸ்வால் முழுக்க விரிவுபடுத்தவும் ஆங்கிலேய வியாபாரிகளுடன் போட்டியிடவுமான உரிமைக்காகப் போராடிக்கொண்டிருந்தார்.

காந்திக்குப் பல நூற்றாண்டுகளுக்கு முன்பும் அவருக்குப் பல வருடங்களுக்குப் பின்பும் இந்து ரிஷிகளும் முனிவர்களும் காந்தியினுடையதைக் காட்டிலும் கடினமான துறவற சாகசங்களை நிகழ்த்தியுள்ளனர். ஆனால் அவர்கள் இவற்றைத் தனியாக, பெரும்பாலும் பனிபடர்ந்த மலையடிவாரங்களிலோ அல்லது காற்று சுழன்றடிக்கும் ஒரு மலைமுகட்டின் குகைக்குள்ளோதான் செய்தனர். ஆனால் காந்தியின் மேதைமை என்பது அவர் தன்னுடைய தெய்வீக மோட்சத்திற்கான தேடுதலையும் லௌகீக

டாக்டரும் புனிதரும்

அரசியல் கோரிக்கையையும் சேர்த்து ஒரு இணைப்பு நடனம்போல நிஜப் பார்வையாளர்களுக்கு முன்னிலையில் ஒரு நிஜ முழுநேர மேடையில் நிகழ்த்தினார் என்பதுதான். பின் வந்த பலவருடங்களில் அவர் தன்னுடைய இந்தப் பரிசோதனைகளுக்குள் தன் மனைவியையும் இன்னும் பலரையும் உள்கொண்டு வந்தார். அவர்களில் சிலர் தங்கள்மீது நிகழ்த்தப்படும் பரிசோதனைகளைப் புரிந்துகொள்ளவும் முடியாதபடிக்குக் குறைந்த வயதினர். அவர் வாழ்நாளின் இறுதியில், எழுபதுகளில் இருந்த ஒரு முதியவராக, இரண்டு இளம்பெண்களுடன் உறங்குவதை வழக்கமாகக் கொண்டிருந்தார். அவருடைய சகோதரரின் பேத்தி பதினேழு வயதான மனு, அபா (அவருடைய நடக்கும் கைத்தடிகளாக இவர்கள் அறியப்பட்டார்கள்.) இதை, தன்னுடைய பாலியல் இச்சை மீதான தன்னுடைய வெற்றி - தோல்வியின் அளவைக் கணிப்பதற்காகத்தான் செய்வதாக அவர் கூறினார்.[146] ஒப்புதல் மற்றும் நடத்தைசார்ந்த சர்ச்சைக்குரிய கவலையளிக்கும் கேள்விகளைப் புறந்தள்ளிவிட்டால்கூட அந்தப் பெண்களின்மீது இது ஏற்படுத்தியிருக்கக் கூடிய பாதிப்புகளையும் ஒதுக்கிவைத்துவிட்டால்கூட, இந்தப் பரிசோதனை இன்னொரு துன்பமான விதத்தில் பயங்கரமான கேள்வியொன்றை எழுப்புகிறது. காந்தி இரண்டு (அல்லது மூன்று அல்லது நான்கு) பெண்களுடன் உறங்குவதன் மூலம் தனது சமபாலின பாலியல் இச்சையை மறுப்பதில் வெற்றி அடைந்தாரா இல்லையா என்ற விஷயத்தை அவர் பரீசீலனை செய்வாரென்றால், அவர் பெண்களைத் தனிநபர்களாக பார்க்கவில்லை, அவர் அவர்களை ஒரு வகையினமாகப் பார்த்தார் என்று நமக்குத் தெரிவிக்கிறது. அதாவது அவருக்குத் தன் பாலியல் இச்சைப் பரிசோதனையில் கொள்ளுப்பேத்தி உள்ளிட்ட ஒரு சில பெண்கள் பெண்ணினத்திற்கான வகைமாதிரிகளாகச் செயல்படமுடியும் எனும் அதிர்ச்சிதரும் விஷயத்தை முன்வைக்கிறது.

காந்தி டால்ஸ்டாய் பண்ணையில் தான் மேற்கொண்ட பரிசோதனைகளைப் பற்றி மிக விரிவாக எழுதியுள்ளார். ஒரு குறிப்பிட்ட சமயம் தான் எப்படி சிறுவர்கள் சிறுமிகள் புடைசூழ படுத்துறங்கினார் என்பதைப் பதிவுசெய்துள்ளார். "படுக்கைகளை வரிசைப்படுத்துவதில் கவனமாய் இருந்ததாகவும் ஆனால் எவ்வளவு கவனமாக இருந்தாலும் ஒரு தீய மனதிற்கு அவற்றை மீறுவது அவ்வளவு கடினமில்லையன்றும்" அதில் அவர் குறிப்பிடுகிறார். பின்னர்:

> நான் மிக குறும்புக்காரர்கள் என்று அறியப்பட்ட பையன்களையும், அப்பாவிகளான சிறுமிகளையும் ஒரே இடத்திற்கு ஒரே சமயத்தில் குளிப்பதற்கு அனுப்பினேன். என்னுடைய சத்தியாக்கிரகக் கோட்பாட்டை அறிந்திருந்த அந்தக் குழந்தைகளுக்கு நான் சுயக்கட்டுப்பாட்டு கடமைகுறித்து முழுமையாக விளக்கியிருந்தேன். எனக்கும் தெரியும்; அந்தக் குழந்தைகளுக்கும் தெரியும் நான் அவர்களின் மீது தாயன்பு கொண்டிருந்தேன் என்று... அந்தக் குழந்தைகளை அப்படி அங்கு குளிப்பதற்காகச் சந்திக்கச் செய்து ஆனால் அவர்களை தீங்கற்றவர்களாக இருக்கவேண்டும் என எதிர்பார்ப்பது மடமையா?

காந்தி தாயுள்ளத்தின் முன்னறிவுடன் எதிர்பார்த்திருந்த – திட்டமிட்டு சந்தர்ப்பங்களை உருவாக்கி – எதிர்பார்த்திருந்த அந்த 'தீமை' நடந்தது:

ஒருநாள், சிறுவர்களில் ஒருவன் இரண்டு சிறுமிகளைக் கிண்டல் செய்தான். அந்தச் சிறுமிகளோ அல்லது மற்றொரு குழந்தையோ வந்து எனக்குத் தெரிவித்தனர். அந்தச் செய்தி என்னை நடுங்கச் செய்தது. நான் விசாரணை செய்து அந்தச் செய்தி உண்மை எனக் கண்டறிந்தேன். நான் அந்தச் சிறுவர்களை கண்டித்தேன்; ஆனால் அது போதாது. நான் அந்த இரு சிறுமிகளுக்கும் ஏதாவது ஒரு அடையாளம் ஏற்படுத்தி அவர்கள் மீது எந்தத் தப்பான பார்வையும் ஏற்படாதவண்ணம் எல்லா சிறுவர்களுக்கும் ஓர் எச்சரிக்கையாகவும், எல்லாப் பெண்களுக்கும் தங்களுடைய தூய்மையை எவரும் அழிக்க முடியாத வகையிலான ஒரு பாடத்தையும் புகட்ட நினைத்தேன். ராமன் பல்லாயிரம் மைல் தொலைவுக்கப்பாலிருந்தபோதும் உணர்வுமிகுந்து இருந்த ராவணனால் அருகில் இருந்த சீதையைத் தீயநோக்கோடு அண்டக்கூட முடியவில்லை. எந்தவிதமான குறியீட்டை அப்பெண்களுக்குக் கொடுப்பது? எது அப்பெண்களுக்குப் பாதுகாப்புணர்வையும் அளித்து பாவிகளின் பார்வையை வீரியமிழக்கச்செய்யும்? இந்தக் கேள்வி என்னை இரவு முழுவதும் தூங்கவிடாமல் செய்தது.

காலை வருவதற்குள் காந்தி முடிவெடுத்திருந்தார். அவர்களின் "அழகிய நீண்ட கூந்தலை வெட்டிவிட தன்னை அனுமதிக்கவேண்டும்" என அந்தப் பெண்களிடம் மென்மையாக அறிவுறுத்தினார். முதலில் அவர்கள் தயங்கினார்கள். அவர் தொடர்ந்து வலியுறுத்தினார், பண்ணையில் இருந்த பிற முதிர்ந்த பெண்களைத் தன் பக்கம் வென்றெடுத்தார். அந்தச் சிறுமிகள் ஒருவழியாக வழிக்கு வந்தனர், "உடனே இந்தச் சம்பவத்தை உங்களுக்கு விவரித்துக் கொண்டிருக்கும் இதே கரங்கள் அவர்களின் கூந்தலை வெட்டி எறிந்தன. பின்னர் அந்த மொத்த நிகழ்வை ஆராய்ந்து என்னுடைய நடைமுறையை என் வகுப்பிற்கு முன்னால் விளக்கிக் கூறினேன், சிறப்பான விளைவுகளையும் உருவாக்கியது அது. அதன் பின்னர் நான் ஒரு கிண்டலை பற்றியும் கேள்விப்படவேயில்லை."[147]

அந்தச் சிறுமிகளின் கூந்தலை வெட்டியெறியும் எண்ணம் உதித்த அதே மனதில் அந்தச் சிறுவர்களுக்குக் கொடுக்க என்ன தண்டனை உதித்தது என்று எந்தப் பதிவுமில்லை.

காந்தி தேசிய இயக்கத்தில் பெண்கள் பங்கேற்க வெளியேற்படுத்திக் கொடுத்தார்தான். ஆனால் அந்தப் பெண்கள் பத்தினிகளாக இருக்க வேண்டும்; அவர்கள், பேச்சுக்குச் சொல்வதென்றால், தங்கள் உடலின்மீது பாவிகளின் பார்வைகளை வீரியமிழக்கச் செய்யும் தடயங்களைச் சுமந்திருக்க வேண்டும். அவர்கள் மரபான ஆணாதிக்கச் சட்டகங்களை எதிர்க்கத் துணியாத, கீழ்ப்படிதல்மிக்க பெண்களாக இருக்கவேண்டும்.

காந்தி தனது பரிசோதனைகளால் மகிழ்ச்சியடைந்திருக்கலாம், பல விஷயங்களைக் கற்றிருக்கலாம். ஆனால் அவர் இப்போது இல்லை.

தன்னை பின்பற்றுபவர்களுக்கு ஓர் உவகையற்ற நகைச்சுவை உணர்வற்ற உலகத்தைக் கையளித்துச் சென்றுவிட்டார். இச்சை இல்லை; பாலியல் இல்லை—இதை பாம்பின் விஷத்தைவிட மோசமான விஷம்[148] என்று காந்தி கருதினார்; உணவு இல்லை; அணிகலன்கள் இல்லை; நல்ல உடைகள் இல்லை; நடனம் இல்லை; கவிதை இல்லை. மிகக் குறைவான அளவு இசை மட்டும். காந்தி பல கோடி மக்களின் கற்பனையை முகிழ்த்தார் என்பது உண்மைதான். அதே அளவு உண்மை, அவர் பலகோடி மக்களின் அரசியல் புரிந்துணர்வை தனது அசாத்தியமான 'தூய்மை'சார் தர நிர்ணயங்களாலும் சுயபுனிதத்தை அரசியல் செயல்பாட்டின் அடிப்படைத் தகுதியாக ஆக்கியதன் மூலமும் பலவீனப்படுத்தினார் என்பதும்.

> ஒரு மனம் தேவையான அளவுக்கு உறுதிப்படத் தேவையான ஒழுக்கங்களில் கற்பு என்பது மாபெரும் ஓர் ஒழுக்கமாகும். தன் வலிமையை இழக்கும் ஒருவன் ஆண்மையற்றவனாகவும் கோழையாகவும் ஆகிவிடுவான் . . . பல கேள்விகள் எழுகின்றன: எப்படி ஒருவன் தன்னுடைய மனைவியை உடன்சுமந்து செல்வது? ஆனாலும் மகத்தான பணிகளில் பங்கெடுக்க விரும்புபவர்கள் இந்தப் புதிர்களை விடுவித்துதான் ஆகவேண்டும்.[149]

ஒருவர் எப்படித் தன் கணவனை உடன்சுமந்து செல்வது என எந்தக் கேள்வியும் எழுந்ததாகத் தெரியவில்லை. உதாரணமாக திருமணத்துக்குள் நடக்கும் பாலியல் வன்முறைக்கு எதிராகச் சத்தியாக்கிரகம் ஒரு சரியான போராட்ட வழிமுறையாக இருக்குமா என்பது பற்றியும் எந்தக் கருத்தும் இல்லை.

○

1909இல், காந்தி தனது முதலாவதும் மிகப் பிரபலமானதுமான அரசியல் உரையான 'இந்து சுயராஜ்ஜியத்தை' வெளியிட்டார். அது குஜராத்தியில் எழுதப்பட்டு காந்தியாலேயே ஆங்கிலத்திற்கு மொழிபெயர்க்கப்பட்டது. அது உண்மையான அசலான சிந்தனையாகவும் உன்னதமான காவியமாகவும் கருதப்படுகிறது. தன் இறுதிநாட்கள்வரை காந்தியே இந்து சுயராஜ்ஜியத்தைப் பற்றித் திருப்தியுடன் இருந்தார். 'சாதியை அழித்தொழித்தல்' அம்பேத்கரைத் தீர்மானமாக முன்வைப்பதைப்போல இந்து சுயராஜ்ஜியம் காந்தியைத் தீர்மானமாக முன்வைக்கிறது. அது வெளியிடப்பட்ட சில காலத்திற்குள், பம்பாயில் அதன் பிரதிகள் கைப்பற்றப்பட்டன, ராஜதுரோகப் பிரதியாக அது தடைசெய்யப்பட்டது. அந்தத் தடை 1938இல்தான் நீக்கப்பட்டது.[150]

காந்தி தான் லண்டனில் சந்தித்த இந்திய சோஷலிஸ்டுகளுக்கும் பொறுமையற்ற இளம் அரசழிப்பாளர்கள் (நிஹிலிஸ்டுகள்) மற்றும் தேசியவாதிகளுக்கும் பதிலாக எழுதியதுதான் இந்து சுயராஜ்ஜியம். பகவத்கீதையைப்போல (ஜோதபா பூலேயின் குலாம்கிரி (அடிமைத்தனம்) போல) இந்து சுயராஜ்ஜியம் இரண்டுபேரின் உரையாடல் வடிவத்தில் எழுதப்பட்டது. அதன் மிகச் சிறப்பான இயல்பான பத்திகளாவன இந்துக்களும் முஸ்லிம்களும் சுயராஜ்ஜியம் ஏற்பட்டபின் எப்படி ஒருவரை ஒருவர் ஏற்று நடந்துகொள்ளவேண்டும் என்பவைதான். இந்துக்களுக்கும்

முஸ்லிம்களுக்கும் இடையே ஒற்றுமையையும் சகிப்புத்தன்மையும் தேவை என்ற இந்தச் செய்திதான் இந்தியா என்ற கருத்தாக்கத்திற்கு காந்திசெய்த இன்றுவரை செய்துகொண்டிருக்கிற உண்மையான, நிலையான முக்கியமான பங்களிப்பு.

இருந்தபோதிலும், இந்து சுயராஜ்ஜியத்தில் காந்தி (பிற்காலத்தில் பல வலதுசாரி இந்திய தேசியவாதிகள் செய்ததுபோல)[151] இந்து மதத்தின் ஆன்மிக வரைபடத்தை – அதன் புண்ணியத் தலங்களின் வரைபடத்தை – இந்திய பிரதேச வரைபடத்தின்மீது பொருத்தி, அதைக்கொண்டு இந்தியாவின் எல்லைகளை வரையறுக்கிறார். இப்படிச் செய்வதன்மூலம் உணர்ந்தோ உணராமலோ இந்தியாவை இந்துக்களின் தாயகமாக தெளிவாக முன்வைக்கிறார். ஆனால் ஒரு நல்ல விருந்தோம்பிபோல, "ஒரு நாடு என்பது உள்வாங்கும் ஜீரணிக்கும் தன்மையைக் கொண்டிருக்கவேண்டும்" என்றும் "இந்தியாவைத் தங்கள் நாடாக ஆக்கிக்கொண்ட இந்துக்கள், முஸ்லிம்கள், பார்ஸிக்கள், கிறித்தவர்கள் அனைவரும் ஒரு நாட்டினரே" என்றும் கூறினார்.[152] தென்னாப்பிரிக்காவில் காந்தி செலவழித்த காலத்தில் –பெரும்பான்மையான அவருடைய கட்சிக்காரர்கள், பின்னர் அவரது அரசியல் தொகுதியாக மாறியவர்கள், பணக்கார முஸ்லிம் வியாபாரிகள் ஆவர். இது முஸ்லிம்களின் பிரச்சனை பற்றி, வேறு சூழ்நிலையில் அவர் செய்திருக்க மாட்டார் என்ற அளவிற்கு அதிக கவனம்கொள்ள வைத்திருக்கலாம் எனப்படுகிறது. இந்தக் கவனம் செலுத்திய பாவத்திற்குத்தான், மன்னிக்க முடியாத இந்த வெளிப்படையான ஆழ்ந்த புரிதல்கொண்ட நிலைப்பாட்டிற்குத்தான் அவர் தன் உயிரை விலையாகக் கொடுத்தார்.

இந்து சுயராஜ்ஜியத்தின் பிற பகுதிகள் அனைத்தும் கடினமான (சிலர் செய்யுளின் வடிவில் என்கிறார்கள்) மொழியிலான நவீன எதிர்ப்பு சிந்தனைகள்தான். லுட்டைட்டுகள் போல, ஆனால் நவீன இயந்திரங்களை உடைத்தெறியும் கோஷமில்லாத, தொழில்புரட்சியையும் நவீன இயந்திரங்களையும் தாக்கும் ஒரு பனுவல் அது. அது பிரிட்டிஷ் பாராளுமன்றத்தை ஒரு 'மலடி' என்றும் 'தேவிடியாள்' என்றும்அழைக்கிறது. அது மருத்துவர்களை, வழக்கறிஞர்களை, ரயில்களைக் கண்டனம் செய்கிறது, மேற்கத்திய நாகரீகத்தை 'சாத்தானுடையது' என நிராகரிக்கிறது. மேற்குலகின் காலனியப் பெருந்திட்டத்தின் பிரிக்கமுடியாத பகுதியான, அவர்கள் அமெரிக்காவிலும் ஆப்பிரிக்காவிலும் ஆஸ்திரேலியாவிலும் இனப்படுகொலை செய்த பலகோடி மக்களின் பார்வையிலிருந்து சொல்வதானால் இந்த அடைமொழி மோசமானதோ அதிகப்படியானதோ அல்ல. ஆனால் காந்தியின் 'ஏகாதிபத்திய சகோதரத்துவம்' பற்றிய வேண்டுகோள்களின் பின்னணியில் பார்த்தால் சற்று முரணாகவே தெரிகிறது. ஆங்கிலேயரின்மீது அவர்கொண்ட மதிப்பையும் நாகரீகமற்ற 'காஃபிர்களின்' மீதான வெறுப்பையும் கணக்கில்கொண்டால் இது மிகப்பெரிய முரணாகவே தெரிகிறது.

"அப்படியானால், நாகரீகம் என்பதுதான் என்ன?" வாசகர் முடிவாக ஆசிரியரைக் கேட்கிறார். ஆசிரியர் உடனே ஓர் அவமானகரமான, ஆதிக்க மனநிலையிலான பண்டைய இந்தியாவின் புகழ்பாடுதலைத்

தொடங்குகிறார்: "இந்தியாவில் உருவாகி வந்திருக்கும் நாகரீகம் உலகத்தில் எவராலும் வெல்லப்பட முடியாதது என்று நான் நம்புகிறேன்."[153] அந்த முழு அத்தியாயத்தையும் இங்கே கொடுக்கவே தோன்றுகிறது. ஆனால் அது சத்தியமில்லையாதலால், இதோ சில முக்கியமான பத்திகள்:

> ஒருவன் பணக்காரனாயிருப்பதால் மகிழ்ச்சியாகவோ ஏழையாக இருப்பதால் சோகமாகவோ இருப்பதில்லை. பலநேரங்களில் பணக்காரர்கள் துயருருகின்றனர், ஏழைகள் மகிழ்ச்சியாய் இருக்கின்றனர். பலகோடிப் பேர் எப்போதும் ஏழைகளாகவேதான் இருப்பார்கள்... இதையெல்லாம் அவதானித்துத்தான் நம்முடைய மூதாதையர் நம்மை ஆடம்பரங்களிலிருந்தும் இன்பம் நுகர்வதிலுமிருந்தும் நம்மை விலகியிருக்கச் சொன்னார்கள். பல ஆயிரம் ஆண்டுகளாகப் பயன்படுத்தி வரும் கலப்பையையே நாம் இன்றும் பயன்படுத்தி வருகிறோம். நம்முடைய குடிசைகள் பழங்காலத்தில் இருந்ததுபோலவே இருக்கின்றன, நம்முடைய வழமையான பாரம்பரிய கல்விமுறையும் அப்படியே இருந்துவருகிறது. வாழ்க்கையை அரித்துச் செல்லும் போட்டி முறைகள் நம்மிடம் இருந்ததில்லை. ஒவ்வொருவரும் அவரவர் தொழிலை வியாபாரத்தைத் தொடருவர். ஓர் ஒழுங்குமுறை ஊதியத்தையும் பெறுவர். நமக்கு இயந்திரங்களைக் கண்டுபிடிக்கத் தெரியாதிருந்தது என்பதில்லை, ஆனால் அத்தகைய விஷயங்களின் பின்னால் நாம் நம் அறிவைச் செலுத்தினால் நாம் நம் அறநெறி இழைகளை இழந்து அடிமைகளாகிவிடுவோம் என நம் மூதாதையர் அறிந்திருந்தனர்... இத்தகைய அமைப்புமுறையைக் கொண்ட ஒரு தேசம் பிறருக்குக் கற்றுக்கொடுக்கும் நிலையில் இருக்கிறதே ஒழிய யாரிடமிருந்தும் கற்றுக்கொள்ளும் நிலையில் இல்லை. இந்த தேசத்தில் நீதிமன்றங்கள், வழக்கறிஞர்கள், மருத்துவர்கள் இருந்தனர். ஆனால் அனைத்தும் வரையறைக்கு உட்பட்டு இருந்தன... நீதி என்பது சகித்துக்கொள்ளக்கூடிய அளவு சரியானதாய் இருந்தது.[154]

பௌராணிக கிராமத்தைப் பற்றிய காந்தியின் சாட்சியமும் புகழுரையும் அவர் ஓர் இந்தியக் கிராமத்தையும் சென்று பார்வையிடாத நிலையிலேயே அறிவிக்கப்பட்டது.[155] ஆனாலும் அவற்றின் மீதான அவரது பற்றுறுதி, சந்தேகங்களுக்கும் எச்சரிக்கையுணர்விற்கும் அப்பாற்பட்டதாயிருந்தது.

> பொதுமக்கள் சுதந்திரமாக வாழ்ந்தனர், அவர்களின் விவசாயத் தொழிலை தொடர்ந்தனர். அவர்கள் உண்மையான சுயராஜ்ஜியத்தை அனுபவித்தனர். இந்தியாவில் எங்கெல்லாம் இந்த சபிக்கப்பட்ட நவீன நாகரீகம் இன்னும் சென்றடையவில்லையோ அங்கெல்லாம் இந்த முறை அப்படியே இன்னமும் இருக்கிறது. தாய்நாட்டை நேசிக்கும் உங்களையும் உங்களைப் போன்றோரையும் நிச்சயம் ரயில்வண்டிகளால் கெடுக்கப்படாத உள்பிரதேசங்களுக்குச் சென்று அங்கே குறைந்தது ஆறுமாதங்களாவது வாழ அறிவுறுத்துவேன்; நீங்களும் தேசப்பற்றுக் கொண்டு சுயராஜ்ஜியத்தைப் பற்றிப் பேசுவீர்கள். இதைத்தான் நான் உண்மையான நாகரீகம் என்கிறேன். நான் மேலே சொன்ன இந்த நிலைகளை மாற்ற விரும்புபவர்கள் தேச விரோதிகள், பாவிகள்.[156]

மக்கள், வம்சாவழியான குலத்தொழிலைச் செய்வார்கள், ஓர் ஒழுங்குமுறை ஊதியத்தைப் பெறுவார்கள் என்ற இந்தக் கலங்கலான வியந்தோதுதலைத் தவிர்த்து காந்தியின் புகழுரையில் சாதியைப் பற்றிய எந்தத் தகவலும் இல்லை. பிற்காலத்தில் காந்தி தீண்டாமை தன்னைச் சிறுவயதிலிருந்தே தொந்தரவு செய்ததாக வலியுறுத்திச் சொன்னார்[157] என்றாலும், இந்து சுயராஜ்ஜியத்தில் அவர் அதைப்பற்றிய எந்தக் குறிப்பையும் பதியவில்லை.

இந்து சுயராஜ்ஜியம் வெளிவந்த காலகட்டத்திலேயே காந்தியின் முதலாவது வாழ்க்கைச்சரிதங்கள் வெளியிடப்பட்டன: ஜோஹனஸ்பர்க் பேப்டிஸ்ட் தேவாலயத்தின் பாதிரியான ரெவரெண்ட் ஜோசஃப் டோக் எழுதிய – 'எம்.கே. காந்தி: தென்னாப்பிரிக்காவில் ஒரு இந்திய தேசபக்தர்' என்ற நூல் 1909இல் வெளியிடப்பட்டது. காந்தியின் நெருங்கிய நண்பரும் அவரை மிகவும் போற்றும் சீடருமான ஹென்றி எஸ்.எல். போலாக் எழுதிய 'எம்.கே. காந்தி: வாழ்வும் பணிகளும் ஒரு சுருக்கம்' என்ற நூல் 1910இல் வெளிவந்தது. இவை பின்வரப்போகும் மகாத்மியத்திற்கு கட்டியங்கூறின.

1910இல், தனித்தனி ஆங்கிலேயக் காலனிகளாக இருந்த நடால், கேப், டிரான்ஸ்வால் மற்றும் ஆரஞ்சு சுதந்திர மாகாணம் ஆகியவை இணைந்து தென்னாப்பிரிக்க யூனியன் என்ற பெயரில் ஆங்கிலேய முடியின்கீழ் சுயாட்சி செய்யும் தொகுப்பாக உருவாகின. இதன் முதல் பிரதம மந்திரியாக லூயிஸ் போத்தா அமர்ந்தார். பிரிவினைகள் பாகுபாடுகள் தீர்க்கமடையத் துவங்கின.

அந்தக் காலகட்டத்தில், அவர் தென்னாப்பிரிக்காவிலிருந்து இந்தியா திரும்புவதற்கு மூன்று ஆண்டுகளுக்கு முன்பாக, காந்தி மிகவும் தயைகூர்ந்து ஆப்பிரிக்கர்களே அந்த மண்ணின் மைந்தர்கள் என ஒப்புக்கொள்ளத் தொடங்கினார்.

> நீக்ரோக்கள் மட்டுமே இந்த மண்ணின் அசலான மக்கள். நாம் இந்த நிலத்தை அவர்களிடமிருந்து வன்முறையாய்ப் பறிக்கவில்லை; நாம் இங்கு அவர்களின் நல்லாசியுடன் வாழ்ந்துவருகிறோம். மறுபுறம், வெள்ளையர்கள் இந்த நாட்டை வன்முறையாய் ஆக்கிரமித்து அதைத் தங்களுக்கென அபகரித்துக் கொண்டனர்.[158]

ஆனால், அவர் இதற்குள்ளாகத்தான் வெள்ளையர்களுடன் இணைந்து அந்த நாட்டை ஆக்கிரமித்து, நிலத்தை அபகரித்து ஆப்பிரிக்கர்களை அடிமைப்படுத்தும் யுத்தத்தில் கலந்துகொண்டதை மறந்துவிட்டார். தன்னைச் சுற்றிலும் நடந்த கொடூர வன்முறையின் அளவையும் வீச்சையும் காந்தி கண்டுகொள்ளாமல் இருக்க முயன்றார். நிஜமாகவே அவர் 'நீக்ரோக்களின் நல்லாசி'யுடன் தான் இந்திய வணிகர்கள் தென்னாப்பிரிக்காவில் தங்கள் வியாபாரத்தை நடத்தினார்கள் என்றும், இனவெறிச் சட்டங்களையும் தாண்டி ஆங்கிலேயக் காலனியாதிக்கத்தால் அல்ல என்றும் நம்பினாரா? 1906இல் ஸுலு கிளர்ச்சியின்போது அவர் நல்லாசி பற்றியெல்லாம் இப்படி மொண்ணையான கருத்துக்களைக் கொண்டிருக்காதபோது அவர், "நாம் ஆங்கிலேய அதிகாரத்தின்

குடையின்கீழ் நடாலில் இருக்கிறோம். நமது அடிப்படை இருப்பே அதனைச் சார்ந்துதான் இருக்கிறது."

1911க்குள்ளாக, அதிகரித்துவரும் இந்திய மக்கள்தொகையின் பெருக்கத்தால் பதற்றமுற்ற ஆங்கிலேய அரசு இந்தியாவிலிருந்து தொழிலாளர் இறக்குமதி செய்வதைத் தடைசெய்யும் சட்டத்தைக் கொண்டுவந்தது. அதன்பின் 1913ஆம் ஆண்டு வந்தது.[159] ப்ரௌஸ்டின் தொலைந்துபோன காலத்தைத்தேடி *(A la recherche du temps perdu)* நூலின் முதல் பாகம் வெளிவந்த ஆண்டு. ரவீந்திரநாத் தாகூர் இலக்கியத்திற்கான நோபெல் பரிசை வென்ற ஆண்டு. தென்னாப்பிரிக்காவின் குருதிபடிந்த ஆண்டு. இந்த ஆண்டில்தான் இனவெறி அரசாட்சிக்கான அஸ்திவாரம் இடப்பட்டது. பெரும்பான்மை தென்னாப்பிரிக்கரை நிலஉடைமை கொள்ள உரிமையற்றவர்களாய் ஆக்கிய நிலச் சுவாதீனச் சட்டம் வகுக்கப்பட்டது. ஆப்பிரிக்கப் பெண்கள் தங்களை மந்தைகள்போல மாநிலம்விட்டு மாநிலம் செல்ல முடியாதவர்களாய் அடைத்துவைத்த பாஸ் சட்டங்களை எதிர்த்துப் பேரணியொன்றை நிகழ்த்திய ஆண்டு. வெள்ளைச் சுரங்கத் தொழிலாளர்களும், ரயில்வே தொழிலாளர்களும் பின்னர் ஆப்பிரிக்க சுரங்கத் தொழிலாளர்களும் வேலைநிறுத்தத்தில் ஈடுபட்ட ஆண்டு. இதே ஆண்டில்தான் அங்கிருந்த இந்தியத் தொழிலாளர்கள் தம்மீது சுமத்தப்பட்ட மூன்று பவுண்டு வரிவிதிப்பையும் அதுவரை நடந்த அவர்களின் திருமணங்களை ரத்துசெய்து அவர்களின் குழந்தைகளை முறைதவறிய குழந்தைகளாக்கும் புதிய திருமணச் சட்டத்தையும் எதிர்த்து எழுந்தனர். ஒப்பந்தத் தொழிலாளர்களாகக் கொண்டுசெல்லப்பட்ட இந்தியத்தொழிலாளிகள் தங்கள் ஒப்பந்த காலத்தை முடித்து சுதந்திரமான வர்களாக வாழமுற்பட்ட நேரத்தில் அவர்களுக்கு மூன்று பவுண்டு வரி புதிதாக விதிக்கப்பட்ட ஆண்டு. கட்டமுடியாத அளவிலான இந்த வரி அவர்களை மீண்டும் ஒப்பந்தமுறையில் கொண்டுவிட்டு அவர்களை முடிவற்ற ஒரு அடிமைத்தனச் சுழலில் சிக்க வைத்திருக்கும்.

இருபதாண்டுகளில் முதன்முறையாக, காந்தி அதுவரை தான் கவனமாக ஒதுக்கிவைத்திருந்த மக்களுடன் தன்னை அரசியல்ரீதியாக அணிசேர்த்துக் கொண்டார். இந்தியத் தொழிலாளிகளின் வேலைநிறுத்தத்தை 'தலைமை' தாங்க அவர் களமிறங்கினார். உண்மையில் அவர்களுக்கு 'தலைமை' தேவைப்பட்டிருக்கவில்லை. அதற்கு முன்னான பல வருடங்களில், காந்திக்கு முன்னாலும் காந்தியின் காலத்திலும் பல வீரம்செறிந்த போராட்டங்களை அவர்கள் நடத்தியிருந்தனர். அவர்கள் காந்தியின் கவனத்தை ஈர்க்காமல் போன அதிர்ஷ்டசாலிகள் என்று வாதத்திற்கு எடுத்துக்கொள்ளலாம். ஏனென்றால் அவர்கள் எதிர்ப்பின் போராட்டங்களை மட்டும் நடத்தவில்லை, அவர்கள் சாதியை உடைப்பதற்கான ஒரேவழியில் அதனை உடைத்து எறிந்தனர், சாதிக் கட்டுமானங்களை மீறி, திருமணம்செய்து, காதல்செய்து பிள்ளைகளைப் பெற்று வாழ்ந்தார்கள்.

காந்தி ஊர்ஊராகச் சென்று நிலக்கரிச் சுரங்கத் தொழிலாளர்களிடமும் தோட்டத் தொழிலாளர்களிடமும் உரையாற்றினார். வேலைநிறுத்தம் சுரங்கங்களில் இருந்து கரும்புத் தோட்டப் பண்ணைகளுக்குப் பரவியது.

அகிம்சை வழியிலான சத்தியாக்கிரகம் தோல்வியடைந்தது. கலவரங்களும் வன்முறைகளும் ரத்தத்தெறிப்பும் கட்டவிழ்ந்தன. அப்போது நிலுவையிலிருந்த குடியேற்ற மசோதாவைமீறி டிரான்ஸ்வாலுக்குள் நுழைந்த ஆயிரக்கணக்கானோர் கைதுசெய்யப்பட்டனர். காந்தியும் கைதுசெய்யப்பட்டார். வேலைநிறுத்தம் அவர் கைக்குள் அடங்காமல் போனது. பின்னர் அவர் ஜேன் ஸ்மட்சுடன் ஒரு தீர்வு ஒப்பந்தத்தில் கையெழுத்திட்டார். இந்தியத் தொழிலாளிகளில் பெரும்பகுதியினர் இந்தத் தீர்வில் ஏமாற்றம் அடைந்தனர். இது பெரிய இழப்புக்களுக்குப் பின் ஏற்பட்ட அரைகுறை வெற்றி எனக் கருதினர். அந்த ஒப்பந்தத்தின் மிக சர்ச்சைக்குரிய ஒரு பாகம், அது இந்தியாவுக்கு நிரந்தரமாகத் திரும்பிச்செல்ல விரும்பும் தொழிலாளர்களை அரசே இலவசமாக அனுப்பிவைக்கும் என்பது. அது இந்தியர்கள் திருப்பி அனுப்பப்படக்கூடிய வந்தேறிகள் என்ற கருத்தாக்கத்தை வலுப்படுத்தி முறைப்படுத்தியது. (1948இல், பி. டபுள்யு. போத்தாவின் இனவெறி தேசியக் கட்சி அனைத்து இந்தியர்களின் வெளியேற்றத்தை அரசியல் கோரிக்கையாக வைத்தது. இறுதியில் 1960இல் தென்னாப்பிரிக்கா குடியரசாக ஆனபோதுதான் இந்தியர்கள் முழுமையான குடிமக்களாக அங்கீகரிக்கப்பட்டனர்.)

காந்தியின் பழைய எதிர்ப்பாளரான பி.எஸ். ஐயர், காந்தி வெறுமனே பிரயாணி இந்தியர்களின் பிரச்சனைகளில் மட்டுமே கவனம் செலுத்துவதாகக் குற்றம்சாட்டினார். (1911இல் கொண்டு வரப்பட்ட குடியேற்றச் சட்டவரைவின் முதல் முன்மொழிவிற்கு எதிரான போராட்டத்தில் பி.எஸ். ஐயர் உள்ளிட்ட சிலர் அனைத்து இந்தியர்களுக்கும் அனைத்து மாகாணங்களுக்கும் சென்றுவரும் உரிமைக்காகப் போராடிக்கொண்டிருந்தபோது காந்தியும் ஹென்ரி போலாக்கும் டிரான்ஸ்வாலுக்குள் ஒரு வருடத்திற்கு ஆறு புதியவர்களை அனுமதிக்கக்கோரி மனுபோட்டுக் கொண்டிருந்தனர்.)[160] பெரும்பாலும் தமிழ்வாசகர்களைக் கொண்டிருந்த *ஆப்பிரிக்கன் கிரானிக்கள்* ஏடு ஒப்பந்தத் தோட்டத் தொழிலாளர்களின் கொடூரமான வாழ்சூழலையும் வேலைச் சுழலையும் பற்றி எழுதிவந்தது. ஐயர் இந்த ஏட்டின் ஆசிரியர். காந்தி – ஸ்மட்ஸ் ஒப்பந்தம் குறித்து ஐயர், "இந்தியாவில் காந்தியின் பளீரிடும் புகழ் என்பது அவர் இங்கு அவரது நாட்டு மக்களுக்காகச் செய்த எந்த மகத்தான சாதனைகளின்மீதும் நிலைகொண்டிருக்கவில்லை. மாறாக உரிமை இழப்பு, சொத்து இழப்பு, முடிவற்ற துன்பங்களையும் உருவாக்கிய தோல்விகளின் தொடர்ச்சிப் பட்டியலின் மீதே அது நடப்பட்டது. காந்தியின் இருபதாண்டுத் தலைமை "யாருக்கும் எந்தத் தூலமான நன்மையையும் ஏற்படுத்தவில்லை" என்றும் குறிப்பிடுகிறார். மாறாக காந்தியும் அவருடைய அமைதிவழி எதிர்ப்பாளர் குழுவும், "தென்னாப்பிரிக்காவின் அனைத்துத் தரப்பு மக்களிடமும் வெறுப்பையும் பரிகாசத்தையுமே சம்பாதித்தனர்."[161] (சில கறுப்பர்களிடையேயும் இந்தியர்களிடையுமான நகைச்சுவைத் துணுக்கு ஒன்று: அந்தக் காலத்தில், 1893இல் எல்லாம் நன்றாக இருந்தன. காந்தி ஒரு ரயிலில் இருந்து வெளியே தள்ளத்தான் பட்டார். 1920க்குள் எங்களால் ஒரு ரயிலில் ஏறக்கூட முடியவில்லை.[162])

எழுத்தில் பதிவுசெய்யப் படாமல் இருந்தாலும் காந்தி ஸ்மட்ஸ் ஒப்பந்தத்தின் ஒரு முக்கிய ஷரத்து, காந்தி தென்னாப்பிரிக்காவை விட்டு வெளியேற வேண்டும் என்பதும்தான்.[163]

தென்னாப்பிரிக்காவில் அவர் இருந்த பல வருடங்களில், காந்தி ஆப்பிரிக்கர்களைவிடவும் இந்தியர்கள் மேலாக நடத்தப்படவேண்டும் என வாதிட்டார். மொத்தத்தில் காந்தியின் அரசியல் பணிகள் நீண்டகால நோக்கில் அங்கு வாழ்ந்த இந்தியர்களுக்கு நன்மை ஏற்படுத்தியதா இல்லை தீங்கிழைத்ததா என்ற வழக்கு இன்னமும் நிலுவையில்தான் இருக்கிறது. ஆனால் ஆங்கிலேய அரசுடன் சேர்ந்து இயங்க அவர் எடுத்த தொடர் முயற்சிகள் ஆப்பிரிக்க தேசியம் தலையெடுக்கத் தொடங்கியபோது இந்தியர்களுக்கு எதிராகவே திரும்பியது. தென்னாப்பிரிக்காவாழ் இந்திய அரசியல் செயல்பாட்டாளர்கள் 1950களில் ஆப்பிரிக்கத் தலைமையின் கீழான விடுதலை இயக்கத்தில் இணைந்து போராடியபோதும், அவர்கள் தங்கள் விடுதலை ஆப்பிரிக்கர்களின் விடுதலையோடு இணைந்தது என்று உணர்ந்து செயலாற்றியபோதும் அவர்கள் காந்தியின் மரபைப் பின்பற்றவில்லை; காந்தியின் அரசியலிலிருந்து உடைத்துக்கொண்டே செயல்பட்டனர். ஒரு பரந்துபட்ட கருப்பர் அடையாளத்தை உருவாக்கும் நோக்கோடு கருப்பு உணர்வு இயக்கத்தில் 1970களில் இந்தியர்கள் இணைந்தபோது அவர்கள் உண்மையில் காந்தியின் அரசியலுக்கு முற்றிலும் எதிர்த் திசையில் சென்றனர். நெல்சன் மண்டேலா மற்றும் பிற ஆப்பிரிக்கத் தோழர்களுடன் ராப்பன் தீவுச் சிறையில் இவர்களில் சிலர் சிறையிருந்தனர். இவர்கள்தான் தென்னாப்பிரிக்காவாழ் இந்தியர்களை இனவாத அரசுக் கைக்கூலிகள் என்ற பழியிலிருந்தும் தனிமைப் பட்டுப்போவதிலிருந்தும் 1972இல் இந்தியர்கள் வெளியேற்றப்பட்டதுபோல நிகழாமலும் காப்பாற்றியவர்கள்.

காந்தி தென்னாப்பிரிக்காவில் ஒரு கதாநாயகர் என்பது மறுக்க முடியாதது என்ற அதேவேளையில் அதுவே அதிர்ச்சி தரும் ஒன்றுமாகும். ஒரு விளக்கம் என்னவாக இருக்கமுடியுமென்றால், தென்னாப்பிரிக்காவிலிருந்து வெளியேறியபின் காந்தி மீள் இறக்குமதி செய்யப்பட்டார். இந்தமுறை இந்திய விடுதலைப் போராட்டத்தின் விடிவெள்ளியாக. காந்தி சென்ற பிறகு, ஏற்கெனவே தங்கள் வேர்களை விட்டுவிலகிச் சென்றிருந்த தென்னாப்பிரிக்காவாழ் இந்தியச் சமூகம் இன்னமும் தனிமைப்படுத்தப்பட்டு இனவெறி அரசு இயந்திரத்தால் வன்முறைக்குள்ளானது. இந்தியாவில் காந்திக்குக் கிடைத்த வழிபடுதலுக்கிணையான ஆதரவும் அவருடைய தென்னாப்பிரிக்காவுடனான தொடர்பும் அவர்களுக்கு தங்கள் வரலாற்றுடனும் தாய்நாட்டுடனும் ஒரு இணைப்புணர்வை ஏற்படுத்தியிருக்கலாம் என்பதுதான் அது.

காந்தி ஒரு தென்னாப்பிரிக்க மாமனிதராக ஆவதற்கு, அவரை அவருடைய கடந்த காலத்திலிருந்து காப்பாற்றி அதை மாற்றி எழுத வேண்டியது அவசியமாக இருந்தது. அந்த வேலைத் திட்டத்தை காந்தியே துவக்கி வைத்தார். சில வரலாற்றியலாளர்கள் அந்தப் பணியை முடித்து வைத்தார்கள். தென்னாப்பிரிக்காவில் காந்தி வாழ்ந்த கடைசிக்

காலகட்டத்தில், வெளிவந்த முதல் சில வாழ்க்கை வரலாற்று நூல்கள் அந்தச் செய்தியை பரப்பின. இரட்சகராக்கும் பணி துரிதப்படுத்தப்பட்டது. இளம் ரெவெரெண்ட் சார்லஸ் ஃப்ரீயர் ஆண்ட்ருஸ் தென்னாப்பிரிக்கா பயணம் மேற்கொண்டு டர்பன் துறைமுகத்தில் காந்தியைப் பார்த்ததும் அவர்முன் மண்டியிட்டு வணங்கினார்.[164] பின்பு காந்தியின் வாழ்நாள் பக்தராக மாறிய ஆண்ட்ருஸ் காந்தியை, "எளிமையானவர்களின், மிகக்கீழானவர்களின், தொலைந்து போனவர்களின்" தலைவர் என்றும் கிறிஸ்துவுடைய ஆன்மாவின் வாழும் அவதாரம் என்றும் அழைத்தார். ஐரோப்பியர்களும் அமெரிக்கர்களும் போட்டாபோட்டி போட்டுக்கொண்டு அவரைக் கௌரவித்தனர்.

*1915*இல், காந்தி லண்டன் வழியாக இந்தியா திரும்பினார். லண்டனில் அவருக்கு மகாராணியின் சாக்லேட்டை விடவும் மேலான ஒரு பரிசு வழங்கப்பட்டது. ஆங்கிலேய அரசுக்கு அவர் செய்த பணிகளுக்கென அவருக்குப் பொதுப்பணிகளுக்கான கெய்சர் – ஏ – ஹிந்த் தங்கப்பதக்கம் பென்ஹர்ஸ்ட் பிரபு ஹார்டிங்கேவால் வழங்கப்பட்டது. (அதை அவர் 1920இல் முதலாவது தேசிய ஒத்துழையாமை இயக்கத்தின் முன்பாகத் திருப்பிக் கொடுத்தார்.) இந்த மரியாதையோடு, இந்தியாவில் அவர் மகாத்மிய சட்டகத்துடன் வந்து இறங்கினார் – ஒரு மகத்தான ஆன்மா, இனவெறியையும் ஏகாதிபத்தியத்தையும் எதிர்த்துப் போராடிய தென்னாப்பிரிக்காவாழ் இந்தியத் தொழிலாளிகளின் உரிமைகளுக்காக நின்ற ஒரு ஆத்மா. அவருக்கு அப்போது வயது நாற்பத்திஆறு.

திரும்பி வரும் அந்த மாமனிதருக்காக, இந்தியாவின் முக்கிய தொழிலதிபரான (சக பனியாவுமான) ஜி.டி. பிர்லா கல்கத்தாவில் ஒரு மாபெரும் வரவேற்பு நிகழ்ச்சிக்கு ஏற்பாடு செய்தார். கல்கத்தாவிலும் பம்பாயிலும் செயல்பட்ட ஒரு ஏற்றுமதி இறக்குமதித் தொழிலை பிர்லாக்கள் நடத்திவந்தனர். அவர்கள் பருத்தி, கோதுமை மற்றும் வெள்ளி வியாபாரம் செய்துவந்தனர். பெரும் செல்வந்தரான ஜி.டி.பிர்லா ஆங்கிலேயரிடம் அவர் அனுபவித்த வெள்ளை இனவெறியால் பாதிக்கப்பட்டு எதையாவது செய்ய வேண்டும் என்ற துடிப்புடன் இருந்தார். காலனி அரசுடன் அவருக்குப் பல பிரச்சனைகள் இருந்தன. அவர் காந்தியின் முக்கியப் புரவலராகவும் ஆதரவாளராகவும் ஆனார். காங்கிரஸ் கட்சிப்பணி செய்வதற்கும் தன்னுடைய ஆசிரமங்களை நடத்துவதற்கும் காந்திக்கு மாதாமாதம் கணிசமான மதிப்பூதியத்தை அவர் வழங்கினார். பிற தொழிலதிப ஆதரவாளர்களும் காந்திக்கு இருந்தனர், ஆனால் காந்தியுடனான பிர்லாவின் புரவலர் ஏற்பாடு காந்தியின் கடைசி நாட்கள் வரை தொடர்ந்தது.[165] ஆலைகள் மற்றும் தன்னுடைய பிற தொழில்களோடு சேர்த்து ஜி.டி. பிர்லா *இந்துஸ்தான் டைம்ஸ்* செய்தித்தாளையும் நடத்திவந்தார். காந்தியின் புதல்வரான தேவதாஸ் *இந்துஸ்தான் டைம்ஸி*ன் நிர்வாக ஆசிரியராகப் பின்னர் பணியாற்றினார்.

இப்படியாகத் தாய்நாட்டில் நெய்த காதித்துணி உடுத்தப் பிரச்சாரம் செய்த மகாத்மா, தன் வீட்டில், ஒரு ஆலையதிபர் வாங்கிக்கொடுத்த

மர ராட்டையில்தான் அதை நெய்தார். இயந்திரங்களுக்கு எதிராகக் கொந்தளித்த மனிதர் தொழிலதிபர்களாலேயே தக்கவைக்கப்பட்டார். இந்த ஏற்பாடுதான் இன்று நாம் காணும் பெருநிறுவன ஆதரவுடன் செயல்படும் தன்னார்வத் தொண்டு நிறுவனங்களின் முன்மாதிரி.

நிதி ஆதாரம் கிடைத்து ஆசிரமங்களும் எழுந்து செயல்படத் தொடங்கியதும், காந்தி ஆங்கிலேய அரசுக்கு எதிராக மக்களை அணி திரட்டும் தனது பணியை, தானும் தனது புரவலர்களும் நம்பிய பழைய ஏற்றத்தாழ்வுகளுக்குப் பாதிப்பு ஏற்படாதவகையில், தொடங்கினார். நாட்டின் குறுக்கும்நெடுக்கும் பயணித்து அதை அறிந்துகொண்டார். அவரது முதல் சத்தியாக்கிரகம் பீகார் மாநிலம் சம்பாரனில் 1917இல் நடந்தது. அவர் அங்கு செல்வதற்கு மூன்றாண்டுகளுக்கு முன்பாக, பஞ்சத்தின் வாயிலில் பசித்திருந்த நிலமற்ற தோட்டத் தொழிலாளிகள், ஆங்கிலேயரின் அவுரித் தோட்டங்களில் பணிபுரிந்து வந்தவர்கள், ஆங்கிலேயரின் புதிய வரிவிதிப்புக் கொள்கையை எதிர்த்துக் கிளர்ந்து எழுந்திருந்தார்கள். காந்தி சம்பாரன் சென்று அங்கு ஒரு ஆசிரமம் அமைத்து அவர்களின் போராட்டத்திற்கு ஆதரவளித்து வந்தார். அந்த மக்களுக்கு அவர் உண்மையில் யார் என்பது தெரிந்திருக்கவில்லை. சம்பாரன் சத்தியாக்கிரகத்தை ஆய்வுசெய்த ஜேக்கஸ் பௌசெப்பதாஸ், "வதந்திகள் . . . விவசாயிகளின் குறைகளைக் களைவதற்காக காந்தி ஆங்கில அரசின் வைசிராயால் அல்லது மகாராஜாவால் சம்பாரனுக்கு அனுப்பப்பட்டிருப்பதாகத் தகவல்கள் வந்தன. அவரது கட்டளைகள் உள்ளூர் அதிகாரிகள் மற்றும் நீதிமன்றங்களின் ஆணைகளையும் மீறிய செல்வாக்குப் பெற்றிருந்தன" என்றும் எழுதியிருக்கிறார்.[166] காந்தி சம்பாரனில் ஒரு வருடம் தங்கியிருந்துவிட்டுக் கிளம்பிச் சென்றார். "1918இலிருந்து, காந்தி கிளம்பிச் சென்றபின் பண்ணைத் தொழிலாளிகளின் செல்வாக்கு தேய்வுறத் தொடங்கியபின், கிராமப்புற ஆளும்வர்க்கத்தினரின் பிடி மிகக் கடினமானதாக மாறியது என்பது நிதர்சனம்" என்றும் பௌசெப்பதாஸ் கூறுகிறார்.

அநீதிக்கெதிராக மக்களை உசுப்பி ஆனால் அதே சமயத்தில் அவர்களைக் கட்டுப்படுத்தி அநீதி பற்றிய அவருடைய சொந்தப் பார்வைக்கு அவர்களை அழைத்துச் செல்வதற்கு காந்தி சில சிக்கலான சூழ்ச்சிகளைச் செய்யவேண்டியிருந்தது. 1921இல் ஐக்கிய மாகாணங்களில் ஜமீன்தார்களுக்கு எதிராக விவசாயிகள் கிளர்ந்தெழுந்தபோது, காந்தி அவர்களுக்கு ஒரு மடல் அனுப்பினார்:

> அரசுக்கு வரிகட்டுவதை நிறுத்தச்சொல்லி தக்கசமயம் வரும்போது நாம் விவசாயிகளுக்கு அறிவுறுத்தத் தயங்கமாட்டோம். ஆனால் சத்தியாக்கிரகத்தின் எந்த நிலையிலும் நாம் ஜமீன்தார்களுக்கு சேர வேண்டிய குத்தகையை இழக்கும் நிலையை உருவாக்கமாட்டோம். விவசாய இயக்கமானது விவசாயிகளின் நல்வாழ்வுக்காகவும் விவசாயிகளுக்கும் ஜமீன்தார்களுக்கும் இடையேயான உறவை மேம்படுத்தும் வகையிலும் செயல்படவேண்டும். விவசாயிகள், தாங்கள் ஜமீன்தார்களுடன் எழுத்து மூலமாகவோ அல்லது வாய்மொழி

வழக்கமாகவோ செய்துகொண்ட ஒப்பந்தங்களைச் சிரமேற்கொண்டு நடக்கவேண்டும் என அவர்களுக்கு அறிவுறுத்தவேண்டும்.[167]

வாய்மொழி வழக்கத்திலிருந்து ஏற்கப்பட்ட ஒப்பந்தம். இது என்ன என்று நாம் பயங்கரமாக யூகிக்கவேண்டியதில்லை. அது ஒரு முழு மெழுகுப் பாறை.

காந்தி வறுமைபற்றியும் ஏற்றத்தாழ்வுகள் பற்றியும் பேசியிருந்தாலும், அவர் சில சமயங்களில் ஒரு சோஷலிஸ்டைப்போலத் தெரிந்திருந்தாலும், அவர் தன்னுடைய அரசியல் வாழ்க்கையில் எந்தக் காலத்திலும் இந்திய தொழிலதிபர்களை, நிலப்பிரபுக்களை குற்றம்சாட்டியதோ எதிர்த்து நின்றதோ கிடையாது. இது அவருடைய அறங்காவலர் சித்தாந்தத்தின் ஒரு பகுதி. இன்றைய பெருநிறுவனங்கள் சமூகப் பொறுப்புணர்வுத் திட்டம் என்ற பெயரில் நிகழ்த்தும் அதேபோன்ற ஒன்று. 'சம பங்கீடு' என்ற தனது கட்டுரையில் இதையே விரித்து காந்தி இப்படி எழுதுகிறார்: "பணக்காரரின் சொத்து அவரிடமே விடப்படும், அதில் அவர் நியாயப்படி தன்னுடைய சொந்தத் தேவைகளுக்கு என்ன அவசியமோ அதைப் பயன்படுத்திக்கொண்டு மீதத்தைச் சமூகத்திற்குப் பயன்படுத்துவதற்கான அறங்காவலராகச் செயல்படுவார். இந்த வாதத்தில், அறங்காவலரின் நேர்மை என்பது யூகமாக ஏற்றுக்கொள்ளப்படுகிறது."[168] 'ஏழைகளின் பாதுகாவலர்களாக' பணக்காரர்கள் ஆகும் இந்தக் கருத்தை நியாயப்படுத்த, "சமூகத்திலுள்ள ஏழைகளின் ஒத்துழைப்பு இல்லாமல் பணக்காரர்கள் சொத்துகளைக் குவிக்க முடியாது" என்ற வாதத்தை முன்வைத்தார் காந்தி.[169] அதற்குமேல், இந்தப் பணக்காரப் பாதுகாவலர்களின் ஏழைப் பிள்ளைகளுக்கு அதிகாரம் பெற்றுத்தர: "இதைப்பற்றிய அறிவு அவர்களுக்குள் வேர்விட்டுப் பரவுமானால், அவர்கள் வலிமைபெற்றுத் தங்களைப் பசியின் விளிம்பிற்குள் நிறுத்திவைத்திருக்கும் ஒடுக்குமுறையான இந்த ஏற்றத்தாழ்வில் இருந்து எப்படி அகிம்சை முறையில் விடுபடுவது என்பதைத் தெரிந்துகொள்வார்கள்."[170] காந்தியின் அறங்காவலர் கொள்கை அப்படியே அமெரிக்க முதலாளிகள், திருட்டு மகாராஜாக்களான ஜே.டி. ராக்ஃபெல்லர், ஆண்ட்ரு கார்னேகி போன்றோர் அந்தக் காலகட்டத்தில் கூறிவந்ததை அடியொற்றி இருக்கிறது... 'செல்வத்தின் சுவிசேஷம்' (1889) என்னும் தன் நூலில் கார்னேகி எழுதுகிறார்:

> அப்படியானால், இதுதான் ஒரு செல்வந்தனுடைய கடமையாக இருக்கமுடியும்: முதலில் ஒரு எளிமையான, ஆடம்பரங்களை விளம்பரப்படுத்தும் பகட்டற்ற வாழ்க்கையை எல்லாருக்கும் எடுத்துக்காட்டாக வாழ்வது; தன்னை நம்பி இருப்பவர்களின் நியாயமான தேவைகளுக்கு ஓரளவிற்குப் பொருள் அளிப்பது; அப்படிச் செய்தபின் இருக்கும் அனைத்து உபரிச் செல்வத்தையும் தன் பாதுகாப்பில் வைக்கப்பட்டுள்ள ஒரு அறக்கட்டளையின் சொத்தாகப் பாவிப்பது; தான் நிர்வகிக்க அழைக்கப்பட்டிருப்பதை, நிர்வாகக் கடமைகளுக்குக் கட்டுப்பட்டு, தானறிந்த வரையில் அவற்றைச் சமூகத்திற்கு மிகச் சிறப்பான விளைவுகளை ஏற்படுத்தும் வகையில் உபயோகிப்பது – ஒரு செல்வந்தன் இப்படியாக, ஒரு

சாதாரண காரியஸ்தனாக, ஒரு அறங்காவலனாக தன்னுடைய ஏழை சகோதரர்களுக்கு ஆகிவிடுகிறான். தன்னுடைய மேம்பட்ட ஞானத்தை, அனுபவத்தை நிர்வாகத்திறனை அவர்களின் சேவையில் செலுத்தி அவர்களே செய்து கொள்ளக்கூடிய செய்துகொள்ள முடிந்ததைக் காட்டிலும் மேலான வகையில் உதவி செய்கிறான்.[171]

இந்த முரண்பாடுகள் எல்லாம் ஒரு பொருட்டாகப் படவேயில்லை. ஏனெனில் அதற்குள் காந்தி அந்த நிலையை எல்லாம் கடந்து சென்று விட்டார்..அவர் ஒரு சனாதன இந்து (தன்னை அப்படித்தான் அழைத்துக் கொண்டார்.) கிறிஸ்துவின் அவதாரம் (தான் அப்படி அழைக்கப்படுவதை அனுமதித்தார்). அவர் பயணம் செய்த ரயில்களின் தரிசனம் வேண்டி பக்தக் கூட்டங்கள் முற்றுகையிட்டன. அவருடன் பயணம்செய்த அவரின் சரிதை ஆசிரியர் டி.ஜி. டெண்டுல்கர் அந்த நிகழ்வுகளை “ஒரு புதிய சமயத்திற்கான பெருந்திரள் மதமாற்றங்கள்” என விவரிக்கிறார்.

இந்த எளிய சமயம், அவர் போகுமிடமெல்லாம் “மகாத்மா காந்தி கி ஜே” என முழங்கிய இந்தியாவின் கோடிக்கணக்கான மக்களை நெகிழச் செய்தது. பரிசாலின் பாலியல் தொழிலாளிகள், கல்கத்தாவின் மார்வாடி வியாபாரிகள், ஒரியக் கூலிகள், ரயில்வே போராட்டக்காரர்கள், காதித் துணியை பரிசளிக்க ஆவலாகக் காத்திருந்த சந்தால் பழங்குடியினர் அனைவரும் அவருடைய கவனத்தைக் கோரினர் ... அவர் எங்கு சென்றாலும் அங்கெல்லாம் அவர் அன்பின் கொடுங்கோன்மையைத் தாங்கிக்கொள்ளவேண்டியிருந்தது.[172]

‘மகாத்மாவாக காந்தி’ எனும் தன்னுடைய பிரபலமான கட்டுரையில், வரலாற்றியலாளர் ஷாஹித் அமின், எப்படி உள்ளூர் காங்கிரஸ் தலைவர்களால் சாதுர்யமாக விதைக்கப்பட்ட வதந்திகள், புகழ்பாடும், சிலசமயங்களில் காணாததைக் கண்டதாக எழுதப்படும் பத்திரிகைச் செய்திகள், ஏமாறத் தயாராய் இருந்த மக்கள், காந்தியின் கவர்ச்சியான ஆளுமை இவை அனைத்தும் சேர்ந்து ஒரு மாபெரும் அளவிலான கும்பல் மனநிலையை வெறியை ஏற்படுத்தி காந்தியைத் தெய்வமாக்கும் இறுதிநிலையை எட்டியது என்று விவரிக்கிறார். அந்த நாட்களில்கூட அனைவரும் இதனை ஏற்றுக்கொள்ளவில்லை. 1921 ஏப்ரல் 23ஆம் தேதி வெளிவந்த *பயோனிர்* நாளிதழ் தலையங்கத்தில், “ஐக்கிய மாகாணங்களின் கிழக்கிலும் தெற்கிலும் இருக்கும் எளிய மக்கள், உண்மையில் அவர்களுக்கு அதிகாரத்தின் இன்னொரு பெயர் என்பதைத் தாண்டிப் பெரிதாய் எதுவுமில்லாத, ‘மகாத்மாஜி’யின், சக்தியின் மீதான நம்பிக்கைகள் வளரக்கூடிய வளமான தளமாகியிருக்கிறார்கள்.” இந்தத் தலையங்கம் கோரக்பூரில் இருந்து வெளிவந்த *ஸ்வதேஷ்* என்ற இதழில் வெளியான காந்தியை சூழ்ந்திருக்கும் அற்புதங்களைப் பற்றிய வதந்திகளுக்கு பதிலாக எழுதப்பட்டது. அவர் ஒரு கிணற்றிலிருந்து நறுமணமிக்க புகையை வரவழைத்தார்; பூட்டிய அறைக்குள் குர்ஆனை வரச்செய்தார்; மகாத்மாவின் பெயரில் யாசகம் கேட்டுக்கொண்டிருந்த சாது ஒருவருக்குப் பணம் கொடுக்க மறுத்த ஒரு அஹிரின் எருமை நெருப்பில் கருகிப் போனது; காந்தியின் ஆணையை ஏற்க மறுத்த ஒரு பார்ப்பனருக்குப் பைத்தியம் பிடித்தது என்பவைதான் அவை.[173]

நிலபிரபுத்துவம் தனது எதிர்காலத்தைச் சந்தித்த, அற்புதங்கள் நவீனத்தைச் சந்தித்த அந்த இடத்தில் காந்தியுடைய மகாத்மியத்தின் ஆணிவேர் அதற்கான உயிரோட்டமான ஊற்றைச் சந்தித்தது. அங்கிருந்து அது ஆதாரம்பெற்று செழித்தது.

சந்தேகப்பட்டவர்கள் மிகச்சிலரே; அவர்களும் பெரிய அளவில் பொருட்டாகவில்லை. இந்தக் காலகட்டத்தில் காந்தி இரண்டுலட்சம் பேர் திரளும் பேரணிகளில் உரையாற்றிக் கொண்டிருந்தார். இந்த ஆகர்ஷம் வெளிநாடுகளுக்கும் பரவிக் கொண்டிருந்தது. 1921இல் நியூயார்க்கின் சமூக தேவாலயத்தின் யுனிட்டேரியன் பாதிரி ஜான் ஹேய்ன்ஸ் ஹோம்ஸ் 'உலகின் மகத்தான மனிதன் யார்?' என்ற தனது பிரசங்கத்தில் தனது பங்கு மக்களுக்கு காந்தியை "இருபதாம் நூற்றாண்டின் துயருரும் இயேசு கிறிஸ்துவாக" அறிமுகம் செய்துவைத்தார்.[174] பல ஆண்டுகள் கழித்து, 1958இல் மார்டின் லூதர் கிங் ஜுனியரும் இதையே செய்வார்: "கிறிஸ்து ஆன்மாவையும் ஊக்கத்தையும் கொடுத்தார், காந்தி அதற்கான வழிவகை யைக் கொடுத்தார்."[175] இவர்கள் காந்திக்கு ஒரு முற்றிலும் புதிய தொகுதியை உருவாக்கித் தந்தனர்: ஆப்பிரிக்கர்களை வெறுத்த அவர்களைக் கண்டு பயந்த ஒரு மனிதருக்குக் கிடைக்கக்கூடிய மிகப் புதிரான பரிசு.

பரவலாகிவந்த ரஷ்யப் புரட்சியின் விளைவுகளைக் கண்டு அச்சமுற்ற மேற்கத்திய கிறித்தவ உலகம், ஏற்கெனவே முதலாம் உலகப் போரின் கொடூரத்தால் அதிர்ந்து போயிருந்த அவர்கள், அமெரிக்கர்களும் ஐரோப்பியர்களும் போட்டிபோட்டுக் கொண்டு கிறிஸ்துவின் வாழும் அவதாரத்தைக் கௌரவித்தனர். ஒரு பணக்கார குடும்பத்திலிருந்து வந்த (அவரது தந்தை ஒரு போர்பந்தர் ராஜ்ஜியத்தின் பிரதம மந்திரியாக இருந்தார்.) காந்தியைப் போலல்லாமல் ஏசு ஜெருசலத்தின் குடிசைப்பகுதியில் பிறந்த ஒரு தச்சர் என்பதும் அவர் ரோம சாம்ராஜ்ஜியத்தோடு நட்பு பாராட்டாமல் அதை எதிர்த்து நின்றார் என்பதும் அவரை எந்தப் பெருந்தொழில் நிறுவனமும் ஆதரிக்கவில்லை என்பதெல்லாம் பொருட்டாக யாருக்கும் படவேயில்லை.

காந்தியின் ரசிகர்களில் மிகச் செல்வாக்கு படைத்தவர் ஃப்ரெஞ்சு நாடக ஆசிரியரான ரோமெய்ன் ரோலண்ட், இவர் 1915இல் இலக்கியத்திற்கான நோபெல் பரிசைப் பெற்றவர். இவர் 1924இல் 'மகாத்மா காந்தி: அகில இருப்போடு ஒன்று சேர்ந்த மனிதர்' [*Mahathma Gandhi: The man who became one with the Universal Being*] என்ற தன் புத்தகத்தை வெளியிடும்போது அவர் காந்தியை நேரில்கூட சந்தித்திருக்கவில்லை. அந்த நூல் ஒரு லட்சம் பிரதிகளுக்கும்மேல் விற்பனையானது, பல ஐரோப்பிய மொழிகளில் மொழிபெயர்க்கப்பட்டது.[176] அந்த நூல் உபநிடதங்களிலிருந்து தாகூர் பயன்படுத்திய இந்தப் பிரார்த்தனையுடன் தொடங்குகிறது.

> அவன்தான் ஒருவன், ஒளிபொருந்தியவன், அனைத்தையும் படைத்தவன், மகாத்மா,
>
> மக்களின் மனங்களின் எப்போதும் பிரதிஷ்டையானவன்,
>
> அன்பாக, உள்ளுணர்வாக, எண்ணமாக வெளிப்படுபவன்,
>
> அவனை அறிந்தவர்கள், இறவாத்தன்மை அடைவர்

காந்தி அந்த நூலில்தான் "உண்மையின் நிஜத் தோற்றத்தை" கண்டதாகக் கூறினார். அவர் ரோலண்டை தனக்கான ஐரோப்பாவின் "தானே நியமித்துக்கொண்ட விளம்பரதாரராக" அறிவித்தார்.[177] 1924இல் அவரது சொந்த அமைப்பான, அனைத்திந்திய நூற்பாளர் சங்கத்தின் நிர்வாகிகள் பட்டியலில் அவருடைய பெயர் மகாத்மா காந்தி எனக் குறிப்பிடப்பட்டது.[178] இந்த மனிதர் 'சாதியை அழித்தொழித்தல்' நூலுக்கு எழுதிய பதிலின் முதல் பத்தியில், "அவர் என்ன பட்டத்தைப் பிற்காலத்தில் அணிந்துகொண்டாலும் டாக்டர் அம்பேத்கர் தன்னை மறக்கப்படக்கூடியவராக மாற ஒரு நாளும் அனுமதிக்க மாட்டார்" என எழுதினார். ஏதோ சாதீயத்தின் ஆழமான கொடூரங்களைச் சுட்டிக்காட்டுவது என்பது அம்பேத்கரின் சுய விளம்பரப் பணி என்பதுபோல.

இந்த மனிதருடன்தான், அல்லது நீங்கள் ஒருவேளை விரும்பினால் இந்தப் புனிதருடன்தான், ஒரு தீண்டத்தகாத மகர் குடும்பத்தில் 1891இல் பிறந்த டாக்டர் பீம்ராவ் ராம்ஜி அம்பேத்கர் எதிர் வாதாட முற்பட்டார்.

கள்ளிக் காடு

அம்பேத்கரின் தந்தை ராம்ஜி சாக்பாலும் அவருடைய இரண்டு தாத்தாக்களும் ஆங்கிலேய இராணுவத்தில் படைவீரர்கள். அவர்கள் கொங்கண் பகுதியின் மகர்கள், பின்னர் அது பம்பாய் ராஜதானியின் பகுதியானது. அந்த காலகட்டம் தேசிய அரசியலின் சூடான களம். இரண்டு பிரபல காங்கிரஸ்காரர்களான கரம் தளத்தின் (ஆயுதந்தாங்கிய பிரிவு) பால கங்காதர் திலகர், காந்தியின் வழிகாட்டியான நரம் தளத்தின் (மிதவாத பிரிவு) கோபால கிருஷ்ண கோகலே இருவருமே கொங்கணிலிருந்து வந்த சித்பவன் பார்ப்பனர்கள். (சுயராஜ்யம் எனது பிறப்புரிமை அதை நான் அடைந்தே தீருவேன் என்ற பிரபல கோஷத்தை முன்வைத்தவர் திலகர்.)

கொங்கண் கடலோரப் பகுதி தன்னை ஜோதி மாலி, தோட்டக்காரர் என அழைத்துக்கொண்ட அம்பேத்கரின் அரசியல் மூதாதையான ஜோதிபா பூலேவிற்கும் பூர்வீகம். அம்பேத்கர் தனது இளம்பிராயத்தைக் கழித்த சதாராவில்தான் பூலே பிறந்தார். மகர்கள் தீண்டத்தகாதவர்களாகக் கருதப்பட்டனர். அவர்கள் நிலமற்ற விவசாயக் கூலிகளாக இருந்தபோதும் ஒப்பீட்டளவில் பிற தீண்டத்தகாத சாதியினரைவிட சிறிது மேம்பாடு அடைந்தவர்களாக இருந்தனர். பதினேழாம் நூற்றாண்டில் அவர்கள் மேற்கிந்தியாவின் மராத்தா அரசரான சிவாஜியின் படையில் பணிபுரிந்தனர். சிவாஜியின் மறைவுக்குப் பிறகு அவர்கள், தங்களை மிகவும் கேவலமாக நடத்திய ஒடுக்குமுறைப் பார்ப்பன அரசான பேஷ்வாக்களின் படையில் பணிபுரிந்தனர். (இந்த பேஷ்வாக்கள்தான் மகர்கள் தங்கள் கழுத்தில் ஒரு பானையையும் இடுப்பில் துடைப்பத்தையும் கட்டிக்கொள்ள வேண்டும் என்று நிர்ப்பந்தித்தவர்கள்.) இப்படிப்பட்ட ஒரு 'அறங்காவல்'ப் பொறுப்பை ஏற்கமறுத்த மகர்கள் தங்கள் விசுவாசத்தை ஆங்கிலேயர் பக்கம் திருப்பினர். 1818இல், கோரேகான் யுத்தத்தில், மகர் படைவீரர்களைக்கொண்ட ஒரு சிறு ஆங்கிலேயப் படையணி கடைசி பேஷ்வா மன்னன் இரண்டாம் பாஜிராவின் மாபெரும் படையைத் தோற்கடித்தது.[179] அதன் பின்னர்

ஆங்கிலேயர் ஒரு மகர் ரெஜிமெண்ட்டை கட்டமைத்தனர் அது இன்றளவும் இந்திய இராணுவத்தின் பகுதியாக இருக்கிறது.

காலஓட்டத்தில் மகர் மக்கள்தொகையின் ஒரு பிரிவு கிராமங்களைவிட்டு நகரத்திற்கு இடம்பெயர்ந்தது. அவர்கள் பம்பாய் ஆலைகளிலும் நகரத்தின் கூலிகளாகவும் அமைப்புசாரா தொழிலாளராகவும் வேலை பார்த்தனர். இந்த இடப்பெயர்வு அவர்களின் உலகத்தை விசாலப்படுத்தியது. மற்ற தீண்டத்தகாத சாதிகளைக் காட்டிலும் விரைவாக மகர்கள் அரசியல்பட்டதற்கும் இதுவே காரணமாக இருக்கலாம்.

மத்திய இந்தியாவின் இந்தூர் அருகில் உள்ள மோ கண்டோன்மெண்டில் 1891 ஏப்ரல் 14ஆம் தேதி அம்பேத்கர் பிறந்தார். அவர் ராம்ஜி சாக்பால் – பீமாபாய் முர்பத்கர் சாக்பால் தம்பதியின் கடைசியும் பதினான்காவது மகனுமாவார். அவருக்கு இரண்டு வயது இருக்கும்போது அவருடைய தாயார் மறைந்தார். அதே ஆண்டில் அவருடைய தந்தை இராணுவத்தில் இருந்து ஓய்வுபெற்றார். அவரின் குடும்பம் கபீர் மற்றும் துக்காராம் ஆகிய பக்திக் கவிஞர்களின் மார்க்கத்தில் வளர்ந்தது. ஆனால் அவருடைய தந்தை ராம்ஜி சாக்பால் தன் பிள்ளைகளை இந்துமதப் புராணங்களையும் கற்க வைத்தார். சிறுவனாக, அம்பேத்கர் ராமாயணத்தையும் மகாபாரதத்தையும் அவை பகுத்துச் சொல்லும் நிலையற்ற ஒழுக்கவிதிகளையும் சந்தேகக் கண்கொண்டு பார்த்தார். குறிப்பாகத் தாழ்ந்த பிறப்பான கர்ணனைக் கொன்றுபோட்டுத் துண்டாடும் கதை அவரை மிகவும் பாதித்தது. (கர்ணன், சூரியனுக்கும் மணமாகாத குந்திக்கும் பிறந்தவன். தன் தாயால் கைவிடப்பட்ட அவன் ஒரு தாழ்ந்த தேரோட்டியால் வளர்க்கப்படுகிறான். கர்ணன் யுத்தகளத்தில் தனது தேரின் சக்கரத்தைப் பழுது பார்த்துக் கொண்டிருக்கும்போது தனது ஒன்றுவிட்ட சகோதரனான அர்ஜுனனால் கண்ணனின் அறிவுரைப்படி கொல்லப்படுகிறான்.) அம்பேத்கர் தன் தந்தையுடன் வாதாடினார்: “கிருஷ்ணன் மோசடியை நம்பியவன். அவன் வாழ்க்கையே பல மோசடிகளின் தொடர்ச்சிதான். அதே அளவு வெறுப்பு எனக்கு ராமன்மீதும் இருக்கிறது.”[180] பின்னாளில், அவர் இறந்தபின் பதிப்பிக்கப்பட்ட ‘இந்துமதத்தின் புதிர்கள்’ என்ற கட்டுரைத் தொடரில் அவர் தன்னால் ஏற்றுக்கொள்ள முடியாத ராமனின் பெண்வெறுப்பையும் கிருஷ்ணனின் வழவழ கொழகொழ நெறிகளையும் விரிவாக எழுதினார்.[181]

அவமானங்களுடனும் அநீதியுடனுமான அம்பேத்கரின் பரிச்சயம் அவரது குழந்தைப் பருவத்திலேயே தொடங்கிவிட்டது. காந்தி தென்னாப்பிரிக்க யுத்தத்தில் பணிபுரிந்து கொண்டிருந்தபோது, பத்து வயதான அம்பேத்கர் சதாராவில் தன்னுடைய அத்தை வீட்டில் தங்கி ஒரு உள்ளூர் அரசுப் பள்ளியில் படித்து வந்தார். ஆங்கிலேய அரசின் ஒரு புதிய சட்டத்தால்[182] அவர் தீண்டத்தகுந்தோரின் பள்ளியில் படிக்கும் வாய்ப்பைப் பெற்றார். ஆனால் அவர் தனது வகுப்பு மாணவர்களிடமிருந்து விலக்கி ஒரு கோணிப்பையின் மீது உட்கார வைக்கப்பட்டார்; வகுப்பறைத் தரையை அவர் அசுத்தப்படுத்திவிடக்கூடாது என்பதற்காக. தீண்டத்தகுந்தோரின் குழாயில் அவருக்கு நீர் அருந்த அனுமதி மறுக்கப்பட்டதால் அவர் நாள் முழுதும் தாகத்துடனேயே இருந்தார். சதாராவின் நாவிதர்கள் அவருக்கு

முடிவெட்ட மாட்டார்கள். ஆடுகளுக்கும் எருமை மாடுகளுக்கும் தோல் வழிக்கும் நாவிதர்கள் கூட. இந்தக் குரூரம் ஒவ்வொரு பள்ளியிலும் தொடர்ந்தது. அவருடைய மூத்த சகோதரர்கள் சமஸ்கிருதத்தைக் கற்க அனுமதிக்கப் படவில்லை, ஏனெனில் அது வேதங்களின் மொழி, மேலும் அறிவைத் தனியுரிமையாக்குவது சாதீயத்தின் மையக் கூறுகளில் ஒன்றாகும். (ஒரு சூத்திரன் விரும்பி வேதம் ஓதப்படுவதை கேட்டால் அவன் காதுகளில் காய்ச்சிய அரக்கு அல்லது ஈயம் ஊற்றப்படவேண்டும் என்று கௌதம தர்ம சூத்திரம் சொல்கிறது.) பல வருடங்களுக்குப் பின் 1920களில் அம்பேத்கர் ஜெர்மனியில் சமஸ்கிருதம் பயின்று (1940களில் அவர் பாலியையும் கற்றார்) பிராமணப் பனுவல்களை படித்து அறிந்தார். 'சாதியை அழித்தொழித்தல்' பனுவலை அவர் எழுதியபோது இந்த அறிவை அவர் அதிரடியாகப் பயன்படுத்தினார்.

முடிவில் 1897இல் அவருடைய குடும்பம் பம்பாயில் ஒரு குடிசைப் பகுதிக்கு இடம்பெயர்ந்தது. 1907இல் எல்பின்ஸ்டன் பள்ளியின் ஒரே தீண்டத்தகாத மாணவராக அம்பேத்கர் பத்தாம் வகுப்பில் தேர்ச்சியடைந்தார். ஒரு மகர் சிறுவனுக்கு அது ஒரு தனித்தன்மைவாய்ந்த சாதனை. அதற்கு சில காலத்திற்குள்ளேயே அவர் ஒன்பது வயதான ரமாபாயுடன் திருமணம் செய்துவைக்கப்பட்டார். (பண்டித ரமாபாயுடன் குழப்பிக் கொள்ளவேண்டாம்.) நகரத்தின் சாக்கடை ஒன்றின்மேல் கட்டப்பட்ட ஒரு ஷெட்டில் அந்தத் திருமணம் நடந்தது. அவர் எல்பின்ஸ்டன் கல்லூரியில் தனது இளநிலை பட்டப்படிப்பை படித்துக்கொண்டிருந்தபோது அவருடைய நலம்விரும்பி ஒருவர் அவரை பரோடாவின் முற்போக்கு மகாராஜாவான சாயாஜிராவ் கெய்க்வாடிற்கு அறிமுகம் செய்துவைத்தார். மகாராஜா அவருக்குப் பட்டப்படிப்பை முடிக்க மாதம் 25 ரூபாய் உதவித்தொகை அளித்தார். துன்பகரமான காலங்களிலும் அரசியல் மோதல்களிலும் அம்பேத்கருக்கு உதவிய அல்லது அவர் பக்கம் நின்ற பல அபூர்வமான உயர்சாதி இந்துக்களில் மகாராஜாவும் ஒருவராக இருந்தார்.

கொந்தளிப்பான காலம் அது. முஸ்லிம்களுக்குத் தனித் தொகுதியளிக்க வாதாடிய மிண்டோ மார்லி சீர்திருத்தங்கள் சட்டமாக்கப்பட்டிருந்தன. தேசியவாதிகள் கொதித்தெழுந்து, வளர்ந்துவரும் தேசிய இயக்கத்தின் ஒற்றுமையைக் குலைக்கும் ஆங்கிலேயரின் சதியாக இதைப் பார்த்தனர். திலகர் தேசத்துரோக வழக்கில் குற்றம்சாட்டப்பட்டு மண்டாலேவுக்கு நாடுகடத்தப்பட்டார். 1910இல், திலகரின் இளம் ஆதரவாளரான விநாயக் தாமோதர் சாவர்க்கார் மிண்டோ மார்லி சீர்திருத்தங்களுக்கு எதிராக ஆயுதமேந்திய கிளர்ச்சியொன்றை ஒருங்கிணைத்ததற்காக சிறையிலடைக்கப்பட்டார். (சிறையில் சாவர்க்கார் அரசியல் இந்துத்துவத்தை நோக்கித் திரும்பினார். 1923இல் 'இந்துத்துவம்: இந்து என்பவன் யார்?' என்ற நூலை எழுதினார்.)

அம்பேத்கர் பட்டப்படிப்பை முடித்தபோது அவர் சாயாஜிராவ் கெய்க்வாட்டால் வெளிநாட்டில் தொடர்ந்து படிக்க உதவித்தொகை அளிக்கப்பட்ட மூன்று மாணவர்களில் ஒருவரானார். 1913இல்

(தென்னாப்பிரிக்காவில் காந்தியின் கடைசி வருடம்) தனது வகுப்பறையில் தனியாக கோணிப்பைமீது உட்கார வைக்கப்பட்ட சிறுவன் நியூயார்க்கின் கொலம்பியா பல்கலைக்கழகத்தில் மாணவராகச் சேர்ந்தார். அங்கு இருந்தபோதுதான் ஜான் ட்யூவி, (ட்யூவியன் தாராளவாதத்திற்குப் புகழ்பெற்றவர்) எட்வின் செலிக்மான், ஜேம்ஸ் ஷாட்வெல், ஜேம்ஸ் ஹார்வி ராபின்சன், ஏ.ஏ. கோல்டன் வெய்சர் ஆகியோரின் மாணாக்கராக அவர் அசலான, சாதியைப் பற்றிய புரிதலில் பெரும் உடைப்பை ஏற்படுத்திய 'இந்தியாவில் சாதிகள்: அதன் இயங்குமுறை, தோற்றுவாய் மற்றும் வளர்ச்சி'[183] எனும் ஆராய்ச்சிக் கட்டுரையை எழுதினார். அதில் அவர் சாதி, இனம் அல்லது வர்க்கம் ஆகியவற்றுக்குச் சமனான ஒன்றாகப் பார்க்கப்படக் கூடாது; அது ஒரு தனியான சமூக வகைமாதிரி – தனக்குள்ளே பூட்டிக்கொண்ட அகமணமுறைகொண்ட வர்க்கம் என்று வாதிட்டார். அதை எழுதியபோது அம்பேத்கருக்கு 25 வயதுதான். அவர் குறுகிய காலத்திற்கு இந்தியாவிற்குத் திரும்பி, பின் லண்டன் பொருளாதாரப் பள்ளியில் பொருளாதாரம் படிப்பதற்காகவும் அதனுடன் சேர்த்து க்ரே இன் கல்லூரியில் சட்டப்படிப்பை மேற்கொள்வதற்காகவும் லண்டன் சென்றார். சட்டப்படிப்பை அவர் இடையில் கைவிட நேர்ந்து, பின்பு அதை வேறொரு சமயம் படித்து முடித்தார்.

1917இல் அம்பேத்கர் பரோடாவிற்குத் திரும்பினார். தனக்களிக்கப்பட்ட உதவித்தொகையைத் திருப்பித்தர அவர் மகாராஜாவின் இராணுவச் செயலாளராகப் பணிபுரிய எதிர்பார்க்கப்பட்டார். காந்திக்குக் கிடைத்த வரவேற்பிலிருந்து மிகவும் வேறுபட்ட வரவேற்பு அம்பேத்கருக்குக் கிடைத்தது. தகதகக்கும் வரவேற்பு நிகழ்ச்சிகளோ, பணக்காரப் புரவலர்களோ இல்லை. மாறாக கணக்கற்ற நூல்களைக் கொண்டிருந்த பல்கலைக்கழக நூலகங்களில் இருந்தும் பலமணிநேரம் படித்து உணவு மேஜையில் கைக்குட்டை மற்றும் கரண்டிகளுடன் உணவருந்தி வாழ்ந்ததிலிருந்தும் அம்பேத்கர் சாதீயத்தின் முள் தழுவலுக்குள் மீண்டும் விழுந்தார். தப்பித் தவறி அம்பேத்கரைத் தொட்டுவிடுவோமோ என்ற பயத்தில் அவரது அலுவலகத்தில் உள்ள குமாஸ்தாக்கள் முதல் பியூன்கள்வரை அனைவரும் கோப்புகளைக்கூட அவர்மீது விட்டெறிந்தனர். அவர் அலுவலகத்தில் நுழையும்போதும் வெளியேறும்போதும், அவரால் தீட்டுப்பட்டுவிடக் கூடாதென கம்பளங்கள் சுருட்டிவைக்கப்பட்டன. அவருக்கு நகரத்தில் வசிக்க இடமே கிடைக்கவில்லை; அவருடைய இந்து, முஸ்லிம், கிறித்தவ நண்பர்கள், கொலம்பியாவில் அவரை அறிந்திருந்தவர்கள்கூட அவரைக் கைவிட்டனர். இறுதியில் அவர் ஒரு பார்சியாக நடித்து ஒரு பார்சி விடுதியில் அறைபிடித்தார். விடுதி உரிமையாளர்களுக்கு அவர் தீண்டத்தகாதவர் என்பது தெரியவந்ததும் அவர் ஆயுதமேந்திய ஆட்களால் விரட்டப்பட்டுத் தெருவில் விடப்பட்டார். “நான் இப்போதும் அதை அப்படியே நினைவுகூர முடியும், ஒவ்வொருமுறை நினைவுகூரும்போதும் கண்களில் கண்ணீரின்றி என்னால் அதை நினைவுகொள்ள முடிந்ததில்லை” என்று அம்பேத்கர் எழுதினார். “அப்போதுதான் முதல்முறையாக, ஒரு இந்துவுக்குத் தீண்டத்தகாதவனான மனிதன் ஒரு பார்சிக்கும் தீண்டத்தகாதவனே என்பதை அறிந்தேன்.”[184]

பரோடாவில் வசிக்க இடம் கிடைக்காததால், அம்பேத்கர் பம்பாய் திரும்பினார். அங்கு சிலகாலம் தனியார் பயிற்சி நிலையங்களில் கற்பித்த பின்னர் சிடன்ஹாம் கல்லூரியில் பேராசிரியராகப் பணியில் அமர்ந்தார்.

1917ஆம் ஆண்டு காலத்தில் இந்தியாவின் இந்து சீர்திருத்தவாதிகள் விரக்தியின் விளிம்பில் பரிதவித்துத் தீண்டத்தகாதவர்களை எப்படியாவது ஆசைகாட்டி இழுக்கும் நிலைக்கு வந்திருந்தனர். தீண்டாமைக்கெதிரான தன்னுடைய தீர்மானத்தை காங்கிரஸ் கட்சி கொண்டுவந்திருந்தது. இரண்டு ஆண்டுகளுக்கு முன் நாடு திரும்பியிருந்த காந்தி, காங்கிரஸ் தலைவர் பால கங்காதர் திலக் இருவருமே தீண்டாமையை இந்துமதத்திற்கு எதிர்நிலையிலான ஒரு 'நோய்' என்று அழைத்திருந்தனர். முதலாவது அனைத்திந்திய ஒடுக்கப்பட்டோர் மாநாடு பம்பாயில் அம்பேத்கரை ஆதரித்தவரும் அவருடைய வழிகாட்டியுமான மகாராஜா சிவாஜிராவ் கெய்க்வாட் தலைமையில் நடைபெற்றது. அதில் திலகர் உட்பட, அக்காலகட்டத்தின் பல முக்கிய அரசியல் பிரபலங்கள் கலந்துகொண்டனர். அங்குதான் தீண்டாமை எதிர்ப்பு அறிக்கை தீர்மானமாகக் கொண்டு வரப்பட்டு அனைவராலும் ஏற்றுக்கொள்ளப்பட்டது. அது அவர்கள் அனைவராலும் கையெழுத்திடப் பெற்றது. (திலகர் தவிர, அவர் எப்படியோ நழுவிவிட்டார்.)[185]

அம்பேத்கர் இந்தக் கூட்டங்களிலிருந்து விலகியே இருந்தார். தங்களின் தன்மைகளுக்கு மாறாக பொதுவெளியில் காட்டப்படும் தீண்டத்தகாதோருக்கான இதுபோன்ற ஆதரவுகளைப்பற்றி அவர் கடும் சந்தேகம் கொள்ளத் துவங்கியிருந்தார். இவைதான் மாறிவரும் காலகட்டத்தில் தீண்டத்தகாத சமூகத்தின்மீது தனது அதிகாரத்தைத் திரட்டிக்கொள்ள உயர்சாதி என்றழைத்துக் கொள்வோரின் சூழ்ச்சியான முயற்சிகள் என்பதாக அவர் பார்த்தார். அம்பேத்கரின் அரங்கமும், அவரின் செயல்பாட்டுக் களமும், முக்கிய கவனமும் தீண்டத்தகாதார்தான் என்ற போதிலும் உடைத்து நொறுக்கப்படவேண்டியது ஒதுக்கும் முறைமைகளும் தீட்டு – தூய்மை பிரச்சனைகளும் மட்டுமல்ல, ஒட்டுமொத்த சாதி முறைமையே என்பதில் அவர் தெளிவாக இருந்தார். தீண்டாமை வழக்கம் மிகக் கொடூரமானதாய் இருந்தபோதிலும் (உதாரணத்திற்கு அம்பேத்கர் பிறந்த மகர் சாதியினர் தங்கள் பின்புறம் ஒரு துடைப்பத்தை கட்டிக்கொள்ள விதிக்கப்பட்டிருந்தனர், அவர்களின் தீட்டான பாதச் சுவடுகளைப் பெருக்கிக்கொண்டே செல்வதற்கு. தங்கள் எச்சிலை சேகரித்துக்கொள்ள கழுத்தில் பானைகளைக் கட்டிக்கொள்ளவும் விதிக்கப்பட்டனர்.) அது சாதி முறைமையின் நிகழ்த்தப்படும் சடங்கீயமான ஒரு எல்லைதான். சாதியின் நிஜ வன்முறை மறுக்கப்படும் உரிமைகளில் இருக்கிறது; நிலத்தின்மீது, சொத்தின்மீது, அறிவின்மீது, சம வாய்ப்பின்மீது.

கலக்கமுடியாத ஏற்றத்தாழ்வுகளை அடிப்படையாகக் கொண்ட அமைப்பை எப்படி அதீதத் தொடர் வன்முறையின் துணையின்றிக் காப்பாற்றி வைக்க முடியும்? உயிர் பிழைக்கும் அளவே கூலியோடு எப்படி நிலவுடைமையாளர்கள் விவசாயத் தொழிலாளர்களைத் தலைமுறை தலைமுறையாகக் கட்டாயப்படுத்தி இரவுபகல் என்றில்லாமல்

வேலைவாங்க முடியும்? தான் ஒரு நிலவுடைமையாளர் ஆவது குறித்துக் கனவுகாணக்கூட அனுமதி மறுக்கப்பட்ட ஒரு தீண்டத்தகாத விவசாயத் தொழிலாளி ஏன் தன் வாழ்க்கையை மிராசுதாரின் கையில் ஒப்படைத்து, நாற்று நட்டு, களை பறித்து அறுவடை செய்து தரவேண்டும்? மீறினால் கிடைக்கக்கூடிய கடுமையான கொடூரத் தண்டனைகள் பற்றிய பயம் இல்லாவிட்டால் அப்படிச் செய்வார்களா? (தொழிலதிபர்களைப் போலல்லாமல் விவசாயிகளால் வேலைநிறுத்தத்தைத் தாங்க முடியாது. விதைக்கவேண்டிய காலத்தில் விதை ஊன்றப்பட வேண்டும், அறுக்கவேண்டிய நேரத்தில் அறுவடை நடக்கவேண்டும். எப்பொழுது தேவையோ அப்பொழுது வேலைசெய்ய விவசாயத் தொழிலாளி முழுமையான கீழ்ப்படிதலுக்குள் அச்சுறுத்தப்படவேண்டும்.) அமெரிக்கப் பருத்தித் தோட்டங்களில் ஆப்பிரிக்க அடிமைகள் எவ்வாறு வேலை பார்க்கக் கட்டாயப்படுத்தப்பட்டனர்? கட்டி வைத்து சாட்டையால் அடிக்கப்பட்டும் வெட்டிக்கொலைசெய்வதன் மூலமாகவும் அப்படி இவற்றாலெல்லாம் வழிக்குக் கொண்டு வரமுடியவில்லையென்றால் அனைவரும் பார்த்துப் பயப்படும் வகையில் மரத்தில் தூக்கில் தொங்கவிடப்படுவார்கள். அடங்கமறுக்கும் தலித்துகளின் படுகொலைகள் இன்றளவிலும் வெறும் படுகொலைகளாக இல்லாமல் கொடூரக் காவுச் சடங்குகளாக நிகழ்த்தப்படுவது ஏன்? அவர்கள் எப்போதும் ஏன் நிர்வாணமாக ஊர்வலம் வரவைக்கப்படுகிறார்கள்? பாலியல் பலாத்காரம் செய்யப்பட்டு உறுப்புகள் அறுத்தெறியப்பட்டு உயிருடன் கொளுத்தப் படுகிறார்கள்? சுரேகா பூட்மாங்கேவும் அவரது குழந்தைகளும் அப்படிக் கொடூரமாக ஏன் சாகவேண்டும்?

அம்பேத்கர் இதற்குப் பதில் சொல்ல முயன்றார்:

> ஏன் இந்த மக்கள் திரள் தங்கள்மீது சுமத்தப்பட்ட இப்படியான சமூகக் கொடுமைகளை சகித்துக்கொண்டனர்? உலகநாடுகளில் சமூகப் புரட்சிகள் நடந்திருக்கின்றன, ஏன் இந்தியாவில் நடக்கவில்லை என்ற கேள்வி என்னைத் தொடர்ந்து பெரிதும் தொல்லைப்படுத்தியிருக்கிறது. இதற்கு ஒரே ஒரு பதில்தான் என்னால் சொல்ல முடியும். அது இந்துக்களில் அடித்தட்டு மக்கள் முழுவதுமாக இந்த கேடுகெட்ட சாதி முறைமையால் நேரடிச் செயல்பாட்டிலிருந்து முடக்கி வைக்கப்பட்டிருக்கிறார்கள். அவர்கள் ஆயுதம் தரிக்க இயலவில்லை, ஆயுதங்கள் இல்லாமல் அவர்கள் கிளர்ச்சி செய்ய வழியில்லை. அவர்கள் அனைவரும் ஏர் ஓட்டிகள் – அல்ல ஏர் ஓட்டிகளாக இருக்க நிர்பந்திக்கப்பட்டவர்கள் – தங்களது கலப்பைகளை ஆயுதங்களாக மாற்ற அவர்கள் அனுமதிக்கப்படவில்லை. அவர்களிடம் துப்பாக்கிகள் இல்லை, அதனால் யார் நினைத்தாலும் அவர்கள்மீது உட்கார முடியும்; உட்காரவும் செய்தார்கள். சாதி முறைமையால் அவர்கள் கல்வி பெற முடியவில்லை. அவர்களால் சிந்தித்துத் தங்கள் விடுதலைக்கான வழியைத் தெரிந்துகொள்ள முடியவில்லை. அவர்கள் தாழ்ந்து கிடக்கும் நிலைக்கு ஒடுக்கப்பட்டார்கள்; தப்பிக்கும் வழி தெரியாததால், தப்பித்தலுக்கான உபாயங்களும் அவர்களிடம் இல்லாததால், அவர்கள் நித்திய அடிமைத் தனத்திற்கு

ஆட்பட்டு அதைத் தங்களுடைய தப்பிக்க முடியாத தலைவிதி என்று ஏற்றுக்கொண்டார்கள்.[186]

கிராமப் புறங்களில் சிலசமயம் உடல்மீதான நேரடி வன்முறையே சாதாரணம் என்கிற அளவிற்கு வைதீக இந்துக்கள் சாதி அமைப்பை மீறத் தைரியம் கொள்ளும் தீண்டத்தகாதவர்களின்மேல் பிரகடனப்படுத்தக்கூடிய 'சமூகப் புறக்கணிப்பு' என்ற பூதம் இருக்கிறது. (இந்த மீறல் எதுவாகவும் இருக்கலாம், ஒரு துண்டு நிலத்தை வாங்கிக் கொள்ளும் தைரியம், நல்ல உடைகளை அணிவது, சாதி இந்துவின் முன்னிலையில் பீடி புகைப்பது, காலணிகள் அணியும் திமிர்கொள்வது அல்லது கல்யாண ஊர்வலத்தில் ஒரு கழுதைமேல் சவாரி செய்வது. அந்த மீறல் குற்றம் ஒரு மனப்பாங்காகக்கூட இருக்கலாம், ஒரு தீண்டத்தகாதவன் இருக்கவேண்டிய நிற்கவேண்டிய உட்காரவேண்டிய ஒடுங்கிய நிலைக்கு மாறான உடல்மொழியாக இருக்கலாம்.) இந்த சமூகப் புறக்கணிப்பு அமெரிக்காவின் சிவில் உரிமை இயக்கம் பிரச்சாரக் கருவியாகப் பயன்படுத்தியதற்கு நேரெதிரானது; அமெரிக்கக் கருப்பர்களிடம் மிகச் சிறுஅளவிலான பொருளாதாரப் பேர சக்தியாவது இருந்தது. அதைவைத்து அவர்களை ஒடுக்கும் பேருந்துகளை, வர்த்தகநிறுவனங்களைப் புறக்கணித்தனர். வசதிபடைத்த சாதிகளிடையே, கிராமப்புற இந்தியாவில் சமூகப் புறக்கணிப்பு என்றால் 'நீர்-நெருப்பு மறுப்பு.' ஊரைப் பகைத்துக்கொண்டவருக்குத் தண்ணீரோ நெருப்புக் கங்கோ தரப்பட மாட்டாது. 'சமூகப் புறக்கணிப்பு' என்று அழைக்கப்பட்டாலும் இது சமூகப் பொருளாதாரப் புறக்கணிப்பு. தலித் மக்களுக்கு இது சாவளவிற்கு மோசமானது. 'பாவம் செய்தவர்களுக்கு' சுற்றுவட்டாரத்தில் வேலைவாய்ப்புக் கிடைக்காது; உணவு, தண்ணீர் வாங்கவோ பெற்றுக்கொள்ளவோ உரிமை கிடையாது, கிராம பனியாவின் கடையில் மளிகை வாங்க முடியாது. அவர்கள் வெறிகொண்டு வேட்டையாடப்படுவார்கள். பட்டினியால் உழல்வார்கள். இந்தியக் கிராமங்களில் சமூகப் புறக்கணிப்பு இன்றளவும் தொடர்ந்து தலித்துகளுக்கு எதிரான ஆயுதமாகப் பயன்படுத்தப்பட்டு வருகிறது. வலிமையானவர்கள் வலிமையற்றவர்களுக்கு எதிராக நிகழ்த்தும் ஒத்துழையாமை. நமக்குத் தெரிந்த ஒத்துழையாமையின் புரட்டிப்போடப் பட்ட வடிவம்.

சாதியை அரசியல் பொருளாதாரத்திலிருந்து பிரித்தெடுக்கவும், அவர்கள் வாழும் / உழைக்கும் அடிமைமுறை ஒத்த நிலைமைகளிலிருந்து பிரித்துப் பார்க்கவும், உரிமை மறுப்பு, நிலச் சீர்திருத்தம், வளங்களை அனைவருக்கும் மறுவிநியோகம் செய்தல் பற்றிய கேள்விகளிலிருந்து நழுவிக்கொள்ளவும் இந்து சீர்திருத்தவாதிகள் தந்திரமாகச் சாதிகுறித்த கேள்வியை தீண்டாமைப் பிரச்சனையோடு சுருக்கப் பார்த்தார்கள். அதை அவர்கள் சீர்திருத்தப்பட வேண்டிய ஒரு தவறான மதப் பண்பாட்டுப் பழக்கமாக முன்வைத்தார்கள்.

காந்தி அதை இன்னும் குறுக்கி 'பங்கி'களின் பிரச்சனையாக அதாவது மலமள்ளுவோரின் (அவர்களை பங்கிகள் என்று அழைத்தார்) பிரச்சனையாகப் பார்த்தார். இவர்கள் பெரும்பாலும் நகர்ப்புறவாசிகள்; அதனால் ஓரளவிற்கு அரசியல்படுத்தப்பட்ட சமூகம். அவரின் குழந்தைப் பருவத்திலிருந்து அவர் வீட்டுக் கழிவறையில் பணிபுரிந்த உகா என்ற

மலமள்ளும் சிறுவனின் நினைவை மீட்டெழுப்பினார். எப்படித் தன் குடும்பத்தினர் உகாவை நடத்தியவிதம் எப்போதுமே தன்னைப் பாதித்தது என்று காந்தி பலமுறை பேசியிருக்கிறார்.[187] கிராமப்புறத் தீண்டத்தகாதவர்கள் – விவசாயக்கூலிகள், குயவர்கள், தோல் பதனிடு பவர்கள் மற்றும் அவர்களின் குடும்பத்தினர். சிறுகுடிசைகளில் சிறு சமூகங்களாக கிராமங்களின் ஓரத்தில் (தீட்டுப்படும் தூரத்திற்கு அப்பால்) வாழ்ந்தனர்; நகர்ப்புற தீண்டத்தகாதவர்கள் – பங்கிகள், சுஹ்ராக்கள், மேஹ்தர்கள் – ஒன்றாய்த் திரளாய் வாழ்ந்தனர் அதனால் ஒரு அரசியல் தொகுப்பாய் திகழ்ந்தனர். கிறித்தவத்திற்கு மாறுவதிலிருந்து அவர்களைத் தடுக்க பஞ்சாபின் கத்ரி சாதியைச் சேர்ந்த இந்து சீர்திருத்தவாதியான லாலா முல்க் ராஜ் பல்லா, அவர்களுக்கு 1910ஆம் ஆண்டில் மறுமதமாற்றம் செய்வித்தார். அதன்பின் அவர்கள் அனைவரும் பால்மீகிகள் என்று அழைக்கப்படுகிறார்கள். காந்தி பால்மீகிகளைப் பிடித்து வைத்துக்கொண்டு அவர்களைத் தன்னுடைய தீண்டாமைக்கான காட்சிச் சாளரமாக ஆக்கிக்கொண்டார். அவர்கள்மீது தனது நன்மையின் கருணையின் தேவ மகிமைகளை நிகழ்த்தினார். அவர்களுக்கு எப்படி அன்பு செலுத்தவேண்டும், எப்படித் தங்களின் பாரம்பரியத்தை கட்டிக் காப்பாற்றவேண்டும், எப்படித் தங்களுடைய பாரம்பரிய தொழிலின் இன்பங்களுக்கு அப்பால் எதற்கும் ஆசைப்படக்கூடாது என்றெல்லாம் போதித்தார். அவரின் வாழ்க்கை முழுவதும் காந்தி ஒரு மதக் கடமையாக மலமள்ளுதலின் முக்கியத்துவத்தைப் பற்றி நிறைய எழுதினார். உலகின் பிறநாடுகளில் மக்கள் இவ்வளவு களேபரங்கள் எதுவும் இல்லாமல் தங்கள் மலத்தைக் கையாள்கிறார்கள் என்பதெல்லாம் அவருக்கு ஒரு பொருட்டாகவே படவில்லை.

பாவ்நகரில் 1925 ஜனவரி எட்டாம்தேதி நடைபெற்ற கத்தியவார் அரசியல் மாநாட்டில் தன்னுடைய தலைமையுரையில் காந்தி இப்படிச் சொன்னார்:

> நான் ஏதாவது ஒரு பதவிக்கு விழைகிறேன் என்றால் அது பங்கியின் பதவிக்குத்தான். அழுக்குகளைச் சுத்தப்படுத்துவது ஒரு புனிதமான பணி. அதை ஒரு பிராமணரும் செய்யலாம், பங்கியும் செய்யலாம். முன்னவர் அதன் புனிதம் குறித்த ஞானத்துடன் அதைச் செய்கிறார். பின்னவர் அது இல்லாமல். நான் அவர்களிருவரையுமே மதிக்கிறேன், கௌரவம் தருகிறேன். இவர்கள் இருவரில் ஒருவர் இல்லாவிட்டாலும் இந்து மதம் நிச்சயமாக அழிந்துபோகும் நிலை உருவாகும். நான் சேவையின் பாதையை விரும்புகிறேன்; அதனால் நான் பங்கியை விரும்புகிறேன். என் உணவை அவர்களுடன் பகிர்ந்துகொள்வதில் எனக்கு தனிப்பட்ட முறையில் எந்த ஆட்சேபணையும் இல்லை. ஆனால் உங்களை அவர்களுடன் பகிர்ந்து ஒன்றாக உண்ணவோ அவர்களுடன் கலப்புத் திருமணம் செய்துகொள்ளவோ நான் கேட்கவில்லை. நான் எப்படி அப்படி அறிவுறுத்த முடியும்?[188]

அவர்களை அவர் வெறுப்புணர்வுடன் பார்த்தார்; தாழ்த்திவைத்து கருணையாகப் பார்த்தார் என்பதையும் தாண்டி, பால்மீகிகள் மீதான

காந்தியின் கவனக்குவிப்பு, பங்கி காலனிகளுக்கு மேற்கொண்ட பிரபலப் பயணங்கள் ஆகியவை அவருடைய முதலீட்டிற்கு ஏற்ற பலன்களைப் பெற்றுத் தந்தன. 1946இல் இப்படிப்பட்ட ஒரு பங்கி காலனியில் அவர் தங்கியிருந்தபோது:

> அவர் வருகைக்கு முன்பே பாதிக்கும் மேற்பட்ட மக்கள் வசிப்பிடங்களிலிருந்து வெளியேற்றப்பட்டார்கள். அவர்களின் கொட்டில்கள் பிரிக்கப்பட்டு அங்கே சிறிய அழகிய குடிசைகள் கட்டப்பட்டன. அந்தக் குடிசையின் வாயிலும் சாளரங்களும் பாய் களால் திரையிடப்பட்டன. காந்தி அங்கு தங்கியிருந்த கால அளவிற்கு அவற்றின்மீது தண்ணீர் தெளிக்கப்பட்டு குளிர்ச்சியான சூழல் உருவாக்கப்பட்டது. அங்கிருந்த கோவில் வெள்ளையடிக்கப்பட்டு புதிய செங்கற் பாதைகள் இடப்பட்டன. *லைஃப்* பத்திரிகையின் புகைப்படக்காரர் / பத்திரிகையாளர் மார்கரெட் போர்க் ஒயிட் என்பவருக்குக் கொடுத்த பேட்டியில், காந்தியின் அந்தப் பயணத்தின் பொறுப்பாளர்களில் ஒருவரான பிர்லா நிறுவனத்தைச் சேர்ந்த தீனாநாத் தியாங் அந்த தீண்டத்தகாதோர் காலனியில் ஏற்படுத்தப் பட்ட தகவமைப்புகளை விவரித்திருக்கிறார், "நாங்கள் காந்திஜியின் வசதி அமைப்புகளை இருபது வருடங்களாக கவனித்து வருகிறோம்."[189]

ஆராய்ச்சியாளர் விஜய் பிரசாத் எழுதிய தில்லி பால்மீகி தொழிலாளர் களின் வரலாற்றில் காந்தி மந்திர் மார்க் (முன்னாளைய ரீடிங் ரோடு) பால்மீகி குடியிருப்புக்களுக்குச் சென்று இப்படியான தன்னுடைய பயணங்களை மேடையேற்றியபோது அச்சமூகத்தினருடன் சேர்ந்து உணவு உண்ண மறுத்தார் எனப் பதிவுசெய்கிறார்.

> "நீங்கள் எனக்கு ஆட்டுப் பாலைக் கொடுக்கலாம்" என்றார் அவர், "ஆனால் நான் அதற்குப் பணம் கொடுப்பேன். நீங்கள் தயாரித்த உணவை நான் சாப்பிடவேண்டும் என்று நீங்கள் வலியுறுத்துவதாக இருந்தால் நீங்கள் இங்கே வந்து எனக்கான உணவைச் சமைத்துத் தரலாம்." காந்தியின் இரட்டை வேடத்தைப் பற்றி பால்மீகி முதியவர்கள் சங்கடத்தோடு நினைவுகூர்கிறார்கள். காந்திக்கு ஒரு தலித் நிலக்கடலைகளை கொடுத்தபோது அவர் அதைத் தன் ஆட்டிற்கு உண்ணக் கொடுத்து, தான் அதை பிறகு ஆட்டின் பாலின்மூலம் உண்பேன் என்றுச் சொல்லிவிட்டார். காந்தியின் பெரும்பான்மையான உணவுப் பொருட்கள், பருப்புகள், தானியங்கள் போன்றவை பிர்லாவின் வீட்டிலிருந்து வந்தன; அவர் அவற்றைத் தலித்துகளிடமிருந்து பெற்றுக்கொள்ளவில்லை. தீவிர அரசியல் உணர்வுகொண்டிருந்த பால்மீகிகள் இத்தகைய விஷயங்களில் காந்தியை நேரடியாக எதிர்த்த அம்பேத்கரியத்தில் அடைக்கலம் புகுந்தனர்.[190]

தீண்டத்தகாதவர்கள் தங்களை ஒருங்கிணைத்து அமைப்பாக்கித் தங்களுக்கான சொந்தப் பிரதிநிதிகளுடன் ஒரு அரசியல் தொகுப்பாக உருவாக இயலாவிட்டால் சாதிப் பிரச்சனை அடியாழம் வரை மேலும் வலுப்பெறும் என்பதை அம்பேத்கர் உணர்ந்திருந்தார். இந்து

சமூகத்திற்கு உள்ளாகவோ அல்லது காங்கிரஸ் கட்சிக்கு உள்ளாகவோ தீண்டத்தகாதோருக்குத் தனி இடங்களை ஒதுக்குவது என்பது வெறுமனே வளையக்கூடிய வேட்பாளர்களை – தங்கள் எஜமானர்களைத் திருப்தி படுத்தத் தெரிந்த பணியாளர்களை – மட்டுமே உருவாக்கும் என்று அவர் நம்பினார். அதனால்தான் அவர் தனித் தொகுதிகள் பற்றிய கருத்தாக்கத்தை வளர்த்தெடுக்கத் தொடங்கினார். 1919இல் அவர் தேர்தல் சீர்திருத்தத்திற்கான சௌத்போரோ கமிஷனின் முன் எழுத்துமூலமான வாக்குமூலத்தைப் பதிவுசெய்தார். அந்த கமிட்டியின் பணி நிலுவையிலிருக்கும் பிரதேச நிலவரிக் கோட்டங்களை அடிப்படையாக வைத்து தொகுதிகளை வரையறுக்கும் திட்டத்தை முன்மொழிவதும், முஸ்லிம்கள், கிறித்தவர்கள், சீக்கியர்களுக்குத் தனித்த சமயவாரிப் பிரதிநிதித்துவத்தை வரையறுக்கவும், சுயாட்சிக்கான புதிய அரசியல் சட்ட வரைவை உருவாக்குவதும் ஆகும். காங்கிரஸ் இந்தக் கமிட்டியைப் புறக்கணித்தது. அவரை வெள்ளைக்காரனின் கூட்டாளி, துரோகி என்றெல்லாம் அழைத்த விமர்சகர்களுக்கு அம்பேத்கர், சுயாட்சி எந்த அளவிற்கு பிராமணர்களின் உரிமையோ அதே அளவிற்கு அது தீண்டத்தகாதாரின் உரிமையுமாகும் என்றும் அனைவரையும் சமமான தளத்தில் நிறுத்தும் கடமை வசதிபடைத்த சாதியினருக்கு இருக்கிறதென்றும் பதிலளித்தார். அவருடைய வாக்குமூலத்தில் அம்பேத்கர் முஸ்லிம்கள், கிறித்தவர்கள், சீக்கியர்களைப் போலவே தீண்டத்தகாதாரும் ஒரு தனியான சமூகக் குழு என வாதாடினார்.

> பிரதிநிதித்துவப்படுத்தும் உரிமையும் அரசு அதிகாரத்தில் பதவி வகிப்பதும் குடியுரிமையைக் கட்டமைக்கும் இரண்டு முக்கிய உரிமைகளாகும். ஆனால் தீண்டத்தகாதார் அனுபவிக்கும் தீண்டாமை இவ்வுரிமைகளை அவர்களுக்கு எட்ட முடியாத தூரத்தில் வைத்திருக் கிறது. சில இடங்களில் அவர்களுக்கு மிகச் சாதாரண உரிமைகளான தனிநபர் பாதுகாப்பு, தனிநபர் சுதந்திரம், சட்டத்தின் முன் அனைவரும் சமம் எனும் உரிமை ஆகியவைகூட பலசமயங்களில் கிடைப்பதில்லை. இவைதான் தீண்டத்தகாதாரின் தேவைகள், அக்கறைகள். பார்த்தாலே எளிதாகப் புரியும் விஷயம் அவர்களை தீண்டத்தகாதார்தான் பிரதிநிதித்துவப் படுத்தமுடியும் என்பது. இவை மிகத் தனித்தன்மை வாய்ந்த அவர்களின் கோரிக்கைகள், இவற்றை வேறு யாரும் உண்மையாகப் பேசமுடியாது... அதனால் நாம் இவர்களைப் பிரதிநிதித்துவப்படுத்த தீண்டத்தகாதாரை, இவற்றை அவர்களின் சொந்தத் தேவையாகவும் உணர்ந்தவர்களைக் கண்டுபிடிக்கவேண்டும் என்பது திண்ணம். இரண்டாவதாக நாம் அவர்களில் அப்படியான ஏராளமானவர்களைக் கண்டுபிடிக்க வேண்டும்; அவர்கள் ஒரு சக்தியாக மாறி கடந்த காலத்தில் இழந்த வற்றைச் சரிசெய்யும் அளவிற்கான எண்ணிக்கையில்.[191]

ஆங்கிலேய அரசு அந்த சமயத்தில் அம்பேத்கரின் வாக்குமூலத்தின்மீது பெரிய கவனம் எதையும் செலுத்தவில்லை. ஆனால் அவருடைய அந்த வழங்கல்தான் ஒருவேளை பத்தாண்டுகள் கழித்து 1930இல் முதலாவது வட்ட மேசை மாநாட்டிற்கு அழைத்ததற்கான அடிப்படையாக இருந்திருக்கலாம்.

இந்த காலகட்டத்தில் அம்பேத்கர் *மூக் நாயக்* (குரலற்றவர்களின் தலைவர்) என்ற தன்னுடைய முதலாவது இதழைத் தொடங்கினார். திலகரின் நாளிதழ் *கேசரி*, மூக் நாயக் பத்திரிகை வெளிவருகிறது என்ற அறிவிப்பு விளம்பரத்தைப் பணம் கொடுத்தால்கூட போடமுடியாது என்று மறுத்தது.[192] *மூக் நாயக்*கின் ஆசிரியர் பி.என். பாட்கரே பள்ளியிறுதிவரை படித்து கல்லூரிக்குச் சென்ற முதல் மகர்.[193] இதில் முதல் பதின்மூன்று தலையங்கங்களை அம்பேத்கர் தானே எழுதினார். முதலாவது தலையங்கத்தில் இந்து மதத்தை ஒரு நடுங்க வைக்கும் உருவகத்தால் அவர் குறித்தார் – படிகளும் வாயில்களும் இல்லாத ஒரு பலமாடிக் கட்டிடம். அவரவர் பிறந்த தளத்திலேயே அவர்கள் செத்து போகவேண்டியதுதான்.

1920 மே மாதம் தனது பார்ப்பன எதிர்ப்புக் கருத்துக்களுக்காக அறியப்பட்டவரும் 1902இலேயே கல்வி மற்றும் வேலைவாய்ப்பில் இடஒதுக்கீட்டுக் கொள்கையை அமல்படுத்திய முன்னோடியுமான கொல்ஹாபூர் மகாராஜா சத்ரபதி ஷாஹுவின் பின்பலத்தோடு அம்பேத்கரும் அவருடைய தோழர்களும் முதலாவது அனைத்திந்தியப் பிற்படுத்தப்பட்ட வகுப்பினர் மாநாட்டை நாக்பூரில் நடத்தினர். சாதி இந்துப் பெரும்பான்மையால் தேர்ந்தெடுக்கப்படும் எந்த தீண்டத்தகாதோர் பிரதிநிதியும் நால்வர்ண முறைமைக்கு எதிராகச் செயல்பட முடியாது (செயல்பட மாட்டார்கள்) என்பது ஏற்றுக்கொள்ளப்பட்டது.

1920கள், தீண்டத்தகாதோரின் நீர்நிலைகளை, பள்ளிகளை, நீதிமன்றங்களை, அலுவலகங்களை பொது போக்குவரத்து வசதிகளை பயன்படுத்தும் உரிமைகளுக்கான நேரடிக் களப்போராட்டங்களுடைய சகாப்தத்தின் துவக்கமாக அமைந்தது. 1924இல் பின்னாளில் வைக்கம் சத்தியாக்கிரகம் என அறியப்பட்ட போராட்டத்தில், சூத்திரர்களான ஈழவர்களும் தீண்டத்தகாதோரான புலையர்களும் திருவிதாங்கூரின் கோட்டயத்திலிருந்து 20 மைல் தொலைவில் இருந்த வைக்கம் (இன்றைய கேரளாவில் இருக்கிறது) மகாதேவர் ஆலயத்தைச் சுற்றியிருக்கும் பொதுச் சாலைகளைப் பயன்படுத்தப் போராட்டம் நடத்தினர். வைக்கம் சத்தியாக்கிரகத்தின் தலைவர்களில் ஒருவர் ஜார்ஜ் ஜோசஃப் என்ற சிரியன் கிறித்தவர். இவர் ஒரு காந்தி அபிமானி. காந்தியைப் பொறுத்தவரை, இந்துக்களின் உட்பிரச்சனைக்குள் ஓர் இந்து அல்லாதவர் தலையிடுவதை ஏற்றுக்கொள்வதில்லை.[194] (ஆனால் இதே தர்க்கம் அவர் மூன்றாண்டுகளுக்கு முன் கிலாஃபத் இயக்கத்திற்கு 'தலைமை' தாங்கியபோது அவருக்கு பொருந்தாமல் போனது!). 'இந்தியர் ஆளும்' மாநிலத்தில் ஒரு முழுமையான சத்தியாக்கிரகம் வெடிப்பதையும் அவர் தயக்கத்துடனேயே பார்த்தார். வைக்கம் சத்தியாக்கிரகத்தின் இடையே ஜார்ஜ் ஜோசஃப் கைதுசெய்யப்பட்டார். சாதிப் பிரச்சனையில் காந்தியின் மன்னிக்கமுடியாத ஊசலாட்டத்தைக் கண்டு அவர் அதிருப்தி அடைந்தார். வைக்கத்தில் பதற்ற நிலை உச்சமடைந்ததும், காந்தியின் முக்கியத் தளபதியும் காங்கிரஸ் தலைவருமான சி. ராஜகோபாலாச்சாரி[195] நிலவரத்தை மேற்பார்வையிட வைக்கம் சென்றார். 1924 மே 27ஆம் தேதி அவர், கவலையுற்றிருந்த வைக்கம்வாழ் சாதி இந்துக்களுக்கு ஒரு பொதுக்கூட்ட உரை வாயிலாக ஆறுதல் தெரிவித்தார்.

மகாத்மாஜி அவர்கள் சாதியை ஒழித்துக்கட்ட விரும்புகிறார் என்று வைக்கத்திலோ வேறெங்கும் இருக்கும் மக்களோ அச்சப்பட வேண்டியதில்லை. மகாத்மாஜி சாதியை ஒழிக்க விரும்பவில்லை, ஆனால் தீண்டாமை ஒழிக்கப்படவேண்டுமென விரும்புகிறார் ... மகாத்மாஜி உங்களை தியாக்களுடனோ புலையர்களுடனோ சேர்ந்து அமர்ந்து உணவருந்தச் சொல்லவில்லை. அவர் என்ன விரும்புகிறார் என்றால், நாம் பிற மனிதர்களைத் தொடவும் அவர்களின் அருகில் செல்லவும் தயாராக இருக்கவேண்டும், ஒரு மாட்டையோ குதிரையையோ நாம் நெருங்கிச் செல்வது போல ... மகாத்மாஜி, தீண்டத்தகாதோர் என்று அறியப்படுபவர்களை ஒரு மாட்டை, நாயை பிற தீங்கற்ற மிருகங்களை நீங்கள் எப்படிப் பார்ப்பீர்களோ அப்படிப் பார்க்கவேண்டும் என வேண்டுகிறார்.[196]

பின்னர் மத்தியஸ்தம் செய்ய காந்தியே 1925இல் வைக்கம் வந்தார். அவர் கோவிலின் பிராமணப் பூசாரிகளிடம் ஆலோசனை நடத்தினார் – அவர்கள் பிராமணரல்லாத காந்தியை கர்ப்பக்கிரகத்தில் அனுமதிக்கவில்லை – திருவிதாங்கூர் ராணியிடமும் ஆலோசனை நடத்தினார், ஒரு சமரசத்தை முன்வைத்தார்: கோவிலிலிருந்து 'அசுத்தப்பட' சாத்தியமான தூரத்திற்கு வெளியே சாலைகளை மாற்றி அமைப்பது என்பதுதான் அது. சாதியற்றத் தீண்டத்தகாதோருக்கும் கிறித்தவர்கள் மற்றும் முஸ்லிம்களுக்கும் அனுமதி மறுக்கப்பட்ட சர்ச்சைக்குரிய சாலை அப்படியேதான் இருந்தது, அவர்களுக்கு கோவிலுக்குள் நுழைய அனுமதியும் மறுக்கப்பட்டே இருந்தது. "பழமைவாத நண்பர்களைத் திருப்திப் படுத்த முடியாததால்" காந்தி "சத்தியாக்கிரகத்தைத் திரும்பப்பெறுமாறு"[197] அறிவுறுத்தினார். ஆனால் உள்ளூர் சத்தியாக்கிரகிகள் தங்கள் போராட்டத்தைத் தொடர்ந்தனர். பன்னிரண்டு ஆண்டுகள் கழித்து 1936 நவம்பரில் இந்தியாவின் முதல் ஆலய நுழைவுப் பிரகடனத்தை திருவிதாங்கூர் மகாராஜா வெளியிட்டார்.[198]

○

டர்பன் தபால்நிலையப் பிரச்சனைக்கு அவர்கண்ட 'தீர்வு' காந்தியின் முதல் குறிப்பிடத்தக்க அரசியல் செயல்பாடு என்றால் அம்பேத்கருடையது 1927இன் மகத் சத்தியாக்கிரகம்.

பம்பாய் சட்டசபை (இதன் தேர்தலை காங்கிரஸ் கட்சி புறக்கணித்தது) 1923இல் ஒரு மசோதாவை நிறைவேற்றியது. போலே மசோதா என்றழைக்கப்பட்ட இது தீண்டத்தகாதவர்கள் பொதுக் குளங்கள், கிணறுகள், பள்ளிகள், நீதிமன்றங்கள், மருத்துவமனைகள் ஆகியவற்றைப் பயன்படுத்தும் உரிமையைச் சட்டபூர்வமாக்கியது. மகத் நகரில், அதன் முனிசிபாலிட்டி, நகரில் இருக்கும் சவுதார் குளத்தைத் தீண்டத்தகாதவர் பயன்படுத்துவதில் தங்களுக்கு எந்த ஆட்சேபணையும் இல்லை என்று அறிவித்தது. தீர்மானம் நிறைவேற்றுவது ஒரு விஷயம், அதன்மேல் நடவடிக்கை எடுப்பது இன்னொரு விஷயம். நான்காண்டுகளாக அணிதிரட்டி, தீண்டத்தகாதவர்கள் தைரியம் பெற்று மார்ச் 1927இல் மகத் நகரில் இரண்டு நாள் மாநாடொன்றை நடத்தினார்கள். மாநாட்டிற்கான நிதி பொதுமக்களிடமிருந்தே திரட்டப்பட்டது. ஆராய்ச்சியாளர் ஆனந்த்

தெல்தும்டேயின் இன்னமும் வெளிவராத நூலில், மகத் சத்தியாக்கிரகத்தின் ஒருங்கிணைப்பாளர்களில் ஒருவரான ஆனந்த் விநாயக் சித்ரே மாநாட்டிற்கான நிதி கணக்குப் பற்றிக் கூறியுள்ளதைக் குறிப்பிடுகிறார்: நாற்பது கிராமங்கள் தலா மூன்று ரூபாய் கொடுத்தனர், பம்பாயில் துக்காராம் பற்றிய நாடகம் நிகழ்த்தப்பட்டு அதில் ரூபாய் 23 வசூல் ஆனது, மொத்தமாக 143 ரூபாய் நிதி திரட்டப்பட்டது . காந்தியின் பிரச்சனைகளை இதனோடு ஒப்பிட்டுப் பாருங்கள். மகத் சத்தியாக்கிரகத்திற்கு சில மாதங்களுக்கு முன்பு 1927 ஜனவரி 10ஆம் தேதி, காந்தி தனது புரவலரான தொழிலதிபர் ஜி.டி. பிர்லாவுக்கு இந்தக் கடிதத்தை எழுதினார்:

> பணத்திற்கான எனது தாகம் தணிக்கமுடியாதது. எனக்கு குறைந்த பட்சம் இரண்டு லட்சம் வேண்டும் – காதி, தீண்டாமை மற்றும் கல்விக்காக. பால் பண்ணையிலிருந்து இன்னொரு 50,000 ரூபாய் வருவாய் வருகிறது. அப்புறம் ஆசிரம செலவுகள் வேறு இருக்கின்றன. பணத்தேவை காரணமாக எந்த வேலையும் முடிவுறாமல் நிற்கவில்லை, ஆனால் கடவுள் பல சோதனைகளுக்குப் பின்னரே கொடுக்கிறார். இதுவும் என்னை திருப்தியே படுத்துகிறது. நீ உனக்கு நம்பிக்கை இருக்கும் பணிகளுக்கு மட்டும் என்ன தோன்றுகிறதோ அதைக் கொடு.[199]

கிட்டத்தட்ட மூன்றாயிரம் தீண்டத்தகாதவர்களும் சிறு எண்ணிக்கை யிலான முற்போக்கான உயர் சாதி இந்துக்களும் மகத் மாநாட்டில் கலந்துகொண்டனர். (இதற்குள்ளாக சிறையிலிருந்து வெளிவந்துவிட்ட வி.டி. சாவர்க்கார் மகத் சத்தியாக்கிரகத்தின் ஆதரவாளரானார்.) அம்பேத்கர் மாநாட்டிற்குத் தலைமை தாங்கினார். இரண்டாம் நாள் காலையில் மக்கள் சவுதார் குளத்திற்கு பேரணியாகச் சென்று நீரருந்த முடிவு செய்திருந்தனர். தீண்டத்தகாதவர்கள் பேரணி நகரத்தின் தெருக்கள் வழியாக நான்கு வரிசைகளாகச் சென்று குளத்தில் நீர் அருந்தியதைப் பெரும் திகிலுடன் உயர்சாதி இந்துக்கள் பார்த்துக்கொண்டிருந்தார்கள். அவர்களின் அதிர்ச்சி குறைந்ததும் கட்டைகளுடனும் அரிவாள்களுடனும் எதிர்வினை வந்தது. இருபது தீண்டத்தகாதவர்கள் காயமடைந்தனர். அம்பேத்கர் தனது மக்களை உறுதியாக நிற்கவும் எதிர்தாக்குதலில் ஈடுபடாமல் இருக்கவும் அறிவுறுத்தினார். தீண்டத்தகாதவர்கள் வீரேஸ்வரர் கோவிலுக்குள் நுழையத் திட்டமிட்டிருப்பதாக ஒரு வதந்தி வேண்டுமென்றே பரப்பப்பட்டிருந்தது. அது கலவரத்தில் ஒரு வெறித்தனமான நிலையை ஏற்படுத்தியது. தீண்டத்தகாதவர்கள் சிதறினர். சிலர் முஸ்லிம் இல்லங் களில் தங்கிக்கொண்டனர். தனது பாதுகாப்பிற்காக அம்பேத்கர் அன்றைய இரவைக் காவல்நிலையத்தில் கழித்தார். பதற்றம் குறைந்ததும் பார்ப்பனர்கள் தங்கள் பூஜை புனஸ்காரங்கள், 108 சட்டி மாட்டுச் சாணம், மாட்டு மூத்திரம், பால், தயிர், நெய்யைக்கொண்டு குளத்தைத் தூய்மைப்படுத்தினர்.[200] தங்கள் உரிமையை ஓர் அடையாள அளவில் மட்டும் அனுபவித்தது மகத் சத்தியாக்கிரகிகளுக்குத் திருப்தியளிக்கவில்லை. 1927 ஜூனில் அம்பேத்கர் தோற்றுவித்த *பகிஷ்கரித் பாரத்* (விலக்கப்பட்ட இந்தியா) என்ற மாதமிருமுறை ஏட்டில் ஒரு விளம்பரம் வெளிவந்தது. போராட்டத்தை அடுத்த கட்டத்திற்குக் கொண்டு செல்ல விரும்பும்

தாழ்த்தப்பட்ட மக்கள் தங்களை இணைத்துக்கொள்ளக் கோரிய விளம்பரம். மகத் நகரத்தின் சனாதன இந்துக்கள் நகரின் துணை நீதிபதியை அணுகி தீண்டத்தகாதவர்கள் குளத்தைப் பயன்படுத்தாமல் இருக்க ஒரு சட்டரீதியான தற்காலிகத் தடையுத்தரவைப் பெற்றனர். ஆனாலும் தீண்டத்தகாதவர்கள் மீண்டும் ஒரு மாநாட்டை நடத்தத் திட்டமிட்டு மீண்டும் டிசம்பர் மாதம் மகத்தில் ஒன்று திரண்டனர். காந்தி மீது அம்பேத்கருக்கு அதிருப்தி ஏற்பட இன்னும் சில ஆண்டுகள் இருந்தன. சொல்லப்போனால், காந்தி பழமைவாதத்தின் வன்முறைக்கு முன்னால் தீண்டத்தகாதவர்கள் கடைபிடித்த அமைதியான உறுதியை ஆதரித்துப் பேசியிருந்ததால் அவரது புகைப்படம் மேடையில் வைக்கப்பட்டிருந்தது.[201]

இரண்டாவது மகத் மாநாட்டில் பத்தாயிரம்பேர் கலந்துகொண்டனர். இந்த தருணத்தில் அம்பேத்கரும் அவரது ஆதரவாளர்களும் பொதுஇடத்தில் ‘மனுஸ்மிரிதி’[202]யை எரித்தார்கள். மனதை உலுக்கும் ஓர் உரையை அம்பேத்கர் அங்கு ஆற்றினார்:

> *கனவான்களே! நீங்கள் இங்கே சத்தியாக்கிரக கமிட்டியின் அழைப்புக்கிணங்க கூடியிருக்கிறீர்கள். அந்தக் கமிட்டியின் தலைவராக, உங்கள் அனைவரையும் நன்றியுடன் வரவேற்கிறேன் . . . மகதில் இருக்கும் இந்தக் குளம் பொதுச்சொத்து. மகதின் சாதி இந்துக்கள் எவ்வளவு நியாயமானவர்கள் என்றால், அவர்கள் தாங்கள் தண்ணீர் எடுத்துக் கொள்வதோடு இந்தக் குளத்தில் பிற மதத்தினருக்கும் நீர் எடுக்க அனுமதியளித்துள்ளனர். அதன்படி பிற மதத்தினர், உதாரணத்திற்கு இஸ்லாமியர் அந்த அனுமதியைப் பயன்படுத்துகின்றனர். மனிதர்களைவிடத் தாழ்வானவையாகக் கருதப்படும் பிராணிகளான பறவைகளோ மிருகங்களோ அந்தக் குளத்தில் நீரருந்துவதையும் சாதி இந்துக்கள் தடுப்பதில்லை. மேலும் தீண்டத்தகாதவர்கள் வைத்திருக்கும் பிராணிகள் அந்தக் குளத்தில் நீரருந்துவதற்கும் அவர்கள் எந்தத் தடையும் செய்வதில்லை.*
>
> *மகத் நகர சாதி இந்துக்கள் தீண்டத்தகாதவர்களை சவுதார் குளத்தில் நீரருந்தக் கூடாது என்று தடுப்பதற்குக் காரணம் தீண்டத் தகாதவர்களின் தீண்டலால் அந்தக் குளம் அசுத்தமாகிவிடும் என்பதோ இல்லாவிட்டால் அது ஆவியாகி மறைந்துவிடும் என்றோ அல்ல. அவர்கள் தீண்டத்தகாதவர்களைத் தடுப்பதற்குக் காரணம், அவர்கள் அப்படி அனுமதித்துவிட்டால், புனித ஐதீகங்களால் இதுவரை, தாழ்ந்த சாதிகள் என்று அறிவிக்கப்பட்டவர்கள் உண்மையில் தங்களுக்குச் சமமானவர்களே என ஏற்றுக்கொள்ளவேண்டிவரும் என்பதால்தான்.*
>
> *ஏதோ சவுதார் குளத்தின் நீரைக் குடித்துவிட்டால் நாம் இறவாவரம் பெற்றுவிடுவோம் என்றெல்லாம் ஒன்றுமில்லை. இவ்வளவு நாட்கள் நாம் அந்த நீரைக் குடிக்காமல் நன்றாகவே வாழ்ந்து வந்திருக்கிறோம். நாம் சவுதார் குளத்திற்கு வெறுமனே நீர் அருந்தச் செல்லவில்லை. நாமும் பிறரைப்போல மனிதர்கள்தான் என்பதை நிலைநிறுத்தவே அந்தக் குளத்திற்குப் போகிறோம். இந்தக்*

கூட்டம் சமத்துவத்தின் விதிகளை உருவாக்கவே இங்கு கூடியது என்பது தெளிவாகத் தெரியவேண்டும்...

மீண்டும் மீண்டும் அம்பேத்கர் சமத்துவம் என்ற மையக் கருத்திற்கு திரும்பிச் சென்றார். மனிதர்கள் சமமானவர்களாக இல்லாமல் போகலாம், ஆனால் சமத்துவம் மட்டுமே அவர்களை ஆட்சி செய்யும் கொள்கையாக இருக்கமுடியும் ஏனெனில் மனித சமுதாயத்தை வகைப்படுத்தித் தனித் தனியாகப் பிரிப்பது சாத்தியமில்லை என்று அவர் கூறினார்.

> தொகுத்துச் சொல்வதாயிருந்தால், தீண்டாமை என்பது ஒரு சாதாரண விஷயமல்ல; அதுதான் நம்முடைய அனைத்து வறுமைக்கும் இழிநிலைக்கும் தாய், இன்று நாம் இருக்கும் பரிதாபகரமான நிலைக்கு நம்மை இட்டு வந்ததும் அதுவே. நாம் அதிலிருந்து வெளியேறி எழ எண்ணினால், நாம் இந்தப் பணியைக் கைக்கொள்ளவேண்டும். நம்மை காப்பாற்றிக் கொள்ள வேறெந்த வழியும் இல்லை. இது நம்முடைய நன்மைக்காக மட்டுமே செய்யும் காரியமில்லை; இந்த நாட்டின் நன்மைக்கானதும்தான். இதுகூட போதுமானதாயிருக்காது. நால்வர்ண முறையில் உள்ளார்ந்து கிடக்கும் ஏற்றத்தாழ்வை வேரோடு அழிக்கவேண்டும்... ஒரு நிஜ சமூகப் புரட்சியைக் கொண்டுவரவே நம்முடைய பணி தொடங்கப்பட்டிருக்கிறது. இது இனிய வார்த்தைகளால் மனதை அமைதியடைய வைத்துத் திசைதிருப்புதல் என்று யாரும் தங்களை ஏமாற்றிக் கொள்ளவேண்டாம். இந்தப் பணி தீவிரமான உணர்வுகளால் தக்கவைக்கப்படுகிறது. இதுவே இந்த இயக்கத்தை செலுத்தும் விசை. இதை இப்போது யாராலும் கட்டுப்படுத்தமுடியாது. இன்று, இங்கு தொடங்கும் இந்தச் சமூகப் புரட்சி அமைதியான வழிகளில் தன்னை நிறைவேற்றிக் கொள்ளவேண்டும் என்று நான் கடவுளைப் பிரார்த்திக்கிறேன். நாங்கள் எங்கள் எதிரிகளிடமும் இதையே சொல்கிறோம்: தயவுசெய்து எங்களை எதிர்க்காதீர்கள். உங்களின் பழமையான சாத்திரங்களைத் தூக்கி எறியுங்கள். நீதியைப் பின்பற்றுங்கள். அப்போது நாங்கள் உங்களுக்கு உறுதியளிக்கிறோம், எங்களுடைய திட்டத்தை நாங்கள் அமைதியான வழியில் மேற்கொள்வோம் என்று.[203]

மாநாட்டிற்கு வந்திருந்த பல்லாயிரக்கணக்கான மக்கள் ஓர் எழுச்சியுற்ற மனநிலையில் இருந்தனர். நீதிமன்றத் தடையை உடைத்து குளத்தை நோக்கி பேரணியாகச் செல்ல அவர்கள் விரும்பினர். நீதிமன்றத்தில் வழக்கு விசாரணை நடந்தால் தீண்டத்தகாதவர்களுக்கு பொதுக் கிணறு, குளங்களில் நீரருந்த உரிமையுள்ளது என்று தீர்ப்பு வரும் என்று நம்பியதால் அம்பேத்கர் அதற்கு எதிராக முடிவெடுத்தார். ஒரு சாதாரண நகராட்சித் தீர்மானத்தைவிட ஒரு நீதிமன்ற ஆணை என்பது ஒரு குறிப்பிடத்தக்க முன்னேற்றமாக இருக்கும் என்று அவர் கருதினார். ஒருவழியாக உயர்நீதிமன்றம் பின்னர் அந்தத் தடையுத்தரவை ரத்து செய்தது என்றாலும் தீண்டத்தகாதோருக்கு ஆதரவான ஒரு சட்ட அறிவிப்பை வெளியிடாமல் இருப்பதற்கான விதிமுறை சந்துபொந்துகளை கண்டுபிடித்துப் பயன்படுத்திக் கொண்டது.[204] (கிட்டத்தட்ட 80 ஆண்டுகள் கழித்து கயர்லாஞ்சி தீர்ப்பை எழுதிய நீதிபதியைப்போல.)

அதே மாதத்தில் (டிசம்பர் 1927) காந்தி அனைத்திந்திய அடக்கப் பட்ட வகுப்பினர் மாநாட்டில் லாகூரில் பேசினார். அங்கு அவர் அம்பேத்கரினுடையதற்கு எதிரானதொரு மந்திரத்தை ஓதினார். அவர் தீண்டத்தகாதவர்களை தங்கள் உரிமைகளுக்காக "இனிமையான தூண்டல்கள் மூலமாக போராடுமாறும் சத்தியாக்கிரகத்தின் வழியாக வேண்டாம் என்றும் ஏனெனில் மக்களின் மனங்களில் ஆழ வேர்விட்டுள்ள பாரபட்சங்களின் மீது முரட்டுத்தனமான அதிர்வுகளை ஏற்படுத்தும் சத்தியாக்கிரகம் துராகிரகமாக மாறிவிடும்" என்றும் கூறினார்.[205] துராகிரகம் என்பது 'சாத்தானின் விசை' என்றும், அதுதான் சத்தியாக்கிரகம் என்னும் 'ஆன்ம விசை'க்கு எதிரானது என்றும் வரையறுத்தார்.[206]

மகத் சத்தியாக்கிரத்திற்கு காந்தியின் எதிர்வினையை அம்பேத்கர் ஒருபோதும் மறக்கவில்லை. 1945இல் காங்கிரஸூம் காந்தியும் தீண்டத் தகாதவர்களுக்காக என்ன செய்து விட்டார்கள் என்ற கட்டுரையை எழுதும்போது அதில் அம்பேத்கர்,

> திரு. காந்தியின் தார்மீக ஆதரவு தங்களுக்குக் கிடைக்கும் என்று தீண்டத்தகாதவர்கள் எதிர்பார்க்காமல் இல்லை. உண்மையில் அதை அவர்கள் பெறுவதற்கான மிகச் சரியான நியாயங்கள் இருந்தன. ஏனெனில் சத்தியாக்கிரகம் என்ற அந்த ஆயுதம் – சுய துன்புறுத்தலின் மூலம் எதிராளியின் இதயத்தை உருக வைப்பதைத் தனது கருப்பொருளாகக் கொண்ட அது – காந்தியால் உருவாக்கப்பட்டது, அவர், சுயராஜ்ஜியம் பெறுவதற்காக காங்கிரஸ் கட்சியை ஆங்கிலேயருக்கு எதிராகப் பயன்படுத்த வழிநடத்திவருகிறார். எனவே இயற்கையாகவே திரு. காந்தி, தங்களுடைய – இந்துக் கோவில்களுக்குள் நுழையவும் பொதுக் கிணறுகளில் இருந்து நீரெடுக்கவுமான தங்கள் உரிமைகளை நிலநாட்டுவதற்கான குறிக்கோள்கொண்ட – சத்தியாக்கிரகத்துக்கு முழு ஆதரவு அளிப்பார் என்று தீண்டத்தகாதவர்கள் எதிர்பார்த்தனர். ஆனால் திரு. காந்தி அந்த சத்தியாக்கிரத்துக்கு ஆதரவளிக்கவில்லை. ஆதரவளிக்காதது மட்டுமல்ல, கடுமையான முறையில் அதைக் கண்டிக்கவும் செய்தார்.[207]

❍

தர்க்கப்படி பார்த்தால் அம்பேத்கர் செயலாற்றி நகர்ந்துகொண்டிருந்த திசைவழி, அவரை, மகத் சத்தியாக்கிரகத்துக்கு இரண்டாண்டுகள் முன்பாக 1925இல் தோற்றுவிக்கப் பட்ட கம்யூனிஸ்ட் கட்சியின், இயற்கையான கூட்டாளியாக ஆக்கியிருக்கவேண்டும். போல்ஷெவிசம் எங்கும் வியாபித்திருந்த காலம் அது. ரஷ்யப் புரட்சி உலகெங்கும் இருந்த கம்யூனிஸ்டுகளை உத்வேகப்படுத்தியிருந்தது. பம்பாய் ராஜதானியில், தொழிற்சங்கத் தலைவரான எஸ்.ஏ. டாங்கே, அவர் ஒரு மகாராஷ்டிர பார்ப்பனர், பம்பாயின் ஜவுளித் தொழிலாளிகளின் பெரும்பகுதியினரை அணிதிரட்டி ஒரு தனித் தொழிற்சங்கத்தை கட்டினார். கிர்னி காம்கார் யூனியன் என்ற இந்தச் சங்கம் இந்தியாவின் முதலாவது கம்யூனிஸ்ட் தொழிற்சங்கம், இதில் 70,000 உறுப்பினர்கள் இருந்தனர். அந்த காலகட்டத்தில் ஆலைகளில் பணிபுரியும் தொழிலாளர்களில் பெரும்பகுதியினர்

தீண்டத்தகாதவர்கள். அதில் பலர் மகர்கள். அவர்கள் பெரும்பாலும் குறைந்த ஊதியமளிக்கும் பணியான நூற்புப் பிரிவில் வேலைக்கமர்த்தப் பட்டார்கள்; ஏனெனில் நெசவுப் பிரிவில் தொழிலாளர்கள் நூலைத் தங்கள் வாயில் பற்றிக்கொள்ளவேண்டும், தீண்டத்தகாதவர்களின் எச்சில் நெசவு செய்யப்படும் பொருளைத் தீட்டுப்படுத்திவிடும் என்று நம்பப்பட்டதால். 1928இல் கிர்னி காம்கார் சங்கத்தின் முதலாவது வேலை நிறுத்தத்திற்கு எஸ்.ஏ.டாங்கே தலைமை தாங்கினார். கோரிக்கைகளுள் ஒன்றாக சமத்துவத்தையும், தொழிலாளர்களுக்கிடையே அனைவருக்கும் சமமான பதவிகளும் வேண்டுமென்பதையும் இணைக்க வேண்டும் என அம்பேத்கர் ஆலோசனை கூறினார். டாங்கே ஒப்புக்கொள்ளவில்லை, இது ஒரு நீண்ட கசப்பான பிளவை உண்டாக்கியது.[208]

பல வருடங்களுக்குப் பிறகு, 1949இல் இன்றளவும் கம்யூனிஸ்ட் பதாகையின் மிக மரியாதைக்குரிய தலைவர்களுள் ஒருவராகக் கருதப்படும் ‘டாங்கே மார்க்சியமும் பண்டைய இந்தியக் கலாச்சாரமும்: ஆதிப் பொதுவுடமை முதல் அடிமைமுறைவரையான இந்தியா’ எனும் புத்தகத்தை எழுதினார். அதில் பண்டைய இந்துப் பண்பாடு என்பது ஓர் ஆதிப் பொதுவுடைமைச் சமூகம் என்றும் அதில் “பிராமணந்தான் ஆரியர்களின் கூட்டுக்குழு என்றும், யாகம்தான் அதன் உற்பத்தி சாதனம் என்றும், இதுவே பொதுவான உற்பத்திச் சாதனங்களைக் கொண்ட ஆதி கூட்டுக்குழு” என வாதிட்டார். கணித வல்லுநரும் மார்க்சிய வரலாற்றியலாளருமான டி.டி. கோசாம்பி ஒரு மதிப்புரையில் இதை, “சாத்தியமே அல்லாத விசித்திரம், அபத்தத்திற்குள் மூழ்குவதற்கு ஒப்பானது” என்று குறிப்பிடுகிறார்.[209]

அப்போதிருந்த பம்பாய் ஆலை மூடப்பட்டுவிட்டது ஆனால் கிர்னி காம்கார் சங்கம் இன்னமும் இருக்கிறது. ஆலைத் தொழிலாளிகள் இழப்பீடு கேட்டும் வீட்டுவசதி கேட்டும் ஆலைநிலங்களை, பேரங்காடிகளை (மால்) கட்டுவதற்குக் கையளிப்பதை எதிர்த்தும் போராடிக் கொண்டிருக்கிறார்கள். கம்யூனிஸ்ட் கட்சி தனது செல்வாக்கை இழந்தது. இன்று அந்தச் சங்கம் தீவிர மராத்தி இந்து ஆதிக்கவாதிகளின் கட்சியான சிவசேனையின் பிடியில் இருக்கிறது.

அம்பேத்கரும் டாங்கேயும் தொழிலாளர்களுக்கு உள்ளே இருக்கும் ஏற்றத்தாழ்வுகளைப் பற்றி கருத்துமோதலில் ஈடுபடுவதற்கு பல வருடங்களுக்கு முன்பே, காந்தி ஒரு முக்கியமான தொழிலாளர்களின் ஒருங்கிணைப்பாளர். தொழிலாளர்கள் பற்றியும் வேலைநிறுத்தங்கள் பற்றியும் அவருடைய கருத்து என்னவாக இருந்தது?

காந்தி தென்னாப்பிரிக்காவில் இருந்து இந்தியா திரும்பிய காலகட்டம் தொடர்ச்சியான தொழிலாளர் போராட்டச் சூழல் நிலவிய காலம்.[210] முதலாம் உலக யுத்தத்தின்போது ஜவுளித் தொழில் மிகச் சிறப்பாக இயங்கியது. ஆனால் அதன் லாபங்கள் தொழிலாளர்களின் ஊதியங்களில் பிரதிபலிக்கவில்லை. 1918 பிப்ரவரியில், அகமதாபாத்தில் ஆலைத் தொழிலாளிகள் வேலைநிறுத்தத்தில் ஈடுபட்டனர். அவர்களின் பிரச்சனைக்கு மத்தியஸ்தம் பேச, அகமதாபாத் ஆலை அதிபர்கள் சங்கத் தலைவரான அம்பாலால் சாராபாய், அகமதாபாத்திற்குச் சற்று வெளியே

தனது சபர்மதி ஆசிரமத்தை அமைத்திருந்த காந்தியை அணுகினார். இது தான் காந்தியின் வாழ்நாள் தொழிற்சங்கத் தலைவர் பணிக்கான துவக்கம். 1920க்குள் அவர் மஜூர் மகாஜன் சங் என்ற தொழிற்சங்கத்தைக் கட்டி விட்டார். இதன் பெயரின் பொருள் தொழிலாளர்கள், ஆலை அதிபர்கள் சங்கம் என்பதாகும். ஆங்கிலத்தில் இதன் பெயர் Textile Labour Union (ஜவுளி தொழிலாளர் சங்கம்). அம்பாலால் சாராபாயின் சகோதரியும் தொழிற்சங்க அமைப்பாளருமான அனுசுயாபென் இந்த சங்கத்தின் வாழ்நாள் தலைவராக நியமிக்கப்பட்டார். காந்தி இதன் ஆலோசனைக் குழுவின் முக்கிய உறுப்பினரானார், அதுவும் வாழ்நாள் பொறுப்புதான். இந்தச் சங்கம் தொழிலாளர்களின் வாழ்நிலைகளையும் சுகாதாரத்தையும் மேம்படுத்தும் பணிகளைச் செய்தது. ஆனால் ஒரு தொழிலாளி கூட சங்கத் தலைமைக்குத் தேர்வு செய்யப்படவேயில்லை. சங்கத்திற்கும் நிர்வாகத்திற்கும் இடையே நடக்கும் முக்கிய பேச்சுவார்த்தைகளில் ஒரு தொழிலாளர்கூட அனுமதிக்கப்படவில்லை. சங்கம் பல சிறிய அலகுகளாக உற்பத்திச் சங்கிலியில் அவரவர் நிலைபொறுத்து அவரவர் வேலை சார்ந்து பிரிக்கப்பட்டிருந்தது. வேறு வார்த்தைகளில் சொல்வதாயிருந்தால் சங்கத்தின் அமைப்பு சாதிப் பிரிவுகளை நிறுவனப்படுத்தியது. ஜேன் ப்ரமன் என்ற ஆராய்ச்சியாளரால் எடுக்கப்பட்ட பேட்டியில் ஒரு தொழிலாளர், தீண்டத்தகாதவர்கள் பொது உணவகத்திற்குள் அனுமதிக்கப்படவில்லை, அவர்களுக்குத் தனியாக குடிநீர்த் தொட்டிகள் இருந்தன, அவர்கள் குடியிருப்புகளும் தனியாகவே அமைக்கப்பட்டிருந்தன என்று கூறியுள்ளார்.[211]

சங்கத்திற்குள் காந்திதான் முக்கிய அமைப்பாளர், பேச்சுவார்த்தை வல்லுநர் மற்றும் முடிவெடுப்பவர். 1921இல் மூன்று நாட்கள் தொழிலாளர்கள் வேலைக்கு வராமல் இருந்தபோது காந்தி கடுங்கோபமுற்றார்:

ஆலைகளுக்கு வராமல் இருந்து இந்து, முஸ்லிம் தொழிலாளர்கள் தங்களையே கேவலப்படுத்தி, அவமானப்படுத்திக் கொண்டிருக் கின்றனர். தொழிலாளர்கள் என்னை புறந்தள்ள முடியாது. இந்தியாவில் உள்ள எவருமே அப்படிச் செய்ய முடியாது என்று நான் நம்புகிறேன். நான் இந்தியாவை அடிமைத் தளையிலிருந்து விடுவிக்க முயற்சி செய்து கொண்டிருக்கிறேன், தொழிலாளர்கள் என்னை அடிமைப்படுத்துவதை நிராகரிக்கிறேன்.[212]

இது 1925இல் எழுதப்பட்ட ஜவுளி தொழிற் சங்கத்தின் ஓர் அறிக்கை. இதை யார் எழுதினார்கள் என்று நமக்குத் தெரியவில்லை ஆனால் அதன் உட்பொருளும் எழுத்து நடையும் தொனியும் காந்தி முப்பதாண்டுகளுக்கு முன் தென்னாப்பிரிக்காவில் ஒப்பந்தத் தொழிலாளர்கள் பற்றிக் கூறியவற்றோடு மிகச் சரியாகப் பொருந்துகிறது.

அவர்களுக்கு ஒருபோதும், இப்படிப்பட்ட ஒரு நகரத்தில் அவர்களைச் சூழ்ந்திருக்கும் இழிவான விஷயங்களின் பிடியிலிருந்து தப்பிப்பதற்கான ஆன்ம வளர்ச்சியோ அறிவோ இருந்ததில்லை. எனவே அவர்களில் பலர் ஏதோ ஒன்றில் மூழ்கிவிடுகிறார்கள். அவர்களில் பெரும்பகுதியினர் தங்களின் நெறிபிறழ்ந்து, குடிப்பழக்கத்துக்கு அடிமைகளாகின்றனர், பலர் உடல்நலம் குலைந்து காச நோயால் உருக்குலைகின்றனர்.[213]

டாக்டரும் புனிதரும்

காந்தியின் முக்கியப் புரவலர் ஓர் ஆலையதிபர் என்பதாலும் அவருடைய ஆதரவாளர்களுள் பெரும்பகுதியினர் தொழிலாளர் வர்க்கத்தினர் என்பதாலும் காந்தி முதலாளிகள் பற்றியும் பாட்டாளி வர்க்கம் பற்றியும் ஓர் இடியாப்பச் சிக்கலான பார்வையை வைத்திருந்தார்.

> *ஆலை அதிபர் முழுவதுமாகத் தவறானநிலையில் இருக்கலாம். முதலுக்கும் உழைப்புக்கும் இடையிலான போராட்டத்தில், பெரும்பாலும் முதலாளிகள் தவறான கட்சியில்தான் இருக்கிறார்கள் என்று பொதுவாகச் சொல்லப்படலாம். ஆனால் எப்போது உழைப்பு தனது முழு சக்தியையும் உணர்கிறதோ, எனக்குத் தெரியும், அது முதலை விடவும் மிகக் கொடுங்கோன்மையானதாக மாறமுடியும். தொழிலாளர்கள் விதிக்கும் விதிமுறைகளின்படி ஆலையதிபர் பணியாற்ற வேண்டிவரும், ஒருவேளை முதலாமவர்கள் இரண்டாமவர்களின் அறிவைப் பணிக்கமுடியும் என்றால். ஆனால் ஒன்று தெளிவாகவே இருக்கிறது, உழைப்பவர்கள் அந்த அறிவைப் பெறவே முடியாது... தொழிலாளர்கள் தங்களின் மேலாதிக்கத்துக்கு, தங்கள் எண்ணிக்கையையோ உடல் வலிமையையோ அதாவது வன்முறையை மட்டும் நம்பினால் அது ஒரு தற்கொலை முயற்சியாக மாறிவிடும். அப்படிச் செய்வதன்மூலம் அவர்கள் நாட்டின் தொழில்களுக்குத் தீங்கு விளைவிப்பார்கள். ஆனால் அதற்கு மாற்றாக அவர்கள் தூய்மையான நீதியின்பால் நின்று அதைப்பெற சுயதுன்புறுத்தலை அனுபவிப்பார்களேயானால், அவர்கள் எப்போதும் வெற்றியையே அடைவதோடு தங்கள் எஜமானர்களையும் திருத்துவார்கள், தொழில்துறையை வளர்ப்பார்கள், எஜமானர்களும் தொழிலாளர்களும் ஒரே குடும்பத்தின் உறுப்பினர்களாக ஆவார்கள்.*[214]

காந்தி வேலை நிறுத்தங்களைப் பற்றி ஒரு மங்கலான பார்வையையே வைத்திருந்தார். ஆனால் துப்புரவுத் தொழிலாளர்களின் வேலை நிறுத்தத்தைப் பற்றி அவர் 1946இல் வெளியிட்ட கருத்துகள், மற்ற தொழிலாளர்களின் வேலை நிறுத்தத்தைப் பற்றிய அவரது கருத்துகளைவிடக் கடுமையாக இருந்தன.

> *சில விஷயங்கள் இருக்கின்றன அவற்றில் வேலைநிறுத்தம் என்பது தவறாகவே இருக்கும். துப்புரவுப் பணியாளர்களின் பிரச்சனைகள் அத்தகையவை. துப்புரவுப் பணியாளர்களின் வேலைநிறுத்தத்திற்கு எதிரான எனது கருத்துக்கள் மிகப்பழையவை. 1897இல் நான் டர்பனில் இருக்கும்போதே கூறியவை. அங்கே ஒரு பொது வேலைநிறுத்தத்திற்கு அழைப்பு விடப்பட்டிருந்தது, அதில் துப்புரவுத் தொழிலாளர்கள் இணைவதைப் பற்றிய கேள்வி எழுந்தது. இணைவதற்கு எதிராக நான் வாக்களித்தேன். ஒரு மனிதன் எப்படி காற்று இல்லாமல் வாழ முடியாதோ அதேபோலத்தான், அவன் தன் வீடும் சுற்றுப்பறமும் சுகாதாரமாக இல்லாவிட்டாலும் வாழமுடியாது. அதுவும் இந்த நவீன கழிவு நீரகற்றும் முறை நிறுத்தப்பட்டால் ஏதாவதொரு தொற்றுநோய் வெடித்துக் கிளம்பும் . . . ஒரு பங்கி (துப்புரவுத் தொழிலாளர்) ஒருநாள்கூட தனது வேலையிலிருந்து விலகமுடியாது. அவர்களுக்கு நீதியைப் பெறுவதற்கு வேறு பல வழிகள் இருக்கின்றன.*[215]

அப்படி நீதியைப் பெறுவதற்கான வேறு பல வழிமுறைகள் என்ன என்று தெரியவில்லை: தீண்டத்தகாதவர்கள் சத்தியாக்கிரகத்தில் ஈடுபட்டால் அது துராகிரகம். வேலைநிறுத்தத்தில் ஈடுபடும் துப்புரவுப் பணியாளர்கள் பாவிகள். 'இனிமையான இறைஞ்சுதலுக்கு' மாற்றான அனைத்துமே ஏற்றுக் கொள்ளமுடியாதவை.

தொழிலாளர்கள் நியாய ஊதியம்கேட்டு வேலைநிறுத்தம் செய்யக் கூடாது ஆனால் காந்தி பெருந்தொழிலதிபர்களால் தாராளமாக ஆதரிக்கப்படலாம். (இதே பிரமாதமான முரண்பாட்டுடன்தான் அவர் 'சாதியை அழித்தொழித்தல்' பிரசுரத்திற்கு மறுப்பு எழுதுகையில் தனது முதலாவது கருத்தை எழுதுகிறார், "அவர் (அம்பேத்கர்) இதற்கு எட்டணா விலை வைத்திருக்கிறார், நான் இரண்டு அல்லது நாலணா வைக்கச் சொல்லியிருப்பேன்.")

❍

அம்பேத்கருக்கும் புதிதாய்த் துவங்கப்பட்ட கம்யூனிஸ்ட் கட்சிக்குமான வேறுபாடுகள் மேலோட்டமானவை அல்ல. அவை அடிப்படையில் கொள்கை முரண்பாட்டில் தொடங்கியவை. கம்யூனிஸ்டுகள் புத்தகப்படி நடப்பவர்கள், அவர்களின் புத்தகம் பார்ப்பனீயத்தைப் பற்றி கேள்வி மட்டுமே பட்டிருந்த ஆனால் அதை நேரடியாக அனுபவிக்காத ஒரு ஜெர்மானிய யூதரால் எழுதப்பட்டது. இது இந்தியக் கம்யூனிஸ்டுகளை சாதியுடன் முகம்கொடுக்கக் கருத்தியல் ஆயுதங்கள் இன்றி நிறுத்தியது. ஒருபுறம் அவர்கள் புத்தகப்படி இயங்குபவர்கள், இன்னொருபுறம் சாதீயம் சூத்திரருக்கும் தீண்டத்தகாதவருக்கும் கல்விபெறும் வாய்ப்பை மறுத்துவிட்டது, இயல்பாகவே ஆரம்பகால கம்யூனிஸ்ட் கட்சியின் தலைவர்களும் பின்னர் அது பிரிந்து உருவான பல கிளைக்கட்சிகளின் தலைவர்களும் ஆதிக்க சாதியினராக, பெரும்பாலும் பார்ப்பனர்களாக இருந்தார்கள், இன்றும் பெருமளவில் அப்படித்தான் இருக்கிறார்கள். உண்மையான புரட்சிகர உணர்வுகள் இருந்திருந்தாலும், அவர்கள் வெறுமனே கருத்தியல் ஆயுதங்கள் இல்லாதவர்களாக மட்டும் இல்லை. தாழ்த்தப்பட்ட சாதிகளைச் சேர்ந்த மக்களைப் பற்றிய கள அறிவும் பரிந்துணர்வும்கூட அவர்களிடத்தில் இல்லை. வர்க்கம் முக்கியமானது என்றும் அதுவே சமூகத்தை பகுத்துப் பார்க்க புரிந்துகொள்ள முதன்மையான கண்ணாடி என்று அம்பேத்கர் நம்பினாலும், அது மட்டும் தான் ஒரே கண்ணாடி என்று அவர் ஒப்புக் கொள்ளவில்லை. இந்தியப் பாட்டாளிவர்க்கத்தின் இரு எதிரிகளாக அம்பேத்கர் முதலாளித்துவத்தையும் (அதன் புழங்கும் அர்த்தத்தில்) பார்ப்பனீயத்தையும் கருதினார். ஒரு வேளை 1928 ஜவுளித் தொழிலாளிகள் வேலைநிறுத்தத்தில் தனக்கேற்பட்ட அனுபவங்களை மனதில் கொண்டுதான் அவர் சாதியை அழித்தொழித்தலில் இப்படிக் கேட்கிறார்போல:

> அதிகாரம் பாட்டாளிவர்க்கத்தால் கைப்பற்றப்படவேண்டும். நான் கேட்கும் முதல் கேள்வி இதுதான்: இந்தியாவின் பாட்டாளிவர்க்கம் இத்தகைய புரட்சியைக் கொண்டுவர ஒன்றிணையுமா?... இந்தியாவின் பாட்டாளிவர்க்கம், அது ஏழையாக இருந்தாலும், ஏழை பணக்காரன்

என்பதைத் தவிர வேறு எந்த ஏற்றத்தாழ்வையும் அங்கீகரிப்பதில்லை எனச் சொல்ல முடியுமா? இந்தியாவின் ஏழைகள் சாதி மதம் உயர்வு தாழ்வு எனும் எந்த பாகுபாட்டையும் கடைப்பிடிப்பதில்லை என்று சொல்ல முடியுமா?[216]

சாதியை அது தனித்தன்மை வாய்ந்த தன்னளவில் முழுமைபெற்ற ஒரு மொழி என்று கருதாமல் செம்மொழியான வர்க்க ஆய்வின் ஒரு நாட்டுப்புறப் பேச்சுவழக்குபோல நடத்திய இந்திய கம்யூனிஸ்டுகளிடம், "சாதீய அமைப்பு வெறுமனே வேலைப் பிரிவினை அல்ல. அது வேலை செய்பவர்களையும் பிரிக்கும் பிரிவினை" என்றார் அம்பேத்கர்.[217]

கம்யூனிஸ்டுகளுடனான தனது முரண்பாடுகளை தீர்த்துக்கொள்ள முடியாமல், தனது கருத்துகளுக்கான ஓர் அரசியல் இடத்தைத் தேடிக் கொண்டிருந்த அம்பேத்கர் அப்படி ஒன்றைத் தானே கட்ட முடிவுசெய்தார். 1938இல் அவர் தனது சொந்தக் கட்சியை ஆரம்பித்தார், சுதந்திரத் தொழிலாளர் கட்சி (Independent Labour Party). பெயரே சொல்வதைப்போல, ஐ.எல்.பியின் திட்டம் பரந்துபட்டது, வெளிப்படையாக சோஷலிசச் சார்புடையது, சாதிப் பிரச்சனையோடு நின்றுவிடாதது. அதன் கட்சி அறிக்கை, "மக்களின் நலனுக்காக எப்போது தேவைப்படுகிறதோ அப்போது அரசு தொழில்துறையை உரிமையாக்கிக் கொள்ளவும் நிர்வாகம் செய்வதற்குமான கொள்கையை" அறிவித்தது. நீதித்துறையையும் அதிகாரவர்க்கத்தையும் பிரித்துவைப்பதாக உறுதியளித்தது. நிலக் கடன் வங்கிகளையும் விவசாயிகளுக்கான உற்பத்தியாளர் கூட்டுறவுச் சங்கங்களையும் வியாபார சங்கங்களையும் உண்டாக்க உறுதியளித்தது.[218] புதிதாய் உருவாக்கப்பட்ட கட்சியாய் இருந்தாலும், 1937 தேர்தல்களில் ஐ.எல்.பி மிகச் சிறப்பாக வாக்குகளைப் பெற்றது, பம்பாய் ராஜதானியிலும் பெராரிலும் மத்திய மாகாணங்களிலும் போட்டியிட்ட 18 தொகுதிகளில் 16இல் வெற்றிபெற்றது. 1939இல் ஆங்கிலேய அரசு இந்தியர்களிடம் கலந்தாலோசிக்காமல், இந்தியா ஜெர்மனியுடன் போரில் இறங்குவதாக அறிவித்தது. இதற்கு எதிர்ப்பு தெரிவித்து காங்கிரஸ் கட்சி தேர்தலில் வெற்றிபெற்ற அனைத்து மாகாண அமைச்சரவைகளிலிருந்தும் ராஜினாமா செய்தது. அனைத்து மாகாண சட்டசபைகளும் கலைக்கப்பட்டன. குறுகிய காலத்திற்கே ஆனாலும் மிக உத்வேகத்துடன் கழிந்த ஐ.எல். பியின் அரசியல் வாழ்க்கை திடீரென முடிவுக்கு வந்தது.

அம்பேத்கரின் சுதந்திரமான செயல்பாடுகளும் அதை வெளிப்படை யாகக் காண்பித்த விதமும் கம்யூனிஸ்டுகளைக் கோபப்படுத்தியது. அவர்கள் அம்பேத்கரை 'சந்தர்ப்பவாதி' என்றும் 'ஏகாதிபத்திய கைக்கூலி' என்றும் அழைத்தனர். 'இந்திய சுதந்திரப் போராட்டத்தின் வரலாறு' என்ற தன் புத்தகத்தில், கேரளாவின் (பார்ப்பன) முன்னாள் முதல்வரும், உலகில் ஜனநாயக ரீதியில் தேர்ந்தெடுக்கப்பட்ட முதல் கம்யூனிஸ்ட் அரசின் தலைவருமான, ஈ.எம்.எஸ். நம்பூதிரிப்பாட், இடதுசாரிகளுக்கும் அம்பேத்கருக்குமான முரண்பாட்டைக் குறித்து எழுதியிருக்கிறார்: "எனினும், இது இந்திய சுதந்திரப் போராட்டத்திற்கு மிகப்பெரிய அடிதான். ஏனெனில் இது மக்களின் கவனத்தை முழு சுதந்திரம் என்ற குறிக்கோளில்

இருந்து சாதாரண கோரிக்கையான ஹரிஜன (தீண்டத்தகாதவர்கள்) முன்னேற்றத்தை நோக்கித் திசை திருப்பியது."[219]

அந்தப் பிளவு சரியாகவில்லை, அது இரு தரப்பையும் உயிர் போகும் அளவிற்கு பாதித்துள்ளது. 1970களில் ஒரு குறுகிய காலத்திற்கு, மகாராஷ்டிராவில் தலித் பேந்தர்ஸ் (சிறுத்தைகள்) கட்சி இந்தப் பிளவைச் சரிசெய்ய முயன்றது. அவர்கள் கிளர்ச்சிக்காரரான அம்பேத்கரின் (அரசியலமைப்புச் சட்டம் எழுதிய அம்பேத்கருக்கு அல்ல) வழித் தோன்றல்கள். அவர்கள்தான் ஒடுக்கப்பட்ட, நொறுக்கப்பட்ட என்ற பொருளுடைய தலித் என்ற மராத்தி வார்த்தையை அனைத்திந்திய அளவில் பயன்படுத்தப்படும் அடையாளமாக ஆக்கினார்கள். தீண்டத் தகாத சமூகங்களுக்கு மட்டுமின்றி, 'உழைக்கும் மக்கள், நிலமற்ற – ஏழை விவசாயிகள், பெண்கள் மற்றும் பொருளாதார ரீதியாகவும் அரசியல்ரீதியாகவும் மதத்தின் பெயராலும் ஒடுக்கப்படும்' அனைவரையும் அதன் பதாகைக்குள் கொண்டு வந்தனர்.[220] இது அவர்கள் தரப்பிலிருந்து வந்த மகத்தான அரசியல் தன்னம்பிக்கைமிக்க ஆதரவுச் செயல்பாடாகும். தலித்துகளை அவர்கள் ஓர் ஒடுக்கப்பட்ட தேசமாகப் பார்த்தார்கள். அவர்கள் தங்கள் நண்பர்களாக 'சாதி அமைப்பையும், வர்க்க ஆட்சியையும் உடைத்தெறிய முற்படும் புரட்சிகர கட்சிகளையும்', 'உண்மையில் இடதுசாரிகளாக இருக்கும் இடதுசாரிக் கட்சிகளையும்' இனம் கண்டனர். தங்கள் எதிரிகளாக 'நிலப்பிரபுக்கள், முதலாளித்துவவாதிகள், வட்டிக்காரார்கள் மற்றும் அவர்களின் அடிப்பொடிகளை' அறிவித்தனர். தீவிர அரசியலைப் படிக்க விரும்புபவர்கள் நிச்சயம் படிக்கவேண்டிய அவர்களின் கொள்கை அறிக்கை, அம்பேத்கர் – பூலே – மார்க்ஸ் ஆகியோரின் சிந்தனைகளைக் கலந்து வார்க்கப்பட்ட ஒன்று. தலித் பேந்தர்ஸின் நிறுவனர்களான நாம்தியோ தசால், அருண் காம்பிளே, ராஜா தாலே ஆகியவர்கள் எழுத்தாளர்கள், கவிஞர்கள், அவர்களின் படைப்புக்கள் மராத்தி இலக்கியத்தில் மறுமலர்ச்சியை ஏற்படுத்தியவை.

இந்தியாவில் தேவைப்பட்ட இன்னமும் தேவைப்படுகிற புரட்சியின் துவக்கமாக அது இருந்திருக்கக் கூடும். ஆனால் தலித் பேந்தர்ஸ் மிக விரைவிலேயே தங்கள் உத்வேகத்தை இழந்து பிரிந்துபோனார்கள்.

இந்த சாதி – வர்க்கம் குறித்தான கேள்வி அரசியல் கட்சிகள் எளிதில் பதிலளிக்கக் கூடிய ஒன்று அல்ல. கம்யூனிஸ்ட் கட்சியின் சாதி பற்றிய கருத்தியல் மொண்ணைத்தனம், இயற்கையாக அதனுடன் அணிசேர்ந்திருக்க வேண்டிய ஒரு தொகுதியை இழக்கச் செய்துவிட்டது. இந்தியக் கம்யூனிஸ்ட் கட்சியும் அதலிருந்து வெளியேறி உருவான மார்க்சிஸ்ட் கம்யூனிஸ்ட் கட்சியும் கிட்டத்தட்ட பாராளுமன்ற அரசியலில் மூழ்கிப்போயுள்ள முதலாளித்துவக் கட்சிகளாக ஆகிவிட்டன. 1960களின் பிற்பகுதியில் அவர்களைவிட்டு வெறியேறியவர்களும், பிற மாநிலங்களில் செயல்படும் மார்க்சிஸ்ட் லெனினிஸ்டுகளும் (இவர்கள் அனைவரும் மொத்தமாக, மேற்கு வங்காளத்தில் நக்சல்பாரி எனும் கிராமத்தில் நிகழ்ந்த முதல் ஆயுதமேந்திய கிளர்ச்சியின் பெயரால் நக்சலைட்டுகள் என்றழைக்கப் படுபவர்கள்) சாதிப் பிரச்சனைக்கு முகம் கொடுக்கவும்

தலித்துகளுடன் சேர்ந்து போராடவும் முயற்சிகள் செய்துள்ளனர். ஆனால் அது பெருமளவில் வெற்றிபெறவில்லை. பெரிய ஜமீன்தார்களிடம் இருந்து நிலத்தைக் கைப்பற்றி அதைத் தொழிலாளர்களுக்குப் பிரித்துக்கொடுக்கும் முயற்சிகளும், அவர்களுக்குப் பரந்துபட்ட மக்கள் ஆதரவோ இராணுவ வலிமையோ இல்லாததால் தோற்றுவிட்டன. நேரடியான எதிர்ப்பாக அல்லாமல் அவர்கள் எப்போதும் சாதிப்பிரச்சனைக்கு ஒரு பக்கவாட்டுப் பார்வையையே அளித்து வந்ததால் மிகத் தீவிரமான கம்யூனிஸ்ட் கட்சிகள்கூட உண்மையில் தங்களுக்குக் கிடைத்திருக்கவேண்டிய மிகத் தீவிரமான போர்க்குணமிக்க புரட்சிகர மக்கள்தொகுதியின் ஆதரவை இழந்துவிட்டன.

தலித்துகள் பிளவுபடுத்தப்பட்டு தங்களுக்குள்ளாகவே சண்டையிட வைக்கப்படுகின்றனர். பலர் பொதுவான பாராளுமன்ற தேர்தல் அரசியலுக்குள் நகர்ந்து சென்றுவிட்டார்கள். இன்னொருபுறம் பொதுத்துறை நிறுவனங்கள் ஒழித்துக் கட்டப்பட்டுக் கொண்டிருக்க, தனியார் துறையில் அவர்களுக்கு வேலை கிடைப்பது குதிரைக் கொம்பாக இருக்க, ஐரோப்பிய யூனியன், ஃபோர்டு பவுண்டேஷன் உள்ளிட்ட பல பன்னாட்டு சமூகநிதி அமைப்புகளின் (இவற்றிற்கு ஒரு நீண்ட தன்னல வரலாறு இருக்கிறது, தீவிர அரசியல் அமைப்புகளைச் செயலிழக்கச் செய்து அந்த இடத்தில் சந்தை சக்திகளை நுழைக்கும் வரலாறு அது) ஆதாரம் பெறும் தன்னார்வத் தொண்டு நிறுவன உலகத்திற்குள் சென்றுள்ளார்கள்.[221] இந்த நிதி உதவி சில தலித்துகளுக்கு உலகின் தலைசிறந்த பல்கலைக்கழகங்கள் என கருதப்படுபனவற்றில் (அம்பேத்கரை அவராக ஆக்கியதும் இப்படியான ஒரு கல்விதான்) கல்விபெறும் வாய்ப்பை அளித்திருக்கிறது என்பதில் சந்தேகமில்லை. ஆனாலும் அங்கும், மாபெரும் இந்த தொண்டு நிறுவன பண உலகத்திலும்கூட தலித்துகளின் பங்கு மிக மிகச் சிறியது. இந்த நிறுவனங்களுக்குள்ளாகவும் (இவற்றில் சில, காந்தியைப் போல, சாதீய ஒடுக்குமுறைப் பிரச்சனைகளில்[222] பணியாற்ற பெருவர்த்தக நிறுவனங்களால் ஆதரிக்கப்படுபவை) தலித்துகள் அசிங்கமான அநியாயமான விதங்களில் நடத்தப்படுவதும் நடக்கிறது.

❍

ஆதிப் பொதுவுடைமைக்கான தனது தேடுதலில் எஸ்.ஏ. டாங்கே பழமையான வேத பிராமணர்களிடமும் அவர்களின் யாகங்களிடமும் செல்லாமல் இங்குள்ள பழங்குடி மக்கள் சமூகங்களிடம் சென்று பார்க்கச் சொல்லி அவருக்கு யாரேனும் அறிவுரைத்திருந்தால் மேலாக இருந்திருக்கும். காந்தியும் இதைச் செய்திருக்கலாம். யாராவது, அவர் கனவுகண்ட எளிய கிராம வாழ்க்கையை, பூமியின் மீது இலகுவாக நடத்தலைச் செய்தார்களென்றால் அவர்கள் நிச்சயமாக வேத காலத்து பார்ப்பனர்கள் அல்ல, ஆதிவாசி மக்கள்தான். ஆனால் காந்தியோ, அவர்களிடம், அவர் தென்னாப்பிரிக்காவில் கறுப்பு ஆப்பிரிக்கர்களிடம் காட்டிய அதே வெறுப்பைத்தான் காட்டினார். 1896இல் பம்பாயில் ஒரு பொதுக் கூட்டத்தில் பேசும்போது, அவர்: “அசாமின் சந்தால்கள் தென்னாப்பிரிக்காவில் இருந்திருந்தால், அங்கே அதன் பூர்வீகர்கள் எவ்வளவு

பயனற்றவர்களாக இருக்கிறார்களோ அதே அளவு பயனற்றவர்களாக இருப்பார்கள்” என்று கூறினார்.[223]

ஆதிவாசிகள் பற்றிய பார்வையில், அம்பேத்கரும் தடங்குகிறார். தன் மக்களின் மீதான அவமானங்களுக்கு அவ்வளவு வேகமாக எதிர் வினையாற்றும் அம்பேத்கர், சாதியை அழித்தொழித்தல் பனுவலின் ஒரு பத்தியில், காலனியப் பாதிரிமார்களின் தாராளவாதக் கருத்தியலாளர்களின் எண்ணங்களை எதிரொலிக்கிறார். பார்ப்பனீயத்தின் தன் சொந்த பதிவையும் சேர்க்கிறார்.

> ஒரு கோடியே முப்பது லட்சம் மக்கள் நாகரீகத்தின் நடுவே வாழ்ந்தாலும் இன்னமும் காட்டுமிராண்டித்தனமான நிலையிலேயே பரம்பரைக் குற்றவாளிகளாக வாழ்ந்து வருகின்றனர்... இந்துக்கள் பழங்குடி மக்களின் இந்த காட்டுமிராண்டி நிலைக்கு அவர்களின் பிறவி முட்டாள்தனத்தைக் குற்றம்சாட்டக்கூடும். அவர்களுக்கு பழங்குடி மக்கள் காட்டுமிராண்டிகளாய் வாழ்வதற்குக் காரணம், அவர்களை யாரும் சென்று நாகரீகப்படுத்த முயலவில்லை, அவர்களுக்கு மருத்துவ உதவி அளிக்கவில்லை, அவர்களைச் சீர்திருத்தவில்லை, நல்ல குடிமக்களாக ஆக்கவில்லை என்பதுதான் என்று ஏற்றுக்கொள்ளமுடியாது... பழங்குடிகளை நாகரீகப்படுத்துவது என்றால் அவர்களைத் தம்மவர்களாக ஏற்றுக்கொள்வது, அவர்களுடன் கூடிவாழ்வது, அவர்களுடனான சகமனித உணர்வை வளர்த்தெடுப்பது – சுருக்கமாகச் சொன்னால் அவர்களை நேசிப்பது.
>
> இந்தப் பழங்குடிகள் ஓர் அபாயத்திற்கான சாத்தியப்பாடு என்பது இந்துக்களுக்கு இன்னும் தெரியவில்லை. இந்தக் காட்டு மிராண்டிகள் காட்டுமிராண்டிகளாகவே இருந்தால், அவர்கள் சக இந்துக்களுக்கு எந்தத் தீங்கும் இழைக்க மாட்டார்கள். ஆனால் அவர்களை இந்து அல்லாதவர்கள் வசப்படுத்தி தங்கள் மதங்களுக்கு மாற்றினார்கள் என்றால் அவர்கள் இந்துக்களின் எதிரி முகாமைப் பலப்படுத்துவார்கள்.[224]

இன்று, ஆதிவாசிகள்தான் நவீன முதலாளித்துவத்தின் ஈரமற்ற முற்றுகைக்கு எதிராக நிற்கும் தடுப்பரண். அவர்களின் இருப்பே நவீனம்பற்றிய ‘வளர்ச்சி’ பற்றிய அடிப்படையான கேள்விகளை எழுப்புகிறது. சாதீய முறைமையிலிருந்து விடுபட அம்பேத்கர் உயர்த்திப்பிடித்த கருத்துக்கள் இவை. துரதிர்ஷ்டவசமாக மேற்கத்தியத் தாராளவாத கண்ணாடிகொண்டு ஆதிவாசிச் சமூகங்களைப் பார்த்ததனால் அம்பேத்கரின் எழுத்துக்கள், பிற வழிகளில் இன்றளவும் பொருத்தப்பாடுடைய அவை, திடீரனெ காலாவதியானவையாகின்றன.

ஆதிவாசிகள் பற்றிய அம்பேத்கரின் கருத்துகள் தகவல் குறைபாட்டையும் புரிதலின்மையையும் காட்டுகின்றன. முதலாவதாக, இந்து மகாசபா போன்ற இந்து மதவாதிகள் 1920களில் இருந்தே ஆதிவாசி மக்களை இந்து மதத்திற்குள் ஜீரணிக்கப் பணியாற்றி வருகின்றனர். (எப்படி அவர்கள் துப்புரவு பணிகளில் கட்டாயப் படுத்தப்பட்டு வந்த சாதிகளை

பால்மீகிகளாக்கினார்களோ அதேபோல.) ஹோ, ஒரான், கோல்கள், சந்தால்கள், முண்டாக்கள், கோண்டுகள் ஆகியோர் 'நாகரீகப்படவோ' 'ஜீரணிக்கப்படவோ' விரும்பவில்லை. பலமுறை ஆங்கிலேய அரசுக்கு எதிராகக் கிளர்ந்தெழுந்தார்கள், ஜமீன்தார்களுக்கும், பனியா வட்டிக்காரர் களுக்கும் எதிராகவும். தங்கள் நிலங்களை, பண்பாட்டை, மரபைக் காக்க அதிதீவிரமாகப் போராடினார்கள். இந்தக் கிளர்ச்சிகளில் பல ஆயிரம் மரணங்கள் நேர்ந்தன. ஆனால் இதர இந்தியாவைப்போல அவர்கள் ஒருபோதும் கைப்பற்றப் படவில்லை. இன்றுவரையும்கூட. ஆதிவாசி நிலங்களை கட்டுமான மற்றும் சுரங்க பெருநிறுவனங்களுக்கு தாரைவார்த்துக் கொடுக்கும் இந்திய அரசிற்கு எதிராக இன்று நடைபெற்று வரும் ஓர் உள்நாட்டு யுத்தத்திற்கு சற்றும் குறையாத பலதரப்பட்ட போராட்டங்களின் ஆயுதமேந்திய அடித்தட்டு தீவிரப் போராளிகளும் அவர்களே. நர்மதா பள்ளத்தாக்கில் பெரும் அணைக்கட்டுகளுக்கு எதிராக பல பதிற்றாண்டுகளாக நடந்துவரும் போராட்டங்களின் முதுகெலும்பும் அவர்களே. மத்திய இந்தியாவின் காடுகளில், பல பத்தாயிரம் துணை இராணுவ வீரர்களை எதிர்கொண்டு போராடிவரும் மாவோயிஸ்ட் கம்யூனிஸ்டு கட்சியின் மக்கள் விடுதலை கொரில்லா படையணியின் படைவீரர்களும் அவர்களே.

1945இல் பம்பாயில் ஆற்றிய ஓர் உரையில், (சமூகத் தடையும், அதைத் தீர்க்கும் வழியும்) விகிதாச்சார பிரதிநிதித்துவம் பற்றி விவாதிக்கையில் அம்பேத்கர் ஆதிவாசி உரிமைகள் பற்றி மீண்டும் கருத்துரைத்தார்:

> என்னுடைய முன்மொழிவுகள் ஆதிவாசி மக்களைச் சேர்த்தது அல்ல. அவர்கள் மக்கள்தொகையில் சீக்கியர்கள், ஆங்கிலோ இந்தியர்கள், இந்தியக் கிறித்தவர்கள் மற்றும் பார்சிக்களைவிட அதிகமாக இருந்தாலும்... ஆதிவாசி மக்கள் தங்களுக்கான அரசியல் வாய்ப்புகளை சரியான முறையில் பயன்படுத்திக் கொள்வதற்கான எந்தவித அரசியல் உணர்வையும் உருவாக்கிக் கொள்ளவில்லை. அவர்கள் மிக எளிதாகப் பெரும்பான்மையின் கையிலோ சிறுபான்மையின் கையிலோ வெறும் கருவிகளாக ஆகிவிடமுடியும், அதன்மூலம் அவர்களுக்கும் எந்த நன்மையும் ஏற்படாதவகையில் சமனைக் குலைக்க முடியும்.[225]

ஒரு சமூகத்தையே இப்படித் துரதிர்ஷ்டமான முறையில் விவரிப்பது சில சமயம் ஆதிவாசி அல்லாதவர்களுக்கும், இதேயளவு பிரச்சனையான முறையில் நேர்ந்திருக்கிறது. 'சாதியை அழித்தொழித்தல்' பனுவலின் ஒரு புள்ளியில் அம்பேத்கர் ஐரோப்பிய ஃபாசிஸ்டுகளிடம் பிரபலமாயிருந்த இனத்தூய்மைவாத மொழியைப் பயன்படுத்துகிறார்: "உடல் கட்டுமானத்தின்படி பேசுவதாயிருந்தால் இந்துக்கள் ஒரு சி3 பிரிவினர். அவர்கள் குள்ளர்கள், குட்டையான ஓர் இனம். ஆகிருதி குன்றிய பலமற்ற மனிதர்களின் இனம்."[226]

ஆதிவாசிகள்பற்றிய அவரது கருத்துக்களுக்கு அபாயமான பின் விளைவுகள் ஏற்பட்டன. 1950இல் இந்திய அரசியலமைப்புச் சட்டம்

ஆதிவாசி நிலங்களுக்கு அரசைப் பாதுகாவலராக ஆக்கியது. அதன்படி ஆங்கிலேய காலனியக் கொள்கையை உறுதி செய்தது. ஆதிவாசி மக்கள் தங்கள் சொந்த நிலத்திலேயே ஆக்கிரமிப்பாளர்களானார்கள். காட்டுப் பொருட்கள்மீது அவர்களின் மரபுவழி உரிமையை மறுத்ததன் மூலம் ஒரு வாழ்க்கை முறையையே குற்றமாக்கப்பட்டது. அவர்களுக்கு வாக்களிக்கும் உரிமையை அளித்தது, ஆனால் அவர்களின் வாழ்வாதாரத்தையும் மாண்பையும் பறித்துக் கொண்டது.[227]

ஆதிவாசிகளைப் பற்றிய அம்பேத்கரின் இந்த வார்த்தைகளுக்கும் தீண்டத்தகாதவர்களைப் பற்றிய காந்தியின் இந்த வார்த்தைகளுக்கும் என்ன வேறுபாடு இருக்கிறது:

> முஸ்லிம்களும் சீக்கியர்களும் சிறந்த முறையில் அமைப்பாகியுள்ளனர். தீண்டத்தகாதவர்கள் அப்படி ஆகவில்லை. அவர்களிடம் மிகக்குறைவான அளவே அரசியல் உணர்வு உள்ளது. அவர்கள் மிகக்கேவலமாக நடத்தப்படுகிறார்கள், அவர்களை அவர்களிடமிருந்தே காப்பாற்ற நான் விரும்புகிறேன். அவர்களுக்குத் தனித் தேர்தல் தொகுதிகள் இருந்தால், இந்து சனாதனத்தின் ஆதிக்கத்தில் இருக்கும் கிராமங்களில் அவர்களுடைய நிலைமை மிக மோசமாகிவிடும். மேன்மையான இந்துக்கள்தான் தாங்கள் காலகாலமாக 'தீண்டத்தகாதவர்களை' ஒதுக்கி வைத்ததற்காகத் துறந்து தவமிருக்க வேண்டும். அந்தத் தவம் சமூக சீர்திருத்தச் செயல்பாடுகளின் மூலமாகவும் 'தீண்டத்தகாதவர்களை' இன்னமும் ஏற்றுக் கொள்ளக் கூடியவர்களாக ஆக்கும் சேவைகளின் மூலமாகவும் இருக்கலாம். ஆனால் அவர்களுக்குத் தனித் தொகுதிகள் கேட்பதன் மூலமாக இருக்கக்கூடாது.[228]

காந்தி இதை 1931இல் லண்டனில் நடந்த இரண்டாவது வட்ட மேசை மாநாட்டில் கூறினார். இங்குதான் காந்தியும் அம்பேத்கரும் முதல் முறையாகப் பொதுவெளியில் நேருக்கு நேராகச் சந்தித்துக் கொண்டனர்.

மோதல்

காங்கிரஸ் கட்சி 1930இல் நடைபெற்ற முதல் வட்டமேசை மாநாட்டைப் புறக்கணித்தது. ஆனால் இரண்டாவது வட்ட மேசை மாநாட்டிற்கு காந்தியைத் தனது பிரதிநிதியாய் முன்மொழிந்தது. சுயாட்சிக்கான புதிய அரசியலமைப்புச் சட்டகத்தை உருவாக்குவதுதான் மாநாட்டின் குறிக்கோள். சிறு ராஜாங்கங்கள், பல சிறுபான்மைச் சமூகங்களின் பிரதிநிதிகள் – முஸ்லிம், சீக்கியர், கிறித்தவர், பார்சிக்கள் மற்றும் தீண்டத்தகாதவர்கள் – அங்கிருந்தனர். ஆதிவாசிகள் பிரதிநிதித்துவபடுத்தப் படவில்லை. தீண்டத்தகாதவர்களுக்கு அது ஒரு வரலாற்று நிகழ்வு. ஒரு தனியான பிரதிநித்துவத் தொகுதியாக அவர்கள் அழைக்கப்பட்டது அதுவே முதல்முறை. மாநாட்டின் பல கமிட்டிகளில் சிறுபான்மை கமிட்டியும் ஒன்று, வளர்ந்துவரும் வகுப்புவாரிப் பிரதிநிதித்துவ பிரச்சனைக்கு ஏற்றுக்கொள்ளக்கூடிய தீர்வு ஒன்றை வடிவமைப்பது அவர்களின் பணி. மிக எளிதில் பற்றிக்கொள்ளக்கூடிய சாத்தியமிருக்கின்ற பிரச்சனை

என்பதால் பிரிட்டிஷ் பிரதம மந்திரி ராம்சே மெக்டொனால்ட் அந்தக் கமிட்டிக்கு தலைமை தாங்கினார்.

இந்தக் கமிட்டியிடம்தான் அம்பேத்கர் தனது கோரிக்கை மனுவை அளித்தார். அதை அவர் சுயாட்சிபெற்ற இந்தியாவின் வருங்கால அரசியலமைப்புச் சட்டத்தில் தாழ்த்தப்பட்ட சமூகங்களின் பாதுகாப்பிற்கான அரசியல் காப்புமுறைத் திட்டம் என விவரித்து பெயரிட்டிருந்தார். அது அதன் காலகட்டத்தில் உரிமைகள், குடியுரிமைகள் பற்றிய தாராளவாத விவாதங்களின் சட்டகத்துக்குள் இருந்த ஒரு புரட்சிகர ஆவணம். அதில் அம்பேத்கர், தான் சமூக அரசியல் ரீதியாக சாதிக்கக் கனவு கண்டவற்றை சட்டரீதியாகச் செய்துவிட முயற்சித்தார். பின்னர், 1947க்குப் பின்னான இந்தியாவின் அரசியலமைப்புச் சட்டத்தில் அவர் கொண்டுவந்த திட்டங்களின் முதற்கட்ட வரைவுதான் இந்த மனு.

"நிபந்தனை எண் 1. சம குடியுரிமை"யின் கீழ் அது சொல்கிறது:

> தாழ்த்தப்பட்ட வகுப்புகள் தற்போதிருக்கும் பரம்பரை அடிமைத் தளைகளுடன் பெரும்பான்மையின் ஆட்சிக்குக் கீழ் வாழ ஒப்புக் கொள்ள முடியாது. பெரும்பான்மை அரசு நிறுவப்படுவதற்கு முன், தீண்டாமை அமைப்பிலிருந்து அவர்கள் தளையறுத்து விடுபடுவது என்பது நடத்தி முடிக்கப்பட்ட ஒரு செயலாக இருக்கவேண்டும். இது பெரும்பான்மையின் விருப்புகளுக்கு விடப்படக் கூடாது. தாழ்த்தப்பட்ட வகுப்பினர் சுதந்திரக் குடிமக்களாக அனைத்துக் குடியுரிமைகளையும் பெற்றவர்களாக இதர குடிமக்களுக்கு இணையானவர்களாக இருக்க வேண்டும்.[229]

அடிப்படை உரிமைகள் யாவை, அவை எப்படி பாதுகாக்கப்பட வேண்டும் என இந்த மனுவில் அவர் வரையறுக்கிறார். தீண்டத்தகாதவர்களுக்கு அந்த மனு அனைத்துப் பொது இடங்களிலும் புழங்கும் உரிமையை அளித்தது. சமூகப் புறக்கணிப்புக்கள் பற்றி விரிவாக குறிப்பிடுவதுடன், அவற்றை கிரிமினல் குற்றமாக அறிவிக்கவும் ஆலோசனை வழங்கியது. தீண்டத்தகாதவர்கள் இத்தகைய சமூகப் புறக்கணிப்புக்களில் இருந்து காப்பாற்றப்படவும், அவற்றை உருவாக்கும் ஆதரிக்கும் வளர்க்கும் சாதி இந்துக்கள் தண்டிக்கப்படவும் பல வழிமுறைகளை அது முன்மொழிந்தது. நிபந்தனை 5, தீண்டத்தகாதவர்களுக்கு "பணிநியமனங்களில் போதுமான பிரதிநிதித்துவத்தை" உறுதிப்படுத்தும் வகையிலான அரசுப் பணிக்கான பொது பணி நியமனத் துறையை உருவாக்கக் கோரிக்கை விடுத்தார். இதுதான் பின்னர் அரசுப் பணிகளிலும் கல்வி வாய்ப்புகளிலும் இடஒதுக்கீடு முறையாக பரிணமித்தது. இதை எதிர்த்துத்தான் உயர்சாதியினர் சமீப காலங்களில் தீவிரமாகப் போராடி வருகின்றனர்.[230]

அம்பேத்கருடைய மனுவின் மிகத் தனித்தன்மைவாய்ந்த கூறு அது தேர்தல் முறைக்குள் தீண்டத்தகாதவர்களுக்கு நன்மையளிக்கும் பாரபட்சத்தை உருவாக்கும் அமைப்பொன்றை முன்மொழிந்தார் என்பதுதான். வயது வந்தோருக்கான பொது வாக்குமுறை மட்டுமே தீண்டத்தகாதவர்களுக்கான சமஉரிமையைப் பெற்றுத் தந்துவிடும் என்று அம்பேத்கர் நம்பவில்லை. தீண்டத்தகாதவர் மக்கள்தொகை நாடு

முழுவதும் இந்து கிராமங்களின் விளிம்புகளில் சிறுசிறு தொகுப்புக்களாகச் சிதறிக் கிடப்பதனால், அரசியல் தொகுதிகள் பிரிக்கப்படும் புவியியல் வரையறைக்குள் அவர்கள் ஒவ்வொரு தொகுதிக்குள்ளும் சிறுபான்மை யாகவே இருப்பார்கள், அவர்கள் எப்போதுமே தாங்கள் விரும்பும் ஒருவரை தேர்வுசெய்ய வாய்ப்பில்லை என்பதை அம்பேத்கர் உணர்ந்தார். பல நூற்றாண்டுகளாக நிந்திக்கப்பட்ட மதிப்பிழக்கச் செய்யப்பட்ட தீண்டத்தகாதவர்களுக்குத் தனித் தொகுதிகள் அளிக்கப்பட வேண்டும் என்றும், அதனைக் கொண்டு அவர்கள் இந்து சனாதனிகளின் குறுக்கீடுகள் இன்றித் தங்களுக்கான சொந்தத் தலைமையுடன் ஓர் அரசியல் தொகுதியாக உருவெடுக்கமுடியும் என கூறினார். இதனுடன் சேர்த்து, அவர்கள் பொது அரசியல் நீரோட்டத்தொடும் தொடர்பறுந்து போகாமல் இருக்கும் பொருட்டு அவர்களுக்கு பிற பொது வேட்பாளர்களுக்கும் வாக்களிக்கும் உரிமை வேண்டும் என்றார். இந்த தனித் தொகுதிகளும் இரட்டை வாக்குரிமையும் பத்தாண்டு காலத்திற்கு மட்டுமே நீடிக்கும். இதன் விவரங்கள் ஏற்றுக் கொள்ளப்படாவிட்டாலும், மாநாடு முடிவுக்கு வந்தபோது, அனைத்துப் பிரதிநிதிகளும் ஏகமனதாக பிற சிறுபான்மையினருக்கு இருப்பதைப் போல தீண்டத்தகாதவர்களுக்கு தனித் தொகுதிகள் இருக்கவேண்டும் என்பதை ஒப்புக் கொண்டார்கள்.[231]

முதலாம் வட்டமேசை மாநாடு லண்டனில் நடந்துகொண்டிருந்தபோது இந்தியா கொந்தளித்துக் கொண்டிருந்தது. 1930 ஜனவரியில், காங்கிரஸ் முழுச் சுதந்திரம் கோரும் பூரண சுயராஜ்ஜியக் கோரிக்கையை அறிவித்தது. ஓர் அரசியல் அமைப்பாளராகத் தனது மேதைமையை வெளிப்படுத்திய காந்தி, அவருடைய மிகுந்த படைப்பூக்கம் மிக்க அரசியல் செயல்பாட்டை – உப்புச் சத்தியாக்கிரகத்தைத் துவக்கினார். இந்திய மக்களைக் கடலுக்கு அணிவகுத்துச் சென்று ஆங்கிலேயரின் உப்பு வரிச் சட்டங்களை உடைக்க அறைகூவல் விடுத்தார். அவரின் அழைப்புக்குப் பல லட்சம் மக்கள் கிளம்பி வந்தனர். சிறைச்சாலைகள் நிரம்பி வழிந்தன. 90,000 பேர் கைதுசெய்யப் பட்டனர். உப்புக்கும் தண்ணீருக்கும் இடையே, தீண்டத்தகுந்தவர்களின் சத்தியாக்கிரகத்துக்கும் தீண்டத்தகாதவர்களின் துராக்கிரகத்திற்கும் இடையே தீவிரமாய்ப் பிளவுண்ட ஓர் அகிலம் – அரசியலின் தத்துவார்த்தத்தின் அறநெறியின் அகிலம் – கிடந்தது.

1931இல் அதன் கராச்சி கூட்டத்தில் காங்கிரஸ் கட்சி சுதந்திர இந்தியாவுக்கான அடிப்படை உரிமைகள் தீர்மானத்தை நிறைவேற்றியது.[232] அது ஒரு மதிப்புமிக்க அறிவொளிமிகுந்த ஆவணம், அதில் அம்பேத்கர் பிரச்சாரம் செய்துவந்த உரிமைகள் சிலவும் சேர்க்கப்பட்டிருந்தன. அது ஒரு நவீன மதச் சார்பற்ற பெருமளவில் சோஷலிச நோக்குடைய அரசுக்கான அடித்தளத்தை உருவாக்கியது. பேச்சுரிமை, பத்திரிகைச் சுதந்திரம், சங்கமாதல், கூட்டம்போடுதல், சட்டத்தின் முன் அனைவரும் சமம், வயதுவந்தோருக்கான பொது வாக்குரிமை, இலவசக் கட்டாய ஆரம்பக் கல்வி, அனைத்துக் குடிமக்களுக்கும் வாழ்க்கைக்கான ஊதியம், குறிப்பிட்ட வேலை நேரம் உள்ளிட்ட உரிமைகள் சேர்க்கப்பட்டிருந்தன. அது பெண்களுக்கும், விவசாயிகளுக்குமான பாதுகாப்பை வலியுறுத்தியது. முக்கிய தொழில்கள், போக்குவரத்து, சுரங்கங்கள் போன்றவற்றை அரசே

நடத்தவும் அல்லது தனது அதிகாரத்துக்குள் வைக்கவும் வழிவகுத்தது. மிக முக்கியமாக அது மதத்திற்கும் அரசுக்கும் இடையே ஒரு நெருப்புச் சுவரை எழுப்பியது.

நிறைவேற்றப்பட்ட அடிப்படை உரிமைகளுக்கான தீர்மானத்தில் மெச்சத்தக்க கொள்கைகள் எல்லாம் இருந்தாலும், கீழிருந்து பார்க்கும்போது காட்சி கொஞ்சம் மாறுபட்டிருந்தது. மாகாண சட்டசபைகளுக்கான 1930ஆம் ஆண்டுத் தேர்தல்களும் உப்புச் சத்தியாக்கிரகமும் ஒரே காலகட்டத்தில் நிகழ்ந்தன. காங்கிரஸ் தேர்தல்களைப் புறக்கணித்தது. தங்கள் புறக்கணிப்பை மதிக்காமல் தேர்தலில் போட்டியிட்ட 'மரியாதைக்குரிய' இந்துக்களை அவமானப்படுத்துவதற்காக காங்கிரஸ் டம்மி வேட்பாளர்களாகத் தீண்டத்தகாதவர்களை நிறுத்தியது – இரண்டு செருப்புத் தைப்பவர்கள், ஒரு சவரம் செய்பவர், ஒரு பால்க்காரர், ஒரு துப்புரவுத் தொழிலாளர். எந்த சுயமரியாதை உள்ள வசதிமிக்கசாதி இந்துவும் தங்களையும் தீண்டத்தகாதவர்களையும் ஒரே தளத்தில் வைக்கும் ஒரு நிறுவனத்தில் பங்குபெறமாட்டார்கள் என்பதுதான் இதன் பின்னுள்ள வியாக்கியானம்.[233] தீண்டத்தகாதவர்களை டம்மி வேட்பாளர்களாக நிறுத்தும் காங்கிரஸ் கட்சியின் தந்திரோபாயம் 1920 தேர்தல்களிலேயே தொடங்கிவிட்டது, பின்னர் 1943வரை அது தொடர்ந்தது. அம்பேத்கர் சொல்கிறார்:

> சுயேச்சை வேட்பாளர்களாக இந்துக்கள் போட்டியிடாமல் இருக்க காங்கிரஸ் கடைப்பிடித்த வழிமுறைகள் யாவை? சட்டசபைகளையையே வெறுக்கத்தக்க விஷயங்களாக மாற்றுவதுதான் அந்த வழிமுறை. அதன்படி காங்கிரஸ் பல மாகாணங்களில், "யார் செல்வார் சட்டசபை? வெறும் நாவிதனும் சக்கிலியும் கொசவனும் தெரு பெருக்குபவனும்தான்" என்ற பதாகைகள் தாங்கிய பேரணிகளை நடத்தினார்கள். இந்தப் பேரணிகளில் கோஷமாக ஒருவர் இந்தக் கேள்வியைக் கேட்பார், உடனே மொத்தக் கூட்டமும் கோஷத்தின் இரண்டாம் பகுதியைப் பதிலாகச் சொல்லுவார்கள்.[234]

வட்டமேசை மாநாட்டில் இருவருமே தாங்கள்தான் தீண்டத் தகாதவர்களின் உண்மையான பிரதிநிதி என்று வாதிட்டு காந்தியும் அம்பேத்கரும் மோதினார்கள். மாநாடு பல வாரங்களுக்கு நடைபெற்றது. காந்தி ஒருவழியாக முஸ்லிம்களுக்கும் சீக்கியர்களுக்கும் தனித் தொகுதிகள் தர ஒப்புக் கொண்டார். ஆனால் தீண்டத்தகாதவர்களுக்கு தனித் தொகுதிகள் என்ற அம்பேத்கரின் கோரிக்கையை அவர் ஏற்கவில்லை. அவர் தன்னுடைய வழக்கமான மேடைப்பேச்சிற்குத் தாவினார்: "தீண்டாமை வாழ்வதைவிட இந்துமதம் இறந்துபோவதையே நான் விரும்புகிறேன்."[235]

அம்பேத்கருக்குத் தீண்டத்தகாதவர்களைப் பிரதிநிதித்துவப்படுத்த உரிமை இருக்கிறது என்பதை காந்தி ஏற்கவேயில்லை. அம்பேத்கரும் பின்வாங்கவில்லை. யாரும் அவரை அப்படிச் செய்யவும் கோரவில்லை. அத் தர்ம இயக்கத்தைச் சேர்ந்த மங்குராம் உள்ளிட்ட இந்தியா முழுவதும் இருந்த தீண்டத்தகாதவர் அமைப்புக்கள் அம்பேத்கருக்கு ஆதரவாகத்

தந்தி அனுப்பின. ஒருவழியாக காந்தி, "தீண்டத்தகாதவர்களின் அரசியல் உரிமைகளைப் பற்றிப் பேசுபவர்களுக்கு அவர்களுடைய இந்தியாவைத் தெரியவில்லை, இன்று இந்தியச் சமூகம் எப்படிக் கட்டப்பட்டிருக்கிறது என்றும் தெரியவில்லை, எனவே நான் எனக்கிருக்கும் அனைத்து வலிமையையும் ஏற்றி இதைச் சொல்கிறேன் – இதை எதிர்க்கும் ஒரே ஆள் நானாக இருந்தால், நான் என் உயிர் இருக்கும்வரை இதை எதிர்ப்பேன்" என்றார்.[236] இப்படி ஓர் அச்சுறுத்தலை வைத்துவிட்டு, காந்தி கப்பலேறி இந்தியா வந்துவிட்டார். வரும் வழியில், ரோம் நகரம் சென்று முசோலினியைச் சந்தித்து அவர்மீதும் அவருடைய, 'ஏழைகளின் மீதான அக்கறை, துரித நகரமயமாக்கலுக்கு அவர் காட்டும் எதிர்ப்பு, மூலதனத்திற்கும் உழைப்பிற்கும் இடையே அவர் கொண்டுவர முயலும் ஒத்திசைவு' ஆகியவற்றின் மீதும் பெரும் அபிமானம் கொண்டார்.[237]

ஒரு வருடம் கழித்து, ராம்சே மெக்டொனால்டு ஆங்கிலேய அரசின் வகுப்புவாரிப் பிரதிநிதித்துவ முடிவுகளை அறிவித்தார். அதில் இருபது ஆண்டுகளுக்குத் தீண்டத்தகாதவர்களுக்குத் தனித்தொகுதிகள் அளிக்கப் பட்டிருந்தன. அந்த சமயத்தில், காந்தி பூனாவில் எரவாடா மத்திய சிறையில் தண்டனை அனுபவித்துக் கொண்டிருந்தார். சிறையிலிருந்தே அவர் தீண்டத்தகாதவர்களுக்கான தனித்தொகுதிகள் திரும்பப் பெறப்படவில்லையென்றால் சாகும்வரை உண்ணாவிரதம் இருக்கப் போவதாக அறிவித்தார்.

ஒரு மாதம்வரை அவர் காத்திருந்தார். அவர் விரும்பியபடி நடக்கவில்லை என்றதும், காந்தி சிறையிலிருந்தே தனது உண்ணாவிரதத்தைத் தொடங்கினார். இந்த உண்ணாவிரதமானது அவருடைய சொந்த சத்தியாக்கிரக நெறிமுறைகளுக்கே முழுக்க எதிரானது. அது ஒரு பட்டவர்த்தனமான குயுக்திகொண்ட மிரட்டல். பொதுவில் தற்கொலை செய்துகொள்வேன் என்று சொல்வதற்கு எவ்விதத்திலும் குறையாத ஒரு சூழ்ச்சி. தீண்டத்தகாதவர்கள் ஒப்புக்கொண்டால்தான் தனது ஆணையைத் திரும்பப் பெறமுடியும் என ஆங்கிலேய அரசு அறிவித்தது. நாடு சுண்டிவிடப்பட்ட பம்பரம் போலச் சுழன்றது. பொது அறிக்கைகள் வெளியிடப்பட்டன, மனுக்களில் கையெழுத்துக்கள் சேகரிக்கப்பட்டன, பிரார்த்தனைகள் செய்யப்பட்டன, கூட்டங்கள் நடத்தப்பட்டன, வேண்டுகோள்கள் விடப்பட்டன. அது ஓர் அநீதியான தருணம்: சாத்தியப்பட்ட அனைத்து விதங்களிலும் தீண்டத்தகாதவர்களிடமிருந்து தங்களைப் பிரித்து வைத்துக்கொண்ட வசதிபடைத்த சாதி இந்துக்கள், அவர்களைத் தொட்டாலே தீட்டு என்றும், மனித உறவுகளுக்கு அவர்கள் தகுதியற்றவர்கள் என்று ஒதுக்கியவர்கள், அவர்களுக்குத் தனி உணவு, குடிநீர், பள்ளிகள், சாலைகள், கோவில்கள், கிணறுகள் இருக்கவேண்டும் என்று கொதித்தவர்கள், இப்போது தீண்டத்தகாதவர்களுக்குத் தனித் தொகுதி கொடுக்கப்பட்டால் இந்தியா சிதறுண்டு போய்விடும் என்று பதறினார்கள். அப்படியான பிரித்துவைக்கும் முறைமைக்குத் தீவிர ஆதரவளித்தவரும் அதை வெளிப்படையாக அறிவித்தவருமான காந்தி தீண்டத்தகாதவர்களுக்குத் தனித்தொகுதிகள் கிடைப்பதை மறுத்து சாகும் வரை உண்ணாவிரதத்தில் இருந்தார்.

இதன் ரத்தினச் சுருக்கம் என்னவென்றால், சாதி இந்துக்கள் தீண்டத் தகாதவரை வெளியில் வைத்துக் கதவைச் சாத்தும் அதிகாரத்தை விரும்பி னார்கள், ஆனால் எந்த நிலையிலும் அந்தக் கதவைச் சாத்தும் அதிகாரத்தைத் தீண்டத்தகாதவர்கள் பெற்றுவிடக் கூடாது. எஜமானர்களுக்குத் தெரியும் தேர்வுதான் அதிகாரம் என்று.

இந்தப் பரபரப்பு உச்சத்தை எட்டியதும், அம்பேத்கர் வில்லனாக, துரோகியாக, இந்தியாவை உடைத்தெறிய விரும்புபவராக, காந்தியைக் கொல்ல முயல்பவராக ஆக்கப்பட்டார். தாகூர், நேரு, சி. ராஜகோபாலாச்சாரி உள்ளிட்ட காங்கிரசின் கரம் தளம் (தீவிரப் பிரிவு) மற்றும் நரம் தளம் (மிதவாதப் பிரிவு) ஆகிய இரண்டின் முக்கிய அரசியல் தலைவர்களும் காந்தியின் பக்கம் நின்றார்கள். காந்தியை சமாதானப் படுத்த, வசதிபடைத்த சாதி இந்துக்கள் வீதிகளில் தீண்டத்தகாதவர்களுடன் சமபந்தி போஜனங்களை நடத்தினார்கள். பல இந்துக் கோயில்கள் அவர்களுக்குத் திறந்துவிடப் பட்டன; தற்காலிகமாகத்தான் என்றாலும். இத்தகைய ஏற்றுக்கொள்ளும் செய்கைகளுக்குப் பின்னால் பதற்றத்தின் இறுக்கமான சுவரொன்றும் எழுந்தது. காந்தி ஒருவேளை அவரது உண்ணாவிரதத்தில் செத்துவிட்டாரென்றால் பழி அம்பேத்கரின் மீது விழும், அதுவே சாதாரண தீண்டத்தகாத மக்களுக்கு உயிர் அபாயமாக முடியும் என்று பல தீண்டத்தகாதோர் தலைவர்கள் கருதினார்கள். அவர்களில் ஒருவர் எம்.சி. ராஜா, மதராசிலிருந்த தீண்டத்தகாதோர் தலைவர். அந்நாளின் சம்பவங்களை நேரில் கண்டவரின் சாட்சியம் ஒன்றின்படி, அவர் கூறியது:

> பல ஆயிரம் ஆண்டுகளாக நாங்கள் தீண்டத்தகாதவர்களாக, ஒடுக்கப்பட்டவர்களாக, அவமானப் படுத்தப்பட்டவர்களாக, வெறுக்கப்பட்டிருக்கிறோம். எங்களுக்காக மகாத்மா தன் உயிரையே பணயம் வைத்திருக்கிறார். ஒருவேளை அவர் இறந்துபோனால், நாம் அடுத்து வரும் பல ஆயிரம் ஆண்டுகளுக்கும் இதைவிட மோசமாக ஆகவில்லையென்றாலும் இதே நிலையில்தான் இருப்போம். ஒட்டுமொத்த இந்து சமூகத்தின் மனதிலும் நாம்தான் அவரின் சாவிற்கு பொறுப்பானவர்கள் என்று நமக்கு எதிராகக் கடுமையான எதிர்ப்புணர்வு ஏற்படும். நாகரீக சமூகம் நம்மை மேலும் கீழே எட்டி உதைக்கும். நான் உங்கள் பக்கம் இனியும் நிற்கத் தயாரில்லை. நான் உங்களை விட்டு விலகி மாநாட்டில் இணைந்து ஒரு தீர்வைக் கண்டுபிடித்துக் கொள்கிறேன்.[238]

அம்பேத்கர் என்ன செய்யமுடியும்? பகுத்தறிவு, தர்க்கம் என்ற தனது படைக்கலன்களோடு தன் நிலைப்பாட்டில் நிற்க அவர் கடுமையாக முயற்சி செய்தார், ஆனால் அந்தச் சூழல் அதை அனைத்தையும் மீறி நின்றது. அவருக்கு ஒரு வாய்ப்பும் இருக்கவில்லை. காந்தியுடைய நான்கு நாட்கள் உண்ணாவிரதத்திற்குப் பின் 1932 செப்டம்பர் 24ஆம் தேதி அவரை எரவாடா சிறைச்சாலையில் சந்தித்து பூனா ஒப்பந்தத்தில் அம்பேத்கர் கையெழுத்திட்டார். மறுநாள் பம்பாயில் நிகழ்ந்த ஒரு பொதுக் கூட்டத்தில் அவர் தனது வழக்கத்திற்கு மாறாக காந்தியின்

மீது அருளோடு பேசினார்: "என்னிடமிருந்து மிக முற்றிலுமாக எதிர்க் கருத்துகளை வட்டமேசை மாநாட்டின்போது கொண்டிருந்த அந்த மனிதர் உடனடியாக எனது தரப்பின் மீட்புக்கு வந்தார் எனது எதிர்த் தரப்பின் மீட்புக்குச் செல்லவில்லை என்பது எனக்கு மிகவும் ஆச்சரியமாக இருந்தது."[239]

பின்னர், அந்தத் துயர அதிர்ச்சியிலிருந்து வெளியேறி அம்பேத்கர் எழுதினார்:

> அந்த உண்ணாவிரதத்தில் எந்த உன்னதமும் இல்லை. அது ஒரு மோசடியான அசிங்கமான செயல்... பிரதம மந்திரியின் பிரகடனத்தின் மூலம் அவர்களுக்குக் கிடைக்கப்பெற்ற அரசியல் சட்ட பாதுகாப்புகளை விட்டுவிட்டு இந்துக்களின் கருணையின்கீழ் வாழச் சொல்லி ஆதரவற்ற நிலையில் இருந்த மக்களைக் கட்டாயப்படுத்த நடந்த கீழான நிர்ப்பந்தம். ஒரு தீய, இழிவான செயல். இப்படிப்பட்ட ஒரு மனிதரைத் தீண்டத்தகாதவர்கள் எப்படி நேர்மையானவராகவும் உண்மையானவராகவும் கருதமுடியும்?[240]

பூனா ஒப்பந்தத்தின்படி, தனித்தொகுதிகளுக்குப் பதிலாக, தீண்டத்தகாதவர்களுக்கு பொதுத் தொகுதிகளிலேயே சில தொகுதிகள் இடஒதுக்கீடு செய்யப்படும். மாகாண சட்டசபைகளில் அவர்களுக்கு ஒதுக்கப்பட்ட இடங்களின் எண்ணிக்கை (78லிருந்து 148ஆக) அதிகரிக்கப் பட்டது. ஆனால் வேட்பாளர்கள், இப்போது அவர்கள் தங்கள் தொகுதியின் வசதிபடைத்த சாதி இந்துக்களால் ஏற்றுக்கொள்ளப்பட வேண்டும் என்பதால் பல் பிடுங்கப்பட்டவர்கள் ஆனார்கள். கங்காணித்தனம் வெற்றியடைந்தது.[241] வசதி படைத்தவர்கள் கையிலேயே தலைமை இருக்கும்படி காந்தி பார்த்துக்கொண்டார்.

தனது 'புதிய ஜிம் க்ரோ' என்ற நூலில் மிஷெல் அலெக்சாண்டர்[242] எப்படி அமெரிக்க ஐக்கியத்தில் குற்றமயமாக்கல் மற்றும் பெருந்திரள் சிறைவைப்புகளின் மூலம் ஆப்பிரிக்க அமெரிக்கர்களில் மிக அதீதமான சதவீதத்தினர் வாக்குரிமை இழந்திருக்கின்றனர் என்று விவரிக்கிறார். இந்தியாவில், இன்னமும் கேவலமான முறையில் பெருந் தன்மையின் போர்வையில் ஒரு வாக்குரிமை அளிப்பு ஒட்டுமொத்தத் தீண்டத்தகாதவர்களின் வாக்குரிமையையே பறித்துவிட்டது.

எது எப்படி இருந்தாலும், அம்பேத்கருக்கு மோசடியான அசிங்கமான செயலாகத் தெரிந்தது மற்றவர்களுக்கு ஒரு தெய்வீக அற்புதமாகத் தெரிந்தது. எழுதப் பட்டவைகளிலேயே மிக அதிகம் படிக்கப்பட்டிருக்கக்கூடிய காந்தி சரிதையின் ஆசிரியர் லூயி ஃபிஷர், சொல்கிறார்:

> மூன்றாயிரம் ஆண்டுகளுக்கும் மேலாக இருந்துவரும் தீண்டாமை எனும் சாபத்தை அந்த உண்ணாவிரதத்தால் கொன்றுவிட முடியவில்லை... ஆனால் அந்த உண்ணாவிரதத்திற்குப் பின்பு தீண்டாமைக்கு இருந்த பொது அங்கீகாரம் காலாவதியாகிப் போனது; அதன் மீதான நம்பிக்கை சிதைக்கப்பட்டது... காந்தியின் 'காவிய உண்ணா நோன்பினால்' பலகோடி மக்களை அடிமைப்படுத்தி

வைத்திருந்த பழங்காலங்களில் இருந்து நீண்டுகொண்டிருந்த அந்தச் சங்கிலி துண்டாடப்பட்டது. அந்தச் சங்கிலியின் சில கண்ணிகள் மிச்சமிருந்தன. அந்தச் சங்கிலியால் தோன்றிய பல காயங்கள் இருந்தன. ஆனால் மீண்டும் யாரும் இன்னொரு சங்கிலியை வார்க்க மாட்டார்கள், யாரும் மீண்டும் சங்கிலித் துண்டுகளை இணைக்கமாட்டார்கள் ... இது (பூனா ஒப்பந்தம்) ஒரு மதரீதியான சீர்திருத்தத்தை, ஓர் உளவியல் புரட்சியைக் குறிக்கிறது. இந்துமதம் தன்னுடைய ஆயிரங்கால நோய்மையை வெளியேற்றி சுத்தப்படுத்திக் கொண்டது. தங்களது பயிற்சியால் தூய்மைப் படுத்தப்பட்ட ஒரு பெருந்திரள் மக்கள்தொகை . . . காந்தி தனது வாழ்க்கையில் வேறெதுவுமே செய்யாமல் இந்தத் தீண்டாமையின் அமைப்பை மட்டும் சிதைத்திருந்தாலே அவர் ஒரு மகத்தான சமூக சீர்திருத்தவாதியாகி இருப்பார் . . . காந்தியின் வேதனை அவரின் அபிமானிகளுக்கு மறைமுக வலியை ஏற்படுத்தியது; அவர்களுக்குத் தெரியும் கடவுளின் தூதுவரைத் தாங்கள் கொன்றுவிடக் கூடாது என்று. அவரது துன்பத்தை நீட்டிப்பது தீய செயல். அவர் 'கடவுளின் குழந்தைகள்' என்று அழைத்தவர்களிடம் நல்விதத்தில் நடந்து அவரைக் காப்பாற்ற அவர்கள் ஆசிபெற்றிருந்தனர்.[243]

பூனா ஒப்பந்தத்தின் மகத்தான தருணத்தில், வட்டமேசை மாநாட்டில் அவர் எடுத்த நிலைப்பாட்டுடன் முரண்பட்டுத் தீண்டத்தகாதவர்களின் பிரதிநிதியாக அம்பேத்கரின் கையெழுத்தை ஒப்பந்தத்தில் ஏற்றுக்கொள்ள காந்தி தயாராக இருந்தார். ஆனால் காந்தி அந்த ஒப்பந்தத்தில் கையெழுத்திடவில்லை, ஆனால் கையெழுத்திட்ட முக்கியஸ்தர்களின் பெயர்ப் பட்டியல் சுவாரசியமானது. காந்தியின் தொழிலதிபப் புரவலர் ஜி.டி. பிர்லா, வலதுசாரி அமைப்பான இந்து மகாசபையின் (காந்தியை பின்னாளில் கொன்ற நாதுராம் கோட்சே இதில் உறுப்பினர்) நிறுவனரும் பழமைவாத பார்ப்பனத் தலைவர் மதன்மோகன் மாளவியா, இந்து மகாசபாவின் தலைவராக இருந்தவரும், காந்தியின் படுகொலைச் சதியில் ஈடுபட்டதாகக் குற்றம்சாட்டப்பட்டவருமான வி.டி. சாவர்க்கர், சம்பர் சாதியைச் சேர்ந்த தீண்டத்தகாத கிரிக்கெட் வீரர் பல்வங்கர் பாலு, இவரை இலட்சிய விளையாட்டு வீரராக அம்பேத்கர் போற்றியிருந்தார்;[244] ஆனால் இந்து மகாசபையும் காங்கிரசும் இவரை அம்பேத்கருக்கு எதிராக நிறுத்தினார்கள். அப்புறம் சந்தேகமில்லாமல் எம்.சி. ராஜா (இவர் பல காலத்திற்குப் பின்னர், காந்தியுடன், காங்கிரஸுடன், இந்து மகாசபையுடன் கூட்டுசேர்ந்ததற்காக வருத்தம் தெரிவித்தார்).[245]

காந்திமீதான விமர்சனங்கள் வெறும் எரிச்சலுடன் பார்க்கப்படுவது மட்டுமல்ல இந்தியாவில் முற்றிலுமாகத் தணிக்கை செய்யப்படுவதற்கு சொல்லப்படும் (பல) காரணங்களில் முக்கியமானதாக மதச்சார்பற்ற அறிவுஜீவிகள் சொல்வது, இந்துத்துவவாதிகள், யாரின் படையணியிலிருந்து காந்தியின் கொலையாளி உதித்தானோ, அவர்கள் இப்போது இந்தியாவில் ஏறுமுகத்தில் இருக்கிறார்கள், இந்த விமர்சனம் அவர்களுக்குச் சாதகமாகப் போய்விடும் என்பதுதான் அது. உண்மை என்னவென்றால் சாதியைப் பற்றிய காந்தியின் கருத்துகளுக்கும் இந்துத்துவவாதிகளின் கருத்துகளுக்கும்

இடையே பெரிய வேறுபாடுகள் இருந்ததில்லை என்பதுதான். தலித்தியப் பார்வையிலிருந்து பார்ப்பதாயிருந்தால், காந்தி படுகொலை கருத்தியல் எதிர்ப்புக் கொலையாக அல்லாமல் ஒருவகையில் சகோதரச் சண்டையா லான கொலையாகவே பார்க்கப்படக் கூடும். இன்றளவும், இந்துத்துவத்தின் மிகத் தீவிரமான பரப்புரையாளரும் இந்தியாவின் அடுத்த பிரதமராகும் வாய்ப்புள்ளவருமான நரேந்திர மோடி தனது பொதுக்கூட்ட உரைகளில் எந்தவித சங்கடமும் இல்லாமல் காந்தியைப் பேசுகிறார். (குஜராத்தில் இரண்டு சிறுபான்மை விரோத சட்டங்களைக் – குஜராத் மதச் சுதந்திரச் சட்டம் என பெயரிட்ட மதமாற்றத் தடைச் சட்டம் 2003 மற்றும் பசுவதை தடுப்புச் சட்டத்தில் கொண்டுவரப்பட்ட திருத்தங்கள் 2011 – கொண்டு வந்ததை நியாயப்படுத்த மோடி காந்தியின் பெயரைப் பயன்படுத்தினார்.[246]) மோடியின் பல பிரகடனங்கள் காந்திநகரில் உள்ள மகாத்மா கோவிலில் இருந்துதான் வெளியிடப்படுகின்றன. இந்த மகாத்மா கோவில் ஓர் அதிநவீன கருத்தரங்க மாளிகை, இதன் அடித்தளம், இன்னமும் அதிர்ச்சிகரமான தீண்டாமை வடிவங்களை பெரும்பாலும் கடைப்பிடித்துவரும் குஜராத்தின் 18,000 கிராமங்களில் இருந்து சிறப்புக் கலசங்களில் கொண்டுவரப்பட்ட மண்ணால் கட்டப்பட்டது.[247]

பூனா ஒப்பந்தத்திற்குப் பிறகு காந்தி தனது சக்தியையும் ஆர்வத்தையும் தீண்டாமை ஒழிப்புப் பணியில் செலுத்தினார். ஒரு தொடக்கமாக அவர் தீண்டத்தகாதவர்களுக்கு ஞானஸ்நானம் கொடுத்து கருணை சிந்தும் ஒரு புதிய பெயரையும் சூட்டினார் – அரிசனங்கள். அரி இந்து மதத்தின் ஓர் ஆண் கடவுளின் பெயர், சனம் என்பது மக்கள். எனவே அரிசனங்கள் கடவுளின் மக்கள்; ஆனால் அவர்களை இன்னமும் சிறுமைப்படுத்த மொழிபெயர்ப்பில் அவர்கள் கடவுளின் குழந்தைகள் என்று குறிக்கப்படுகிறார்கள். இப்படியாக காந்தி தீண்டத்தகாதவர்களை இந்துமதத்திற்குள் கட்டிவைத்தார்.[248] அவர் *ஹரிஜன்* என்ற பெயரில் ஒரு புதிய செய்தித்தாளை தொடங்கினார். அவர் அரிசன சேவா சங்கத்தைத் துவக்கினார் (Harijan Seva Society). அது வசதி படைத்த சாதி இந்துக்களால்தான் நடத்தப்படும் என்றும் அவர் அறிவித்தார். ஏனெனில் அவர்கள் தீண்டத்தகாதவர்களுக்கு எதிரான தம்முடைய கடந்தகாலப் பாவங்களுக்குத் தவமிருக்க வேண்டியிருப்பதால். இவையனைத்தும் காங்கிரஸ் கட்சியின் “கருணையால் தீண்டத்தகாதவர்களைக் கொல்லும்” திட்டங்களாக அம்பேத்கர் பார்த்தார்.[249]

காந்தி நாடெங்கும் சுற்றுப் பயணம் செய்து தீண்டாமைக்கு எதிராகப் பிரச்சாரம் செய்தார். அவரை விடவும் பழமைவாதிகளான இந்துக்களால் அவர் வழியெங்கும் கிண்டல் செய்யப்பட்டார், தாக்கப்பட்டார். ஆனாலும் அவர் தனது குறிக்கோளில் இருந்து பிறழவில்லை. நடக்கும் அனைத்தையும் சாதியொழிப்பிற்கான குறிக்கோளில் கட்டிச் சேர்க்கப்பட்டது. 1934 ஜனவரியில் பீகாரில் ஒரு மிகப் பெரிய நிலநடுக்கம் ஏற்பட்டது. ஏறத்தாழ 20,000 பேர் உயிரிழந்தனர். பிப்ரவரி 24ஆம் தேதி *ஹரிஜன்* இதழில் காந்தி தனது காங்கிரஸ் தோழர்களே அதிர்ச்சியடையும் வகையில் அந்த நில நடுக்கம் தீண்டாமைக் கொடுமையைக் கடைபிடித்ததற்காக கடவுள் அளித்த தண்டனை என குறிப்பிட்டு எழுதினார். ஆனால் இது எதுவும்

காங்கிரஸ் கட்சி அது கண்டுபிடித்த மகத்தான மரபான தேர்தல்களில் டம்மி வேட்பாளர்களாக தீண்டத்தகாதவர்களை நிற்கவைப்பதில் இருந்து நிறுத்தவில்லை: அது மீண்டும் மத்திய சட்டசபைக்கான 1934 தேர்தல்களில் டம்மி தீண்டத்தகாத வேட்பாளர்களை நிறுத்தியது.[250]

அருளாசி நாடும் பாவப்பட்டவர்கள் என்ற பாத்திரத்தைத் தவிர தீண்டத்தகாதவர்களுக்கு வேறு ஒரு பாத்திரத்தை காந்தியால் வடிவமைக்க முடியவில்லை போலும். அவர்களும் சாதி அமைப்பிற்குள் உளவியல்ரீதியாகக் கட்டாயமாகக் கட்டிவைக்கப்பட்டிருந்தார்கள் என்பதோ, அவர்களும் கூட ஆயிரமாயிரமாண்டு காலமாகத் தங்களைக் கீழானவர்களாக நினைத்துக்கொள்ளப் பழக்கப்பட்டிருந்திலிருந்து அவர்களும் விழித்தெழ, உத்வேகப்படுத்தப்பட வேண்டும் என்பதெல்லாம் காந்திக்கு ஏற்பில்லாத அச்சுறுத்தும் கருத்தாக்கங்களாக இருந்தன. தீண்டத்தகாதவர்களின் அரசியல் விழித்தெழலை நீர்த்துப்போகச் செய்ய அல்லது காலங்கடத்த உருவாக்கப்பட்டதுதான் பூனா ஒப்பந்தம்.

காந்தி தீண்டாமைக்கெதிராகப் பிரச்சாரம் செய்ததில் உருப்படியானது என்னவென்றால், அது பல நூற்றாண்டுகளாக இருந்த காயங்களின் மேல் மருந்து தடவியது. எப்போதும் வன்முறையையும் அச்சுறுத்தலையும் ஒதுக்கலையுமே சந்தித்திருந்த பல கோடி தீண்டத்தகாத மக்களுக்கு இந்த கருணையான போதக செயல் நன்றியுணர்வையும் ஏன் பக்தியையும் கூட தோற்றுவித்திருக்கக் கூடும். காந்திக்கு அது தெரியும். அவர் ஓர் அரசியல்வாதி. அம்பேத்கர் அப்படியல்ல. அப்படியே இருந்தாலும் அவர் ஒரு தேர்ந்த அரசியல்வாதி அல்ல. தொண்டுசெய்வதை ஒரு பெரு நிகழ்வாக, நாடகமாக, பிரம்மாண்டமான கொண்டாட்டமாக மாற்றுவது என்பது காந்திக்குத் தெரியும். எனவே தான் மருத்துவர் நீண்டகாலத் தீர்வைத் தேடிக் கொண்டிருந்தபோது, புனிதர் இந்தியா முழுதும் பயணம்செய்து வெற்று மாத்திரைகளைக் கொடுத்துக் கொண்டிருந்தார்.

அரிசன சேவா சங்கத்தின் முக்கிய குறிக்கோள் என்பது, வசதிபடைத்த சாதி இந்துக்களை, கோவில்களில் தீண்டத்தகாதவர்களை அனுமதிக்கச் சம்மதிக்க வைப்பதுதான். இது ஒரு முரண், ஏனெனில், காந்தியே கோவில்களுக்குச் செல்பவர் இல்லை. அவருடைய புரவலர் ஜி.டி. பிர்லாவும் அப்படித்தான். மார்கரெட் போர்க் ஒயிட் என்பவருக்கு கொடுத்த பேட்டியில் ஜி.டி. பிர்லா, "வெளிப்படையாகச் சொல்வதாயிருந்தால், நாங்கள் கோவில்களைக் கட்டுகிறோம், ஆனால் கோவில்களில் எங்களுக்கு நம்பிக்கையில்லை. நாங்கள் கோவில்களை ஒருவித மத உணர்வைப் பரப்பவே கட்டுகிறோம்" எனக் கூறியிருக்கிறார்.[251] காந்தியின் காவிய உண்ணாவிரதத்தின்போதே கோவில்கள் திறந்துவிடப்படுவது தொடங்கிவிட்டது. அரிசன சேவா சங்கத்தின் அழுத்தம் காரணமாக நூற்றுக்கணக்கான கோவில்கள் தீண்டத்தகாதவர்களுக்குத் திறந்துவிடப் பட்டன. (கேரளாவின் குருவாயூர் கோவில் போன்றவை, சுத்தமாக மறுத்துவிட்டன. காந்தி உண்ணாவிரதம் இருக்கலாமா என யோசித்தார் பின்னர் மனதை மாற்றிக்கொண்டார்.[252]) பிற கோவில்கள் தாங்கள் தீண்டத்தகாதவர்களுக்குத் திறந்திருப்பதாக அறிவித்துவிட்டு, உள்ளே வரும் அவர்களை அவமானப்படுத்த பலவழிகளைக் கண்டுபிடித்தன.

அவர்கள் எவ்விதத்திலும் கௌரவத்தோடு உள்ளே நுழையச் சாத்தியமற்ற நிலையை உருவாக்கினர்.

1933இல் ஓர் ஆலய நுழைவுச் சட்டம் மத்திய சட்டசபையில் தாக்கல் செய்யப்பட்டது. காந்தியும் காங்கிரஸும் அதை உற்சாகமாக ஆதரித்தனர். ஆனால் வசதிபடைத்த சாதியினர் அதைத் தீவிரமாக எதிர்க்கின்றனர் என்பது வெளிப்படையாகத் தெரிந்தவுடன் அவர்கள் பின்வாங்கினர்.[253]

அம்பேத்கர் ஆலய நுழைவுத் திட்டத்தைப் பற்றி சந்தேகத்துடனேயே இருந்தார். அந்த நிகழ்விற்குத் தீண்டத்தகாதவர்களிடம் தீவிர உளவியல் வரவேற்பு இருப்பதை அவர் உணர்ந்தார். ஆனால் ஆலய நுழைவு ஒரு ஜீரணிக்கும் பெருந்திட்டத்தின் பகுதியாக அவர் பார்த்தார். தீண்டத்தகாதவர்களை இந்துமயமாக்கும் பார்ப்பனீயமயமாக்கும் இந்த முயற்சி அவர்களைத் தங்கள் இழிவில் தங்களையே பங்குதாரர்களாக ஆக்கும் எனக் கருதினார். நூற்றாண்டுகளாக கோவில்களுக்குள் நுழையாமல் இருந்தபோதே பார்ப்பனீயத்தின் 'போலச் செய்யும் தொற்றுநோய்' வேரூன்றியது என்றால் ஆலய நுழைவு அவர்களுக்கு என்ன செய்துவிட முடியும்? 1933 பிப்ரவரி 14ஆம் தேதி, ஆலய நுழைவு குறித்த அறிக்கை ஒன்றை வெளியிட்டார்:

> தாழ்த்தப்பட்ட சமூகங்களுக்கு சமத்துவமான சமூக அங்கீகாரம் அளிக்கும் ஒரு மதம்தான் தேவைப்படுகிறது . . . மதத்தின் பெயரால் சமூக அவலங்களை நியாயப்படுத்தும் முயற்சியை விடவும் இழிவான வெறுக்கத்தக்க ஒன்று இருக்கமுடியாது. தாழ்த்தப்பட்ட சமூகங்கள் தம்மீது சுமத்தப்பட்டிருக்கும் ஏற்றத்தாழ்வுகளைத் தூக்கியெறிய முடியாமல் இருக்கலாம். ஆனால் அவர்கள் இந்த ஏற்றத்தாழ்வுகள் தொடர்வதை ஆதரிக்கும் ஒரு மதத்தைப் பொறுத்துக் கொள்ளப் போவதில்லை என்ற தீர்மானத்தை மனதில் கொண்டுவிட்டனர்.[254]

முக்தாபாய் சால்வே என்ற பதினான்கு வயது தீண்டத்தகாத மாங் சிறுமி பல காலங்களுக்கு முன்பே சொன்ன விஷயத்தைத்தான் அம்பேத்கர் எதிரொலித்தார். அவள், ஜோதிபா மற்றும் சாவித்ரி பூலே தம்பதியினர் பூனாவில் நடத்திய தீண்டத்தகாதோருக்கான பள்ளியின் மாணவி. 1855இல் அவள், "ஒருவருக்கு அனைத்து உரிமைகளையும் வசதிகளையும் கொடுத்து பிறர் அனைவரையும் ஒடுக்கும் அந்த மதம் பூமியிலிருந்து அழிந்து போகட்டும். அப்படிப்பட்ட ஒரு மதத்தைப் பெருமையாகக் கருதும் எண்ணம் எங்கள் மனங்களில் ஒருபோதும் நுழையாமல் இருக்கட்டும்" எனக் கூறினாள்.[255]

கிறித்தவமோ சீக்கியமோ இஸ்லாமோ ஜொராஷ்ட்ரியானிசமோ சாதி ஒடுக்குமுறை உட்புகமுடியாத கோட்டைகளில்லை என்பதை அம்பேத்கர் தனது அனுபவத்தில் உணர்ந்திருந்தார். 1934இல் அவர் தனது பழைய அனுபங்களை மீண்டும் ஒருமுறை அடைந்தார். ஹைதராபாத் சமஸ்தானத்திலிருந்த தௌலதாபாத் கோட்டைக்கு ஒருமுறை அம்பேத்கர் தன் நண்பர்களுடனும் உடன் பணிபுரிபவர்களுடனும் சென்றிருந்தார். அது ரம்ஜான் மாதம். பயணத்தினால் களைத்துத் தூசி படிந்துபோயிருந்த அவர்கள் ஒரு பொதுக் குளத்தில் முகம் கழுவவும்

நீரருந்தவும் நின்றனர். அவர்களை 'டேட்கள்' (தீண்டத்தகாதவர்களைக் குறிக்கும் ஓர் இழிசொல்) என்றழைத்துக் கொண்டு ஒரு முஸ்லிம் கும்பல் கோபத்துடன் சூழ்ந்து கொண்டது. அவர்கள் ஏசப்பட்டனர், கிட்டத்தட்ட தாக்கப் பட்டனர் நீரைத் தொடவிடாமல் அனுப்பப்பட்டனர். அம்பேத்கர் தனது சுயசரிதைக் குறிப்புகளில் எழுதினார், "இதுவே காட்டும் ஓர் இந்துவுக்கு தீண்டத்தகாதவனான ஒருவர் ஓர் இஸ்லாமியனுக்கும் தீண்டத்தகாதவர்தான் என்பதை."[256]

ஒரு புதிய ஆன்மீக அடைக்கலம் கண்களுக்குத் தென்படவேயில்லை.

ஆனாலும் 1935இல் நடைபெற்ற ஈயோலா மாநாட்டில், அம்பேத்கர் இந்து மதத்தைத் துறந்தார். 1936இல் அவர் தனது தீப்பிழம்பான (சிறிது விலை உயர்வானது என்று காந்தியால் இடித்துரைக்கப்பட்ட) பனுவல் 'சாதியை அழித்தொழித்த'லை வெளியிட்டார். அதில் அவர் ஏன் அப்படிச் செய்தார் என்பதைத் தெளிவாக விளக்கினார்.

அதே ஆண்டில் காந்தியும் இலக்கியத்திற்கு மறக்கமுடியாத ஒரு பங்களிப்பைச் செய்தார். அவருக்கு அப்போது 68 வயதாகியிருந்தது. "உத்தம பங்கி" என்ற காலத்தைவெல்லும் கட்டுரையை எழுதினார்.

> பிராமணரது கடமை ஆன்மாவின் சுகாதாரத்தைக் கவனித்துக் கொள்வது, பங்கியினது கடமை சமூக உடலின் சுகாதாரத்தைக் கவனித்துக் கொள்வது . . . ஆனாலும் நம்முடைய கேடுபிடித்த இந்தியச் சமூகம் பங்கிகளை சமூகப் பறையர்களாக (ஒதுக்கப்பட்டவர்களாக), ஏணியின் அடிமட்டத்தில் வைத்து, அடியும் ஏச்சும் பெறுவதற்கு மட்டுமே தகுதியானவர்களாக ஆக்கி, சாதிக்காரர்கள் விட்டுவைக்கும் பொருட்களிலேயே வாழ வேண்டியவர்களாய் சாணக் குவியலின் மேல் வாழும் நிலையில் வைத்திருக்கிறது.
>
> பங்கியின் அந்தஸ்து என்பதும் பிராமணருக்குச் சமமானதுதான் என்று நாம் உரிய அங்கீகாரம் கொடுத்திருந்தால், அவற்றில் வசிப்பவர்களுடன் சேர்த்து நமது கிராமங்களும் ஒழுங்கான சுத்தமான ஒரு காட்சியாக இருந்திருக்கும். எனவே நான் தைரியமாக தயக்கமோ குழப்பமோ இல்லாமல் சொல்கிறேன், பிராமணருக்கும் பங்கிக்கும் இடையே உள்ள வெறுப்பூட்டும் பேதம் நீக்கப்படாதவரை நமது சமூகம் ஆரோக்கியத்தையும் சுகத்தையும் அமைதியையும் பெற்று இன்பமாய் வாழமுடியாது.

அவர் அதன்பின் அந்நூலில், ஓர் உத்தம பங்கி பெற்றிருக்கவேண்டிய கல்வித் தகுதிகள், நடைமுறைத் திறன்கள் மற்றும் பிறருடன் பேசிப் பழகும் பாங்கு பற்றியும் விவரிக்கிறார்.

> எனவே இந்த மதிப்புக்குரிய ஊழியர் பிறருக்கு ஓர் உதாரணமாக இருக்க எத்தகைய குணாதிசயங்களைத் தன்னகத்தே கொண்டிருக்க வேண்டும்? என்னுடைய கருத்துப்படி ஓர் உத்தம பங்கிக்கு சுகாதாரம் குறித்த முழுமையான அறிவு இருக்கவேண்டும். ஒரு சரியான கழிவறை எப்படிக் கட்டப்பட வேண்டும் என்றும் அதை எப்படிச் சுத்தம்செய்ய

வேண்டும் என்றும் அவருக்குத் தெரிந்திருக்க வேண்டும். அவருக்கு மலத்தின் வாடையை எப்படி கடந்துபோகவும் போக்கவும், பல பூச்சிக்கொல்லிகளின் உதவியோடு அதை எப்படித் தீங்கற்றதாக மாற்றுவது என்றும் தெரிந்திருக்க வேண்டும். அதேபோல அவருக்கு எப்படி மூத்திரத்தையும் மலக்கழிவுகளையும் எருவாக மாற்றுவது என்று தெரிந்திருக்கவேண்டும். இது மட்டும் இல்லை. என்னுடைய உத்தம பங்கிக்கு மூத்திரத்தின் மலத்தின் தரமும் தெரிந்திருக்கும். அவர் அதனைக் கூர்ந்து கவனித்து சம்பந்தப்பட்ட நபருக்குக் காலமே எச்சரிக்கையும் செய்வார் . . .

ஒரு சூத்திரன் அவனுக்கு அதற்கான திறன் இருந்தாலும் செல்வத்தைத் திரட்டக்கூடாது ஏனெனில் செல்வந்தனான ஒரு சூத்திரன் பிராமணனை எரிச்சல்படுத்துவான் என்று மனுஸ்மிரிதி கூறுகிறது.[257] ஒரு பனியாவான காந்தி, யாருக்கு கந்துவட்டியில் பணம் கொழிப்பதை ஒரு தெய்வீக ஆசியாக அதே மனுஸ்மிரிதி விதித்திருக்கிறதோ அவர் சொல்கிறார்: "அப்படிப்பட்ட உத்தம பங்கி, தனது வாழ்வாதாரத்தைத் தனது பணியில் இருந்து பெறும் அதேவேளையில் அதை ஒரு புனிதமான கடமையாகக் கருதுவான். வேறு வார்த்தைகளில் சொல்வதாயிருந்தால் அதன் மூலமாக செல்வம் கொழிக்கக் கனவும் காண மாட்டான்."[258]

எழுபதாண்டுகள் கழித்து, 'கர்மயோகி' என்ற தலைப்பிட்ட தன் புத்தகத்தில் (பால்மீகி சமூகத்தினரின் எதிர்ப்பிற்குப் பிறகு அப்புத்தகத்தை அவர் திரும்பப் பெற்றார்) நரேந்திர மோடி தான் மகாத்மாவின் சீரிய தொண்டர் என்பதை நிறுவினார்:

அவர்கள் தங்கள் வாழ்வாதாரத்திற்காக மட்டும் இந்த வேலையைச் செய்து வந்தனர் என்பதை நான் நம்பவில்லை. அப்படி இருந்தால், இப்படிப்பட்ட ஒரு வேலையில் பரம்பரை பரம்பரையாக அவர்கள் தொடர்ந்திருக்க மாட்டார்கள்... ஏதாவது ஒரு கட்டத்தில், அவர்களில் ஒருவருக்கு ஞானம் பிறந்து ஒட்டுமொத்த சமூகத்தின், கடவுளரின் மகிழ்வுக்காக பணிபுரிவது அவர்கள் (பால்மீகிகள்) கடமை என உணர்ந்திருக்க வேண்டும். கடவுளரால் அவர்களுக்கு விதிக்கப்பட்ட இந்த வேலையை அவர்கள் செய்யத்தான் வேண்டும்; இந்த வேலை ஓர் அகவயப்பட்ட ஆன்மிகச் செயல்பாடாக பல நூற்றாண்டுகளுக்கு நடைபெற வேண்டும்.[259]

நரம் தளமும் கரம் தளமும் இன்று இருவேறு கட்சிகளாக இருக்கலாம். ஆனால் கருத்தியல்ரீதியாக, நாம் நினைக்கக்கூடிய அளவிற்கு அவர்கள் ஒருவரிலிருந்து ஒருவர் வேறுபட்டவர்களில்லை.

மற்ற இந்து சீர்திருத்தவாதிகளைப் போலவே, காந்தியும் அம்பேத்கரின் இந்து மதத்தைத் துறக்கும் பேச்சைக் கேட்டு எச்சரிக்கையுற்றார். அவர் பிடிவாதமாகத் தீண்டத்தகாதவர்கள் பிற மதங்களுக்கு மாறுவதை எதிர்த்தார். 1936 நவம்பரில், இன்று பிரபலமாக இருக்கும் அமெரிக்க சுவிசேஷகரும் சர்வதேச மிஷனரி கவுன்சிலின் தலைவருமான ஜான் மாட் உடனான உரையாடல்:

காந்தி: கிறித்தவ அமைப்புகள் முஸ்லிம்களுடனும் சீக்கியருடனும் போட்டி போட்டுக்கொண்டு தங்கள் பக்கத்திற்கு எண்ணிக்கையைக் கூட்ட முயல்வது என்னைக் காயப்படுத்துகிறது. இது எனக்கு அசிங்கமான ஒரு நாடகமாகவும் மதத்தைக் கேலிசெய்வதாகவும் தெரிகிறது. அவர்கள் டாக்டர். அம்பேத்கருடன் ரகசியக் கூட்டங்கள் நடத்தக்கூட முன்வந்துள்ளனர். என்னால், அரிசனங்களுக்கான உங்கள் பிரார்த்தனைகளைப் புரிந்துகொள்ளவும் பாராட்டியிருக்கவும் முடியும். ஆனால், நீங்கள் பேசுவதைப் புரிந்துகொள்வதற்கான மனமோ அறிவோ இல்லாதவர்களிடம் போய் வேண்டுகிறீர்கள்; நிச்சயமாக அவர்களுக்கு யேசுவையும் முகமதுவையும் நானக்கையும் பிரித்துணரும் அறிவு இல்லை ... கிறித்தவர்கள் இந்தச் சீர்திருத்த இயக்கத்தில் இணைந்துகொள்ள விரும்பினால் அவர்கள் மதமாற்றும் எண்ணங்கள் எதுவுமின்றி அதைச் செய்ய வேண்டும்.

ஜான் மாட்: இந்த தேவையற்ற போட்டியைத் தவிர்த்துவிட்டு, அவர்கள் அதை ஏற்றுக் கொள்பவர்களுக்கு தங்கள் மறையைப் போதிக்கச் செய்யலாம் இல்லையா?

காந்தி: நீங்கள் ஒரு மாட்டுக்கு மறையைப் போதிப்பீர்களா டாக்டர் மாட்? சில தீண்டத்தகாதவர்களின் புரிதல் என்பது மாட்டை விடவும் மோசமான நிலையில் இருக்கிறது. நான் என்ன சொல்ல வருகிறேன் என்றால் அவர்களால் ஒரு மாட்டை விட அதிகமாக இஸ்லாத்தின் இந்து மதத்தின் கிறித்தவத்தின் அருமை பெருமைகளைப் பிரித்துப் பார்க்க முடியாது. ஒருவர் தனது வாழ்வின் மூலமாக மட்டுமே போதிக்க முடியும். ரோஜாப்பூ எப்போதும், "வந்து என்னை முகர்ந்து பார்" என்று சொல்வதில்லை.[260]

காந்தி அடிக்கடி தனக்குத் தானே முரண்பட்டிருக்கிறார் என்பது உண்மைதான். அவர் மிகவும் குறிப்பிடத்தக்க அளவிற்கு நிலையானவர் என்பதும் உண்மைதான். ஏறத்தாழ அரை நூற்றாண்டு காலம் – அதாவது அவருடைய இளம்பருவம் கழிந்த பின்னான காலம் முழுவதும் – கறுப்பு ஆப்பிரிக்கர்கள், தீண்டத்தகாதவர்கள் மற்றும் உழைக்கும் மக்கள் ஆகியோரின் உள்ளார்ந்த தரம் பற்றிய அவரது உதிர்ப்புகள் அனைத்தும் நிலைபெற்ற ஒரேபோன்ற அவமானப் படுத்துபவைதான். உழைக்கும் வர்க்க மக்கள் மற்றும் தீண்டத்தகாதவர்கள் தங்களுக்கான சொந்த அரசியல் அமைப்புக்களை உருவாக்குவது, தங்கள் தலைவர்களைத் தேர்ந்தெடுப்பது ஆகியவற்றையும் (இவற்றைத்தான் அம்பேத்கர் குடியுரிமையின் அடிப்படையாகக் கருதினார்) காந்தி ஒரேபோல் எதிர்த்து வந்திருக்கிறார்.[261]

காந்தியின் அரசியல் உள்ளுணர்வுகள் காங்கிரஸ் கட்சிக்கு பெரிதும் உதவின. அவரது ஆலய நுழைவுப் பிரச்சாரம் பெரும் எண்ணிக்கையிலான தீண்டத்தகாதவர்களை காங்கிரஸ் கட்சிக்கு இழுத்தது.

அம்பேத்கருக்கு சிறப்பான அறிவு வல்லமை இருந்தபோதும், அவருக்குக் காலநேரம் பார்த்துச் செயல்படும் தன்மை இல்லை. போலித்தனம், சாமர்த்தியம், நேர்மையற்று நடக்கும் திறமைபோன்று ஒரு

தேர்ந்த அரசியல்வாதிக்கு இருக்கவேண்டிய குணங்கள் அவரிடம் இல்லை. மக்கள் தொகையின் மிக ஒடுக்கப்பட்டவர்கள், ஏழையிலும் ஏழைகள் அவரது ஆதரவாளர்களாயிருந்தார்கள். அவருக்கு எந்தப் பொருளாதார பின்புலமும் இல்லை. 1942இல் அம்பேத்கர் ஐ.எல்.பி எனும் சுதந்திரத் தொழிலாளர் கட்சியை மறுசீரமைப்பு செய்து இன்னமும் குறுகியதான பட்டியலின சாதிகள் கூட்டமைப்பாக (*Scheduled Castes Federation*) மாற்றினார். அந்த நேரத் தேர்வும் தவறானது. அதற்குள்ளாக தேசிய இயக்கம் மீண்டும் சூடு பிடித்திருந்தது. காந்தி, 'வெள்ளையனே வெளியேறு' இயக்கத்தை அறிவித்திருந்தார். முஸ்லிம் லீக்கின் பாகிஸ்தான் கோரிக்கை வலுப்பெற்று வந்தது; சிறிது காலத்திற்கு சாதி அடையாளத்தைவிட இந்து – முஸ்லிம் பிரச்சனை அதிக முக்கியத்துவம் பெற்றது.

1940களின் இடைக்காலம் வரை, பிரிவினையின் சாத்தியப்பாடு பெரிதாக அச்சுறுத்திகொண்டிருந்த காலகட்டத்தில், பல மாநிலங்களில் இருந்த தாழ்ந்த சாதிகள் இந்து மதத்திற்குள் ஜீரணிக்கப்பட்டன. அவர்கள் தீவிர இந்துப் பேரணிகளில் பங்கு பெறத் துவங்கினார்கள்; உதாரணத்திற்கு பெங்கால் நவகாளியில் அவர்கள் பிரிவினையின் ரத்தக் களரிக்கு முந்தைய நாட்களில் வெளியிலிருந்து கண்காணிக்கும் படையணியாகச் செயல்பட்டார்கள்.[262]

1947இல் உலகின் முதலாவது முஸ்லிம் குடியரசாக பாகிஸ்தான் உருவானது. அறுபதாண்டுகள் கழித்து, தீவிரவாதத்திற்கெதிரான போர் பல அவதாரங்களில் தொடரும் இந்த வேளையில், அரசியல் இஸ்லாம் உள்நோக்கித் திரும்பி தனது கட்டுமானங்களையே குறுகலாகவும் இறுக்க மானதாகவும் மாற்றிக்கொண்டு வருகிறது. அதேவேளையில் அரசியல் இந்துத்துவம் விரிந்து பரந்து வருகிறது. இன்று, பக்தி இயக்கம்கூட ஏதோ ஒரு பிரபல உள்ளூர் இந்துமதமாக 'ஜீரணிக்கப்பட்டு' வருகிறது.[263] மதச்சார்பற்ற தேசியவாதிகளாக வேடமணிந்திருக்கும் நரம் தளத்தினர் இந்து மதத்தை வெறுத்து ஒதுக்கிய ஜோதிபா பூலே, பண்டித ரமாபாய் ஏன் அம்பேத்கரையும்கூட தங்கள் பக்கம், இந்து மடிப்புக்குள் முன் நிறுத்துகிறார்கள், இவர்கள் பெருமைக்குரிய இந்துக்கள் என்று கூறி.[264] அம்பேத்கர் இன்னொரு வழியிலும் ஜீரணிக்கப்பட்டு வருகிறார் – தீண்டாமைக்கெதிரான அவர்களின் இணைந்த போராட்டத்தில் காந்தியின் இளைய கூட்டாளியாக.

மக்கள்தொகை சார்ந்த தவிப்புகள் இன்னமும் குறைந்தபாடில்லை. ராஷ்ட்ரிய சுயம் சேவக் சங், சிவ சேனை போன்ற இந்து மேலாதிக்க அமைப்புகள் ஆதிவாசிகளையும் தலித்துகளையும் இந்து மதத்திற்குள் ஆசைகாட்டி இழுக்கக் கடுமையாக (வெற்றிகரமாகவும்) பணியாற்றி வருகின்றனர். கனிமவளங்களுக்கான ஒரு பெருநிறுவன யுத்தம் நடந்து கொண்டிருக்கும் மத்திய இந்தியக் காடுகளில், பஜ்ரங் தளமும் விஸ்வ இந்து பரிஷத்தும் (மறைமுகமாக ஆர்.எஸ்.எஸ்ஸுடன் தொடர்புடைய அமைப்புகள்) பெருந்திரள் மதமாற்ற நிகழ்வுகளை 'கர் வாபசி' (வீடு திரும்புதல்) என்ற பெயரில் நடத்தி வருகின்றன. இவற்றில் ஆதிவாசி மக்கள் இந்து மதத்திற்கு மீள் மதமாற்றம் செய்யப்படுகிறார்கள். ஆரியப் படையெடுப்பின் வழித்தோன்றல்களாக பெருமைப் பட்டுக்கொள்ளும்

வசதிபடைத்த சாதி இந்துக்கள், ஓய்வொழிச்சல் இல்லாமல், பழங்குடிகளான பிறந்த மண்ணிலேயே வாழ்ந்து வரும் ஆதிவாசிகளை 'வீடு' திரும்ப வற்புறுத்தி வருகிறார்கள். முரண்நகை என்ற வகையினமே உலகின் இந்தப் பகுதியின் இலக்கிய வகைமைகளில் இனி இல்லை என்று உங்களை எண்ணவைக்கும்.

இந்து மரத்தின்கீழ் சேர்க்கப்பட்ட தலித்துகளுக்கு இன்னொரு தேவையையும் பூர்த்தி செய்கிறார்கள்: அவர்கள் ஒருவேளை வெளியிலிருக்கும் படையணியாகச் செயல்படவில்லை என்றாலும் அவர்களை வசதிபடைத்த சாதிகள் செய்யும் குற்றங்களுக்குப் பலிகடாக்களாகப் பயன்படுத்த முடியும்.

2002இல் குஜராத்தின் கோத்ரா ரயில் நிலையத்தில், ஒரு ரயில் பெட்டி மர்மமான முறையில் தீக்கிரையானது, ஐம்பத்தெட்டு இந்து பக்தர்கள் கருகி மரணம் அடைந்தனர். அவர்கள் செய்தார்கள் என்பதை நிரூபிக்க எந்த ஆதாரமும் இல்லாத நிலையில் சில முஸ்லிம்கள் குற்றவாளிகளாகக் கைது செய்யப்பட்டார்கள். ஒட்டுமொத்த முஸ்லிம் சமூகமே இந்தக் குற்றத்தின் பழிக்கு ஆளாக்கப்பட்டது. அடுத்த சில நாட்களில், வி.எச்.பியும் பஜ்ரங் தளமும் ஒரு ரத்த ஆறை ஓடவிட்டு இனக்கொலை நடத்தி 2000த்துக்கும் மேற்பட்ட முஸ்லிம்களைக் கொன்றார்கள்; பெண்களைக் கூட்டுப் பாலியல் வன்முறைக்குள்ளாக்கி பட்டப்பகலில் நடுத்தெருவில் உயிருடன் கொழுத்தினார்கள். ஒரு லட்சத்து ஐம்பதாயிரம் பேர் தங்கள் வீடுகளைவிட்டுத் துரத்தப்பட்டார்கள்.[265] அந்தப் படுகொலை நிகழ்விற்குப் பிறகு, தீவிரவாதத் தடுப்புச் சட்டமான போடாவின் கீழ் 287 பேர் கைது செய்யப்பட்டனர். அவர்களில் 286 பேர் முஸ்லிம்கள், ஒருவர் சீக்கியர்.[266] இவர்களில் பெரும்பாலானோர் இன்னமும் சிறையில் இருக்கிறார்கள்.

முஸ்லிம்கள்தான் தீவிரவாதிகள் என்றால் கலவரம் செய்து படுகொலை செய்தவர்கள் யார்? குஜராத்தில் தலித் எழுத்தாளரான ராஜூ சோலங்கி தனது 'காவிக்குப் பின்னால் ரத்தம்: தலித்–முஸ்லிம் மோதல் எனும் கட்டுக்கதை' நூலில் குஜராத்தில் அப்போது நிகழ்ந்த கைதுகள் அனைத்தையும் ஆராய்ச்சி செய்து இப்படிச் சொல்கிறார், "கைது செய்யப்பட்ட 1577 இந்துக்களில் (போடாவின் கீழ் அல்ல) 747 பேர் தலித்துகள், 797 பேர் பிற பிற்படுத்தப்பட்ட வகுப்பினர், 19 படேல்கள், இரண்டு பனியாக்கள், இரண்டு பார்ப்பனர்கள்." முஸ்லிம் மக்கள்மீதான படுகொலைகள் குஜராத்தின் பல நகரங்களிலும் கிராமங்களிலும் நிகழ்ந்தன. ஆனால், தலித்துகளும் இஸ்லாமியரும் சேர்ந்து வசிக்கும் குடிசைப் பகுதி ஒன்றில் ஒரு படுகொலைகூட நடக்கவில்லை என்று சோலன்கி சுட்டிக் காட்டுகிறார்.[267]

அந்தப் படுகொலை நிகழ்வுக்குத் தலைமை தாங்கிய குஜராத்தின் முதலமைச்சர் நரேந்திர மோடி, அதற்குப் பின் நடந்த மூன்று தேர்தல்களில் தொடர்ந்து வெற்றி பெற்றுள்ளார். ஒரு சூத்திரராக இருந்தபோதும் அவர் இந்தியாவின் எந்த அரசியல்வாதியைக் காட்டிலும் அப்பட்டமான குரூரமான முஸ்லிம் எதிர்ப்பாளாராக இருப்பதன் மூலம் தன்னை இந்து வலதுசாரிகளுக்கு உவப்பானவராகத் தன்னை ஆக்கிக்கொண்டுள்ளார். ஒரு

சமீபத்திய பேட்டியில் 2002இல் நடந்ததற்கு அவர் வருந்துகிறாரா? என்று அவரிடம் கேட்கப்பட்டபோது அவர், "நாம் ஒரு காரை ஓட்டிக்கொண்டு செல்கிறோம் என்றால், நாம்தான் ஓட்டுநர், வேறொருவர் காரை ஓட்டும் போது நாம் பின்னால் உட்கார்ந்திருந்தால்கூட காரின் சக்கரத்தில் ஒரு நாய்க்குட்டி மாட்டிக்கொண்டால், அது வலிதரக்கூடியதாக இருக்குமா இருக்காதா? நிச்சயமாக இருக்கும். நான் முதலமைச்சரோ இல்லையோ, நான் ஒரு மனிதன். கெட்டது எங்கே நடந்தாலும், அது இயற்கையாகவே என்னைத் துயரப்படுத்தும்.[268]

எவ்வளவு அப்பட்டமான மதவெறியாளர்களாக சாதீயவாதிகளாக இந்து வலதுசாரிகள் இருந்தாலும், ஒரு பொதுநீரோட்ட அரசியலில் தங்களுக்கான பிடி இடத்தைப் பெற, தீவிர முற்போக்கான தலித்துகள்கூட அதனுடன் இணைந்து பணியாற்றி உள்ளனர். 1990களின் மத்தியில், மகத்தான தலித் கவிஞரும் தலித் பேந்தர்ஸ் கட்சியின் நிறுவனர்களில் ஒருவருமான நாம்தியோ தசால், சிவ சேனையில் இணைந்தார். 2006இல் தசால், ஒரு புத்தக வெளியீட்டு விழாவில் ஆர்.எஸ்.எஸ் தலைவர் கே.எஸ். சுதர்சனுடன் ஒரே மேடையில் தோன்றி சமத்துவத்தை நிலைநாட்டுவதற்கான ஆர்.எஸ். எஸ்ஸின் முயற்சிகளைப் புகழ்ந்து பேசினார்.[269]

ஃபாசிஸ்டுகளுடனான மன்னிக்கமுடியாத சமரசம் என்று தசாலின் செயலைப் புறந்தள்ளிவிடுவது சுலபம். ஆனால் பாராளுமன்ற அரசியலில், பூனா ஒப்பந்தத்திற்குப் பின்னால் – இல்லை பூனா ஒப்பந்தத்தின் காரணமாக – தங்கள் நலன்களுக்கு எதிரான நிலைப்பாடு கொண்டிருப்பவர்களோடும் கூட்டணி வைக்கும் நிலைமை தலித் அரசியல் தொகுதிக்கு ஏற்பட்டிருக்கிறது. நாம் ஏற்கெனவே பார்த்ததுபோல, தலித்துகளுக்கு இந்து வலதுசாரிகளுக்கும் இந்து இடதுசாரிகளுக்குமான தூரம், மற்றவர்களுக்குத் தெரிவதைப் போல அவ்வளவு பெரியதில்லை.

பூனா ஒப்பந்தத்தின் படுதோல்விக்கு அப்பாலும் அம்பேத்கர் தனித் தொகுதிகளுக்கான தனது கருத்தை முற்றிலும் கைவிடவில்லை. துரதிர்ஷ்டவசமாக அவரது இரண்டாவது கட்சியான, பட்டியலின சாதிகளின் கூட்டமைப்பு, 1946இல் நடந்த மாகாண சட்டசபைக்கான தேர்தலில் தோல்வியடைந்தது. இந்தத் தோல்வியின் அர்த்தம் 1946 ஆகஸ்டில் உருவாக்கப்பட்ட இடைக்கால மந்திரி சபையின் நிர்வாகக் கவுன்சிலில் அம்பேத்கர் தனது இடத்தை இழந்தார். அது ஒரு மிகப் பெரிய அடி. ஏனெனில் நிர்வாகக் கவுன்சிலில் தனது இடத்தைப் பயன்படுத்தி இந்திய அரசியலமைப்புச் சட்டவரைவுக்கான கமிட்டியில் இடம்பெற அம்பேத்கர் மிகப் பிரயாசையுடன் இருந்தார். அது சாத்தியப்படாது என்ற கவலையில் வெளியிலிருந்து வரைவுக் குழுமீது அழுத்தம் கொடுக்கும் நோக்கத்தில் மார்ச் 1947இல் அம்பேத்கர் 'அரசுகளும் சிறுபான்மைகளும்' என்ற பிரசுரத்தை வெளியிட்டார் – அது இந்திய மாநிலங்களின் ஐக்கியத்திற்கான (அதன் தேவை இப்போது வந்தேவிட்டது) அவரது கொள்கை அறிக்கையாக இருந்தது. அவருக்கு நேர்ந்த அதிர்ஷ்டமாக முஸ்லிம் லீக், அம்பேத்கரின் தோழரும் பட்டியலின சாதிகள் கூட்டமைப்பின் பெங்கால் தலைவரான ஜோகேந்திரநாத் மண்டலை தனது உறுப்பினர்களில் ஒருவராக நிர்வாகக் கவுன்சிலுக்கு அனுப்பியது. அம்பேத்கர், அரசியலமைப்புப் பேரவைக்கு

(constituent assembly) பெங்காலில் இருந்து தேர்வுசெய்யப்படுவதை மண்டல் பார்த்துக் கொண்டார். ஆனால் இடர் ஒன்று மீண்டும் முளைத்தது. பிரிவினையின்போது கிழக்கு பெங்கால் பாகிஸ்தானுக்கு போனது. அம்பேத்கர் தனது இடத்தை மீண்டும் இழந்தார். நல்லெண்ணச் செய்கை யாகவோ, அந்த வேலைக்கு அவரளவிற்குப் பொருத்தமானவர்கள் வேறு யாரும் இல்லாததாலோ காங்கிரஸ் அம்பேத்கரை அரசியல் நிர்ணய சபைக்கு நியமனம் செய்தது. 1947 ஆகஸ்டில், அம்பேத்கர் இந்தியாவின் முதலாவது சட்ட அமைச்சராகவும் அரசியலமைப்புச் சட்ட வரைவுக் குழுவின் தலைவராகவும் நியமிக்கப்பட்டார். புதிய எல்லைக்கு அப்பால் ஜோகேந்திரநாத் மண்டல் பாகிஸ்தானின் முதல் சட்ட அமைச்சராக நியமிக்கப்பட்டார்.[270] நடந்து கொண்டிருந்த அனைத்துக் குழப்பங்களுக்கும் வன்மத்திற்கும் இடையே இரு நாடுகளின் முதலாவது சட்ட அமைச்சர்களும் தலித்துகளாக இருந்தனர் என்பது ஒரு அசாதாரணமான விஷயம். மண்டல் இறுதியில் பாகிஸ்தானுடன் வேறுபட்டு இந்தியா திரும்பினார். அம்பேத்கரும் வேறுபட்டார்; ஆனால் அவருக்கு போவதற்கு வேறு இடம் இல்லை.

இந்திய அரசியலமைப்புச் சட்டம் ஒரு குழுவால் உருவாக்கப்பட்டது, அது அம்பேத்கரின் எண்ணங்களைவிட அதிகமாக அந்தக் குழுவில் இருந்த வசதிபடைத்த சாதி உறுப்பினர்களின் எண்ணங்களைப் பிரதிபலித்தது. இருப்பினும், அவர் ‘அரசுகளும் சிறுபான்மைகளும்’ நூலில் அடிக்கோடிட்டுக் காட்டிய தீண்டத்தகாதவர்களுக்கான பல பாதுகாப்புச் சட்டகங்கள் அதில் இடம்பிடித்தன. அம்பேத்கரின் அதைவிடத் தீவிரமான சில ஆலோசனைகள், விவசாயத்தையும் முக்கிய தொழில்களையும் தேசியமயமாக்குவது போன்றவை அடியோடு நிராகரிக்கப்பட்டன. வரைவுப் பணி அம்பேத்கரை மிகப் பெரிய அளவிற்குப் பாதித்தது. 1955 மார்ச்சில், அவர் ராஜ்ய சபையில் (இந்தியாவின் மேலவை) சொன்னார்,” அரசியலமைப்புச் சட்டம் ஒரு பிரமாதமான கோவில், நாம் கடவுள்களுக்காகக் கட்டியது, ஆனால் அவை பிரதிஷ்டை செய்யப் படுவதற்கு முன்னால், சாத்தான்கள் அதைக் கைப்பற்றிவிட்டன.”[271] 1954இல் அம்பேத்கர் பட்டியலின சாதிகள் கூட்டமைப்பின் வேட்பாளராக, தனது இறுதித் தேர்தலில் போட்டியிட்டுத் தோல்வியடைந்தார்.

❍

இந்துமதத்துடன் அதன் உயர் குருமார்கள், அதன் மகாத்மாக்கள், அதன் அரசியல்வாதிகள் அனைத்துடனும் அம்பேத்கர் வெறுப்படைந்திருந்தார். ஆனாலும், ஆலய நுழைவுப் போராட்டத்திற்கு கிடைத்த வரவேற்பு, மக்கள் எவ்வளவு தூரம் ஒரு ஆன்மிக சமூக வலையத்திற்குள் இருக்க விரும்புகிறார்கள் என்பதையும் சிவில் உரிமை சாசனமோ அரசியலமைப்புச் சட்டமோ அந்தத் தேவைகளைப் பூர்த்திசெய்யப் போதுமானதாயில்லை என்பதையும் அவருக்குக் கற்றுக் கொடுத்திருந்தது.

இருபதாண்டு கால யோசனைக்குப்பின், அந்த காலகட்டத்தில் அவர் இஸ்லாம், கிறித்தவம் இரண்டையும் படித்தார்; பின்னர் இறுதியில் அவர் பௌத்தத்தை நோக்கித் திரும்பினார். இதிலும் அவர் தன்னுடைய

சொந்த வடிவமைப்பிலான தனித்தன்மை வாய்ந்த வேறு கோணத்தில்தான் நுழைந்தார். பாரம்பரிய பௌத்தத்தை, பௌத்த தத்துவம் முன்பும் நிகழ்காலத்திலும், போரையும் கற்பனைக்கு அப்பாற்பட்ட குரூரத்தையும் நியாயப்படுத்தப் பயன்படுத்தப்படும் வழிகளை அம்பேத்கர் எச்சரிக்கை யுடன்தான் பார்த்தார். (அதன் மிகச் சமீப உதாரணம் இலங்கை அரசின் பௌத்த ஆட்சி 2009இல் குறைந்தது 40,000 தமிழர்களை இன அழிப்புக் கொலைசெய்து மேலும் 3,00,000 பேரை உள்நாட்டு அகதிகளாக வைத்திருப்பதுதான்.[272]) 'நவயான பௌத்தம்'[273] அல்லது 'நான்காம் வழி' என்றழைக்கப்படும் அம்பேத்கரின் பௌத்தம் மதத்தையும் தம்மத்தையும் தனித்தனியாய் வைத்துப் பார்க்கிறது. "மதத்தின் நோக்கம் இந்த உலகம் எப்படித் தோன்றியது என்பதை விளக்குவது" கார்ல் மார்க்ஸைப் போலவே தோன்றும் வார்த்தைகளில் அம்பேத்கர் சொன்னார், "தம்மத்தின் நோக்கம் உலகை மீள்கட்டுமானம் செய்வது" என்று.[274] 1956 அக்டோபர் 14ஆம் தேதி, நாக்பூரில், அவரது மரணத்திற்கு சில மாதங்களுக்கு முன்பு அம்பேத்கர், அவரது இரண்டாவது (பார்ப்பன) மனைவி சாரதா கபீர் மற்றும் ஐந்து லட்சம் ஆதரவாளர்களுடன் – மூன்று ரத்தினங்களின் மற்றும் பஞ்ச சீலக் கொள்கையைப் பின்பற்றும் உறுதிமொழி ஏற்று பௌத்தத்திற்கு மாறினார்கள். அதுவே அவருடைய மிகவும் புரட்சிகரமான செயல். மேற்கத்தியத் தாராளவாதத்திலிருந்தும் நவீன முதலாளித்துவத்தின் உருவாக்கத்தோடு பிணைந்த 'உரிமைகள்' அடிப்படையிலான முழுமையான பொருள்சார் சமூகப் பார்வையிலிருந்துமான அவரது விலகலை இந்தச் செயல் குறித்தது.

அவரது முக்கிய படைப்பான 'புத்தரும் அவரின் தம்மமும்' நூலை அவர் இறப்பதற்கு முன் பதிப்பிக்க அம்பேத்கரிடம் போதுமான பணம் இல்லை.[275]

அவர் கோட்சூட்தான் அணிந்தார்; ஆமாம், ஆனால் அவர் கடனாளியாகத் தான் இறந்தார்.

❍

இது நம் அனைவரையும் எங்கே நிறுத்துகிறது?

நாம் வாழும் இந்தக் காலத்தை கலிகாலம்[276] என்று அவர்கள் அழைத்தாலும், ராம ராஜ்ஜியம் அடுத்த முக்கிலேயே இருப்பதற்கான வாய்ப்புக்கள் இருக்கின்றன. பதினான்காம் நூற்றாண்டில் கட்டப்பட்ட பாப்ரி மசூதி, அயோத்தியில் ராமன் ஜனித்த பூமியில் அது கட்டப் பட்டிருப்பதாகக் கூறப்படும் அது, 1992இல் அம்பேத்கரின் நினைவு நாளான டிசம்பர் 6ஆம் தேதி இந்து நாஜிக்களால் உடைத்து நொறுக்கப்பட்டது. அதன் இடத்தில் ஒரு ஆடம்பரமான ராமர் கோவில் கட்டப்படுவதை நாம் அச்சத்துடன் எதிர்நோக்கியிருக்கிறோம். மகாத்மா காந்தி விரும்பியது போல, பணக்காரர்கள் தங்களின் செல்வத்திற்கும் (பிற அனைவரின் செல்வத்திற்கும்) பாதுகாவலனாக இருக்கிறார்கள். நால்வர்ணம் சவால் களின்றி ஆட்சிபுரிகிறது: அறிவுசார் துறையை பார்ப்பனர்களே பெரும்பா லும் கட்டுப்படுத்துகிறார்கள். வணிகத்தில் வைசியர்கள் ஆதிக்கம் செலுத்து கிறார்கள்; சத்திரியர்கள் இன்னமும் சிறப்பாக இருந்த காலம் இருந்தது,

ஆனால் இன்றும் பெருமளவு அவர்களே கிராமப்புறத்தின் பெருநில உரிமையாளர்கள்; சூத்திரர்கள் இந்த மாளிகையின் அடிவீட்டில் இருந்துகொண்டு யாரும் குறுக்கிடாமல் பார்த்துக் கொண்டிருக்கிறார்கள். ஆதிவாசிகள் உயிர்வாழ்வதற்கே போராடிக் கொண்டிருக்கிறார்கள். தலித்துகள் – சரி, அதைப்பற்றி எல்லாம் நாம் பேசிவிட்டோம்.

சாதியை அழித்தொழிக்க முடியுமா?

நாம் நம்முடைய ஆகாயத்தின் தாரகைகளை மாற்றி அமைக்கத் துணிந்தால் ஒழிய அது முடியாது. தங்களைப் புரட்சிகரமானவர்கள் என்று அழைத்துக் கொள்பவர்கள் பார்ப்பனீயம் குறித்த தீவிர விமர்சனத்தை வளர்த்தால் ஒழிய அது முடியாது. பார்ப்பனீயத்தைப் புரிந்துகொண்டவர்கள் முதலாளித்துவம் பற்றிய தங்களின் விமர்சனத்தைக் கூர்மைபடுத்தினால் ஒழிய அது முடியாது.

நாம் பாபாசாகேப் அம்பேத்கரைப் படித்தால் ஒழிய அது முடியாது. நம்முடைய வகுப்பறைகளில் இல்லையென்றால், வெளியில் படிப்போம். அதுவரை நாம், அவர் குறிப்பிட்டதைப்போல நலம்பெறும் எந்த விழைவும் இல்லாத இந்துஸ்தானத்தின் 'நோயுற்ற ஆண்'களும் பெண்களுமாகவே இருப்போம்.

அடிக்குறிப்புகள்

1. கயர்லாஞ்சி குறித்த இந்தப் பகுதிக்கு நான் ஆனந்த் டெல்டும்ப்டேயின் (2010a) கட்டுரையை பயன்படுத்தி இருக்கிறேன். இதுகுறித்து முதலில் விரிவாக வந்த செய்திக் கட்டுரைக்கு சப்ரினா பக்வால்டரின் (2006) கட்டுரையைப் பார்க்கவும்.

2. கீழ்க்கோர்ட்டின் தீர்ப்புகுறித்த அலசலுக்கு ஆனந்த் (2008b) பார்க்கவும்.

3. 1996 ஜூலை 11ஆம் தேதி, ரன்வீர் சேனை என்கிற ஒரு 'உயர்சாதி' நில உடைமையாளர்களின் கூலிப்படை பீகாரின் பதானி தோலா கிராமத்தில் நிலமற்ற விவசாயத் தொழிலாளர்கள் 21 பேரைப் படுகொலை செய்தது. 2012இல் பாட்னா உயர்நீதிமன்றம் அனைத்து குற்றம் சாட்டப்பட்டவர்களையும் விடுதலை செய்து தீர்ப்பளித்தது. 1997 டிசம்பர் 1ஆம் தேதி ரன்வீர் சேனை அதே பீகாரின் லக்ஷ்மன்பூர் பாதே கிராமத்தில் ஐம்பத்தெட்டு தலித்துகளைக் கொடூரமாக வெட்டிக் கொன்றது. 2010 ஏப்ரலில் விசாரணை நீதிமன்றம் குற்றம் சாட்டப்பட்ட 26 பேரையும் குற்றவாளிகளாக அறிவித்து பத்து பேருக்கு ஆயுள் தண்டனையும் பதினாறு பேருக்கு தூக்குத் தண்டனையும் அளித்துத் தீர்ப்புக் கூறியது. 2013 அக்டோபரில் பாட்னா உயர்நீதிமன்றம் அனைவருக்கும் எந்தத் தண்டனை தருவதையும் உத்தரவாதப்படுத்தும் அளவிற்கான ஆதாரங்கள் எதையும் அரசு தரப்பு தரவில்லை எனக் காரணம் சொல்லி 26 பேரின் மீதான தண்டனையையும் நிறுத்திவைத்து உத்தரவிட்டது.

4. சமீப காலங்களில் தலித்துகள், தாழ்த்தப்பட்ட சாதிகளுக்கு எதிராக நிகழ்த்தப்பட்டுள்ள சில முக்கிய குற்றங்கள் இவை: 1968இல் தமிழ்நாட்டின் கீழ்வெண்மணியில் 44 தலித்துகள் உயிருடன் கொளுத்தப்பட்டார்கள்; 1977இல் பீகாரின் பெல்ச்சி கிராமத்தில் பதினான்கு தலித்துகள் உயிருடன் கொளுத்தப்பட்டார்கள்; 1978இல்

மேற்கு வங்கத்தின் சுந்தரவனக் காடுகளில் உள்ள மாரிஜாபித் தீவில், வங்கதேசத்தில் இருந்துவந்த நூற்றுக்கணக்கான தலித் அகதிகள் இடதுசாரி அரசின் வெளியேற்றும் நடவடிக்கையினால் கொடூரமாகக் கொன்று குவிக்கப்பட்டார்கள். 1984இல் ஆந்திரபிரதேச மாநிலத்தில் காரம்சேடுவில் ஆறு தலித்துகள் கொல்லப்பட்டனர், மூன்று தலித் பெண்கள் பாலியல் வல்லாங்கு செய்யப்பட்டனர், இன்னும் பலர் தாக்கப்பட்டனர்; 1991இல் அதே ஆந்திர மாநிலம் சுண்டூரில் ஒன்பது தலித்துகள் துண்டு துண்டாக வெட்டப்பட்டு வாய்க்காலில் வீசப்பட்டனர். 1997இல் தமிழ்நாட்டின் மேலவளவில், மக்களால் தேர்வு செய்யப்பட்ட ஒரு தலித் பஞ்சாயத்து தலைவரும் ஐந்து தலித்துகளும் படுகொலை செய்யப்பட்டார்கள்; 2000இல் கர்நாடகாவில் உள்ள கம்பாலப்பள்ளியில் ஆறு தலித்துகள் உயிருடன் கொளுத்தப்பட்டார்கள்; 2002இல் ஹரியானா மாநிலம் ஜாஜரில் காவல்நிலையத்தின் வாசலில் வைத்து ஐந்து தலித்துகள் வெட்டிக் கொல்லப்பட்டனர். மேலும் தகவலுக்கு ஹ்யூமன் ரைட்ஸ் வாட்ச் (1999) மற்றும் நவ்சர்ஜன் ரிபோர்ட் (2009) பார்க்கவும்.

5. BAWS *9, 296* (Babasaheb Ambedkar: Writings & Speeches. பாபாசாகேப் டாக்டர் அம்பேத்கர் நூல்தொகுப்பு ஆங்கில வரிசை). பி.ஆர். அம்பேத்கரின் எழுத்துகள் குறித்த அனைத்து மேற்கோள்களும் மகாராஷ்டிர அரசின் கல்வித் துறையால் வெளியிடப்பட்டுள்ள அம்பேத்கர் ஆங்கில நூல் தொகுப்பில் இருந்து கையாளப்பட்டுள்ளது. (அதிலிருந்து தமிழில் நேரடியாக மொழிபெயர்க்கப்பட்டுள்ளது.) சாதியை அழித்தொழித்தல் இனி இந்த சா.அ. (சாதியை அழித்தொழித்தல்) ‘நவயானா’ பதிப்பில் இருந்து மேற்கோள் காட்டப்பட்டுள்ளது.

6. 2012இல் ரூபா விஷ்வநாத் எழுதுகிறார்: “காலம்காலமாக தீண்டத் தகாதவர்களாக சாதிஅமைப்பில் புறந்தள்ளப்பட்டவர்களாக இருந்த இருக்கின்ற அனைத்து இந்தியர்களையும் ‘தலித்’ என்ற சொல் குறிக்கும்; SC என்பது ஒரு நவீன அரசு வகைமை. அது வெளிப்படையாகவே தலித் கிறிஸ்தவர்களையும் தலித் இஸ்லாமியரையும் தவிர்த்துவிடுகிறது. இப்போதைய குடியரசுத் தலைவரின் (பட்டியல் சாதிகள்) ஆணை, அரசியலமைப்பு மற்றும் சட்ட ரீதியான பாதுகாப்புக்கு யார் கணக்கில் வருவார்கள் என்பதை எந்த குழப்பமும் இல்லாமல் தெளிவாகவே வரையறுக்கிறது: ‘இந்து மதம், சீக்கிய மதம் மற்றும் பௌத்த மதத்தை தவிர்த்த வேறு எந்த மதத்தையும் பின்பற்றுகிற எவரும், பட்டியல் சாதியினராக கணக்கில் கொள்ளப்படமாட்டார்கள்.’ அவர் மேலும் எழுதுகிறார், “காங்கிரஸ் ஆட்சியின் கீழ்தான், 1950இல் தான் இப்படி குடியரசுத் தலைவரின் ஆணை வெளிப்படையாக பட்டியல் சாதி வரயறையை மத அடிப்படையில் வகுத்தது; ஆனால் தலித் கிறித்தவர்கள் 1935லேயே அரசு ஆணைப்படி தேர்தல் காரணங் களுக்காக அட்டவணையில் இருந்து நீக்கப்பட்டார்கள். அந்தப் புள்ளியிலிருந்து, இந்து மதத்திலிருந்து மதம் மாறி வெளியேறிய தலித்துகள் இடஒதுக்கீட்டை மட்டும் இழக்கவில்லை 1989க்குப் பிறகு, வன்கொடுமைத் தடுப்புச் சட்டத்தின் பாதுகாப்பையும்

இழந்தார்கள். பின்னர் எஸ்.சி என்பது சீக்கிய, பௌத்த தலித்துகளையும் உள்ளடக்குமாறு விரிவு செய்யப்பட்டது. ஆனால் கிறிஸ்தவ மற்றும் முஸ்லிம் தலித்துகளின் மீதான அரசு ஒடுக்குமுறை தொடர்கிறது." சாதியின் இழிவை எதிர்கொள்ளும் கிறிஸ்தவர்களையும் மற்றும் முஸ்லிம்களையும் தலித்துகளாகக் கணக்கிலெடுத்தோமானால் இந்திய மக்கள்தொகையில் அவர்களுடைய எண்ணிக்கை என்பது 2011 மக்கள்தொகை கணக்கெடுப்பின் முடிவான 17 சதவீதத்தையும் நிச்சயம் தாண்டிவிடும். மேலும் 1937 பதிப்புக்கான முன்னுரையின் கீழுள்ள குறிப்பு 2ஐப் பார்க்கவும்.

7. 2012 டிசம்பர் 16ஆம் தேதி புதுதில்லியில் ஒரு பெண் ஓடும் பேருந்தில் மிகக் கொடூரமான முறையில் கூட்டுப் பாலியல் வன்முறைக்குள்ளாக்கப் பட்டார். அவர் டிசம்பர் 29ஆம் தேதி இறந்து போனார். அந்தக் கொடுமைக்கு எதிராக மக்கள்திரள் போராட்டங்கள் பல நாட்களுக்கு வெடித்தன. வழக்கத்திற்கு மாறாக பெரும் எண்ணிக்கையிலான மத்தியதர வகுப்பு மக்கள் இப்போராட்டங்களில் பங்குபெற்றனர். இந்தப் போராட்டங்களின் பின்னணியில் பாலியல் வன்முறைக்கெதிரான சட்டம் கடுமையானதாக மாற்றப்பட்டது. *கார்டியன்* பத்திரிகையில் ஜேசன் பர்கின் கட்டுரைகளைப் பார்க்கவும். முக்கியமாக 'தில்லி பாலியல் வன்முறை: இந்தியாவின் இன்னொரு பாதி எப்படி வாழ்கிறது' என்ற கட்டுரை. (செப்டம்பர் 10, 2013) <http://www.theguardian.com/world/2013/sep/10/delhi-gang-rape-india-women>.

8. தேசிய குற்ற ஆவணக் காப்பகம் (NCRB) 2012, 423–4

9. 'மேல்' சாதிகள் தலித்துகளை தண்டிப்பதற்காக அவர்களை வலுக் கட்டாயமாக மலம் தின்ன செய்கின்றனர், ஆனால் இது பெருமளவில் பதிவு செய்யப்படுவதில்லை. தமிழ்நாட்டின் திருச்சி மாவட்டத்தில் உள்ள திண்ணியம் கிராமத்தில் 2002 மே மாதம் 22ஆம் தேதி முருகேசன், ராமசாமி என்னும் இரு தலித்துகள் கிராமப் பஞ்சாயத்து தலைவர் தம்மை ஏமாற்றிவிட்டார் என ஊர் பொதுவில் தெரிவித்தமைக்காக மலம் தின்ன வைக்கப்பட்டனர்; இரும்புக் கம்பியால் சூடுபோடப்பட்டனர். பார்க்க விஸ்வநாதன் (2005). உண்மையில், '1989இன் வன்கொடுமை தடுப்புச் சட்டத்தின் காரணங்கள் மற்றும் தடைகள் குறித்த அறிக்கையில்' இது களையப்படவேண்டிய குற்றமாக அறிவிக்கப்பட்டுள்ளது: "சமீப காலமாக, சிலவகைப்பட்ட வன்கொடுமைகள் அதிகரித்து வருகின்றன. பட்டியல் சாதி மக்களை மனித மலம் போன்ற உண்ணமுடியாத பொருட்களைத் தின்னச் செய்தல், உதவிகளற்ற நிலையில் இருக்கும் எஸ்.சி மற்றும் எஸ்.டி மக்கள் மீது தாக்குதல்கள் தொடுப்பது, கூட்டுப் படுகொலைகளை நிகழ்த்துவது, பெண்களை பாலியல் வல்லுறவுக்குள்ளாக்குவது."

10. சீக்கிய மத நம்பிக்கையின் கூற்றுக்களின்படி, சீக்கியர்கள் சாதி பார்க்கக் கூடாது. ஆனாலும், தீண்டத்தகாத சாதிகளிலிருந்து சீக்கிய மதத்திற்கு மாறியவர்கள் தொடர்ந்து தீண்டத்தகாதவர்களாகவே நடத்தப்படுகின்றனர். சீக்கியத்தை எப்படி சாதி பாதிக்கிறது என்பதை அறியப் பார்க்க: மார்க் ஜுர்கென்ஸ்மேயர் Mark Juergensmeyer (1982/2009).

11. BAWS 1, 222

12. பார்க்க: உதாரணத்திற்கு மது கிஷ்வர் *(2006, பிப் 11, தெஹல்கா)*, "மிக இடித்துரைக்கப்பட்ட சாதி அமைப்பானது இந்திய ஜனநாயகத்தைத் துடிப்பானதாக ஆக்கியிருக்கிறது; ஆங்கிலேய ஆட்சியில் திணிக்கப்பட்டு பின்னர் சுதந்திர இந்தியாவிலும் பாதுகாக்கப்பட்ட மையப்படுத்தப் பட்ட எதேச்சாதிகார அதிகார அமைப்புகளுக்கு எதிராகப் போராடுவதற்கான சாத்தியத்தை மக்களுக்கு வழங்குவதன் மூலம் இது துடிப்பான ஜனநாயகமாக இருக்கிறது.

13. பார்க்க: பெடெய்ல் (Beteille) *(2001)* மற்றும் குப்தா (Gupta) *(2001, 2007)*. ஜவகர்லால் நேரு பல்கலைக்கழகத்தின் முன்னாள் சமூகவியல் பேராசிரியரான தீபங்கர் குப்தா 2007இல் இனவெறி ஒடுக்குமுறைக்கு இணையாக சாதிய ஒடுக்குமுறையைப் பார்க்க வேண்டும் என்ற தலித் குழுக்களின் கோரிக்கையை எதிர்க்கும் அரசின் அதிகாரப்பூர்வ குழுவில் இடம்பெற்றிருந்தார். 2007இல் எழுதப்பட்ட தன் கட்டுரையில் அவர், "சாதியம் இன ஒடுக்குமுறையின் ஒரு வடிவம் என்ற இந்தக் குற்றச்சாட்டு ஒரு கல்விப்புல பிழைமுடிவு மட்டுமல்ல; அது பல துரதிர்ஷ்டவசமான அரசுக் கொள்கை விளைவுகளையும் ஏற்படுத்தக் கூடியது" என வாதிட்டார். ஐக்கிய நாடுகள் சபையின் இன ஒடுக்குமுறையை ஒழிப்பதற்கான குழுவில் நடந்த இனம் – சாதிகுறித்த விவாதங்களின் குறுக்குவெட்டுப் பார்வைக்கு பார்க்க தோரட் மற்றும் உமாகாந்த் *(2004)*. தீபங்கர் குப்தாவின் வாதத்திற்கு மாற்றான பார்வைகளை இந்நூலில் பல ஆய்வாளர்கள் கெய்ல் ஓம்வெட்டிலிருந்து காஞ்சா ஐலய்யா வரை முன்வைத்துள்ளனர்.

14. பெடெய்ல் மற்றும் குப்தாவிற்கான பதிலுக்கு, பார்க்க ஜெரால்ட் டி பெர்ரெமன் மற்றும் க்ரீனோ *(2009)*. பெர்ரெமன் சொல்கிறார், "பேராசிரியர் பெடெய்லின் 'இனம்' குறித்த பிழைபுரிதல் தான் 'அறிவியல்பூர்வமான முட்டாள்தனமானது.' அனைத்துவிதமான ஒடுக்குமுறைகள் மற்றும் சகிப்பின்மையிலிருந்து விடுதலை எனும் கோஷத்தை மனித உரிமைகள் என்ற வரையறைக்குள் கொண்டு வருவதையே தனது ஒரே குறிக்கோளாகக் கொண்ட ஐக்கிய நாடுகள் சபை மாநாட்டின் வரையறைக்குள் இருந்து இந்தியாவின் மீது சுமத்தப்பட்ட சமூக ஏற்றத்தாழ்வான சாதீயமுறைமை நீக்கப்பட வேண்டும் என்ற அவரது வலியுறுத்தல்தான் 'விஷமானது.'

15. பார்க்க: www.declarationofempathy.org <http://www.declarationofempathy.org/> *2014 ஜனவரி 16ஆம் தேதி பார்க்கப்பட்டது.*

16. *தாஸ் 2010, 25*

17. சாதி கலந்த, கோத்திரம் கலந்த திருமணங்கள் 'கௌரவம்' என்ற பெயரால் எதிர்க்கப்படுகின்றன; தீவிரமான சம்பவங்களில் தம்பதிகள் இருவருமே அல்லது இருவருள் ஒருவர் கொல்லப்படுகின்றனர். தமிழ்நாட்டில் இளவரசன் திவ்யா வழக்கு குறித்து அறியப் பார்க்க: மீனா கந்தசாமி *(2013)*. கூடவே பார்க்க "அவர்கள் கொல்லப்பட்டதன்

மறுநாள், கிராமம் நிசப்தமானது” இந்தியன் எக்ஸ்பிரஸ், 2013 செப்டம்பர் 20, மற்றும் சௌத்ரி (2007).

18. 2009இல் அகமதாபாத்தை சேர்ந்த நவ்சர்ஜன் அறக்கட்டளையும் நீதி மற்றும் மனித உரிமைகளுக்கான ராபர்ட் எஃப் கென்னடி மையமும் இணைந்து வெளியிட்ட ‘தீண்டாமையைப் புரிந்துகொள்ளுதல்’ எனும் அறிக்கை குஜராத்தில் உள்ள 1589 கிராமங்களில் புழங்கி வரும் தொண்ணூற்று ஒன்பது விதமான தீண்டாமை வடிவங்களை பட்டியலிட்டது. அது எட்டு பரந்துபட்ட தலைப்புகளில் தீண்டாமையின் புழக்கத்தை ஆராய்ந்தது: 1. குடிப்பதற்கு தண்ணீர்; 2. உணவு மற்றும் பானங்கள்; 3. மதம்; 4. சாதி அடிப்படையிலான வேலைகள்; 5. தொடுதல்; 6. பொது வசதிகள் மற்றும் நிறுவனங்களைப் பெறும் சாத்தியங்கள்; 7. விலக்கு / தடை மற்றும் சமூகப் புறக்கணிப்பு; 8. தனியார்துறை ஒடுக்குமுறைகள். அதன் முடிவுகள் அதிர்ச்சிகரமானவை. ஆய்வு செய்யப்பட்ட கிராமங்களில் 98.4 சதவீத கிராமங்களில் சாதி கலந்த திருமணங்கள் தடை செய்யப்பட்டிருந்தன; 97.6 சதவீத கிராமங்களில் தலித் அல்லாதோரின் தண்ணீர் குடங்களையோ பிற பாண்டங்களையோ தலித்துகள் தொடத் தடையிருந்தது; 98.1 சதவீத கிராமங்களில், தலித் அல்லாதோர் வாழும் பகுதியில் ஒரு தலித் வாடகைக்கு வீடெடுத்து வாழ முடியாது; 67 சதவீத கிராமங்களில் தலித் பஞ்சாயத்து உறுப்பினர்களுக்குத் தேநீர் அளிக்கப்படுவதில்லை அல்லது அவர்களுக்குத் தனிக்கோப்பைகளில் தேநீர் வழங்கப்படுகிறது. அவற்றிற்கு ‘தலித் கோப்பை’ என்று பெயர்.

19. சாதியை அழித்தொழித்தல் 17.7

20. [CWMG - Collected Works of Mahatma Gandhi] மகாத்மா காந்தி எழுத்துக்களின் முழுத்தொகுப்பு ஆங்கில வரிசை 15, 160–1. மாறாக குறிப்பிட்டு சொல்லாத அனைத்து இடங்களிலும் காந்தியின் மேற்கோள்கள் மகாத்மா காந்தி எழுத்துக்களின் முழுத் தொகுப்பிலிருந்து (1999) கொடுக்கப்படுகின்றன. சாத்தியமான இடங்களில் வெளியீடுபற்றிய தகவல்களும் அளிக்கப்பட்டுள்ளன. ஏனெனில் ஆராய்ச்சியாளர்கள் சில சமயம் முந்தைய வெளியீடுகளை மேற்கோள் காட்டியிருக்கலாம் என்பதால்.

21. BAWS 9, 276இல் சுட்டப்பட்டுள்ளது.

22. CWMG 59, 227இல் சுட்டப்பட்டுள்ளது.

23. 2009 நவம்பர் 20ஆம் தேதியிட்ட * யு.என்.ஐ* செய்தி நிறுவனத்தின் செய்தி, “இந்தியாவின் 100 பெரும் பணக்காரர்கள் மொத்த பொருளாதார வளர்ச்சி விகிதத்தில் 25 சதம்.” http://ibnlive.in.com/news/indias-100-richest-are-25-pc-of-gdp-forbes/105548-7.html?utm_source=ref_article <http://www.ibnlive.in.com/news/indias-100-richest-are-25-pc-of-gdp-forbes/105548-7.html?utm_source=ref_article> 2013 செப்டம்பர் 8 அன்று பார்க்கப்பட்டது.

24. *ராய்டர்ஸ்* செய்தி நிறுவனத்தின் செய்தி (2007 ஆகஸ்ட் 10) அமைப்பு சாராத் துறையில் தொழில்களுக்கான தேசிய ஆணையம் நடத்திய,

'அமைப்புசாரா துறையில் வேலை நிலைமைகளும் வாழ்வாதார உருவாக்கமும்' என்ற ஆய்விலிருந்து, "உலகின் மிக வளர்ந்துவரும் பொருளாதாரங்களில் ஒன்றான இந்தியாவில் அதன் 77 சதவீதம் மக்கள் அதாவது 836 மில்லியன் மக்கள் ஒரு நாளை அரை டாலருக்கும் குறைவான வருமானத்தில் வாழ்கிறார்கள்." http://in.reuters.com/article/2007/08/10/idINIndia-28923020070810 <http://www.in.reuters.com/article/2007/08/10/idINIndia-28923020070810> *2013 ஆகஸ்ட் 26 அன்று பார்க்கப்பட்டது.*

25. *இந்து வலதுசாரி அமைப்பான ஸ்வதேஷி ஜாக்ரன் மன்ச்சின் இணை அமைப்பாளர் எஸ். குருமூர்த்தி எப்படி முதலாளித்துவமும் சாதியும் இணைசேர்ந்து இருக்கமுடியும் எனச் சொல்கிறார்: "சாதி ஒரு மிக வலுவான இணைப்பு. தனி நபர்கள் குடும்பங்களினால் உறவுகொள்வதுபோல சாதிகள் குடும்பங்களையே இணைக்கின்றன. சாதிகள் உள்ளூர் எல்லைகளை ஊடறுத்து எங்குமுள்ள மக்களை இணைக்கின்றன. மேற்கத்திய சமூகங்களில் தொழில்மயமாக்கம் உருவாக்கிய கட்டுக் கடங்காத தனிநபர்வாதம் மற்றும் கூர்மையான பிளவுபடுதல் போன்ற தொந்தரவுகளை இது தவிர்க்கிறது." அவர் மேலும் சென்று சாதி அமைப்பு, "நவீன காலங்களில் பொருளாதாரத்தில் சந்தையையும் அரசியலில் ஜனநாயகத்தையும் மீட்டுருவாக்கம் செய்துள்ளது" என வாதிடுகிறார். "அது தொழில்முனைப்புக்கான மிகப்பெரிய தோற்றுவாயாக ஆகி இருக்கிறது" பார்க்க:* 'Is Caste an Economic Development Vehicle?', *The Hindu*, 19 January2009. <http://www.hindu.com/2009/01/19/stories/2009011955440900.htm>.

26. *பார்க்க: 'ஃபோர்ப்ஸ்: நாட்டின் நிதிப் பற்றாக்குறையைவிட அதிக சொத்துக்களை வைத்துள்ள இந்தியாவின் பில்லியனர்', இந்தியன் எக்ஸ்பிரஸ், 2013 மார்ச் 5,* http://www.indianexpress.com/news/forbes-indias-billionaire-wealth-much-above-countrys-fiscal-deficit/1083500/#sthash.KabcY8BJ.dpuf <http://www.indianexpress.com/news/forbes-indias-billionaire-wealth-much-above-countrys-fiscal-deficit/1083500/> 2013 *ஆகஸ்ட் 26 அன்று பார்க்கப்பட்டது.*

27. *ஹட்டன் 1935.*

28. *ஹார்ட்மன் 1996, 15.*

29. *பார்க்க: 'இந்தியாவில் பிராமணர்கள்', அவுட்லுக் பத்திரிகை 2007, ஜூன் 4.* <http://www.outlookindia.com/article.aspx?234783> *2013 செப்டம்பர் 5 அன்று பார்க்கப்பட்டது. இப்படி குறைந்ததற்குப் பின்னும் 2007இல் லோக்சபாவில் 50 பிராமண எம்.பிக்கள் இருந்தனர் – இது மொத்த அவையின் 9.17 சதவீதம். அவுட்லுக் இதழ் அளித்த இத்தகவல்கள்* CSDS *என்ற அமைப்பு நடத்திய நான்கு ஆய்வுகளிலிருந்து எடுக்கப்பட்டது.*

30. BAWS 9, 207.

31. *பார்க்க: சிங் 1990. சிங்கின் எண்ணிக்கைகள் அவருடைய வாசகர் ஒருவர் கொடுத்த தகவல்களின் அடிப்படையில் கையாளப்பட்டுள்ளது.*

32. BAWS 9, 200.

33. இந்தியாவில் முதன்முதலாக இடஒதுக்கீடு ஆங்கிலேயர் ஆட்சிக் காலத்தில் அறிமுகப்படுத்தப்பட்டது. இடஒதுக்கீட்டுக் கொள்கையின் வரலாற்றிற்குப் பார்க்க: பகவான் தாஸ் (2000).

34. தேர்ந்தெடுக்கப்பட்ட கல்விப் புள்ளிவிபரங்கள் 2004-5,p. xxii, மத்திய மனிதவள மேம்பாட்டு அமைச்சகம். <http://www.education-forallinindia.com/SES2004-05.pdf> என்ற சுட்டியில் பார்க்கவும். 2013 நவம்பர் 11 அன்று பார்க்கப்பட்டது.

35. புதிய பொருளாதாரக் கொள்கையின் கீழ், கல்வி, சுகாதாரம், அடிப்படைச் சேவைகள் மற்றும் பிற பொது நிறுவனங்கள் அதி விரைவாக தனியார்மயமாக்கப்படுகின்றன. அது அரசுப் பணிகளில் ஒரு பெருந் தேக்கத்தை உருவாக்கியுள்ளது. 102 கோடி மக்கள் தொகைக்கு மொத்த அமைப்புசார் வேலைவாய்ப்புகள் வெறும் 2 கோடியே 90 லட்சம் (2011). இதில் தனியார் துறை வெறும் ஒரு கோடியே 14 லட்சம் வேலைகள் தான் உள்ளது. பார்க்க பொருளாதார ஆய்வு 2010-11, ð 52. http://indiabudget.nic.in/budget2011-2012/es2010-11/estat1.pdf <http://www.indiabudget.nic.in/budget2011-2012/es2010-11/estat1.pdf> 2013 நவம்பர் 10ஆம் நாள் பார்க்கப்பட்டது.

36. கோரப்படாத நிலப்பரப்பு (Unclaimed Terrain) தொகுப்பில் உள்ள அஜய் நவாரியாவின் கதை ‘எஸ் சார்’ பார்க்கவும்.

37. பட்டியல் சாதிகள் மற்றும் பட்டியல் பழங்குடிகளுக்கான தேசிய ஆணையம் – 1998, 180–1.

38. பிரபு சாவ்லா, ‘கோர்டிங் காண்ட்ரோவர்சி’ எனும் கட்டுரை, *இந்தியா டுடே* (1999 ஜனவரி 29). அதில் கருத்தளித்திருக்கும் வழக்கறிஞர்கள் அனில் திவான் மற்றும் ஃபாலி நாரிமன். பின்னர் இந்தியா ஒரு தலித் உச்சநீதிமன்ற தலைமை நீதிபதி கே.ஜி. பாலகிருஷ்ணனைப் பெற்றது.

39. சந்தோஷ் மற்றும் ஆப்ரகாம் 2010, 28.

40. மேற்சொன்னது, 27.

41. ஜவகர்லால் நேரு பல்கலைக்கழகத்தின் துணைவேந்தரிடம் கையளிக்கப் பட்ட குறிப்பில் யோகிந்தர் கே அலக், டி.கே. ஊம்மன் மற்றும் பிபன் சந்திரா ஆகியோர் கையொப்பமிட்டிருந்தனர். அலக் ஒரு பொருளாதார வல்லுநர், நாடாளுமன்ற மேலவையின் முன்னாள் உறுப்பினர், முன்னாள் மத்திய அமைச்சர் மற்றும் செய்தித் தாள்களில் தொடர்ந்து பத்தி எழுதுபவர். ஊம்மன் சர்வதேச சமூகவியல் சங்கத்தின் தலைவர் (1990–4), ‘வர்க்கங்கள், குடியுரிமை மற்றும் ஏற்றத் தாழ்வு: புதிய பரிமாணங்கள்’ எனும் தொகுப்பின் ஆசிரியர். சந்திரா ஒரு மார்க்சிய வரலாற்றியலாளர், இந்திய வரலாற்று காங்கிரஸின் முன்னாள் தலைவர், JNUவின் வரலாற்று ஆய்வு மையத்தின் தலைவர்.

42. ராமன் 2010.

43. இந்தியாவில் உள்ள முஸ்லிம் சமூகத்தின் சமூக பொருளாதார மற்றும் கல்வி நிலைமைகளை ஆராய ஜஸ்டிஸ் ராஜிந்தர் சச்சார் கமிட்டி பிரதம மந்திரி மன்மோகன் சிங்கால் 2005 மார்ச் 9ஆம் தேதி நியமிக்கப்பட்டது. அதன் 403 பக்க அறிக்கை நாடாளுமன்றத்தில் 2006 நவம்பர் 30ஆம் தேதி தாக்கல் செய்யப்பட்டது. சாதீய ஒடுக்குமுறை இந்தியாவில் உள்ள முஸ்லிம்களையும் பாதிக்கிறது என அவ்வறிக்கை நிறுவுகிறது. டெல்டும்ப்டேயின் கூற்றுப்படி (2010, 16), "சச்சார் கமிட்டி முன்வைத்துள்ள தகவல்களின் அடிப்படையில், இந்தியாவின் எஸ்.சி எஸ்.டி மக்கள்தொகைகள் முறையே 19.7 மற்றும் 8.5 சதவீதம் ஆகும்.

44. பொருளாதார வல்லுநர் சுக்தியோ தோரட்டின் (2009, 56) கூற்றுப்படி, "கிட்டத்தட்ட 70 சதவீதம் தலித் குடும்பங்கள் ஒன்று நிலமற்றவர்கள் அல்லது மிகச் சிறிய 0.4 ஹெக்டேர் அளவிலான நில உடைமையாளர்கள். ஒரு சிறிய சதவீதத்தினர்தான் (6 சதவீதத்திற்கும் குறைவானவர்கள்) நடுத்தர மற்றும் பெரும் விவசாயிகள். இந்த நில உடைமை நிலவரம் பீகார், ஹரியானா, கேரளா, பஞ்சாப் ஆகிய மாநிலங்களில் இன்னமும் கடூரமானது. அங்கு 90 சதவீதத்திற்கும் மேலான எஸ்.சி குடும்பங்கள் மிகவும் குறைவான அளவு நிலமோ அல்லது நிலமற்றவர்களாகவோ இருக்கின்றனர்." மத்திய திட்டக் குழுவின் தகவல்களின் அடிப்படையில் இன்னொரு ஆராய்ச்சிக் கட்டுரை எஸ்.சி மக்களின் பெரும்பகுதியினர் (77 சதவீதம்) நிலமற்ற வர்கள் எனச் சொல்கிறது. இவர்கள் வேறு எந்த உற்பத்தி சார்ந்த சொத்துக்களோ அல்லது நிலையான வேலைவாய்ப்பு சாத்தியங்களோ இல்லாதவர்களாகவும் இருக்கின்றனர் எனவும் சொல்கிறது. 1990–1இன் இந்தியாவின் வேளாண் கணக்கெடுப்பின்படி, "நாட்டில் உள்ள சுமார் 87 சதவீதம் எஸ்.சி நில உடைமையாளர்கள் மற்றும் 65 சதவீதம் பழங்குடி நில உடைமையாளர்கள் சிறு மற்றும் குறு விவசாயிகள் என்ற வரையறைக்குள் வருவதாக அந்தக் கட்டுரை சொல்கிறது. (மொஹந்தி 2001, 3857).

45. NCSCST *1998, 176.*

46. "13 லட்சம் தலித்துகள் இன்னமும் கையால் மலமள்ளும் தொழிலில் ஈடுபடுத்தப்பட்டுள்ளனர்: தோரட்", *தி நியு இந்தியன் எக்ஸ்பிரஸ்,* 2013 அக்டோபர் 8. பார்க்க: <http://www.newindianexpress.com/cities/hyderabad/13-lakh-Dalits-still-engaged-in-manual-scavenging-Thorat/2013/10/08/article1824760.ece> 2013 அக்டோபர் 10 அன்று பார்க்கப்பட்டது. மேலும் பார்க்க: சர்வதேச தலித் ஆதரவுக் கூட்டமைப்பின் இணைய தளத்தில் உள்ள நிலை அறிக்கைகள், http://idsn.org/caste-discrimination/key-issues/manual-scavenging/ <http://www.idsn.org/caste-discrimination/key-issues/manual-scavenging/> 2013 அக்டோபர் 10 அன்று பார்க்கப்பட்டது.

47. தகவல்கள் <http://www.indianrailways.gov.in/railwayboard/uploads/directorate/stat_econ/pdf/Summarypercent20Sheet_Eng.pdf> லிருந்து பெறப்பட்டவை. 2013 ஆகஸ்ட் 26 அன்று பார்க்கப்பட்டது. மேலும் பசின் (2013).

48. டிக்கியின் (DICCI - Dalit Indian Chamber of Commerce and Industry.) தலைவர் மிலிந்த் காம்ப்ளேவின் பேட்டியைப் பார்க்கவும் மற்றும் DICCIயின் ஆலோசகர் சந்திர பான் பிரசாத் 2013 ஜூன் 11 தேதியிட்ட *தி இந்தியன் எக்ஸ்பிரஸ்* செய்தித் தாளில்: "முதலாளித்துவம் சாதியை மனிதர்களை விடவும் விரைவாக மாற்றி வருகிறது. தலித்துகள் முதலாளித்துவத்தை சாதி எதிர்ப்புப் போராளியாக பார்க்க வேண்டும்." சுட்டி http://m.indianexpress.com/news/capitalism-is-changing-caste-much-faster-than-any-human-being.-dalits-should-look-at-capitalism-as-a-crusader-against-caste/1127570/ <http://www.m.indianexpress.com/news/capitalism-is-changing-caste-much-faster-than-any-human-being.-dalits-should-look-at-capitalism-as-a-crusader-against-caste/1127570/>/. 2013 ஆகஸ்ட் 20 அன்று பார்க்கப்பட்டது. 1990களிலிருந்தான இந்தியாவின் புதிய தாராளமயமாக்கல் பொருளாதார கொள்கைகள் எப்படி உண்மையில் கிராமப்புற தலித்துகளை உத்தர பிரதேசத்தின் ஆஸம்கர் மற்றும் புலந்த்ஷஹர் மாவட்டங்களில் பாதித்திருக்கிறது என்பது குறித்த ஆய்வுகளுக்குப் பார்க்க: கபூர் மற்றும் பலர் (2010). இதையும் பார்க்க: மிலிந்த் காண்டேகரின் 'தலித் லட்சாதிபதிகள்: 15 உத்வேகமளிக்கும் கதைகள் (2013)'. "தலித் லட்சாதிபதிகள் என்ற குறை தீவிரம் கொண்ட விந்தைக் காட்சி" ("low-intensity spectacle of Dalit millionaires") எனும் விமர்சனத்தைப் பார்க்க: கோபால் குரு (2012).

49. "சாதி ஒடுக்குமுறை எதிர்ப்பு சீர்திருத்தங்கள் தடுக்கப்பட்டன, விமர்சகர்கள் கூற்று", தி கார்டியன், 2013 ஜூலை 29. பார்க்க: <http://www.theguardian.com/uk-news/2013/jul/29/anticaste-discrimination-reforms> 2013 ஆகஸ்ட் 5 அன்று பார்க்கப்பட்டது.

50. வனிதா 2002.

51. ரிக் வேதத்தின் பத்தாவது புத்தகத்தின் 90வது சூக்தம் படைப்பின் தொன்மம் பற்றிய கதையைச் சொல்கிறது. அது புருஷாவின் (ஆதி மனிதன்) பலியை விவரிக்கிறது. அவனுடைய உடலிலிருந்து மொத்த அகிலமும் உருவானது. (கடவுளர்கள்) புருஷாவின் உடலை வகுத்தபோது, அவனுடைய வாய் பிராமணர்களாகவும், கரங்கள் க்ஷத்திரியராகவும், தொடைகள் வைசியராகவும் ஆக காலிலிருந்து சூத்திரர்கள் உதித்தனர். பார்க்க: டோனிகர் (மொழிபெயர்ப்பு, 2005). சூகதங்கள் ரிக் வேதத்தின் பிற்கால சேர்க்கை என சில ஆய்வாளர்கள் நம்புகின்றனர்.

52. சூசன் பெய்லி (1998); காந்தியின் சாதி அரசியல் என்பது நவீன உயர் சாதி இந்து 'சீர்திருத்தவாதிகளின்' பார்வைகளுக்கு முழுவதுமாக இயைந்து நிற்கிறது என்பதைக் காட்டுகிறது.

53. 2012இல் *அவுட்லுக்* செய்தி இதழ் அது சுதந்திர தினத்தை ஒட்டி நடத்திய இது போன்றதொரு கருத்துக் கணிப்பின் முடிவுகளை வெளியிட்டது. கேள்வி இதுதான்: "மகாத்மாவுக்குப் பிறகு, யார், நமது மண்ணில் வந்த மகத்தான இந்தியர்?" அம்பேத்கர் இந்த கருத்துக் கணிப்பின் அதிக வாக்குகளைப் பெற்றார்; *அவுட்லுக்* செய்தி இதழ்

ஒரு முழு இதழை அவர் குறித்த சிறப்பிதழாக வெளியிட்டது. பார்க்க <http://www.outlookindia.com/content10894.asp>. *2013* ஆகஸ்ட் *10* அன்று பார்க்கப்பட்டது.

54. பார்க்க: அம்பேத்கரின் 'பாகிஸ்தான் அல்லது இந்தியா பிரிவினை' *(1945)*, 'பாகிஸ்தான் குறித்த எண்ணங்கள்' *(1940)* என்ற பெயரில் முதலில் வெளிவந்தது. இப்போது BAWS 8.

55. பரேல் *1997, 188–9.*

56. *பிபிசி* ரேடியோவுக்கு *1955*இல் அளித்த பேட்டியில் அம்பேத்கர், "காந்தியின் குஜராத்தி மற்றும் ஆங்கில எழுத்துக்களை ஒப்பிட்டு ஆராய்ந்தால் திரு. காந்தி மக்களை எப்படி ஏமாற்றுகிறார் என்பது வெளியாகும்" என்கிறார். பார்க்க <http://www.youtube.com/watch?v=ZJs-BjoSzbo>. *2013* ஆகஸ்ட் *12* அன்று பார்க்கப்பட்டது.

57. BAWS *9, 276*இல் சுட்டப்பட்டுள்ளது.

58. சாதியை அழித்தொழித்தல் *16.2*

59. பார்க்க டிட்ரிக் *2006, 281, 283–4. 1938* மே *2*ஆம் தேதி, காந்தி தனது 64வது வயதில் விந்து வெளியேற்றிய பிறகு, அம்ரித் லால் நானவதிக்கு எழுதிய ஒரு கடிதத்தில், "என்னுடைய இடம் எங்கே? வேட்கைக்கு ஆளான ஒருவர் எப்படி அகிம்சையையும் உண்மையையும் பிரதிநிதித்துவப் படுத்த முடியும்?" (CWMG 73, 139).

60. BAWS 9, 202.

61. கீர் *1954/1990, 167.*

62. உத்தர பிரதேச பின்புலத்தில் அம்பேத்கர் சிலையில் உள்ளார்ந்துள்ள புரட்சிகரத்தன்மை குறித்த ஆய்வுகளுக்குப் பார்க்க: நிக்கோலஸ் ஜவுல் *(2006)*. "யாருடைய உரிமைகளும் மாண்பும் தொடர்ந்து மீறப்படுகிறதோ அந்த தலித் கிராமத்தினருக்கு சிகப்பு நிற கழுத்துப் பட்டை அணிந்து அரசியலமைப்புச் சட்டப் புத்தகத்தைக் கையிலேந்திய ஒரு தலித் தேசத் தலைவரின் சிலை அமைப்பது என்பது மாண்பு, விடுதலையடைந்த குடியுரிமை குறித்த பெருமை மற்றும் எந்தளவுக்கு அவர்களுடைய வாழ்வை சட்ட அமலாக்கம் சாதகமான முறையில் மாற்றமுடியும் என்பதுகுறித்த ஒரு நடைமுறை ஏற்றுக் கொள்ளல் ஆகிய அனைத்தையும் உள்ளடக்கியதாக இருக்கிறது". *(204)*

63. அரசு இயந்திரம் "வன்முறையின் ஒருங்கு திரட்டப்பட்ட அமைப்பாக்கப் பட்ட வடிவத்தை" பிரதிநிதித்துவப் படுத்துகிறது. தனிநபருக்கு ஆன்மா இருக்கிறது, ஆனால் அரசு என்பது ஆன்மமற்ற ஒரு இயந்திரம், அதை ஒருபோதும் வன்முறையிலிருந்து தூரப் படுத்த முடியாது; அதன் இருப்பே வன்முறையால் தோன்றுவது. எனவே நான் அறங்காவலர்கள் எனும் கோட்பாட்டை விருப்பமாய் தேர்கிறேன்." *ஹிந்துஸ்தான் டைம்ஸ், 1935* அக்டோபர் *17;* CWMG *65, 318.*

64. *யங் இந்தியா, 1931* ஏப்ரல் *16;* CWMG *51, 354.*

65. தாஸ் 2010, 175.

66. ஜேம்ஸ் மேடிசனுக்கு 1789 செப்டம்பர் 6ஆம் தேதி எழுதிய கடிதத்தில் ஜெஃபர்சன் இதைச் சொல்கிறார். இங்கே கிடைக்கிறது http://press-pubs.uchicago.edu/founders/documents/v1ch2s23.html <http://www.press-pubs.uchicago.edu/founders/documents/v1ch2s23.html> 2013 நவம்பர் 21 அன்று பார்க்கப்பட்டது.

67. 1916இல் அவர் எழுதிய 'இந்தியாவில் சாதிகள்' என்ற கட்டுரையில் அம்பேத்கர் சாதி அமைப்பின் எல்லைக் கதவுகள் பெண்களே எனவும் குழந்தைத் திருமணங்கள் மூலமாக அவர்கள்மேல் நிகழ்த்தப்படும் அதிகாரம், கட்டாய விதவை வாழ்க்கை மற்றும் சதி (கணவன் எரியும் சிதையில் கொளுத்தப்படுவது) ஆகியவை பெண்களின் பாலியலின் மீது கட்டுப்பாட்டை விதிக்கும் வழிகள் எனவும் வாதிடுகிறார். இது குறித்த அம்பேத்கரின் எழுத்துக்கள் குறித்த ஆய்வுக்கு, பார்க்க ஷர்மிளா ரெகே (2013).

68. இந்து சட்டத் தொகுப்பு பற்றிய விவாதத்திற்கு, அதன் தாக்கம் என்னவாக இருந்திருக்கும், அது எப்படி முறியடிக்கப்பட்டது என்பதை அறிய பார்க்க ஷர்மிளா ரெகே (2013, 191–244). எப்படி 1947 ஏப்ரல் 11லிருந்து அதாவது சட்டத் தொகுப்பு அரசியலமைப்பு அவையில் அறிமுகப் படுத்தப்பட்டதோ அன்றிலிருந்து 1951 செப்டம்பர் வரை அந்தச் சட்டம் தீவிரத்தன்மையுடன் எடுத்துக்கொள்ளப்படவில்லை என ரெகே காண்பிக்கிறார். அம்பேத்கர் இறுதியில் 1951 அக்டோபர் 10ஆம் தேதி ராஜினாமா செய்தார். இறுதியில் இந்துப் பெண்களுக்கு விவாகரத்து உரிமை அளிக்கும் இந்துத் திருமணச் சட்டம் 1955இல் நிறைவேற்றப்பட்டது. சாதி கலந்த திருமணங்கள் மற்றும் மதம் கலந்த திருமணங்களை அனுமதிக்கும் சிறப்பு திருமணச் சட்டம் 1954இல் நிறைவேற்றப்பட்டது.

69. ரெகே 2013, 200.

70. ரெகே 2013, 241. இந்தியாவின் புதிய சட்ட நிறுவனத்தின் மீதான அம்பேத்கரின் ஏமாற்றம் கலந்த நம்பிக்கையின்மை இன்னமும் அதிகரித்தது. 1953 செப்டம்பர் 2 அன்று அம்பேதகர் ராஜ்ய சபையில் அறிவித்தார், "ஐயா, நான்தான் அரசியலமைப்புச் சட்டத்தை உருவாக்கினேன் என என் நண்பர்கள் சொல்கிறார்கள். ஆனால் அதை எரிக்கும் முதல் நபராக நானே இருப்பேன் எனச் சொல்ல நான் தயாராக இருக்கிறேன். எனக்கு அது வேண்டாம். அது யாருக்கும் பொருத்தமானதாக இல்லை. ஆனால் அது என்னவாக இருக்கிறதோ, அப்படியே இதை நீங்கள் தொடர்ந்து எடுத்துச் செல்ல விரும்பினால், மக்கள் ஒன்றை நினைவில் கொள்ள வேண்டும்; இங்கு பெரும்பான்மையினரும் இருக்கிறார்கள்; சிறுபான்மையினரும் இருக்கிறார்கள்; அவர்கள் வெறுமனே, "ஐயோ இல்லை. உங்களை அங்கீகரிப்பது ஜனநாயகத்திற்குத் தீங்கிழைப்பதாகிவிடும்" என்று சொல்லி சிறுபான்மையினரை சாதாரணமாகப் புறக்கணிக்க முடியாது என்பதுதான் அது. (கீர் 1990, 499).

71. சாதியை அழித்தொழித்தல் 20.12

72. ஓம்வெட் 2008, 19.

73. ஜோயல் லீயின் வெளிவராத மொழிபெயர்ப்பு, தனிப்பட்ட தொடர்பில் கிடைக்கப் பெற்றது.

74. *யங் இந்தியா*, 1927 மார்ச் 17; CWMG 38, 210.

75. இந்திய அரசியலமைப்புச் சட்டத்தை வரைய உருவாக்கப்பட்ட இந்திய அரசிலமைப்புக் குழுவின் தலைவராக அம்பேதகர் 1948 நவம்பர் 4 அன்று ஆற்றிய உரையிலிருந்து. பார்க்க தாஸ் 2010, 176.

76. இந்திய முதலளிகளுடன் காந்தியின் உறவு குறித்த ஆய்வுகளுக்கு, பார்க்க லியா ரெனால்ட் (1994). பெரிய அணைக்கட்டுகள் பற்றிய காந்தியின் அணுகுமுறை அவர் 1924 ஏப்ரல் 5 தேதியிட்டு எழுதிய கடித்ததில் வெளிப்படுகிறது. அதில் அவர், தம்முடைய பம்பாய் மில்களுக்கு மின்சாரம் உற்பத்தி செய்ய டாடாக்களால் கட்டப்பட்ட முல்ஷி அணைக்கட்டினால் வெளியேற்றப்படும் கிராமத்தினரை தங்கள் போராட்டத்தைக் கைவிடுமாறு அறிவுறுத்தினார். (CWMG, 27, 168):

    1. பாதிக்கப்பட்டவர்களில் பெரும்பான்மையானோர் இழப்பீட்டுத் தொகையை பெற்றுக் கொண்டுவிட்டனர் என நான் அறிகிறேன். வாங்காத சிலர் எங்கிருக்கிறார்கள் எனக் கூட அறிய முடியாது எனவும் தெரியும்.

    2. அணைக்கட்டு ஏறத்தாழ பாதி கட்டப்பட்டுவிட்டது அதன் முழுமையடைதல் நிரந்தரமாக நிறுத்தப்பட முடியாது. இந்த இயக்கத்தின் முன்பாக எந்த லட்சியமும் இருப்பதாக எனக்குத் தெரியவில்லை.

    3. இந்த இயக்கத்தின் தலைவர் முழு முற்றாக அகிம்சையை நம்புபவராக இல்லை. வெற்றியடைவதற்கு எதிரான மரண அடி இந்தக் குறைபாடு.

    எழுபத்தைந்து ஆண்டுகளுக்கு பின்னர், 2000இல் இந்தியாவின் உச்ச நீதிமன்றம் இதே போன்றதொரு காரணத்தைக் காட்டித்தான் நர்மதை நதியின் குறுக்கே உலக வங்கியால் நிதியளிக்கப்பட்டுக் கட்டப்பட்ட சர்தார் சரோவர் அணைக்கட்டைத் தொடர்ந்து கட்டுவதற்கான தீர்ப்பை பல பத்தாயிரம் மக்களின் எதிர்ப்புகளை நிராகரித்து எழுதியது.

77. *யங் இந்தியா*, 1928 டிசம்பர் 20; CWMG 43, 412. கூடவே பார்க்க காந்தியின் 'ஹிந்த் ஸ்வராஜ்' (1909) ஆண்டனி பரெல் (1997).

78. ரெகே 2013, 100.

79. BAWS 5, 102.

80. தாஸ் 2010இல், 51.

81. சாதியை அழித்தொழித்தல், 1937 பதிப்பிற்கான முன்னுரையில்.

82. ஸெல்லியோட் (Eleanor Zelliott) 2013, 147இல் சுட்டப்பட்டுள்ளது.

83. இங்கே உதாரணத்திற்கு, தனது முற்போக்கான பெண்ணிய பார்வைகளுக்காக கொண்டாடப்பட்ட ஒரு இஸ்லாமிய எழுத்தாளர் இஸ்மத் சுக்தாய், தனது 'ஒரு ஜோடிக் கைகள்' சிறுகதையில் ஒரு தீண்டத்தகாத துப்புரவு தொழிலாளரை விவரிக்கும்போது: "கோரி அவளது பெயர், எதற்கும் அடங்காதவள், அவள் கருப்பு, அக்கறையில்லாத வேலைக்காரி. சப்பாத்தி சுட்டபின் கழுவாமல் விட்ட கல்லின் கருப்பு. அவளுக்கு ஒரு வீங்கிய மூக்கு, அகல தாடை, அவள் பல்துலக்குவது என்ற பழக்கமே அற்றுப் போய்விட்ட ஒரு குடும்பத்தில் இருந்து வந்தவள்போலத் தெரிந்தாள். அவளது இடது கண்ணில் மாறுகண் அந்தக் கண்களில் அடர்த்தியாக இடப்பெற்றிருக்கும் மையை மீறித் தெரிந்தது; அந்த மாறுகண்ணோடு எப்படி அவள் மிகச் சரியாக அம்புகளை குறியில் குத்தும் விதத்தில் எறிந்தாள் என்பது கற்பனை செய்ய கடினம்தான். அவளது இடை மெல்லியது அல்ல; அது பெருத்திருந்தது, அவளுக்கு கையளிக்கப்படும் மீத உணவுகள் அனைத்தையும் உட்கொண்டு அது ஆரத்தில் பெருத் திருந்தது. மாடுகளின் குளம்புகளை நினைவுபடுத்தும் அவளது பாதங்களிலும் நளினமான ஏதொன்றும் இல்லை. அவள் கடந்து போனால் ஒரு மட்டமான கடுகு எண்ணெயின் வாடை வீசும். அவளது குரல் மட்டும் எப்படியோ இனிமையாக இருந்தது" (2003, 164).

84. தமிழ்நாட்டின் திருநெல்வேலி மாவட்டத்தில் 1981இல், மீனாட்சிபுரம் (ரஹமத் நகர் என பெயர் மாற்றப்பட்டது) கிராமத்தின் அனைத்து தலித்துகளும் இஸ்லாத்திற்கு மாறினர். இதனால் கவலையுற்ற விஸ்வ இந்து பரிஷத், ஆர்.எஸ்.எஸ் போன்ற இந்து மேலாதிக்க அமைப்புகள் காஞ்சி சங்கராச்சாரியாருடன் இணைந்து தலித்துகளை இந்து மதத்திற்குள் 'ஒருங்கிணைக்க' பணிபுரியத் தொடங்கினர். ஒரு புதிய தமிழ் இந்துவெறி அமைப்பு இந்து முன்னணி என்ற பெயரில் உருவாக்கப்பட்டது. பதினெட்டு ஆண்டுகள் கழித்து பி. சாய்நாத் மீனாட்சிபுரத்திற்கு மீள்பயணம் புரிந்தார்; இரு கட்டுரைகளை எழுதினார் (1999அ, 1999ஆ). தமிழகத்தின் இன்னொரு கிராமமான கூத்திரம்பாக்கத்தில் நிகழ்ந்த இதேபோன்ற சம்பவத்திற்குப் பார்க்க: சி. ஆனந்த் (2002).

85. ஒம்வெட் 2008, 177இல் சுட்டப்பட்டுள்ளது.

86. அம்பேத்கர் சுட்டும் எண்ணிக்கை 1930இன் சைமன் கமிஷன் அறிக்கையில் இருந்து எடுத்தாளப்பட்டுள்ளது. 1932இல் லோதியன் கமிட்டி இந்தியா வந்தபோது அம்பேத்கர், "இந்துக்கள் ஒரு சவாலான மனநிலையைக் கொண்டிருக்கிறார்கள் அதனால் இந்தியாவில் இருக்கும் தீண்டத்தகாதவர்களின் உண்மை எண்ணிக்கை என சைமன் கமிஷனால் தரப்பட்ட எண்ணிக்கையைக் கூட மறுக்கிறார்கள்." எனக் கூறினார். அவர் மேலும், "தீண்டத்தகாதவர்களின் இருப்பு

குறித்து ஒப்புக்கொள்வதின் அபாயத்தை இப்போது அவர்கள் அறிந்துகொண்டுவிட்டார்கள் என்பதால்தான் இந்த மறுப்பு. ஏனெனில் இந்துக்கள் தாங்கள் அனுபவித்து வரும் பிரதிநிதித்துவத்தின் ஒரு பகுதியை தீண்டத்தகாதவர்களுக்கு அவர்கள் விட்டுத் தரவேண்டியிருக்கும் என்பதாலேயே" (BAWS 5, 7-8).

87. இந்த சாதியை அழித்தொழித்தல் பதிப்பின் பகுதி 9.4ற்கான குறிப்பு 69ஐப் பார்க்கவும்.

88. 1899 ஏப்ரல் மாத *பிரபுத்த பாரத்* இதழில் அதன் ஆசிரியருக்கு அளித்த பேட்டியில் இதை அவர் சொல்கிறார். அதே பேட்டியில் இப்படி இந்து மதத்திற்கு மீள் மதமாற்றம் செய்யப்படுவோரின் சாதி என்னவாக இருக்கும் என்ற குறிப்பான கேள்விக்கு விவேகானந்தர் சொல்கிறார், "திரும்பி வரும் மதம் மாறியவர்கள் . . . தமது சொந்த சாதியைப் பெறுவார்கள். நிச்சயமாக. புதியவர்கள் தமதை உருவாக்குவார்கள். உங்களுக்கு நினைவிருக்கும் . . . இது ஏற்கனவே வைணவத்தின் போது நிகழ்ந்தது. வெவ்வேறு சாதிகளிலிருந்து வந்தவர்களும் பிற அந்நியரும் ஒரு கொடியின் கீழ் இணைந்து தமக்கான ஒரு சாதியை உருவாக்கிக் கொள்வது சாத்தியமானது – அதுவும் மரியாதையான ஒரு சாதியாக. கீழே ராமானுஜரில் இருந்து பெங்காலின் சைதன்யர் வரை அனைத்து வைணவ பேராசான்களும் இதையே செய்திருக்கின்றனர். கிடைக்கும் சுட்டி <http://www.ramakrishnavivekananda.info/vivekananda/volume_5/interviews/on_the_bounds_of_hinduism.htm> 2013 ஆகஸ்ட் 20 அன்று பார்க்கப்பட்டது.

89. இந்த அமைப்புகளின் பெயர்களை மொழிபெயர்த்தால் இப்படி வரும்: தலித் முன்னேற்றத்திகான அமைப்பு; தீண்டத்தகாதவர்களின் முன்னேற்றத்திகான அனைத்திந்திய கமிட்டி; தீண்டத்தகாதவர்களின் முன்னேற்றத்திற்கான பஞ்சாப் சொசைட்டி.

90. சாதியை அழித்தொழித்தல் 6.2

91. பேய்லி 1998.

92. நவீன வலதுசாரி இந்து தேசியத்தை இந்தியாவில் பிரேரித்தவர்களுள் ஒருவரான வி.டி. சாவர்க்கரால் (1883 – 1966) 1923இல் அவர் வெளியிட்ட இந்துத்துவத்தின் சாரம் (பின்னர் இந்துத்வா: ஒரு இந்து என்பவன் யார்? என பெயர் மாற்றப்பட்டது.) எனும் பிரசுரத்தில் இந்த பதம் முதலில் பயன்படுத்தப்பட்டது. இதன் முதல் பதிப்பின் (1923) ஆசிரியராக 'ஒரு மராத்தியன்' என்ற புனைபெயர் இருந்தது. இந்துத்துவம் பற்றிய விமர்சனபூர்வ அறிமுகத்திற்குப் பார்க்க: ஜ்யோதிர்மயா சர்மா (2006).

93. பிரசாத் 1996, 554–5இல் சுட்டப்பட்டுள்ளது.

94. BAWS 9, 195.

95. கத்தர் கட்சியின் சில உயர்சாதி இந்துக்கள் பிற்காலத்தில் இந்து தேசியம் நோக்கித் திரும்பினர்; வேத பிரசாரகர்களாயினர். கத்தர் கட்சியின் நிறுவனர்களில் ஒருவரான பிற்காலத்தில் இந்துத்துவ

கருத்தியலாளராகவும் இருந்த பாய் பர்மானந்த் குறித்து அறிய சாதியை அழித்தொழித்தல் முன்னுரைக்கான குறிப்பு 11ஐப் பார்க்கவும்.

96. அத் தர்ம இயக்கம் குறித்த நூலுக்கு, பார்க்க: ஜுர்கென்ஸ்மெயெர் (1982/2009).

97. ரூபா விஷ்வநாத் (2014இல் வெளிவர இருக்கும்) நூலில் சென்னை ராஜதானியில் நிலமற்ற தலித்துகளுக்கு எதிராக நில உடைமைச் சாதிகளுடன் ஆங்கிலேய அரசின் கூட்டணியின் வரலாற்றை விரிவாக எழுதுகிறார்.

98. டேவிஸ் 2002, 7.

99. BAWS 9, 1.

100. மேற்சொன்னது., 3.

101. டேவ்ஜி 2012 பகுதி 3ஐப் பார்க்கவும். முக்கியமாக 47–8 'In Praise and Prejudice".

102. *யங் இந்தியா*வில் இருந்து சுட்டப்பட்டுள்ளது, 1921 மார்ச் 23, தேவ்ஜி 2012ல் ப 81.

103. கோல்வால்க்கர் 1945, 55–6.

104. BAWS 17, பகுதி 1, 369–75.

105. கோட்சே 1998, 43.

106. BAWS 3, 360.

107. BAWS 9, 68இல் சுட்டப்பட்டுள்ளது.

108. *ஹரிஜன்*, 1939 செப்டம்பர் 30; CWMG 76, 356.

109. பார்க்க: குஹா 2013.

110. டிட்ரிக் 2006, 106.

111. தென்னாப்பிரிக்காவில் அவரது காலம் குறித்து காந்தியின் எழுத்துகளின் தொகுப்பிற்கு (1893 – 1914) பார்க்க: ஜி.பி. சிங் (2004).

112. ஸ்வான் 1985, 52.

113. காஃபிர் என்பது ஒரு அரபி வார்த்தை; அதன் அசலான அர்த்தம் 'தன்னை மறைத்துக் கொள்ளும் அல்லது ஒளித்துக் கொள்ளும் ஒருவர்' என்பதாகும் – விவசாயிகள் விதைகளை மண்ணில் புதைப்பது போன்ற விவரணை. இஸ்லாம் தோன்றியபிறகு, அது 'கடவுளை நம்பாதவர்கள்' 'மத எதிர்ப்பாளர்'களைக் குறிப்பதாக '(இஸ்லாத்தின்) உண்மையை மறைப்பவர்கள்' எனும் பொருள் பெற்றது. சுவாஹிலி கடற்கரையோரத்தில் அரபு வியாபாரிகள் எதிர்கொண்ட முஸ்லிம் அல்லாத கறுப்பின மக்களைக் குறிக்க அது முதல்முதலில் பயன் படுத்தப்பட்டது. போர்த்துகீசிய கடல்வழி கண்டுபிடிப்பாளர்கள் அதை

தமதும் ஆக்கி அதை ஆங்கிலேயருக்கும், ஃப்ரெஞ்சுக்காரர்களுக்கும் மற்றும் டச்சுக்காரர்களுக்கும் கையளித்தார்கள். தென் அமெரிக்காவில், அது வெள்ளையர்கள் மற்றும் ஆஃப்ரிகனேர் என அழைக்கப்பட்ட ஆப்பிரிக்க மொழி பேசும் டச்சு மற்றும் போர்த்துகீசிய வம்சாவழி வெள்ளையர்கள் (காந்தி போன்ற இந்தியர்களும்) இதை ஆதி ஆப்பிரிக்க மக்களை விவரிக்க ஒரு இனவெறி வசவாகப் பயன் படுத்தினார்கள். இன்றைக்கு தென் ஆப்பிரிக்காவில் யாரையாவது காஃபிர் என அழைப்பது தண்டனைக்குரிய குற்றம்.

114. CWMG 1, 192-3.

115. CWMG 1, 200.

116. தென் ஆப்பிரிக்காவில் ஒப்பந்தக் கூலித் தொழிலாளர் வரலாறு பற்றி அறிய, பார்க்க அஷ்வின் தேசாய் மற்றும் குலாம் வாஹித் *(2010).*

117. ஆரம்பகால *1890*களுக்கும் *1913*க்கும் இடையே தென் ஆப்பிரிக்காவில் இந்திய மக்கள்தொகை மும்மடங்கானது; *40,000*த்திலிருந்து *1,35,000* *(*குஹா *2013*பி, *463).*

118. *குஹா 2013பி, 115.*

119. CWMG 2, 6.

120. *ஹாக்ஷீல்ட் 2011, 33–4.*

121. இரண்டாம் உலகப் போரின்போது, அவர் யூத இன மக்களை, "தமது உதவிக்கு அகிம்சையிலிருந்து மட்டுமே வரக்கூடிய ஆன்ம பலத்தை அழைத்துக் கொள்ளுமாறு" அறிவுறுத்தினார். ஹெர் ஹிட்லர் "உங்களுடைய துணிவின் முன் தலை வணங்குவார்" எனவும் உறுதி கூறினார். *(ஹரிஜன், 1938 டிசம்பர் 17;* CWMG *74, 298.)* அவர் ஆங்கிலேயரை "நாஜிக்களோடு ஆயுதமின்றி எதிர் சண்டைபோட" வலியுறுத்தினார். *(ஹரிஜன், 1940 ஜூலை 6;* CWMG *78, 387.)*

122. CWMG 34, 18.

123. WMG 2,339-40.

124. *தி நடால் அட்வெர்டைசர், 1901 அக்டோபர் 16;* CWMG *2, 421.*

125. CWMG 5, 11.

126. மேற்சொன்னது., *179.*

127. *கய் 2005, 212.*

128. CWMGயின் *34*வது தொகுப்பின் முதல் பக்கத்தில் உள்ள ஒரு குறிப்பின் படி, "தென் ஆப்பிரிக்காவில் சத்தியாக்கிரகத்தின் வரலாற்றை காந்திஜி குஜராத்தி மொழியில் *1923* நவம்பர் *26*இல் எழுதத் தொடங்கினார்; அதாவது அவர் யெரவாடா சிறையில் இருந்தபோது: *1923*இன் ஜெயில் டைரியின் படி. அவர் விடுதலை செய்யப்பட்ட *1924* ஃபிப்ரவரி *5*க்குள் அவர் *30* பகுதிகள் எழுதி முடித்திருந்தார் . . .

வால்ஜி தேசாயின் ஆங்கில மொழிபெயர்ப்பு – காந்திஜியால் ஒப்புநோக்கப்பட்டு அங்கீகரிக்கப்பட்டது – இதி 1928இல் சென்னையில் எஸ். கணேசனால் பதிப்பிக்கப்பட்டது."

129. CWMG 34, 82-3.

130. மேற்சொன்னது, 84.

131. 1,35,000 மொத்த இந்திய ஜனத்தொகையில், வெறும் 10,000 பேர்தான், மிகப் பெரும்பான்மையானோர் வியாபாரிகள் – ட்ரான்ஸ்வாலில் வாழ்ந்தனர். ஏனையோர் நடாலில் வசித்தனர் (குஹா 2013பி, 463.)

132. CWMG 5, 337. 1906 செப்டம்பர் 16 அன்று நடைபெற்ற 'மக்கள்திரள் கூட்டத்தை" தொடர்ந்து ஜோஹன்னஸ்பர்கில் இருந்த பிரிட்டிஷ் இந்திய சங்கம் நிறைவேற்றிய ஐந்து தீர்மானங்களில் உள்ள இரண்டாவது தீர்மானத்தின் மூன்றாவது ஷரத்திலிருந்து எடுக்கப்பட்டுள்ளது.

133. *இந்தியன் ஒபினியன்,* 1908 மார்ச் 7; CWMG 8, 198–9.

134. CWMG 9, 256–7.

135. *இந்தியன் ஒபினியன்,* 1909 ஜனவரி 23; CWMG 9, 274.

136. காலனிய செயலாளருக்கு 1899 மே 18 தேதியிட்டு எழுதப்பட்ட கடிதத்தில் காந்தி, "எண்ணெய்க்குப் பதிலாக நெய் தனக்கு கொடுக்கப் படாவிட்டால் தனக்கு மாற்றப்பட வேண்டிய தவறிழைக்கப் பட்டிருப்பதாக ஒரு இந்தியன் யோசிக்க வழியிருக்கிறது" என எழுதினார். (CWMG 2, 266). இன்னொரு சந்தர்ப்பத்தில்: "இங்குள்ள விதிமுறைகள் இந்தியர்களுக்கு நெய்யோ வேறு கொழுப்பையோ தருவதற்கு வழியற்று இருக்கின்றன. எனவே மருத்துவரிடம் ஒரு புகார் அளிக்கப்பட்டிருக்கிறது; அவரும் அதைப் பரிசீலிப்பதாக வாக்குறுதி அளித்திருக்கிறார். எனவே நெய்யைச் சேர்க்க ஆணை வரும் என நம்பிக்கைக் கொள்ள காரணம் இருக்கிறது." (*இந்தியன் ஒபினியன்,* 1908 அக்டோபர் 17; CWMG 9, 197).

137. *இந்தியன் ஒபினியன்,* 1909 ஜனவரி 23; CWMG 9, 270.

138. *யங் இந்தியா,* 1928 ஏப்ரல் 5; ; CWMG 41, 365.

139. லெலிவெல்ட் 2011, 74.

140. ஸின் மற்றும் ஆர்னொவ் 2004, 265இல் சுட்டப்பட்டுள்ளது.

141. மேற்சொன்னது., 270.

142. ஒம்வெட் 2008, 219இல் சுட்டப்பட்டுள்ளது.

143. தேஷ்பாண்டே 2002, 25இல்.

144. மேற்சொன்னது., 38–40.

145. BAWS 9, 276 – 1945இல் அம்பேத்கரால் சுட்டப்பட்டுள்ளது.

146. பார்க்க: ஆடம்ஸ் 2011, 263–5. கூடவே பார்க்க ரீடா பானர்ஜி 2008, குறிப்பாக 265–81.

147. CWMG *34, 201–2.*

148. *ஹிந்த் ஸ்வராஜ்;* பரேலில் *1997, 106.*

149. மேற்சொன்னது., *97.*

150. காந்தியினுடைய *ஹிந்த் ஸ்வராஜின்* ஆங்கில மொழிபெயர்ப்பைப் பார்க்கவும், பரேலில் *(1997, 5).*

151. தீவிர இந்துத்துவக் கருத்தியலாளரான சாவர்க்கர், யாருடைய பித்ரபூமியும் (தந்தையர் நாடு) புண்யபூமியும் (புனித பூமி) வேறு ஏதோ அயல் நாடாக இல்லாமல் இந்தியாவாக இருக்கிறதோ அவனே ஒரு உண்மையான இந்தியன் எனச் சொன்னார். பார்க்க: அவருடைய இந்துத்துவம் *(1923, 105).*

152. பரேல் *1997, 47–51.*

153. மேற்சொன்னது, *66.*

154. மேற்சொன்னது, *68–9.*

155. ராமச்சந்திர குஹா *(2013*பி, *383)* சொல்கிறார்: "*ஹிந்த் ஸ்வராஜை* காந்தி, இந்தியாவே அவருக்கு சரியாகத் தெரியாத காலத்தில் *1909*இல் எழுதினார். *1888*இல் தனது பத்தொன்பதாம் வயதில் அவர் லண்டனுக்குப் புறப்படும்போது வரை அவர் தனது சொந்த மாவட்டமான கத்தியாவாரின் சிறு நகரங்களில் மட்டுமே வாழ்ந்திருந்தார். அவர் கிராமப் புறங்களுக்குப் பயணம் சென்றதாக எந்த ஆதாரமும் இல்லை; மேலும் அவருக்கு இந்தியாவின் வேறு எந்த பகுதியும் தெரியாது." என்று.

156. பரேல் *1997, 69–70.*

157. தீண்டத்தகாதவர்களுக்கான தனித் தொகுதிகள் குறித்த விவாதத்தின் காலகட்டத்தில் இந்தியாவுக்கான உள்துறை செயலரான சர். சாமுவேல் ஹோரேவுக்கு எழுதிய கடிதத்தில் *1932*இல் காந்தி இதைச் சொல்கிறார்.

158. *இந்தியன் ஒபினியன், 1910* அக்டோபர் *22;* CWMG *11, 143–4.* குஹா *2013*பி, *395*லும் சுட்டப்பட்டுள்ளது.

159. குஹா *2013*பி, *463.*

160. மேற்சொன்னது., *406.*

161. லெலிவெல்டில் உள்ள ஐயரின் மேற்கோள் *2011, 21.*

162. தனிப்பட்ட முறையில் ஜோஹான்னஸ்பர்க் பல்கலைக்கழக சமூகவியல் பேராசிரியர் அஷ்வின் தேசாய் கூறியது.

163. லெலிவெல்ட் *2011, 130.*

164. டிட்ரிக் *2006, 188.*

165. ரெனால்ட் *1994* பார்க்கவும். மேலும் லூயி ஃபிஷர், காந்தியுடன் ஒரு வாரம் *(1942),* அம்பேத்கரால் மேற்கோள் காட்டப்பட்டுள்ளது:

“காங்கிரஸ் கட்சி குறித்து அவரிடம் பல கேள்விகள் எனக்கு கேட்க இருப்பதாக நான் சொன்னேன். காங்கிரஸ் பெரு முதலாளிகளின் கையில் இருப்பதாகவும் பம்பாயின் மில் உரிமையாளர்கள் காந்தியை ஆதரிப்பதாகவும் அவர் வேண்டுமளவுக்கு அவருக்குப் பணம் கொடுப்பதாகவும் மிக உயர் நிலைகளில் இருக்கும் பிரிட்டிஷார் என்னிடம் சொன்னதை நான் நினைவு கூர்ந்தேன். “இந்தக் கூற்றுக்களில் என்ன உண்மை இருக்கிறது?” என நான் கேட்டேன். “துரதிர்ஷ்டவசமாக அவை உண்மையே,” என அவர் எளிமையாக அறிவித்தார்... ‘காங்கிரஸினுடைய பட்ஜெட்டில் எவ்வளவு பணக்கார இந்தியர்களால் அளிக்கப்படுகிறது’ என நான் கேட்டேன். “கிட்டத் தட்ட முழுவதுமே” என அவர் சொன்னார். “இந்த ஆசிரமத்தில், உதாரணத்திற்கு, இப்போதிருப்பதை விட ஏழ்மையாக குறைந்த பணச் செலவில் நாங்கள் வாழ முடியும். ஆனால் நாங்கள் அப்படி செய்வதில்லை, இதற்கான பணம் எங்களுடைய பணக்கார நண்பர்களிடமிருந்து வருகிறது” BAWS *9, 208*இல் சுட்டப்பட்டுள்ளது.

166. அமின் *1998, 293*இல் சுட்டப்பட்டுள்ளது.

167. *யங் இந்தியா, 18* ஆகஸ்ட் *1921;* CWMG *23, 158.*

168. *ஹரிஜன், 1940* ஆகஸ்ட் *18;* CWMG *23, 158.*

169. மேற்சொன்னது, *135.*

170. மேற்சொன்னது, *135.*

171. *தி கோஸ்பல் ஆஃப் வெல்த் (1889)* பார்க்க <http://www.swarthmore.edu/SocSci/rbannis1/AIH19th/Carnegie.html>. *2013* ஆகஸ்ட் *26* அன்று பார்க்கப்பட்டது.

172. அமின் *1998, 290–1*இல் சுட்டப்பட்டுள்ளது.

173. அமின் *291–2.*

174. டிட்ரிக் *2006, 191.*

175. சிங் *2004, 124*இல் சுட்டப்பட்டுள்ளது.

176. டிட்ரிக் *2006, 192.*

177. மேற்சொன்னது., *194.*

178. மேற்சொன்னது., *195.*

179. ஸெல்லியாட் *2013, 48.*

180. ‘புத்தரும் அவரது தம்மமும்’ *(1956)* நூலுக்கு அம்பேத்கர் எழுதிய வெளிவராத முன்னுரையில் இருந்து. பகவான் தாஸால் பதிப்பிக்கப்பட்ட அரிதான முன்னுரைகள் *(1980)* எனும் அம்பேத்கரின் முன்னுரைகள் அடங்கிய புத்தகத்தின் பகுதியாக முதலில் வெளிவந்தது. பின்னர் எலினார் ஸெல்லியாட்டால் அம்பேத்கரின் வாழ்வு மற்றும் தொகுக்கப்பட்ட எழுத்துக்கள் அடங்கிய கொலம்பியா பல்கலைக்கழக

இணையதளத்தில் வெளியிடப்பட்டது. <http://www.columbia.edu/itc/mealac/pritchett/00ambedkar/ambedkar_buddha/00_pref_unpub.html> *2013 செப்டம்பர் 10 அன்று பார்க்கப்பட்டது.*

181. BAWS 4, 1986.

182. *1857 மே 20 அன்று கல்வித் துறை ஒரு உத்தரவை வெளியிட்டது, "அரசு பள்ளியிலோ கல்லூரியிலோ எந்த மாணவனும் சாதியின் காரணத்தால் அனுமதி மறுக்கப்படக் கூடாது." (நம்பிசன் 2002, 81.)*

183. *இந்தக் கட்டுரையின் குறிப்புகளுடனான பதிப்புக்கு பார்க்க: ஷர்மிளா ரெகே (2013).* BAWS 1*இலும் இருக்கிறது.*

184. *சுயசரிதக் குறிப்புகளில் 2003, 19.*

185. *கீர் 1990, 36–7.*

186. *சா.அ 17.5.*

187. *பிரசாத் 1996, 552. 1921 ஏப்ரல் 13ஆம் தேதி அலகாபாத்தில் நடந்த தாழ்த்தப்பட்ட வகுப்பினருக்கான மாநாட்டில் அவரது உரை இது. 1921 ஏப்ரல் 21 மற்றும் 1921 மே 4 ஆகிய தேதிகளில் வெளியான* யங் இந்தியா *இதழ்களில் பதிவுசெய்யப்பட்டுள்ளது.* (CWMG *23, 41–7இலும் பதியப்பட்டுள்ளது.) இந்த உரையில் காந்தி முதல் முறையாக உகா குறித்து விரிவாக விவாதிக்கிறார்(2004). முல்க் ராஜ் ஆனந்தின் முக்கியத்துவமான புதினம் தீண்டத்தகாதவனின் முக்கிய கதாபாத்திரமான பகா இந்த உகாவிலிருந்து உத்வேகம் பெற்றுத் தோன்றியவன் என்று சொல்லப்படுகிறது. ஆய்வாளர் லிங்கராஜா காந்தியின் கூற்றுப்படி முல்க்ராஜ் ஆனந்த் காந்தியிடம் தனது கையெழுத்துப் பிரதியைக் காண்பித்தாராம். அவரும் அதில் சில திருத்தங்களைச் சொன்னாராம். ஆனந்த், "நான் என்னுடைய நாவலை காந்திஜியிடம் வாசித்துக் காட்டினேன். அவர் நூறு பக்கத்துக்கும் மேல் நான் வெட்டியெடுத்துவிட வேண்டும் என்று சொன்னார்; முக்கியமாக பகா சிந்திப்பதுபோல, கனவு காண்பதுபோல, மேல்நாட்டு புத்திசீவியை போல் புலம்புவது ஆகிய பகுதிகளை நீக்கச் சொன்னார்" லிங்கராஜா. காந்தி மேலும் சொல்கிறார்: "ஆனந்த் தனது பிரதியில் பகாவுக்கு நீண்ட அலங்காரமான வசனங்களை வைத்திருந்தார், தீண்டத்தகாதவர்கள் அப்படிப் பேசமாட்டார்கள், ஏன் அவர்கள் பேசவே மாட்டார்கள்" என காந்தி அவருக்கு அறிவுறுத்தினார்: அந்த நாவல் காந்தியின் வழிகாட்டுதலின் கீழ் உருமாற்றம் அடைந்தது.*

188. *நவஜீவன், 1925 ஜனவரி 18;* CWMG *30, 71. காந்தியின் செயலாளர் மகாதேவ் தேசாயின் பதிவில், குஜராத்தியில் நிகழ்த்தப்பட்ட இந்த உரை வேறு மாதிரியாகத் தரப்பட்டுள்ளது: "நான் மிகவும் ஏங்கி எதிர்பார்க்கும் நிலை பங்கியினுடைய நிலை. இந்த தூய்மைப் பணி தான் எவ்வளவு புனிதமானது! அந்த வேலை ஒரு பிராமணனாலோ அல்லது ஒரு பங்கியாலோ தான் செய்யப்பட முடியும். பிராமணன் அதைத் தனது ஞானத்தால் செய்யலாம், பங்கி தனது அறியாமையினால்.*

இருவரையும் நான் நேசிக்கிறேன், மதிக்கிறேன். இந்து மதத்தில் இருந்து இவர்களிருவரில் யார் காணாமல் போனாலும், இந்து மதமே காணாமல் போய்விடும். சேவை தருமம் (சுய வேலை) என்பது எனது இதயத்திற்கு மிக நெருக்கமானது என்பதாலேயே பங்கியின் இதயம் எனக்கு நெருக்கமாக இருக்கிறது. நான் எனது உணவைக் கூட ஒரு பங்கியின் அருகில் அமர்ந்து உண்பேன், ஆனால் உங்களை அவர்களோடு சாதிகலந்த சமபந்தி போஜனங்களிலும் சாதிகலந்த திருமணங்களிலும் இணைந்து நிற்கச் சொல்லவில்லை." ராமசுவாமி 2005, 86இல் சுட்டப்பட்டுள்ளது.

189. ரெனால்ட் 1994, 19–20. மிகுந்த விளம்பரங்களுடன் தலித் வீடுகளுக்குச் சென்றுவருவது ஒரு காங்கிரஸ் கட்சி வழக்கமாகிறது. 2009 ஜனவரியில் ஒரு பரபரப்பான ஊடகத் திருவிழாவுக்கிடையில் காங்கிரஸ் கட்சியின் துணைத் தலைவரும் அக்கட்சியின் பிரதம மந்திரி வேட்பாளருமான ராஹுல் காந்தி பிரிட்டிஷ் அயலுறவுச் செயலர் டேவிட் மில்லிபண்டுடன் உத்தரப் பிரதேசத்தின் சிம்ரா கிராமத்தில் ஒரு தலித் குடும்பத்தின் குடிசையில் ஒரு இரவைக் கழித்தார். இதுகுறித்த தகவலுக்குப் பார்க்க: ஆனந்த் டெல்டும்ப்டே (2013).

190. பிரசாத் 2001, 139.

191. BAWS 1, 256.

192. கீர் 1990, 41.

193. ஸெல்லியாட் 2013. 91.

194. பார்க்க ஜோசெஃப் 2003, 166. வைக்கம் சத்தியாக்கிரகிகளுக்காகச் சீக்கியர்கள் ஒரு லங்காரை (இலவச பொது சமையலறை) நடத்துவதற்கு எதிர்ப்புத் தெரிவித்து *யங் இந்தியா* (1924 மே 8) பத்திரிகையில் காந்தி எழுதினார், "வைக்கம் சத்தியாக்கிரகம் எல்லைகளைத் தாண்டுகிறதோ என நான் அஞ்சுகிறேன். சீக்கிய இலவச சமையலறை திரும்பப்பெறப்படும் என்றும் அந்த இயக்கம் இந்துக்களால் மட்டும் தொடரப்படும் என நான் எதிர்பார்க்கிறேன்." (CWMG 27, 362).

195. ராஜாஜி என அன்புடன் அறியப்பட்ட தமிழ் பிராமணரான சக்கரவர்த்தி ராஜகோபாலாச்சாரி காந்தியின் நம்பிக்கைக்குரிய நெருங்கிய நண்பர். 1933இல் அவருடைய மகள் லீலா காந்தியின் மகன் தேவதாஸை மணந்தார். ராஜகோபாலாச்சாரி பின்னர் இந்தியாவின் கவர்னர் ஜெனரலாக தற்காலிகப் பொறுப்பு வகித்தார். 1947இல் அவர் மேற்கு வங்காளத்தின் முதல் ஆளுநரானார்; 1955இல் இந்தியாவின் மிக உயரிய பொதுமக்களுக்கான விருது பாரத ரத்னாவைப் பெற்றார்.

196. ஜோசஃப் 2003, 168இல் சுட்டப்பட்டுள்ளது.

197. *யங் இந்தியா*, 1924 ஆகஸ்ட் 14; CWMG 28, 486.

198. ஜோசஃப் 2003, 169.

199. பிர்லா 1953, 43.

200. கீர் 1990, 79.

201. 1925இல் தாழ்த்தப்பட்ட வகுப்பினர் மாநாட்டில் பேசும்போது அம்பேத்கர் சொன்னார், "எல்லோராலும் ஒருவர் வெறுத்து ஒதுக்கப் படும்போது, மகாத்மா காந்தியால் காட்டப்படும் பரிதாபம் கூடக் குறைவானதில்லை." ஜாஃப்ரெலாட்டில் 2005, 63இல் சுட்டப் பட்டுள்ளது. மகத்தில் முதல் சத்தியாக்கிரகத்திற்கு இரு வாரங்கள் முன்பு காந்தி அங்கு 1927 மார்ச் 3 அன்று சென்றார். ஆனால் வைக்கத்தில் செய்ததுபோல அவர் இங்கு குறுக்கிடவில்லை. மனுஸ்மிரிதியின் பிரதி எரிக்கப்பட்ட இரண்டாம் மகத் சத்தியாக்கிரகம் குறித்த பதிவுக்கு பார்க்க கே. ஜனம்தாஸ் (2010).

202. இரண்டு மகத் சத்தியாக்கிரங்கள் குறித்து ஆனந்த் டெல்டும்ப்டேயின் இன்னும் வெளிவராத பனுவலின் படி, மனுஸ்மிரிதியின் 'சடங்குபூர்வ தகனத்தை' முன்வைக்கும் தீர்மானம் இரண்டை முன் மொழிந்தவர் ஜி.என். சஹஸ்ரபுத்தே, அவர் ஒரு பிராமணர்; அதை வழிமொழிந்தவர் பி.என். ராஜ்போஜ், ஒரு சம்பார் தலைவர். டெல்டும்ப்டேயின் கூற்றுப்படி, "தீண்டத்தகாதவர் அல்லாத சமூகங்களிலிருந்து சிலரை மாநாட்டிற்கு வரவைக்க வலிந்து முன் முயற்சி எடுக்கப்பட்டது, ஆனால் இறுதியில் இரு பெயர்கள் மட்டும்தான் தேறின. சமூக சேவை முன்னணியின் செயல்பாட்டாளரும் கூட்டுறவுச் சங்க இயக்கத்தின் தலைவர்களில் ஒருவருமான அகர்காரி பிராமண வகுப்பைச் சேர்ந்த கங்காதர் நீல்காந்த் சஹஸ்ரபுத்தே ஒருவர். மற்றொருவர் சந்திரசேனிய காயஸ்த பிரபு வகுப்பைச் சேர்ந்த விநாயக் என்கிற பாய் சித்ரே. 1940களில் சஹஸ்ரபுத்தே அம்பேத்கரின் செய்தித் தாள்களில் ஒன்றான ஜனதாவின் ஆசிரியரானார்.

203. டாங்க்ளே, தொகுப்பு., 1992, 231–3.

204. கீர் 1990, 170.

205. பிரசாத் 1996, 555இல் சுட்டப்பட்டுள்ளது.

206. சத்தியாக்கிரகத்துக்கும் துராக்கிரகத்துக்கும் இடையில் உள்ள வேறுபாட்டை 1917 நவம்பர் 3 தன்னுடைய உரை ஒன்றில் காந்தி வரையறுத்தார்: "ஒருவரின் குறிக்கோளை அடைவதற்கு இரு வழிமுறைகள் இருக்கின்றன: சத்தியாக்கிரகம் மற்றும் துராக்கிரகம். நமது சாஸ்திரங்களில் அவை முறையே தெய்வீகமான மற்றும் தீமையான முறைகளிலான செய்கை என்று விவரிக்கப்பட்டிருக்கின்றன." அவர் மேலும் துராக்கிரத்திற்கு ஒரு உதாரணம் தர முற்பட்டார்: "ஐரோப்பாவில் நடந்து கொண்டிருக்கும் கொடிய யுத்தம்." மேலும், "துராக்கிரகத்தின் பாதையைப் பின்பற்றுபவர் பொறுமையிழந்து எதிரி எனச் சொல்லப்படுபவரைக் கொல்ல விரும்புகிறார். இதனால் ஒரு விளைவுதான் இருக்க முடியும். வெறுப்பு அதிகரிக்கும்." (CWMG 16, 126-8.)

207. BAWS 9, 247.

208. கிர்னி காம்கார் தொழிற்சங்கத்தினோடான பிரச்சனைக்குப் பார்க்க: ஆனந்த் டெல்டும்ப்டே (2002). எப்படி டாங்கேவும் கம்யூனிஸ்ட் கட்சியும் 1952இல் நடந்த பொதுத் தேர்தலில் பம்பாய் வட க்குத் தொகுதியில் போட்டியிட்ட அம்பேத்கரின் தோல்விக்கு வேலை செய்தனர் என்பதை அறிய பார்க்க: சி. ஆனந்த் (2012அ) மற்றும் ராஜ்நாராயண் சந்திரவர்க்கர் (2009, 161) அதில் அவர் சொல்கிறார், "காங்கிரசிற்கு எதிராக அம்பேத்கரின் ஷெட்யூல்ட் காஸ்ட் ஃபெடெரேஷனோடு தேர்தல் கூட்டு வைக்கவோ அல்லது இணைந்து செயல்படுவதோ இல்லை என சோஷலிஸ்டுகளும் கம்யூனிஸ்டுகளும் எடுத்த முடிவு அவர்களுக்கு மத்திய பம்பாய் தொகுதியின் இழப்பைத் தேடித் தந்தது. இந்திய கம்யூனிஸ்ட் கட்சிக்காக டாங்கே, சோஷலிஸ்டுகளுக்காக அஷோக் மேத்தா மற்றும் அம்பேத்கரின் பட்டியலினத்தவர் கூட்டமைப்பு ஆகியோர் ஒவ்வொருவரும் தனித்தனியாக நின்று ஒன்றாக வீழ்ந்தனர். மத்திய பம்பாய் தனித் தொகுதியில் அம்பேத்கருக்கு வோட்டு போடுவதை விட வாக்குச்சீட்டை செல்லாததாகக் கெடுத்துவிடுமாறு டாங்கே தனது ஆதரவாளர்களுக்கு உத்தரவிட்டது குறிப்பிடத் தகுந்தது. அதன்படியே அம்பேத்கர் தோல்வியுற்றார்; தனது தோல்விக்கு கம்யூனிஸ்ட் பிரச்சாரம்தான் காரணம் எனவும் கூறினார். மத்திய பம்பாய் தொகுதியை கம்யூனிஸ்டுகளால் வெல்ல முடியாத போதும், கிரன்காவ் பகுதியில் அதன் தலித் வாக்காளர்கள் உள்ளிட்ட அனைத்து வாக்காளர் மத்தியிலும் அவர்களுக்கிருந்த செல்வாக்கு அத்தொகுதி தேர்தலை தீர்மானிக்கப் போதுமானதாயிருந்தது. அந்தத் தேர்தல் பிரச்சாரம் நீடித்த கசப்புணர்வை உருவாக்கியது. தினு ரணதிவே நினைவு கூர்வதைப் போல, "தலித்துகளுக்கும் கம்யூனிஸ்டுகளுக்கும் இடையிலான வேறுபாடுகள் மிகக் கூர்மையடைந்தன, எவ்வளவுக்கென்றால் இன்றுவரை கம்யூனிஸ்ட்கள் குடியரசுக் கட்சியினரிடமோ அல்லது எவ்விதத்திலாவது ஏதோ ஒரு பகுதி தலித் வாக்காளர்களிடமோ ஆதரவு கேட்பதே கடினம் எனும் அளவிற்கு ஆகிவிட்டது." குடியரசுக் கட்சி டிசம்பர் 1956இல் அவரது மரணத்திற்கு சிறிது காலம் முன் அம்பேத்கர் உருவாக்க நினைத்த கட்சி. அவரது ஆதரவாளர்களால் அது 1957இல் தான் உருவாக்கப்பட்டது, ஆனால் இன்று அக்கட்சி 12க்கும் மேற்பட்ட பிளவுபட்ட குழுக்களாக இருக்கிறது.

209. கோசாம்பி 1948, 274.

210. இது குறித்த தகவலுக்கு, பார்க்க ஜேன் ப்ரெமனின் "தொழிற்துறை பாட்டாளி வர்க்கத்தின் உருவாக்கமும் பிளவும்" The Making and Unmaking of an Industrial Working Class (2004). குறிப்பாக பாகம் இரண்டு, கூட்டு செயல்பாட்டின் அமைப்பாக்கம்: தொழிற்சங்கத் தலைவராக மகாத்மா காந்தி; 'The Formalization of Collective Action: Mahatma Gandhi as a Union Leade' (40-68).

211. ப்ரெமன் 2004, 57.

212. ஷங்கர்லால் பேங்கர்; ப்ரெமனில் சுட்டப்பட்டுள்ளது *(2004, 47).*

213. ஜவுளித் தொழிலாளர் சங்கத்தின் ஆண்டறிக்கை, *1925,* ப்ரெமனில் சுட்டப்பட்டுள்ளது *(2004, 51).*

214. *நவஜீவன், 1920* ஜனவரி *8;* BAWS *9, 280*இல் சுட்டப்பட்டுள்ளது.

215. *ஹரிஜன், 1946* ஏப்ரல் *21;* CWMG *90, 255–6.*

216. சாதியை அழித்தொழித்தல் *3.10 & 3.11*

217. சாதியை அழித்தொழித்தல் *4.1.*

218. செல்லியாட் *2013, 178.*

219. நம்பூதிரிப்பாடு *1986, 492.*

220. பிரகடனத்தின் பனுவல் சத்தியநாராயணா மற்றும் தரூ *(2013, 62)* இல் மீள்பிரசுரமாகியிருக்கிறது.

221. தொண்டு நிறுவனங்கள் – என்.ஜி.ஓ மற்றும் தலித் இயக்கம் இடையிலான உறவு – இந்தியாவில் காலனிய மற்றும் மிஷனரிகளின் செயல்பாட்டின் வரலாற்றிலிருந்து தொடங்கி விமர்சன பூர்வமாக அணுகும் கட்டுரைக்குப் பார்க்க: டெல்டும்ப்டே *(2010*பி). அதில் அவர் வாதிடுகிறார்: "ஆச்சர்யமளிக்காத வகையில் இந்திய என்.ஜி.ஓக்களில் உள்ள பெரும்பான்மை தலித்துகள் கள அளவில் செயல்படுகிறார்கள். தமது சமூகங்களுக்காகத் தலித் சிறுமிகளும் பையன்களும் சமூக சேவை செய்வதாகத் தெரிகிறது. இதைத்தான் தலித்துகள் செய்ய வேண்டும் என்று அம்பேத்கர் எதிர்பார்த்தார். எனவே தலித் சமூகங்கள் இத்தகைய பணியாளர்களை மிகச் சாதகமான முறையில் பார்க்கின்றனர் – நிச்சயமாக தலித் அரசியல்வாதிகளை – இவர்கள் அவ்வப்பொழுது வெறும் வாய்ச்சொல் வீசுபவர்களாகப் பார்க்கப்படுகின்றனர் – எதிர்கொள்வதைவிடவும் அதிக சாதகமாகப் பார்க்கின்றனர். இப்படியாக என்.ஜி.ஓ துறை என்பது சமூகவியல் பட்டங்களுக்குப் பயிலும் தலித்துகளில் பெரும்பகுதியினரை வேலையிலமர்த்தும் துறையாக ஆகியிருக்கிறது. மேலும், பொதுத் துறையில் வேலைவாய்ப்புகள் *80*களின் மத்தியில் இருந்து அரசு கைகொண்டிருக்கும் புதிய தாராளமயமாக்கல் கொள்கைகளினால் குறைந்துள்ள நிலையில், எம்.ஜி.ஓக்கள் வேலைதருபவர்களாக இருக்கும் சாத்தியப்பாடு மிகப் பெரிய முக்கியத்துவத்தைப் பெற்றிருக்கிறது."

222. உதாரணத்திற்கு, நில ஆக்கிரமிப்பு, சுற்றுச் சூழல் மற்றும் ஆதிவாசி மக்கள் உரிமைகள் ஆகியவற்றை அத்துமீறும் பல நடவடிக்கைகளில் ஈடுபட்டுவரும் வேதாந்தா எனும் பன்னாட்டுக் கனிம சுரங்க நிறுவனத்தோடு இணைந்து செயல்படும் என்.ஜி.ஓக்களின் பட்டியலைப் பார்க்கவும். <http://www.vedantaaluminium.com/ngos-govt-bodies.htm> *2013* நவம்பர் *20* அன்று பார்க்கப்பட்டது.

223. *1896* செப்டம்பர் *26* அன்று பம்பாயில் நிகழ்ந்த கூட்டத்தில் – எங்கு அவர், "தென் ஆப்பிரிக்காவில் வசித்து வரும் *1,00,000* ஆங்கிலேய

இந்தியர்களின்" பிரதிநிதியாகப் பேசுவதாகச் சொன்னாரோ அந்த உரை. பார்க்க: CWMG *1, 407*.

224. சாதியை அழித்தொழித்தல் *8.2–4*.

225. BAWS 1, 375.

226. சாதியை அழித்தொழித்தல் *5.8*.

227. மத்தியநில ஆதிவாசிகளின் (அட்டவணை *5*) வாழ்வையும் வடகிழக்கு ஆதிவாசிகளின் (அட்டவணை *6*) வாழ்வையும் பாலிக்கும் பல விஷயங்கள் அரசியலமைப்புச் சட்டத்தில் இருக்கின்றன. சமூக விஞ்ஞானி உதய் சந்திரா தனது சமீபத்திய கட்டுரையில் (*2013, 155*) சுட்டிக் காட்டுவதுபோல, "அரசியலமைப்புச் சட்டத்தின் *5*வது மற்றும் *6*வது அட்டவணைகள் *1935*இல் இந்திய அரசின் முழுவதும் / பகுதியளவில் நீக்கப்பட்ட பகுதிகள் சட்டத்தின் மற்றும் *1918*இல் இந்திய அரசு வரையறுத்த மிகவும் பிற்படுத்தப்பட்ட நிலப்பகுதிகள் ஆணையின் மொழியையும் தர்க்கத்தையும் நீட்டிப்பதாகவுமே இருக்கின்றன ... கிழக்கில் மேற்கில் மற்றும் மத்திய இந்திய மாநிலங்களில் உள்ள *5*ஆம் அட்டவணை பகுதிகளில் மாநில ஆளுநர்களுக்குச் சிறப்பு அதிகாரம் வழங்கப்பட்டுள்ளது: அவர்கள் மத்திய மாநில சட்டங்களைத் திருத்தவோ தடைசெய்யவோ, பழங்குடிகள் நிலத்தை விற்கவோ பெயர் மாற்றவோ செய்வதை தடைசெய்ய அல்லது ஒழுங்குபடுத்த, வணிக நடவடிக்கைகளை, குறிப்பாக பழங்குடி அல்லாதவர்களின் நடவடிக்கைகளை ஒழுங்குபடுத்த மற்றும் மாநில சட்டசபைகளுக்குத் துணையாக பழங்குடி ஆலோசனை கவுன்சில்களைத் தேர்ந்தெடுக்க என இந்த சிறப்பு அதிகாரங்கள் வழங்கப்பட்டிருக்கின்றன. கொள்கை அளவில், இந்த அட்டவணை பிரதேசங்களில் தேர்ந்தெடுக்கப்பட்ட மாநில மற்றும் உள்ளாட்சி அமைப்புகளை ஓரம்கட்டி நேரடியாக நிர்வாகத்தில் தலையிடும் உரிமையையும் புது தில்லி தனக்கு ஒதுக்கி வைத்துக் கொண்டுள்ளது. காலனிய அசாம் மாகாணத்திலிருந்து உருவான வடகிழக்கின் *7* மாநிலங்களில் விரவிக் கிடக்கும் *6*ஆம் அட்டவணை பிரதேசங்களில் உள்ள தன்னாட்சி மாவட்டங்களுக்கும் பகுதிகளுக்கும் மாநில ஆளுநர்கள் தலைமை தாங்குகின்றனர்; மத்திய மாநில அரசுகள் இந்த பிரத்யேக நிர்வாக பகுதிகளில் தலையிடாமல் இருப்பதை உறுதி செய்யும் நோக்கில் இது ஆக்கப்பட்டுள்ளது."

228. BAWS *9, 70*இல் சுட்டப்பட்டுள்ளது.

229. BAWS 9, 42.

230. காங்கிரஸ் அல்லாத ஜனதா தள தலைமையிலான அரசின் (டிசம்பர் *1989*–நவம்பர் *1990*), பிரதம மந்திரியான விஷ்வநாத் பிரதாப் சிங் (*1931–2008*) மண்டல் கமிஷனின் பரிந்துரைகளை அமுல்படுத்த முடிவெடுத்தார். சாதி ஒடுக்குமுறையை ஈடுசெய்யும் விதமாக பிற்படுத்தப்பட்டோருக்கு பொதுத்துறையில் நிலையான சதவீதம் இடஒதுக்கீடு அளிக்க வகைசெய்யும் பரிந்துரை அது. அக்கமிஷனின் தலைவராக இருந்த நாடாளுமன்ற உறுப்பினர் பி.பி. மண்டலின்

பெயரால் அறியப்பட்ட அக்கமிஷன் 1979இல் இன்னுமொரு காங்கிரஸ் அல்லாத மொரார்ஜி தேசாய் தலைமையிலான ஜனதா கட்சி அரசால் நியமிக்கப்பட்டது. ஆனால் 1980இல் வந்த அதன் முடிவுகள் – பொதுத் துறையில் இட ஒதுக்கீட்டு கொள்கையை தலித்துகள் மற்றும் ஆதிவாசிகளுக்கும் கூடுதலாக விரிவுசெய்து பிற பிற்படுத்தப்பட்ட சமூகத்தினருக்கு 27 சதவீதம் ஒதுக்கியது – இவை பத்தாண்டுகளுக்கும் மேலாக அமுலாக்கப்படாமல் இருந்தன. அது அமுலாக்கப் பட்டபோது, உயர்சாதி என்றழைத்துக் கொள்வோர் தெருவில் இறங்கினர். அவர்கள் குறியீட்டு முறையில் வீதிகளைப் பெருக்கினர், காலணிகளுக்கு பாலிஷ் போடுவதுபோலப் பாவித்தனர் மற்றும் பிற தூய்மையற்ற பணிகளையும் செய்வதுபோல போராடினர் – அதாவது அவர்கள் டாக்டர்களாக, இன்ஜினியர்களாக, வழக்கறிஞர் களாக அல்லது பொருளாதார நிபுணர்களாக ஆவதற்கு பதிலாக இந்த இட ஒதுக்கீட்டுக் கொள்கை அவர்களைப் போன்ற வசதி படைத்த மேற்சாதியினரை இழிவான ஊழியம் செய்யும் நிலைக்கு தள்ளிவிடும் என சொல்ல முற்பட்டனர். சிலர் பொதுவெளியில் தங்களை எரித்துக் கொள்ள முயன்றனர், அதில் மிக அறியப்பட்ட சம்பவமானது 1990இல் தில்லி பல்கலைக்கழக மாணவர் ராஜீவ் கோஸ்வாமியினுடையதாகும். இதேபோன்ற போராட்டங்கள் 2006இல் காங்கிரஸ் தலைமையிலான ஐக்கிய முற்போக்குக் கூட்டணி ஓபிசி இட ஒதுக்கீட்டை உயர் கல்வி நிலையங்களுக்கும் செல்லுபடியாகும் விதமாக விரிவுசெய்ய முயன்றபோதும் நிகழ்த்தப் பெற்றன.

231. BAWS 9, 40.

232. பார்க்க: மேனன் 2003, 52–3.

233. காங்கிரஸ் மற்றும் காந்தி குறித்த தனது 1945 குற்றச்சாட்டில் அம்பேத்கர் இந்த போலி வேட்பாளர்களைத் தனது அடிக்குறிப்பில் பட்டியலிட்டிருப்பார்: குரு கோசாயின் அகம்தாஸ், பாப்ராஜ் ஜெய்வார் தான் அந்த இரு செருப்புத் தைப்பவர்கள்; சுன்னு பால்காரர்; அர்ஜுன் லால் நாவிதர்; பன்சிலால் துப்புரவுத் தொழிலாளி (BAWS 9, 210).

234. BAWS 9, 210.

235. மேற்சொன்னது., 68.

236. மேற்சொன்னது., 69.

237. டிட்ரிக் 2006, 255.

238. இந்தியாவின் சேவகர்கள் சொசைட்டியின் உறுப்பினர் கோதண்ட ராவின் கூற்று; ஜாஃப்ரெலாட்டில் சுட்டப்பட்டுள்ளது (2005, 66).

239. ப்யாரேலால் 1932, 188.

240. BAWS 9, 259.

241. அம்பேத்கரின் பார்வையில், "தீண்டத்தகாதவர்களுக்கான தொகுதி களின் எண்ணிக்கை அதிகரிப்பது என்பது ஒரு அதிகரிப்பே இல்லை; மேலும் அது தனி வாக்கெடுப்பு மற்றும் இரட்டை வாக்குரிமை இழப்பை ஈடுசெய்யும் பிரதிசெயலும் அல்ல." (BAWS 9, 90). 1947க்குப் பிந்தைய இந்தியாவில் அம்பேத்கரே இருமுறை தேர்தலில் தோல்வி அடைந்தார். பெரும்பான்மை தலித் கட்சியான பகுஜன் சமாஜ் கட்சியின் நிறுவனர் கான்ஷி ராமுக்கும் அவரது வழிதோன்றலான மாயாவதிக்கும் ஐம்பதாண்டுகள் பிடித்தது முதன்முறையாக சுதந்திர இந்தியாவில் பாராளுமன்ற ஜனநாயகத்தில் வெற்றி பெற்று ஆட்சியமைக்க. இது பூனா ஒப்பந்தத்தை மீறியும் நிகழ்ந்தது. பிற ஒடுக்கப்பட்ட சாதிகளோடு கூட்டணி ஏற்படுத்திக்கொண்டு இவ்வெற்றியை கையகப்படுத்த கான்ஷி ராம் பல வருடங்கள் அயராமல் உழைத்தார். தேர்தலில் வெற்றிபெற பி.எஸ்.பி கட்சிக்கு உத்தரப் பிரதேசத்தின் விசித்திரமான மக்கள்தொகை பகிர்வும் பல ஓ.பி.சிக்களின் ஆதரவும் தேவையாயிருந்தன. ஒரு தலித் வேட்பாளர் பொதுத் தொகுதியில் இருந்து தேர்தலை வெற்றிகொள்ள – அது உத்தர பிரதேசத்திலேயே ஆனாலும் – ஏறத்தாழ சாத்தியமில்லை என்கிற நிலைமையே இன்னும் தொடர்கிறது.

242. பார்க்க அலெக்ஸாண்டர் 2010.

243. ஃபிஷர் 1951, 400–03.

244. எலினார் ஸெல்லியாட் எழுதுகிறார், "இங்கிலாந்தில் கிரிக்கெட் சுற்றுப்பயணத்தை முடித்துக் கொண்டு திரும்பிய பி. பாலு என அறியப்பட்ட பாலு பாபாஜி பல்வங்கருக்கான மன்பத்ராவை (வரவேற்புரை அல்லது கௌரவப்பத்திரம்) அம்பேத்கர் இறுபதாண்டு களுக்கு முன்னர் எழுதியிருந்தார். பின்னர் 1920களின் தொடக்கத்தில் பம்பாய் முனிசிபல் கார்ப்பரேஷனில் தாழ்த்தப்பட்ட வகுப்பினரின் நியமன பிரதிநிதியாக பி.பாலுவின் தேர்விலும் அம்பேத்கர் ஒரு பங்கு வகித்தார், (2013, 254). வட்ட மேசை மாநாடுகளின்போது பி. பாலு காந்தியை ஆதரித்தார்; இந்து மகா சபையின் நிலையையும் ஆதரித்தார். பூனா ஒப்பந்தத்தின் பின் சிறிது காலத்திலேயே 1933 அக்டோபரில் பாலு இந்து மகா சபை வேட்பாளராக பம்பாய் முனிசிபாலிட்டி தேர்தலில் போட்டியிட்டார். ஆனால் தோற்றுப் போனார். 1937இல் பம்பாய் சட்ட சபைக்கான தேர்தலில் கிழக்கு 'தனி' தொகுதியில் தீண்டத்தகாதாரின் வாக்குகளை பிளக்கும் முயற்சியாக காங்கிரஸ் கட்சி சம்பாரான பாலுவை சுதந்திர தொழிலாளர் கட்சியின் சார்பில் போட்டியிட்ட மகரான அம்பேத்கருக்கு எதிராக நிறுத்தியது. மிகக் குறைந்த வாக்கு வித்தியாசத்தில் அம்பேத்கர் வெற்றி பெற்றார்.

245. ராஜாவின் பணிகள் மற்றும் 1938 மற்றும் 1942இல் அவர் எப்படி அம்பேத்கரை ஆதரிக்கும் நிலைக்கு வந்தார் என்பது பற்றிய விவரத்திற்கு பார்க்க சாதியை அழித்தொழித்தல் 1.5 'மகாத்மா காந்தியின் சாதி குறித்த சால்ஜாப்பு'க்கான குறிப்பு 5ஐப் பார்க்கவும்.

246. குஜராத் மதச் சுதந்திரத்துக்கான சட்டம், 2003 ஒருவர் தனது மதத்திலிருந்து வேறொரு மதத்திற்கு மாற விரும்பினால் அவர் மாவட்ட நீதிபதியின் ஒப்புதலைப் பெறவேண்டும் என நிபந்தனை விதிக்கிறது. அந்தச் சட்டத்தின் பனுவல் <http://www.lawsofindia.org/statelaw/2224/TheGujarat FreedomofReligionAct2003.html> இருக்கிறது. அந்தச் சட்டத்தில் கொண்டுவர வரையப்பட்ட ஒரு திருத்த மசோதாவை அம்மாநில ஆளுநர் நாவல் கிஷோர் ஷர்மா மீண்டும் பரிசீலிக்குமாறு சட்டசபைக்கே திருப்பி அனுப்பினார். பின்னர் அது மாநில அரசால் கைவிடப்பட்டது. அந்த திருத்த மசோதாவின் ஒரு பகுதி ஜெயின்களும் பௌத்தர்களும் இந்து மதத்தின் பிரிவுகளாக கொள்ளப்படவேண்டும் என கோரியது. அரசியலமைப்புச் சட்டத்தின் பிரிவு 25ஐ மீறுவதாக அக்கோரிக்கை இருக்கும் என ஆளுநர் சொன்னார். பார்க்க <http://www.indianexpress.com/news/gujarat-withdraws-freedom-of-religion-amendment-bill/282818/1>. மகாத்மா காந்தியைச் சுட்டி மதமாற்றத்திற்கு எதிராக மோடி பேசும் காணொளியைக் காண: http://ibnlive.in.com/news/modi-quotes-mahatma-flays-religious-conversion/75119-3.html <http://www.ibnlive.in.com/news/modi-quotes-mahatma-flays-religious-conversion/75119-3.html>. மேலும் பார்க்க: <http://www.youtube.com/watch?v=wr6q1drP558>. குஜராத் விலங்குகள் பாதுகாப்புச் சட்டம் (திருத்தம்) 2011, "கசாப்புக்காக விலங்குகளை ஓரிடத்திலிருந்து வேறிடத்திற்குக் கொண்டு செல்வதை" ஒரு தண்டனைக்குரிய குற்றமாக்குகிறது. பசு வதையைத் தடைசெய்யும் இதே சட்டம் திருத்தத்திற்கு முன் சொன்னதை விரிவுபடுத்துவதாக அமைந்தது. இந்த சட்ட திருத்தம் முன்னர் ஆறுமாத கால தண்டனையாக இருந்ததை அதிகப்படுத்தி ஏழு ஆண்டுகளாக உயர்த்தியது. 2012இல் நரேந்திர மோடி கிருஷ்ணஜெயந்தி அன்று இந்தியர்களை இப்படி வாழ்த்தினார், "மகாத்மா காந்தியும் ஆச்சார்ய வினோபா பாவேவும் நமது தாய் பசுவை காக்க அயராமல் உழைத்தனர், ஆனால் இந்த அரசு அவர்களுடைய கொள்கைகளை கைவிட்டுவிட்டது." பார்க்க: http://ibnlive.in.com/news/narendra-modi-rakes-up-cow-slaughter-issue-in-election-year-targets-congress/280876-37-64.html?utm_source=ref_article <http://www.ibnlive.in.com/news/narendra-modi-rakes-up-cow-slaughter-issue-in-election-year-targets-congress/280876-37-64.html?utm_source=ref_article> (அனைத்து இணையச் சுட்டிகளும் 2013 செப்டம்பர் 10 அன்று பார்க்கப்பட்டவை.) காந்தி சொன்னார், "எவனொருவன் தனது உயிரைக் கொடுத்தாவது பசுவைக் காக்க தயாரில்லையோ அவன் இந்து அல்ல" (1933 செப்டம்பர் 8 கோசேவாவுக்கு கொடுத்த பேட்டி; CWMG 61, 372). முன்னதாக, 1924ல் அவர் சொன்னர், "ஒரு பசுவை நான் பார்க்கும்போது, அது தின்பதற்கான ஒரு விலங்கு அல்ல, அது இரக்கத்தின் ஒரு கவிதை எனக்கு; மேலும் நான் அதை வழிபடுகிறேன்; மொத்த உலகமும் எதிர்த்தாலும் நான் அதன் வழிபாட்டை ஆதரிப்பேன்." (*பாம்பே க்ரானிக்களில்* பதிவு செய்யப்பட்டுள்ளது, 1924 டிசம்பர் 30; CWMG 29, 476.

247. உதாரணத்திற்குப் பார்க்க: http://articles.timesofindia.indiatimes.com/keyword/mahatma-mandir <http://www.articles.timesofindia.indiatimes.com/keyword/mahatma-mandir>. 2013 டிசம்பர் 20 அன்று பார்க்கப்பட்டது.

248. ஹரிஜன், தலித் மற்றும் பட்டியல் சாதி ஆகிய பதங்களின் வரலாற்றிற்கு சாதியை அழித்தொழித்தல் முன்னுரைக்கான குறிப்பு 8ஐப் பார்க்கவும்.

249. BAWS 9, 126.

250. மேற்சொன்னது., 210.

251. ரெனால்ட் 1994, 25.

252. டிட்ரிக் 2006, 261.

253. BAWS 9, 125.

254. மேற்சொன்னது., 111.

255. தரு மற்றும் லலிதா 1997, 215.

256. அம்பேத்கர் 2003, 25.

257. மனுஸ்மிரிதி X: 123. பார்க்க டோனிகர் 1991.

258. ஹரிஜன் 1936 நவம்பர் 28; CWMG 70 126-8.

259. டைம்ஸ் ஆஃப் இந்தியா வலைப்பூவில் பத்தி எழுத்தாளர் ராஜீவ் ஷாவால் 2012 டிசம்பர் 1 அன்று பதியப்பட்டது. http://blogs.timesofindia.indiatimes.com/true-lies/entry/modi-s-spiritual-potion-to-woo-karmayogis <http://www.blogs.timesofindia.indiatimes.com/true-lies/entry/modi-s-spiritual-potion-to-woo-karmayogis> பொதுத் துறை நிறுவனமான குஜராத் அரசு பெட்ரோலியம் கார்ப்பரேஷனின் நிதி உதவியோடு கர்மயோகியின் 5000 பிரதிகள் அச்சடிக்கப்பட்டதாகவும் பின்னர் தன்னிடம் குஜராத் மாநில தகவல் துறை மோடியின் உத்தரவின்படி அப்புத்தகம் பொதுவிலிருந்து நீக்கப்பட்டுவிட்டதாகக் கூறியதாகவும் ஷா எழுதுகிறார். இரண்டு ஆண்டுகள் கழித்து 9000 துப்புரவுத் தொழிலாளர்களிடையே பேசும்போது மோடி, "ஒரு பூசாரி ஒவ்வொரு நாளும் பிரார்த்தனைக்கு முன்னர் கோவிலைச் சுத்தம் செய்கிறார், நீங்களும் மாநகரை ஒரு கோவில்போலச் சுத்தம் செய்கிறீர்கள். நீங்களும் பூசாரியும் ஒரே மாதிரி வேலை செய்கிறீர்கள்." பார்க்க: 2013 ஜனவரி 23 தேதியிட்ட ஷாவின் வலைப்பூ, http://blogs.timesofindia.indiatimes.com/true-lies/entry/modi-s-postal-ballot-confusion?sortBy=AGREE&th=1 <http://www.blogs.timesofindia.indiatimes.com/true-lies/entry/modi-s-postal-ballot-confusion?sortBy=AGREE&th=1>. இரண்டும் 2013 நவம்பர் 12 அன்று பார்க்கப்பட்டன.

260. CWMG 70, 76–7.

261. பார்க்க, இப்புத்தகத்திலுள்ள பூனா ஒப்பந்தம் – ஒரு குறிப்பு (பக். 335)

262. மேனன் 2006, 20.

263. இந்த புரிதல் அரசியலமைப்புச் சட்டத்திலும் இடம்பெறுகிறது. பிரிவு 25(2)(ஆ)விற்கான விளக்கத்தில் தான் சுதந்திர இந்தியாவில் முதன்முறையாக பௌத்தர்கள், சீக்கியர்கள் மற்றும் ஜெயின்கள் பட்டியலிடப்படுகின்றனர். அது "சமூக நலம் மற்றும் சீர்திருத்தங்களைச் சேர்ப்பதற்காக இருந்தாலும் அல்லது பொது தன்மையுள்ள இந்து மத நிறுவனங்களை அனைத்து இந்து வகுப்பினருக்கும் திறப்பதற்காக" "மட்டுமே" இருந்தாலும் இதுவே முதல் முறை. பின்னர் தொகுக்கப்பட்ட இந்து தனிச் சட்டம் உதாரணத்திற்கு இந்து திருமணச் சட்டம், 1955 அல்லது இந்து வாரிசுச் சட்டம் 1956 போன்றவை அதன் விதிகளை பௌத்தர்களுக்கும் சீக்கியருக்கும் ஜெயின்களுக்கும் பொருந்துமாறு வரைந்ததன் மூலம் இந்த நிலைப்பாட்டை உறுதி செய்தன. இந்திய சட்டத்தின்கீழ் ஒரு நாத்திகர் தானாகவே இந்துவாக வகைப்படுத்துகிறார் என்பது கவனிக்கத்தக்கது. நீதித்துறை வேறுவேறான சமிக்ஞைகளை வெளியிடுகிறது, சில சமயம் இம்மதங்களின் 'சுயாதீனமான தன்மையை' அங்கீகரித்தும் வேறு சில சமயங்களில் "சீக்கியர்களும் ஜெயின்களும் உண்மையில் எப்போதுமே பலவிதப் பிரிவுகளை – உட்பிரிவுகளை, நம்பிக்கைகளை, வழிபாட்டு முறைகளை மற்றும் மத தத்துவங்களைக் கொண்ட பரந்துபட்ட இந்து சமூகத்தின் ஒரு பாகமாகவே பார்க்கப்பட்டிருக்கின்றனர்." (பால் பாடில் மற்றும் இன்னொருவர் எதிர் இந்திய அரசு மற்றும் பிறர் வழக்கு 2005 ஆகஸ்ட் 8) என்றும் சொல்லியிருக்கிறது. பௌத்தர்கள், சீக்கியர் மற்றும் ஜெயின்களின் அங்கீகாரத்துக்கான போராட்டம் தொடர்கிறது. இதில் சில வெற்றிகளும் கிடைத்திருக்கின்றன. உதாரணமாக ஆனந்த் திருமணச் (திருத்தம்) சட்டம் 2012, சீக்கியர்களை இந்து திருமணச் சட்டத்தில் இருந்து விடுவித்தது. 2014 ஜனவரி 20 அன்று, மத்திய அமைச்சரவை ஜெயின்களை தேசிய அளவில் சிறுபான்மை சமூகமாக அங்கீகரிக்கும் ஆணைக்கு ஒப்புதல் அளித்தது. கூடவே பார்க்க: குஜராத் மதச் சுதந்திரச் சட்டம் குறித்த மேலுள்ள குறிப்பு 246.

264. பார்க்க குஹா 2013அ.

265. என்.ஜி.ஓக்களும், பத்திரிகைச் செய்திகளும் இரண்டாயிரம் பேர் இறந்திருக்கக் கூடும் என சொல்கின்றனர் (பார்க்க: ஃப்ரண்ட்லைன் பத்திரிகையில் அனுபமா கடகம் எழுதிய "அவமானத்தின் பத்தாண்டுகள்" மார்ச் 2012), அப்போதைய உள்துறை இணை அமைச்சர் ஸ்ரீபிரகாஷ் ஜெய்ஸ்வால் (காங்கிரஸ் கட்சி) 2005 மே 11இல் நாடாளுமன்றத்தில் 790 முஸ்லிம்களும் 254 இந்துக்களும் கலவரங்களில் இறந்ததாக சொன்னார்; 2,548 பேர் காயமுற்றனர், 223 பேர் காணாமல் போனார்கள். பார்க்க: "குஜராத் கலவரம் இறந்தவர் எண்ணிக்கை வெளியீடு", http://news.bbc.co.uk/2/hi/south_asia/4536199.stm

<http://www.news.bbc.co.uk/2/hi/south_asia/4536199.stm> *2013 நவம்பர் 10 அன்று பார்க்கப்பட்டது.*

266. *"பொடா சட்டம் துர்பிரயோகம் குறித்த மக்கள் பொதுவிசாரணையின் முக்கிய கருத்துக்கள்", தி இந்து, 2004 மார்ச் 18. இதையும் பார்க்க "போடாவை திரும்பப் பெறுமாறு ஹ்யூமன் ரைட்ஸ் வாட்ச் மத்திய அரசைக் கேட்கிறது" பி.டி.ஐ செய்தி நிறுவனம்., 2002 செப்டம்பர் 8.*

267. *பார்க்க "காவியின் கீழ் குருதி: தலித்–முஸ்லிம் மோதல் எனும் கட்டுக்கதை," ரவுண்ட் டேபிள் இந்தியா, 2013 ஜூலை 23.* http://goo.gl/7DU9uH <http://www.goo.gl/7DU9uH>. *2013 செப்டம்பர் 10 அன்று பார்க்கப்பட்டது.*

268. *பார்க்க* http://blogs.reuters.com/india/2013/07/12/interview-with-bjp-leader-narendra-modi/ <http://www.blogs.reuters.com/india/2013/07/12/interview-with-bjp-leader-narendra-modi/>. *2013 செப்டம்பர் 8 அன்று பார்க்கப்பட்டது.*

269. *பார்க்க "தலித் தலைவர் ஆர்.எஸ்,எஸ்ஸுடன் வாக்குவாதத்தை முடித்து இணக்கமானார்" டைம்ஸ் ஆஃப் இந்தியா, 2006 ஆகஸ்ட் 31.* http://articles.timesofindia.indiatimes.com/2006-08-31/india/27792531_1_rss-chief-k-sudarshan-rashtriya-swayamsevak-sangh-dalit-leader <http://www.articles.timesofindia.indiatimes.com/2006-08-31/india/27792531_1_rss-chief-k-sudarshan-rashtriya-swayamsevak-sangh-dalit-leader> *2013 ஆகஸ்ட் 10 அன்று பார்க்கப்பட்டது.*

270. *பார்க்க: ஸெல்லியாட் 2013, முக்கியமாக பாகம் 5, "அரசியல் வளர்ச்சி, 1935–56" ஜோகேந்திரநாத் மண்டலின் வாழ்வு மற்றும் பணிகள் குறித்து அறிய பார்க்க: த்வாய்பயன் சென் (2010).*

271. *பி.டி.ஐ செய்தி நிறுவனம், 1955 மார்ச் 20. ஸெல்லியாட்டில் சுட்டப்பட்டுள்ளது (2013, 193).*

272. *பார்க்க: வெய்ஸ்ஸ், 2011.*

273. *எப்படி உலகை மறுநிர்மாணம் செய்ய அம்பேத்கரின் பௌத்தம் ஒரு முயற்சி என்று அறிய பார்க்க: ஜோண்டேல் மற்றும் பெல்ட்ஸ் (2004). இந்தியாவில் பௌத்தம் பற்றிய மாற்று வரலாற்றிற்குப் பார்க்க ஓம்வெட் (2003).*

274. BAWS *11, 322.*

275. BAWS *17, பாகம் 2, 444–5. 1956 செப்டம்பர் 14 அன்று அம்பேத்கர் பிரதமர் நேருவிற்கு ஒரு கடிதம் எழுதினார். "அச்சேற்றுவதற்கான விலை மிக அதிகமாக இருக்கிறது. சுமார் 20, 000 ரூபாய் ஆகும். இது என்னுடைய சக்திக்கு மீறியது. அதனால் நான் பல தரப்புகளில் இருந்தும் உதவி கேட்டுக் கொண்டிருக்கிறேன். பல்வேறு நூலகங்களில் விநியோகிப்பதற்கும் புத்தரின் 2500 ஆண்டு ஜெயந்தியை முன்னிட்டு நீங்கள் அழைக்க இருக்கும் பல்வேறு அறிஞர்களுக்கு அளிப்பதற்கும்*

இந்திய அரசு 500 பிரதிகளை வாங்கிக் கொள்ளுமா என யோசிக்கிறேன்." நேரு அவருக்கு உதவவில்லை. அந்தப் புத்தகம் அவரது மரணத்திற்குப் பிறகு வெளியிடப்பட்டது.

276. பிராமண இந்துமதம் ஆதியும் அந்தமும் இல்லாததும் படைப்பு சுழலுக்கும் நிறுத்த சுழலுக்கும் மாறிக்கொண்டேயிருப்பதுமான பிரபஞ்ச காலத்தை நம்புகிறது. ஒவ்வொரு மகாயுகமும் நான்கு யுகங்களைக் கொண்டது – க்ரேத அல்லது சத்ய யுகம் (பொற்காலம்), தொடர்ந்து வரும் த்ரேதா, த்வாபர மற்றும் கலி யுகங்கள். ஒவ்வொரு யுகமும் முன்னதைக் காட்டிலும் சிறியதாக இருக்கும். ஒவ்வொன்றும் முன்னதைக் காட்டிலும் அதிக தரங்கெட்டதாகவும் அதிக வக்கிரமானதாகவும் இருக்கும். கலி யுகத்தில் வர்ணாசிரம தர்மத்தின் மரியாதை கெடும் – சூத்திரர்கள் அதிகாரத்தை வென்றெடுப்பார்கள் – குழப்பம் கோலோச்சும், இறுதியில் அழிவுக்கு வழி வகுக்கும். கலியுகத்தைப் பற்றி பகவத் கீதை இப்படி சொல்கிறது (IX : 32): "தீய பிறப்பினால் உருவானவர்கள், பெண்கள், வைசியர்கள் மற்றும் சூத்திரர்கள் கூட என்னிடம் அடைக்கலம் கேட்டு வந்தால் அவர்கள் உச்சபட்சமான விடுதலையைப் பெறுவார்கள்" (டெப்ராய் 2005, 137).

சாதியை அழித்தொழித்தல்

பகுத்தறிவோடு சிந்திக்க மறுப்பவன் வெறியன்.
பகுத்தறிவோடு சிந்திக்க முடியாதவன் முட்டாள்.
பகுத்தறிவோடு சிந்திக்க தைரியமற்றவன் அடிமை.

— எச். ட்ரமாண்ட்

உண்மையை உண்மையென்றும்
உண்மையற்றதை உண்மையற்றதாகவும் தெரிந்துகொள்.

— புத்தர்

இந்தக் குறிப்புகள் அம்பேத்கரால் தலைப்புப் பக்கத்தில் 1937 பதிப்பின்போது சேர்க்கப் பட்டிருக்கின்றன. புத்தரின் மேற்கோள் தம்மபதம் – சுத்த நிபதத்தின் 12வது செய்யுளிலிருந்து எடுக்கப்பட்டது (ப.3). கிழக்கின் புனிதப் புத்தகங்களுள் ஒன்றான இவற்றிற்கு பார்க்க: மாக்ஸ் முல்லர், மாக்ஸ் ஃபௌஸ்பொல்லின் 10வது தொகுதி (1881). ட்ருமோண்டின் வார்த்தைகள் அகாடமிகல் கொஸ்டீன்ஸ் முதல் தொகுதிக்கான முன்னுரையில் அவர் எழுதியது (1805, xv). சர் வில்லியம் ட்ருமோண்ட் (1937 பதிப்பில் தவறாக அச்சிடப்பட்டதுபோல ஹெச். ட்ருமோண்ட் அல்ல) ஒரு ஸ்காட்டிஷ் அரசியல் நிபுணரும் பாராளுமன்ற உறுப்பினரும் கவிஞரும் தத்துவவியலாளருமாவார். அம்பேத்கர் ட்ருமோண்டின் இந்த வார்த்தைகளை வார்த்தைத் தேர்வு, நிறுத்தற்குறிகளை சற்று மாற்றிப் பயன்படுத்தியுள்ளார்: “தார்க்கபூர்வமாகச் சிந்திக்க மறுப்பவன் ஒரு வெறியன்; முடியாதவன் ஒரு முட்டாள்; தைரியமில்லாதவன் ஒரு அடிமை.”

இரண்டாவது பதிப்பிற்கான முன்னுரை, 1937

லாகூரைச் சேர்ந்த ஜாத் பாத் தோடக் மண்டல்[1]லுக்காக நான் தயாரித்த இவ்வுரை எந்த இந்து மக்களுக்காக நான் எழுதினேனோ அவர்களிடையே அதிர்ச்சிதரத்தக்க வகையிலான ஆதரவான வரவேற்பைப் பெற்றுள்ளது. ஆயிரத்தைநூறு பிரதிகள் அச்சடிக்கப்பட்ட ஆங்கிலப் பதிப்பு,

1. சுவாமி தயானந்த சரஸ்வதியால் (1824–83) 1875ஆம் ஆண்டு ஏப்ரல் 10ஆம் தேதி லாகூரில் உருவாக்கப்பட்ட இந்து சீர்திருத்தவாத அமைப்பான ஆரிய சமாஜத்தில் இருந்து பிரிந்த புரட்சிகர குழு ஜாத்–பாத்–தோடக் மண்டல் (சாதியை நொறுக்குவதற்கான பேரவை). ஆரிய சமாஜ தலைவரான பாய் பரமானந்தின் வற்புறுத்தலுக்கிணங்க, சாதியை எதிர்ப்பதற்கென தனித்த அமைப்பு ஒன்றை நிறுவும் நோக்கில் 1922ஆம் ஆண்டு நவம்பர் மாதம் லாகூரில் உள்ள தன்னுடைய இல்லத்தில் ஆண்களும் பெண்களுமாய் கிட்டத்தட்ட 22 பேர் சந்தித்ததாக சந்த் ராம் கூறுகிறார். (பார்க்க: குறிப்பு 3), அவரது சுயசரிதையான 'மேரா ஜீவன் கி அனுபவ்' (எனது வாழ்வின் சில அனுபவங்கள் 1963/2008) எனும் நூலில் சந்த் ராம், ஜாத் பாத் தோடக் எனும் பெயரை தானே பரிந்துரை செய்ததாகக் கூறுகிறார். இப்பேரவையை நிறுவியவர்களென 18 பெயர்களை சந்த் ராம் பட்டியலிடுகிறார். அவை பின்வருமாறு – பாய் பரமானந்த் (தலைவர்), பண்டிட் பூமாந்த், பண்டிட் பரமானந்த் பி.ஏ; சவுத்ரி கன்னையா லால், பாபு தீர்த்தராம், பருத்தித் தொழிற்சாலை உரிமையாளர் சக்ஜூம்ரா, டெல்லியைச் சேர்ந்த பண்டிட் பிரம்மதத் வித்யா லங்கர், ஸ்ரீ சுதர்ஸன் சிறுகதை எழுத்தாளர், பண்டிட் தர்மதேவ், ஆரிய சமாஜத்தின் ஜலந்தர் நிர்வாகி தீவன் சந்த், பூசாரியும் நவ் ஷேராவின் ஆரிய சமாஜ ஊழியருமான பண்டிட் சந்த் ராம், லாகூரின் நிலக்கரி கம்பெனியைச் சேர்ந்த பரமானந்த் ஆர்யா, ஜலந்தர் பெண்கள் பள்ளியின் ஆசிரியர் பண்டிட் சேத் ராம், லாகூரின் குருதத் பவனைச் சேர்ந்த தேவ் நாத், லாகூரின் குருதத் பவனைச் சேர்ந்த தேவமித்ரா, மீரட் நகரைச் சேர்ந்த தர்மேந்திர நாத் எம்.ஏ, சந்த் ராம் பி.ஏ, பண்டிட் பூமானந்தின் மனைவி திருமிகு. பார்வதி, பண்டிட் பரமானந்தின் மனைவி திருமிகு. சுபத்திரா தேவி. அம்பேத்கர் அவரது உரையின் முன்னுரையில் (பக்கம் –175) சுட்டிக்காட்டுவது போல சாதி இந்துக்களால் மட்டுமே முன்னெடுக்கப்பட்ட இம்முயற்சியில் தீண்டத்தகாதவர்கள் பங்கு வகிக்கவில்லை என்பது மேலே குறிப்பிடப்பட்டுள்ள பெயர்களிலிருந்து தெரிய வருகிறது. சமபந்தி போஜனத்தையும் கலப்புத் திருமணத்தையும் இந்த மண்டல் வலியுறுத்தியிருக்கிறது. தங்களுக்கோ தங்கள் குழந்தைகளுக்கோ கலப்புத் திருமணம் மட்டுமே செய்வது என உறுதியேற்றுக்கொண்ட, ஆண்டுச் சந்தா இரண்டு ரூபாய் செலுத்திய இந்துக்களே இந்த மண்டலின் உறுப்பினராக முடியும்.

வெளிவந்த இரண்டு மாதங்களிலேயே விற்றுத் தீர்ந்துவிட்டது. தமிழிலும் குஜராத்தியிலும் மொழிபெயர்க்கப்பட்டிருக்கிறது. மராத்தி, இந்தி, பஞ்சாபி, மலையாளத்திலும் மொழிபெயர்க்கப்பட்டுக் கொண்டிருக்கிறது. ஆங்கிலப் பிரதிக்கான வேண்டுகோள்கள் இன்னமும் அடங்காமல் வந்து கொண்டேயிருக்கின்றன. இந்த வேண்டுகோள்களைத் திருப்தி செய்வதற்கு இரண்டாவது பதிப்பைக் கொண்டு வருவது அவசியமாகிறது. வரலாறு குறித்த கவனமும் பிரகடனத்தின் பயனுறுதி கருதியும் கட்டுரையின் வடிவத்தை, உரை வடிவமாகவே அப்படியே வைக்கும் முடிவுக்கு வந்துள்ளேன். கட்டுரை வடிவத்திற்கு நேரடி விவரிப்பாக இதை மாற்றச் சொல்லி கேட்கப்பட்டிருந்தாலும் நான் இப்படியே வைக்கிறேன்.

இந்த பதிப்புடன் நான் இரண்டு பின்னிணைப்புகளைச் சேர்த்திருக் கிறேன். பின்னிணைப்பு ஒன்றில் திரு. காந்தி எழுதிய இரண்டு கட்டுரைகளை, ஒன்று *ஹரிஜ²*னில் அவர் என்னுடைய உரைக்கு எழுதிய மதிப்புரை, இரண்டாவது அவர் ஜாத் பாத் தோடக் மண்ட[3]லைச் சேர்ந்த

---

2. 1932ஆம் ஆண்டின் வகுப்புவாரி இடஒதுக்கீட்டாலும் பூனா ஒப்பந்தம் கையெழுத்திடப் பட்டதாலும் அம்பேத்கருடன் முரண்பட்டிருந்த எம்.கே. காந்தி, 1932இல் ஹரிஜன் சேவாதளத்தையும், 1933இல் *ஹரிஜன்* என்று பெயரிடப்பட்ட ஒரு ஆங்கில இதழையும் துவங்கினார். அம்பேத்கர், தீண்டத்தகாதவர்கள் என்னும் சொல்லையும் அதிகாரபூர்வ சொற்பதமான, அழுத்தப்பட்ட வர்க்கம் என்னும் சொல்லையுமே பயன்படுத்த விரும்பினார். வர்ணாசிரம அடுக்கிற்குள் வருபவர்களை ‘சாதி இந்துக்கள்’, ‘சாவர்ணர்கள்’ எனவும் தீண்டத்தக்கவர்கள் எனவுமே விளிக்க அவர் விரும்பினார்.

3. ஜாத் பாத் தோடக் மண்டலின் நிறுவன உறுப்பினர்களில் ஒருவரான சந்த் ராம் பி.ஏ. 1887 பிப்ரவரி 14இல் பஞ்சாபின் ஹோசியாபூர் மாவட்டத்தின் பூரானிபாஸ்ஸி எனுமிடத்தில் பிறந்தவர். தனது சுயசரிதையில், அவரது அப்பாவின் குலப்பெயரான ஹோகில் ராஜ்புத்திரர் களிடையேயும் (போர்வீரர்கள்), பனியாக்களிடையேயும் (வியாபாரிகள்), கும்கார்களிடையேயும் (குயவர்கள்) காணப்பட்டதாக அவர் கூறுகிறார். தன்னை ஒரு கும்கார் என அவர் அடையாளப்படுத்திக்கொண்டாலும் பெயருக்குப்பின் சாதி குறிப்பிடப்படுவதை அங்கீகரிக்க கூடாது என்பதற்காக பி.ஏ. பட்டத்தை தனது பெயருடன் இணைத்துக்கொண்டார். அவர் இன்றைய பஞ்சாபில் பட்டியல் சாதியினரின் பட்டியலில் இருக்கிற மெஹ் எனும் சாதியைச் சேர்ந்தவர் என்றும் ஒரு தகவல் இருக்கிறது. (ஷிர்சாகர் – 1994, 323) அவரது கிராமத்தில் கும்கார்கள் பானை செய்யவில்லை எனவும் வியாபாரத்தில் ஈடுபட்டனர் எனவும் அவர் கூறுகிறார். அக்கிராமத்திலேயே முதலாவதாக சந்த் ராமின் தந்தை ராமதாஸ் ஹோகில் தனது பிள்ளைகளுக்கு கல்வி அளித்தார், வர்த்தகத்தின் மூலம் நல்ல செல்வமும் செல்வாக்கும் பெற்று மத்திய ஆசியா வரை பயணம் செய்து வந்தார். சந்த் ராம் தனது பனிரெண்டாவது வயதில் திருமணம் செய்துகொண்டார். எழுத்தறிவு இல்லாத தனது மனைவிக்கு அவர் எழுதப்படிக்கச் சொல்லிக் கொடுத்தார், அவரது முக்காடை அகற்றினார். *இந்தியன் ரேஷனலிஸ்டு* (1952) என்ற பத்திரிகையின் கூற்றுப்படி, தனது முதல் மனைவி இறந்து ஐந்து வருடங்கள் கழித்து 1929இல் மகாராஷ்ட்டிர மாநிலத்தைச் சேர்ந்த சுந்தர்பாய் ப்ருதான் எனும் ஒரு விதவையை அவர் மணமுடித்தார் மூன்று காரணங்களால் அந்தத்திருமணம் குறிப்பிடத்தக்கதாக இருக்கிறது. அது ஒரு விதவை திருமணம். அது ஒரு கலப்புத் திருமணம். அது இரண்டு மாகாணங்களுக்கு இடையிலான ஒரு திருமணம். தனது எட்டுவயதிலேயே சுந்தர்பாய் ஒரு விதவையாக்கப்பட்டார். சந்த் ராம் தனது வாழ்வின் இரு தருணங்களில் சாதி ஒடுக்குமுறையைச் சந்தித்ததாக கூறுகிறார். முதலாவதாக, அவர் அம்பாலாவில் நான்காம் வகுப்பு படித்துக்கொண்டிருந்தபோது நடந்தது. இரண்டாவது சம்பவம், அவர் லாகூரில் கல்லூரியில் படித்துக்கொண்டு இருந்தபோது வணிகர் சாதியான பனியாக்களிடம் அவர் சந்தித்தது.தேசியவாதிகளின் வாழ்க்கை வரலாற்றை உள்ளடக்கிய, அதன் உள்ளட்டையில் ‘புரட்சியின் தீப்பிழம்பில் விட்டில் பூச்சிகள்’ என்று தலைப்பிடப்பட்ட பான்சி கே புஜாரி (சுருக்குக் கயிறின் பூசாரிகள்) எனும் நூலை அவர் 1930இல் உருதுமொழியில் வெளியிட்டார். 1947 பிரிவினையில் அகதியான சந்த் ராம் 1998இல் புதுடெல்லியில் அவரது 101வது வயதில் மறைந்தார். முன்னுரையில் அம்பேத்கர் மண்டல் பற்றி பேசும்போது, சந்த் ராம் அந்த மண்டலை “வழிநடத்திச் சென்ற ஒளியாக, உந்துவிசையாக” இருந்ததாக கூறுகிறார்.

சந்த் ராம்[4] அவர்களுக்கு எழுதிய கடிதம் ஆகியவற்றை இணைத்திருக்கிறேன்.

பின்னிணைப்பு இரண்டாக பின்னிணைப்பு ஒன்றில் காணப்படும் காந்தியின் கட்டுரைகளுக்கான எனது பதிலைச் சேர்த்திருக்கிறேன். திரு. காந்தியைத் தவிர, எனது உரையில் வெளிப்படுத்தியிருக்கும் விஷயங்களுக்கு எதிராக வேறு பலரும் விமர்சனம் செய்திருக்கின்றனர். இப்படிப்பட்ட எதிர்வினைகளில் கவனம் செலுத்துவதில் நான் திரு. காந்தி அவர்களுடன் நிறுத்திக் கொள்ளலாம் என நினைக்கிறேன். பதில்சொல்லத் தகுதியான பாரிய கருத்துக்களை அவர் சொல்லிவிட்டார் என்பதற்காக நான் இப்படிச் செய்யவில்லை. பல இந்துக்களுக்கு அவர் ஒரு தெய்வ வடிவம், அதுவும் அவர் வாயைத் திறந்து விட்டார் என்றால் அந்த வாக்குவாதமே முடிந்து போய்விட வேண்டும். அதற்கு மேலாக எந்த நாயும் குரைக்கக்கூடாது என்கிற அளவுக்கு போற்றப்படுகிறார் என்பதனால்தான்.

ஆனால் தெய்வீகத் தலைமைகளின் முகத்திற்கு நேராக வாதம் புரியவும் அவர்கள் அப்படியொன்றும் தவறுகளுக்கு அப்பாற்பட்டவர்கள் அல்ல என்றும் பேசத் துணிபவர்களுக்கு இந்த உலகம் மிகவும் கடமைப்பட்டிருக்கிறது. எந்த முற்போக்கான சமூகமும் கிளர்ச்சியாளர்களுக்குக் கொடுக்கவேண்டிய மரியாதையைப் பற்றியெல்லாம் எனக்குக் கவலையில்லை. இந்துக்களுக்கு அவர்கள்தான் இந்தியாவின் நோயுற்ற மனிதர்கள் என்பதையும் அவர்களுடைய நோய்மை பிற இந்தியர்களின் உடல்நலத்திற்கும் மகிழ்விற்கும் ஊறு விளைவித்துக் கொண்டிருக்கிறது என்பதையும் உணரவைத்தால் போதும் நான் திருப்தி அடைவேன்.

பி.ஆர். அம்பேத்கர்

---

4. மக்கள் தொகைக் கணக்கெடுப்பில் சாதியையும் சேர்ப்பதற்கு எதிராக இந்த மண்டல் 1931இல் பிரச்சாரம் செய்தது. இவ்விவகாரத்தில் ஆதிக்க சாதிகளைச் சேர்ந்த ஆரிய சமாஜிகளின் ஆதரவை இவ்வமைப்பு வெகுவாக நம்பியிருந்தது என்று மார்க் ஜுயர்ஜென்ஸ்மேயர் (1982/2009, 39) எழுதுகிறார். அம்பேத்கரின் இவ்வுரைக்கு மண்டல் மறுப்புத் தெரிவித்ததற்கு இது காரணமாக இருந்திருக்கலாம். இதன் முதல் தலைவராக பாய் பரமானந்த் இருந்தார். 1924–இல் ஆரிய சமாஜத்தின் மைதானத்தைப் பயன்படுத்திக் கொள்வதற்கான அனுமதி மறுக்கப்பட்ட பின் ஏற்பட்ட பிளவிற்குப் பின்னரும் கூட இப்பேரவைக்கு தொடர்ந்து ஆதரவளித்து வந்தார்.

மூன்றாவது பதிப்புக்கான முன்னுரை – 1944

இந்தக் கட்டுரையின் இரண்டாவது பதிப்பு 1937இல் வெளிவந்து மிகக்குறுகிய காலத்திலேயே தீர்ந்தும் போனது. ஒரு புதிய பதிப்புக்கான கோரிக்கை பல காலமாக இருந்துவந்தது. இந்தக் கட்டுரையை மறுவார்ப்பு செய்து அதனுள் 1917 மே மாதம் *இந்தியன் ஆண்டிகுவெரி* ஜர்னலில் வெளியான எனது மற்றொரு கட்டுரையான ‘இந்தியாவில் சாதிகள்: அவற்றின் இயங்குமுறை, தோற்றம் மற்றும் வளர்ச்சி’யையும் இணைத்துக் கொண்டுவர விரும்பினேன்.[5] ஆனால் அதற்கான நேரம் கிடைக்காததாலும், அதை நான் செய்வதற்கான மிகக் குறைவான சாத்தியப் பாடுகளே தென்படுவதாலும், இதைக் கொண்டுவருவதற்கான பொதுமக்களின் வற்புறுத்தல்கள் தொடர்வதாலும், நான் இதை வெறுமனே இரண்டாம் பதிப்பின் மறுபதிப்பாகக் கொண்டுவருவதில் நிறைவு பெறுகிறேன்.

இந்தக் கட்டுரை இவ்வளவு பிரபலம் அடைந்திருப்பது எனக்கு மகிழ்வளிக்கிறது. இது எந்த நோக்கத்திற்காக எழுதப் பட்டதோ அதற்கான பணியைச் செய்யும் என நான் நம்புகிறேன்.

பி.ஆர். அம்பேத்கர்
22, பிரித்விராஜ் சாலை
புது தில்லி
1, டிசம்பர், 1944

5. ‘இந்தியாவில் சாதிகள்’ புத்தகத்தின் குறிப்புகளுடன் கூடிய பதிப்பிற்கு பார்க்க: ரேஜே (2013) *இந்தியன் ஆண்டிகுவெரி (Indian Antiquary)* எனும் மாத இதழ டாக்டர் ஜேம்ஸ் பர்கஸ் என்பவரால் ஆசியாவைப் பற்றி ஆய்வு செய்வதற்காக 1872–இல் தொடங்கப்பட்டது. இந்திய மற்றும் ஐரோப்பிய அறிவுஜீவிகள் ஆய்வுக் கட்டுரைகள் எழுதுவதற்கான தளமாக இது இயங்கியது. அந்த இதழின் முழுப் பெயர்: *The Indian Antiquary : A Journal of Oriental Research in Archealology, Epigraphy, Ethnology, Geography, History, Folklore, Languages, Literature, Numismatics, Philosophy, Religion, Etc.*

முன்னுரை

1935 டிசம்பர் 12ஆம் தேதி,[6] *ஜாத் பாத் தோடக் மண்டலின் செயலாளர் திரு. சந்த் ராமிடமிருந்து கீழ்க்காணும் இந்தக் கடிதம் வரப் பெற்றேன்.*

என் அன்புக்குரிய பாபாசாகேப்,

டிசம்பர் 5 நாளிட்ட உங்கள் கனிவான கடிதத்திற்கு நன்றிகள் பல. அதை விளம்பரப்படுத்துவதில் எந்தக் குற்றமும் இல்லை என நினைத்ததால் நான் உங்கள் அனுமதியின்றி அதைச் செய்தியாளர்களுக்கு வெளியிட்டுவிட்டேன். நீங்கள் ஒரு மகத்தான சிந்தனையாளர், சாதி என்ற பிரச்சினையை நீங்கள் ஆழ்ந்து ஆராய்ந்த அளவிற்கு வேறெவரும் செய்யவில்லை என்பது என்னுடைய மேலான கருத்து. தனிப்பட்ட முறையில் நானும், எங்களுடைய மண்டலும் உங்களின் எண்ணங்களால் பயன் அடைந்திருக்கிறோம். நான் அவற்றை கிராந்தி[7] *(புரட்சி) இதழில் பலமுறை விளக்கியும்*

---

6. முன்னுரையின் இப்பகுதியில் இருந்து சந்த் ராம் கடிதத்தின் இறுதி வரை 1937ஆம் வருடப் பதிப்பின்போது சேர்க்கப்பட்டது.

7. லாகூரிலிருந்து வெளியான *கிராந்தி* (புரட்சி) என்னும் உருது மாத இதழுக்கு சந்த் ராம் ஆசிரியராக இருந்தார். ஜத்–பாத்–தோடக் மண்டல் அமைக்கப்பட்ட பிறகு அவ்வமைப்பு இந்தி மொழியில் ஒரு மாத இதழைக் கொண்டுவர முயற்சி செய்ததாக சந்த் ராம் (1963/2008, 116) கூறுகிறார். டிசம்பர் 1922 முதல் செப்டம்பர் 1924வரை மாதந்தோறும் *ஜத்–பாத்–தோடக்* என்னும் பெயரிடப்பட்ட, எட்டுப் பக்கங்கள் கொண்ட பத்திரிகைத்தாளில் ஒரு ரூபாய் ஐம்பது காசு விலையில் வெளியிடப்பட்டது. ஆனால் குறைவான இந்தி வாசகர்களையே பெற்றிருந்ததால் இது தோல்வியுற்றது. இந்தி, ஆங்கிலம், உருது ஆகிய மொழிகளில் சாதி ஒடுக்குமுறையைப் பற்றி நிறைய புத்தகங்களை இலவசமாக விநியோகிப்பதற்குப் மண்டல் தயார் செய்தது. 1927 ஜனவரியில் ஒரு உருது பதிப்பாக ஜத்–பாத்–தோடக் மீளுருவாக்கம் பெற்றது. சந்த் ராமை தலைமை ஆசிரியராகக் கொண்டு 1928 ஜனவரியில் *கிராந்தி* என்று அப்பத்திரிகை பெயர்மாற்றம் பெற்றது. “அந்தப் பத்திரிகை மிகப் பிரபலமான ஒன்றாக வளர்ந்தது” என்று கூறினார் அவர். ராயல் ஆக்டோவா அளவில் 64 பக்கங்களைக் கொண்டதாக அது இருந்தது. அப்பத்திரிகை வெளியிட்ட ஆரோக்கியத்திற்கான சிறப்பிதழ், குழந்தைகளுக்கான சிறப்பிதழ், பெண்களுக்கான சிறப்பிதழ், ஆண்களுக்கான சிறப்பிதழ், ஆகிய அனைத்தும் மிகவும் புகழ் பெற்றவையாக இருந்தன. மண்டலின் முக்கியமான சொத்துக்கள் பாகிஸ்தானில் மாட்டிக்கொண்ட காரணத்தால் 1947 ஆகஸ்ட் மாத இதழோடு *கிராந்தி* நிறுத்தப்பட்டது. ஒரு குறிப்பிட்ட கால இடைவெளிக்குப் பிறகு

போதித்தும் இருக்கிறேன். பல மாநாடுகளில் அவைகுறித்து நான் உரைகளையும் நிகழ்த்தியிருக்கிறேன். நான் இப்போது பெரும் தவிப்பில் உங்களுடைய இந்த புதிய முன்வைப்பின் விளக்கத்தை படித்துக் கொண்டிருக்கிறேன் – "சாதி அமைப்பு எதன்மீது தோற்றுவிக்கப்பட்டதோ அந்த மதக் கருத்துக்களை அழித்தொழிக்காமல் சாதியை உடைப்பது என்பது சாத்தியமில்லை." தயவுசெய்து இதை தெளிவாக விளக்கி எவ்வளவு சீக்கிரம் முடியுமோ அவ்வளவு சீக்கிரம் எழுதி அனுப்புங்கள். நாங்கள் அந்தக் கருத்தை பத்திகைகளுக்கும் பிற தளங்களிலும் முன்னெடுத்துச் செல்ல இது உதவும். இந்த நொடியில் எனக்கு அது முழுதுமாகத் தெளிவாகப் புரியவில்லை.

உங்களை எங்களின் வருடாந்திர மாநாட்டின் தலைவராக வர வைப்பதில் எங்கள் நிர்வாகக் குழு தொடர்ந்து உறுதியாய் இருக்கிறது. உங்கள் வசதியைப் பொறுத்து நாங்கள் எங்கள் தேதிகளை மாற்றி வைத்துக்கொள்ள முடியும். தற்சார்பாய் செயல்படும் பஞ்சாபின் ஹரிஜனங்கள்[8] உங்களை சந்திக்கவும் உங்களுடன் அவர்களின்

நாங்கள் பத்திரிகையைப் புதுப்பித்தோம். இந்தியாவில் இரண்டு அல்லது மூன்று இதழ்கள் வெளியாகின. எங்களுக்கு சாதகமான சூழல் நிலவாத காரணத்தினால் கிட்டத்தட்ட 2000 ரூபாய் நஷ்டமானது. பத்திரிகையை நிறுத்திவிடுவதே சிறந்தது என அதை நிறுத்தி விட்டோம் (117). அம்பேத்கரின் உரைகள் பற்றிய செய்திகளை வெளியிடவும் அவற்றை மொழியாக்கம் செய்து பிரசுரங்கள் வெளியிடவும் கூடிய ஒரே உருது மொழி இதழாக *கிராந்தி* இருந்தது என்று பகவான்தாஸ் (2010a, 21 –2) கூறுகிறார். ஆரிய சமாஜத்தோடு நெருங்கிய உறவில் இருந்த காரணத்தினால் தீண்டத்தகாதவர்களின் மதமாற்றம் குறித்து கடுமையான அதிருப்தி மண்டலுக்கு இருந்தது என்றும் அவர் குறிப்பிடுகிறார்.

8. 'கடவுளின் குழந்தைகள்' என்ற பொருள் தரக்கூடிய ஹரிஜன் என்ற சொற்பதத்தை தீண்டத்தகாதோரின் விருப்பத்திற்கு மாறாக 1932 முதலாக எம்.கே. காந்தி பயன்படுத்தினார். குஜராத்தில் பிராமண சாதியின் வைணவப் பிரிவைச் சேர்ந்த, கவிஞரும் துறவியுமான நர்சின் மேத்தாவால் (1414–1481) எழுதப்பட்டு காந்தியால் பிரபலமாக்கப்பட்ட "வைஷ்ணவ ஜன" என்ற பஜனில் இச்சொற்பதம் இடம் பெறுகிறது. ஹரிஜன் என்ற சொல் காந்தியின் விருப்பத்திற்குரிய புத்தகங்களில் ஒன்றான 16ஆம் நூற்றாண்டைச் சேர்ந்த துளசிதாஸ் இராமாயணத்தில் இருந்ததென காந்தி குறிப்பிடுவதாக அறிஞர் ஐஸ்வரிகுமார் (2014) கூறுகிறார். "துளசிதாஸ் இராமாயணத்தில் ஹரிஜன் என்ற வார்த்தை இருக்கிறது என்று உங்களுக்கு தெரியுமா? அதில் ஒரு உண்மையான சத்திரியனின் குணங்களை பரசுராமரிடம் விளக்குகிறார் லட்சுமணன். அப்போது அவர் சொல்லுகிறார்: **सुर महिसुर हरिजन अरु गाई। हमरें कुल इन्ह पर न सुराई॥** (கடவுள், பிராமணன், அரிஜன் மற்றும் பசு மீது ஒருபோதும் வன்முறையைப் பிரயோகிக்காமல் இருப்பது எங்கள் கணத்தின் குணாம்சம்)" (CWMG 68,327). 1916ஆம்ஆண்டு முதலாக ஆங்கிலேய அரசாங்கம் அழுத்தப்பட்ட சமூகக் குழுக்கள் எனும் நிர்வாகச் சொல்லை உருவாக்கியது. (1877 காலகட்ட பாம்பே கெஜட்டுகளின் தொகுப்புகளில் முதலில் பயன்படுத்தப்பட்டது). இந்திய அரசுச் சட்டம் – 1935இல் அமலுக்கு வந்தபோது அழுத்தப்பட்ட சமூகக் குழுக்கள் என்னும் சொல் பட்டியல் சாதிகள் என்று மாற்றப்பட்டது; அந்தச் சொல்தான் இன்றுவரை அதிகாரபூர்வமாகப் பயன்படுத்தப்பட்டு வருகிறது. ஹரிஜன் என்ற சொல், அம்பேத்கரியவாதிகளாலும், தலித் இயக்கங்களாலும் உறுதியாக நிராகரிக்கப்பட்டு வந்தது. 1972இல் மும்பையில் 'தலித் பேந்தர்' எனும் ஒரு போராளி அமைப்பு உருவாக்கப்பட்ட பின், தலித் (நசுக்கப்பட்ட, நொறுக்கப்பட்ட மக்கள்) என்ற சொல் அனைத்திந்திய பயன்பாட்டை அடைந்தாலும், குறைந்த பட்சம் ஜோதிபாபூலே காலத்திலிருந்தே (1827–90) தலித் என்னும் சொல் இதே பொருளில் மேற்கிந்தியாவில் புழக்கத்தில் இருந்து வந்துள்ளது. தலித்துத்தான் (ஒடுக்கப்பட்ட மக்களை மீட்டெடுத்தல்) என்னும் சொல்லை பயன்படுத்தும்போது ஜோதிபாபூலேயால் தலித் என்ற வார்த்தை பயன்படுத்தப்பட்டது என்று கூறப்பட்டாலும் இது செவிவழிச் செய்திதான் (லுயிஸ் 2003,144). தீண்டத்தகாதவர்கள் என்னும் சொல்லுக்குப் பதிலாக,

திட்டங்களை விவாதிக்கவும் மிகுந்த ஆவலாய் இருக்கின்றனர். எனவே நீங்கள் எங்கள் வேண்டுகோளைத் தயைகூர்ந்து ஏற்று லாகூருக்கு வந்து மாநாட்டிற்குத் தலைமை ஏற்றால் இரட்டை நன்மை ஏற்படும். அனைத்து தரப்பு ஹரிஜனத் தலைவர்களுக்கும் நாங்கள் அழைப்பு விடுப்போம்; உங்கள் எண்ணங்களை அவர்களுடன் பகிர உங்களுக்கு வாய்ப்பாக இருக்கும்.

கிறிஸ்துமஸின் போது உங்களை பம்பாயில் சந்தித்து உங்களுடன் இந்த மொத்த விஷயத்தையும் பற்றிப் பேசி உங்களை எங்கள் வேண்டுகோளை ஏற்றுக்கொள்ள அழுத்தம் தர எங்கள் துணை செயலாளர் திரு. இந்திரா சிங்கை மண்டல் பணித்திருக்கிறது.

❍

ஜாத் பாத் தோடக் மண்டல் என்பது, எனக்கு தெரிவிக்கப் பட்டவரை, இந்துக்கள் மத்தியிலிருந்து சாதி அமைப்பை ஒழிப்பது என்ற ஒற்றை குறிக்கோள்கொண்ட சாதி இந்து சீர்திருத்தவாதிகளின் அமைப்பு என்பதே. ஒரு விதியாகவே நான் சாதி இந்துக்களால் நடத்தப்பெறும் எந்த இயக்கத்திலும் கலந்துகொள்வதில்லை. சமூக சீர்திருத்தம் பற்றிய அவர்களின் அணுகுமுறை மிக வேறானது. மேலும் அவர்களுடன் இணைந்து நகர்வது எனக்கு கடினமாக இருந்துள்ளது. எங்களுடைய கருத்து வேறுபாடுகள் காரணமாக எனக்கு அவர்களுடனான சகவாசமே உவப்பானதாக இருக்கவில்லை. ஆகவே மண்டலினர் என்னை முதலில் அணுகியபோது, நான் தலைமை வகிக்கக் கோரிய அவர்களின் வேண்டுகோளை மறுத்துவிட்டேன். ஆனால் மண்டல் என்னுடைய மறுப்பை ஏற்றுக்கொள்ளாமல் அழைப்பை ஏற்றுக் கொள்ள வலியுறுத்த தங்கள் அமைப்பின் உறுப்பினர் ஒருவரை பம்பாய்க்கு அனுப்பி வைத்தார்கள். இறுதியில் நான் தலைமை தாங்க ஒப்புக்கொண்டேன். அவர்களின் வருடாந்திர மாநாடு மண்டலின் தலைமையிடமான லாகூரில்

புலே, ஆதி சூத்திரர்கள் என்னும் சொல்லைப் பயன்படுத்தினார். சொல்லாராய்ச்சியின் படி, தலித் என்ற சொல்லுக்கான வேர்கள் இராஜகஹாவில் உள்ள களந்தகானிவாபா என்ற இடத்தில் (சமுத்தியா நிகாயா – XI. 14) புத்தர் போதனை செய்ததாக கூறப்படும் 'தலித்த சுத்தா'வில் இடம்பெறக்கூடிய பாலி மொழிப்பயன்பாடான தலித்தாவில் இருப்பதாக கூறப்படுகிறது. . பாலிமொழியில் இருக்கிற புத்த இலக்கியங்களில் தலித்தா என்னும் சொல், (சமஸ்கிரதத்தில் தரித்திரா) பணம் படைத்த சமூகப் பிரிவான கஹபதி என்னும் சொல்லுக்கு எதிர்ப்பதமாக, சொத்துரிமை அற்ற ஏழைகளைக் குறிப்பதற்குப் பயன்படுத்தப்பட்டுள்ளது. "சாப்பிடுவதற்கோ குடிப்பதற்கோ ஏதும் இல்லாதவர்களாகவும் தங்களின் உடலின் பின்புறத்தை மறைத்துக் கொள்வதற்குக்கூட ஏதுமற்றவர்களாகவும், வறியவர் குலத்தில் பிறந்தவர்களாகத்தான் தலித்த – குலத்தினர் இருந்ததாக" அங்குட்டாரா நிகாயா எனும் நூலை: III.84 குறிப்பிட்டு நலின்சுவாரிஸ்(2011, 99) கூறுகிறார். சமீபகால வரலாற்றில் தலித் தலைவர் பி.என். ராஜபோச், பூனே நகரத்தில் 1928இல் தலித்பந்து (தலித்துகளின் நண்பன்) எனும் இதழை ஆரம்பித்தார். தீண்டத்தகாதவர், அழுத்தப்பட்ட சமூகப்பிரிவுகள், ஹரிஜன், பட்டியல் சாதி போன்ற இதர சொற்களைப் பற்றிய ஆரம்பகால வரலாறுகளையும் தெரிந்துகொள்ள பார்க்க சைமன் சார்ஸலே (1996). சந்த் ராம் ஹரிஜன் என்ற சொல்லைப் பயன்படுத்துவதென்பது, காந்தி அந்தச் சொல்லை உருவாக்கிய மூன்றே வருடங்களில் சீர்திருத்தவாதிகளிடமும் அறிவாளிகளிடமும் அந்தச் சொல் எப்பேற்பட்ட தாக்கத்தை ஏற்படுத்தியிருக்கிறது என்பதைக் காட்டுகிறது. "அவர்கள் (மண்டல்) பெரிதும் மரியாதை செலுத்துகிற மகாத்மாவின் வல்லமையை நான் கேள்விக்கு உட்படுத்தினேன்" என்று 'சாதியை அழித்தொழித்தல்'–இன் தொடக்க பத்தியிலேயே அம்பேத்கர் கூறுகிறார்.

நிகழ்வதாக இருந்தது. மாநாடு ஈஸ்டர் சமயத்தில் நடைபெறுவதாக இருந்து பின்னர் 1936 மே மாதத்திற்கு ஒத்திவைக்கப்பட்டது.[9]

மாநாட்டின் வரவேற்புக்குழு இப்போது மாநாட்டை ரத்து செய்திருக்கிறது. என்னுடைய தலைமையுரை அச்சடிக்கப்பட்டுப் பலகாலம் கழித்து இந்த ரத்து அறிக்கை வந்திருக்கிறது. இந்த உரையின் பிரதிகள் இப்போது என்னிடம் கிடக்கின்றன. மாநாட்டுத் தலைமைப் பதவியிலிருந்து இந்த உரையை ஆற்ற எனக்கு வாய்ப்பு கிடைக்காததால், பொதுமக்களுக்கு சாதீய அமைப்பால் ஏற்படும் பிரச்சினைகளைப் பற்றிய என்னுடைய கருத்துக்களை அறிந்துகொள்ளும் வாய்ப்பு இல்லாமல் போய்விட்டது. அவற்றை மக்கள் அறியச் செய்யவும், அத்துடன் என்னிடம் கிடக்கும் இந்த அச்சிடப்பட்ட பிரதிகளைத் தீர்க்கவும், நான் இந்த உரையின் அச்சடிக்கப்பட்ட பிரதிகளை விற்பனை செய்ய முடிவுசெய்துள்ளேன். பின்வரும் பக்கங்களில் அந்த உரை இருக்கிறது.

மாநாட்டுத் தலைவர் பொறுப்பிலிருந்து நான் ஏன் நீக்கப்பட்டேன் என அறிந்துகொள்ள பொதுமக்கள் ஆவலாயிருப்பீர்கள். முதலில், உரையை அச்சடிப்பது குறித்து ஒரு சர்ச்சை எழுந்தது. நான் இந்த உரையை பம்பாயில் அச்சடிக்க விரும்பினேன். சிக்கனம் கருதி இதை லாகூரில் அச்சடிக்க மண்டலினர் நினைத்தனர். நான் ஒப்புக்கொள்ளவில்லை, பம்பாயில் அச்சடிக்கவேண்டும் என வலியுறுத்தினேன். என்னுடைய கருத்தை ஏற்றுக்கொள்வதற்குப் பதிலாக அவர்கள் பலரும் கையெழுத்திட்ட கடிதம் ஒன்றை எனக்கு அனுப்பினர். அதிலிருந்து ஒரு பகுதியை நான் இங்கே கொடுக்கிறேன்:

27, மார்ச் 1936

மதிப்புக்குரிய டாக்டர்,

திரு. சந்த் ராம்[10] அவர்களின் பெயருக்கு தாங்கள் 24ஆம் தேதியிட்டு எழுதிய கடிதத்தை நாங்களும் கண்டோம். அதைப் படித்து நாங்கள் சற்று ஏமாற்றமடைந்தோம். இங்கே உருவாகியுள்ள நிலைமைகுறித்து ஒருவேளை உங்களுக்கு முழுவதுமாகத் தெரியவரவில்லை எனக் கருதுகிறோம். பஞ்சாபில் உள்ள கிட்டத்தட்ட எல்லா இந்துக்களுமே உங்களை இந்த மாகாணத்திற்கு அழைப்பதற்கு எதிராக இருக்கிறார்கள். ஜாத் பாத் தோடக் மண்டல் மிகக் கசப்பான விமர்சனங்களுக்குள்ளாகி அனைத்துத் தரப்பினரிடமிருந்தும் அவதூறான கண்டனங்களை பெற்றுள்ளது. அனைத்து இந்துத் தலைவர்களும் அதாவது எம்.எல்.ஏ. பாய் பரமானந்த் (முன்னாள் தலைவர், இந்து மகா சபா),[11] மகாத்மா

---

9. 1937க்கான பதிப்பில் சந்த் ராமின் கடிதத்தோடு தொடங்கும்போது, இந்தப் பத்தியின் முக்கியத்துவம் குறையாதவாறு அதன் உள்ளடக்கத்தை அம்பேத்கர் மாற்றியமைத்திருக்கிறார்.

10. Sjt. எனப்படுவது அக்காலகட்டத்தில் மரியாதை நிமித்தமாக குறிப்பிடப்பட்ட Srijut என்பதன் சுருக்கம். உதாரணமாக காந்தியின் சுயசரிதையில் இது அடிக்கடி பயன்படுத்தப்படுகிறது. சி.எப். ஆண்ட்ரூஸ் என்பவரால் தொகுக்கப்பட்டு 1931இல் வெளியான 'Mahatma Gandhi: His Own Story' என்ற நூலின் மேக்மில்லன் பதிப்பில் Srijut என்பது மதிப்பிற்குரியவர்களை குறிக்கிறது என்பது தெளிவாக விளக்கப்பட்டிருக்கிறது.

11. பாய் பரமானந்த் (1876 – 1947) பல்வேறு பணிகள் புரிந்தார். லாகூரில் பிறந்த அவர், லாலா லஜபதிராய், லாலா ஹர்தயால் ஆகியோரால் உந்தப்பட்ட ஆரிய சமாஜியாக தன் வாழ்வைத் தொடங்கினார். அதன்பிறகு ஆரிய சமாஜத்தின் தீவிர வலதுசாரியாகி வேதங்களைப்

ஹன்ஸ்ராஜ், மாகாண சுயாட்சிக்கான அமைச்சர் டாக்டர் கோகல் சந்த் நரங், எம்.எல்.சி. ராஜா நரேந்திரநாத்[12] ஆகியோர் மண்டலின் இந்தச் செயல்பாட்டிலிருந்து தங்களை விலக்கிக் கொண்டுள்ளனர்.

இவையனைத்தின் பிறகும் (சந்த் ராம்ஜியை தலைமை ஆகக் கொண்ட) ஜாத் பாத் தோடக் மண்டலை நடத்துபவர்கள் நீங்கள் தலைமை ஏற்கவேண்டும் என்ற எண்ணத்தை மாற்றிக்கொள்வதற்கு மாறாக இந்த சிக்கலின் நீள அகலத்தையும் நீந்திக்கடக்கவே உறுதியுடன் இருக்கின்றனர். மண்டலுக்கு அவப் பெயர் ஏற்பட்டுள்ளது.

இந்த சூழ்நிலைகளின்கீழ் நீங்கள் மண்டலுடன் ஒத்துழைக்க வேண்டியது உங்கள் கடமையாகிறது. ஒருபுறம், அவர்களுக்கு இவ்வளவு பிரச்சினைகளும் கடினங்களும் இந்துக்களால் ஏற்படுத்தப்படுகிறது. இன்னொருபுறம், நீங்களும் அவர்களின் பிரச்சினைகளைக் கூட்டுவீர்கள் என்றால் அது அவர்களுக்கு ஒரே நேரத்தில் நிகழும் துரதிர்ஷ்டத்தின் துயர நிகழ்வாக ஆகிவிடும்.

நீங்கள் இந்த விஷயத்தை யோசித்துப் பார்த்து நம் அனைவருக்கும் நல்லது எதுவோ அதை செய்வீர்கள் என எதிர்பார்க்கிறோம்.

❍

பிரச்சாரம் செய்பவராக உலகம் முழுவதும் பயணம் செய்தார் (தென்ஆப்பிரிக்கா, கயானா, மார்ட்டினிக், அமெரிக்கா, தென் அமெரிக்கா). பிறகு ஆங்கிலேய ஆட்சியைத் தூக்கி எறியும் நோக்கத்தோடு துவக்கப்பட்ட கதார் கட்சியின் துவக்ககால உறுப்பினர் ஆனார். இந்து மகாசபைக்குத் தலைமை வகித்ததற்காகவும் இந்துத்துவத்தின் ஆதரவாளராக இருந்ததற்காகவும் இன்று அவர் நினைவுகூறப்படுகிறார். முதலாவது லாகூர் சதி வழக்கில் 1915இல் அவருக்கு அந்தமான் சிறைவாசம் தண்டனையாக விதிக்கப்பட்டது. இந்தியத் துணைக் கண்டத்திலிருந்து பிரித்துத் தனியாக ஒரு இஸ்லாமிய நாட்டை உருவாக்க வேண்டும் என்ற கருத்துக்கான முதல் ஆதரவாளர் என்றும் அறியப்படுகிறார். 1905இல் ஆங்கிலேய அரசாங்கம் வங்காளப் பிரிவினையை அறிவித்ததைத் தொடர்ந்து சிந்தி மாகாணத்திற்கு அப்பால் உள்ள பகுதி ஆப்கானிஸ்தானத்தோடு இணைக்கப்பட வேண்டும் எனவும் வடமேற்கு மாகாணம் முகமதிய ராஜ்ஜியமாக்கப்பட வேண்டும் என்றும் அவர் பரிந்துரைத்தார். அந்தப் பகுதிகளில் இருக்கிற இந்துக்கள் இடம்பெயர வேண்டும் என்றும் நாடு முழுவதும் இருக்கிற இஸ்லாமியர்கள் அந்தப் பகுதிக்குச் சென்றுவிட வேண்டும் என்றும் அவர் கூறினார். (யாதவ் மற்றும் ஆர்யா 1988,1996). ஆங்கிலத்தில் மொழிபெயர்க்கப்பட்ட பரமானந்தாவின் சுயசரிதை ‘The Story of My Life’ (1934/2003)–ஐயும் பார்க்கவும். பரமானந்தா 1930ஆம் ஆண்டு ‘ஹிந்து சங்கத்தன்’ என்னும் நூலை எழுதி வெளியிட்டார். வர்ணாசிரம தர்ம சமூக அமைப்பு முறைமையைத் தாக்கிய புத்தரை, அந்த நூலில் பரமானந்த் கடுமையாக விமர்சித்துள்ளார். “சாதிகளையும் வர்ணாசிரம தர்மங்களையும் ஒழிப்பது சமூகக் கடமைகளின் அடி வேரையே வெட்டுவதாகும். தர்மம் தொடர்பான இத்தகைய கண்ணோட்டத்தை இழந்த பிறகும் கூட இத்தேசம் நிலைபெறும் என்று நம்பிக்கையை எங்கணம் அது பெறும் ? ‘அனைவருக்கும் சமத்துவம்’ என்பது நடைமுறை சாத்தியமற்ற கற்பனை. ஆனால், தர்மத்தைப் புறக்கணித்தாலோ அழித்தாலோ அத்தேசம் நீண்ட காலத்திற்குத் நிலைத்து நிற்காது.” ஜாத்–பாத்–தோடக் மண்டலின் நிறுவனத் தலைவராக இருந்த போதிலும், அங்கு உரையாற்ற வருமாறு அம்பேத்கருக்கு அழைப்பு விடுத்த அந்த வருடத்திலும் கூட இத்தகைய கண்ணோட்டங்கள் கொண்டவராகவே பரமானந்த் இருந்தார்.

12. ஆரிய சமாஜத்தில் இணைந்த படித்த இந்துக்களின் புதிய தலைமுறை இளைஞர்களுள் ஒருவரே மகாத்மா ஹன்ஸ்ராஜ். பின்னர் அவர் லாகூரில் இருந்த தயானந்த் ஆங்கிலோ வேதக் கல்லூரியின் முதல்வராக 1888 முதல் 1911 வரை இருந்தார். ஆரிய சமாஜத்தின் டி.ஏ.வி கல்லூரிப் பிரிவைச் சேர்ந்தவராக கோகல் சந்த் நரங் இருந்தார். பஞ்சாபில் காங்கிரஸின் ஆக்கிரமிப்பை எதிர்த்து சட்டசபையில் செயல்பட்ட பெரும் நிலப் பிரபு ராஜா நரேந்திரநாத்துடன் பெரும் செல்வாக்கு பெற்றவராக இருந்தார். ஆரிய சமாஜம், அதன் தலைவர்களின் வரலாற்றை அறிய பார்க்க கென்னத். W. ஜோன்ஸ் (1976).

இந்தக் கடிதம் எனக்கு மிகப்பெரிய புதிராக இருந்தது. இந்த உரையை எங்கு அச்சிடுவது என்ற சில ரூபாய்ப் பிரச்சினைக்காக மண்டல் எதற்கு என்னை அதிருப்தியுறச் செய்யவேண்டும் என்று எனக்கு புரியவில்லை. இரண்டாவதாக சர். கோகல் சந்த் நரங் போன்றவர்கள் என்னை அழைத்ததற்கு எதிராக விலகியிருப்பார்கள் என்பது எனக்கு நம்பவியலாததாக இருந்தது, ஏனெனில் கீழ்க்காணும் இந்த கடிதம் எனக்கு சர். கோகல் சந்த் நரங்கிடமிருந்து வந்திருந்தது.

5, மோண்ட்கோமெரி சாலை, லாகூர்

7 பிப்ரவரி 1936

அன்புள்ள டாக்டர் அம்பேத்கர்,

ஈஸ்டர் விடுமுறைகளின்போது நடைபெறவுள்ள அவர்களின் வருடாந்திர மாநாட்டிற்கு நீங்கள் தலைமை தாங்க ஒப்புக் கொண்டுள்ளதாக ஜாத் பாத் தோடக் மண்டல் செயல்பாட்டாளர்களிடம் இருந்து அறிந்து நான் மகிழ்வுற்றேன். நீங்கள் லாகூரில் இருக்கும்போது என்னுடன் தங்கினால் எனக்கு அது மிகுந்த மகிழ்ச்சியைத் தரும்.

மேலும், நேரில்.

உங்கள் உண்மையுள்ள

ஜி.சி. நரங்

○

உண்மை எதுவோ நான் அவர்களின் அழுத்தத்திற்கு விட்டுக் கொடுக்கவில்லை. ஆனால் நான் என்னுடைய உரையை பம்பாயில்தான் அச்சடிப்பேன் என்று உறுதியாக இருக்கிறேன் எனத் தெரிந்தபின்னரும், மண்டலினர் அதற்கு ஒப்புதல் தெரிவிக்காமல் 'விஷயங்களை நேரில் பேசுவதற்காக' திரு. ஹர்பகவானை[13] நேரில் பம்பாய் அனுப்புவதாக தந்தி

13. *The Atheist* (மார்ச் – ஏப்ரல் 1974) என்னும் இதழ் தெரிவிக்கிற விவரங்களின் படி ஹர்பகவான் சேதி என்பது அவரது முழுப் பெயர். ஜாத்–பாத்–தோடக் மண்டலில் உறுப்பினர் ஆவதற்காக தனது சாதிப் பெயரை (பனியா) அவர் கைவிட்டிருக்க கூடும்; ஒரு முறை மண்டலின் செயலாளராக அவர் இருந்தார். சந்த் ராமின் கூட்டாளி என்ற முறையில் அவர் 'சாதிய வேறுபாடுகளை ஒழிப்பதில் ஈடுபட்டவராக இருந்தார்'. அவர், சந்த் ராமைப் போலவே பிரிவினைக்குப் பிறகு லாகூரிலிருந்து டெல்லிக்கு இடம்பெயர்ந்தார். 1976–இல் தனது 81வது வயதில் காலமானார். சுவாமி தர்மதீர்த்தாவின் 'The Menace of Hindu Imperialism' (1941) என்னும் நூலின் வெளியீட்டாளராக ஹர்பகவன் இருந்தார். கேரளாவைச் சேர்ந்த நாயராக, பரமேஸ்வர மேனனாக பிறந்த தர்மதீர்த்தா, "ஒரு சாதி, ஒரு மதம், ஒரு கடவுள்" என்ற போதனையை உபதேசித்த சாதிக்கு எதிரான முன்னோடி சமூக சீர்திருத்தவாதியான ஸ்ரீ நாராயணகுருவின் (1856–1928) உபதேசத்தினால் ஈர்க்கப்பட்டார். 1937ஆம் ஆண்டில் "தனது குருவின் உபதேசமான சாதியற்ற நிலையையும், சமூக சமத்துவத்தையும் பற்றி பிரசாரம் செய்வதற்காக இந்திய துணைக்கண்டம் முழுக்க ஒரு நாடோடியாகவும் சன்னியாசியாகவும் திரிந்தார்" (அலாய்சியஸ் 2004, 19). புதிய பதிப்பிற்கான பின்னட்டைக் குறிப்பில் இப் பணியைப்பற்றிய அம்பேத்கரின் வார்த்தைகளை அலாசியஸ் மேற்கோள் காட்டுகிறார். "நான் மிகவும் போற்றுகிற ஒரு கண்ணோட்டத்திலிருந்து இந்தப் புத்தகம் எழுதப்பட்டிருக்கிறது. நான் எழுதிக்கொண்டிருக்கிற ஒரு புத்தகத்தில் நான் தொட்டுச்செல்கிற அநேகக் கருத்துக்கள் இந்தப் புத்தகத்திலும் கையாளப்பட்டிருப்பதை காண்கிறேன். ஆகையால் இந்தப் புத்தகம் வரவேற்கப் படவேண்டியது." வட இந்தியாவில்

அடித்தார்கள். திரு. ஹர்பகவான் ஏப்ரல் 9ஆம் தேதியன்று பம்பாய் வந்தார். நான் அவரைச் சந்தித்தபோது அவருக்கு இந்தப் பிரச்சினை குறித்து தெரிவிக்க எதுவுமில்லை என அறிந்தேன். உண்மையில் அவர் உரையை அச்சடிப்பது பற்றி, பம்பாயில் அச்சடிப்பதா லாகூரில் அச்சடிப்பதா என்று எவ்வளவு அக்கறையின்றி இருந்தார் என்றால், அதைப்பற்றி அந்த உரையாடலில் ஒருமுறைகூட பேசவில்லை.

அவருடைய தவிப்பெல்லாம் உரையின் உள்ளடக்கத்தைத் தெரிந்து கொள்வதாகவே இருந்தது. அப்போதுதான் எனக்கு உரையை லாகூரில் அச்சடிக்க வேண்டும் என்ற மண்டலின் கோரிக்கை பணச்செலவு குறித்தது அல்ல அது உரையை அச்சிலேறுவதற்கு முன் படிப்பதற்கான குறிக்கோளுடையது என்பது விளங்கியது. நான் அவருக்கு ஒரு பிரதியைக் கொடுத்தேன். அதன் சில பகுதிகள் அவருக்கு மகிழ்ச்சியளிப்பதாய் இல்லை. அவர் லாகூர் திரும்பினார். லாகூரிலிருந்து கீழ்க்காணும் கடிதத்தை அவர் எனக்கு எழுதினார்.

லாகூர், 14 ஏப்ரல் 1936

என் அன்புக்குரிய டாக்டர் ஐயா,

நான் 12ஆம் தேதி பம்பாயிலிருந்து திரும்பியதிலிருந்து, புகை வண்டியில் ஐந்து ஆறு நாட்களாகத் தூங்காததனால் நான் சிறிது உடல்நலம் குன்றி இருந்தேன். இங்கே வந்த பின்புதான் நீங்கள் அம்ரித்சர் வந்ததாக அறிந்தேன்.[14] *நான் கிளம்பிவரும் நிலையில் இருந்திருந்தால் தங்களை அங்கே சந்தித்திருப்பேன். உங்களின்*

பல இடங்களுக்கு சென்ற பிறகு தர்மதீர்த்தா லாகூரில் ஹர்பகவானின் இல்லத்தில் ஐந்து வருடங்கள் தங்கினார் (1941–46). இந்தியன் சோசியல் காங்கிரஸ் உறுப்பினர் என்ற முறையில் ஜின்னா, அம்பேத்கர், சீக்கியர்களின் தலைவர் தாராசிங் ஆகியோரைச் சந்தித்து விவாதங்களை நடத்தினார். டெல்லியை விட்டு அவர் சென்றதும் ஜாத் பாத் தோடக் சமாதான் சங் (சாதி இல்லாத சமத்துவத்திற்கான அமைப்பு) என்னும் அமைப்பை நிறுவியதாக *Atheist* (1974) இதழில் ஹர்பகவான் கூறுகிறார். அந்த அமைப்பு, அவர்னோதயா சமதா சங் (சாதியற்ற மக்களின் முன்னேற்றத்திற்கான அமைப்பு) என்பதாக அது பெயர் மாற்றம் செய்யப்பட்டது.

14. லாகூரிலிருந்து 50 கிலோமீட்டர் தூரத்தில் இருக்கும் அமிர்தஸரஸ் என்னும் நகரில் நடந்த சீக்கியப் பிரச்சார் மாநாட்டில் 1936 ஏப்ரல் 13, 14 தேதிகளில் அம்பேத்கர் பங்கேற்றார். அவர் தன் உரையில் சீக்கிய சமூகத்துக்குள்ளிருக்கும் சமத்துவக் கோட்பாடுகளைப் பற்றி புகழ்ந்துரைத்தார். சீக்கிய மதத்திற்கு மாறுவதற்கான சாத்தியத்தையும் அவர் மறைமுகமாகப் பேசினார். “அந்த நேரத்தில் சீக்கியக் குழுக்களோடு அம்பேத்கர் பேசியதாகவும் சீக்கியர்களுக்கும் புதிதாக சீக்கிய மதத்திற்கு மாறியவர்களுக்குமிடையே கலப்பு மணத்தை அனுமதிப்பார்களா என்று அவர்களைக் கேட்டதாகவும் அதற்கு அவர்கள் ஆம் என பதில் அளித்ததாகவும் ஒரு சரிபார்க்கப்படாத தகவல் இருக்கிறது” ஜெல்லியட் (2013,162) எழுதுகிறார். ஏன் அம்பேத்கர் சீக்கிய மதத்தைக் கைவிட்டார் என்பதை ஆய்வுசெய்ய பார்க்க, பூரி (2003, 2698) அமிர்தஸரஸ் சீக்கிய மாநாட்டில் கலந்துகொண்ட பிறகு மே மாதம் அம்பேத்கர் அவருடைய மகன் ஜஸ்வந்த் ராவையும் மருமகனையும் தங்கக் கோவிலுக்கு அனுப்பினார். அங்கே அவர்கள் ஒன்றரை மாதம் தங்கியிருந்து கோவிலுக்குள்ளே இருந்த சூழலைக் கவனித்தார்கள். சீக்கிய சமூகத் தலைவர்களையும் சந்தித்துப் பேசினார்கள்” என்று அதில் அவர் கூறுகிறார். சிரோன்மணி குருத்துவாரா பிரபந்தக் கமிட்டி, ஆறு கோடி தீண்டப்படாதவர்கள் சீக்கியர்களாக மாறினால் அந்தப் பிரபந்தக் கமிட்டியிலும் குருத்துவாராவிலும் ஆதிக்க நிலையில் இருக்கிற ஜாட் சாதியினரின் ஆதிக்கத்திற்கு ஊறுவிளையலாம் என பயந்திருக்கக் கூடும் என்று பூரி விவாதிக்கிறார்.

உரையை மொழிபெயர்ப்புக்காக நான் திரு. சந்த் ராம் அவர்களிடம் சேர்ப்பித்துவிட்டேன். அவருக்கு மிகவும் பிடித்திருக்கிறது, ஆனால் 25ஆம் தேதி அச்சடிப்பதற்குள் அவரால் அதை மொழிபெயர்க்க முடியுமா என அவருக்குச் சந்தேகம் இருக்கிறது. எப்படி இருப்பினும், அதற்குப் பெரிய விளம்பரம் கிடைக்கும்; அது இந்துக்களை அவர்களின் உறக்கத்திலிருந்து விழித்தெழச் செய்யும் என நாங்கள் நம்புகிறோம்.

நான் பம்பாயில் உங்களுக்குச் சுட்டிக்காட்டிய பகுதியை இங்கு படித்த எமது நண்பர்களும் சில தயக்கங்களைத் தெரிவித்துள்ளனர். இந்த மாநாடு எவ்வித அசம்பாவிதமும் நேராமல் நிகழ்ந்து முடிய வேண்டும் என விரும்பும் எங்களில் சிலரும் குறைந்தபட்சமாக 'வேதம்' என்ற வார்த்தையாவது தற்சமயத்திற்கு நீக்கப்பட வேண்டும் என கருதுகிறோம். நான் இதை உங்களின் நல்லறிவுக்கே விட்டுவிடுகிறேன். ஆனாலும் நீங்கள் உங்கள் உரையின் கடைசிப் பத்திகளில் அதில் வெளிப்படுத்தப்பட்ட கருத்துக்கள் அனைத்தும் உங்களுடையவை என்றும் அதற்கு மண்டல் எந்தவிதத்திலும் பொறுப்பில்லை என்றும் தெளிவுபடுத்துவீர்கள் என்று எதிர்பார்க்கிறோம். என்னுடைய இந்தக் கருத்தை நீங்கள் தவறாகக் கொள்ளமாட்டீர்கள் என நம்புகிறேன். நீங்கள் எங்களுக்கு இந்த உரையின் ஆயிரம் பிரதிகளை அனுப்புங்கள், அதற்கான தொகையை நாங்கள் தந்துவிடுகிறோம். இதே விஷயத்தை நான் இன்று உங்களுக்குத் தந்தியும் அடித்திருக்கிறேன். இதனுடன் ரூபாய் நூறுக்கான காசோலையும் இணைத்திருக்கிறேன், கிடைத்ததும் தெரியப் படுத்தவும் ரசீதுகளை உரிய சமயத்தில் அனுப்பி வைக்கவும்.

நான் வரவேற்புக் குழுவின் கூட்டத்திற்கு அழைப்பு விடுத்திருக்கிறேன். அவர்களின் முடிவை உங்களுக்கு உடனடியாக தெரியப்படுத்துகிறேன். இதற்கிடையே என்மீது நீங்கள் காட்டிய கனிவுக்கும் இந்த உரையைத் தயாரிக்க நீங்கள் எடுத்துக்கொண்ட பிரயாசைகளுக்கும் என்னுடைய இதயப்பூர்வமான நன்றிகளைத் தயவுசெய்து ஏற்றுக்கொள்ளுங்கள். உண்மையில் நாங்கள் உங்களுக்கு மிகவும் நன்றிக்கடன் பட்டவர்கள் ஆகியிருக்கிறோம்.

தங்கள் உண்மையுள்ள,

ஹர் பகவான்

பி.கு: அச்சடிக்கப்பட்டவுடன் உரைப் பிரதிகளை பாசஞ்சர் ரயிலில் அனுப்பி வைக்கவும். பத்திரிகைகளில் வெளியிட அனுப்புவதற்கு ஏதுவாக இருக்கும்.

குறிப்பிட்டபடி நான் என்னுடைய உரையை அச்சகத்தாரிடம் கொடுத்து ஆயிரம் பிரதிகள் அச்சடிக்கச் சொன்னேன். எட்டு நாட்கள் கழித்து திரு. ஹர்பகவானிடமிருந்து இன்னொரு கடிதம் வந்தது. அதையும் கீழே கொடுக்கிறேன்.

லாகூர், 22 ஏப்ரல் 1936

அன்புள்ள டாக்டர் அம்பேத்கர்,

உங்கள் கடிதமும் தந்தியும் கிடைக்கப் பெற்றோம், அதற்கு எமது நன்றிகளை ஏற்றுக்கொள்ளுங்கள். உங்கள் விருப்பப்படியே நாங்கள் மாநாட்டை மீண்டும் தள்ளிவைத்திருக்கிறோம். ஆனாலும் 25, 26 தேதிகளிலேயே அதை நடத்தியிருந்தால் மேலானதாக இருந்திருக்கும் என நினைக்கிறோம். ஏனெனில் பஞ்சாபில் நாளுக்கு நாள் வெய்யிலின் கடுமை கூடிக்கொண்டே போகிறது. மே மாத நடுவில் இது பெருமளவில் வெப்பமானதாகவும் பகலில் நடைபெறும் அமர்வுகள் இனிமையாகவோ வசதியாகவோ நடக்கமுடியாத வகையிலிருக்கும். ஆனாலும், மே மாத நடுவில் நடப்பதாக இருந்தாலும் நாங்கள் எங்களால் இயன்ற அளவுக்கு முயன்று எல்லாவற்றையும் முடிந்த அளவுக்கு வசதியாக ஆக்குவோம்.

மேலும், ஒரு விஷயத்தை உங்கள் கவனத்திற்குக் கொண்டு வரவேண்டிய நிர்பந்தத்தில் இருக்கிறோம். மதமாற்றம்பற்றிய தங்களின் பிரகடனம்[15] *குறித்து எங்களவர்களில் சிலருக்கு இருக்கும் சந்தேகங்கள்பற்றி நான் உங்களுக்கு முன்னமே சுட்டிக்காட்டியது உங்களுக்கு நினைவிருக்கும். நீங்கள் அப்போதே அது சந்தேகத்திற்கு இடமின்றி மண்டலின் எல்லைகளுக்கு வெளியே இருக்கும் விஷயம் என்றும் அது தொடர்பாக எங்கள் மேடையிலிருந்து நீங்கள் எதையும் கூறப்போவதில்லை எனவும் சொன்னீர்கள். அதே சமயத்தில், உங்கள் உரையை என்னிடம் கொடுத்த சமயம் நீங்கள் என்னிடம் அளித்ததுதான் பிரதான பகுதி என்றும் இறுதியாகச் சில பத்திகளை*

---

15. 1935ஆம் ஆண்டில் யாலா என்னுமிடத்தில் நடந்த ஒடுக்கப்பட்ட மக்கள் மாநாட்டில் அம்பேத்கர் விடுத்த அறிவிப்பின் பின்னணியில் இதைப் பார்க்க வேண்டும். "நான் தீண்டத்தகாதவன் எனும் அவமானத்தோடு பிறந்தது என்னுடைய துரதிருஷ்டம். இது எனது தவறு அல்ல; ஆனால் நான் இந்துவாக இறக்க மாட்டேன், இது என் முடிவுக்கு உட்பட்டு இருக்கிறது" (ஜெலியட் – 2013,147). அந்த மாநாட்டில் மகர் பஞ்சாயத்துகளின் கூட்டமும், ஹைதராபாத், மத்திய மாகாணம் ஆகிய இடங்களிலிருந்து வந்த பிரதிநிதிகளின் கூட்டமும் என மொத்தம் பத்தாயிரம் பேர் கலந்துகொண்டார்கள். "கோயில் நுழைவுப் போராட்டங்களை நிறுத்துமாறும், இந்து விதிமுறைகளுக்குட்பட்டு சமூக அந்தஸ்து பெறுவதற்காக நடத்தப்படும் பயனற்ற முயற்சிகளை கைவிடுமாறும் இந்த மாநாடு வழிகாட்டியது" (ஜெலியட்–2013–148). "டாக்டர் அம்பேத்கரை மண்டலின் கூட்டத்துக்குப் பேச வருமாறு நான் அழைத்ததற்கு ஒரு காரணம் அவரை நம்மால் தர்க்கரீதியாக இந்த விசயத்தில் இணங்கவைக்க முடியாது. ஆனால் அவரது இதயத்துக்கு வேண்டுகோள் விடுப்பதன்மூலம் அவரை இணங்க வைக்க முடியும்" என்று சந்த் ராம் (1963/2008,137) எழுதுகிறார். மதச் சீர்திருத்த நோக்கத்திற்கு அவரை இணங்க வைக்க மண்டல் முயன்றால், தனது உரையில் இந்து மதத்தை நிர்மூலமாக்குவது குறித்த விரிவான பகுதியை சேர்ப்பது என்று அம்பேத்கர் நிர்பந்தித்தார், ஆதலால் இக்கூட்டம் தோல்வியுறுவதற்கான அறிகுறிகள் தெரிந்தன. அதே நேரத்தில், இந்தக் கூட்டத்திற்கு அம்பேத்கர் தலைமை தாங்கினால் அதை எதிர்த்துக் கறுப்புக்கொடி ஆர்பாட்டம் நடத்தப் போவதாக மண்டலின் வரவேற்புக்குழு உறுப்பினர்களுக்கு மிரட்டல் விடப்பட்டிருந்தது. இதனால் பேரவையின் நோக்கத்துக்காக அவரை இணங்கச் செய்வது குறித்து சந்த் ராமுக்கு நிச்சயமின்மை ஏற்பட்டது. அம்பேத்கர் மண்டலுக்கு எழுதிய கடைசிக் கடிதத்தில் சொல்லியிருப்பதுபோல (பக்கம் 203) 1936 ஏப்ரலில் அமிர்தசரஸில் நடந்த சீக்கியர்களின் பிரச்சார மாநாட்டில் அம்பேத்கர் ஆற்றிய உரையும் ஜாத் பாத் தோடக் மண்டலை குழப்பத்தில் ஆழ்த்தியது.

மட்டுமே சேர்க்கவேண்டியிருக்கிறது எனவும் கூறினீர்கள். ஆனால் தங்கள் உரையின் இரண்டாவது தவணை கிடைக்கப் பெற்றதும் நாங்கள் அதிர்ச்சிக்குள்ளானோம். முதலில் இது உரையை மிக நீண்டதாக ஆக்கியிருக்கிறது, வெகு சிலரே இதை முழுவதும் படிப் பார்கள் என நாங்கள் அஞ்சுகிறோம். அதுதவிர அதில் ஒருமுறைக்குப் பலமுறை நீங்கள் இந்துக்களின் பிரிவிலிருந்து விலகி நடக்க முடிவெடுத்து விட்டதாகவும் இதுவே நீங்கள் இந்துவாக நிகழ்த்தும் கடைசி உரை என்றும் அறிவித்திருக்கிறீர்கள். நீங்கள் வேதங்களின், இந்துக்களின் பிற மதநூல்களின் நெறியையும் அறிவுரீதியான பொருத்தத்தையும் தேவையின்றித் தாக்கியிருக்கிறீர்கள். இப்போது கையிலிருக்கும் பிரச்சினைக்கு எந்தத் தொடர்பும் இல்லாத நிலையில் இந்துமதத்தின் இயங்குமுறையை மிக விரிவாக விவாதித்திருக்கிறீர்கள், எந்த அளவுக்கு என்றால் சில பத்திகள் முற்றிலும் கருத்திலிருந்து விலகிப் பொருத்தமற்றுப் போகும் அளவிற்கு. உங்கள் உரையை நீங்கள் முதலில் என்னிடம் கொடுத்த அதே அளவுடன் நிறுத்தி யிருந்தால் நாங்கள் மிகவும் மகிழ்ந்திருப்போம். ஒருவேளை கூடுதலாக இணைக்கவேண்டியிருந்தால் நீங்கள் பிராமணீயத்தைப் பற்றி எழுதியிருப்பவை போன்றவற்றோடு நிறுத்தியிருந்தால் நன்றா யிருந்திருக்கும். இந்து மதத்தின் முழுமையான அழித்தொழித்தல் பற்றிப் பேசும், இந்துக்களின் புனித நூல்களின் அறநெறியைச் சந்தேகிக்கும், நீங்கள் இந்து மதத்திலிருந்து வெளியேறப்போகும் குறிப்பும் அடங்கிய உரையின் கடைசிப் பகுதி பொருத்தமானதாக எனக்குப் படவில்லை.

எனவே மாநாட்டின் பொறுப்பாளர்கள் சார்பாக மேற்குறிப்பிட்ட பகுதிகளை நீக்கிவிட்டு ஏற்கெனவே நீங்கள் என்னிடம் கொடுத்த பகுதியுடனே அல்லது வேண்டுமானால் பிராமணீயத்தைப் பற்றிய பகுதியைச் சேர்த்து உரையை முடிக்குமாறு நான் மிகவும் தாழ்மையுடன் கேட்டுக் கொள்கிறேன். இந்த உரையைத் தேவையற்ற அளவுக்குத் தூண்டிவிடுவதாகவும் குத்துவதாகவும் ஆக்குவதன் தர்க்கத்தை நாங்கள் ஏற்கவில்லை. எங்களில் பலர் உங்களின் கருத்துக்களோடு உடன்படுகிறோம், இந்து மதத்தை சீரமைக்கும் பணியில் உங்களின் பதாகைக்கு கீழ் வர விரும்புகிறோம். உங்களின் தீவிர ஆதரவாளர்களை ஒருங்கிணைக்க நீங்கள் முடிவெடுத்தால், உங்கள் சீர்திருத்தப் படைக்கு பஞ்சாபில் இருந்து பெரும் ஆதரவு கிடைக்கும் என்று நான் உறுதியளிக்கிறேன்.

சொல்லப் போனால், இந்த விஷயத்தை மிகவும் பூரணமாக ஆராய்ந்து நீங்கள் கற்றிருப்பதனால் சாதி அமைப்பின் தீமையை அழிக்க நீங்கள் எங்களுக்கு முன்னோடியாக இருப்பீர்கள், மாபெரும் இயக்கத்தின் கருவாக நீங்கள் திகழ்ந்து ஒரு புரட்சியைக் கொண்டுவருவதன் மூலமாக எங்கள் கைகளைப் பலப்படுத்துவீர்கள் என்றும் நாங்கள் நினைத்தோம். ஆனால் நீங்கள் செய்திருக்கும் இப்படியான பிரகடனம், திரும்பவும் செய்தால் அதன் சக்தியை இழந்து வெற்று வார்த்தையாகிவிடும். இப்படிப்பட்ட சூழ்நிலையில்,

நீங்கள் இந்த மொத்த விஷயத்தையும் பரிசீலனை செய்து உங்கள் உரையை மேலும் பயனுள்ளதாக ஆக்கும் முகமாக இந்துக்கள் தங்கள் சொந்தபந்தங்களையும் மதமதிப்பீடுகளையும் இழக்கவேண்டி வரினும் உண்மையாக குறிக்கோளிற்காக பணிபுரிவதற்குத் தயாராக இருந்தால் சாதி அமைப்பை அழிக்கும் பணிக்குத் தலைமைதாங்க மகிழ்வுடன் நீங்கள் முன்வருவதாக அறிவிக்க வேண்டும். அப்படி நீங்கள் செய்தால், பஞ்சாபிடமிருந்து தயாரான ஒரு ஆதரவு உங்களுக்குக் கிடைக்கும் என உறுதியாக நம்புகிறேன்.

நாங்கள் ஏராளமான பொருட்செலவுக்கும் பலமுறை ஒத்தி வைத்தலுக்கும் உள்ளாகியிருக்கும் இத்தருணத்தில் தாங்கள் மேற்கண்டபடி உங்கள் உரையை நிறுத்திக்கொள்ள உங்கள் நிலைப் பாட்டைத் துறந்து கீழ்நிலைக்குத் தாழ்ந்து வர தபால்மூலம் எங்களுக்கு ஒப்புதலை அனுப்பினால் நாங்கள் பெரிதும் நன்றியுடையவர்களாக இருப்போம். ஒருவேளை நீங்கள் இன்னமும் உங்கள் உரையை முழுமையாகயாகத்தான் அச்சிடுவது என்று வலியுறுத்தினால் – மிகுந்த வருத்தங்களுடன் நாங்கள் எங்களால் மாநாட்டை நடத்த இயலாது – (உண்மையில் அது நல்லதல்ல) – என்றும் மாநாட்டைக் காலவரையின்றி ஒத்திவைக்க வேண்டியவர்களாவோம், பலமுறை ஒத்திவைக்கப் பட்ட மாநாட்டை இப்படிச் செய்வதால் மக்களின் நல்லெண்ணத்தை மேலும் நாம் இழக்கவேண்டிவரும் என்றாலும். ஆனபோதிலும் இதுவரை சாதிகுறித்து எழுதப்பட்ட அனைத்து கருத்துக்களையும் விஞ்சி நிற்கும் உங்களின் அற்புதமான கருத்துரை மூலமாக ஒரு மதிப்புமிக்க மரபையும் நீங்கள் எங்கள் இதயங்களில் ஒரு தனி இடத்தையும் பெற்றுள்ளீர்கள் என்பதை நாங்கள் சுட்டிக்காட்ட விரும்புகிறோம். இதைத் தயாரிக்க நீங்கள் எடுத்துக்கொண்ட சிரமங்களுக்காய் நாங்கள் எப்போதும் உங்களுக்கு நன்றிக்கடன்பட்டவர்களாய் இருப்போம்.

உங்கள் பரிவிற்கு பல நன்றிகளும் வாழ்த்துக்களும்.

என்றும் உங்கள் உண்மையுள்ள,

ஹர் பகவான்.

இந்த கடிதத்திற்கு நான் கீழ்க்காணும் பதிலை அனுப்பினேன்.

27 ஏப்ரல் 1936

அன்புள்ள ஹர் பகவான்,

22 ஏப்ரல் தேதியிட்ட தங்கள் கடிதம் கிடைக்கப் பெற்றேன். நான் எனது உரையை முழுமையாக அப்படியே அச்சடிக்க வலியுறுத்துவதா யிருந்தால் "மாநாட்டைக் காலவரையின்றி ஒத்திவைப்பதையே நாடவேண்டியிருக்கும்" என ஜாத் பாத் தோடக் மண்டலின் வரவேற்புக் குழுவின் கருத்தை நான் வருத்தத்துடன் குறித்துக்கொள்கிறேன். என் மாநாட்டு உரையைச் சுருக்கிச் சுத்தப்படுத்தி வெளியிட வேண்டும் என மண்டல் வலியுறுத்துவதாயிருந்தால் அதற்கு என்னுடைய பதில் –

நானும் அந்த மாநாட்டை ரத்துசெய்வதையே – கலங்கலான வார்த்தைப் பிரயோகங்களில் எனக்கு உடன்பாடில்லை – விரும்புகிறேன் என்பதே ஆகும். என்னுடைய முடிவு உங்களுக்கு உவப்பானதாய் இல்லாமல் இருக்கலாம். ஆனால் ஒரு மாநாட்டின்[16] தலைமைதாங்கும் மரியாதைக்காக எந்தத் தலைவருக்கும் இருக்கவேண்டிய தலைமையுரை தயாரிக்கும் முழுமையான உரிமையை நான் விட்டுக்கொடுக்க முடியாது. மண்டலை திருப்திபடுத்துவதற்காக தான் தலைமை வகிக்கும் ஒரு மாநாட்டிற்கான கடமையான – சரியானது பொருத்தமானது என்று கருதும் திசைவழியின் பால் பிரதிநிதிகளைத் தலைமைதாங்கி அழைத்துச் செல்லும் பொறுப்பை நான் விட்டுத்தர முடியாது. இது கொள்கைப் பிரச்சினை. எனவே நான் எந்தவகையிலும் அதில் சமரசம் செய்துகொள்ளும் வகையிலான எதையும் செய்யக்கூடாது எனக் கருதுகிறேன்.

வரவேற்புக் குழு எடுத்துள்ள முடிவுகுறித்தும் அதன் பொருத்தப்பாடு குறித்தும் நான் எந்த சர்ச்சையிலும் இறங்காமல்தான் இருந்திருப்பேன். ஆனால் பழியை என்மீது எடுத்து எறியும் வகையில் நீங்கள் சில காரணங்களை எழுதியிருப்பதால் நான் பதிலளிக்கும் தேவை இருக்கிறது. முதலாவதாக, நீங்கள் குறிப்பிடும் பகுதிகளில் அந்த உரையில் இருக்கும் விஷயங்கள் தங்களுக்கு ஆச்சரியமளிக்கின்றன என்ற வாதத்தை நான் மறுத்து விளக்கவேண்டும். சாதி அமைப்பை உடைப்பதற்கான வழி சாதிகளுக்கிடையே சமபந்தி போஜனங்கள் நடத்துவதோ இல்லை சாதிவிட்டு சாதி திருமணங்கள் நடத்துவதோ அல்ல மாறாக சாதியை உருவாக்கி வலுப்படுத்தும் மதக் கருத்தியலை அழிப்பதுதான் என்று திரு. சந்த் ராமின் கேள்விக்கு நான் பதில் கடிதம் எழுதியிருந்தேன் என்பதற்கு அவர் சாட்சி கூறுவார் என நம்புகிறேன். அந்தக் கூற்றைப் புதினமானதென்று கூறி அதை மேலும் விளக்கி எழுத அவர் என்னை அப்போது கேட்டுக் கொண்டார். திரு. சந்த் ராமின் அந்த அழைப்பை ஏற்றுத்தான் அந்தக் கடிதத்தில் ஒருவரியில் சொன்ன விஷயத்தை விரித்து விளக்க நான் முடிவு செய்தேன். எனவே, நீங்கள் நான் வெளிப்படுத்தியிருக்கும் கருத்துக்கள் புதியவை என்று சொல்ல முடியாது. எப்படிப் பார்த்தாலும் அது உங்கள் மண்டலின் வழிகாட்டும் ஒளியான முக்கிய பிரமுகரான சந்த் ராமுக்குப் புதியதில்லை. ஆனால் அதையும் தாண்டி உரையின் இந்தப் பகுதியை நான் வெறுமே எனக்கு எழுதப் பிடித்திருந்ததால் மட்டும் எழுதவில்லை என்பதையும் சொல்ல விரும்புகிறேன். நான் எடுத்துக்கொண்ட வாதத்தை நிறைவுசெய்ய அது தவிர்க்கமுடியாத ஒன்று என்பதால்தான் அதை எழுதினேன். தங்களுடைய கமிட்டி

---

16. சந்த் ராமின் சுயசரிதையில் லாகூரில் நடந்த மண்டலின் வருடாந்தர மாநாடுகளில் தலைவர்களாக இருந்தவர்களின் பட்டியலை மண்டலின் 1939ஆம் ஆண்டு அறிக்கையில் இருந்து எடுத்து கீழ்கண்டவாறு வரிசைப்படுத்தியுள்ளார். அது வருமாறு: சுவாமி சிரத்தானந்தா, மோதிலால் நேரு, ராஜா நரேந்திரநாத், பாய் பரமானந்த், ராமேஸ்வரி நேரு, ஸ்வாமி சர்வதானந்த், சர் ஹரிசிங் கவுர், ஸ்ரீ சத்யானந்தா ஸ்டோக்ஸ், ஸ்ரீராமானந்தா சட்டர்ஜி, ஸ்ரீஹர்கிஷன்லால், பாரிஸ்டர் டாக்டர் கோகுல்சந்த், நாக்பூரைச் சேர்ந்த பாரிஸ்டர் டாக்டர் என்.பி. கார்ரே, ஸ்வாமி சத்யானந்த், டாக்டர் கல்யாணதாஸ் தேசாய்.

எதிர்ப்புத் தெரிவித்திருக்கும் பத்திகள் “தேவையற்றவை மற்றும் வாதத்திற்கு வெளியிலானது” என்று நீங்கள் எழுதியிருப்பது கண்டு நான் வியந்துபோகிறேன். நான் ஒரு வழக்குரைஞர் என்பதையும் தேவையானவை எது எனும் விதிகளைப் பற்றி உங்கள் கமிட்டியில் இருப்பவர்கள் அளவிற்காவது நிச்சயமாக எனக்கு நன்றாகத் தெரியும் எனச் சொல்வதற்கு நீங்கள் என்னை அனுமதிப்பீர்கள் என நினைக்கிறேன். நீங்கள் ஆட்சேபணை தெரிவித்திருக்கும் பத்திகள் மிகவும் பொருத்தமானவை மட்டுமல்ல அவை மிகமிக முக்கியமானவை என்று என்னால் மிக உறுதியாகக் கூறமுடியும். அந்த பகுதியில்தான் நான் சாதி முறைமையை உடைப்பதற்கான வழிகளையும் முறைகளையும் விவாதித்திருக்கிறேன். சாதியை ஒழிப்பதற்கான சிறந்த முறை என்று நான் முன்வைக்கும் முடிவு அதிர்ச்சியும் வலியும் அளிக்கக்கூடியதாக இருக்கலாம். என்னுடைய பகுப்பாய்வைத் தவறு எனச் சொல்ல உங்களுக்கு உரிமை இருக்கிறது. ஆனால் சாதிப்பிரச்சினையைப் பற்றிய ஒரு உரையில் அதை உடைக்கும் வழிகளைப் பற்றி விவாதிக்க நான் முடிவு செய்ய முடியாது என்று நீங்கள் சொல்ல முடியாது.

உங்களுடைய மற்றைய புகார், உரையின் நீளத்தைப் பற்றியது. அது என்னுடைய தவறுதான் என்று நான் உரையிலேயே குறிப்பிட்டிருக்கிறேன். ஆனால் அதற்கு யார் பொறுப்பு? நீங்கள் இந்த பிரச்சினையில் மிகக் கடைசியாக உள்ளே வந்திருக்கிறீர்கள் என்று அஞ்சுகிறேன். இல்லாவிட்டால் ஒரு விரிவான ஆய்வறிக்கையை எழுத எனக்கு காலமும் சக்தியும் இல்லாததால் நான் என்னுடைய வசதிக்காக ஒரு சிறு உரையை மட்டுமே முதலில் எழுத நினைத்திருந்தேன் என்பதும், மண்டல்தான் என்னை இந்த விஷயம் குறித்து விரிவாக எழுதச் சொல்லியது என்பதும், என்னுடைய உரையில் நான் பதிலளிக்கவேண்டி சாதிப் பிரச்சினை குறித்த ஒரு கேள்விப்பட்டியலை அனுப்பியதும் மண்டல்தான் என்பதும், அந்தக் கேள்விகள் மண்டலினர், அவர்களின் எதிர்ப்பாளர்களிடையே நிகழும் மோதல்களில் முவைக்கப் படும், மண்டலால் பதிலளிக்க முடியாத கேள்விகள் என்பதும் உங்களுக்குத் தெரிந்திருக்கும். மண்டலின் இந்தக் கோரிக்கைகளை நிறைவுசெய்யும் விதமாகவே இந்த உரை நீண்டு இந்த அளவிற்கு வளர்ந்தது. நான் சொன்னவற்றைக் கருத்தில்கொண்டு, நீங்கள் உரையின் நீளம் குறித்த பிரச்சினைக்கு நான் பொறுப்பல்ல என்று ஒப்புக்கொள்வீர்கள் என நினைக்கிறேன்.

இந்துமத அழிப்பைப் பற்றி நான் பேசியிருப்பவை உங்கள் மண்டல் உறுப்பினர்களை வருத்தப்படுத்தும் என நான் எதிர்பார்க்கவில்லை. முட்டாள்கள்தான் வார்த்தைகளுக்கு அஞ்சுவார்கள் என நான் நினைத்திருந்தேன். மக்களின் மனதில் எந்தக் குழப்பமும் இல்லாமலிருப்பதற்காகப் பெருமுயற்சி எடுத்து நான் மதம் என்று எதைச் சொல்கிறேன், மத அழிப்பு என்று எதைச் சொல்கிறேன் என வலிந்து விளக்கியிருக்கிறேன். யார் ஒருவரும் என்னுடைய உரையைப் படித்து என்னைத் தவறாகப் புரிந்துகொள்ள மாட்டார்கள் என்பதில் நான்

தெளிவாக இருக்கிறேன். 'மதத்தை அழித்தல், போன்ற' சாதாரண வார்த்தைகளைக் கண்டு உங்களுடைய மண்டல் உடன்வரும் என்னுடைய விளக்கங்களையும் மீறி இப்படி அஞ்சுவது என் கணிப்பில் மண்டலை உயர்த்துவதாக இல்லை. சீர்திருத்தவாதி எனும் நிலையை எடுத்துவிட்டு பின்பு அதைச் செயல்படுத்துவதை விடுங்கள் அந்த நிலைப்பாட்டின் தர்க்கம்சார் பின்விளைவுகளைக் கூடப் பார்க்க மறுப்பவர்கள்மீது ஒருவருக்கு எந்த மரியாதையும் இருக்க முடியாது.

இந்த உரையை தயாரிப்பதில் நான் எந்தக் கட்டுப்பாடுகளையும் ஏற்கவில்லை என்பதும், இந்த உரையின் உள்ளடக்கம் குறித்தும் அதில் என்ன இருக்கலாம் எது இருக்க வேண்டாம் என்றெல்லாம் மண்டலினருக்கும் எனக்கும் இடையே எந்த விவாதமும் எப்போதும் நடைபெறவில்லை என்பதையும் நீங்கள் ஒப்புக்கொள்வீர்கள் என நினைக்கிறேன். இந்த விஷயம்குறித்து நான் கொண்டிருக்கும் கருத்துக்களை அந்த உரையில் சுதந்திரமாக நான் முன்வைக்கலாம் என நான் ஆரம்பத்திலிருந்தே நினைத்திருந்தேன். உண்மையில் ஏப்ரல் 9ஆம் தேதி நீங்கள் பம்பாய்க்கு வரும்வரை நான் எப்படிப்பட்ட உரையைத் தயார் செய்திருந்தேன் என்பது மண்டலுக்குத் தெரியாது. நீங்கள் பம்பாய் வந்திருந்தபோது நானாகத்தான் உங்களிடம் எனக்கு உங்கள் மேடையிலிருந்து தாழ்த்தப்பட்ட வகுப்பினரை மதமாறச் சொல்லும் என கருத்தியலை வெளிப்படுத்த விருப்பமில்லை எனத் தெரிவித்தேன். அந்தச் சத்தியத்தை இந்த உரை தயாரிக்கும் பணியில் நான் சிரத்தையாகக் காப்பாற்றியிருக்கிறேன். போகிறபோக்கில் வரும் ஒரு மறைமுக குறிப்பான, "மன்னியுங்கள், நான் இங்கு இருக்கமாட்டேன்" போன்றவற்றைத் தவிர அது பற்றிய எந்த குறிப்பையும் உரையில் நான் வைக்கவில்லை. அந்த மறைமுக சிறு குறிப்பைக்கூட நீங்கள் ஆட்சேபிப்பதைப் பார்க்கும்போது எனக்கு ஒரு கேள்வி எழுகிறது. உங்கள் மாநாட்டிற்குத் தலைமைதாங்க ஒப்புக்கொண்டதனாலேயே நான் தாழ்த்தப்பட்ட வகுப்பினர் மதம் மாறுவது குறித்த எனது பார்வையை நிறுத்திவைக்கவோ அல்லது கைவிடவோ செய்வேன் என்று நீங்கள் நினைத்தீர்களா எனக் கேட்கவேண்டி வருகிறது. நீங்கள் அப்படி நினைத்திருப்பீர்களானால், அது உங்களுடைய தவறு; அதற்கு நான் எவ்வகையிலும் பொறுப்பாக முடியாது என தெளிவுபடுத்துகிறேன். நீங்கள் என்னைத் தலைவராகத் தேர்ந்தெடுப்பதால் எனக்களிக்கும் மரியாதைக்குப் பதிலாக நான் என்னுடைய மதமாற்ற திட்டத்தின் மீதான நம்பிக்கையைக் கைவிடவேண்டும் என்று நீங்கள் ஒரு சிறு கோடி காட்டியிருந்தால்கூட நான் அப்போதே உங்களுக்குத் தெளிவான வார்த்தைகளில் விளக்கியிருப்பேன். எனக்கு உங்களுடைய எந்த மரியாதையையும்விட என்னுடைய நம்பிக்கைகள் மிக முக்கியம் என்று.

உங்களுடைய 14ஆம் தேதியிட்ட கடிதத்திற்குப் பின்புவரும் இந்தக் கடிதம் எனக்கு ஆச்சர்யமளிக்கிறது. இவ்விரண்டையும் படிக்கும் எவரும் அப்படித்தான் உணர்வார்கள் என நினைக்கிறேன்.

வரவேற்புக் குழுவின் இந்தத் திடீர் அந்தர் பல்டியை என்னால் புரிந்துகொள்ள முடியவில்லை. உங்களுடைய 14ஆம் தேதியிட்ட கடிதத்திற்கு முன்பாகவே உங்கள் கமிட்டியிடம் தரப்பட்ட உரையின் வரைவுக்கும் இந்தப் பதிலுக்குக் காரணமான இப்போதைய கடிதத்திற்கு முன்பு அனுப்பப்பட்ட இறுதி வரைவுக்கும் இடையே பெரிய வேறுபாடு இல்லை. அதில் இல்லாத ஒரு புதிய கருத்தைக்கூட நீங்கள் இந்த வரைவில் சுட்டிக்காட்ட முடியாது. அதே கருத்துக்கள்தான் இருக்கின்றன. ஒரே வித்தியாசம் அவை இறுதி வரைவில் விரிவாக விளக்கிக் கூறப்பட்டிருக்கின்றன என்பதுதான். உங்களுக்கு இந்த உரையில் ஏதாவது ஆட்சேபம் இருக்குமானால் நீங்கள் அதை 14ஆம் தேதியே சொல்லியிருக்கலாம். ஆனால் நீங்கள் அப்படிச் செய்யவில்லை. மாறாக நீங்கள் சில மாற்றங்களைச் சொல்லி அவற்றை ஏற்பதும் ஏற்காததும் என்னுடைய முடிவு எனக் கூறி என்னை ஆயிரம் பிரதிகள் அச்சடிக்கச் சொன்னீர்கள். அதேபோல் நானும் ஆயிரம் பிரதிகள் அச்சடித்துவிட்டேன், அவை என்னிடம் கிடக்கின்றன. எட்டு நாட்கள் கழித்து நீங்கள் உரையில் உங்களுக்கு ஆட்சேபணை இருப்பதாகவும் அது மாற்றப்படாவிட்டால் மாநாட்டை ரத்து செய்வதாகவும் கடிதம் எழுதுகிறீர்கள். உரையில் எந்த மாற்றத்தையும் செய்வதற்கான வாய்ப்பு இல்லை என்பது உங்களுக்குத் தெரிந்திருக்க வேண்டும். நீங்கள் பம்பாய் வந்தபோதே நான் உரையில் ஒரு காற்புள்ளியைக்கூட மாற்றமாட்டேன் என்றும் என் உரையை நான் எந்தத் தணிக்கைக்கும் உட்படுத்தமாட்டேன் என்றும் நீங்கள் என் உரையை அப்படியே அது என்னிடமிருந்து எப்படி வருகிறதோ அப்படியேதான் ஏற்கவேண்டும் எனவும் தெளிவுபடுத்திவிட்டேன். உரையில் நான் கூறியிருக்கும் கருத்துக்களுக்கான முழுப்பொறுப்பும் என்னுடையது என்றும் அவற்றை மாநாடு விரும்பவில்லையென்றால் அவற்றைக் கண்டித்து ஒரு தீர்மானத்தை மாநாடு நிறைவேற்றினால்கூட எனக்குப் பிரச்சினையில்லை என்றும் சொன்னேன். என்னுடைய கருத்துக்களுக்கு உங்கள் மண்டல் பொறுப்பேற்க வேண்டியிருக்கும் என்பதைப் பற்றியும் நான் உங்கள் மாநாட்டுடன் மிக நெருங்கிய தொடர்பை ஏற்படுத்திக்கொள்ள வேண்டாம் என்பதிலும் நான் அவ்வளவு அக்கறை கொண்டிருந்தேன். என்னுடைய உரை தலைமை உரையாக இல்லாமல் ஒரு துவக்க உரையாகக் கருதப்படுவதையே நான் விரும்புகிறேன் என்றுகூட உங்களுக்குச் சொன்னேன். மண்டல் வேறொருவரை மாநாட்டிற்கு தலைமை தாங்கவும் தீர்மானங்களை நிறைவேற்றவும் செய்யலாம் எனவும் சொன்னேன். 14ஆம் தேதியே இப்படியான ஒரு முடிவை எடுப்பதற்கு உங்கள் கமிட்டியிடம் அனைத்து தரவுகளும் இருந்தன. கமிட்டி அதைச் செய்யத் தவறிவிட்டது, அதற்கிடையில் அச்சடிக்கும் செலவு நிகழ்ந்துவிட்டது. கமிட்டி இன்னமும் கொஞ்சம் உறுதியாக இருந்திருந்தால் அதை நிச்சயமாகத் தவிர்த்திருக்கலாம் என நினைக்கிறேன்.

என் உரையில் நான் வெளிப்படுத்தியிருக்கும் கருத்துக்களுக்கும் உங்கள் கமிட்டியின் முடிவுக்கும் எந்தத் தொடர்பும் இல்லையென உறுதியாக நம்புகிறேன். அம்ரித்சரில் நடந்த சீக்கியப் பிரச்சார

மாநாட்டில் நான் பங்குபெற்றதுதான் கமிட்டியின் இந்த முடிவுக்கு முக்கிய காரணம் என நம்ப எனக்குக் காரணங்கள் இருக்கின்றன. ஏப்ரல் மாதம் 14ஆம் தேதிக்கும் 22ஆம் தேதிக்கும் இடையே இந்தத் திடீர் பல்டியை வேறெதுவும் விளக்க முடியாது. ஆனால் இந்த சர்ச்சையை நான் இதற்குமேலும் வளர்க்க விரும்பவில்லை, எனவே எனது தலைமையின் கீழ் கூடுவதாக இருந்த மாநாட்டு அமர்வு ரத்து செய்யப்பட்டுவிட்டது என நீங்கள் உடனடியாக அறிவிக்க வேண்டும் என நான் கேட்டுக் கொள்கிறேன். அருள் கெட்டுப் போய்விட்டது, உங்களுடைய கமிட்டி எனது உரையை உள்ளது உள்ளபடி அப்படியே முழுமையாக ஏற்பதாயிருந்தால் கூட நான் இனித் தலைமைதாங்க ஒப்பமாட்டேன். இந்த உரை தயாரிக்க நான் பட்டபாடுகளுக்கான உங்கள் பாராட்டுகளுக்கு நன்றி. இந்த உழைப்பினால் வேறெவருக்கும் பயனில்லை என்றால்கூட நான் நிச்சயம் பயன் அடைந்துள்ளேன். எனது ஒரே வருத்தம் இதனால் ஏற்பட்ட சிரமத்தினை ஏற்கும் அளவில் என் உடல்நிலை இல்லாத சமயத்தில் நான் இந்த கடின உழைப்புக்கு ஆட்படுத்தப்பட்டேன் என்பதுதான்.

தங்கள் உண்மையுள்ள,

பி.ஆர். அம்பேத்கர்

○

எனது மாநாட்டுத் தலைமையை மண்டலினர் ரத்து செய்தது வரையிலான நிகழ்வுகளை இந்தக் கடிதத் தொடர்பு வெளிப்படுத்துகிறது. வாசகர்கள் பழியை அது எங்கு போய்ச் சேர வேண்டுமோ அங்கு சேர்க்கக் கூடிய நிலையில் இருப்பார்கள். வரவேற்புக் கமிட்டி, தாங்கள் நியமித்த தலைவரையே அவரின் கருத்துகள் தமக்கு ஏற்புடையதாக இல்லை என அவரது தலைமையை ரத்து செய்தது இதுவே முதல்முறை என நம்புகிறேன். அது அப்படியோ இல்லையோ, எனது வாழ்க்கையில் நான் சாதி இந்துக்களின் மாநாடு ஒன்றிற்கு தலைமைதாங்க அழைக்கப்பட்டது இதுதான் முதல்முறை. அது ஒரு துன்பியலாக முடிந்தது வருத்தத்திற்குரியது. ஆனால் சீர்திருத்தவாத சாதி இந்துக் குழுவினருக்கும் சுயமரியாதையுள்ள தீண்டத்தகாதவர் குழுவிற்கும் இடையிலான துன்பியல் உறவிலிருந்து ஒருவர் வேறு என்ன எதிர்பார்க்க முடியும்? முன்னவர்களுக்கு தமது ஆசாரமான பகுதியினரை அந்நியப்படுத்த விருப்பமில்லை; பின்னவர்களுக்கு சீர்திருத்தம் வந்தே ஆகவேண்டும் என கட்டாயப் படுத்துவதைத் தவிர வேறு மாற்று இல்லை.

பி.ஆர். அம்பேத்கர்,
ராஜக்ரிஹா, தாதர்
பம்பாய்–14

சாதியை அழித்தொழித்தல்

நிகழாத உரை, 1936

1

1.1

நண்பர்களே, இந்த மாநாட்டிற்குத் தலைமை தாங்க மிகக் கனிவுடன் என்னை அழைத்திருக்கும் ஜாத் பாத் தோடக் மண்டல் உறுப்பினர்களுக்காக நான் வருத்தப்படுகிறேன். என்னைத் தலைவராகத் தேர்ந்தெடுத்தமைக்காக அவர்கள் பல கேள்விகளை எதிர்கொள்ள வேண்டி வரும் என்பது உறுதி. லாகூரில் நடக்கும் ஒரு விழாவுக்கு மண்டலினர் ஏன் பம்பாயிலிருந்து ஒருவரை இறக்குமதிசெய்து தலைமை தாங்க வைத்தனர் என்ற கேள்வி எழுப்பப்படும். இந்நிகழ்விற்குத் தலைமை தாங்க என்னைக் காட்டிலும் தகுதியானவர் ஒருவரை நிச்சயமாக மண்டலினர் சுலபமாகத் தேர்ந்தெடுத்திருக்கமுடியும். நான் இந்துக்களை விமர்சித்திருக்கிறேன். அவர்கள் பெரிதும் போற்றி மதிக்கும் மகாத்மாவின் அதிகாரத்தையும் ஆளுமையையும் கேள்விக்குள்ளாக்கி இருக்கிறேன். அவர்கள் என்னை வெறுக்கிறார்கள். அவர்களுக்கு நான் தோட்டத்தில் புகுந்த பாம்பு. இந்தக் கௌரவப் பதவிக்கு ஏன் என்னை அழைத்தார்கள் என்று மண்டலினருக்கு அதன் அரசியல் சிந்தனையுள்ள உறுப்பினர்களிடமிருந்து கேள்விகள் வரும். இந்த அழைப்பின் பின்னால் பெரும் துணிச்சல் இருக்கிறது. அரசியல் உணர்வுள்ள சில இந்துக்கள் இந்த அழைப்பை அவமதிப்பாகப் பார்த்தால் நான் ஆச்சரியப்படமாட்டேன். நான் இங்கு தலைமை தாங்கும் இந்நிகழ்வு நிச்சயம் சாதாரண மத உணர்வுள்ள இந்துக்களை அதிருப்தியுறச் செய்யும்.

1.2

தலைவரைத் தேர்ந்தெடுக்கும் விஷயத்தில் சாஸ்திரிய ஆக்ஞையை மீறியது எதனால் என மண்டலினருக்குக் கேள்விகள் வரலாம். சாஸ்திரங்களின்படி பிராமணர்தான் மூன்று வர்ணத்தவருக்கும் குருவாக நியமிக்கப்பட்டிருக்கிறார். வர்ணானாம் பிராஹ்மனோ குரு. **वर्णानाम ब्राह्मणो गुरुः**[1] இது

1. 'வர்ணம் ப்ராமணோ குரு' – மனுஸ்மிரிதி: 10.3. பிபெக் டெப்ராய் மொழிபெயர்ப்பு: "வர்ணங்களிடையே, ப்ராமணனே ஆசிரியன் / குரு." மனுஸ்மிரிதியின் தரப்படுத்தப்பட்ட பிரதி என்று எதுவும் கிடையாது; சில பதிப்புகளில், பனுவல் குரு (ஆசிரியர்) என்பதற்குப் பதிலாக

சாஸ்திரங்களின் வழிகாட்டுதல். எனவே ஒரு இந்து யாரிடம் இருந்து தனது பாடங்களைப் பெறவேண்டும், யாரிடமிருந்து பெறக் கூடாது என்று மண்டலினருக்குத் தெரியும். நன்கு கற்றறிந்தவர் என்பதாலேயே ஒரு இந்து வேறொருவரைக் குருவாக ஏற்க சாஸ்திரங்கள் அனுமதிப்பதில்லை. சிவாஜிக்கு இந்து ராஷ்ட்ரத்தை உருவாக்க உந்துசக்தியாக இருந்ததாகச் சொல்லப்படும் மகாராஷ்டிர பிராமணத் துறவியான ராம்தா[2]ஸால் இது மிகத் தெளிவாக முன்வைக்கப்படுகிறது. அவர் எழுதிய மராத்தி செய்யுளாலான சமூக அரசியல் மத நூல் 'தாசபோதத்தில், ராம்தாஸ் இந்துக்களை நோக்கிக் கேட்கிறார், படித்துப் பண்டிதராக இருக்கிறார் என்பதாலேயே நாம்

பிரபு(எஜமான்) எனக் குறிப்பிடப்பட்டுள்ளது. ஜார்ஜ் புஹ்லர் 10.3இன் இரு வரிகளையும் இவ்வாறு மொழிபெயர்க்கிறார்: "தனது மேலாதிக்கத்தின் பொருட்டு, தனது பிறப்பின் மேன்மையின் பொருட்டு, (குறிப்பிட்ட) தடைசெய்யும் விதிகளைக் கடைப்பிடிக்கும் பொருட்டு, அவனுடைய குறிப்பிட்ட புனிதத்துவத்தின் பொருட்டு பிராமணன் (எல்லா) சாதிகளின்(வர்ணங்களின்) எஜமானனாவான்." (1886/2004,276). மனுஸ்மிரிதியின் பத்தாவது அத்தியாயம் வர்ணங்களையும் அவற்றின் கடமைகளையும் விரிவாகப் பேசுவதோடு, செய்யவேண்டியது செய்யக்கூடாததைப் பட்டியலிடுகிறது.

2. ராம்தாஸ் (1608–81) பதினேழாம் நூற்றாண்டைச் சேர்ந்தவர். மராத்திய அரசர் சிவாஜியின் (1627/30–80) சமகாலத்தவர், அவரது பிராமண குரு என்றும் சொல்லப்படுபவர். பிறப்பால் சூத்திரரும் தொழிலால் வணிகருமான பக்திக் கவிஞர் துக்காராமும் இவரது சமகாலத்தவர். பக்தி என்பது பூசாரிகளின் சடங்குகளின் இடையீடு இல்லாமல் ஒரு அணுக்கமான கடவுளுக்கான அர்ப்பணிப்பான காதல். பக்தி இயக்கத்தின் முன்னோடிகளான தமிழ்நாட்டைச் சேர்ந்த ஆழ்வார்களும் (ஆறு முதல் ஒன்பதாம் நூற்றாண்டு வரை) நாயன்மார்களும் (பனிரெண்டாம் நூற்றாண்டு) சிவன் விஷ்ணு அல்லது அவர்களது ரூபங்களின் மீதான தங்கள் காதலில் தீவிரமான ஓரிறைக் கொள்கையோடிருந்தனர், இது ஜைனர்கள் மற்றும் பௌத்தர்களின் இழப்பிலும் ஒடுக்குமுறையிலும் நிகழ்ந்தது (பார்க்க: மோனியஸ் 2011). முக்கியமானது என்னவென்றால், சமூகத்தின் எந்த படிநிலையைச் சேர்ந்த எவரும் – ஆண்களும் பெண்களும் – கடவுளை அடைய விரும்பலாம். கன்னடம் பேசும் தெற்கில் வசன இலக்கிய மரபைத் தொடங்கிவைத்த பனிரெண்டாம் நூற்றாண்டைச் சேர்ந்த பசவண்ணரால் முன்நடத்தப்பட்ட வீரசைவ இயக்கம் சாதி அமைப்பையும் பிராமணர்களின் மேலாதிக்கத்தையும் மறுதலித்தது. பதினான்காம் பதினெட்டாம் நூற்றாண்டுகளுக்கு இடையே இஸ்லாம் மற்றும் சூஃபிஸத்தின் கூறுகளை இணைத்துக்கொண்டு பக்தி இயக்கம் உபகண்டத்தின் மேற்கு, வடக்கு, கிழக்குப் பகுதிகளில் தன்னை நிலைநிறுத்திக் கொண்டது. இதற்குப் பணியாற்றியவர்கள் பெரும்பாலும் உழைக்கும் சாதிப் பின்னணியைச் சேர்ந்த துறவிகளின் குருக்களின் பணியால், ஆனால் அது பக்தி இயக்கத்தின் சமத்துவ கோட்பாட்டை தழுவிக்கொண்ட பிராமணர்களையும் (மேற்கிந்தியாவின் த்யானேஷ்வர் அல்லது வங்காளத்தின் சைதன்யரைப் போல) இணைத்துக்கொண்டது. அறிஞர் வீணா நரேகல் (2001,12) சொல்வதன்படி, ராம்தாஸின் "மத மற்றும் அரசியல் நடைமுறைத்துவம் பக்திக் கவிஞர்களின் தூண்டுதலிலிருந்து பெருமளவு வேறுபட்டது." இருபது பகுதிகளில் 70000 செய்யுள்கள் தொகுக்கப்பட்ட தாஸபோதம் வேதாந்த தத்துவத்திற்கான ஒரு விளக்கத்தைத் தருகிறது. ராம்தாஸ் பிராமண மேலாதிக்கத்திற்குத் திரும்ப வேண்டியதன் தேவையைப் பேசுவதோடு மராத்தா சமூகத்திலிருந்த பிரச்சனையை 'முஸ்லிம் ஒடுக்குமுறை'யால் இந்துக்கள் இஸ்லாமுக்கு மாறுவதால் ஏற்பட்ட உடைவாகப் பார்த்தார், அதேபோல் பிராமணரல்லாத வர்காரி துறவிகள் மற்றும் குருக்களால் பிராமண ஆன்மீகத் தலைமை தூக்கியெறியப்படுவதாலும் (ரானடே 1983). ராம்தாஸ் இன்று இந்து தேசியவாதிகளின் கதாநாயகர், முக்கியமாக மஹாராஷ்டீரத்தின் சித்பவன் பிராமணர்களுக்கு. வர்காரி மரபுகுறித்த குறிப்பு 32ஐயும் பார்க்கவும். மனுபாவ பக்திக்கும் ராமதாஸுடைய அதன் வடிவத்திற்கும் உள்ள வித்யாசத்திற்குப் பார்க்க: கெய்ல் ஓம்வெட்டின் குறிப்பு (1976). அதில் ராம்தாஸ் மனுபாவத்தின் முற்போக்குத் திறனை மழுங்கடித்ததாக விவாதிக்கிறார்.

அந்தயஜர்[3]களை நமது குருவாக ஏற்க முடியுமா?; முடியாது என்ற பதிலையும் கொடுக்கிறார்.

1.3

இந்தக் கேள்விகளுக்கு என்ன பதிலைச் சொல்வது என்பதை நான் மண்டலினருக்கே விட்டுவிடுகிறேன். தலைவரைத் தேர்ந்தெடுக்க பம்பாய் வரை பயணம் செய்யவும் இந்துக்களுக்கு அருவெறுப்பேற்படுத்தும் ஒருவரைத் தலைவராக உறுதிசெய்யவும் மேலும் இவ்வளவு தரம் தாழ்ந்துபோய் ஒரு அந்தயஜனை சவர்ணர்[4]களின் அவையில் உரையாற்ற அழைக்கவும் மண்டலினரை எது செலுத்தியது என்ற காரணங்கள் அவர்களுக்கே வெளிச்சம். என்னைப் பொறுத்தவரை நான் என்னுடைய உள்ளுணர்விற்குப் புறம்பாகவே இந்த அழைப்பை ஏற்றுக்கொண்டேன் என இங்கு சொல்ல நீங்கள் என்னை அனுமதிக்கவேண்டும். என் சக தீண்டத்தகாதவர்களின் உணர்வுகளையும் மீறியே இதை ஏற்றிருக்கிறேன். இந்துக்கள் என்மீது கடும்வெறுப்பில் இருக்கின்றனர் என்று எனக்குத் தெரியும். நான் அவர்களின் நல்லெண்ண வட்டத்துக்குள் இல்லை என்பதும் தெரியும். இதெல்லாம் தெரிந்துதான் நான் வேண்டுமென்றே அவர்களிடமிருந்து விலகியே இருக்கிறேன். அவர்கள்மீது என்னைத் திணிக்கும் எந்த ஆசையும் எனக்கில்லை. நான் என்னுடைய மேடைகளிலிருந்து என் கருத்துக்களை வெளிப்படுத்தி வந்தேன். அதுவே அவர்களுக்கு பெருமளவிற்கு நெஞ்செரிச்சலை[5]யும் கடுப்பையும் ஏற்படுத்தியுள்ளது.

1.4

அவர்களின் காதுகளுக்கு எட்டும் தூரத்தில் நான் செய்து வந்தவற்றை அவர்களின் கண்பார்வையில் செய்ய இந்துக்களின் மேடைகளுக்கு உயர்ந்து செல்ல எனக்கு எந்த விருப்பமுமில்லை. நான் இன்று இங்கு இருக்கிறேன் என்றால் அது எனது விருப்பத்தினால் அல்ல, உங்களுடைய தேர்வால். உங்களுடையது ஒரு சமூக சீர்திருத்த நோக்கு. அந்த நோக்கு என்னை எப்போதும் கவர்ந்திருக்கிறது, அதனால்தான் நான் அப்படிப்பட்ட ஒரு நோக்கத்திற்கு உதவும் வாய்ப்பை மறுக்கக்கூடாது என நினைத்தேன். முக்கியமாக என்னால் அந்நோக்கிற்கு உதவமுடியும் என்று நீங்கள் நினைப்பதால். நீங்கள் தீர்க்க முயன்று தடுமாறிக் கொண்டிருக்கும்

---

3. அந்த்யஜா: கடைசியாகப் பிறந்தவர்; பிராமணர் (பூசாரிகள்), ஷத்ரியர்கள் (போராளிகள்), வைசியர் (வணிகர் மற்றும் விவசாயிகள்) சூத்திரர்களைக் (அடிமட்டப் பணியாளர்கள்) கொண்ட நான்கடுக்கு வர்ண அமைப்பின் எல்லைக்கு வெளியே இருப்பவர்களைக் குறிக்கும் பதம். இவர்களில் முதல் மூன்று குழுக்கள் துவிஜர்கள், இருமுறை பிறந்தவர்களாகக் கருதப்படுகின்றனர். சூத்திரர்கள் முதல் மூன்று வர்ணங்களுக்கும் சேவகம் செய்யவேண்டிய அடிமை வர்க்கமாகக் கருதப்பட்டனர். அந்த்யஜர்கள் இந்த எல்லைகளுக்கு வெளியிலிருக்கும் கிராமத்துக்கு வெளியே வசிக்கவேண்டிய தீண்டத்தகாதவர்கள்.

4. சவர்ணர்: வர்ணம் உடையவர்கள், ஒரு சாதி இந்து; நான்கடுக்கு வர்ண அமைப்புக்குள்ளிருப்பவர்களைக் குறிக்கும் பதம். ஒரு சூத்திரரும் சவர்ணரே; சவர்ணரின் எதிர்ப்பதம் அவர்ணர், தீண்டத்தகாதவர்.

5. சாதியை அழித்தொழித்தல் 1936 மற்றும் தொடர்ந்த பதிப்புகளில் “நெஞ்செரிய வைக்கும்.”

பிரச்சனைக்குத் தீர்வுகாண நான் இன்று இங்கு இப்போது சொல்லப் போகும் எதுவும் பயன்படுமா என்பதற்கு நீங்கள்தான் நீதிபதி. பிரச்சனை குறித்த எனது பார்வைகளை உங்கள் முன்னால் வைப்பதே என்னுடைய விழைவு.

2

2.1

சமூக சீர்திருத்தப் பாதையானது, சொர்க்கத்துக்கான பாதையைப்போல (இந்தியாவைப் பொறுத்தவரை, எப்படிப் பார்த்தாலும்) கடினங்கள் மலிந்த ஒரு பாதை. இந்தியாவில் சமூக சீர்திருத்தத்திற்குச் சில நண்பர்களும் பல விமர்சகர்களும் இருக்கிறார்கள். அந்த விமர்சகர்கள் தெளிவாக வேறுபட்ட இரண்டு பிரிவுகளில் அடங்குவர். ஒரு பிரிவு அரசியல் சீர்திருத்தவாதிகளைக் கொண்டது, இன்னொன்று சோஷலிஸ்டுகள்.

2.2

சமூக செயல்திறன்[6] இல்லாமல் எந்த செயல்பாட்டுத் தளத்திலும் நிரந்தரமான முன்னேற்றத்தை அடைவது சாத்தியமில்லை என்பது ஒருகாலத்தில் அங்கீகரிக்கப் பட்டிருந்தது; தீய வழக்கங்களால் உருவாகிய சதிகளால் இந்து சமூகம் ஒரு திறன்பெற்ற நிலையில் இல்லை; இத்தீமைகளை ஒழிக்கத் தங்குதடையற்ற முயற்சிகள் மேற்கொள்ளப்படவேண்டும். இந்த உண்மையின் வெளிப்பாடாகத்தான் இந்திய தேசிய காங்கிரஸின் பிறப்பு சமூக மாநாட்டிற்கான அஸ்திவாரம் அமைக்கப்படுவதுடன் சேர்ந்து நிகழ்ந்தது. நாட்டினுடைய அரசியல் அமைப்பில் உள்ள பலவீனமான புள்ளிகளை வரையறுக்கும் பணியில் காங்கிரஸ் தன்னைச் செலுத்தியது

6. அம்பேத்கர் இந்தப் பதத்தை முக்கியமான அமெரிக்க நடைமுறைவாதத் தத்துவவியலாளர், தீவிர ஜனநாயகவாதி கல்விக் கோட்பாட்டாளர் ஜான் டியூவியிடம் (1859–1952) கடன்பெறுகிறார். இவர் அம்பேத்கருக்கு கொலம்பியப் பல்கலைக்கழகத்தில் வகுப்பெடுத்தவர்; அவர்மீது ஆழமாகச் செல்வாக்கு செலுத்தியவர். நாற்பது புத்தகங்களுக்கு மேல் எழுதியுள்ள டியூவி, அவரது காலத்தின் முக்கியமான சில அரசியல், கல்வி நிறுவனங்களை உருவாக்க உதவியுள்ளார்: அமெரிக்க சிவில் லிபர்டீஸ் இயக்கம், நிறமுடைய மக்கள் முன்னேற்றத்துக்கான தேசிய கூட்டமைப்பு (NAACP), தொழிற்துறை ஜனநாயகத்துக்கான லீக், நியூயார்க் ஆசிரியர் சங்கம், அமெரிக்க பல்கலைக்கழகப் பேராசிரியர்கள் கூட்டமைப்பு மற்றும் சமூக ஆய்வுக்கான புதிய பள்ளி. பிரிட்டிஷ் சமூகவியலாளர் பெஞ்சமின் கிட்டால் (அவரது 'சமூகப் பரிணாமம்' (1884) படைப்புக்காக அறியப்பட்டவர்) அறிமுகப்படுத்தப்பட்டதும் "சமூக திறன்" 1884இல் வாழ்க்கையைத் தொடங்கிய ஒரு பதம். அவர் அதை ஒரு சமூக டார்வினிஸ பொருளில் பயன்படுத்தினார், ஆனால் டியூவியும் மற்றவர்களும் அந்தக் குறுகிய பயன்வாத நோக்கிலிருந்து விடுவித்து அந்தப் பதத்துக்கு ஒரு மனிதாபிமான மதிப்பைப் புகுத்த முயன்றனர். கல்வித் துறையில் இப்பதம் 1920களில் மதிப்புப் பெற்றது. டியூவிய கருத்துகளை மறுஉருவாக்கம் செய்து அம்பேத்கர் இந்திய சமூகம் குறித்த தனது ஆய்வுக்கான கருவியாகப் பயன்படுத்தியது குறித்த சீரான பகுப்பாய்வு செய்த அருண் பி. முகர்ஜி (2009), டியூவி மற்றும் அம்பேத்கருக்கு சமூகத் திறன் என்பது தனிமனிதர் தனது திறன்களைத் தேர்ந்தெடுத்து முழுமையாக வளர்த்துக்கொள்ளவும் சமூக இயக்கத்திற்கு மனதார பங்காற்ற முடிவதிலும் இருக்கிறது. ஒரு நபரின் தொழிலை சாதி அல்லது வர்க்க சார்புகளின் அடிப்படையின் முன்முடிவுசெய்யும் ஒரு அமைப்பு திறனின்மையில்தான் முடியும். 'அறிவியல் கொள்கைகளின்' அடிப்படையில் சமூக அரசியல் பொருளாதாரத்தை 'திறனுக்காக' மாற்றியமைக்கும் முன் இருபதாம் நூற்றாண்டு முயற்சிகளில் இந்தப் பதம் தோன்றுகிறது. இதுகுறித்து மேலும் பார்க்க: க்நோல் (2009) மற்றும் ஹோல்ட் (1994).

என்றால், சமூக மாநாடு இந்து சமூகத்தின் சமூக அமைப்பில் உள்ள பலவீனங்களைக் களைய முற்பட்டது. சில காலத்துக்கு காங்கிரஸும் மாநாடும் ஒரே செயல்பாட்டின் இரு பிரிவுகள்போல செயல்பட்டனர், அவர்கள் தங்களின் வருடாந்திர விழாக்களையும் ஒரே பந்தலில் நடத்தினர்.

2.3

ஆனால் விரைவிலேயே இந்த இரு பிரிவுகளும் இரண்டு கட்சிகளாக வளர்ந்தன. ஒரு அரசியல் சீர்திருத்தக் கட்சி, ஒரு சமூக சீர்திருத்தக் கட்சி. இவை இரண்டிற்கும் இடையே தீவிர சர்ச்சை வெடித்தெழுந்தது. 'அரசியல் சீர்திருத்தக் கட்சி' தேசிய காங்கிரஸை ஆதரித்தது, 'சமூக சீர்திருத்தக் கட்சி' சமூக மாநாட்டை[7] ஆதரித்தது. இந்த இரு அமைப்புகளும் இப்படி இரண்டு எதிரி முகாம்களாயின. இவர்களுடைய முரண்பாட்டிற்கான பிரச்சனையாக சமூக சீர்திருத்தம் அரசியல் சீர்திருத்தத்திற்கு முன்பே நடக்கவேண்டுமா என்ற கேள்வி இருந்தது. ஒரு பத்தாண்டு காலத்துக்கு, இந்த இரு சக்திகளும் சம வலிமையோடு மோதினர், எத்தரப்பிற்கும் வெற்றியில்லாத நிலையில் போர் நிகழ்ந்தது.

2.4

ஆனால் எப்படியும் கண்கூடாகவே சமூக மாநாட்டின் செல்வாக்கு சீக்கிரமாகவே சரியத் தொடங்கியது. சமூக மாநாட்டின் அமர்வுகளுக்குத் தலைமைதாங்கிய கனவான்கள், பெரும்பான்மையான படித்த இந்துக்கள் அரசியல் முன்னேற்றத்தை விரும்புகிறார்கள், அவர்களுக்குச் சமூக சீர்திருத்தத்தில் அக்கறையில்லை எனப் புலம்பத் தொடங்கினார்கள்; மேலும் காங்கிரஸ் கூட்டங்களில் பங்கேற்போரின் எண்ணிக்கை மிக அதிகமாக இருந்தபோதும் கூட்டங்களுக்கு வராத அதன் ஆதரவாளர்களின் எண்ணிக்கையும் அதைவிட அதிகமாக ஆனபோதும் சமூக மாநாட்டில் பங்கேற்போரின் எண்ணிக்கை மிக மிகக் குறைவானதாகவே இருந்தது.

2.5

இந்த அலட்சியம், அதன் உறுப்பினர் எண்ணிக்கையின் இத்தகைய தேய்மானம், இவற்றைத் தொடர்ந்து அரசியல்வாதிகளின் கடும் எதிர்ப்புச் செயல்களையும் உடனடியாகவே எதிர்கொள்ள வேண்டி வந்தது. மறைந்த திலக[8]ரின் தலைமையின்போது காங்கிரஸ் தனது

---

7. (இந்திய தேசிய) சமூக மாநாடு மஹாதேவ் கோவிந்த் ரானடேவால் (1842–1901) இந்திய தேசிய காங்கிரஸின் தோற்றத்திற்கு இரண்டாண்டுகள் கழித்து 1877இல் தொடங்கப்பட்டது. அது காங்கிரஸின் சமூகக் கரமாக செயல்பட்டு, பெண்கள் முன்னேற்றத்தில் முனைப்பு கொண்டிருந்தது. பி.ஜி. திலக் போன்ற பழமைவாதத் தலைவர்கள் சமூக மாநாட்டின் பிரதிநிதிகள் முன்வைத்த மிதவாத சீர்திருத்தங்களையும் கடுமையாக எதிர்த்தனர்.

8. பால கங்காதர 'லோகமான்ய' திலக் (1865–1920) ஒரு சித்பாவன் பிராமணரும் சமூகப் பழமைவாதியுமாவார். காங்கிரஸ் தேசியவாதத்தில் ஒரு தனித்தன்மையான வலதுசாரி சாயத்தை உட்புகுத்த முயன்றவர். மராத்திய மொழியில் *கேசரி*, ஆங்கிலத்தில் *மஹ்ராட்டா* என இரண்டு செய்தித்தாள்களைப் பதிப்பித்தார். ஜாஃப்ரெலாட் (2005, 44) அவரை "தான் பேசிய சமூக சீர்திருத்தங்களைச் செயலில் நடத்திவிடாமல் இருக்க முனைந்த பூனாவைச் சேர்ந்த காங்கிரஸ் தலைவர்" என்கிறார். (சொல்லழுத்தம் சேர்க்கப்பட்டுள்ளது). பெண்கள் மற்றும் பிராமணரல்லாதோர் கல்வி பெறுவதை "தேசியத்தின் இழப்பாக" திலக்

பந்தலை சமூக மாநாட்டின் பயன்பாட்டிற்கு அளித்துவந்த உபயமும் நிறுத்தப்பட்டது. பகையுணர்வின் வெளிப்பாடுகள் உயர்ந்துஉயர்ந்து சமூக மாநாடு தங்களுக்கான தனிப் பந்தலை எழுப்ப விரும்பியபோது, அதன் எதிரிகள் அப்பந்தலை எரிப்போம் என எச்சரிக்கும் அளவிற்குச் சென்றது.[9] இப்படியாகக் கால ஓட்டத்தில் அரசியல் சீர்திருத்தத்தை முன்வைத்த கட்சி வெற்றி பெற்றது, சமூக மாநாடு காணாமல்போய் மறக்கப்பட்டது.

2.6

காங்கிரசின் எட்டாவது மாநாட்டின் தலைவராக டபிள்யு.சி. போனர்ஜி[10]யால் 1892இல் அலகாபாதில் ஆற்றப்பட்ட உரை, சமூக மாநாட்டின் மரணத்தின் பொருட்டு நிகழ்த்தப்பட்ட ஒரு அஞ்சலி போலவே இருந்தது. அது காங்கிரசின் அப்பட்டமான அணுகுமுறையுடனும் இருந்தது, எனவே அதன் ஒரு பத்தியை அப்படியே இங்கு சொல்கிறேன். போனர்ஜி கூறினார்:

> நமது சமூக அமைப்பைச் சீர்திருத்தாதவரை நாம் அரசியல் சீர்திருத்தத்திற்குத் தகுதிபெற்றவர்கள் ஆகமுடியாது என்று சொல்பவர்கள்மேல் எந்தப் பொறுமையும் இல்லாதவர்களுள் நானும் ஒருவன். இந்த இரண்டிற்கும் இடையில் எந்தத் தொடர்பையும் என்னால் பார்க்கமுடியவில்லை . . . நமது விதவைகள் மறுமணம் செய்யாமல் இருப்பதாலும் நமது பெண்கள் பிற நாடுகளில் நடப்பதை விடவும் முன்பாகவே திருமணம் செய்து கொடுக்கப்படுவதாலும் நாம் தகுதியானவர்கள் (அரசியல் சீர்திருத்தத்திற்கு) இல்லையா . . ? நமது மனைவிகளும் மகள்களும் நம்முடன் சவாரி செய்து நம்

கருதினார், அவர் சமகாலத்தவரான ஜோதிபா பூலே பிராமணீயத்தின் மீதான முழுமையான தாக்குதலைத் தொடுத்து தனது மனைவி சாவித்திரிக்குக் கல்வியளித்துப் பெண்கள் பள்ளியொன்றை நிறுவி தீண்டத்தகாதோர் குழந்தைகளையும் சேர்த்துக்கொண்டபோது இவர் பெண்கள் பள்ளிகளைக் கடுமையாக எதிர்த்துவந்தார். பூலே முன்னெடுத்த பிராமணரல்லாதோர் இயக்கம் குறித்த பதிவுக்கு பார்க்க: ஓ'ஹான்லான் (2002).

9. சமூக மாநாட்டிற்கும் காங்கிரஸின் பழமைவாத சக்திகளுக்கு இடையேயான பிரச்சனை குறித்தப் பதிவுக்குப் பார்க்க: ஜான் ஆர். மக்லேன் (1988, 47–61). மெக்லேன் எழுதுகிறார்: "மஹாராஷ்ட்ராவில், இந்து அடையாளவாதத்தின் அரசியல் செல்வாக்கின் திறனை கணபதி சிவாஜி விழாக்களின் மூலம் திலக் வெளிப்படுத்தினார். 1895இல் பூனாவில் காங்கிரஸ் சந்திப்பில் திலக்கின் சீர்திருத்த எதிர்ப்புக் கூட்டாளிகளின் ரவுடித்தனம் சமூக மாநாட்டை காங்கிரஸ் பந்தலை தனது சந்திப்பிற்கு பயன்படுத்துவதையே கைவிடச்செய்தது (55)."

10. வோமேஷ் சுந்தர் போனர்ஜி இந்தியத் தேசிய காங்கிரஸின் நிறுவனர்களில் ஒருவர் அதன் முதல் தலைவருமாவார். வழக்கறிஞரான அவர் இங்கிலாந்துக்கும் கல்கத்தாவுக்கும் இடையே மாறிமாறி வாழ்ந்து ஓய்வுபெற்றபின் இங்கிலாந்தின் க்ரோய்டனில் குடியேறினார். பார்க்க: அவரது மகள் ஜானகி ஆக்னஸ் பெனலோப் மஜூம்தாரின் பதிவு (2003). இங்கிலாந்தில் படிக்கும்போது 1865இல் போனர்ஜி தனது மாமாவுக்கு ஒரு கடிதத்தில் எழுதுகிறார்: "சாதி குறித்த எல்லா கருத்துகளையும் துறந்துவிட்டேன், நமது நாட்டினரின் இந்த அறமற்ற செயல்களை வெறுக்கிறேன் இந்தக் கடிதத்தை ஒரு முழுமையாக மாறிய மனிதனாக எழுதுகிறேன்" (குமார் 1989, 48). அவர் கடல்கடந்ததன் மூலம் 'சாதியை இழந்து'விட்டதால் போனர்ஜி அவர் குடும்பத்தாரால் ஒதுக்கிவைக்கப்பட்டார். பரிகாரம் செய்யமறுத்து அவர் தனி வீட்டில் தங்கிக்கொண்டு இந்து வழமைகளைத் துறந்தார். அவரது மனைவியைப் பர்தாவிலிருந்து வெளியேற்றி அவரை மாட்டுக்கறி உண்ணவும் ஆங்கில உடைகளை அணியவும் வைத்தார் தன் குழந்தைகளைக் கல்விக்காக இங்கிலாந்து அனுப்பினார். (மஜூம்தார் 2003).

நண்பர்களைச் சந்திப்பதில்லை என்பதாலா..? நாம் நம் மகள்களை கேம்பிரிட்ஜுக்கும் ஆக்ஸ்ஃபோர்டுக்கும் அனுப்பவில்லை என்பதாலா? (பார்வையாளர்களின் கரகோஷம்)

2.7

போனர்ஜியால் முன்வைக்கப்பட்ட அரசியல் சீர்திருத்தத்தை நான் மேலே கூறிவிட்டேன். வெற்றி காங்கிரஸுக்குக் கிடைத்ததைப் பார்த்து பலர் மகிழ்ந்தனர். ஆனால் சமூக சீர்திருத்தத்தின் முக்கியத்துவத்தில் நம்பிக்கை கொண்டிருந்தவர்கள் ஒருவேளை போனர்ஜி வைத்த வாதம் இறுதியானதா, எனக் கேட்கலாம். சரியானதை முன்வைத்தவர்களைத்தான் வெற்றி சென்றடைந்தது என்பதை இது நிறுவுகிறதா எனவும் கேட்கலாம். இறுதியாக அரசியல் சீர்திருத்தத்தின்மீது சமூக சீர்திருத்தத்திற்கு எந்த சம்பந்தமும் இல்லை என்பதை இது நிறுவுகிறதா? நான் இவ்வழக்கின் மறுபக்கத்தையும் சொன்னால் நாம் புரிந்துகொள்ள வசதியாயிருக்கும். தீண்டத்தகாதவர்கள் நடத்தப்படும் விதத்திலிருந்து நான் எனது கூற்றுகளை வைக்கிறேன்.

2.8

மராத்தா நாட்டில் பேஷ்வாக்களின் ஆட்சிக்குக் கீழ்,[11] எந்த ஒரு இந்து வரும்போதும் ஒரு தீண்டத்தகாதவர் பொதுத் தெருக்களைப் பயன்படுத்த அனுமதி இல்லை; அவர் தனது நிழலின்மூலம் அந்த இந்துவை அசுத்தப்படுத்திவிடக் கூடாது என்பதற்காக இந்த ஏற்பாடு. தீண்டத்தாதவர்கள் தங்கள் கையிலோ கழுத்திலோ கறுப்புக் கயிறு ஒன்றை கட்டியிருக்க வேண்டும், அந்தக் குறியீடு இந்துக்கள் தவறுதலாகத் தீண்டத்தகாதவர்களின் தொடுகையால் அசுத்தப்படுவதைத் தவிர்க்க அணிவிக்கப்பட்டது. பேஷ்வாக்களின் தலைநகரான பூனாவில், தீண்டத்தகாதவர் இடுப்பில் ஒரு துடைப்பத்தைக் கட்டிக்கொள்ளவேண்டும், அவர் நடந்த புழுதியை அத்துடைப்பம் பெருக்கித் தள்ளும், இல்லாவிட்டால் அதே புழுதியின் மீது நடக்கும் ஒரு இந்து அசுத்தப்பட்டுவிடுவார். பூனாவில், தீண்டத்தகாதவர்கள் எங்கே சென்றாலும் தங்கள் கழுத்தில் ஒரு மண் பானையைத் தொங்க விட்டுக்கொண்டு செல்லவேண்டும் – அது அவரது எச்சிலை ஏந்திக்கொள்ள – இல்லாவிட்டால் அவரது எச்சில் பூமியில் விழுந்து அதன்மீது தெரியாமல் ஒரு இந்து நடந்து சென்று அசுத்தப்படவேண்டி வரும்; தீட்டுப்படவேண்டி வரும்.

---

11. பேஷ்வாக்கள் பதினேழாம் நூற்றாண்டில் மேற்கு இந்தியாவில் மராத்தா சாம்ராஜ்யத்தை நிறுவிய சிவாஜியிடம் அமைச்சர்களாக இருந்துவந்தனர். 1680இல் சிவாஜி இறந்தபிறகு சித்பாவன் பிராமணர்களான பேஷ்வாக்கள் இராணுவ அதிகாரவர்க்க மேட்டுக்குடியானார்கள், அப்படியொரு அரிய சந்தர்ப்பத்தில் சடங்கு மற்றும் மதச்சார்பற்ற அதிகாரம் இரண்டுமே பிராமணர்கள் கையில் வந்தது. பெண்ணிய அறிஞர் உமா சக்ரவர்த்தியின் (1995, 3–21) வார்த்தைகளில் பேஷ்வாக்களின் ஆட்சி 'ப்ராமணீய ராஜ்யத்தின் ஒருங்கிணைப்பை' கண்டது. 1818இல் 30,000 வீரர்கள் கொண்ட கடைசி பேஷ்வா இரண்டாம் பாஜிராவின் (1795–1818) படை, கேப்டன் எஃப்.எஃப்.ஸ்டாண்ட்டன் வழிநடத்திய 500 மஹர் வீரர்கள் கொண்ட ரெஜிமெண்ட்டால் தோற்கடிக்கப்பட்டது. பூனாவின் வடமேற்கில் பீமா நதிக்கரையில் நடந்த இது கோராகான் யுத்தம் என்றழைக்கப்படுகிறது. மேற்கு இந்தியாவில் பிராமணர்களின் எழுச்சிகுறித்த பதிவுக்குப் பார்க்க: ஈட்டன் (2005).

2.9

அதைவிட சமீபமான கூற்றுகளுக்கு வருகிறேன். மத்திய இந்தியாவின் தீண்டத்தகாத சமூகங்களில் ஒன்றான பாலாய்களின்மீது இந்துக்கள் செலுத்திவரும் கொடுங்கோன்மை எனது கருதுகோளுக்குத் துணை செய்யும். 1928 ஜனவரி நான்காம் நாள் டைம்ஸ் ஆஃப் இந்தியா செய்தித் தாளில் இதுபற்றிய செய்திக் குறிப்பை நீங்கள் பார்க்கலாம். அங்கே உயர் சாதி இந்துக்கள் – அதாவது கலோடாக்கள், ராஜபுத்திரர்கள், பிராமணர்கள் – கனாரியா, பிச்சோலி ஹாப்சி, பிச்சோலி மர்தானா மற்றும் இந்தூர் மாகாணத்தின் (இந்தூர் மாநிலத்தில்) பதினைந்து கிராமங்களின் பட்வாரிகளும் படேல்களும் உள்பட – தங்கள் கிராமங்களின் பாலாய்களுக்கு அவர்கள் அந்தக் கிராமத்தில் வாழ விரும்பினால் கீழ்க்காணும் விதிகளுக்குக் கட்டுப்படவேண்டும் எனத் தெரிவித்ததாக டைம்ஸ் ஆஃப் இந்தியா செய்தியாளர் குறிப்பிட்டுள்ளார்.

1. பாலாய்கள் தங்கச்சரிகைக் கரை போட்ட புக்ரிக்களை அணியக் கூடாது.

2. அவர்கள் வண்ணக் கரை அல்லது நவீன கரைகள் கொண்ட வேட்டிகளை அணியக் கூடாது.

3. இந்துக்களின் சாவுச் செய்தியை அவர்களின் உறவினர்களுக்குச் சொல்லிவரும் பணியைச் செய்யவேண்டும் – உறவினர்கள் எவ்வளவு தொலைவில் வசித்தாலும் சரி.

4. அனைத்து இந்துத் திருமணங்களிலும் பாலாய்கள், ஊர்வலத்திற்கு முன்னும், திருமணத்தின் போதும் இசைக் கருவிகளை இசைக்க வேண்டும்.

5. பாலாய் பெண்கள் ஒருபோதும் தங்கம் அல்லது வெள்ளி நகைகளை அணியக்கூடாது; அவர்கள் நவீன கவுன்களையோ ரவிக்கை களையோ அணியக் கூடாது.

6. இந்துப் பெண்களின் தீட்டு தொடர்பான அனைத்து விஷயங்களையும் பாலாய் பெண்கள் கவனித்துக்கொள்ள வேண்டும்.[12]

7. பாலாய்கள் தங்கள் பணிகளைச் சம்பளக் கோரிக்கைகள் ஏதும் இல்லாமல் செய்யவேண்டும், ஒரு இந்து மனம்வந்து என்ன கொடுக்கிறாரோ அதை ஏற்றுக் கொள்ளவேண்டும்.

8. பாலாய்கள் இந்த விதிமுறைகளுக்கு ஒத்துக் கொள்ளவில்லை என்றால், அவர்கள் உடனடியாகக் கிராமங்களை விட்டு வெளியேறிவிட வேண்டும்.

2.10

பாலாய்கள் ஏற்க மறுத்தனர்; இந்துக்கள் அவர்களுக்கு எதிராக இறங்கினர். கிராமக் கிணறுகளில் பாலாய்களுக்குத் தண்ணீர் எடுக்க

---

[12]. இந்தியாவின் பெரும்பகுதிகளில் தலித் பெண்கள் தாயி(மருத்துவச்சி)களாக பணியாற்றுகிறார்கள்; வசதிபடைத்த சாதியினர் வீடுகளில் குழந்தைபிறப்பில் அவர்கள் உதவ வேண்டும்.

அனுமதி மறுக்கப்பட்டது; அவர்களுடைய கால்நடைகளுக்கு மேய்ச்சல் நிலம் மறுக்கப்பட்டது; இந்துக்களுக்குச் சொந்தமான நிலத்தில் நடந்துசெல்ல பாலாய்களுக்கு அனுமதி மறுக்கப்பட்டது, எனவே இந்துக்களின் நிலங்களால் சூழப்பட்ட இடத்தில் பாலாய் ஒருவரின் நிலம் இருந்தால் அந்த பாலாய்க்கு தனது நிலத்திற்குச் செல்லவும் உரிமை இல்லாமல் போனது. இந்துக்கள் தங்கள் கால்நடைகளை பாலாய்களின் நிலங்களில் மேயவிட்டனர். இத்தகைய துன்புறுத்தல்களுக்கு எதிராக பாலாயிகள் தர்பாருக்கு[13] மனு செய்தனர்; ஆனால் அவர்களுக்கு உரிய நேரத்தில் நிவாரணம் கிடைக்காததாலும், ஒடுக்குமுறைகள் தொடர்ந்ததாலும் நூற்றுக்கணக்கான பாலாயிகள் தங்கள் மனைவி பிள்ளைகளோடு தங்கள் வீட்டைவிட்டுச் வெளியேற வேண்டியவர்களானார்கள். அவரது மூதாதையர்கள் பல தலைமுறைகளாக வாழ்ந்த வீடுகளை விட்டு வெளியேறி அருகாமை மாகாணங்களுக்கு அதாவது, தார், தேவஸ், பாக்லி, போபால், க்வாலியர் மற்றும் பிற மாகாணங்களின் கிராமங்களுக்குக் குடிபெயர்ந்தனர். அவர்களின் புதிய வீடுகளில் அவர்களுக்கு என்ன ஆனது என்பதைப் பற்றி இப்போதைக்கு நாம் விட்டு விடுவோம்.

2.11

குஜராத் மாகாண 'கவிதா சம்பவம்'[14] சென்ற ஆண்டுதான் நிகழ்ந்தது. கவிதாவில் வசிக்கும் இந்து அரசால் நிர்வகிக்கப்படும் கிராமப் பொதுப் பள்ளிகளுக்கு தீண்டத்தகாதவர்கள் தங்கள் குழந்தைகளை அனுப்புவோம் என வற்புறுத்தக் கூடாதென உத்தரவிட்டனர். இந்துக்களின் விருப்பத்திற்கு

13. அம்பேத்கர் இங்கே இந்தூர் நீதிமன்றத்தைக் குறிப்பிடுகிறார். அவர் இறந்தபின் பதிப்பிக்கப்பட்ட தீண்டத்தகாதோர் அல்லது இந்தியச் சேரிகளின் குழந்தைகள் (BAWS 5, 48-9) கட்டுரையில் இதே *டைம்ஸ் ஆஃப் இந்தியா* கட்டுரையை மேற்கோள் காட்டுவதிலிருந்து புரிந்துகொள்ளலாம்.

14. தீண்டத்தகாதோர் குழந்தைகள் பள்ளியில் சேர்த்துக் கொள்ளப்பட வேண்டுமென்ற பம்பாய் அரசின் சட்டமொன்றைத் தொடர்ந்து ஆகஸ்ட் 1935இல் கவிதா கிராமத்தின் தீண்டத்தகாதோர் உள்ளூர்ப் பள்ளியில் நான்கு குழந்தைகளைச் சேர்த்தனர். இது நேரடித் தாக்குதல்களுக்கும் சமூக புறக்கணிப்பிற்கும் இட்டுச்சென்றது, தீண்டத்தகாதோர் காந்தியால் தொடங்கப்பட்ட ஹரிஜன சேவா சங்கத்தின் உதவியைக் கோரினர். காந்தியும் 'சர்தார்' வல்லபாய் பட்டேலும் தீண்டத்தகாதோர் சட்டத்தின் வழிநாடுவதை எதிர்த்து புகாரைத் திரும்பப்பெற நிர்ப்பந்தித்தனர். அம்பேத்கர் இந்த நிகழ்வை நினைவுகூறும்போது, வார்த்தைகளை நறுக்குவதில்லை (BAWS 5, 43): "கவிதாவில் சாதி இந்துக்கள் தீண்டத்தகாதோர்மீது செலுத்திய கொடுங்கோன்மையையும் ஒடுக்குமுறையையும் குறித்து முழுமையாக அறிந்திருந்தும் காந்திக்கு என்ன செய்யவேண்டுமெனத் தோன்றியிருக்கிறதென்றால் தீண்டத்தகாதோரைக் கிராமத்தைவிட்டு வெளியேறுமாறு அறிவுறுத்தத் தோன்றியிருக்கிறது. குற்றவாளிகளைச் சட்டத்தின் முன் இழுத்துவந்து நிறுத்தவேண்டுமென அவர் சொல்லவில்லை. அவரது அடியாள், வல்லபாய் பட்டேல் இன்னமும் வித்யாசமாக நடந்துகொண்டுள்ளார். அவர் கவிதாவுக்குப் போய் சாதி இந்துக்களைத் தீண்டத்தகாதோரை துன்புறுத்தாமலிருக்க அறிவுறுத்தியுள்ளார். அவர்கள் அவருக்குச் செவிசாய்க்கவில்லை. இருந்தாலும் இதே மனிதர் தீண்டத்தகாதோர் சாதி இந்துக்களைச் சட்டத்தின் முன் நிறுத்தி தண்டனை வாங்கித் தருவதை எதிர்த்துள்ளார். அவரது எதிர்ப்பையும் மீறி தீண்டத்தகாதோர் புகார் பதிவுசெய்துள்ளனர். ஆனால் அவர் ஒருவழியாக அவர்களை புகாரை திரும்பப்பெற நிர்பந்தித்து சாதி இந்துக்களைக் கொண்டு ஒரு நாடகத்தை நடத்தியுள்ளார், துன்புறுத்தாமலிருப்பதற்கான ஒரு ஒப்பந்தம், தீண்டத்தகாதாரோல் எப்போதும் வலியுறுத்தமுடியாத ஒரு உறுதிமொழியின் பேரால். விளைவு தீண்டத்தகாதோர் துயருற்றனர் அவர்களது கொடுங்கோன்மையாளர்கள் திரு. காந்தியின் நண்பர் திரு வல்லபாய் பட்டேலின் உதவியால் தப்பித்தனர்."

மாறாக ஒரு குடிமை உரிமையைச் செயலாக்கத் துணிந்ததால் கவிதாவின் தீண்டத்தகாதவர்கள் பட்ட பாடுகள் அனைவரும் அறிந்ததே; அதை நாம் இங்கு விரிவாக விவரிக்க வேண்டியதில்லை. குஜராத்தின் அகமதாபாத் மாவட்டத்தில் சானு கிராமத்தில் இன்னொரு சம்பவம் நடந்தது. 1935 நவம்பரில் சில வசதியான தீண்டத்தகாத குடும்பப் பெண்கள் பித்தளைக் குடங்களில் நீரெடுக்கத் தொடங்கினர். தீண்டத்தகாதவர்கள் பித்தளைக் குடம் பயன்படுத்துவது தங்கள் கௌரவத்துக்கு ஏற்பட்ட இழுக்கென்று இந்துக்கள் கருதினர்; அவர்கள் அந்த தீண்டத்தகாத பெண்களைத் தாக்கினார்கள்.

2.12

ஜெய்பூர் மாகாணம் சக்வாரா கிராமத்திலிருந்து மிகச் சமீபத்திய சம்பவம் ஒன்றும் பதிவு செய்யப்பட்டுள்ளது. செய்தித்தாள்களில் வெளியாகியுள்ள செய்திகளில் இருந்து தெரிய வருவது இது; பக்திப்பயணம் சென்று வந்த ஒரு சக்வாரா தீண்டத்தகாதவர் தனது பக்தியின் பொருட்டு கிராமத்தின் பிற தீண்டத்தகாதவர்களுக்கு விருந்தளிக்க ஏற்பாடு செய்துள்ளார். விருந்தினர்களுக்கு சிறந்த உணவை அளிக்க விரும்பிய அவர் நெய்யால் செய்த உணவுகளையும் தயாரித்தார். தீண்டத்தகாதவர்கள் அனைவரும் இவ்வுணவைச் சாப்பிட்டுக் கொண்டிருந்தபோது, நூற்றுக்கணக்கான இந்துக்கள், குண்டாந்தடிகளை ஏந்தியபடி அங்கு வந்து உணவை நாசம்செய்து அவர்களைத் தாக்கினர். தீண்டத்தகாதவர்கள் உணவைப் போட்டுவிட்டு உயிரைப் பாதுகாத்துக்கொள்ள ஓடினர்[15]. தற்காப்பு ஏற்பாடுகளேதுமற்ற தீண்டத்தகாதவர்களின்மீது இத்தகையதொரு கொலைவெறித் தாக்குதல் ஏன் நடத்தப்பட்டது? அந்தத் தீண்டத்தகாதவர் நெய்யால் செய்த உணவை அளிக்கத் துணிந்ததும் அதை அந்தத் தீண்டத்தகாத விருந்தினர்கள் உண்ண முற்பட்ட முட்டாள்தனமும்தான் காரணம் என்பதே இதற்கு அளிக்கப்பட்ட விளக்கம். ஆனால் நெய் உணவு என்பது நிச்சயமாக சந்தேகமில்லாமல் பணக்காரர்களுக்கான ஆடம்பரம்தான். ஆனால் யாருமே நெய் உண்பது என்பதை ஒரு உயர் சமூக அந்தஸ்தாக நினைக்க மாட்டார்கள். சக்வாராவின் இந்துக்கள் இதற்கு மாறாகச் சிந்தித்தனர். எனவே நெய்யால் செய்த உணவைத் தாங்கள் உண்ணலாம் என்று நினைத்து தங்களை அவமதித்த தீண்டத்தகாதவர்களை தம்முடைய சரியான நியாயாவேசத்தில் பழிதீர்த்துக்கொண்டனர். அவர்கள் அறிந்திருக்கவேண்டும் தங்களுக்கு உரியதல்ல நெய்யுணவு என்று; இதன் பொருள் என்னவென்றால் இந்துக்களின் கௌரவத்திற்கு மாறான ஒன்று, ஒரு தீண்டத்தகாதவர் அவரால் வாங்க முடிந்தால்கூட நெய் பயன்படுத்தக் கூடாது, ஏனெனில் அது இந்துக்களுக்கு எதிரான திமிர்ச்செயல் என்பதால். இது 1936 ஏப்ரல் மாதம் ஒன்றாம் தேதியோ அல்லது அதன் சமீபத்திலோ நடந்த சம்பவம்.[16]

---

15. சாதியை அழித்தொழித்தல் 1936 மற்றும் தொடர்ந்த பதிப்புகளில் “விலகி ஓடினர்” என்று இருக்கிறது.

16. சக்வாரா இன்றளவிலும் பெரிதாக ஒன்றும் மாறி விடவில்லை. உள்ளூர் குளத்தில் நீர் எடுப்பதற்கு அனுமதி மறுக்கப்பட்டுள்ள அவ்வூர் தலித் மக்கள் 1980ஆம் ஆண்டு முதல் இன்றுவரை அவ்வுரிமைக்காகப் போராடிக்கொண்டு இருக்கின்றனர். 2001ஆம் ஆண்டு

2.13

இந்தக் கூற்றுகளை முன்வைத்துவிட்டேன். இப்போது சமூக சீர்திருத்தத்திற்கான வாதத்தை முன்வைக்கிறேன். இதை செய்வதில் நான் போனர்ஜியை இயன்றவரை பின்பற்றி அரசியல் சிந்தனையுற்ற இந்துக்களைப் பார்த்துக் கேட்கிறேன், "தீண்டத்தகாதவர்கள் போன்ற உங்கள் சொந்த நாட்டின் பெரும் பகுதியினரை பொதுப் பள்ளிக்கூடங்களைப் பயன்படுத்த அனுமதிக்காத நீங்கள் அரசியல் அதிகாரத்திற்குத் தகுதியானவர்கள்தானா? பொதுக் கிணறுகளைப் பயன்படுத்த அனுமதிக்காத நீங்கள் அரசியல் அதிகாரத்திற்குத் தகுதியானவர்கள்தானா? பொதுத் தெருக்களைப் பயன்படுத்த அனுமதிக்காத நீங்கள் அரசியல் அதிகாரம்பெறத் தகுதியானவர்கள்தானா? அவர்களுக்குப் பிடித்த ஆடைகளையோ அணிகலன்களையோ அவர்கள் அணியக்கூடாதெனச் சொல்லும் நீங்கள் அரசியல் அதிகாரத்திற்குத் தகுதியானவர்கள்தானா? அவர்கள் விரும்பும் உணவை அவர்கள் உண்ண அனுமதிக்க மறுக்கும் நீங்கள் அரசியல் அதிகாரம்பெறத் தகுதியானவர்கள்தானா?" இப்படி ஒரு பெரும் சங்கிலியாய் என்னால் கேள்வி கேட்க முடியும். ஆனால் இவை போதும்.

2.14

போனர்ஜி என்ன பதில் கொடுத்திருப்பார் என நான் திகைக்கிறேன். ஆமாம் என்று ஒரு பதிலை அளிக்கும் துணிவு எந்த அறிவுள்ள மனிதருக்கும் இருக்காது என்று நினைக்கிறேன். மில்[17]லின் போதனைகளை உருப்போட்டு ஒரு நாட்டிற்கு இன்னொரு நாட்டை ஆள உரிமையில்லை என்று கூறும் எல்லா காங்கிரஸ்காரர்களும் ஒரு வகுப்பினர் இன்னொரு வகுப்பினரை ஆள உரிமை இல்லை என்பதை ஒப்புக் கொள்ளத்தான் வேண்டும். பின் எப்படி சமூக சீர்திருத்தக் கட்சி அந்தப் போரில் தோல்வியுற்றது? இதைச் சரியாகப் புரிந்துகொள்ள நாம் அந்தச் சீர்திருத்த

சக்வாரா குளத்தில் இருந்து நீர் எடுத்ததற்காக ஜாத்–பார்ப்பன பெரும்பான்மை உள்ள கிராம பஞ்சாயத்தால் இரு தலித் இளைஞர்கள் மீது 50,000 ரூபாய் அபராதம் விதிக்கப்பட்டது. (உஸ்மானி, 2008)

17. 'பிரதிநிதித்துவ அரசின் நோக்கங்கள்' (1861 / 2004) என்ற தனது புத்தகத்தின் இறுதி அத்தியாயத்தில் ஜான் ஸ்டூவர்ட் மில் (1806 – 73) பிரித்தானியப் பேரரசின் காலனிய ஆட்சியமைப்பை விமர்சனம் செய்கிறார். ஆனால், "ஆளும் நாட்டில் நிலவும் அமைப்பையொத்த நாகரீகத்தில் வாழும் மக்களைக்கொண்ட" அமெரிக்கா மற்றும் ஆஸ்திரேலியா போன்ற நாடுகளுக்கு "பிரதிநிதித்துவ ஜனநாயகம்" அளிக்கப்பட வேண்டும் என்றும் "அந்த நாடுகளின் மக்கள் கணிசமான அளவு முன்னேறிய நிலையில் உள்ளனர்" என்றும் "இந்தியா போன்ற பிற நாடுகள் அந்நிலையில் இருந்து மிகவும் பின்தங்கிய இடத்தில் உள்ளன" என்றும் அவர் பேசியதை இங்கே பொருத்திப் பார்த்து இவ்விமர்சனத்தை நாம் அணுக வேண்டும். இங்கே ஒரு மேம்பட்ட நாகரிகத்தை அறிமுகம் செய்வதற்காக காலனியாதிக்கவாதி ஆட்சிசெய்ய வேண்டுமென அவர் வாதிடுகிறார். ஒருபுறம் தனிமனித சுதந்திரத்தையும் விடுதலையையும் பேசி, மறுபுறம் 'நாகரீகமடைந்த' நாடுகள் 'காட்டுமிராண்டி நாடுகளை' ஆட்சி செய்வதை நியாயப்படுத்தி பிரித்தானிய ஏகாதிபத்தியத்தின்பால் நின்று வாதிட்ட சிக்கலான மனிதர்மீது தனது சமகாலத்தவர் கொண்டிருந்த மதிப்பையே அம்பேத்கர் இங்கே குறித்துரைக்கிறார். 'குறுக்கிடாமை குறித்து சில வார்த்தைகள்' (1859/1984) என்ற தனது கட்டுரையில் எந்தெந்த சூழ்நிலைகளில் ஒரு நாடு இன்னொரு நாட்டின் உள்நாட்டு விவகாரங்களில் தலையிட அனுமதிக்க வேண்டும் என்று கூறியிருக்கிறார்.

வாதிகள் போராடிக்கொண்டு வரவிரும்பிய சீர்திருத்தங்களைப் பற்றித் தெரிந்துகொள்ள வேண்டும். இதன் தொடர்பில் இந்துக் குடும்பத்தை சீர்திருத்தும் அடிப்படையிலான சமூக சீர்திருத்தம், இந்து சமூகத்தை மறு ஒழுங்கமைவுக்கு உட்படுத்தி மறுகட்டமைப்பு செய்யும் அடிப்படையிலான சமூக சீர்திருத்தம் ஆகியவற்றை வேறுபடுத்திப் பார்க்கவேண்டியது அவசியம். முன்னது விதவை மறுமணம், குழந்தைத் திருமணம் ஆகியவற்றோடு தொடர்புடையது. பின்னது சாதி முறையை ஒழிப்பதுடன் தொடர்புடையது.

2.15

சமூக மாநாடு என்பது தன்னைப் பெரிதும் இந்து உயர்சாதி[18] குடும்பத்தின் சீர்திருத்தத்திற்கென ஆட்படுத்திக்கொண்ட ஓர் இயக்கம். அதில் இருந்தவர்கள் பெரும்பாலும் அறிவொளிமிக்க உயர்சாதி இந்துக்கள்; இவர்கள் சாதியை ஒழிக்கவேண்டும் என்பதற்காகப் போராடும் அவசியத்தை உணராதவர்கள், அல்லது அதற்குத் துணியாதவர்கள். அவர்கள் இயல்பாகவே கட்டாய விதவை முறை, குழந்தை மணங்கள் ஆகியவற்றை – அவர்களுக்குள்ளே இருந்த அவர்களால் தனிப்பட்ட முறையில் உணரமுடிந்தவற்றை ஒழிப்பது குறித்த மேலதிகமான உந்துதலைப் பெற்றவர்களாயிருந்தார்கள். அவர்கள் இந்து சமூகத்தின் சீர்திருத்தத்திற்கென நிற்கவில்லை. நிகழ்ந்த போரானது குடும்பத்தைச் சீர்திருத்தும் கேள்வியில் மையம் கொண்டிருந்தது. அது சாதியை உடைத்தெறிவது என்ற ரீதியில் சமூக சீர்திருத்தத்தை அணுகவில்லை. சீர்திருத்தவாதிகளால் இவ்விஷயம் முன் நிறுத்தப்படவேயில்லை. 'சமூக சீர்திருத்தக் கட்சி' தோல்வியடைந்ததற்கு இதுவே காரணம்.

2.16

அரசியல் சீர்திருத்தம் சமூக சீர்திருத்தத்தைக் காட்டிலும் முன்னிலை பெற்றது என்ற கூற்றை என்னுடைய இந்த வாதம் மாற்றாது என்பது எனக்குத் தெரியும். ஆனால் இந்த வாதத்திற்கு, அதனினும் அதிகமாக இல்லாவிட்டாலும் அதே அளவுக்கு மதிப்பு வலு இருக்கிறது: இது சமூக சீர்திருத்தவாதிகள் ஏன் தோற்றார்கள் என விளக்குகிறது. மேலும் 'சமூக சீர்திருத்தக் கட்சியின்' மீது 'அரசியல் சீர்திருத்தக் கட்சி' அடைந்த வெற்றி எவ்வளவு குறுகியது என நாம் புரிந்துகொள்ள உதவுகிறது. அரசியல் சீர்திருத்தத்திற்கு முன்பாகவே சமூக சீர்திருத்தம் நடைபெறவேண்டியதில்லை என்ற வாதம் சமூக சீர்திருத்தம் என்பது குடும்பத்தின் சீர்திருத்தம் மட்டும்தான் என்று விளங்கிக் கொண்டால் மட்டுமே வெற்றியடைய முடியும் என்பதைப் புரிந்துகொள்ளவும் இது உதவுகிறது. சமூகத்தை மறுக்கட்டமைப்பு செய்வது என்ற அர்த்தத்திலான சமூக சீர்திருத்தத்தைப் பின்தள்ளி சட்ட நியாயங்களுக்கு அப்பாற்பட்டு அரசியல் சீர்திருத்தம் முன்நிற்க முடியாது என்ற தர்க்கம் மறுக்கப்பட முடியாதது என்று நிச்சயமாகச் சொல்வேன்.

---

18. 1937 ஆம் ஆண்டு இச்சொற்பதம் இணைக்கப்பட்டது.

2.17

அரசியல் அமைப்புச் சட்டங்களை உருவாக்குபவர்கள் சமூகப் போக்குகளைக் கணக்கிலெடுத்துக் கொள்ளவேண்டும் என்பது கார்ல் மார்க்சின் நண்பரும் உடன்பணியாற்றியவருமான ஃபெர்டினாண்டு லசால்[19] அவர்களாலேயே அங்கீகரிக்கப்பட்ட ஒரு கூற்று. 1862இல் ஒரு ப்ருஷிய அரங்கத்தில் ஆற்றிய உரையில் லசால் சொன்னார்:

> அரசியலமைப்புக் கேள்விகள் என்பவை சரிகளைப் பற்றிய கேள்விகளல்ல; அவை வலிமைகளைப் பற்றிய கேள்விகள். ஒரு நாட்டின் உண்மையான அரசியலமைப்புச் சட்டம் என்பது அந்நாட்டில் நிலவும் வலிமையான போக்காலேயே தீர்மானிக்கப்படுகிறது: எனவே அரசியலமைப்புச் சட்டங்களுக்கு மதிப்பும் நிரந்தரத்தன்மையும் அது அந்தச் சமூகத்தில் இயங்கும் வலிமையான போக்குகளையும் நிலவரங்களையும் மிகச் சரியாக பிரதிபலிக்கும்போதுதான் ஏற்படும்.[20]

2.18

ஆனால் ப்ருஷியா[21] வரை செல்ல வேண்டிய அவசியமில்லை. வீட்டிற்குள்ளேயே ஆதாரம் இருக்கிறது. பலதரப்பட்ட வகுப்பினருக்கும் சமூகங்களுக்கும் விகிதாசார முறையில் அரசியல் அதிகாரத்தைப் பகிர்ந்தளிக்கும் வகுப்புவாரி ஒதுக்கீட்டின்[22] முக்கியத்துவம் என்ன?

---

19. பெர்டினாண்ட் லசால் (1825 – 64') தொழிலாளர்களின் உரிமைகளுக்காக அவர்களை அணிதிரட்டி முதன்முதலில் ஜெர்மனியில் ஒரு சோஸலிஸ்ட் கட்சியை ஒருங்கிணைத்த ஒரு மொழியியல் அறிஞரும் சட்ட வல்லுநரும் சமூகப் போராளியுமாவார். தொழிலாளர்கள் நலனுக்காக மார்க்சியத்தை விளக்கியுரைத்ததற்காக அவர் முக்கியத்துவம் பெற்றார். ஆனால் மார்க்ஸ் பிப்ரவரி 23, 1865 தேதியிட்டு லுட்விக் கூகெல்மானுக்கு எழுதிய கடிதத்தில் அவரை எழுத்துத் திருட்டு செய்ததாகக் குற்றம் சாட்டியிருக்கிறார். பிஸ்மார்க்கிடம் அனைவருக்கும் ஓட்டுரிமை வழங்க வேண்டும், அதற்குப் பதிலாக அரசுக்கு உழைக்கும் வர்க்கத்தின் ஆதரவைத் தருவதாக லசால் போட்ட ஒப்பந்தத்தைக் கண்டித்தும் அதே கடிதத்தில் மார்க்ஸ் எழுதியிருந்தார்.
20. ஏப்ரல் 16, 1862 அன்று பெர்லினில் லசால், 'அரசியலமைப்புச் சட்டங்களின் சாரம்' என்ற தலைப்பின்கீழ் கொடுத்த புகழ்பெற்ற உரையில் இருந்து அம்பேத்கர் மேற்கோள் காட்டுகிறார்.
21. சா.அ. 1936 பதிப்பில் 'Lasalle' என்றுள்ளது.
22. பிரித்தானியப் பிரதம மந்திரி இராம்சே மெக்டொனால்ட் ஒதுக்கீட்டு முறை என்றும் அழைக்கப்படும் வகுப்புவாரி இடஒதுக்கீட்டு ஆணை 1932ஆம் ஆண்டு ஆகஸ்டு 16ஆம் தேதி வெளியிடப்பட்டது. இந்திய நிலப்பரப்பில் வாழும் சிறுபான்மையினருக்குத் தனித் தொகுதிகளை வழங்கிய இரண்டாம் வட்ட மேசை மாநாட்டின் (செப்டம்பர் – டிசம்பர் 1931) பயனாக இந்த ஒதுக்கீடு முறை அறிவிக்கப்பட்டது. இஸ்லாமியர்கள், சீக்கியர்கள் மட்டுமல்லாமல் ஒடுக்கப்பட்ட மக்களுக்கும் அடுத்த இருபது ஆண்டுகளுக்கு அவர்களுக்கான தனித்தொகுதிகள் அறிவிக்கப்பட்டன. இந்த முறைப்படி, தீண்டத்தகாதோருக்கென ஒதுக்கப்பட்ட சிறப்புத் தொகுதிகளிலிருந்து தங்களது பிரதிநிதிகளைத் தேர்வுசெய்யும் வாக்குரிமை, பொதுத்தொகுதிகளில் நடைபெறும் தேர்தல்களில் வாக்களிக்கும் உரிமை என, அவர்களுக்கு இரட்டை வாக்குரிமை வழங்கப்பட்டது. காந்தியும் காங்கிரசும் இதை எதிர்த்தனர். அச்சமயம் பூனா சிறையில் இருந்த காந்தி இதை எதிர்த்துக் காலவரையற்ற உண்ணாநிலைப் போராட்டத்தைத் தொடங்கினார். தீண்டத்தகாதோருக்கென சிறப்புத் தனித்தொகுதிகள் ஒதுக்காமல், பொதுத் தொகுதிகளிலேயே சில தொகுதிகளை அவர்களுக்கென ஒதுக்குவது என்ற அம்சங்களை உள்ளடக்கிய பூனா ஒப்பந்தம், செப்டம்பர் 24, 1931இல் கையெழுத்திடப்பட்ட பின் சமரசம் ஏற்பட்டது. வகுப்புவாரி இடஒதுக்கீடு முறை வெளியிடப்பட்ட அறிக்கையை 'பாபாசாகேப் அம்பேத்கர்: எழுத்தும் உரையும்' நூல்

என்னுடைய பார்வையில், அதன் முக்கியத்துவம் இதுதான்: அரசியல் அமைப்பு நிர்வாகம் என்பது சமூக அமைப்பைக் கவனத்தில் கொள்ளவேண்டும். இந்திய அரசியல் பிரச்சனையின்மீது இந்தியாவின் சமூகப் பிரச்சனைகளுக்கு எந்தத் தொடர்பும் இல்லை என்று மறுத்த அரசியல்வாதிகள் அரசியலமைப்புச் சட்டத்தை உருவாக்க இந்தியாவின் சமூகப் பிரச்சனைகளுக்கு முகம்கொடுக்கக் கட்டாயப்படுத்தப்பட்டனர் என்பதை இது காட்டுகிறது. வகுப்புவாரி ஒதுக்கீடு என்பது சமூக சீர்திருத்தத்தின் மீதான அலட்சியத்தையும் ஒதுக்குதலையும் பழிக்குப்பழி வாங்க கூறப்பட்ட பதிலாகும். அது சமூக சீர்திருத்தக் கட்சிக்குக் கிடைத்த வெற்றியாகும். அவர்கள் தோற்றிருந்தாலும் சமூக சீர்திருத்தத்தை வலியுறுத்திய அவர்களின் செயல் சரியானது என்பதையும் இது காட்டுகிறது. எனக்குத் தெரியும், பலரும் இந்த அவதானிப்பை ஏற்றுக் கொள்ளமாட்டார்கள். இப்படி ஒரு பார்வை இப்போது பலரிடையே இருக்கிறது – அது நம்புவதற்கும் இனிமையாக இருக்கிறது – அதாவது வகுப்புவாரி ஒதுக்கீடு என்பது செயற்கையானது, அது சிறுபான்மையினருக்கும் அதிகார வர்க்கத்திற்குமான கீழ்த்தரமான கூட்டணியால் உருவானது என்று.[23] வகுப்புவாரி ஒதுக்கீடு என்பது சரியான ஆதாரம் அல்ல என்று சொல்லப்படுமானால், என்னுடைய வாதத்திற்கு நான் வகுப்புவாரி ஒதுக்கீட்டை மட்டும் சார்ந்து இருக்கவில்லை.

2.19

நாம் அயர்லாந்தைப் பார்க்கலாம். ஐரிஷ் தன்னாட்சியின் வரலாறு நமக்குக் காட்டுவதென்ன? தெற்கு அயர்லாந்து மற்றும் உல்ஸ்டரின் பிரதிநிதிகளுக்கிடையே நடைபெற்ற பேச்சுவார்த்தைகளின்போது தென்அயர்லாந்தின் பிரதிநிதி ரெட்மாண்ட், உல்ஸ்டரையும் மொத்த அயர்லாந்தின் பொது அரசியலமைப்புச் சட்டத்தின் கீழ் கொண்டுவரும் பொருட்டு இப்படிச் சொன்னார்: "நீங்கள் விரும்பும் எந்த அரசியல் பாதுகாப்புகளை வேண்டுமானாலும் கேளுங்கள், அது உங்களுக்குக் கிடைக்கும்." இது அனைவருக்கும் தெரியும். உல்ஸ்டர் மக்கள் என்ன பதில் அளித்தார்கள்? "உங்கள் பாதுகாப்புகளை உடைப்பில் போடுங்கள். எந்த முறையிலும் நீங்கள் எங்களை ஆள்வதை நாங்கள் விரும்பவில்லை"[24]

தொகுப்பில் பக்கம் 81, பகுதி 9இல் காணவும். பூனா ஒப்பந்தத்தைப் பற்றியும் வகுப்புவாரி இடஒதுக்கீட்டைப் பற்றியும் இன்னும் விரிவாக இப்புத்தகத்தின் 'பூனா ஒப்பந்தத்தைப் பற்றிய குறிப்பி'ல் (பக்:335–348) காணவும்.

23. வகுப்புவாரி ஒதுக்கீடு குறித்தும் பூனா ஒப்பந்தம் குறித்தும் நடந்த ஆய்வு மற்றும் விவாதங்களைக் காண: Zelliot (2013, 128–42); Jaffrelot (2005, 52–73); Kumar (1985).

24. அயர்லாந்து, ஐக்கிய ராஜ்ஜியத்தின் ஒரு பகுதியாக மாற்றப்பட்ட பிறகு, பிரிட்டனிடமிருந்து விடுதலைபெற வேண்டி 19ஆம் நூற்றாண்டின் பிற்பாதியில் அயர்லாந்தினரால் தொடங்கப்பட்ட இயக்கம்தான் சுயாட்சி இயக்கம். விரிவாகக் காண: Alan O'Day (1998); Alvin Jackson (2003). ஹோவர்ட் பிரேஸ்டட்டின் கூற்றுப்படி, அயர்லாந்து சுயாட்சி இயக்கத்தின் முன்னுதாரணமே கல்வியறிவுபெற்ற இந்திய மேல்தட்டு வர்க்கத்தினரின் தேசிய உணர்வைத் தட்டி எழுப்பியது, காங்கிரஸ் கட்சிக்கு ஒரு முன்மாதிரியையும் காட்டியது. வடக்கு அயர்லாந்து புராட்டஸ்டண்ட் ஒற்றுமைவாதிகள் (Ulstermen) காட்டிய தீவிர எதிர்ப்பால் அயர்லாந்தில் சுயாட்சியை நடைமுறைப்படுத்தவே முடியவில்லை. அயர்லாந்து நாடாளுமன்ற கட்சி, தேசிய குழுவின் தலைவரும் நாடாளுமன்ற உறுப்பினருமான ஜான் எட்வர்ட் ரெட்மாண்டைத்தான் (1856 – 1918) இங்கே அம்பேத்கர் குறிப்பிடுகிறாரா அல்லது

என்பதுதான் அவர்கள் அளித்த பதில். இந்தியாவில் சிறுபான்மையினரை விமர்சிப்பவர்கள் ஒருவேளை இங்கும் உல்ஸ்டர் மக்களின் அணுகுமுறையை இந்தியாவின் சிறுபான்மையினர் எடுத்திருந்தால் பெரும்பான்மை சமூகத்தின் அரசியல் விழைவுகள் என்ன ஆகியிருக்கும் என யோசித்துப் பார்க்க வேண்டும். உல்ஸ்டர் மக்கள் ஐரிஷ் தன்னாட்சியின்மீது மேற்கொண்ட அணுகுமுறையோடு ஒப்பிட்டால், இந்தியாவின் பெரும்பான்மையால் ஆளப்பட (எந்த உருப்படியான ஆட்சி நிபுணத்துவத்தையும் இவர்கள் காட்டவில்லை) ஒப்புக்கொண்ட இந்தியச் சிறுபான்மையினர் அதற்கு நிபந்தனையாக சில பாதுகாப்பு முறைமைகளை ஏற்படுத்தக் கோரிப் பெற்றது ஒன்றுமேயில்லை. ஆனால் இது தற்செயலானதுதான். முதன்மையான கேள்வி என்பது உல்ஸ்டர் மக்கள் ஏன் அப்படிப்பட்ட அணுகுமுறையைக் கைகொண்டனர்? இதற்கு என்னால் கொடுக்க முடிந்த ஒரே பதில் உல்ஸ்டருக்கும் தென்அயர்லாந்துக்கும் இடையே சமூகப் பிரச்சனை இருந்தது. கத்தோலிக்கர்களுக்கும் புரோட்டஸ்டண்டுகளுக்கும் இடையிலான பிரச்சனை, அது உண்மையில் ஒரு சாதிப் பிரச்சனை. அயர்லாந்தின் தன்னாட்சி என்பது போப்பாட்சியாகத்தான் இருக்கும் என்ற வகையில்தான் உல்ஸ்டர் மக்கள் தங்கள் பதிலைக் கட்டமைத்தார்கள். இன்னொரு விதத்தில் சொன்னால் அவர்களுக்கான அரசியல் தீர்வு ஏற்படத் தடையாக இருந்தது கத்தோலிக்கர்களுக்கும் புரோட்டஸ்டண்டுகளுக்கும் இடையிலான சாதிப் பிரச்சனை என்பதுதான். இந்த ஆதாரமும் நிச்சயமாகக் கேள்விக்குள்ளாகும். இங்கும் ஏகாதிபத்தியத்தின் கை செயல்பட்டது என்று அறிவுறுத்தப்படும்.

2.20

ஆனால் என்னுடைய ஆதாரங்கள் இன்னும் முடியவில்லை. நான் ரோமாபுரியின் வரலாற்றிலிருந்து ஆதாரங்களைத் தருகிறேன். இதில் யாரும் எந்த ஆதிக்க தீயமூளையும் செயல்பட்டதென்று சொல்ல முடியாது. ரோமாபுரியின் குடியரசுக்கான அரசியலமைப்புச் சட்டம் இப்போதைய வகுப்புவாரி ஒதுக்கீட்டின் சாயலைப் பெற்றிருந்தது என்பதை ரோமாபுரியின் வரலாற்றைப் படித்துள்ளவர்கள் அறிவார்கள். ரோமாபுரியில் மன்னராட்சி ஒழிக்கப்பட்டபோது, முடியதிகாரம் அல்லது ஏகாதிபத்தியம் பிரதிநிதிகள், பொண்டிஃபெக்ஸ் மாக்சிமஸ்[25] ஆகியவற்றிற்கிடையே பிரித்தளிக்கப்பட்டது. மன்னரின் மதச்சார்பற்ற அதிகாரம் பிரதிநிதிகளிடம் வழங்கப்பட்டது, பொண்டிஃபெக்ஸ் மாக்சிமஸிடம் மத அதிகாரங்கள் வழங்கப்பட்டன. இந்தக் குடியரசு அரசியலமைப்பில் இருக்கும் இரண்டு பிரதிநிதிகளில் ஒருவர் பாட்ரிசியனாகவும் ஒருவர் ப்லெபியனாகவும் இருக்கவேண்டும் என விதிக்கப்பட்டிருந்தது. அதே அரசியலமைப்பில் பொண்டிஃபெக்ஸ் மாக்சிமஸில் இருக்கும் பூசாரிகளுள் பாதிப் பேர் பாட்ரிசியன்களாகவும் பாதிப் பேர் ப்லெபியன்களாகவும் இருக்கவேண்டும்

அவரது சகோதரரும், நாடாளுமன்ற உறுப்பினரும் தேசியவாத அரசியல்வாதியான வில்லியம் ரெட்மாண்டை (1861 – 1917) குறிப்பிடுகிறாரா என்று தெளிவாகத் தெரியவில்லை.

25. பழங்கால ரோம் நாட்டில் இருந்த மதகுருமார்கள் சங்கத்தில் உச்சபட்ச அதிகாரம்கொண்ட மதகுருவே பாண்டிஃபெக்ஸ் மாக்ஸிமஸ் என்று அழைக்கப்பட்டார்.

என விதிக்கப்பட்டிருந்தது.[26] ஏன் ரோமாபுரியின் குடியரசு அரசியலமைப்புச் சட்டமானது நம்முடைய வகுப்புவாரி ஒதுக்கீட்டைப் போல இப்படிப்பட்ட விதிமுறைகளைக் கொண்டிருந்தது? இதற்கான ஒரே பதில் ரோமாபுரியின் குடியரசு அரசியலமைப்புச் சட்டம் என்பது ரோமாபுரியில் இரு வேறுபட்ட சாதிகளாக இருந்த பாட்ரிசியன்கள் – ப்லெபியன்களுக்கிடையே இருந்த சமூகப் பிரிவைக் கணக்கிலெடுத்துக் கொள்ளவேண்டும் என்பதுதான்.[27] மொத்தத்தில், அரசியல் சீர்திருத்தவாதிகள் எத்திசையில் வேண்டுமானாலும் திரும்பட்டும், அரசியலமைப்புச் சட்ட உருவாக்கத்தில், நிலவும் சமூக முறைமையிலிருந்து உருவாகிவரும் பிரச்சனைகளை அவர்கள் புறந்தள்ள முடியாது என்பதையே அவர்கள் கண்டறிவார்கள்.

2.21

சமூக, மதப் பிரச்சனைகள் அரசியல் அமைப்பின்மீது தாக்கம் செலுத்தும் என நான் முன்வைத்திருக்கும் கருதுகோளுக்கு ஆதரவாக நான் எடுத்துக்கொண்டுள்ள காட்சிகள் மிகவும் குறிப்பிட்ட

---

26. பாட்ரிசியன்கள் (தந்தை என்ற அர்த்தம்கொண்ட பாத்ரே என்ற மூலச்சொல்லில் இருந்து உருவானது) பழங்கால ரோம் நாட்டின் உயர் வகுப்பினர். ரோம் நாட்டை உருவாக்கியவராக தொன்மங்களின் மூலம் அறியப்படும், நூறு பேரை அரசவைத் தலைவர்களாக நியமித்தவராக அறியப்படும் தொன்மநாயகனான ரோமுலஸின் வழிவந்தவர்கள் இவர்கள் என்று லிவி போன்ற ரோமானிய வரலாற்றாசிரியர்கள் கூறியிருக்கிறார்கள். முதன்முதலாக நியமிக்கப்பட்ட அந்த நூறு அரசவைத் தலைவர்களின் வம்சாவளியினரே பாட்ரிசியன்கள் எனவும் அத்தலைவர்கள் செபைன் இனப் பெண்களைக் கடத்தி பாலியல் வன்முறைக்கு உட்படுத்தியதன் மூலமாகவே அவர்களுக்குக் குழந்தைகள் பிறந்தன என்றும் கூறப்படுகிறது. சமூகத்தின் கீழ்மட்டத்தில் இருந்தவர்களும், சுதந்திரமான குடிமக்களும் ப்ளெபியன்கள் என்று அழைக்கப்பட்டார்கள். பெரெக்ரினிக்களும் அடிமைகளும் இதர கீழ் வகுப்பினர் ஆவர். பாட்ரிசியன்களுக்கும் ப்ளெபியன்களுக்கும் இதர கீழ் வகுப்பினருக்கும் உள்ள வேறுபாடு முற்றிலும் பிறப்பின் அடிப்படையிலானது என்று பெரும்பாலான வரலாற்றாசிரியர்கள் கூறுகிறார்கள். இந்த வகுப்பினரை வேறுபடுத்திப் பார்ப்பதற்கு மிக எளிதான வழி அவர்களின் குடும்ப மற்றும் குலப் பெயர்களைத் தெரிந்துகொள்வதே. பார்க்க: லிவி (2006)

27. 1927 டிசம்பர் 25ஆம் தேதி நடந்த மகத் சத்தியாக்கிரகத்தின் இரண்டாம் பாதியில் அம்பேத்கர், 'தி கான்ஃப்ளிக்ட் ஆஃப் தி ஆர்டாஸ்' என்று அழைக்கப்படும் பாட்ரிசியன்களுக்கும் ப்ளெபியன்களுக்கும் இடையே நடந்த போராட்டத்தைப் பற்றி மிக விரிவாகக் கூறுகிறார். பாட்ரிசியன்களுக்கு இணையான அரசியல் அதிகாரம் கேட்டு கி.மு 494 முதல் கி.மு. 287 வரை ப்ளெபியன்கள் நடத்திய போராட்டம்தான் இது. நெடுங்காலம் நீடித்த இந்தப் போராட்டத்தினூடே சில சமயங்களில் ப்ளெபியன்களுக்குச் சில சலுகைகளை விட்டுக்கொடுக்க நேரிட்டாலும் பாட்ரிசியன்களே முழு அதிகாரத்தையும் தக்க வைத்திருந்தனர். தனியொருவரின் நில உரிமை மீது உச்சவரம்பு கொண்டு வந்தும், லாபமாகக் கிடைத்த வட்டிப்பணத்தை மறுபடியும் கடன் கொடுப்பதைத் தடை செய்தும் இயற்றப்பட்ட லெக்ஸ் லிசினியா செக்ஸ்டியா (கி.மு 367) மற்றும் லெகெஸ் ஜெனுசியே (கி.மு 342) ஆகிய சட்டங்களைப் பெரும்பாலான பாட்ரிசியன்கள் கண்டுகொள்ளவில்லை. ப்ளெபியன்களின் உரிமையைப் பாதுகாப்பதற்காக உருவாக்கப்பட்ட 'ட்ரிப்யூன்' என்ற பதவி எவ்வாறு தொடக்க காலங்களில் பாட்ரிசியன்களின் வசமே இருந்தது என்று மகத் உரையில் அம்பேத்கர் விளக்கிக் கூறுகிறார். பின்னாட்களில் இரண்டு ட்ரிப்யூன்களில் ஒருவர் ப்ளெபியனாக இருக்க வேண்டுமென்ற விதிமுறை கொண்டுவரப்பட்டாலும் தேர்ந்தெடுக்கப்பட்ட ப்ளெபியன் ட்ரிப்யூனை நிராகரிக்கும் உரிமை டெல்ஃபியின் ஆரக்கிளுக்கு (பாட்ரிசியன்களுக்கு மட்டுமே உரித்தான பொறுப்பு) இருந்தது. அவரது உரையில் இருந்து சில பகுதிகளுக்கு, பார்க்க: சத்யநாராயணா மற்றும் தாரு (2013, 25–6). காந்தியின் தற்கொலை மிரட்டலால் 1932இல் பூனா ஒப்பந்தம் கையெழுத்திட்டபோது பிரதிநிதித்துவம் குறித்தும் உச்சபட்ச அதிகாரம் குறித்தும் அம்பேத்கருக்கு இருந்த மோசமான பயங்கள் நிதர்சனமானது. ஆதலால் 'சாதி ஒழிப்பின் வழி'யில் அதிகாரங்களுக்கிடையிலான போராட்டத்தைப் பற்றி எழுதும்போது அனுபவம் தந்த கசப்பான பாடத்தை அடிப்படையாகக் கொண்டு எழுதுகிறார். 'மகாத்மாவுக்கு எழுதப்பட்ட பதில்' என்ற தலைப்பின் கீழ் போதி கயாவைப் பற்றி அம்பேத்கர் எழுதியவற்றை குறிப்பு எண் 10இன் கீழ் காணவும்.

வகையானவையாகத் தெரியலாம்; அப்படியேகூட இருக்கலாம். ஆனால் ஒன்று இன்னொன்றின்மேல் செலுத்தும் தாக்கம் குறிப்பிட்ட அளவே என இதை எடுத்துக்கொள்ளக் கூடாது. மாறாக, பொதுவாகச் சொல்வதானால் அரசியல் புரட்சிகள் எப்போதுமே சமூக, மதப் புரட்சிகளைப் பின்தொடர்ந்தே நிகழ்ந்துள்ளன என்பதற்கு வரலாறு சாட்சியமளிக்கிறது என்று ஒருவர் சொல்லலாம். லூதர்[28]ரால் துவக்கப்பட்ட மதச் சீர்திருத்தம்தான் ஐரோப்பிய மக்களின் அரசியல் விடுதலைக்கு முன்னோடியாக இருந்தது. இங்கிலாந்தில் தூய்மைவாதம்தான் அரசியல் சுதந்திரம் நிறுவப்பட வழிகோலியது. தூய்மைவாதம் புது உலகை நிறுவியது. தூய்மைவாதம்தான் அமெரிக்க விடுதலைப்போரை வென்றது. தூய்மைவாதம் ஒரு மத இயக்கம்.[29]

2.22

இஸ்லாமியப் பேரரசிலும் இதேதான் நடந்தது. அரபுகள் அரசியல் சக்திகள் ஆவதற்கு முன்னர், அவர்கள் இறை தூதர் முகம[30]தால்

---

28. விட்டன்பெர்க் பல்கலைக்கழகத்தின் இறையியல் துறைத் தலைவராக இருந்த மார்ட்டின் லூதர் (1483–1546) என்ற ஜெர்மானியத் துறவி, 16ஆம் நூற்றாண்டு மறுமலர்ச்சி இயக்கத்தின் முக்கியப் புள்ளியாக (ஜான் கால்வின், ஜான் வைக்ளிஃப், ஜான் ஹஸ் ஆகியோரைப் போலவே) இருந்தார். மத்திய காலகட்ட தேவாலயத்தை மீளுருவாக்கும் முயற்சியின் ஒரு பகுதியாக தேவாலயத் தலைமை, கட்டணங்களின் மீதும் வசூலின் மீதும் கொண்டிருந்த கவனத்தை இவர் வேறுபக்கம் திருப்ப முயன்றார். சீர்திருத்தவாதிகள் மதத்தின் முக்கிய கருத்தாக்கங்களைச் சீரமைப்பதற்கும், தெளிவாக விளக்குவதற்கும், அனைத்துக் கிறுத்தவர்களிடம் அதைக் கொண்டு சேர்ப்பதற்கும் விரும்பினர். ஐரோப்பிய மறுமலர்ச்சி பற்றித் தெரிந்துகொள்ள, பார்க்க பீட்டர் . ஜி. வாலஸ் (2004)

29. அரசனின் உச்சபட்ச அதிகாரத்தையும் 'theory of divine right'ஐயும் எதிர்த்த ஆங்கிலேய உள்நாட்டுப் போரின் (1642–51) விதைகள் பெரும்பாலும் ஐரோப்பிய மறுமலர்ச்சி இயக்கத்திடமிருந்தே பெறப்பட்டன. பைபிளை அடிப்படையாகக் கொண்ட, தீவிரமான கால்வினிய மறுப்புவாதத்தைத் தழுவிய தூய்மைவாதிகள், இங்கிலாந்து திருச்சபையில் எஞ்சியிருந்த கத்தோலிக்க போப் வழிமுறையைத் தூய்மைப்படுத்த வேண்டுமென்றும் ராணி எலிசபெத் உருவாக்கிய ஆங்கிலிக்கன் சர்ச் ரோமானிய கத்தோலிக்கத்துக்கு நெருக்கமாக இருக்கிறது என்றும் கூறினர். (ஒரு நல்ல வாழ்க்கையை வாழ்ந்தவரும், தூய்மையான ஆன்மாவைக் கொண்டிருந்தவரும் 'தூய்மைவாதி' என்று அழைக்கப்பட்டார்) அலெக்சிஸ் டி டாக்குவில்லி (1805 – 59) என்ற பிரெஞ்சு அரசியல் கருத்தாளர் 'டெமொக்ரசி இன் அமெரிக்கா' (அமெரிக்காவில் ஜனநாயகம்) என்ற இரண்டு பாகம்கொண்ட தனது புத்தகத்தில், இங்கிலாந்தைச் சார்ந்த தூய்மைவாதிகள் புதிய இங்கிலாந்தில் குடியேறிய பிறகுதான் அமெரிக்காவில் அரசியல் சுதந்திரத்தினுடைய பாரம்பரியமே தொடங்கியது என்று கூறியிருக்கிறார். இங்கிலாந்தில் தூய்மைவாதம், சுதந்திரம் ஆகியவைபற்றி நடந்த விவாதங்களைப் பற்றி மேலும் தெரிந்துகொள்ள பார்க்க: ஏ.எஸ்.பி. வுட்ஹவுஸ் (1951) 'ப்யூரிடானிஸம் ஆண்ட் லிபர்டி', 'பீயிங் தி ஆர்மி டிபேட்ஸ்' (1647–1649) 'ஃப்ரம் தி க்ளார்க் மானுஸ்கிரிப்ட்ஸ்' ('தூய்மைவாதமும் சுதந்திரமும்', 'க்ளார்க்கின் குறிப்புகளில் இருந்து', 'ராணுவமாக இருத்தல்' குறித்த விவாதங்கள், வலுசேர்க்கும் ஆவணங்களுடன்). புட்னி விவாதங்கள், வைட்ஹால் விவாதங்கள், ஆங்கிலேய புரட்சி காலகட்டத்தில் இருந்த தூய்மைவாத மத, அரசியல் கண்ணோட்டங்கள்குறித்த எண்ணற்ற ஆவணங்களும் அதில் இடம்பெற்றிருக்கின்றன.

30. நபிகள் நாயகம் (கி.மு 570 – 632), போரிட்டுக்கொண்டிருந்த எண்ணற்ற அராபியப் பழங்குடிகளை இஸ்லாமிற்கு (இஸ்லாம் என்றால் சரணடைதல் என்று பொருள்) கீழே ஒற்றை மதம் கொண்ட சமூகமாக (உம்மா, சமூகம்) ஒன்றிணைத்தார். இஸ்லாம்குறித்த சுருக்கமான வரலாற்றைத் தெரிந்துகொள்ளப் பார்க்க: 'கேரன் ஆர்ம்ஸ்டிராங்' (2000), "இரத்த உறவு கொண்டிராத ஒரே கொள்கைகொண்ட பல்வேறு பழங்குடிக் குழுக்களின் தலைவராக மாறினார் நபிகள் நாயகம். அராபியச் சமூகம்தந்த வியப்பூட்டும் புதுமை இது" (14). யாரும் மதம்மாற நிர்ப்பந்திக்கப்படவில்லை., ஆனால் அனைத்து முஸ்லீம்களும் ஒரே

துவக்கப்பட்ட ஒரு முழுமையான மதப் புரட்சியில் பங்குபற்றினார்கள். இந்திய வரலாறும் இந்த முடிவையே ஆதரிக்கிறது. சந்திரகுப்தரின் தலைமையில் நடந்த அரசியல் புரட்சியானது புத்தரது சமூகப் புரட்சியின் அடியொற்றி வந்ததுதான்.[31] சிவாஜியின் அரசியல் புரட்சி மகாராஷ்டிரத்தின் துறவிகள் கொண்டுவந்த சமூக சீர்திருத்தத்தின் பின்வந்தது.[32] சீக்கியர்களின் அரசியல் புரட்சி, குரு நானக்[33]கின் மத, சமூகப் புரட்சிகளுக்கு பின்

உம்மாவின் கீழ் வந்தனர். அவர்கள் அனைவரும், ஒருவரை ஒருவர் தாக்க மாட்டார்கள் எனவும், ஒருவருக்கொருவர் பாதுகாப்பாக இருப்பார்கள் எனவும் உறுதி பூண்டனர்.

31. மௌரியப் பேரரசைத் தோற்றுவித்த சந்திரகுப்த மௌரியர் (கி.மு 340 – 298), இந்தியத் துணைக்கண்டத்தின் பெருவாரியான பகுதிகளை ஒரே அரசிற்குக் கீழ் நிர்வகித்த முதல் மன்னர் என்று கூறப்படுகிறது. புத்தமதம் தோன்றுவதற்கு அடிப்படையாக இருந்த போதனைகளைத் தந்த கௌதம புத்தர் (கிமு 563 – 483) இவருக்கு முன் அரசாண்டவர். போர்வெறி பிடித்தவனாக இருந்து, பின், புத்தமதத்தையும் அமைதி வழிமுறையையும் பரப்பிய (தனது ஆட்சி முடிவுறும் வரை மரண தண்டனை விதிப்பதை நிறுத்தாவிட்டாலும் கூட) பேரரசன் அசோகன் (கிமு 304 – 232) சந்திரகுப்த மௌரியரின் பேரன் ஆவார்.

32. பதினான்காம் நூற்றாண்டில் ஞானதேவ் என்ற பார்ப்பனராலும், சொக்கமேளா என்ற ஒடுக்கப்பட்டவராலும் தோற்றுவிக்கப்பட்ட, பதினேழாம் நூற்றாண்டில் துக்காராம், பாகினாபாய், நாம்தியோ போன்ற ஒடுக்கப்பட்ட சாதிகளைச் சேர்ந்த பக்திமார்க்கக் கவிஞர்களால் பின்பற்றப்பட்ட, வர்காரி என்ற மரபைப் பற்றியே இங்கு குறிப்பிடுகிறார். சொக்கமேளாவின் பக்தியைப் பெரிதும் கண்டுகொள்ளாத அம்பேத்கர், சிவாஜியின் சமகாலத்தவரான, தீவிரமான துக்காராமைப் பல இடங்களில் மேற்கோள் காட்டியிருக்கிறார். குணாபி என்ற விவசாய சாதியைச் சார்ந்த துக்காராமின் அரசியலைப் பற்றியும், சிவாஜி மேல் அவர் செலுத்திய தாக்கத்தைப் பற்றியும் விரிவாக அறிந்துகொள்ளப் பார்க்க: கெயில் ஓம்வேட்ட் (2008, 109 – 32). வர்கார் என்பவர் ஒரு புனித யாத்ரீகர். வர்காரி மரபு பந்தர்பூரில் (மகாராஷ்டிராவின் ஷோலாபூர் மாவட்டம்) உள்ள வித்தலா என்றும் விதோபா என்றும் அழைக்கப்படும் கடவுளை மையமாகக் கொண்டது. பெருந்திரள் மரபில் வித்தலா, கிருஷ்ணனின் ஒரு வடிவம் எனவும், வைணவத்தின் ஒரு பகுதி எனவும் கூறப்படுகிறது. ஓம்வேட்டின் (85) கூற்றுப்படி, வர்காரி மரபு 700 வருடங்கள் பழமையானது, மராத்திய இலக்கிய மரபும் அங்கிருந்தே தொடங்குகிறது. வித்தலா எவ்வாறு சைவ, புத்த மதத்தில் அல்லது நாடோடி இனக்குழுக்களிடையே இருந்துகூட தனது தோற்றுவாயைக் கொண்டிருக்கக் கூடும் என்று ஓம்வேட் விளக்கிக் கூறுகிறார். அவர் மேலும், வித்தலா தொடக்கத்தில் ஒரு பெண் தெய்வமாக இருந்திருக்கக் கூடும் (விரிந்த இடுப்புடனும் குறுகிய இடையுடனும் பெரிய மார்புடனும் நீண்ட கூந்தலுடனும் நேரான ஆனால் கோபமான முகத்துடனும்) என்பது பற்றியும், அக்கடவுளின் சமஸ்கிருதமயமாக்கல், விஷ்ணுமயமாக்கல் பற்றியும், படிமவியலை அடிப்படையாகக் கொண்டு புத்த மதத்தைச் சார்ந்த தற்கால தலித்துகள் ‘அக்கடவுளின் கருமை நிறம் அவர் பூர்வகுடிகளிடம் முதலில் தோன்றியிருக்கலாம்’ (பார்க்க: 85 – 90) என்று கூறுவதைப் பற்றியும் கூட விவாதிக்கிறார். மகாராஷ்டிராவின் பக்தி மார்க்கத்தைப் பற்றியும் துறவிகளைப் பற்றியும் ஒரு முன்னோட்டத்திற்குப் பார்க்க: ஸெல்லியாட் மற்றும் பெர்ன்ஸ்டென் (1998). லேலே தொகுத்த புத்தகத் தொகுப்பையும் பார்க்கவும் (1981).

33. குரு நானக் (1469 – 1539) சீக்கிய மதத்தைத் தோற்றுவித்தவர், பத்து குருக்களில் முதன்மையானவரும் கூட. நாம் சிம்ரன் (இறையின் பெயரை நினைவிலிருத்தல்) என்ற செயலுக்கு மட்டுமே ஒருவருடைய வாழ்வை அர்ப்பணிக்க வேண்டும் என்று போதித்த ‘நிர்குணி’ (எந்த குணமுமில்லாதவர்) என்ற பக்தி மார்க்கத்தை அவர் உருவாக்கினார். குரு நானக்கும், அவரைப் பின்தொடர்ந்து வந்த குருக்களும் வர்ணாசிரம தர்மத்தை எதிர்த்து ஆன்மீக சமத்துவத்தைப் போதித்தனர், அனைத்து சாதியில் இருந்து வந்த பக்தர்களுக்கும் அவர்கள் போதித்தனர். சீக்கிய புனித நூலான ‘குரு கிராந்த் சாகிப்’பில் நெசவாளியான கபீரின் பாடல்களும் தோல் பதனிடும் ரவிதாஸின் பாடல்களும் இருந்தாலும், சீக்கிய மதத்தின் பத்து குருக்களும் அம்மதத்தின் உயர்ந்த சாதியான காத்ரி சாதியைச் சார்ந்தவர்கள். தங்களது வாரிசை உட்சாதிக்குள் தான் திருமணம் செய்து கொடுத்தனர் என்றும் பூரி (2003, 2694) எழுதுகிறார். இறைவனின் கண்களுக்கு முன்னே அனைவரும் சமம் என்ற ஆன்மீக சமத்துவத்தைப் போதித்தாலும், அப்படி கூறிய குருக்களோ அவர்களைப்

நிகழ்ந்தது. இன்னமும் விளக்கக் காட்சிகளைச் சேர்ப்பது தேவையற்றது. ஒரு மக்கள் திரளின் அரசியல் விரிவாக்கத்திற்கு அவர்களுடைய மனதின் ஆன்மாவின் விடுதலைதான் தேவையான ஒரு முன் நிபந்தனை என்று காட்ட இவை போதும்.

3

3.1

இப்போது நான் சோஷலிஸ்டுகளிடம் வருகிறேன். சமூக அமைப்பிலிருந்து எழும்பும் பிரச்சனைகளை சோஷலிஸ்டுகள் புறந்தள்ள முடியுமா? இந்தியாவின் சோஷலிஸ்டுகள்,[34] அவர்களது ஐரோப்பியத் தோழர்களைப் பின்பற்றி, இந்தியக் கூற்றுகளுக்குப் பொருளாதார அடிப்படையிலான ஒரு வரலாற்றுப் புரிதலைப் பொருத்திப் பார்க்கிறார்கள். மனிதன் ஒரு பொருளாதாரப் பிறவி என அவர்கள் முன்வைக்கிறார்கள், அவனுடைய செயல்பாடுகளும் விழைவுகளும் பொருளாதாரக் கூற்றுகளால் கட்டமைக்கப்படுகின்றன எனவும், சொத்துதான் அதிகாரத்தின் ஒரே தோற்றுவாய் எனவும் சொல்கிறார்கள். எனவே அவர்கள் அரசியல், சமூக சீர்திருத்தங்கள் எல்லாம் மாபெரும் மாயை எனப் பிரச்சாரம் செய்கின்றனர். சொத்தை சமமாக்கும் பொருளாதார சீர்திருத்தம்தான் பிற அனைத்து வகையான சீர்திருத்தத்திற்கும் முன் நிபந்தனையானது என்கிறார்கள். சோஷலிஸ்டுகளின் வாதமான பொருளாதார சீர்திருத்தம்தான் பிற அனைத்து சீர்திருத்தங்களுக்கும் முன் நிகழ வேண்டியது என்கிற வாதம் இதனடிப்படையில் இயங்குவதால் இதில் உள்ள ஒவ்வொரு கூற்றுடனும் ஒருவர் எதிர்வாதம் வைக்கலாம். பொருளாதார நோக்கம் மட்டுமே மனிதனை இயக்கும் ஒற்றை நோக்கமல்ல என வாதிடலாம். பொருளாதார அதிகாரம்தான் ஒரேவகையான அதிகாரம் என்பதை மனித சமூகத்தின் எந்த மாணவரும் ஒப்புக்கொள்ளமுடியாது.

3.2

ஒரு தனி மனிதரின் சமூக அந்தஸ்து அதனளவிலேயே அதிகாரத்தின் வலிமையின் தோற்றுவாயாக இருக்கமுடியும் என்பதைத்தான் சாதாரண மக்கள்மீது மகாத்மாக்கள் கொண்டுள்ள அதிகாரம் காட்டுகிறது. ஏன் இந்தியாவில் கோடீஸ்வரர்கள் நயா பைசா இல்லாத துறவிகளுக்கும் சாதுக்களுக்கும் அடிபணிகிறார்கள்? ஏன் இந்தியாவில் கோடிக்கணக்கான ஏழைகள் தங்களின் ஒரே செல்வங்களான துண்டுதுக்காணிகளையும் விற்று காசிக்கும் மெக்காவுக்கும் பயணிக்கிறார்கள்? மதம் அதிகாரத்தின் தோற்றுவாய் என்பதை இந்திய வரலாறு படம்பிடித்துக் காட்டுகிறது, இங்கு

பின்தொடர்பவர்களோ தங்களது சாதி அடையாளத்தைத் துறக்க வேண்டுமென்று எந்த நிர்ப்பந்தமும் இல்லாத காரணத்தினால் அவர்களின் போதனைகள் சமூக எதார்த்தமாக மாறவில்லை.

34. காங்கிரஸ் கட்சியில் இருந்து 1934ஆம் ஆண்டு பிரிந்துவந்து காங்கிரஸ் சோஸியலிஸ்டு கட்சியை உருவாக்கிய, காங்கிரஸ் கட்சிக்குள் இருந்த சோஸியலிஸ்டுகளையே அம்பேத்கர் இங்கே குறிப்பிடுகிறார். ஜவகர்லால் நேருவும் சோஸியலிச கருத்துக்களை பிரச்சாரம் செய்து வந்தாலும் அச்சமயத்தில் அவர் காங்கிரஸ் சோஷலிஸ்ட் கட்சியில் சேரவில்லை.

சாதாரண மனிதன்மீது நீதிபதியைவிட மேலான இடத்தை ஒரு பூசாரி கொண்டுள்ளார். இங்கு எல்லாமே, வேலை நிறுத்தங்கள், தேர்தல்கள் போன்றவைகூட, மிகச் சுலபமாக ஒரு மதம்சார்ந்து திரும்புவதாகவும் மிகச் சுலபமாக மதம் சார்ந்த திருப்பத்தை ஏற்படுத்தக் கூடியதாகவும் இருக்கின்றன.

3.3

மனிதன்மீது மதம் கொண்டுள்ள அதிகாரத்திற்கு மேலுமோர் உதாரணமாக ரோமின் ப்லெபியன்களை எடுத்துக் கொள்ளுங்கள். அது இந்தப் புள்ளியின்மீது பெரும் வெளிச்சத்தை பாய்ச்சும். ப்லெபியன்கள் ரோமக் குடியரசின் உச்ச அவையில் தங்களுக்கான பங்கிற்காகப் போராடி ஒரு ப்லெபியன் பிரதிநிதியை அனுப்ப உரிமை பெற்றனர். அவர்களது அவையான கமிட்டியா சென்சுரியாடா[35]வால் அமைக்கப்பெற்ற தனி வாக்காளர்களால் இந்த ப்லெபியன் பிரதிநிதி தேர்ந்தெடுக்கப்படும் வகையில் இது அமைக்கப்பட்டது. ப்லெபியன்கள் தங்களுக்கென ஒரு பிரதிநிதி இருக்கவேண்டுமென விரும்பினார்கள். ஏனெனில் பாட்ரிசியன் பிரதிநிதிகள் தமது நிர்வாகத்தில் ப்லெபியன்களை பாகுபாட்டுடன் ஒடுக்கியதாக அவர்கள் உணர்ந்தனர். அவர்கள் ஒரு மகத்தான லாபம் அடைந்தனர், ஏனெனில் ரோமின் குடியரசு அரசியலமைப்புச் சட்டத்தின் கீழ் ஒரு பிரதிநிதி மற்ற பிரதிநிதியின் முன்வைப்புகளை வீடோ செய்யும் அதிகாரம் இருந்தது.

3.4

ஆனால் அவர்கள் உண்மையில் ஏதாவது ஆதாயம் அடைந்தார்களா? இந்தக் கேள்விக்கு மறுப்பான பதிலைத்தான் சொல்ல வேண்டியிருக்கும். பாட்ரிசியன் பிரதிநிதிகளை தவிர்த்து சுயாதீனமாகச் செயல்படக்கூடிய ஒரு வலிமையான மனிதனாக இருக்கக்கூடிய ப்லெபியன் பிரதிநிதியை ப்லெபியன்களால் அடையவே முடியவில்லை. சாதாரண நிகழ்வுப் போக்குகளில் ப்லெபியன்களுக்கு ஒரு வலிமைமிக்க ப்லெபியன் பிரதிநிதி கிடைத்திருக்க வேண்டும் ஏனெனில் அதற்கான தேர்தல் ப்லெபியன்கள்

---

35. 'கமிட்டியா செஞ்சூரியாடா' என்று அழைக்கப்பட்ட செஞ்சூரி அவை, ரோமானிய ராணுவத்தின் சபையாகவே முதலில் இருந்தது, ஆனால் விரைவில் அது ஒரு அரசியல் சபையாக மாறியது. பின்னர் இது, குடிமக்கள் 'செஞ்சூரி'க்களாக பிரிந்து, சட்டரீதியான, தேர்தல் தொடர்பான, நீதித்துறை தொடர்பான சமாச்சாரங்களில் வாக்களித்த ரோமானிய குடியரசின் மூன்று பொதுச் சபைகளில் ஒன்றாக மாறியது. தொடக்க காலத்தில், ரோமானிய அரசப் பேரவையில் நுழையும் உரிமை பிறப்பு அடிப்படையிலும், குல அடிப்படையிலுமே தீர்மானிக்கப்பட்டது, ஆதலால் பாட்ரிசியன்கள் மட்டுமே அங்கே கோல் நாட்டி வந்தனர். கி.மு 450இல் தொடங்கப்பட்ட கமிட்டியா செஞ்சூரியாடாவில் கூட, தொடக்கத்தில் ப்ளெபியன்கள் அனுமதிக்கப்படவில்லை, பாட்ர்சியன்கள் மட்டுமே அனுமதிக்கப்பட்டனர். வகுப்புவாரி இடஒதுக்கீடைப் போலவே, செஞ்சூரியாடாவில் ப்ளெபியன்கள் அனுமதிக்கப்படத் தொடங்கிய பிறகும்கூட, நிர்வாகமும், வாக்களிக்கும் முறையும் வசதி படைத்தவர்களிடமே இருந்தது என்று அம்பேத்கர் சுட்டிக் காட்டுகிறார். ஒடுக்கப்பட்டவர்கள் மேம்பட, அவர்களுக்கு வாக்களிக்கும் உரிமை அளிப்பது மட்டுமே போதாது என்ற வகையில், வாக்களிக்கும் உரிமை பெற்றிருந்தும் அதன் பயனேதும் கிடைக்கப்பெறாத ப்ளேபியன்களின் நிலையும், தனி வாக்காளர் தொகுதி கிடைக்கப்பெறாத தீண்டத்தகாதவர்களின் நிலையும் ஒன்றுபோலவே தான் உள்ளது என்று அம்பேத்கர் சாதித் தளத்தில் வைத்து இதைப் புரிந்துகொள்கிறார்.

மட்டுமே இருக்கும் வாக்காளர் தொகுதியால்தான் தேர்வு செய்யப்படுவதாக இருந்தது. அப்படி இருக்கும்போது ஏன் அவர்கள் தங்கள் பிரதிநிதியாகத் தங்களை நிர்வகிக்க ஒரு வலிமையான ப்லெபியனைத் தேர்ந்தெடுப்பதில் தோல்வி அடைந்தார்கள் என்பதுதான் கேள்வி.

3.5

மனிதர்களின் மனங்கள் மீது மதம் செலுத்தும் மேலாதிக்கத்தை வெளிப்படுத்துவதாக இக்கேள்விக்கான பதில் இருக்கிறது. எந்த தேர்ந்தெடுக்கப்பட்ட அதிகாரியும் டெல்ஃபி[36] எனும் ரோம தெய்வத்தின் குறிசொல்லி, அவர் கடவுளால் ஏற்கப்பட்டதாகப் பிரகடனம் செய்தால்தான் அவர் தனது பதவியில் அமர முடியும் என்பது மொத்த ரோம மக்களின் ஏற்கப்பட்ட சமய வழக்கமாகும். டெல்ஃபி தெய்வத்தின் கோவிலில் பொறுப்புவகித்த பூசாரிகள் அனைவரும் பாட்ரிசியன்கள். எனவே எப்போதெல்லாம் ப்லெபியன்கள் ஒரு வலிமைமிக்க பாட்ரிசியன்களுக்கு எதிரான – அல்லது இந்தியாவில் தற்போது புழக்கத்தில் இருக்கும் 'வகுப்புவாரி பிரதிநிதி' என்ற பதத்திற்குப் பொருத்தமான ஒரு பிரதிநிதியைத் தேர்வுசெய்து அழைத்து வருகிறார்களோ அப்போதெல்லாம் அவர் டெல்ஃபி தெய்வத்திற்கு ஏற்புடையவரல்ல எனக் குறிசொல்லி அறிவித்துவிடுவார். இப்படித்தான் ப்லெபியன்கள் தங்கள் உரிமைகளிலிருந்து வஞ்சிக்கப்பட்டனர்.

3.6

நாம் கருத்தில் கொள்ளவேண்டிய முக்கிய விஷயம் என்னவென்றால், இப்படித் தாங்கள் வஞ்சிக்கப்படுவதை ப்லெபியன்களும் அனுமதித்தனர். ஏனெனில் அவர்களும் பாட்ரிசியன்களைப் போலவே தெய்வத்தின் ஒப்புதலை தனது பதவியை ஏற்கும் எந்த அதிகாரிக்குமான முக்கியமான முன் நிபந்தனை என்றும், தேர்தல் மட்டுமே அதற்குப் போதுமானதில்லை என்றும் மிக உறுதியாக நம்பினார்கள். ப்லெபியன்கள் தேர்தல் மட்டுமே போதுமானது என்றும் தெய்வத்தின் ஒப்புதல் அவசியமில்லை என்றும் வாதிட்டு இருந்தால் அவர்கள் பெற்ற அரசியல் உரிமையை அவர்கள் முழுவதுமாக அனுபவித்திருக்கலாம்; அதிலிருந்து முழு ஆதாயம் பெற்றிருக்கலாம். ஆனால் அவர்கள் அப்படிச் செய்யவில்லை. அவர்கள் வேறொருவரை, தமக்குக் குறைவான பொருத்தமும் தெய்வத்திற்கு அதிகப் பொருத்தமும் – அதாவது பாட்ரிசியன்களுக்கு பொருந்திப் போகும் – ஒருவரைத் தேர்ந்தெடுக்க ஒப்புக்கொண்டார்கள். மதத்தைக் கைவிடுவதற்குப் பதிலாக ப்லெபியன்கள் தாங்கள் கடினமாகப் போராடிப் பெற்ற பொருளியல் ஆதாயத்தை விட்டுக் கொடுத்தனர். மதம் அதைவிட அதிகமாக இல்லாவிட்டாலும் பணம் அளவுக்காவது அதிகாரத்தின் தோற்றுவாயாக இருக்கக் கூடியது என்பதை இது காட்டவில்லையா?

36. கிரேக்க கடவுளான அப்போல்லோவுடன் தொடர்புடைய டெல்ஃபி, ஹெலனிய அரசியல் வாழ்க்கையில் முக்கியத்துவம் பெற்றதாக இருந்தாலும், ரோமில் இருந்து தூரத்தில் இருந்ததால் ரோமானியர்கள் அடிக்கடி ஆரக்கிளிடம் (குறிசொல்லி) சென்று ஆலோசனை கேட்டுக்கொண்டிருக்கவில்லை. அதே நேரம் அவர்கள், கேப்பிடோலியத்தில் வைக்கப்பட்டிருந்த சிபில்லின் புத்தகங்களை அடிக்கடி நாடிச் சென்றனர். பார்க்க: ஃபோண்டென்ரோஸ் (1978). ரோமானியர்கள் மேல் மதம் கொண்டிருந்த ஆதிக்கத்தைப் பற்றித் தெரிந்துகொள்ளப் பார்க்க: ரூப்கே (2007)

3.7

சோஷலிஸ்டு[37]களின் மூடநம்பிக்கை என்னவென்றால் ஐரோப்பாவில் தற்போதுள்ள நிலையில் அதிகாரத்தின் தோற்றுவாயாகச் சொத்து இருப்பதால் அதுவே இந்தியாவிலும் உண்மை; அல்லது அதுதான் ஐரோப்பாவில் கடந்த காலத்திலும் உண்மை என்று அவர்கள் கருதுவது தான். மதம், சமூக அந்தஸ்து, சொத்துடைமை அனைத்துமே அதிகாரம், மேலாதிக்கத்திற்கான தோற்றுவாய்கள்தான். அதைக்கொண்டு ஒரு மனிதன் இன்னொரு மனிதனின் சுதந்திரத்தை கட்டுப்படுத்த, ஆதிக்கம் செலுத்த முடியும். ஒன்று ஒரு நிலையில் முதன்மையானதாக இருக்கிறது; மற்றது வேறு நிலையில் முதன்மையானதாக இருக்கிறது. அதுதான் ஒரே வேறுபாடு. விடுதலைதான் லட்சியம் என்றால், விடுதலை என்பது ஒரு மனிதன் இன்னொருவர் மேல் செலுத்தும் மேலாதிக்கத்தை அழிப்பதுதான் என்றால், நிச்சயமாகப் பொருளாதாரச் சீர்திருத்தம் மட்டுமே நாம் செயலாக்கவேண்டியதும் பின்தொடரவேண்டியதுமான ஒரே சீர்திருத்தம் என்று கட்டாயமாய்ச் சொல்லமுடியாது. அதிகாரத்தின், மேலாதிக்கத்தின் தோற்றுவாய் குறிப்பிட்ட காலகட்டத்தில் அல்லது சமூகத்தில் சமூக மற்றும் மதம் சார்ந்தது என்றால், சமூக சீர்திருத்தம், மத சீர்திருத்தத்தை தேவையான சீர்திருத்த மாதிரியாக நாம் ஏற்றுக் கொள்ளவேண்டும்.

3.8

இந்திய சோஷலிஸ்டுகள் கைக்கொண்டுள்ள பொருளாதார அடிப்படையிலான வரலாற்றுப் புரிதல் என்ற கோட்பாட்டை நான் இப்படியாகத் தாக்கலாம். ஆனால் சொத்தை சம உரிமைக்குள்ளாக்குவதுதான் தேவையான ஒரே சீர்திருத்தம் அதுவே அனைத்திற்கும் முன் நிகழவேண்டும் என்ற சோஷலிஸ்டு வாதத்தை நிறுவ பொருளாதார அடிப்படையிலான வரலாற்று விளக்கம் அவசியமில்லை என ஏற்கிறேன். எனினும், நான்

---

37. காங்கிரஸ் கட்சிக்குள் சோஷலிச கொள்கையை நோக்கி நடந்த சில மாற்றங்களை ஒட்டி அம்பேத்கரின் இந்தக் கோபம் வெளிப்பட்டிருக்கக் கூடும். 1936ஆம் ஆண்டு நடைபெற்ற காங்கிரஸ் கட்சியின் கூட்டத்தில் காந்தியின் வேண்டுகோளுக்கிணங்க அக்கட்சியின் தலைவராக நேரு பொறுப்பேற்றபின் நிறைவேற்றப்பட்ட நிலப் பங்கீட்டுத் தீர்மானம் “திகைப்பூட்டும் வறுமை, வேலைவாய்ப்பின்மை மற்றும் கடனாளிகளாக இருக்கும் விவசாயக் குடிகளின் நிலை ஆகியவையே இந்நாட்டின் மிக முக்கிய, உடனடிப் பிரச்சனைகளாகும். அடிப்படையில் இவை காலாவதியாகிப் போன, ஒடுக்குமுறை செலுத்தும் நில வருமான அமைப்பினால் ஏற்பட்டிருக்கிறது” என்று கூறியது. நேருவும், நாராயண் தேவ் – ஜெயபிரகாஷ் நாராயண் – அச்யுத் பட்வர்தனைப் போன்று 13 நபர்கொண்ட காங்கிரஸ் கட்சியின் செயற்குழுவிற்குள் அவர் திருட்டுத்தனமாக அனுப்பிய சில சோஸலிஸ்டுகளும், காங்கிரஸ் கட்சியின் ‘நடுத்தர வர்க்க ஆதிக்கத்தை’ ஒழித்து அக்கட்சியில் விவசாயிகளின், தொழிலாளிகளின் நேரடி பிரதிநிதித்துவத்தைக் கோரினர். ஆனால் காந்தியின் அமைதியான ஆதரவைக்கொண்டு காங்கிரஸ் கட்சியினுள் இருந்த வலதுசாரிகள் நேருவின் சோஷலிசக் கருத்தாக்கங்களை எதிர்த்தனர். தேர்தல் பிரச்சாரங்களில் நேருவின் சோஷலிச சொற்பொழிவுகள் “இந்த நாட்டின் நலனுக்கும், தேசிய விடுதலைப் போராட்டத்திற்கும் கேடு விளைவிக்கக் கூடியதாக இருக்கின்றது” என்றுகூறி, 1936 ஜூன் 29ஆம் தேதி காங்கிரஸ் செயற்குழு உறுப்பினர்கள் பாபு ராஜேந்திர பிரசாத், ஜெய்ராம்தாஸ் தவலத்ராம், ஜம்னாலால் பஜாஜ், ஆச்சார்ய கிரிபலானி, எஸ்.டி. தேவ் ஆகியோர் செயற்குழுவில் இருந்து ராஜினாமா செய்தனர். காந்தியும், தொழில்வணிகர்களும் பழமைவாதிகளையே ஆதரித்தனர். அதைத் தொடர்ந்து நேரு தனது முயற்சியைக் கைவிட்டார். நேருவும் சோஸலிசமும் பற்றி விரிவாகத் தெரிந்துகொள்ளப் பார்க்க: ஆர்.சி. தத் (1989, 30 – 90)

சோஷலிஸ்டுகளைப் பார்த்துக் கேட்க விரும்புவது இதுதான்: சமூக அமைப்பில் முதலில் சீர்திருத்தத்தை ஏற்படுத்தாமல் பொருளாதாரச் சீர்திருத்தத்தை ஏற்படுத்தமுடியுமா? இந்தியாவின் சோஷலிஸ்டுகள் இந்தக் கேள்வியை கணக்கில் எடுத்ததாகத் தெரியவில்லை.[38] நான் அவர்களுக்கு அநீதி இழைக்க விரும்பவில்லை. ஒரு முக்கிய சோஷலிஸ்டு சில நாட்களுக்கு முன் என் நண்பர் ஒருவருக்கு எழுதிய கடிதத்திலிருந்து மேற்கோளொன்றை கீழே அளிக்கிறேன், அவர் அதில், "ஒரு வகுப்பாரை இன்னொரு வகுப்பு அடக்கியாளும், கீழ்மைப்படுத்தும் இந்த அவலத்தின் சுவடு இருக்கும்வரை நாம் இந்தியாவில் ஒரு சுதந்திர சமூகத்தைக் கட்டிவிட முடியும் என நான் நம்பவில்லை. சோஷலிச லட்சியத்தை நம்புகிறவனாக, தவிர்க்கவே முடியாதவகையில் பல்வேறு வகுப்புகளையும் குழுக்களையும் முழுநிறைவான சமத்துவத்துடன் நடத்துவதையே சரியென நான் நம்புகிறேன். இதற்கும் மற்ற பிரச்சனைகளுக்கும் சோஷலிசம் தான் ஒரே உண்மையான தீர்வை அளிக்கிறது என நினைக்கிறேன்."

3.9

இதில் நான் கேட்க விரும்பும் கேள்வி எதுவெனில்: ஒரு சோஷலிஸ்டு, "பல்வேறு வகுப்பினரும் முழுநிறைவான சமத்துவத்துடன் நடத்தப்படவேண்டும் என்பதை நான் நம்புகிறேன்" என்று சொன்னால் மட்டும் போதுமா? அப்படியான நம்பிக்கை போதுமானது என்று சொல்வது சோஷலிசத்தோடு எதுவெல்லாம் தொடர்புடையவை என்பதுகுறித்த புரிதல் முற்றிலும் இல்லாமையை வெளிப்படுத்தவே போதுமானது. சோஷலிசம் எங்கோ தொலைதூரத்திலான வெறும் லட்சியம் மட்டுமே அல்ல அது ஒரு செயல்முறைத் திட்டம் எனில் ஒரு சோஷலிஸ்டுக்கான கேள்வி அவர் சமத்துவத்தை நம்புகிறாரா என்பதல்ல. அவருக்கான கேள்வி அவர் ஒரு வகுப்பினர் இன்னொரு வகுப்பினரை அமைப்புரீதியில் கொள்கைபூர்வமாக அடக்கியாள்வதையும் கீழ்மைப்படுத்துவதையும் அதன்மூலமாகக் கொடுங்கோன்மையும் ஒடுக்குமுறையும் ஒரு வகுப்பை இன்னொரு வகுப்பிடமிருந்து தொடர்ந்து பிரிப்பதையும் அவர் எதிர்க்கிறாரா என்பதுதான்.

3.10

எனது கருத்தை முழுமையாக விளக்கும் பொருட்டு, சோஷலிசத்தை நடைமுறைப்படுத்துவதில் தொடர்புடைய காரணிகளை நான் அலசி ஆராயப் போகிறேன். சோஷலிஸ்டுகளால் முன்வைக்கப்படும் பொருளாதாரச் சீர்திருத்தம் என்பது ஒரு புரட்சி நடந்து அது

---

38. 1938 பிப்ரவரி மாதம் 12 – 13ஆம் தேதிகளில் மன்மத் மாவட்டத்தில் உள்ள நாசிக்கில் நடந்த இந்திய தீபகற்ப ரயில்வேயின் தாழ்த்தப்பட்ட தொழிலாளர்கள் மாநாட்டில் தலைமை உரையாற்றிய அம்பேத்கர் (தாஸ், 2010 பி, 49 – 68) சோஸலிஸ்டுகள்மீது நேரடியாகத் தாக்குதல் நிகழ்த்துகிறார். அவ்வுரையில் அவர், பார்ப்பனீயத்தின் மீதும் முதலாளித்துவத்தின் மீதும் கூர்மையான விமர்சனங்களை வைக்கிறார், மேலும் இந்திய சோஸலிஸ்டுகளின் குறைகளையும் விவரித்துச் சொல்கிறார். சாதி ஒழிப்பு பதிப்பிக்கப்பட்ட சில மாதங்களுக்குப் பிறகு 1936ஆம் ஆண்டு ஆகஸ்டு மாதம், 'சுதந்திர தொழிலாளர் கட்சி' என்ற பெயரில் அம்பேத்கர், தனது முதல் அரசியல் கட்சியைத் தொடங்கினார். அதன் தலைவராகவே அம்மாநாட்டில் அவர் உரையாற்றினார்.

அதிகாரத்தைக் கைப்பற்றுவதில் முடிந்தால் ஒழிய சாத்தியமில்லை என்பது தெள்ளத்தெளிவான ஒன்று. அந்த அதிகாரக் கைப்பற்றுதல் என்பது பாட்டாளிவர்க்கத்தால் நடத்தப்படவேண்டிது. நான் கேட்கும் முதல் கேள்வி இதுதான்: இந்தப் புரட்சியைக் கொண்டுவருவதற்கு இந்தியப் பாட்டாளிவர்க்கம் இணையுமா? இப்படிப்பட்ட ஒரு செயல்பாட்டிற்கு மனிதர்களை எது நகர்த்தும்? பிற அனைத்தும் சமமாக இருக்கும்பட்சத்தில், அப்படிப்பட்ட ஒரு செயலில் ஈடுபட ஒருவரை நகர்த்தக் கூடிய ஒரே விஷயம் அவரோடு செயல்படும் பிறர் அனைவரும் சமத்துவம், சகோதரத்துவம் எல்லாவற்றிற்கும் மேலாக நீதியின் பாற்பட்டுச் செயலாற்றுகிறார்கள் என்ற உணர்வுதான் அதைச் செய்ய முடியும் என்று எனக்குப்படுகிறது. புரட்சி வெற்றியடைந்தபின் தாங்கள் சமமாக நடத்தப்படுவோம், தங்கள்மேல் சாதியின் பெயரால், மதத்தின் பெயரால் ஒடுக்குமுறை நடத்தப்படமாட்டாது என்று தெரிந்தாலொழிய சொத்துடைமையைச் சமமாக்கும் புரட்சியில் யாரும் இணையமாட்டார்கள்.

3.11

புரட்சிக்குத் தலைமைதாங்கும் ஒரு சோஷலிஸ்ட் "தான் சாதி அமைப்பை நம்பவில்லை" என அளிக்கும் உத்தரவாதம் போதாதென்று நான் உறுதியாக நம்புகிறேன். அந்த உறுதிமொழி இன்னமும் ஒரு ஆழமான அடித்தளத்தில் இருந்து – குறிப்பாகச் சொல்வதென்றால் ஒரே நாட்டவருக்கிடையே ஒருவர்மீது ஒருவர் கொள்ளும் தனிமனித சமத்துவம், சகோதரத்துவத்தின் அடிப்படையிலான மனப்பான்மையிலிருந்து – வரும் உத்தரவாதமாக இருக்கவேண்டும். இந்தியாவின் பாட்டாளிவர்க்கம் இவ்வளவு ஏழையாக இருக்கும் அதேவேளையில், ஏழை – பணக்காரன் என்ற ஒரு வேறுபாட்டைத் தவிர வேறு எந்தப் பாகுபாட்டையும் அவர்கள் பார்ப்பதில்லை என்று சொல்லமுடியுமா? இந்தியாவின் ஏழைகள் சாதி சமய வேறுபாடுகளை உயர்வென்றோ தாழ்வென்றோ பார்ப்பதில்லை என்று சொல்ல முடியுமா? அவர்கள் பார்க்கிறார்கள் என்பதுதான் உண்மையான கூற்றென்றால், பணக்காரர்களை எதிர்த்த செயல்பாட்டில் இப்படிப்பட்ட ஒரு பாட்டாளிவர்க்கத்திடம் என்னமாதிரியான ஐக்கியத்தை எதிர்பார்க்கமுடியும்?

3.12

ஒரு வாதத்திற்காக, ஏதோ ஒரு குருட்டு அதிர்ஷ்டத்தில் புரட்சி ஒன்று நடந்து சோஷலிஸ்டுகள் அதிகாரத்திற்கு வந்தால், அவர்கள் இந்தியாவில் நிலவும் குறிப்பிட்ட சமூக அமைப்பினால் உருவாகும் பிரச்சனைகளைத் தீர்க்கவேண்டி வருமா இல்லையா? இந்திய மக்களை உயர்வு – தாழ்வு, சுத்தம் – அசுத்தம் எனும் வேறுபாடுகளைப் பாவிக்கச் செய்யும் பாரபட்சங்களால் உருவாகும் பிரச்சனைகளோடு போராட வேண்டிய தேவை இல்லாமல் இந்தியாவில் ஒரு சோஷலிஸ்டு அரசு ஒரு கணமேனும் செயல்படமுடியும் என்று என்னால் காட்சிப்படுத்திக்கொள்ள முடியவில்லை. இதுபோன்ற சிறந்த வாக்கியங்களைப் பேசுவதோடு

மட்டும் சோஷலிஸ்டுகள் திருப்தியடையாமல் இருக்கவேண்டுமென்றால், சோஷலிசத்தை உண்மையான ஒரு நிதர்சனமாக ஆக்க சோஷலிஸ்டுகள் விரும்பினார்கள் என்றால், சமூக சீர்திருத்தப் பிரச்சனை அடிப்படையானது என்பதையும் அவர்கள் அதிலிருந்து தப்பிக்க முடியாது என்பதையும் அவர்கள் ஏற்றுக்கொள்ளவேண்டும்.

3.13

இந்தியாவில் நிலவும் சமூக அமைப்பு என்பது ஒரு சோஷலிஸ்டு கைக்கொள்ளவேண்டிய பிரச்சினை என்பதும்; அவர் அப்படிச் செய்யும்வரை அவரால் தனது புரட்சியில் வெற்றிபெற முடியாது என்பதும்; அதிர்ஷ்டவசத்தால் அவர் ஒருவேளை வெற்றிபெற்றாலும், அவர் தனது லட்சியங்களை நனவாக்கவேண்டுமெனில் அவர் சமூக அமைப்புடன் போராடவேண்டி வரும் என்பதும் என்னுடைய பார்வையில் தவிர்க்கமுடியாதவை. சாதியை அவர் புரட்சிக்கு முன் கணக்கிலெடுக்காவிட்டால், புரட்சிக்குப் பின் கட்டாயம் கணக்கிலெடுக்கவேண்டி வரும். இதை இப்படியும் சொல்லலாம், நீங்கள் விரும்பிய எந்தத் திசையிலும் திரும்புங்கள், சாதிதான் உங்கள் பாதையைக் கடக்கும் பூதமாக இருக்கும். அந்த பூதத்தைக் கொல்லும் வரையில், உங்களால் அரசியல் சீர்திருத்தத்தைக் கொண்டுவர இயலாது, உங்களால் பொருளாதாரச் சீர்திருத்தத்தைக் கொண்டுவர இயலாது.

4

4.1

சாதி இன்றளவும் தனக்கான பாதுகாவலர்களைக் கொண்டிருக்கிறது என்பது ஒரு பரிதாப நிலையே. பாதுகாவலர்கள் பலர். சாதி அமைப்பு வேலைப் பிரிவினையின் இன்னொரு பெயர் என்ற வாதத்தில் அது பாதுகாக்கப்படுகிறது; மேலும் வேலைப்பிரிவினை ஒவ்வொரு நாகரீக சமூகத்திற்கும் அவசியமான ஒன்று என்பதால், சாதி அமைப்பில் எந்தத் தவறும் இல்லை என வாதிடப்படுகின்றது. இந்தப் பார்வைக்கு எதிராக உடனடியாக அழுத்திச் சொல்லப்பட வேண்டிய விஷயம் என்னவென்றால் சாதி அமைப்பு என்பது சாதாரண வேலைப் பிரிவினை மட்டுமல்ல என்பதுதான். அது வேலை செய்பவர்களின் பிரிவினையுமாகும்.[39] சந்தேகமேயில்லாமல் நாகரீக சமூகத்திற்கு வேலைப் பிரிவினை தேவை. ஆனால் எந்த நாகரீக சமூகத்திலும் இந்த வேலைப் பிரிவினை என்பது செயற்கையான இறுக்கமான நீர்புகமுடியாத பெட்டிகளாக உழைப்பாளிகள் பிரிவினையோடு இணைக்கப்பெற்றிருக்கவில்லை. சாதி அமைப்பு என்பது வேலைப் பிரிவினையில் இருந்து மாறுபட்ட உழைப்பாளிகளின் பிரிவினை மட்டுமல்ல, அது உழைப்பாளி பிரிவுகளின் ஒரு படிநிலை அடுக்குமுறையாகும். வெறெந்த நாட்டிலும் வேலைப் பிரிவினை என்பது இத்தகைய படிநிலைகளோடு சேர்ந்து நிகழவில்லை.

---

39. மூல உரையிலும் இவ்வாறே குறிக்கப்பட்டிருந்தது.

4.2

சாதி அமைப்புக் குறித்த இப்பார்வைக்கு எதிராக மூன்றாவதாக இன்னொரு விமர்சனமும் இருக்கிறது. இந்த வேலைப் பிரிவினை என்பது தன்னியல்பாய் நிகழ்ந்தது அல்ல; இது இயற்கையான திறமைகளின் அடிப்படையிலும் நிகழவில்லை. சமூக மற்றும் தனிநபர் செயல்திறம் என்பது ஒரு நபர் தனது திறன்களை வளர்த்துக்கொண்டு ஒரு தொழிலைத் தேர்ந்தெடுக்கும் தகுதியான நிலைக்கு வந்து பின் அதைத் தனக்கான தொழிலாக மாற்றிக்கொள்வதாக இருக்கவேண்டும். இது தனிநபர்களுக்கு முன்னதாகவே வேலைகளை நியமிக்கிறது – பயின்ற திறமைகளின் அடிப்படையிலான தேர்வு அல்ல, அவர்களின் பெற்றோர்களின் சமூக அந்தஸ்து அடிப்படையில் – என்கிற வகையில் சாதி அமைப்பு இந்தக் கொள்கையை மீறுகிறது.[40]

4.3

இன்னொரு கோணத்தில் இருந்து பார்த்தால், சாதி அமைப்பால் விளைந்த இந்த தொழில்களின் படிநிலைத் தரவரிசை நிச்சயமான பெருங்கேடு. தொழில்துறை எப்போதுமே அசைவற்று நிற்பதில்லை.[41] அது பல விரைவான துரித மாற்றங்களுக்கு உள்ளாவது. இப்படியான மாற்றங்களால், ஒரு தனிநபர் தனது செய்தொழிலை மாற்றிக்கொள்ள சுதந்திரத்தோடு இருக்கவேண்டும். மாறும் சூழ்நிலைகளோடு தன்னைத்

40. டியூவியின் வார்த்தைகளையே அம்பேத்கர் இங்கே எதிரொலிக்கிறார். முகர்ஜியின் (2009, 347) கூற்றுப்படி: "அம்பேத்கர் தனது உரைகளுக்கிடையே அவ்வப்பொழுது டியூவியின் வார்த்தைகளை அவை மேற்கோளெனச் சுட்டாமல் பயன்படுத்துகிறார், அந்த அளவு ஆழமாக டியூவியின் சிந்தனைகள் அம்பேத்கரின் மனதில் பதிந்து போயிருக்கின்றன." மேலும் 'தனது லட்சிய சமூகத்தை விவரிப்பதற்கு அம்பேத்கர் எவ்வாறு டெமொக்ரசி அண்ட் எடுகேஷன்–இல் இருந்து சில சொற்றொடர்களை தேடி எடுத்திருக்கிறார்" (351) என்றும் அவர் குறிப்பிடுகிறார். சாதி ஒழிப்பின் பகுதி 25.4இல் டியுவிக்கு தான் கடன்பட்டிருப்பதாக அம்பேத்கர் கூறியிருக்கிறார். டியூவியின் 'டெமொக்ரசி அண்ட் எடுகேஷனில் இருந்து அம்பேத்கர் கையாண்ட, முகர்ஜியால் மேற்கோள் காட்டப்பட்டிருக்கும், அந்தப் பத்தி "ஒரு பணியைத் தேர்வு செய்வதற்கும், அதையே நமது தொழிலாக்கிக் கொள்வதற்கும், நம்முடைய ஆற்றலை மட்டுமே ஆதாரமாகக் கொண்டிருக்கும் அளவிற்கு நம்முடைய அறிவுத் திறனை வளர்த்தெடுப்பதே ஜனநாயகத்திற்கான அடிப்படை அளவுகோல். ஆனால், தெளிவாக வரையறுக்கப்பட்ட தொழில் வாய்ப்புகளை நிறைவு செய்வதற்கு, ஒருவர் பெற்ற தேர்ச்சியை அடிப்படையாகக் கொண்டிராமல், ஒருவருடைய சொத்து மதிப்பையோ பெற்றோர்களின் சமூக அந்தஸ்தையோ அடிப்படையாகக் கொண்டு, ஒருசிலரை முன்கூட்டியே தீர்மானம் செய்துகொள்வது அடிப்படை ஜனநாயக நெறியை மீறுவதாகும்" (364) பார்க்க: டியூவி (1916). 'டிமாக்ரசி அன்ட் எடுகேஷனில் இருந்து கொடுக்கப்பட்டுள்ள மற்ற மேற்கோள்கள் அனைத்தும் இணையப் பதிப்பில் இருந்து எடுக்கப்பட்டவை.

41. ஜான் டியூவி தொழில்சார் ஜனநாயகத்தின் ஆதரவாளராக இருந்தார். நோம் சோம்ஸ்கியின் (2003) வார்த்தைகளில் அதன் பொருள் என்னவென்றால், "உற்பத்தி, வர்த்தகம் முதலியவற்றைச் ஜனநாயகப்படுத்துவது, அதாவது, முதலாளித்துவப் படிநிலையின் ஒட்டுமொத்தக் கட்டமைப்பையும் ஒழித்துக்கட்டுவது." இந்த நேர்காணலில் டியூவியை சாம்ஸ்கி 'ரேடிக்கல்' என்று குறிப்பிடுகிறார். மற்றொரு கட்டுரையில் சாம்ஸ்கி (2003), 'தங்களது தொழில்சார் விதியின் நாயகர்களாக அவர்களே' மாற வேண்டுமேனவும், அனைத்து நிறுவனங்களும் அதன் உற்பத்தி முறை, பரிவர்த்தனை, பரப்புரை, தொடர்புத்துறை, போக்குவரத்து முதலிய யாவையும் பொதுக் கட்டுப்பாட்டிற்குக் கீழ் வரவேண்டுமெனவும் கூறினார். அது போக, அரசியல், "சமூகத்தின் மீது விழும் பெருவணிகத்தின் நிழலாகவே" இருக்குமெனவும் டியூவி கூறினார்.

தகவமைத்துக்கொள்ளும் சுதந்திரம் இல்லாமல், அவருக்குத் தனக்கான வாழ்வாதாரத்தைப் பெறுவது சாத்தியமில்லாத விஷயமாகிவிடும். சாதி அமைப்பு இந்துக்களை இத்தகைய தொழில் தேர்விற்கு அவர்கள் பரம்பரையாக அதற்கு சொந்தமானவர்களாக இல்லாத பட்சத்தில் தடைசெய்கிறது. ஒரு இந்து தனக்கு விதிக்கப்பட்ட வேலையை விட்டு வேறு வேலைக்குச் செல்வதற்குப் பதிலாகப் பசியுடன் கிடந்தால் அதற்கான காரணம் சாதி அமைப்புதான். தொழில்களின் / வேலைகளின் மறுதகவமைப்புக்கு அனுமதிக்காததன் மூலம் சாதி இந்த நாட்டில் நாம் பார்க்கும் பெரும்பாலான வேலையின்மைக்கு நேரடியான காரணமாகிறது.

4.4

ஒரு வேலைப் பிரிவினை முறைமையாக சாதி அமைப்பு இன்னொரு தீவிரமான குறைபாட்டையும் கொண்டுள்ளது. சாதி அமைப்பால் உருவாக்கப்பட்ட வேலைப் பிரிவினை சுயதேர்வு சார்ந்ததல்ல. தனிநபர் உணர்வுக்கோ, தனிநபர் விருப்பத்திற்கோ அதில் இடமில்லை. அது விதி எனும் சாஸ்திரத்தின்மீது கட்டப்படுகிறது. தொழில்துறை அமைப்பின் மிகப்பெரிய பிரச்சனை என்பது வறுமையோ அதனால் ஏற்படும் துன்பமோ அல்ல, மாறாக அது இவ்வளவு பெரும் எண்ணிக்கையிலான மனிதர்கள் தமக்கு விருப்பமில்லாத, தம்மை ஈர்க்காத துறைகளில் பணியாற்றவேண்டி இருக்கும் நிலைதானென்பதை சமூக செயல்திறம் சார்ந்த கருதுகோள்கள் நம்மை ஒப்புக்கொள்ள வற்புறுத்தும். இப்படியான பணிகள் தொடர்ந்து ஒருவரை வெறுப்பு, பகைமை, தப்பித்தல் மனநிலைக்கு உந்தித் தள்ளும்.[42]

4.5

இந்தியாவில் பல தொழில்கள் இருக்கின்றன அவை இந்துக்க ளால் தரந்தாழ்ந்தவை எனக் கருதப்படுவதாலேயே அவற்றில் ஈடுபட் டிருப்பவர்களுக்கு வெறுப்பையும் உருவாக்குபவை. இத்தகைய தொழில்களின்மீது இந்து மதம் சுமத்தும் சிறுமை, களங்கம் ஆகியவற்றால் அவற்றில் ஈடுபடுபவர்கள் அனுபவிக்கும் கீழ்மைத் தன்மையினால் மட்டுமே இத்தகைய தொழில்களிலிருந்து தப்பிக்கவும் வெளியேறவும் தொடர்ச்சியான விருப்பம் உருவாகிறது. மனிதர்களின் மனமும் இதயமும் தொழிற்படாத வேலைகளை அவர்கள் செய்யும் ஒரு முறையில் என்ன மாதிரியான செயல்திறம் இருக்க முடியும்? எனவே, மனிதனின் இயற்கையான சக்திகளையும் விருப்பங்களையும் சமூக விதிகளின் ஆத்திர அவசியங்களுக்கு கீழ்ப்படியச் செய்கிறது என்ற அளவிலாவது ஒரு பொருளாதார அமைப்பாக நிச்சயமாக சாதி தீங்கான அமைப்பாக இருக்கிறது.

---

42. இந்த வாக்கியமும் டியூவியினதையே பிரதிபலிக்கிறது (1916): “நிலவும் அமைப்பின் மிக மோசமான தீமை, வறுமையோ அதனால் ஏற்படும் துன்பமோ அல்ல என்று கூற்று இரக்கத்தன்மையற்றதாகத் தோன்றலாம். ஆனால் தங்கள் மனதுக்கு ஒவ்வாத பணிகளை எத்தனையோ பேர், அவை கொண்டு வந்து சேர்க்கும் பணத்திற்காக மட்டுமே செய்து கொண்டிருக்கிறார்கள். ஆனால் இப்படியானதொரு வாழ்வு அவர்களை வெறுப்பு, துவேஷம் விலகித் தப்பித்துச் செல்லுதல் ஆகியவற்றை நோக்கியே உந்தித் தள்ளுகிறது” (முகர்ஜி 2009, 364–இல் மேற்கொள் காட்டப்பட்டுள்ளது.)

5

5.1

சிலர் சாதி அமைப்பிற்கு ஆதரவாக ஒரு உயிரியல் அரணைக் கட்டி எழுப்பியுள்ளனர். இனத் தூய்மையையும் குருதித் தூய்மையையும் கட்டிக்காப்பதுதான் சாதியின் நோக்கம் எனச் சொல்லப்படுகிறது. உலகின் அனைத்துப் பாகங்களிலும் அனைத்து இனங்களும் கலந்துதான் இருக்கின்றன என்றும், தூய்மையான இனத்தின் மனிதர்கள் எங்குமே வாழவில்லை என்றும் இன பண்பாட்டியலாளர்கள்[43] கருதுகின்றனர். இந்தியாவின் மனிதர்களைப் பொறுத்தவரை இது இன்னமும் சரியான ஒரு கூற்றாக இருக்கிறது. டி.ஆர். பண்டார்க்கர் தனது "இந்து மக்கள்தொகைக்குள் அந்நியக் கூறுகள்' எனும் கட்டுரையில் அயல் அல்லது அந்நிய கலப்பு இல்லாத ஒரு வகுப்போ சாதியோ இந்தியாவில் இல்லவே இல்லை. ரத்தக் கலப்பு என்பது ராஜபுத்திரர்கள் மராத்தாக்களைப் போன்ற போர்வீரர் வகுப்புகளில் மட்டும் காணப்படவில்லை. அது தாங்கள் அனைத்து அந்நியக் கூறுகளுக்கும் அப்பாற்பட்டவர்கள் எனும் இன்ப மாயையில் இருக்கும் பிராமணர்களிடையிலும் இருக்கிறது" என்று கூறுகிறார்.[44] எனவே, சாதி அமைப்பு என்பது இனக்கலப்பைத் தடுக்கவும் குருதித் தூய்மையைக் காக்கும் வழியாகவும்தான் உருவாக்கப்பட்டது எனச் சொல்ல முடியாது.

---

43. இனப்பண்பாட்டியல் என்பது இனவரைவியல் செய்திகளைக் கொண்டு வெவ்வேறு பண்பாடுகளை ஒப்பீடுசெய்து பார்க்கும் முறை. பண்பாட்டுக் கூறுகளை நேரடியாகப் பதிவு செய்வதன் மூலம் தனித்தனிக் குழுக்களைப்பற்றி ஆய்வு செய்வது இனவரைவியல். மனித சமூக பரிணாம வளர்ச்சியின் மரபைப் புரிந்துகொள்ளும் அரிய பெரிய முயற்சியின் ஒரு பகுதியாகவே பத்தொன்பதாம் நூற்றாண்டில், இனப் பண்பாட்டியலாளர்களும், இன வரைவியலாளர்களும் சாதிப் படிநிலையை ஆய்வு செய்தனர். அச்செய்கையினூடே அவர்கள், மக்கள்தொகைக் கணக்கெடுப்பு, அரசு விவரச்சுவடிகள், சாதியை இனரீதியாகப் புரிந்துகொள்ளுதல் போன்ற 'கீழைத்தேய' செயல்பாடுகளையும் செய்தனர். அவ்வாறாக, சாதி, ஒவ்வொரு இனத்திற்கான குணாம்சத்தைத் தீர்மானிக்கும் உயிரியல்குறித்த கருத்தாக்கங்களுக்குள் புதைந்து போனது. 1916ஆம் ஆண்டு, 'கேஸ்ட்ஸ் இன் இந்தியா' (இந்தியாவில் சாதிகள்) என்ற தனது கட்டுரையை, அம்பேத்கர், இனப்பண்பாட்டியலைப் பற்றிய குறிப்புடனேயே துவங்குகிறார். சாதி, இனப்பண்பாட்டியல் பற்றி மேலும் பார்க்க: பெய்லி (1999, 11 – 19); மற்றும் டிர்க்ஸ் (2001, 126 – 38). கேட்கர் (1909/1998, 165 – 70).

44. கல்வெட்டாய்வாளரும் அகழ்வாராய்ச்சியாளருமான தேவதத்தா ராமகிருஷ்ணா பந்தார்கர் (1875 – 1950) இந்திய அகழ்வாராய்ச்சி நிலையத்தில் பணிபுரிந்தவர். 1911ஆம் ஆண்டு எழுதப்பட்ட இந்தக் கட்டுரையின் பக்கம் 31–இல் இருந்து அம்பேத்கர் மேற்கோள் கொடுக்கிறார். கல்வெட்டு ஆய்வை அடிப்படையாகக் கொண்டு மகாபாரதம், ரிக் வேதம் போன்ற வேதங்களிலும் இந்து மரபின் புராணங்களில் இருந்தும் ஆதாரங்கள் எடுத்தாண்டு, பார்ப்பனர்கள் மீது கட்டமைக்கப்படும் "குருதி தூய்மை"யை புனைவென்று நிரூபிக்கிறார். "சொல்லப்போனால் மகாபாரதம் என்பது, பெரிய வரலாற்று முக்கியத்துவம் ஏதுமற்ற, தொன்ம சாகசக் கதைகளின் கூட்டுக் கலவையே. ஆனாலும் ஒரு கட்டுப்பாடான பார்ப்பனரால் எதிர்க்கப்பட முடியாததாகவும், அவருடைய பிறப்பின் தூய்மையைப் பற்றியும், இந்து சமூகத்தில் தனது உச்ச நிலையைப் பற்றியும் எழும் சந்தேகங்களை இல்லாமலாக்குவதற்கு மேலதிக சான்றாகவும் பயன்படுகின்றது" (1911, 10.)

5.2

உண்மையில் இந்தியாவில் வெவ்வேறு இனங்களும் ரத்தத்தாலும் பண்பாட்டாலும் கலந்தபின்தான் சாதி அமைப்பு தோன்றியது.[45] சாதி வேறுபாடுகள் உண்மையில் இன வேறுபாடுகள்தான் என நிறுத்துவதும் வேறு வேறு சாதிகளை அவை என்னவோ வேறுவேறு இனங்கள்தான் என்பதுபோல நடத்துவதும் உண்மையைக் கேவலமாகத் திரிப்பதாகும். பஞ்சாபின் பிராமணர்களுக்கும் மதராஸின் பிராமணர்களுக்கும் என்ன இன ஓர்மை இருக்கிறது? பெங்காலின் தீண்டத்தகாதவர்களுக்கும் மதராஸின் தீண்டத்தகாதவர்களுக்கும் என்ன இன ஒற்றுமை இருக்கிறது? பஞ்சாபின் பிராமணர்களுக்கும் பஞ்சாபின் சமார்களுக்கும் இடையே என்ன இன வேறுபாடு இருக்கிறது? மதராஸின் பிராமணர்களுக்கும் மதராஸின் பறையர்களுக்கும் என்ன இன வேறுபாடு இருக்கிறது? பஞ்சாபின் சமார்களின் அதே இனத்தொகையிலிருந்துதான் பஞ்சாபின் பிராமணர்களும் வந்திருக்கின்றனர். மதராஸின் பறையர்களின் அதே இனத்தில் இருந்துதான் மதராஸின் பிராமணர்களும் வந்திருக்கின்றனர்.

5.3

சாதி அமைப்பு இனப் பிரிவுகளை வரையறுப்பதில்லை. சாதி அமைப்பு ஒரே இன மக்களின் சமூகப் பிரிவினையாகும். அதை இனப் பிரிவினை விஷயமாக வைத்துக் கொண்டாலும், ஒருவர் கேட்கலாம்: வேறுபட்ட சாதிகளின் இடையே கலந்த திருமணங்கள் இந்தியாவில் நிகழ அனுமதிப்பதன் மூலம் இனக்கலப்பும் ரத்தக் கலப்பும் ஏற்பட்டால்

---

45. சாதி அமைப்பையும் அதன் வளர்ச்சியையும் பற்றிய தனது புரிதலில், அம்பேத்கர், ஐரோப்பிய இண்டாலஜிஸ்டுகளால் முன்வைக்கப்பட்ட ஆரிய திராவிட இனக் கருத்தாக்கங்களின் பார்ப்பனீயத் தன்வயப்படுத்தல்களில் (தி ஆர்டிக் ஹோம் இன் தி வேதாஸ், 1903 எழுதிய பி.ஜி.திலக் போன்று) இருந்து கூர்மையாக வேறுபடுகிறார். இந்தப் பதிப்பின் முன்னுரையில் ராய் குறிப்பிட்டுள்ளதுபோல, காந்தி கூட தனது தென்னாப்பிரிக்க நாட்களில் பிரித்தானிய மற்றும் இந்திய ஆளும் வர்க்கங்கள் 'ஆரியர்கள்' என்றே தீர்க்கமாக நம்பியிருந்திருக்கிறார். அம்பேத்கர் இவ்விஷயத்தில், தன்னுடைய முன்னோடியும், தீவிர சிந்தனையாளருமான ஜோதிபா பூலேவிடமிருந்தும் மாறுபடுகிறார். இனக் கருத்தாக்கத்தை முன்பின்னாக புரட்டிப்போட்டு ஆரியர்களுக்கு முன்னே பொற்காலம் இருந்தது என்று முன்வைத்தும், பார்ப்பனர்களே ஆரியர்கள், அவர்கள் பார்ப்பனரல்லாத பூர்வகுடிகள்மீது திணித்தது தான் சாதிக் கட்டமைப்பு என்றும் பேசிய தனது சமகாலத்தவரான 'பெரியார்' ஈ.வெ. ராமசாமி நாயக்க(1879 – 1973) ரிடமிருந்தும் மாறுபடுகிறார். பூலேவின் எழுத்துக்களுக்கு குலாம்கிரி (அடிமைத்தனம், 1873), பார்க்க: ஜி.பி. தேஷ்பாண்டே (2002, 23–101). சுதந்திரத்திற்குச் சற்று முன்பு பெரியார், தென்னிந்தியாவில் திராவிட மக்களிடம் "அதிகாரம் பிரித்தானியரிடமிருந்து ஆரியர்களிடம் கைமாறுவதைத் தடுக்க வேண்டும்" (*தி இந்து*, 11 பிப்ரவரி 1946) என்று புரட்சிகரமாகக் கூறினார். சமூகவியலாளர் டி.கே. ஓமென் (2005, 99) கூறுவதுபோல, "பெரியாரின் கூற்றுப்படி, திராவிடர்கள்மீது பார்ப்பனர்கள், தங்களது மொழியையும் சமூக கட்டமைப்பையும் திணிப்பதன் மூலம் திராவிட இன உணர்வை அழிக்க முயன்றனர். ஆதலால் அவர், திராவிடர்கள் தங்கள் 'இன உணர்வை' தூக்கிப் பிடிக்க வேண்டுமெனத் தொடர்ச்சியாகக் கூறிவந்தார். அதே நேரத்தில் பெரியார், ஒரு இனத்தைவிட மற்றொன்று உயர்ந்தது என்று கூறவில்லை, மாறாக, அனைத்து இனங்களும் சமமாக வாழ வேண்டும் என்றே வற்புறுத்தினார். ஆதலால், ஆரிய இந்து மரபிற்கும் திராவிட இந்து மரபிற்கும் உள்ள அடிப்படை வேறுபாடு முக்கியத்துவமிக்கது: முந்தையது அதிகாரத்துவமிக்கது, பிந்தையது விடுதலை தரக்கூடியது."

என்ன தீங்கு ஏற்பட்டுவிடும்? மனிதர்களுக்கும் விலங்குகளுக்கும் தெளிவான சந்தேகத்துக்கு இடமில்லாத ஆழமான வேறுபாடு இருக்கிறது. அறிவியலே விலங்குகளையும் மனதர்களையும் இரு தெளிவாக வேறுபட்ட இனங்களாக வரையறுக்கும் அளவிற்கு. ஆனால் இனத்தூய்மையை நம்பும் அறிவியலாளர்கள்கூட மனிதர்கள் இரு வேறுபட்ட உயிரினங்கள் என நம்புவதில்லை. அவர்கள் ஒரே உயிரினத்தின் வெவ்வேறான வகைகள் மட்டுமே. அவை மலடானவை அல்ல எனவே ஒன்றோடு ஒன்று கலந்து மறு உற்பத்தி செய்யும் ஆற்றல் கொண்டுள்ளன.

5.4

சாதி அமைப்பிற்கு ஆதரவாக மிகப் பெரிய அளவிற்கு மரபணுப் பாரம்பரியம் மற்றும் இனத்தூய்மை[46] குறித்த குப்பைகள் பேசப்படுகின்றன. இனத்தூய்மைவாதத்தின் அடிப்படைக் கூறுகளுடன் சாதி அமைப்பு பொருந்துவதாயிருந்தால் அதை வெகு சிலரே எதிர்பார்கள், ஏனெனில் சரியான சேர்க்கைகளின் மூலம் இனத்தை முன்னேற்றுவற்கு சிலரே எதிராக இருப்பர். ஆனால் சாதி அமைப்பு இத்தகைய சரியான சேர்க்கையை எப்படி உருவாக்குகிறது என்பதை ஒருவர் ஏற்க ஆதாரமில்லை. சாதி அமைப்பு ஒரு பாதகமான விஷயம். அது வெறுமனே வெவ்வேறு சாதிகளிடையே கலந்த திருமணங்கள் நிகழ்வதைத் தடைசெய்கிறது. ஒரு குறிப்பிட்ட சாதியில் எந்த இருவர் மணம் புரிய வேண்டும் எனத் தேர்வு செய்யும் சாதகமான முறை அல்ல அது.

5.5

சாதியின் தோற்றுவாய் இனத்தூய்மைவாதம்தான் என்றால், உட்சாதிகளின் தோற்றுவாயும் அதுவேதானாக இருக்கவேண்டும். ஆனால் உட்சாதிகளின் தோற்றுவாய் இனத்தூய்மைவாதம் என்று யாராவது உண்மையிலேயே வாதிட முடியுமா? இப்படிப்பட்ட ஒரு கூற்றை வாதமாக வைப்பது மிக அபத்தமானதாக இருக்கும் என்று நான் நினைக்கிறேன். அதன் காரணம் மிக வெளிப்படையானது. சாதிதான் இனம் என்றால் உட்சாதிப் பிரிவினைகள் என்பவை இனப் பிரிவினைகளாக இருக்க முடியாது. ஏனெனில் உப சாதிகள் கருதுகோள் அடிப்படையிலேயே ஒரே அதே இனத்தின் உப பிரிவுகள் என்பதால். எனவே உப சாதிகளுக்கிடையே அன்னம் நீர் புழங்கவும், கலந்த மணங்கள்

46. இனமேம்பாட்டியல் என்பது மரபுவழியாகத் தொடரும் குணத்தைக் கணித்து, மனித இனத்தின் 'வளர்ச்சி'க்காக அதைக் கட்டுப்படுத்தும் அறிவியல் என்று இருபதாம் நூற்றாண்டின் தொடக்கத்தில் நம்பப்பட்டது. இச்சொற்பதம் டார்வினின் இயற்கைத் தேர்வையும், மரபுவழித் தொடர்ச்சி பற்றி மெண்டல் செய்த ஆய்வுகளின் மீள்கண்டுபிடிப்பையும் அடிப்படையாகக் கொண்டு பிரான்சிஸ் கால்டனால் உருவாக்கப்பட்டது. ஆகச்சிறந்தவர்களும், தகுதி வாய்ந்தவர்களுமே இனப்பெருக்கம் செய்ய அனுமதிக்கப்பட வேண்டும் என்று கால்டன் கூறினார்; இக்கருத்தின் ஒரு விபரீதகரமான நீட்சியே ஹிட்லரின் 'இறுதி முடிவிற்கு' சென்று சேர்ந்தது. இனமேம்பாட்டியல் இந்தியாவில் பிரபலமானதற்கு இந்து சமூகத்தின் 'சீரழிவை'ப் பற்றியும் ஆங்கிலேயர்களின் காலனியாதிக்கத்திற்கு அடிபணிந்து போனதைப் பற்றியுமான 'அறிவியல்பூர்வமான விளக்கத்தை அது அளித்ததனால்தான் என்று புரிந்துகொள்ள'லாமென மார்க் சிங்கில்டன் (2007, 125–46) கூறுகிறார். அக்கருத்து பிரபலமானதற்கு மற்றொரு காரணம், உட்சாதித் திருமணங்களை இனத்தூய்மையைக் காப்பதற்கான வழிமுறையாக அது முன்னிறுத்தியதுதான்.

நிகழவும் உள்ள தடையானது இனத்தின், குருதியின் தூய்மையைத் தக்கவைக்க உருவாக்கப்பட்டவையாக இருக்க முடியாது. உட்சாதிகள் இனத்தூய்மைவாதத்திலிருந்து உருவாகியிருக்க முடியாது என்றால், சாதி இனத்தூய்மைவாதத்திலிருந்து தோன்றியது எனச் சொல்வதில் எந்தச் சாரமும் இல்லை.

5.6

மீண்டும், சாதியின் தோற்றுவாய் இனத்தூய்மைவாதம்[47] என்றால் சாதிகலந்த மணத்திற்கான தடையை ஒருவர் புரிந்துகொள்ள முடியும். ஆனால் இத்தகைய தடையுத்தரவை சாதிகளுக்கிடையேயும் உட்சாதிகளுக்கிடையேயும் ஒரே மாதிரியாக வைத்திருப்பதன் நோக்கம் யாது? அன்னம் நீர் புழங்குதல் குருதியை மாசுபடுத்த முடியாது, அனவே அது நிச்சயமாக ஒரு இனத்தின் முன்னேற்றத்திற்கோ அல்லது பின்னேற்றத்திற்கோ காரணமாகவும் அமையமுடியாது.

5.7

சாதிக்கு எந்த அறிவியல்ரீதியான தோற்றுவாயும் இல்லை என்பதை இது காண்பிக்கிறது. அப்படி அதற்கு ஒரு இனத்தூய்மைவாத அடிப்படையைக் கொடுக்க முனைபவர்கள் அறிவியல்பூர்வமற்ற அருவருக்கத்தக்க ஒன்றை அறிவியலின் பெயரால் ஆதரிக்க முயல்கின்றனர். மரபுவழிகள் குறித்த விதிகள்பற்றிய தீர்க்கமான அறிவு இல்லாமல் இனத்தூய்மைவாதம் என்பது இன்றளவிலும் நடைமுறைச் சாத்தியமற்ற ஒன்றுதான். 'மெண்டெலின் மரபுவழிக் கொள்கைகள்' நூலில் பேராசிரியர் பேட்சன் இப்படிச் சொல்கிறார், "உயர் அறிவுத் திறன்கள் வம்சாவளி கையளிப்பில் அவை ஒரேவிதமான ஒற்றைப் பரவலாக்க முறையைப் பின்பற்றுகின்றது என்பதற்கான எந்தச் சான்றும் இல்லை. அவையும் மற்றும் மிக வரையறுக்கப்பட்டவையான உடலியல் சக்தியின் வளர்ச்சிகளும் பல காரணிகளின் தற்செயல் நிகழ்வால் விளைகின்றனவே ஒழிய ஒரு குறிப்பிட்ட மரபுவழிக் கூறின் இருப்பால் தீர்மானிக்கப்படுவதில்லை என்பதுதான் சரியாக இருக்கமுடியும்."[48] சாதி அமைப்பு கருத்தளவில்

---

47. சாதியை நியாயப்படுத்துவதற்காக இனமேம்பாட்டியல் எவ்வாறு பயன்படுத்தப்பட்டது என்பதற்கான சிறந்த உதாரணத்திற்குப் பார்க்க: டி.என். ராய் (1927, 67 – 72), அவர் மிகுந்த உறுதிப்பாட்டுடன் இவ்வாறு தொடங்குகிறார்: "உலகின் ஆகப்பெரிய இனமேம்பாட்டியல் இயக்கம் தோன்றியது இந்தியாவில்தான். அதுதான் சாதிக் கட்டமைப்பு" என்று கூறிய அவர் "கோத்திரம் என்று அழைக்கப்பட்ட கட்டமைப்புத்தான் முதன்முதலில் தோன்றிய இனமேம்பாட்டியல் இயக்கத்தின் தொடக்கம்" என்று வாதிடுகிறார். அவர், 'இந்து மதத்தின் வீழ்ச்சிக்கு' காரணம் சாதிப் பாகுபாடுகளை முறையாகக் கடைபிடிக்காததே என்றும் முறையிட்டார். "பார்ப்பனன் முதன்முதலாக இனமேம்பாட்டுத் தேர்வின் வழிதான் உருவாக்கப்பட்டான்" என்றுகூறி, வங்காளத்தின் மிகச்சிறந்த அறிஞர்களான இராஜாராம் மோகன்ராய், ஈஷ்வர் சந்திர வித்யாசாகர், பங்கிம் சந்திர சாட்டர்ஜி ஆகிய அனைவரும் பிராமணர்களே என்று உதாரணம் காட்டினார்.

48. மரபியலைத் தோற்றுவித்தவராகச் சொல்லப்படும் வில்லியம் பேட்சன் (1861 – 1926) ஒரு ஆங்கிலேய விஞ்ஞானியாவார். 1866இல் கிரெகொர் மெண்டல் எழுதிய கட்டுரை கண்டுபிடிக்கப்பட்ட பிறகு 'மெண்டெல்ஸ் பிரின்சிபில்ஸ் ஆஃப் ஹெரிடிட்டி' (1909) எழுதினார். மெண்டலின் கோட்பாடுகளை ஆய்வுக்குட்படுத்திய பின் அவர், தான் செய்த ஆய்வின் முடிவுகளை வெளியிடுகிறார். இக்கண்டுபிடிப்பு மரபியலுக்கு மட்டுமின்றி

இனத்தூய்மைவாதம்தான் என வாதிடுவது என்பது இன்றைய இந்துக்களின் மூதாதையருக்கு நவீன அறிவியலாளர்களிடம் கூட இல்லாத மரபுவழிகள் குறித்த ஞானத்தை வழங்குவதாக ஆகிவிடும்.

5.8

அது தரும் பழங்களைக் கொண்டே ஒரு மரம் கணிக்கப்படவேண்டும். சாதி இனத்தூய்மைவாதம் என்றால் அது எத்தகைய மனித இனத்தை உருவாக்கியிருக்க வேண்டும்? உடற்கூறு அடிப்படையில் பேசினால் இந்தியர்கள் ஒரு *c3* மக்கள்.[49] அவர்கள் குள்ளர்களாக வளர்ச்சி குன்றியவர்களாக ஆற்றலும் உறுதியும் தேவைப்படுபவர்களாக இருக்கும் ஒரு இனம். பத்தில் ஒன்பது பேர் இராணுவ சேவைக்குத் தகுதியற்றவர்களாக அறிவிக்கப்பட்டுள்ள தேசம் இது. நவீன அறிவியலாளர்களின் இனத்தூய்மைவாதத்தின் உள்ளே பொதிந்திருக்கும் விஷயத்தை சாதி அமைப்பு கொண்டிருக்கவில்லை என்பதை இது காட்டுகிறது. அது இந்துக்களின் ஒரு மூர்க்கப் பிரிவினரின் அகங்காரத்தையும் சுயநலத்தையும் அகத்தே பொதிந்திருக்கும் ஒரு சமூக அமைப்பு. அதை அனைவருக்குமானதாக ஆக்கத் தேவையான உயர் சமூக அந்தஸ்தும் தமக்குக் கீழாக இருந்தவர்களின்மீது அதை பலவந்தமாகத் திணிக்க அதிகாரத்தையும் அவர்கள் பெற்றிருந்தனர்.

6

6.1

சாதி முறைமை பொருளாதாரத் திறன்பட்ட நிலையை உருவாக்குவதில்லை. அது இனத்தை முன்னேற்றவுமில்லை, முன்னேற்றவும் முடியாது.[50] ஆனால் சாதி ஒன்றைச் செய்திருக்கிறது. அது இந்துக்களை முழுமையாகக் குலைத்து அறம்பிறழச் செய்திருக்கிறது.

இனமேம்பாட்டியலுக்கும் அடிப்படையாக அமைந்தது. ஆனால் தனது ஆய்வின் தொடக்க காலத்திலேயே, மரபியல் சமூகத்தின் மாற்றுக்கட்டுமானத்திற்குப் பயன்படுத்தப்படுவதன் ஆபத்தையும், இனமேம்பாட்டுக் கருத்துகொண்டு வரக்கூடிய ஒற்றைப் பரிமாண மனப்பாங்கிற்கு எதிராகவும் பேசியிருக்கிறார். பார்க்க: ஹார்வி (1995).

49. அம்பேத்கர் இங்கே சாதி, இனம் மற்றும் புறவடிவயியல் ஆகியவற்றை ஆய்வு செய்வதற்கான அடிப்படைப் பண்புகள் குறித்த புரிதலுக்குள் செல்கிறார். முதல் உலகப்போரில் உழைக்கும் வர்க்கப் போர்வீரர்களை ஆங்கிலேய ராணுவம் எவ்வாறு வகைப்படுத்தியுள்ளது என்பதில் இருந்து மேற்கோள் காட்டுகிறார். அப்போதைய ஆங்கிலேயப் பிரதம மந்திரி டேவிட் லாய்ட் ஜார்ஜ் “ஒரு C3 மக்கள்கூட்டத்தை வைத்துக்கொண்டு எவ்வாறு பிரிட்டன் ஒரு A1 பேரரசை ஆள முடியும் ?” என்று புலம்புகிறார். சீர்குலைந்து வரும் தேசிய உடல்நலம், உடல்தகுதி ஆகியவை குறித்த தீராக்கவலை பாசிச மனப்பாங்கைப் பிரதிபலிக்கிறது என்று வாதிடும் Ina Zweiniger-Bargielowska (2006), ஆனாலும் இதையொட்டிய இனமேம்பாட்டு உவமைச் சொற்கள் பிரிட்டனின் அரசியல் அரங்குகளில் பரவலாகப் புழக்கத்தில் இருந்தன என்று கூறுகிறார். 1857முதல் 1914வரை ஆங்கிலேயர்கள் எவ்வாறு போர்த்திறனுக்குத் தேவையான இனக்கூறு மற்றும் ஆண்தன்மை உடையவர்களையும் உயிரியல், கலாசாரக்கூறு கொண்டவர்கள் என்று நம்பப்பட்டவர்களையும் இனங்கண்டு ‘மார்ஷியல் ரேசஸ்’ என வகைப்படுத்தினர் என்று ஹீதர் ஸ்ட்ரீட்ஸ் (2004) விளக்கியிருக்கிறார்.

50. 1936ஆம் ஆண்டு வெளியிடப்பட்ட ‘சாதியை அழித்தொழித்தல்’ புத்தகத்திலும் அதன் அடுத்தடுத்த பதிப்புகளிலும், “சாதி இன மேம்பாட்டைக் கொண்டுவந்ததில்லை; கொண்டு வரவும் முடியாது” என்பதாக இவ்வாக்கியம் குறிப்பிடப்பட்டுள்ளது.

6.2

நாம் மிக முதன்மையாக ஏற்றுக்கொள்ள வேண்டிய விஷயம் இந்து சமூகம் என்பதே ஒரு கட்டுக்கதை என்பதுதான். இந்து என்கிற பெயரே அயலிலிருந்து வந்தது.[51] அது முகலாயர்களால், தம்மைப் பிரித்துக் காண்பித்துக் கொள்வதற்காக, இங்கே வசிக்கும் பூர்வக் குடிகளுக்குச் சூட்டப்பட்ட பெயராகும். அவ்வார்த்தை முகலாயப் படையெடுப்பிற்கு முன்பாக எந்த சமஸ்கிருத ஆக்கத்திலும் இடம்பெறவில்லை. அவர்களுக்கு அப்படிப்பட்ட ஒரு பொதுப்பெயர் தேவைப்பட்டதில்லை, ஏனெனில் அவர்கள் தம்மை அப்படியான ஒரு சமூகத்தில் இருப்பவர்களாக உணர்ந்ததில்லை. இந்து சமூகம் என்று ஒன்று இல்லவே இல்லை. அது சாதிகளின் ஒரு தொகுப்பே ஆகும். ஒவ்வொரு சாதியும் தன்னுணர்வாகத் தனது இருப்பை உணர்ந்திருக்கிறது. அதன் இருப்பின் ஆதியும் அந்தமும் அதனை தக்கவைத்துக் கொள்வது மட்டுமே ஆகும். சாதிகள் அனைத்தும் ஒரு கூட்டமைப்பாகக் கூட ஒருங்கிணைவதில்லை. இந்து முஸ்லிம் கலவரங்கள் நிகழும் தருணங்களைத் தவிர ஒரு சாதிக்குத் தான் பிற சாதிகளுடன் ஏதோ வகையில் பிணைந்திருக்கிறோம் என்ற எந்த உணர்வும் இல்லை. பிற எல்லாச் சமயங்களிலும் ஒவ்வொரு சாதியும் தன்னை தனியாகப் பிரித்துக்கொள்ளவும் தன்னைப் பிற சாதிகளிடமிருந்து வேறுபடுத்திக் காண்பிக்கவுமே முயல்கின்றன.

6.3

ஒவ்வொரு சாதியும் தமக்குள்ளேயே அன்னம் நீர் புழங்கவும் திருமண உறவுகள் ஏற்படுத்திக் கொள்ளவும் மட்டும் செய்வதில்லை.

---

51. இண்டஸ் நதியின் முதன்மைப் பெயரான சிந்து என்பதில் இருந்து உருவாக்கப்பட்ட ஹிந்த் என்ற சொல், அரசன் கஜினி முகம்மதால் (இன்றைய ஆப்கானிஸ்தான்) பணிக்கப்பட்டு 1017ஆம் ஆண்டு இந்தியத் துணைக் கண்டத்துக்கு பயணம் செய்து, இந்தியாவைப் பற்றிய ஒரு புகழ்பெற்ற தகவல் பெட்டகமான 'தாரிக் அல்–ஹிந்த்' என்ற புத்தகத்தை எழுதிய பதினோராம் நூற்றாண்டு பல்துறை அறிஞரான அல்–பிரூனியால் (973 – 1048) பாரசீக மொழியில் முதன்முதலில் பயன்படுத்தப்பட்டது. இவ்வாறு உருவான 'இந்து' என்ற இவ்வார்த்தை, ஏதேனும் ஒரு மதம் சார்ந்தவர்களைக் குறிப்பதற்காகப் பயன்படுத்தப்படவில்லை. மாறாக, இண்டஸ் நதிக்குக் கிழக்கேயும், அருகிலும் குடியிருந்த மக்களை புவியியல்ரீதியாக குறிப்பதற்கெனப் பயன்படுத்தப்பட்ட சொல்லேயாகும். முதன்முதலில் இஸ்லாமியர்கள் வட இந்தியாவை ஆண்டபொழுது அவர்களிடம் இருந்து தங்களை வேறுபடுத்திக் கொள்வதற்காக பின்நாட்களில் அம்மக்களால் இச்சொல் தழுவப்பட்டிருக்கலாம். இந்துக்கள் என்று தங்களை அழைத்துக்கொள்பவர்கள், தங்கள் தங்கள் பாரம்பரியத்தின் ஊற்றுக்கண்ணாகச் சொல்லக்கூடிய புராதன எழுத்துக்களான வேதங்கள், இராமாயணம், மகாபாரதம், பகவத் கீதை, உபநிஷத்துகள் ஆகியவை இந்து என்ற சொல்லையோ இந்து மதம் என்ற சொல்லையோ பயன்படுத்தியதே இல்லை. இச்சொல்லாடல்கள் கீழைத்தேய, காலனிய கால கல்வியின் பின்னரே பரவலாகப் பயன்படுத்தப்படுகின்றன என்று அண்மைக்கால ஆய்வுகள் தெரிவிக்கின்றன. 'இந்து' மற்றும் 'இந்து மதம்' ஆகியவற்றை ஒட்டிநடந்த விவாதங்களைப்பற்றித் தெரிந்துகொள்வதற்கும், நுட்பமான எதிர்வினைக்கும் பார்க்க: டி.என். லோரென்சன் (2006, 7 – 10). ரோமிலா தப்பாரின் 'ஸிண்டிகேடட் ஹிண்டுயிசம்' (1989/2001, 54) என்ற கட்டுரையையும் பார்க்கவும். அதில் அவர், "இந்து நெறியை ஒரு குறிப்பிட்ட மதத்தைக் குறிக்கும் சொல்லாக நாம் இன்றுகொண்டிருக்கும் புரிதல் நவீன காலத்தில் உருவானது" அவர் வாழ்ந்த காலத்தின் நம்பிக்கைகளுடன் ஒப்பிடுகையில், தீர்க்கப்பார்வை கொண்டிருந்த அம்பேத்கர், இந்திய தேசியமும் காலனிய எதிர்ப்பும் தனது வளர்ச்சியின் அச்சாகக் கொண்டிருந்த ஒரு சொல்லாடலைத் தூக்கிக் கடாசினார்.

ஒவ்வொரு சாதியும் தமக்கென தனித்தன்மையான உடைகளையும் பரிந்துரைக்கின்றன. சுற்றுலாப் பயணிகளுக்கு வேடிக்கையாக இருக்கும் அளவிற்கு பலப்பல விதமான ரகமான உடைகளை இந்திய ஆண்களும் பெண்களும் அணிவதற்கு வேறு என்ன காரணமாக இருக்க முடியும்? உண்மையில் ஒரு உன்னத இந்து என்பவன் ஒரு வளைக்குள் வாழும் எலி போலத்தான்; எவருடனும் தொடர்பற்று வாழ்ந்திருக்க வேண்டும். சமூகவியலாளர்கள் 'ஒத்த சமூக பிரக்ஞை'[52] என்றழைக்கும் உறவுநிலை என்பது இந்துக்களிடையே சுத்தமாக இல்லை. இந்து உணர்வு என்ற ஒன்றே இல்லை. இந்துக்கள் ஒரு சமூகம் என்றோ தேசம் என்றோ அழைக்கப்பட முடியாததற்கு அதுவே காரணம்.

6.4

ஆனால் இந்துக்கள் ஒரு தேசம் அல்ல அவர்கள் பல்வேறுபட்ட மக்களின் கூட்டம் என்பதை ஒப்புக்கொள்ள தமது தேசபக்தி தடைசெய்யும் இந்துக்கள் இருக்கிறார்கள். வெளிப்படையாகத் தெரியும் இவ்வேறுபாடுகளுக்கு அடித்தளத்தில் ஒரு அடிப்படையான ஒற்றுமை – அது இந்தியத் துணைக்கண்டம் முழுமைக்குமான வழக்கங்கள், நம்பிக்கைகள், எண்ணங்கள் ரீதியில் இருக்கிறது என்று அவர்கள் வலியுறுத்துகிறார்கள். பழக்க வழக்கங்களிலும் சடங்குகளிலும் நம்பிக்கைகளிலும் எண்ணங்களிலும் ஒற்றுமைகள் இருக்கின்றன. ஆனால் இப்படியாக இந்துக்கள் ஒரு சமூகமாக ஆகிறார்கள் என்ற முடிவை ஒருவர் ஏற்கமுடியாது. அப்படிச் செய்வது ஒரு சமூகமாக இருப்பதற்கான அடிப்படைத் தேவைகள் பற்றிய தவறான புரிதலையே காட்டும். எப்படி ஒருவர் பல மைல்களுக்கு அப்பால் வாழ்வதால் தனது சமூகத்தில் இல்லாமல் போவதில்லையோ அதேபோல் மனிதர்கள் அருகருகே வாழ்வதால் சமூகமாகிவிடுவதில்லை.

6.5

இரண்டாவதாக, பழக்கவழக்கங்களில் சடங்கு சம்பிரதாயங்களில் நம்பிக்கைகளில் எண்ணங்களில் உள்ள ஒற்றுமைகள் ஒரு மனிதக் கூட்டத்தை சமூகமாகக் கட்டமைக்கப் போதுமானதில்லை. விஷயங்கள் ஒருவரிடம் இருந்து மற்றவருக்குத் தூலமாக செங்கற்களை கைமாற்றுவதுபோல அளிக்கப்படலாம். அதேபோல ஒரு குழுவின் பழக்கவழக்கங்கள், நம்பிக்கைகள், எண்ணங்கள் இன்னொரு குழுவினரால் எடுத்துக் கொள்ளப்படலாம், எனவே அவை இரண்டின் இடையே ஒற்றுமைகள் காணப்படலாம். பண்பாடு விரவுதல் மூலமாகப் பரவலாகிறது. எனவேதான் அவர்கள் அருகருகே வசிக்கவில்லை என்றபோதிலும்,

52. 'ஒத்த சமூக பிரக்ஞை' என்ற சொல்லாடல் அமெரிக்க சமூகவியலாளரான ஃப்ரான்க்ளின் ஹென்றி கிட்டிங்ஸால் (1855–1931) முதன்முதலில் உண்டாக்கப்பட்டது, 'தி பிரின்ஸிப்பில்ஸ் ஆஃப் சோசியாலஜி' என்ற அவரது புத்தகத்தில் முதன்முதலாக விவரிக்கப்பட்டது. மனித சமூகத்தை வரையறுக்கும் அடிப்படை விதியை கிட்டிங்ஸ் வரையறுக்க முயன்றார். 'ஒத்த சமூக பிரக்ஞை' என்பது "ஏதோ ஓர் உயிரினம், அதன் வாழ்க்கைத் தரம் மேலானதாகவோ கீழானதாகவோ எவ்வாறாக இருந்தாலும் தன்னைப் போலவே உள்ள இன்னொரு பிரக்ஞைகொண்ட உயிரினத்தைக் கண்டுணரும் பிரக்ஞை நிலையேயாகும்" என்று அவர் வரையறுக்கிறார். பார்க்க: கிட்டிங்ஸ் (1896/2004).

பல ஆதிக்குடியினரின் பழக்கவழக்கங்கள், சடங்குகள், நம்பிக்கைகள், எண்ணங்கள் ஆகியவற்றுக்கிடையே ஒற்றுமைகள் காணக் கிடைக்கின்றன. ஆனால் இவ்வொற்றுமைகள் காரணமாக அனைத்து ஆதிக்குடிகளும் ஒரு சமூகமாகத் திகழ்கிறார்கள் என யாரும் சொல்வதில்லை. ஏனென்றால் சில விஷயங்களில் இருக்கும் ஒற்றுமைகள் ஒரு சமூகத்தைக் கட்டமைக்கப் போதுமானவை அல்ல.

6.6

மனிதர்கள் தம்மிடையே பொதுவான தன்மைகள் விஷயங்கள் உடையவர்களாக இருப்பதாலேயே சமூகமாக ஆகிறார்கள். ஒரே மாதிரியான விஷயங்களைப் பெற்றிருப்பதும் ஒரேமாதிரியான தன்மைகள் உடையவர்களாக இருப்பதும் வெவ்வேறானவை. மனிதர்கள் ஒருவருக்கொருவர் பொதுவான விஷயங்கள் உடையவராக இருப்பதற்கு ஒரே வழி ஒருவருக்கு ஒருவரிடையே தொடர்பு கொள்ளல்[53]தான். சமூகம் என்பது தொடர்பு கொள்ளலால், தொடர்பு கொள்ளலில் தான் தொடர்ச்சியாக தக்க வைக்கப்படுகின்றது என்பதை வேறுவிதமாகச் சொல்வதே இக்கூற்று.[54] இன்னமும் தூலமாகச் சொல்வதானால் மனிதர்கள் பிறர் ஏற்றுக் கொள்ளக்கூடிய வகையில் செயல்பட்டால் மட்டும் போதாது. ஒத்த நடவடிக்கைகள், ஒரே மாதிரியானவையாக இருந்தாலுமே அது மனிதர்களை ஓர் சமூகமாகப் பிணைக்கப் போதுமானதில்லை.

6.7

இந்துக்களின் பல்வேறு சாதிகள் கடைப்பிடிக்கும் பண்டிகைகள் அனைத்தும் ஒன்றே என்பதிலேயே இது நிரூபணமாகிறது. ஆனாலும் ஒரே பண்டிகைகளின் இவ்வித இணை நிகழ்வுகள் அவர்களை ஒரு முழுமையாகப் பிணைக்கவில்லை. அப்படி ஆவதற்கு ஒரு மனிதன் பொது நடவடிக்கைகளில் பகிர்ந்துகொள்ளவும் பங்கெடுக்கவும் தேவைப்படுகிறது. அப்போதுதான் மற்றவர்களை உயிர்ப்பிக்கும் அதே உணர்வுகள் அவனிலும் எழ முடியும். தொடர்புடைய நடவடிக்கையில் ஒரு தனிநபரைப் பகிர்வாளராகப் பங்கெடுப்பாளராக அவரை ஆக்குவது நிகழ்வின் வெற்றியைத் தன் வெற்றியாகவும் அதன் தோல்வியைத் தன் தோல்வியாகவும் உணரவைக்கும். அதுவே மனிதர்களை ஓர் சமூகமாகப் பிணைக்கும் உண்மையான விஷயமாகவும் இருக்கும். சாதி அமைப்பு பொது நடவடிக்கைகளைத் தடைசெய்கிறது; அப்படித் தடைசெய்வதனால் அது ஒருங்கிணைந்த வாழ்க்கையும் தன்னுணர்வும் கொண்ட ஒரு சமூகமாக இந்துக்கள் ஆவதையும் தடைசெய்துவிட்டது.

---

53. சா.அ. 1936 பதிப்பிலும் அடுத்தடுத்த பதிப்புகளிலும் 'கம்யூனியான்' என்றே குறிக்கப்பட்டுள்ளது.

54. 'டிமொக்ரசி அண்ட் எடுகேஷன்' (1916) என்ற புத்தகத்தில் இடம்பெற்ற டியூவியின் இவ்வாசகங்களையே இது பிரதிபலிக்கிறது: "தொடர்பு கொள்ளுதலின் மூலமாகவும் கொண்டு சேர்த்தலின் மூலமாகவும் மட்டுமே இச்சமூகத்தின் இருத்தல் இல்லை. மாறாக, தொடர்புகொள்ளுதலிலும் கொண்டு சேர்த்தலிலும் தான் அதன் இருத்தல் உள்ளது என்றும் கூறமுடியும்."

7

7.1

ஒரு கும்பலோ குழுவோ தனித்து தம்மைத் தனித்தன்மை வாய்ந்தவராக வைத்துக் கொள்வதை குறித்து இந்துக்கள் எப்போதும் புகார்படுகின்றனர் அவர்கள் சமூக விரோத உணர்வோடிருப்பதாக குற்றம்சாட்டுகின்றனர். ஆனால் இந்த சமூக விரோத உணர்வுதான் அவர்களின் சாதி அமைப்பின் ஆக மோசமான கூறு என்பதை அவர்கள் வசதியாக மறந்துவிடுகிறார்கள். கடந்த யுத்தத்தில் ஆங்கிலேயர்மீது எவ்வளவு களிப்புடன் ஜெர்மானியர்கள் வெறுப்பின் துதியைப் பாடினார்களோ அதே களிப்புடன் இங்கே ஒரு சாதி இன்னொரு சாதியின் மீது வெறுப்பின் துதியைப் பாடுகிறது. இந்துக்களின் இலக்கியங்கள் முழுக்க சாதியின் வம்சவரலாறுகள் நிறைந்துள்ளன. அவை ஒரு சாதியின் தோற்றுவாய்க்கு உன்னத நிலையையும் மற்ற சாதிகளின் தோற்றுவாய்க்கு கீழ்மையான நிலையையும் அளிக்கும் விதமாகவே எழுதப்பட்டுள்ளன. இப்படியான இலக்கியங்களுக்கு உதாரணமாக 'சஹயாத்ரிகண்ட்' பேர் போன ஒன்று.[55]

7.2

இந்த சமூக விரோத உணர்வு சாதியோடு மட்டும் நிற்கவில்லை. அது இன்னும் ஆழமாகச் சென்று உப சாதிகளின் உறவுகளையும் விஷப்படுத்தியுள்ளது. என்னுடைய மாகாணத்தில் கோலக் பிராமணர்கள், தியோரூகா பிராமணர்கள், காடா பிராமணர்கள், பால்ஷே பிராமணர்கள்[56], சித்பாவன் பிராமணர்கள்[57] ஆகியோர் தம்மை பிராமண சாதியின்

---

55. சமஸ்கிருத எழுத்துக்களிலேயே மிக விரைவான மாற்றங்களுக்கு உள்ளாகக்கூடிய ஒன்றானதாக, புதியவற்றை எளிதில் உட்செரித்துக் கொள்ளக்கூடியதாகவும் தொடர்ச்சியாக விரிவடைந்து கொள்ளக்கூடியதாகவும் உள்ள, ஸ்கந்த புராணத்தில், பிற்காலத்தில் சேர்க்கப்பட்டது சஹ்யாத்ரிகண்ட். வெண்டி டோனிகர் (1993, 60) இந்தப் புராணம் (புராணம் என்பது வரலாறு போன்றே தோற்றமளிக்கும், தொன்மங்கள் மற்றும் தெய்வங்களைச் சுற்றி புனையப்பட்ட கதைகளின் தொகுப்பு, இவை வரலாற்று உண்மைகள் என்று கருதுவதற்கான அவசியம் இல்லை) "நிச்சயமாக மற்ற எல்லாவற்றையும் விட அதிக மாற்றங்களுக்கு உள்ளானது." சஹ்யாத்ரிகண்ட், பல மராத்திய பார்ப்பன உட்சாதிகளை சாதிப்படிநிலைக்குள் பொருத்துவதற்காக அவற்றின் வம்ச வரலாற்றை விவரித்துச் சொல்கிறது. மேலும் பார்க்க: Rao (2009, 55). அம்பேத்கர் (BAWS 3, 48) வேறொரிடத்தில் சஹ்யாத்ரிகண்டைப் பற்றி இவ்வாறு எழுதுகிறார்: "மற்ற சாதிகளுக்கெல்லாம் உயரிய தோற்றநிலையைக் கொடுத்துள்ள இப்புராணம், பார்ப்பனர்களுக்கு மட்டும் மிகக் கேவலமான தோற்றநிலையை கொடுத்திருக்கிறது. மனுமீதான பழிதீர்ப்பே இது. பார்ப்பன சாதியின் மீதான கூரிய எள்ளல் இது. இயல்பாகவே பேஷ்வாக்கள் இதை அழிக்க ஆணையிட்டனர். அழிந்தது போக அவற்றுள் சில எஞ்சித் தப்பியது."

56. கோலக் (அ) கோவர்த்தன் பார்ப்பனர்கள் மேற்கிந்தியாவில் (பெரும்பாலும் மகாராஷ்டிரா) உள்ள உட்சாதியினர், அவர்கள் அதே பகுதியில் வாழும் பிற பார்ப்பன சமூகங்களால், பிறப்பால் தாழ்ந்தவர்கள் என்று கருதப்படுகிறார்கள். பார்க்க: ஹாசன் (1920). தியோரூகா (தேவ்ரூகே) பார்ப்பனர்களும் காரடா (கர்ஹாடே) பார்ப்பனர்களும் பஞ்சதிராவிட (விந்திய மலைகளுக்கு தெற்கே வாழ்பவர்கள்) மராத்திய பார்ப்பன உட்சாதியினர் ஆவர். பால்ஷே என்ற இன்னொரு மராத்திய பார்ப்பன உட்சாதியினர், சித்பாவன் பார்ப்பனர்களால் தாழ்ந்தவர்களாகக் கருதப்படுகிறார்கள். ஆனந்த்ராவ பிகாஜி பாட்கே (எ) சங்கா் தாஜி சார்யே (1883 ILR 7 Bom 323) வழக்கில்.

57. விஷ்ணுவின் 'சாகாவரம் பெற்ற' பார்ப்பன அவதாரமென நம்பப்படும் பரசுராமனின் புராணத்திலிருந்து சித்பவன் பார்ப்பனர்களின் வரலாறு துவங்குவதாகக் கூறப்படுகிறது.

உட்சாதிகளாக நிறுத்திக் கொள்கின்றனர். ஆனால் அவர்களிடையே நிலவும் சமூக விரோத உணர்வு பிராமணர்களுக்கும் பிராமணரல்லாதவர்களுக்கும் இடையே நிலவும் சமூக விரோத உணர்வைப் போலவே தீர்க்கமாகவும் வன்மத்துடனும் இருக்கிறது. இதில் பெரிய அதிசயம் ஒன்றுமில்லை. எங்கெல்லாம் ஒரு குழுவிற்கு 'அதற்கான தனி வசதிகள், பாத்தியதைகள்' அதை பிற குழுக்களுடன் முழுமையான உரையாடுவதில் இருந்து தடுக்கிறதோ அங்கெல்லாம் ஒரு சமூக விரோத உணர்வு காணப்படும். அதன் முக்கிய குறிக்கோள் தனக்குக் கிடைத்ததைப் பாதுகாப்பது மட்டுமே.

7.3

இந்த சமூக விரோத உணர்வு, தம்முடைய நலன்களைப் பாதுகாத்துக் கொள்ளும் உணர்வு என்பது எப்படி பல்வேறு சாதிகளின் தனிமைப்படுத்தப்படலுக்கு ஒரு முக்கிய குணமாக இருக்கிறதோ அதேபோலவே இவ்வுணர்வு நாடுகளின் தனிமைப்படலிலும் இருக்கிறது. பிராமணர்களின் முதன்மைக் கவனம் பிராமணரல்லாதவரின் நலன்களுக்கு எதிராக 'தனது நலன்களை' பாதுகாத்துக் கொள்வது; பிராமணரல்லாதவரின் முதன்மைக் கவனம் பிராமணர்களின் நலன்களுக்கு எதிராக தமது நலன்களைப் பாதுகாத்துக் கொள்வது. எனவே இந்துக்கள் வெறுமனே ஒரு சாதிகளின் தொகுப்பு மட்டுமல்ல, அது ஒவ்வொன்றும் தனக்காகவே தனது சுயநலக் குறிக்கோள்களுக்காகவே வாழும் எதிரெதிராக போர்புரியும் பல குழுக்களின் தொகுப்பு.

7.4

சாதி அமைப்பில் வெறுக்கத்தக்க இன்னுமொரு கூறும் உள்ளது. இன்றைய ஆங்கிலேய மக்களின் மூதாதையர்கள் ரோஜாக்களின் போரிலும் க்ராம்வெல்லியன் போரிலும் இருபக்கத்தில் ஏதோ ஒரு பக்கம் நின்று போரிட்டனர்.[58] ஆனால் ஒருபுறம் போர்புரிந்தவர்களின் வாரிசுகள்

விறகுக் கட்டையில் எரிந்தபடியே கரையொதுங்கிய பதினான்கு பிணங்களைச் சுத்தப்படுத்தி உயிரூட்டியவராக பரசுராமன் சொல்லப்படுகிறார் – அதனாலேயே அவர்களுக்கு சித்தா (விறகு) பவன் (சுத்தப்படுத்தப்பட்ட) என்ற பெயர் வழங்கப்பட்டது. அந்த பதினான்கு பேரும் யூத, பாரசீக இனத்தைச் சேர்ந்தவர்களெனவும் வேறு சில குறிப்புகளின்படி பெர்பெர் இனத்தைச் சேர்ந்தவர்களெனவும் கூறப்படுகிறது. வேறொரு கூற்றின்படி, 'மனதின் சுத்தம்' என்று அவர்களுக்குப் பெயர்க்காரணம் கூறப்படுகிறது (Figueira 2002, 121–33). ஆனால் பதினெட்டாம் நூற்றாண்டில், சிவாஜியின் பேரன் சத்திரபதி சாஹூ, பாலாஜி விஸ்வநாத் பாட் என்ற சித்பவன் பார்ப்பனரை பேஷ்வாவாக நியமித்த பிறகே அவர்களின் பதிவு செய்யப்பட்ட வரலாறு தொடங்குகிறது (Johnson 2005, 58). இந்திய தேசிய காங்கிரசின் நிறுவனரும் உறுப்பினருமான எம்.ஜி. ரானடே; எம்.கே. காந்தியின் வழிகாட்டியும் 'மிதவாத' காங்கிரஸ் தலைவருமான ஜி.கே. கோகலே; கல்வியிலும் பெண்ணுரிமைப் போராட்டத்திலும் முன்னோடியான பண்டித ரமாபாய்; இந்து தேசியவாத தலைவர் பி.ஜி. திலக்; காந்தியின் 'ஆன்மீக வாரிசு' வினோபா பாவே; இந்துத்துவா என்ற சொல்லாடலை உருவாக்கிய, காந்தியின் படுகொலையில் ஒரு குற்றவாளியான வி.டி. சாவர்க்கர்; காந்தியைப் படுகொலை செய்த நாதுராம் கோட்சே ஆகிய அனைவரும் சித்பாவன் பார்ப்பனர்களே.

58. ப்ளாண்டாகெனெட் என்ற அரச குல அவைகளான லான்கஸ்டருக்கும் யார்க்கிற்கும் இடையே 1455ஆம் ஆண்டு முதல் 1485ஆம் ஆண்டுவரை நடந்தவையே 'ரோஜாக்களின் போர்கள்' எனப்படுபவை. 1648முதல் 59வரை மக்களவையினருக்கும் அரசகுல ஆதரவாளர்களுக்கும் இடையே நடந்த இரண்டாம் ஆங்கில உள்நாட்டுப் போரையே

வழித்தோன்றல்கள் எதிர்புறம் போரிட்டவர்களின்மீது பகையோ வெறுப்போ காழ்ப்புணர்ச்சியோ வைத்திருக்கவில்லை. அந்தப் பகை மறக்கப்பட்டுவிட்டது. ஆனால் இன்றைய பிராமணரல்லாதவர்கள் இன்றைய பிராமணர்களை அவர்களது மூதாதையர்கள் மன்னர் சிவாஜிக்கு உண்டாக்கிய அவமானத்துக்காக மன்னிக்கவில்லை.[59] இன்றைய காயஸ்தர்கள் தமது மூதாதையர்கள்மீது களங்கம் தோற்றுவித்த பிராமண மூதாதையரின் வழித்தோன்றல்களான இன்றைய பிராமணர்களை மன்னிக்கமாட்டார்கள்.[60] இந்த வேறுபாடு எதனால் வருகிறது? சாதி

க்ராம்வெல்லியன் போர் என்று அம்பேத்கர் இங்கு குறிப்பிட்டிருக்கக் கூடும். அப்போரில் க்ராம்வெல்லும் அவருடைய மக்களவைப் படையும் சேர்ந்து அரசகுல ஆதரவாளர்களைத் தோற்கடித்து மக்களவையின் ஒப்புதலுடனேயே அரசன் ஆட்சிபுரிய முடியும் என்று நிறுவிக் காட்டினர்.

59. 1674இல் மராத்திய அரசனான சிவாஜியின் (1627/30 – 80) முடிசூட்டு விழாவை வேத சடங்குகளுடன் நடத்துவதற்கு தக்கான பீடபூமியின் பார்ப்பனர்கள் அனுமதி மறுத்துவிட்டனர். அவருடைய சத்திரிய பிறப்பைச் சந்தேகித்த அவர்கள் அவரொரு சூத்திரர் என்றே நினைத்தனர். ராவ் (2009, 42) கூறுகிறார்: "பெனாரசை சேர்ந்த பார்ப்பனரான காகா பட்டர், மிகுந்த வற்புறுத்தல்களுக்குப் பிறகு சிவாஜியின் சத்திரிய பிறப்பை ஆதரித்தார். போஸ்லே குலம் உதய்பூரைச் சார்ந்த சிசோடியா ராஜபுத்திரர்களின்வழி வந்தது என்று நிறுவினார்." இதைச் செய்வதற்காக காகா பட்டர் பெருந்தொகை ஒன்றைப் பெற்றதாகவும் கூறப்படுகிறது. சிவாஜியின் முடிசூட்டு விழா பற்றி அறிய, பார்க்க: வி.எஸ். பெண்ட்ரே (1960); மேலும் மகாராஷ்டிராவில் 2004ஆம் ஆண்டு தடைசெய்யப்பட்ட புத்தகமான 'லெய்ன்' (2003) (2007ஆம் ஆண்டு இத்தடை பம்பாய் உயர்நீதிமன்றத்தால் விலக்கப்பட்டது, 2010ஆம் ஆண்டு உச்சநீதிமன்றத்தால் இத்தீர்ப்பு ஏற்றுக்கொள்ளப்பட்டது. ரோசலிண்ட் ஓ ஹன்லொன் (2010a)இன் சமீபத்திய ஆய்வறிக்கை 16ஆம் நூற்றாண்டில் பல மராத்தியப் பார்ப்பனர்கள் பெனாரசை நோக்கி இடம்பெயர்ந்து சென்றதைப் பற்றியும், 17ஆம் நூற்றாண்டின் நடுவே காகா பட்டர் கொங்கண் பகுதிக்குத் திரும்பி வந்ததன் பின்னணியைப் பற்றியும் கூறுகிறது.

60. படியெடுக்கும் சாதியைச் சேர்ந்த காயஸ்தர்களின் வர்ணம் சீரிய விவாதங்களுக்குள்ளானதாக இருக்கிறது. யம பகவானிடம் படியெடுப்பவராக இருந்த சித்திரகுப்தரிடம் இருந்து தங்களது பரம்பரை தொடங்குகிறது என்றும் தங்களது சமூக நிலை பார்ப்பனர்கள் அல்லது சத்திரியர்களுக்கு இணையானது என்று அவர்கள் கூறினாலும், பார்ப்பன எழுத்துக்கள் அவர்களைச் சூத்திரர்கள் என்றே வகைப்படுத்துகின்றன. காயஸ்தரான கவிஞர் ஹரிவன்ஷ் ராய் பச்சன் (1998, 7) பார்ப்பனர்கள் "காயஸ்தர்களை பல்வேறு சமஸ்கிருத எழுத்துக்களில் இழிவுபடுத்தியிருக்கின்றனர், இதைப்போல: காயஸ்த சிசு தனது தாயின் சதையை உண்ணாமல் இருப்பது / கனிவல்ல, பொக்கை வாய்த்தனம்." தக்கான பீடபூமியின் பார்ப்பன பேஷ்வாக்கள் காயஸ்தர்களின் கல்வி கற்கும் உரிமையையும், அவர்கள் படியெடுப்பவர்களாக, ஆவணக் காப்பாளர்களாக இருப்பதை நினைத்தும் 17ஆம் நூற்றாண்டில் விசனப்பட்டனர். "நாட்டின் தலைவன் பார்ப்பனராக இருந்தபோதும், அவனின் பார்ப்பன சேவகர்கள் அவனைத் தூற்றினர். ஏனெனில், முதல் பேஷ்வாவின் கொள்ளு தாத்தாவின் கொள்ளுத் தாத்தா தேஷ் பார்ப்பனர்களின் கொள்ளுத் தாத்தாவின் கொள்ளுத் தாத்தாவைவிடக் கீழான சமூக நிலையில் இருந்தான். சித்பாவன பார்ப்பனர்கள் தேஷாஸ்தா பார்ப்பனர்களின் மீது சமூகரீதியான போர் தொடுத்துக் கொண்டிருந்தபோது, பார்ப்பன அமைச்சர்கள், ஆளுநர்கள் மற்றும் காயஸ்த செயலாளர்களுக்கிடையே காழ்ப்பும் பொறாமையும் புரையோடிக் கிடந்தது." (சர்க்கார் 1948, 357). 'சாதியை அழித்தொழித்த'லின் பகுதி 9.1–3ஐயும் பார்க்கவும். மேலும் பார்க்க: ஓ ஹன்லோன் (2010b.) பார்ப்பனர்களின் சடங்குகளை காயஸ்தர்களும் செய்வதற்கான உரிமையை முன்னிட்டு 15ஆம் நூற்றாண்டு தொடங்கி தீவிரத் தகராறுகள் நடந்திருக்கின்றன என்று அவர் கூறுகிறார். "பாமணி அரசர்களுக்கும் தக்கான சுல்தான்களுக்கும் சேவகர்களாகப் பணிபுரிய மராத்தியப் பகுதிகளுக்கு அடிக்கடி இடம்பெயர்ந்து வந்த காயஸ்தர்கள், படியெடுக்கும் அறிவுக்கான முற்றுமுதல் சொந்தக்காரர்களாக இருந்த பார்ப்பனர்கள் வாழ்ந்த உள்ளூர்ச் சமூகங்களை, வெளியில் இருந்து வந்து தொல்லை செய்பவர்களாக இருந்தனர்" (566). பார்க்க: 18.1இல் குறிப்பு 108.

அமைப்பினால்தான் என்பது வெளிப்படை. சாதி மற்றும் சாதி உணர்வின் இருப்புதான் சாதிகளுக்கிடையிலான கடந்தகாலப் பகைமைகளின் நினைவுகளைப் பசுமையாகக் கட்டிக்காப்பாற்ற உதவியுள்ளது. ஒற்றுமையைத் தடுத்துள்ளது.

8

8.1

விலக்கப்பட்ட மற்றும் பகுதி விலக்கப்பட்ட[61] பிரதேசங்களைப்பற்றிய சமீபத்திய விவாதம் இந்தியாவில் உள்ள ஆதிவாசி மக்களின் நிலைமைமீது கவனத்தை ஈர்த்துள்ளது.[62] அவர்கள் குறைந்தபட்சம் பதின்மூன்று மில்லியன்பேர் இருக்கின்றனர். புதிய அரசியலமைப்புச் சட்ட[63]த்தில் இருந்து அவர்கள் விலக்கப்பட்டிருப்பது முறையானதா, முறையற்றதா என்பதைத் தாண்டி, ஆயிரமாயிரம் ஆண்டுகளின் நாகரீகத்தைக் குறித்து பெருமைப்பட்டுக்கொள்ளும் ஒரு நாட்டில் இந்த ஆதிவாசிகள் தம்முடைய பழமையான நாகரீகமற்ற நிலை[64]யிலேயே இன்னமும் இருக்கின்றனர்

61. ‘சாதியை அழித்தொழித்த’லின் 1936ஆம் ஆண்டு மற்றும் 1937ஆம் ஆண்டுப் பதிப்புகளில் “விலக்கப்பட்ட மற்றும் பகுதிவிலக்கப்பட்ட” என்று பயன்படுத்திய அம்பேத்கர், 1944ஆம் ஆண்டுப் பதிப்பில் “விலக்கப்பட்ட மற்றும் பகுதிகளில் சேர்க்கப்பட்ட” என்று பயன்படுத்துகிறார். பின்னையது தவறென்பதால் முன்னையது பயன்படுத்தப்படுகிறது.

62. அரசியலமைப்புச் சட்ட விவாதங்களின் விளைவாக நிறைவேற்றப்பட்ட 1935ஆம் ஆண்டின் இந்திய அரசுச் சட்டத்தில், நிர்வாகக் காரணங்களுக்காகப் பழங்குடியினர் வாழும் பகுதிகள் ‘விலக்கப்பட்டது’ எனவும் ‘பகுதியில் விலக்கப்பட்டது’ எனவும் வகை பிரிக்கப்பட்டன என்பதையே அம்பேத்கர் இங்கே குறிப்பிடுகிறார். இந்தியாவின் ‘வளர்ச்சி பெற்ற’ சமூகங்களுக்காக இயற்றப்பட்ட சட்டங்களை ‘பின்தங்கிய’ சமூகங்கள்மீது திணித்து அவர்களை துன்புறுத்தக்கூடாது என்பதற்காக, ஆளுநர் ஒப்புதல் அளித்த பிறகே அப்பகுதிகளில் சட்டங்கள் செல்லுபடியாகும் என்று சட்டம் நிறைவேற்றப்பட்டது சந்திரா (2013.)

63. 1935ஆம் ஆண்டின் இந்திய அரசுச் சட்டத்தையே புதிய அரசியலமைப்பு சட்டம் என்று அம்பேத்கர் குறிப்பிடுகிறார்.

64. பட்டியல் பழங்குடிகள் என்று அதிகாரபூர்வமாக அழைக்கப்படும் ஆதிவாசிகளைப் பற்றிய அம்பேத்கரின் கருத்துக்கள் சிக்கலானவை. அவர்களைப் பாதுகாக்கும் நல்லெண்ணம் கொண்டவர்போலத் தோன்றினாலும், அவர்கள் ‘விலங்குகளைப் போன்ற’ ஒரு வாழ்க்கையை வாழ்பவர்கள் என்றும் “காட்டுமிராண்டிகளான அவர்களை நாகரீகப்படுத்த வேண்டும்” என்றும் வாதிடுகிறார், “ஆதிக்குடிகள் ஆபத்தின் பிறப்பிடம்” என்று ‘இந்துக்களை’ அவர் எச்சரிக்கிறார். பின்னர் 1945 மே மாதம் 6ஆம் தேதி நடந்த அனைத்திந்தியப் பட்டியல் சாதிகளின் மாநாட்டில் அவர் உரையாற்றியபோது, (‘சமூகத் தடையும் அதைத் தீர்க்கும் வழியும்’), விகிதாச்சாரப் பிரதிநிதித்துவம் பற்றிய விவாதத்தில் “சீக்கியர்கள், ஆங்கிலோ இந்தியர்கள், இந்தியக் கிறுத்துவர்கள், பார்ஸிக்கள் ஆகியோரைவிட ஆதிவாசிகள் அதிக எண்ணிக்கையில் இருந்தாலும் என்னுடைய முன்வைப்புகளில் அவர்களைச் சேர்க்கவில்லை . . . பழங்குடிகள் தங்களுக்கான அரசியல் வாய்ப்புகளைத் தக்கமுறையில் பயன்படுத்திக் கொள்ளுமளவு இன்னும் அரசியல் அறிவு பெறவில்லை. ஆதலால் அவர்கள் எளிதில் பெரும்பான்மை அல்லது சிறுபான்மை மக்களின் கருவியாக மாறிவிடக் கூடும், அதன்மூலம் தங்களுக்கான எந்த நலனையும் பெறாமலேயே நிலவும் சமநிலையைக் குலைத்துவிடக் கூடும். இந்தப் பின்தங்கிய சமூகங்களுக்காகச் செய்யக்கூடிய உருப்படியான விஷயம் என்னவென்றால், தென்னாப்பிரிக்க அரசியலமைப்பில் அமைக்கப்பட்டதைப்போல, ‘விலக்கப்பட்ட பகுதிகள்’ என்று குறிக்கப்பட்டவையை நிர்வகிக்க சட்டப்படி ஒரு ஆணையத்தை அமைக்க வேண்டும். இதுபோன்ற விலக்கப்பட்ட பகுதிகளை உள்ளடக்கிய ஒவ்வொரு மாகாணமும் இப்பகுதிகளை நிர்வகிப்பதற்காக ஆண்டு தோறும் குறிப்பிட்ட தொகையை ஒதுக்கீடு செய்ய வேண்டும்.” (BAWS 1, 375, சொல்லழுத்தம் சேர்க்கப்பட்டுள்ளது). 1931 வட்டமேசை மாநாடுகளில் அம்பேத்கர்

என்பது நிஜம். அவர்கள் நாகரீகமடையாதது மட்டுமல்ல, அவர்களில் சிலரின் வழக்கங்கள் அவர்களை குற்றமிழைப்பவர்களாக கிரிமினல்களாக வகைப்படுத்தப்படும் விதத்திலும் இருக்கிறது.[65]

8.2

நாகரீகத்தின் மத்தியில் பதின்மூன்று மில்லியன் பேர்கள் இன்னமும் காட்டுமிராண்டி நிலைமையில் இருக்கிறார்கள், பரம்பரைக் குற்றவாளிகளாக வாழ்க்கை நடத்திக் கொண்டிருக்கிறார்கள்! ஆனால் இந்துக்கள் இதுகுறித்து அவமானப்பட்டதாகத் தெரியவில்லை. என் பார்வையில் இந்த நிகழ்வு வேறு ஒப்புமைகள் இல்லாத ஒன்று. இந்தக்

தீண்டத்தகாதோர் நலனுக்காக வென்றெடுத்த தனித் தொகுதிகளுக்கு எதிராக வாதிட்ட காந்தி இதே தர்க்கத்தைப் பயன்படுத்தித் தான் தலித் மக்கள் இரட்டை வாக்குரிமையை, ஏன், வாக்குரிமையை பயன்படுத்துவதற்கான அரசியல் அறிவையே பெறவில்லை என்று கூறினார் என்பது ஓர் நகைமுரண். சசாங்க் கேலா (2012, 297–8) கூறுகிறார், "'ஆதிவாசிகள்' தொடர்பான அரசியலமைப்பு சட்டப்பேரவையின் விவாதங்களில் இனவெறியும் முன்தீர்மானங்களுமே நிரம்பியிருந்தன. உறுப்பினர்கள் ஆதிவாசிகளின் காட்டுமிராண்டித்தனமான நிலையையும்; மனிதத்தன்மையற்ற வாழ்வு நிலையையும், விசாரணையின்றி தண்டனை வழங்குவதில் ஈர்ப்புக் கொண்டவர்கள்; அவர்கள் பிரிவினைவாதத்தைத் தூண்டுவார்கள் என்பதையும் மையமிட்டே விவாதித்தனர்; மேலும், பெரும்பான்மையினரின் அதிகபட்ச நலன்களுக்கான வாதங்களே முன்வைக்கப்பட்டன." சுதந்திர இந்தியாவின் அரசியலமைப்பை வடிவமைக்கும் பொழுது எவ்வாறு அம்பேத்கரும் ஜவகர்லால் நேருவும் 'ஆதிகால வாழ்க்கைமுறை'யை பற்றிய பயத்துடனும், பழங்குடிகளைப் பற்றிய தாராளவாத–காலனியப் புரிதலுடனும் அணுகினர் – ஏறத்தாழ இது பழங்குடியினர் என்று அழைக்கப்படுபவர்கள் மீதான காலனியவாத அணுகுமுறையே என்று உதய் சந்திரா (2013) கூறியிருக்கிறார். இதற்கு மாறாக, டிசம்பர் 19, 1946இல் ஜார்கண்டைச் சார்ந்த ஆதிவாசிகள் தலைவரும், அரசியலமைப்புச் சட்டப்பேரவையின் உறுப்பினருமான ஜெய்பால் சிங் "ஐயா, என்னுடைய மக்களுக்கு வேண்டியதெல்லாம் கணிசமான பாதுகாப்பல்ல. நாங்கள் உங்களிடம் எவ்விதச் சிறப்புப் பாதுகாப்பையும் கோரவில்லை. எங்களையும் மற்ற அனைத்து இந்தியர்களைப் போலவே பாவிக்க வேண்டும் என்றே கேட்கிறோம்." சந்திரா குறிப்பிடுவதைப்போல, பழங்குடிகள் மற்றும் விலக்கப்பட்ட பகுதிகளுக்கான குழுவின் தலைவரும் எதிர்கால உள்துறை அமைச்சருமான வல்லபாய் படேலும் இதே கண்ணோட்டத்தைக் கொண்டிருந்தார். ஆனால் பின்னர், ஆறாவது அட்டணைமீதான அரசியலமைப்புச் சட்டப்பேரவையின் விவாதங்களில், பட்டியல் பழங்குடிகள் விலக்கப்பட்ட பகுதிகளில் இருந்தே செயலாற்ற வேண்டும் என்ற அம்பேத்கரின் முன்வைப்பு ஆதிவாசிகளின் செய்தித் தொடர்பாளர் அருள்திரு.ஜெ.ஜெ.எம். நிகோல்ஸ் – ராய் போன்றவர்களிடம் ஆதரவுநிலை பெற்றது. 19 நவம்பர் 1949இல் அவர் கூறியதாவது: "இந்த ஆறாவது அட்டவணை, அசாமின் மலைப்பிரதேச மாவட்டங்களில் தங்களது சொந்தப் பகுதிகளில் எவ்விதத் துணையுமின்றித் தாங்களாகவே வாழும் மக்களைப் பற்றியது. அம்மக்கள் தங்களுக்கென்று ஒரு மொழியையும் பண்பாட்டையும் கொண்டுள்ளார்கள், இது போன்று வெவ்வேறு மாவட்டங்களில் வாழும் மக்கள் தங்களுடைய பண்பாட்டையும் உள்ளறிவையும் கொண்டே தங்களை வளர்த்தெடுப்பதற்குத் துணை புரியக் குழுக்கள் அமைக்கப்பட வேண்டுமென்று அரசியலமைப்புச் சட்டப்பேரவை மிகச்சரியாக ஒப்புக்கொண்டுள்ளது." ஆறாவது அட்டவணையின்கீழ் அமைக்கப்பட்ட சுயாட்சி பெற்ற மாவட்ட குழுக்களின் பணிகளைப் பற்றி அறிய பார்க்க: Bengt G. Karlsson (2011) and Sanjib Baruah (2007).

65. குற்றப்பரம்பரைச் சட்டங்கள் 1871, 1911இன் கீழ் இருபதாம் நூற்றாண்டின் தொடக்கத்தில், கணிசமான மக்கள் பிரிவினர், பெரும்பாலும் நாடோடி இனக்குழுக்களைச் சார்ந்தவர்கள், குற்றவாளிகள் என்று முத்திரை குத்தப்பட்டனர். குற்றத்தன்மை, பரம்பரைக் குணம் என்ற கண்ணோட்டம் சாதிக் கட்டமைப்பின் விளைவேயாகும். மனிதர்கள் அறிஞர்களாக, நெசவாளிகளாக, செருப்பு தைப்பவர்களாக பிறக்கக்கூடுமெனில், அவர்கள் குற்றவாளிகளாகவும் முரடர்களாகவும் கூட பிறக்கக்கூடும். See D'Souza (2001) Radhakrishna (2001)

கேவலமான நிலைமைக்குக் காரணம் என்ன? இந்த ஆதிவாசிகளை நாகரீகமடையச்செய்யவும் அவர்கள் கௌரவமான முறைகளில் தமது வாழ்வாதாரத்தைத் தேடிக்கொள்ளச் செய்யவும் எந்த முயற்சியும் ஏன் மேற்கொள்ளப்படவில்லை?

8.3

ஆதிவாசிகளின் இந்த காட்டுமிராண்டி நிலைமைகளுக்கு ஒருவேளை அவர்களின் பிறவியிலேயே உருவான முட்டாள்தனம்தான் காரணம் என இந்துக்கள் காரணம் கட்ட முயலலாம். அவர்கள் ஆதிவாசிகளை நாகரீகப்படுத்த, மருத்துவ உதவிகளைச் செய்ய, அவர்களைச் சீர்திருத்த, அவர்களை நல்ல குடிமக்களாக்க எந்த முயற்சியும் செய்யாததாலேயே ஆதிவாசிகள் காட்டுமிராண்டிகளாக வாழ்ந்து வருகின்றனர் என்பதை இந்துக்கள் ஒப்புக்கொள்ளமாட்டார்கள். ஒருவேளை கிறித்தவ மிஷனரிகள் ஆதிவாசிகளுக்கு செய்து வருபனவற்றை ஒரு இந்து செய்ய விரும்பியிருந்தால்கூட அவரால் அதைச் செய்திருக்க இயலுமா? முடியாது என நான் சொல்கிறேன். ஆதிவாசிகளை நாகரீகப்படுத்துவது என்றால் முதலில் அவர்களைத் தம்மைப் போன்றவர்களாக தம்முடையவராக அவர்களுடன் கலந்து வாழ்ந்து ஒரு சக வாழ்வுணர்வை உருவாக்கி ஏற்றுக்கொள்ள வேண்டும். சுருக்கமாக சொல்லுவதாயின் அவர்களை நேசிக்க வேண்டும். ஒரு இந்துவுக்கு இது எப்படி சாத்தியமாகும்? அவர்களின் மொத்த வாழ்வுமே தமது சாதியைக் காப்பாற்றிக்கொள்வதற்கான தவிப்புதான். சாதிதான் அவர்களது பொக்கிஷமான உடைமை அதை அவர்கள் எந்த விலை கொடுத்தும் காப்பாற்றவேண்டியவர்கள். வேத காலத்தின் வெறுக்கத்தக்க ஆரியரல்லாதோ[66]ரின் மிச்ச மீதிகளான ஆதிவாசிகளுடன் தொடர்பு ஏற்படுத்திக்கொள்வதன் மூலம் அதை இழப்பதற்கு அவர்களால் ஒப்பமுடியாது.

8.4

வீழ்ந்துவிட்ட மானுடத்தின் மீதான தனது கடமையுணர்வை இந்துக்களுக்குக் கற்பிக்க முடியாது என்பதில்லை. எந்த அளவுக்குமான கடமையுணர்வு குறித்த கற்பித்தலும் தமது சாதியைக் காப்பாற்றிக்கொள்ளும் கடமையை மீறிச் செல்ல அவர்களை செலுத்தமுடியாது என்பதுதான் பிரச்சனை. ஆகவே, ஏன் இந்துக்கள் வெட்கமேதுமில்லாமல் எந்தக் குற்றவுணர்வும் பிராயச்சித்தமும் இல்லாமல் நாகரீகத்தின் மத்தியில் காட்டுமிராண்டிகளைக் காட்டுமிராண்டிகளாகவே வாழ விட்டிருக்கிறார்கள் என்பதற்கான உண்மையான காரணம் சாதிதான். இந்த ஆதிவாசிகள் ஒரு அபாயம் என்பதை இந்துக்கள் உணரவில்லை. காட்டுமிராண்டிகள் காட்டுமிராண்டிகளாகவே இருந்தால் அவர்கள் இந்துக்களுக்கு எந்தத் தீங்கும் இழைக்கமாட்டார்கள். ஆனால் அவர்களை

---

66. அனார்யாக்கள்: ஆரியரல்லாதவர்களுக்கான சமஸ்கிருத மொழிச் சொல். ஆரியர்கள், தங்களிலிருந்து வேறுபட்டவர்கள், ஒதுக்கிவைக்கப்பட வேண்டியவர்கள் எனத் தாங்கள் கருதும் உள்ளூர் ஆதிக்குடிமக்களைப் பற்றிக் குறிப்பிடுவதற்கு வேதங்களில் பயன்படுத்திய மற்றொரு வார்த்தை அனாசா (நேரடிப் பொருள் : மூக்கில்லாதவர்கள், மறைமுகப் பொருள்: கழுகு போன்ற வளைவான மூக்கில்லாதவர்கள்)

இந்துவல்லாதவர்கள் மீட்டெடுத்துக் கொண்டால் தமது மதங்களுக்கு மாற்றிக்கொண்டால் அவர்கள் இந்துக்களின் எதிரிகள் படையை விரிவுபடுத்துவார்கள். இது நடைபெறுமானால், இந்துக்கள் தம்மையும் தமது சாதி அமைப்பையுமே நொந்துகொள்ள வேண்டும்.

9

9.1

காட்டுமிராண்டிகளை நாகரீகப்படுத்தும் மனிதாபிமான செயல்பாட்டில் ஈடுபடாதது மட்டுமல்ல, உயர் சாதி இந்துக்கள் இந்துமதத்தின் வெளிறிய பாகங்களில் இருக்கும் ஒடுக்கப்பட்டசாதி இந்துக்களை ஆதிக்கசாதிகளின் கலாச்சார நிலைகளை எட்டுவதினின்றும் வேண்டுமென்றே தடுத்தும் வந்திருக்கிறார்கள். நான் இரண்டு உதாரணங்களைச் சொல்கிறேன். ஒன்று சோனார்கள் மற்றொன்று பதாரே பிரபுக்கள்[67]. இவை இரண்டுமே மகாராஷ்டிரத்தில் நன்கறியப்பட்ட சமூகங்கள். தமது நிலையை உயர்த்திக்கொள்ள விழையும் மற்ற சமூகங்களைப் போலவே இவ்விரு சமூகங்களும் ஒரு சமயத்தில் பிராமணர்களின் சில பழக்கவழக்கங்களைத் தாமும் ஏற்று நடக்க முற்பட்டனர்.

9.2

சோனார்கள் தம்மை தைய்வத்ந்யா பிராமணர்க[68]ளாக வடிவமைத்துக் கொண்டனர். மடிப்புகளுடன் தமது வேட்டிகளை அணிவதும் முகமன் செய்யும்போது 'நமஸ்கார்' என்ற வார்த்தையைப் பிரயோகிக்கவும் தொடங்கினர். இப்படி மடிப்புடன் வேட்டி அணிவதும் நமஸ்கார் என்று

67. பதாரே என்பதன் பொருள் கல்; பிரபு என்பதன் பொருள் அரசன். இச்சாதியினர் தாங்கள் சத்திரியர்களிடம் இருந்து தோன்றியதாகக் கூறிக்கொள்கின்றனர். அவர்களின் தோற்றம் குறித்த தொன்மக் கதைகள் இவ்வாறாக இருக்கின்றன: "நெடுங்காலத்திற்கு முன்பு துவாபர, திரேதா யுகங்களில் இந்தியாவை ஆண்ட ராமன் மற்றும் பிரீதுவின் வம்சாவளி வந்த அசுவபதி அரசனே (கிமு 700) அவர்களுள் முதன்மையானவன். 'சத்திரியச் சடங்குகள்' என்ற பெயரிடப்பட்ட முழு அளவிலான வேதச் சடங்குகளை பார்ப்பனர்கள் செய்வதற்குக் கடமைப்பட்டுள்ள ஓரே சாதி பதாரா பிரபுக்கள்தான்" (Blavatsky, 1892/2010, 145–6) வீனா நரேகல் (2001, 168–9) கூறுவதாவது: "மேற்கிந்தியாவில் பிரதானமாகப் பார்ப்பனர்களும் பிரபுக்கள் மற்றும் ஷென்விஸ் போன்ற உப–பார்ப்பன குழுக்களுமே புதிய கல்வி ஒழுங்கின் பயன்களை அறிந்துகொண்ட, அது உருவாக்கிய வாய்ப்புகளை பயன்படுத்திக் கொண்டவர்களுள் முதன்மையானவர்கள். கா்குன்களாக பேஷ்வா பேரரசின் பல்வேறு பகுதிகளிலும் காலனிய வர்த்தக மையங்களிலும் பணியாற்றிய நீண்ட வெற்றிகரமான வரலாறுகொண்ட பிரபுக்களும் ஷென்விக்களும் காலங்காலமாகப் படியெடுப்பவர்களாக இருந்தவர்கள். பிரபுக்கள், இயல்புநிலையை விட அதிகமான புலமை பெற்றிருந்ததால் நவீன காலத்துக்கு முந்தைய புத்தக உற்பத்தியிலும் பங்கு பெற்றனர்." விதவைகளுக்கான விதிமுறைகள் மற்றும் மேலேறும் ஊக்கம்பெற்ற இடைநிலை சாதிகளின் விதவைநிலை திணிப்பை குறுக்கிட்டுத் தடுத்த பேஷ்வா ஆட்சி பற்றிய விவாதத்திற்கு பார்க்க: உமா சக்ரவர்த்தி (2000).

68. தைவத்ந்யா (அல்லது தைவஜ்னா) பார்ப்பனர்கள் பற்றி இந்திய மக்கள் தொகைக் கணக்கெடுப்பு (1961, 14) இவ்வாறு கூறுகிறது: "உள்ளூர் மக்களால் 'சோனார்கள்' என்றும் 'சோணகர்கள்' என்றும் அழைக்கப்படும் இவர்கள் பரம்பரையாகப் பொற்கொல்லர் தொழில் செய்பவர்கள். ஏறக்குறைய வடக்கு கானரா மாவட்டத்தின் அனைத்துக் கிராமங்களிலும் நகரங்களிலும் இவர்கள் இருக்கிறார்கள். இவர்கள் கோவாவில் இருந்து இடம்பெயர்ந்து வந்ததாகக் கூறப்படுகிறது."

சொல்வதும் பிராமணர்களின் பிரத்தியேக வழமைகள். சோனார்கள் இவ்வாறு செய்வதன் மூலம் பிராமணர்கள்போல ஆகிவிடுவதை பிராமணர்கள் விரும்பவில்லை. பேஷ்வாக்களின் அதிகாரத்தின் கீழ் பிராமணர்களைப் போலச் செயல்பட முனைந்த சோனார்களின் இம்முயற்சியை பிராமணர்கள் வெற்றிகரமாக முறியடித்தனர். அதற்கு மேலும் சென்று அவர்கள் பம்பாயிலிருந்த கிழக்கிந்திய கம்பெனியின் பேரவைகளின் தலைவரிடமிருந்து சோனார்கள் பம்பாயில் வசிப்பதற்கு எதிராகத் தடையுத்தரவையும் பெற்றார்கள்.

9.3

ஒரு காலத்தில் பதாரே பிரபுக்கள் தமது சாதியில் விதவைத் திருமண முறையை வழக்கமாகக் கொண்டிருந்தனர். இந்த விதவைத் திருமண முறை, பின்னர், அச்சாதியின் சில உறுப்பினர்களால் சமூகக் கீழ்மையின் குறியீடாகப் பார்க்கப்பட்டது. இதற்கு முக்கியக் காரணம் அவ்வழக்கம் பிராமணர்களிடையே புழக்கத்திலிருந்த வழக்கத்திற்கு மாறாக இருந்ததுதான். தமது சமூகத்தின் நிலையை உயர்த்தும் நோக்குடன், சில பதாரே பிரபுக்கள் தமது சாதிக்குள் நடைமுறையிலிருந்த இந்த விதவை மறுமணமுறையைத் தடுக்க முனைந்தனர். அந்தச் சமூகம் இரு குழாம்களாகப் பிளவுபட்டது. இந்தப் புதிய மாற்றத்திற்கு எதிராகவும் ஆதரவாகவும் பக்கங்கள் தோன்றின. பேஷ்வாக்கள் விதவை மறுமணத்தை ஆதரிக்கும் பக்கம் நின்றார்கள். இதன்மூலம் பதாரே பிரபுக்கள் பிராமணர்களின் வழக்கங்களை பின்பற்றுவது முற்றிலுமாகத் தடைசெய்யப்பட்டது.

9.4

முகமதியர்கள் தமது வாள்வீச்சினால் தம் மதத்தைப் பரப்பியதாக இந்துக்கள் விமர்சிக்கின்றனர். காலனியாக்கம் பற்றி கிறித்தவர்களையும் எள்ளி நகையாடுகின்றனர்.[69] ஆனால் உண்மையாகப் பேசுவதானால்,

---

69. இஸ்லாமிய, கிறுத்தவப் பிரசங்கிகளும் மதபோதகர்களும் பயன்படுத்திய வழக்கங்களான திருவிழாக்களில் உரைகள் நிகழ்த்துவது, துண்டறிக்கைகள் விநியோகிப்பது, தெருக்களில் பிரசங்கம் செய்வது ஆகியவற்றையே பயன்படுத்தி ஆரிய சமாஜத்தைச் சேர்ந்த வேத போதகர்கள் அவர்கள்மீது சொற்போர் நிகழ்த்தினர். மத்திய ஆசியாவின் அருகில் இருந்ததாலும், சீக்கிய, இஸ்லாமிய அரசர்களை அதிகமாகக் கொண்டிருந்ததாலும்பஞ்சாபின் வரலாற்றில் நடந்த மக்கள் தொகையியல் மாற்றமே ஆரிய சமாஜத்தின் தோற்றத்திற்கு முக்கிய காரணம். பத்தொன்பதாம் நூற்றாண்டில் பிரிட்டிஷாரும் ஆட்சியாளர்களாக வந்த பிறகு, ஒடுக்கப்பட்ட சாதிகள் பெருமளவில் இஸ்லாமிய, கிறுத்தவ மதத்திற்கு மாற்றம் பெற்றது நிலவிய சூழலை இன்னும் மோசமாக்கியது. பார்க்க: (2006, 139–45).

    கோபால் கிருஷ்ணன் கூறுவதாவது (2004, 77–89), 1881இல் மொத்த மக்கள் தொகையில் இந்துக்கள் 43.8 சதவிகிதமாகவும், சீக்கியர்கள் 8.2 சதவிகிதமாகவும், கிறுத்தவர்கள் 0.1 சதவிகிதமாகவும் இருந்தனர். 47.6 சதவிகிதமாக இருந்த இஸ்லாமிய மக்கள் முழுப்பெரும்பான்மை பெறுமளவு அதிக எண்ணிக்கை கொண்டிருக்கவில்லை. ஆனால், 1941இல் பஞ்சாப் மாநிலத்தின் மொத்த மக்கள் தொகையில் இஸ்லாமிய மக்கள் 53.2 சதவிகிதமாக, முழுப் பெரும்பான்மையுடன் இருந்தனர். இந்துக்கள் 29.1 சதவிகிதமாகவும், சீக்கியர்கள் 14.9 சதவிகிதமாகவும், கிறுத்தவர்கள் 1.9 சதவிகிதமாகவும், மற்றவர்கள் 1.3 சதவிகிதமாகவும் இருந்தனர்.

    ‘தாழ்த்தப்பட்ட சாதிகளான’ சூரர்கள், சமார்கள், ஜீவார்கள், மாலிக்கள் போன்றோர் இஸ்லாமிய, சீக்கிய, கிறுத்தவ மதங்களுக்கு மாறியதே இந்துக்களின் எண்ணிக்கையில் ஏற்பட்ட பெரும் வீழ்ச்சிக்குக் காரணம்.

யார் உயர்வானவர்கள்? நமது மதிப்பிற்கு மேலும் உரியவர்கள்? விருப்பமற்றவர்களின் தொண்டைகளுக்குள்ளும் அவர்களுக்கு மோட்சம் கிடைக்கும் வழியென்று தாம் நம்பியதை அழுத்த முயன்ற முகமதியர்களும் கிறித்தவர்களுமா அல்லது ஒளியைப் பரவலாக்காத, மற்றவர்களை இருளில் வைத்திருக்க முனையும், தமது அறிவார்த்தத்தை, வழிவழியான சமூகப் பங்கை, அதனை ஏற்றுத் தமதாக்கிக் கொள்ளத் தயாராக இருப்பவர்களிடம் தர மறுக்கும் இந்துக்களா? முகமதியர்கள் குரூரமாக நடந்துகொண்டார்களென்றால் இந்துக்கள் இழிவாக நடந்துகொண்டார்கள் எனக் கூறுவதில் எனக்கு எந்தத் தயக்கமும் இல்லை. மேலும் குரூரத்தைக் காட்டிலும் மோசமானது இழிசெயல்.

10

10.1

இந்துமதம் இறைதூதின் வழியான மதமா இல்லையா என்பது சர்ச்சைக்குரிய விஷயமாக இருக்கிறது.[70] சிலர் அது எப்போதுமே மதமாற்றம்வழி பெருகும் மதமல்ல என்கின்றனர். பிறர் அதை மறுக்கின்றனர். இந்துமதமும் ஒரு காலத்தில் மதமாற்றம் மூலம் பரவிய மதம் என்பதை ஏற்கத்தான் வேண்டும். அப்படி இல்லாவிட்டால் அது இந்தியாவின் பரப்பெங்கும் பரவியிருக்க முடியாது. அது இன்று அப்படி இல்லை என்பதும் ஏற்கப்பட வேண்டியதே. எனவே கேள்வி இந்துமதம் மதமாற்றம்வழி பரவும் மதமா, இல்லையா என்பதல்ல. உண்மையான கேள்வி இதுதான், ஏன் இந்து மதம் மதமாற்றம்வழி பரவும் மதமாக இருப்பதை நிறுத்தியது?[71]

10.2

என்னுடைய பதில் இதுதான்: இந்துக்களிடையே சாதி முறைமை வளர்ந்தபோது இந்துமதத்தின் மதமாற்றம்வழி பரவும் முறை நிறுத்தப்பட்டது. மதமாற்றமும் சாதியும் ஒன்றுக்கொன்று முரணானவை. மத நம்பிக்கைகளை உருவாக்குதல் சாஸ்திரங்களை ஏற்றுக்கொள்ளல் என்பது மட்டுமே மதமாற்றத்திலிருந்த பிரச்சனையல்ல, மதம் மாறியவருக்கான இடத்தை சமூக வாழ்வெளியை உருவாக்குவது என்பதும் மதமாற்றத்தின் மிக முக்கியமான மற்றொரு பிரச்சனை. அந்தப் பிரச்சனை, மதம் மாறியவரை எங்கு வைப்பது, எந்த சாதியில்? வேற்று நபர்களைத் தமது மதத்திற்கு மாற்ற நினைக்கும் ஒவ்வொரு இந்துவையும் திகைப்படையச்செய்யும் பிரச்சனை இது.

---

70. 'சாதியை அழித்தொழித்தல்' 1936 பதிப்பில் இவ்வாறு இருக்கிறது: "இந்து மதம் பரப்புரை செய்யக்கூடிய ஒரு மதமா என்ற கேள்வி ஒருகாலத்தில் சர்ச்சைக்குரிய ஒன்றாக இருந்தது." இது 1937ஆம் ஆண்டுப் பதிப்பில் திருத்தப்பட்டது.

71. காலனியக் கால மதமாற்றம் குறித்த விவாதங்களுக்கு, பார்க்க: Gauri Viswanathan (1998), குறிப்பாக 'கன்வர்சன் டூ ஈக்வாலிட்டி' (211 – 40) என்ற பகுதி, அதில் மதமாற்றம் மூலம் பெறப்படும் சமத்துவம் குறித்து அம்பேத்கர் கொண்டிருந்த வேட்கையைப் பற்றிப் பேசுகிறது. மேலும் பார்க்க: Chakravarti (2000), பண்டித ரமாபாயின் மதமாற்றத்தைக் குறியீடாக எடுத்துக்கொண்டு, காலனியக் கட்டமைப்பிற்குள் மதமாற்றம் செய்தவர் கலாசார, 'தேசியவாத' நிலைகள் தொடர்பாக எதிர்கொண்ட சிக்கல்களைப் பற்றிக் கூறுவது, இது தொடர்பாக அம்பேத்கர் கொண்டிருந்த கருத்துக்களை உறுதி செய்கின்றன.

10.3

ஒரு சங்கத்தைப் போலன்றி, சாதியின் உறுப்பினர் பதவி போகிறவருகிற[72] அனைவருக்கும் திறந்து வைக்கப்பட்டிருக்கும் ஒன்றல்ல. சாதியின் சட்டம் அச்சாதியில் பிறந்தவருக்கு மட்டுமே உறுப்பினர் பதவியை உரித்தாக்குகிறது. சாதிகள் தன்னாட்சியுடையவை. ஒரு சாதியிடம் புது உறுப்பினரை உட்சேர்த்துக்கொள்ளச் சொல்லும் அதிகாரம் என்று ஒன்று இல்லவே இல்லை. இந்துசமூகம் சாதிகளின் தொகுப்பாக இருப்பதால், அதன் ஒவ்வொரு சாதியும் ஒரு மூடப்பட்ட பெருநிறுவனமாக இருப்பதால், மதமாறியவர்களுக்கு அதில் எங்கும் இடமில்லை. இப்படியாக சாதிதான் இந்துக்களைப் பரவலாவதிலிருந்தும் பிற மத சமூகங்களை உள்சேர்த்துக் கொள்வதிலிருந்தும் தடுத்திருக்கிறது. சாதி இருக்கும் வரை, இந்துமதம் ஒரு மதமாற்ற மதமாக மாற்றப்பட முடியாது, சுத்தி[73] நிகழ்வுகள் பயனற்றதும் மடத்தனமானவையாகவுமே இருக்கும்.

11

11.1

சுத்தி நிகழ்வை இந்துக்களுக்கு எது சாத்தியமற்றதாக ஆக்குகிறதோ அதுவே தான் சங்கத[74]னையும் சாத்தியமற்றதாக்குகிறது. முகமதியர்களையும் சீக்கியர்களையும்விட வலிமிகுந்த வகையில் இந்துக்களை வேறுபடுத்தும் இந்துக்களின் கோழைத்தனத்தையும் பயங்கொள்ளித்தனத்தையும் – எது கீழான துரோகத்தையும் சூழ்ச்சியையையும் நோக்கி அவர்களை செலுத்துகிறதோ – அதை அவர்கள் மனங்களிலிருந்து நீக்குவதுதான்

---

72. ‘சாதியை அழித்தொழித்தல்’ 1937ஆம் ஆண்டுப் பதிப்பில் இச்சொல்லாடல் புதிதாகச் சேர்க்கப்பட்டது.

73. ஆரிய சமாஜத்தை நிறுவிய தயானந்த சரஸ்வதியால் தொடங்கப்பட்டதுதான் இந்து மதத்திற்கு மீள்மாற்றம் செய்வதை நோக்கமாகக் கொண்ட சுத்தி (அ) சுத்திகரன் என்ற இயக்கம். அதைத் தொடங்கிய இரண்டு ஆண்டுகளுக்குப் பிறகு 1877ஆம் ஆண்டு தயானந்தா ஒரு இஸ்லாமியரை மீள்மதமாற்றம் செய்ததன் மூலம் முதல் சுத்தியை நிறைவேற்றினார் (Parel 2000, 122).

இருபதாம் நூற்றாண்டின் தொடக்கத்தில் பஞ்சாபிலும், ஐக்கிய மாகாணங்களிலும் சுவாமி சிரத்தானந்தா (1856 – 1926) இந்தப் பாரம்பரியத்தை இன்னும் தீவிரமாகக் கொண்டு சென்றார். இது பற்றிய ஆவணத்திற்குப் பார்க்க: Jaffrelot (1995). எனினும், அம்பேத்கர் குறிப்பிடுவதைப்போல சுத்தி பல சிக்கல்களை உருவாக்கியது, குறிப்பாக உயர்சாதியினர் புதிதாக மீள்மதமாற்றம் செய்யப்பட்ட ‘சுத்தப்படுத்தப்பட்ட’ தாழ்த்தப்பட்ட சாதியினருடன் பழகுவதற்குத் தயாராக இல்லை. மேலும் பார்க்க: Jones (2006, 129–35, 202–14).

74. இந்தியாவில் அரசியல் சீர்திருத்தம் கொண்டு வருவதற்காகவும், ஓட்டோமான் பேரரசு சிதறுண்டு போவதில் இருந்து அதனைக் காப்பாற்றுவதற்காகவும், உலகந்தழுவிய இஸ்லாமியர்களின் ஒற்றுமைக்காகவும் காந்தியின் ஆதரவுடன் தொடங்கிய கிலாஃபத் இயக்கத்திற்கு (1918 – 24) எதிராக இந்துமகா சபை 1920களின் தொடக்கத்தில் சங்கதன் இயக்கத்தைத் தொடங்கியது. அமைப்பாக்கல் மூலமாகவும் ஒருங்கிணைத்தல் மூலமாகவும் இந்து சமூகத்தை அயல்நாட்டுச் சக்திகள் என்று அழைக்கப்படுபவைகளிடம் இருந்து பாதுகாப்பதற்கெனத் தொடங்கப்பட்டதே சங்கதன் இயக்கம் என்று கூறப்பட்டது. தீண்டத்தகாதோரையும் உள்ளடக்கி, வெவ்வேறு இந்து சமூகங்களை ஒருங்கிணைக்க முயன்றது. பாய் பரமானந்துவும் (முன்குறிப்பில் குறிப்பு 11ஐக் காண்க) வி.டி. சாவர்க்கரும் சங்கதனின் முதன்மைக் கருத்தியலாளர்களாக இருந்தனர். பார்க்க: Jaffrelot (1999a, 19–24); Bapu (2013, 47–60).

சங்கதனின் குறிக்கோள். இயற்கையாகவே இதில் ஒரு கேள்வி எழுகிறது: முகமதியர்களும் சீக்கியர்களும் அவர்களைப் பயமற்றவர்களாகவும் வீரமாகவும் ஆக்கும் இந்த வலிமையை எங்கிருந்து பெற்றிருக்கிறார்கள்? நிச்சயம் இது உடல் வலிமையாலோ உணவுமுறையாலோ அல்லது பயிற்சியாலோ வந்ததல்ல. அது ஒரு சீக்கியருக்கு ஆபத்து என்றால் அனைத்து சீக்கியர்களும் இணைந்து வருவார்கள் என்ற உணர்வால் வருகிறது. ஒரு முஸ்லிம் தாக்கப்பட்டால் அனைத்து முகமதியர்களும் விரைந்து வந்து அவரைக் காப்பாற்றுவார்கள் என்பதால் வருகிறது.

11.2

ஒரு இந்துவால் இப்படியான எந்த ஒரு சக்தியையும் பெறமுடியாது. தன்னுடைய சகமனிதர்கள் தனக்காக வருவார்கள் என்று அவர் ஒருபோதும் உத்தரவாதமாக உணரமுடியாது. ஒருவனாக இருந்து, தனியாக இருக்கவே விதிக்கப்பட்டதால், அவன் சக்தியற்றவனாக கோழைத்தனத்தையும் பயத்தையும் வளர்த்துக்கொண்டு ஒரு சண்டையில் சரணடைந்து ஓடிப் போகிறான். சீக்கியர்களோ முகமதியர்களோ பயமற்று நின்று போரிடுகின்றனர், ஏனெனில் அவருக்குத் தெரியும் அவர் ஒற்றையாக இருந்தாலும் அவர் தனியாக இல்லை என்று. இந்த நம்பிக்கையின் இருப்புதான் அவரைத் தக்கவைக்கிறது. பிறரிடம் இதன் இல்லாமைதான் விட்டுஓட வைக்கிறது.

11.3

அதற்கான பதில் இணைந்து வாழும் வாழ்வுபற்றி இவர்களுக்கிடையே இருக்கும் வேறுபாட்டில் இருக்கிறது என்பதை நீங்கள் அறிய முடியும். சீக்கியர்கள், இஸ்லாமியர்களில் புழங்கும், இணைந்து வாழும் சமூக வாழ்வு என்பது அவர்களுள் சக வாழ்வின் உணர்வைத் தோற்றுவிக்கிறது. இந்துக்களின் இணைந்து வாழும் வாழ்வு இதைச் செய்வதில்லை.[75] சீக்கியர்களுக்கிடையிலும் இஸ்லாமியர்களுக்கிடையிலும் ஒரு சமூக இணைப்பான் அவர்களைச் சகோதரர்களாக்குகிறது. இந்துக்களுக்கிடையில் இப்படியான இணைப்பான் எதுவும் இல்லை; மேலும் ஒரு இந்து இன்னொரு இந்துவைத் தனது சகோதர[76]ராக கருதுவதில்லை. ஏன் ஒரு சீக்கியர் அல்லது ஒரு கல்ஸா ஒண்ணேகால் லட்சம் பேருக்கு[77] சமம்

---

75. டியூவியின் 'இணைந்து வாழ்தல்' என்ற கருத்தாக்கத்தைத் தான் அம்பேத்கர் இங்கே முன்வைத்து அதை ஒரு அரசியல் கருவியாக வளர்த்தெடுக்கிறார். டியூவி, அம்பேத்கர் இருவருமே ஜனநாயகம் அரசியல் வெளிக்கு மட்டுமானதல்ல, மாறாக கல்வி, தொழில்துறை, பொது வெளி ஆகியவற்றிலும் தனது இருப்பை நிலைநாட்ட வேண்டும் என்ற கருத்தைக் கொண்டிருந்தனர். பார்க்க: முகர்ஜி (2009, 356.)

76. உலகம் முழுவதும் உள்ள இஸ்லாமியர்களுக்கு (உம்மத்) இடையேயான சகோதர உணர்வு (இக்வான்) இஸ்லாம் மதத்தின் ஒரு முக்கியமான கருத்தாக்கம். சீக்கியர்களும் கூட மதத்தால் ஒன்றுபட்டு, ஒருவரை ஒருவர் பாய் (சகோதரர்) என்று அழைத்துக்கொள்கின்றனர், உலகளாவிய சகோதரத்துவத்தைப் பேணுகின்றனர்.

77. சவா லாக்: 1,25,000. முழுச் சொற்றொடர், 'சவா லாக் சே ஏக் லரவுன்' (என்னுடைய ஒரு சீடர் 1,25,000 பேர்களை எதிர்கொள்வார்) என்பது 1704இல் சமகவுரில் போர்க்குரல் எழுப்பியதாகச் சொல்லப்படும் பத்தாவது சீக்கியச் குருவான கோவிந்த சிங்கின் வாசகமெனக் கூறப்படுகிறது.

என சொல்லவும் உணரவும் ஏன் முடிகிறது என்பதை இது விளக்கும். ஏன் ஒரு முகமதியர் ஒரு இந்துக் கூட்டத்திற்கு சமம் என்பதையும் இது விளக்கும். இந்த வேறுபாடு நிச்சயமாக சாதிமுறைமையால் விளையும் வேறுபாடே ஆகும். சாதி இருக்கும் வரை, கூட்டு வாழ்வு சாத்தியமில்லை; எனவே சமூக வாழ்வு இல்லாதவரை இந்துக்கள் வலிமையற்ற நோஞ்சான்களாகவே இருக்கமுடியும்.

11.4

இந்துக்கள் மிகுந்த சகிப்புத்தன்மை வாய்ந்தவர்களாகத் தம்மைக் கூறிக்கொள்கின்றனர். என்னுடைய கருத்தில் இது ஒரு தவறான கூற்று. பல சந்தர்ப்பங்களில் அவர்கள் சகிப்பின்மையோடு இருக்கிறார்கள், மேலும் சில சந்தர்ப்பங்களில் அவர்கள் சகிப்புத் தன்மையோடு இருந்தால், அது அவர்கள் வலிமையற்றவர்களாய் இருப்பதாலும் அல்லது அவர்களின் அலட்சியப் போக்காலும்தான். இந்துக்களின் இந்த அலட்சியம் ஏறத்தாழ அவர்களின் இயல்பாகவே ஆகிவிட்டது; ஒரு அவமானத்தையோ அல்லது தவறையோ ஒரு இந்து சாதாரணமாகக் கீழ்படிந்து சகித்துக்கொள்ளும் அளவிற்கு. மோரிஸின் வார்த்தைகளில் சொல்வதாயிருந்தால், அவர்களுள், "பெரியோர் எளியோரை ஏறி மிதிப்பதும், வலியோர் பலங்குறைந்தவரை அடித்துக் கீழிறக்குவதும், குரூரமானவர்கள் பயமற்றும், கருணையுள்ளவர்கள் துணிச்சலற்றும், அறிவாளிகள் அக்கறையற்றும்" இருப்பதைப் பார்க்கமுடியும்.[78] சர்வ பொறுமை பொருந்திய இந்துக் கடவுள்கள் அருளின் கீழ் இந்துகளில் ஒடுக்கப்பட்டோரும் தவறிழைக்கப்பட்டோரும் வகிக்கும் பரிதாபத்துக்குரிய நிலைமையைக் கற்பனைசெய்து பார்ப்பது கடினமில்லை. சகமனிதரைப் பற்றிய அக்கறையற்ற அலட்சியம் என்பது ஒரு சமூகத்தைப் பீடிக்கக்கூடிய நோய்களிலேயே மிக மோசமானது. ஏன் ஒரு இந்து இவ்வளவு அக்கறையற்று அலட்சியமாக இருக்கிறார்? என்னுடைய கருத்தில், இந்த அலட்சியவாதம் சாதி அமைப்பின் நேரடி விளைவாகும். இதுதான் ஒரு நல்ல நோக்கத்திற்காகக்கூட ஒத்துழைப்பையும் சகவாழ்வின் அடிப்படையிலான கூட்டியக்கத்தையும் சாத்தியமற்றதாக்குகிறது.

12

12.1

ஒரு தனிமனிதனுடைய கருத்துகள் மற்றும் நம்பிக்கைகள், அவனுடைய நலம் மற்றும் சுதந்திரம் ஆகியவை ஒரு குழுவின் நியமங்கள், குழு அதிகாரம், குழு நலன்கள் ஆகியன மீது செலுத்தும் வலியுறுத்தலே அனைத்துச் சீர்திருத்தங்களுக்கும் துவக்கம். ஆனால் அந்தச் சீர்திருத்தம் தொடருமா

78. வில்லியம் மோரிஸ் (1834 – 96) ஒரு கவிஞர், நூலாசிரியர், தொடக்ககால பிரிட்டிஷ் சோஸலிச இயக்கத்தின் தலைவர் – கலை, கைவினை இயக்கத்தைத் தொடங்கியவரும் ஆவார். 1381இல் நடந்த (வாட் டைலரின் கலகம் அல்லது பேரெழுச்சி என்று அழைக்கப்படும்) விவசாயிகள் கலகத்துக்கு செல்லும் காலத்தில் பின்னோக்கிய ஒரு கனவுப் பயணத்தைப் பற்றியதான 'ஏ ட்ரீம் ஆஃப் ஜான் பால்' என்ற புத்தகத்திலிருந்து இம்மேற்கோள் கொடுக்கப்பட்டுள்ளது. கெண்ட் நாட்டின் கலகக்காரர்களிடம் சமத்துவத்தைப் பற்றி பரப்புரை செய்ததற்காக விலக்கிவைக்கப்பட்ட நாடோடி மதகுரு புரட்சியாளர் கதாபாத்திரமான ஜான் பாலால் நிகழ்த்தப்பட்ட உரையில் இருந்தே அம்பேத்கர் மேற்கோள் கொடுக்கிறார்.

என்பது அந்தக் குழு இத்தகையதொரு தனிமனித வலியுறுத்தலுக்கு எவ்விதமான இடத்தைத் தருகிறது என்பதையே சார்ந்திருக்கிறது. அந்தக் குழு சகிப்புத்தன்மையுள்ள நியாய உணர்வுள்ள குழுவாக இப்படிப்பட்ட தனிநபர்களைக் கையாளும் பட்சத்தில், அவர்கள் தொடர்ந்து வலியுறுத்துவார்கள், இறுதியில் தமது சகமனிதர்களை மாற்றுவதிலும் வெற்றியடைவார்கள். மாறாக அந்தக் குழு சகிப்புத் தன்மையற்றதாகவும் இப்படியான தனிநபர்களை நசுக்க மேற்கொள்ளும் தனது முயற்சிகள் வழிமுறைகள்குறித்து எந்தக் கவலையுமற்றதாக இருக்குமென்றால், அவர்கள் மரித்துப்போய் சீர்திருத்தங்கள் அழிந்துபோவதாகவே முடியும்.

12.2

சாதியின் விதிமுறைகளை மீறும் குற்றம் புரிந்த தனிமனிதர்களைச் சமூக நீக்கம் செய்ய ஒரு சாதிக்கு கேள்விகேட்க முடியாத அதிகாரம் இப்போது இருக்கிறது; சமூக நீக்கம் அல்லது புறக்கணிப்பு என்பது ஒட்டுமொத்தமான சமூக உறவைத் தடுக்கும் நிறுத்தப்புள்ளியாக இருக்கிறதென்பதை விளங்கிக் கொள்ளும்போது ஒரு தண்டனை வடிவம் என்கிற அளவில் சமூக நீக்கத்திற்கும் மரணத்திற்கும் பெரிய தேர்வு இடைவெளிகள் இல்லை என்பதை யாரும் ஒப்புக்கொள்வார்கள். எனவேதான் சாதியின் தளைகளை உடைத்து தமது சுதந்திரத்தை நிலைநிறுத்திக் கொள்ளும் தைரியம் எந்த இந்துவுக்கும் வரவில்லை என்பதில் பெரும் ஆச்சரியமில்லை

12.3

தனது சகமனிதர்களுடன் சேர்ந்து மனிதர்கள் முன்செல்வது சாத்தியமில்லை என்பது உண்மைதான். ஆனால் அவர்கள் இல்லாமல் ஒருவர் வாழமுடியாது என்பதும் உண்மை. தனது சகமனிதர்களுடனான சமூகம் தனது நலன், நம்பிக்கைகளின் படி இருக்கவேண்டும் என ஒருவர் விரும்புவார். அப்படி தனது நலன்களுக்கு ஏற்றவகையில் அதைப் பெற முடியாவிடில் அதை எந்த நலன்களின் அடிப்படையிலும் ஏற்றுக் கொள்ள அவர் முன்வருவார்; முழுச் சரணாகதி என்ற அளவிற்குக்கூட. இது ஏன் என்றால் அவரால் சமூகத்தைவிட்டுவிட்டு வாழமுடியாது என்பதால். ஒரு மனிதனின் இந்த இயலாமையைத் தனக்கு சாதகமாகப் பயன்படுத்திக் கொள்ள சாதி எப்போதும் தயாராக இருக்கிறது. தனது நியமங்களின், விதிமுறைகளின் கடைசி வார்த்தைவரை உடன்பட்டு உள்ளிருக்கும் முழுமையான கீழ்ப்படிதலை அது வலியுறுத்துகிறது.

12.4

சீர்திருத்தவாதியின் வாழ்க்கையை நரகமாக்க ஒரு சாதி தன்னையே மிகச் சுலபமான சூழ்ச்சி வளையமாக அமைத்துக் கொள்ளமுடியும். சூழ்ச்சி குற்றம் என்றால், சாதியின் விதிகளுக்கு மாறாக நடந்துகொள்ளும் நபரை சமூக நீக்கம் செய்ய முயலும் இப்படிப்பட்ட கொடிய, பழிவாங்கும் செயல்களை ஏன் சட்டத்தின் முன்னால் தண்டனை பெறக்கூடிய குற்றமாக

ஆக்கக் கூடாது என்று எனக்குப் புரியவில்லை. உள்ளது உள்ளபடி பார்த்தால் ஒவ்வொரு சாதிக்கும் தனது உறுப்பினர்களை ஒழுங்குபடுத்தும் மற்றும் அதன் எதிர்ப்பாளர்களைத் தண்டனைக்குள்ளாக்கும் சுயாட்சியைச் சட்டமே வழங்கும் நிலைதான் இருக்கிறது. வைதீகர்களின் கையில் சாதி என்பது ஒரு பலம்பொருந்திய ஆயுதமாக சீர்திருத்தவாதிகளைப் பழிவாங்கவும், ஒட்டுமொத்த சீர்திருத்தத்தையே கொன்று போடவும் பயன்பட்டு வருகிறது.

13

13.1

சாதி அமைப்பு இந்துக்களின் நீதியுணர்வுமீது ஏற்படுத்தியுள்ள பாதிப்புகள் சுத்த கீழ்த்தரமானவை. பொது உணர்வைச் சாதி கொன்றுவிட்டது. பொதுவான உதவிசெய்தலின் உணர்வைச் சாதி அழித்துவிட்டது. சாதி பொதுக் கருத்தைச் சாத்தியமற்றதாக்கிவிட்டது. ஒரு இந்துவின் பொது உணர்வு அவரது சாதிதான். அவருடைய பொறுப்புணர்வும் சாதிக்கானது மட்டும்தான். அவரது விசுவாசம் சாதிக்குரியதாக மட்டுமே வரையறுக்கப்பட்டுள்ளது. நேர்மை சாதிபிடித்துக் கிடக்கிறது, அறவுணர்வு சாதிக்குட்பட்டு இருக்கிறது. இல்லாதவர்கள் மீது எந்தப் பரிந்துணர்வும் இல்லை. தகுதியானவர்களுக்கு எந்த பாராட்டும் இல்லை. தேவைப்படுபவர்களுக்கு எந்த உதவியும் இல்லை. துன்பங்களும் வேதனையும் எவ்வித எதிர்வினையையும் உருவாக்குவதில்லை. தானம் நடைபெறுகிறது ஆனால் அது சாதியில் தொடங்கி சாதியோடே முடிகிறது. பரிந்துணர்வு இருக்கிறது; ஆனால் பிறசாதியினர் மீது கிடையாது.

13.2

ஒரு மகத்தான நல்ல மனிதரின் தலைமையை ஏற்று அவர் வழிநடக்க ஒரு இந்துவால் முடியுமா? ஒரு மகாத்மாவைத் தள்ளி வைத்துவிட்டு, இதற்கான பதிலென்பது அவர் தன்னுடைய சாதியாய் இருந்தால் அந்தத் தலைவரை அவர் பின்பற்றுவார் என்பதுதான். ஒரு பிராமணர் ஒரு தலைவரை அவர் பிராமணராக இருந்தால் மட்டுமே பின்பற்றுவார். ஒரு காயஸ்தர் மற்றொரு காயஸ்தரை, மேலும் இப்படியே. ஒரு மனிதரின் தகுதியை அவரது சாதியைத் தவிர்த்துவிட்டு மெச்சுவதற்கான திறனோ தன்மையோ ஒரு இந்துவிடம் இல்லை. நற்குணங்களைப் போற்றும் தன்மை இருக்கிறது, ஆனால் அதற்குரியவர் தன் சாதியினராக இருந்தால் மட்டுமே. இந்த மொத்த அறநெறியே ஒரு பழங்குடி அறநெறியளவு மோசமானதாக இருக்கிறது. சரியோ தவறோ என் சாதிக்காரர், நல்லதோ கெட்டதோ என் சாதிக்காரர். நற்குணங்களின் பக்கம் நிற்பதோ தீங்கின் பக்கம் சேராமலிருப்பதோ அல்ல இங்கு விஷயம். சாதியின் பக்கம் நிற்கிறோமா இல்லை சாதியின் பக்கம் நிற்கவில்லையா என்பதுதான். இந்துக்கள் தங்கள் சொந்த சாதியின் நலன்களுக்காக அவர்களின் நாட்டிற்கே துரோகம் இழைக்கவில்லையா?

14

14.1

சாதி உருவாக்கியுள்ள துயரமான விளைவுகள் பற்றிய இந்தக் களைப்படையச்செய்யும் கதையைக் கேட்டு உங்களில் சிலர் அயர்ச்சி அடைந்திருந்தால் நான் ஆச்சரியப்படமாட்டேன். இதில் எதுவும் புதியது அல்ல. எனவே நான் இப்போது பிரச்சனையின் ஆக்கபூர்வமான பக்கத்திற்குத் திரும்புகிறேன். உங்களுக்கு சாதி வேண்டாமென்றால் உங்களுடைய இலட்சிய சமூகம் என்பது என்ன என்ற கேள்வி கேட்கப்படும். என்னைக்கேட்டால் என்னுடைய லட்சியம் என்பது சுதந்திரம், சமத்துவம், சகோதரத்துவம் ஆகியவற்றை அடிப்படையாகக் கொண்ட ஒரு சமூகம் என்பதுதான். ஏன் இருக்கக் கூடாது?

14.2

சகோதரத்துவத்திற்கு என்ன ஆட்சேபணை இருக்கமுடியும்? ஒன்றைக்கூட என்னால் கற்பனை செய்யமுடியவில்லை. ஒரு லட்சிய சமூகம் என்பது இயங்கும் நிலையில் இருக்கவேண்டும், அதன் ஒரு பகுதியில் நிகழும் மாற்றத்தைப் பிற பகுதிகளுக்கு எடுத்துச் சொல்லக்கூடிய பல வழிகளைக் கொண்டதாக இருக்கவேண்டும். ஒரு இலட்சிய சமூகத்தில் பல நலன்கள் இருக்கவேண்டும் அவை பிரக்ஞைபூர்வமாகத் தெரிவிக்கப்படவும் பகிர்ந்துகொள்ளப்படவும் வேண்டும். பிறவகை ஒன்றுசேர்தலுக்கு பல்வேறு சுதந்திரமான தொடர்புகொள்ளும் புள்ளிகள் இருக்கவேண்டும். வேறு வார்த்தைகளில் சொல்வதாயிருந்தால் சமூக சவ்வூடுபரவுதல்[79] நிகழவேண்டும். இதுதான் சகோதரத்துவம், இது ஜனநாயகத்தின் மற்றொரு பெயரே ஆகும். ஜனநாயகம் என்பது வெறும் ஒரு ஆட்சி வடிவமல்ல. முதன்மையாக, அது பகிர்ந்துகொள்ளக்கூடிய இணைந்த அனுபவங்களிலான கூட்டு வாழ்க்கையின் ஒரு முறைமை.[80]

---

79. அம்பேத்கர் பயன்படுத்தி செறிவூட்டிய டியூவியின் பல சொற்பதங்களில் ஒன்று ‘எண்டாஸ்மாசிஸ்.’ உயிரியலில், அடர்த்தி கூடிய பகுதியில் இருந்து அடர்த்தி குறைவான பகுதி நோக்கி ஊடுசவ்வின் வழியாகத் திரவம் செல்வதை இச்சொற்பதம் கொண்டு குறிப்பிடுவர். பிரஞ்சு மெய்யியலாளர் ஹென்றி லூயி பெர்க்சன்னால் (1859 – 1941) இச்சொற்பதம் முதலில் பயன்படுத்தப்பட்டது. பின்னர், “இயற்கையுடன் மனம் கொள்ளும் ஊடாட்டத்தைப் பற்றி விளக்குவதற்கு” டியூவியைப் போன்றே நடைமுறைவாத பாணியைக் கையாண்ட அமெரிக்க மெய்யியலாளரும் மனோதத்துவ நிபுணருமான வில்லியம் ஜேம்ஸால் (1842 – 1910) இப்பதம் பயன்படுத்தப்பட்டது என்று முகர்ஜி சுட்டிக்காட்டுகிறார். சமூகக் குழுக்களுக்கு இடையிலான ஊடாட்டங்களை விளக்குவதற்கான பதமாக அம்பேத்கர் இதனைச் சுவீகரித்துக் கொண்டார். அம்பேத்கர், டியூவியினது எழுத்துக்களில் சமூகக் குழுக்களுக்கு இடையிலான தொடர்பாடல்களின் நெகிழ்வுத்தன்மையைக் குறிப்பதற்காக இப்பதம் பயன்படுத்தப்பட்டது என்றுகூறும் முகர்ஜி (2009, 352), அவர்கள் இரண்டு நேரெதிரான விஷயங்களை ஒன்றாக முன்னிறுத்துவதில் வெற்றி கண்டு, அவை இரண்டும் தனித்தனியானவையாகவும் தொடர்பு கொண்டவையாகவும் உள்ளவை என்ற உணர்வை அளித்தனர்.
80. டியூவியின் டெமொக்ரசி அண்ட் எடுகேஷன்–இல் 7வது அத்தியாயத்தில் ஏறத்தாழ இதே வரிகள் இடம்பெற்றுள்ளன: “ஜனநாயகம் என்ற ஒன்று அரசாங்கத்தின் ஒரு வடிவம் மட்டுமல்ல; முதன்மையாக அது, இணைந்து வாழ்தலும் ஒருசேரப் பெறப்பட்ட அனுபவத்தின் தொடர்பாடலுமேயாகும்.”

அது அடிப்படையில் ஒருவர் தனது சக மனிதர்கள்மீது காட்டும் மதிப்பும் மரியாதையும் சார்ந்த அணுகுமுறையாகும்.

14.3

சுதந்திரம்பற்றி ஏதேனும் ஆட்சேபணை? நடமாடுவதற்கான உரிமை, வாழும் உரிமை, பாதுகாப்பு என்ற அடிப்படையில் சுதந்திரத்துக்கு ஆட்சேபணை சொல்பவர்கள் சிலரே இருக்கமுடியும். சொத்துரிமை, உடலை ஆரோக்கியமாகத் தக்கவைப்பதற்கான வாழ்வாதாரத்தை ஈட்ட உற்பத்திக் கருவிகள், பொருட்களை வைத்துக்கொள்ளும் உரிமை ஆகியவற்றுக்கும் எந்த ஆட்சேபணையும் இல்லை. ஒரு மனிதர் தன்னுடைய சக்தியைப் பயனுள்ள வகையிலும் தகுதிவாய்ந்த முறையிலும் பிரயோகித்துப் பலன் பெறும் சுதந்திரத்தை அவருக்கு அனுமதித்தால் என்ன? உடல் பாதுகாப்புக்கான உரிமை, வாழ்வதற்கான உரிமை, சொத்துரிமை ஆகியவற்றை அனுமதிக்கும் சாதியின் ஆதரவாளர்கள் இப்படியானதொரு உரிமைக்கு உடனடியாக ஒப்புக்கொள்ள மாட்டார்கள். ஏனெனில் அது தனது தொழிலைத் தானே தேர்ந்தெடுப்பது என்பதையும் உள்ளடக்கி வரும் என்பதால்.

14.4

ஆனால் இப்படிப்பட்ட சுதந்திரத்தை ஆட்சேபிப்பது என்பதுஅடிமைமுறையை வளர்த்தெடுப்பதேயாகும். ஏனெனில் அடிமை முறை என்பது சட்டபூர்வமான இரண்டாந்தர நிலை மட்டுமல்ல. தமது நடத்தையைக் கட்டுப்படுத்தும் காரணங்களுக்காகத் தம்மை இன்னொரு சாரார் கட்டளையிடுவதை ஏற்றுக்கொள்ளும் சமூக அமைப்பே அடிமை முறை. சட்டரீதியாக அடிமை முறை நிலுவையில் இல்லாதபோதும் இந்த நிலை செயல்பட முடியும். சாதி முறைமை போன்று சிலர் அவர்களுக்கு விதிக்கப்பட்ட வேலைகளைத் தம்முடைய தேர்வாக இல்லாதபோதும் கடைப்பிடிக்க நிர்பந்திக்கப்படும் முறைகளில் அது துலங்குகிறது.

14.5

சமத்துவத்திற்கு ஏதேனும் ஆட்சேபணை? ஃபிரெஞ்சுப் புரட்சியின் கோஷத்திலேயே மிக பிரச்சனைக்குரிய பகுதி இதுதான் என்பது தெளிவு. சமத்துவத்திற்கெதிரான ஆட்சேபணைகள் வலுவாக இருக்கலாம், ஒருவேளை அனைத்து மனிதர்களும் சமமானவர்கள் இல்லை என்று ஒருவர் ஒப்புக்கொள்ள வேண்டி வரலாம். ஆனால் அதனால் என்ன? சமத்துவம் என்பது ஒரு புனைவாக இருக்கலாம். ஆனாலும் ஒருவர் அதை வழிகாட்டும் கொள்கையாக ஏற்கவேண்டும். ஒரு மனிதரின் சக்தி என்பது இவற்றைச் சார்ந்துள்ளது. 1) மரபார்ந்த உடலாற்றல்; 2) வழிவழியான சமூகக் கையளிப்பு அல்லது பெற்றோர் விட்டுச் செல்லும் சொத்து, கல்வி, அறிவியல் அறிவு, சேர்ப்பு ஆகியவை – அதாவது எதுவெல்லாம் காட்டுமிராண்டி நிலைகளைவிட அவரது திறனாற்றலை அதிகப்படுத்துமோ அதுவெல்லாம்; இறுதியாக, 3) அவருடைய சுய முயற்சிகள். இந்த மூன்றிலுமே மனிதர்கள் சமமற்ற நிலையில்தான் இருக்கின்றனர். ஆனால் கேள்வி

என்னவென்றால், அவர்கள் சமமற்றவர்களாக இருப்பதாலேயே நாம் அவர்களைச் சமமற்றவர்களாக நடத்துவதா என்பதுதான். சமத்துவத்திற்கு எதிராய் நிற்பவர்கள் இந்தக் கேள்விக்கு பதில் அளிக்கவேண்டும்.

14.6

தனிமனித வாதத்தின் நிலைப்பாட்டிலிருந்து பார்த்தால், மனிதர்களின் முயற்சிகளின் சமமற்ற நிலைமையைப் பொருத்த மட்டும் அவர்களைச் சமமற்றவர்களாக நடத்துவது நியாயமாக இருக்கலாம். ஒவ்வொருவரின் ஆற்றலையும் முழுமையாக வளர்த்தெடுக்கத் தேவையான ஊக்கத்தைக் கொடுப்பது விரும்பத்தக்கதாக இருக்கலாம். ஆனால் மூன்று காரணிகளில் முதல் இரண்டு காரணிகளின் அடிப்படையில் உள்ள அசமத்துவத்தைக் கொண்டு அவர்கள் சமமற்றவர்களாக நடத்தப்பட்டால் என்ன ஆகும்?[81] பிறப்பு, கல்வி, குடும்ப பெயர், தொழில் தொடர்புகள், பரம்பரைச் சொத்து ஆகியவற்றால் சாதகமான நிலையில் இருப்பவர்கள்தான் இந்தப் பந்தயத்தில் தேர்வு பெறுவார்கள் என்பது வெளிப்படையானது. ஆனால் இப்படியான சூழ்நிலையில் நடக்கும் தேர்வு என்பது தகுதியானவர்களின் தேர்வாக இருக்காது. அது வசதிவாய்ப்பு கொண்டவர்களின் தேர்வாகவே இருக்கும். மூன்றாம் காரணியின் அடிப்படையில் நாம் மனிதர்களை சமமற்றவர்களாக பாவிக்கவேண்டிய காரணம் என்பது, நாம் முதல் இரண்டு காரணிகளில் அவர்களை எவ்வளவு சமமாக நடத்தமுடியுமோ அவ்வளவு சமமாக நடத்தவேண்டும் என்பதை வலியுறுத்துகிறது.

14.7

இன்னொரு புறம் சமூக அமைப்புக்கு அதன் உறுப்பினர்கள் அனைவரிடமிருந்தும் முழுமையான பங்களிப்பைப் பெறுவதுதான் நல்லது என வலியுறுத்துவதாயிருந்தால் சமூகம் தன் உறுப்பினர்கள் அனைவரையும் எவ்வளவு சாத்தியமோ அவ்வளவு சமமானவர்களாகப் பந்தயத்தின் துவக்கத்திலேயே ஆக்குவதன் மூலமாகத்தான் அவர்களிடம் இருந்து முழுமையான பங்களிப்பைப் பெறமுடியும். சமத்துவத்திலிருந்து நாம் தப்பிக்க முடியாததற்கான முக்கிய காரணம் இதுதான். ஆனால் நாம் சமத்துவத்தை ஏற்றுக்கொள்வதற்கான வேறொரு காரணமும் இருக்கிறது. ஒரு ஆட்சியாளன் பரந்த எண்ணிக்கையிலான மக்களின் மீது அக்கறை கொண்டுள்ளான். அவனுக்கு, தெளிவான வரையறைகளை வகுத்து அவர்கள் ஒவ்வொருவரையும் தேவை மற்றும் திறன் அடிப்படையில் சரியாக பாவிக்க நேரமோ சிந்தனையோ இல்லை. சமத்துவமான முறையில் மனிதர்களை நடத்துவது எவ்வளவு நியாயமானதாக விரும்பத்தக்கதாக இருந்தாலும் மனிதகுலம் தன்னைத் தானே வரிசைப் படுத்திக்கொள்வதும் வகைப்படுத்திக்கொள்வதும் சாத்தியமில்லை. ஆட்சியாளன் எனவே ஒரு கறாரான தயார்நிலையில் உள்ள விதிமுறையை பின்பற்றவேண்டும். அந்த கறாரான தயார்நிலையில் உள்ள விதியானது அனைத்து மனிதர்களையும்

---

81. 'சாதியை அழித்தொழித்த'லில் 1936ஆம் ஆண்டுப் பதிப்பில் "men were treated unequally unequally as they are" in 1937 as: "men were treated unequally as they are." The 1945 version is retained here.

ஒரே மாதிரி நடத்துவதேயாகும். அவர்கள் ஒரேமாதிரியாக இருக்கிறார்கள் என்பதால் அல்ல; வகைப்படுத்துதலும் வரிசைப்படுத்துவதும் சாத்தியமில்லை என்பதால். சமத்துவம் என்ற கோட்பாடு கண்ணை உறுத்தும் ஒரு ஊக நம்பிக்கைதான். ஆனால், ஒட்டு மொத்தமாகப் பார்த்தால், அது ஒன்று மட்டுமே ஒரு ஆட்சியாளன் அரசியலில் முன் நகர ஒரே வழி – இது மிக அடிப்படையில் ஒரு நடைமுறை விவகாரம் இதை சோதிக்க மிக நடைமுறை வழியிலான ஒரு தேர்வு தேவைப்படும்.

15

15.1

ஆனால் இதிலிருந்து வேறுபட்ட கொள்கைகளைத் தூக்கிப்பிடிக்கும் சீர்திருத்தவாதிகளின் குழு ஒன்று இருக்கிறது. அவர்கள் ஆர்ய சமாஜத்தினர்[82] என்ற பெயரில் செயல்படுகிறார்கள்; அவர்களின் லட்சிய சமூக அமைப்பானது சதுர்வர்ண அமைப்பாகும். அதாவது சமூகத்தை இந்தியாவில் உள்ள நான்காயிரம் சாதிகளாகப் பிரித்து வைப்பதைக் காட்டிலும் நான்கு பிரிவுகளாகப் பிரித்துப் பார்ப்பது. இதை இன்னும் கவர்ச்சிகரமனதாக ஆக்கவும் தம்முடைய எதிரணியினரை நிராயுதபாணிகளாக்கவும் இந்த சதுர்வர்ணத்தின் கதாநாயகர்கள் தமது சதுர்வர்ணம் என்பது பிறப்பின் அடிப்படையில் அமைந்ததல்ல அது குண[83]த்தின் அடிப்படையில் அமைந்தது எனச் சுட்டிக்காட்ட பெரும் அக்கறை கொள்கின்றனர். உள்நுழைவதற்கு முன்பே சொல்லிவிடுகிறேன், குணம் சார்ந்தது எனச்சொல்லப்படும் இந்த சதுர்வர்ண கொள்கை என்ற லட்சியத்தோடும் என்னால் உடன்படமுடியவில்லை.

15.2

முதலாவதாக, இந்த ஆர்ய சமாஜத்தவரின் சதுர்வர்ணத்தின் கீழ் – இந்து சமூகத்தில் ஒரு மனிதர் அவரது குணத்திற்கு ஏற்ற இடத்தைத் தான் பெறுகிறார் என்றால், ஆர்ய சமாஜத்தவர் ஏன் பிராமணர், சத்திரியர், வைசியர், சூத்திரர் என்னும் இந்த பெயர்ச்சிட்டைகளை வலியுறுத்துகிறார்கள் என்பது எனக்குப் புரியவில்லை. ஒரு படித்த மனிதர் பிராமணர் என்ற பெயர் சிட்டை இல்லாமலே கௌரவிக்கப்படுவார். ஒரு படைவீரன் சத்திரியன் என்று குறிக்கப்படாமலே மரியாதையாக நடத்தப்படுவார். ஐரோப்பியச் சமூகம் தனது படைவீரர்களைத் தனது

82. இந்த உரை நிகழ்த்தப்படவிருந்த மாநாட்டிற்கு அழைப்பு விடுத்திருந்த ஜாத்–பாத்–தோடக் மண்டல் அமைப்பு முன்னர் ஆரிய சமாஜத்தோடு இணைந்திருந்தது என்பதனையும், பஞ்சாபின் பல முக்கிய ஆரிய சமாஜத் தலைவர்கள் இவ்வமைப்பைத் தொடர்ந்து வழிநடத்திக் கொண்டிருந்தார்கள் என்பதனையும் நாம் நினைவில் கொள்ள வேண்டும். உரையின் இப்பகுதியில் அம்பேத்கர் இவ்வமைப்பைச் சாடுகிறார், அதுவே அவர்களைத் தொந்தரவுக்கு உள்ளாக்கியிருக்க வேண்டும், அதனாலேயே அவருக்கு விடுத்திருந்த அழைப்பை அவர்கள் திரும்பப் பெற்றிருக்க வேண்டும். தயானந்த சரஸ்வதியின் 'வேதமுறை' கண்ணோட்டத்தை அடிப்படையாகக் கொண்டு வர்ணாசிரமம் (சதுர்வருணம் அல்லது வர்ணவ்யஸ்தா) குறித்து ஆரிய சமாஜம் உருவாக்கிக் கொண்ட கருத்துக்களைப் பற்றிய முன்னோட்டத்திற்குப் பார்க்க: Jones (2006).

83. குறிப்பு 161இல் குணா – கர்மா கருத்தாக்கத்தை குறித்து பேசும் பகுதி 24.3ஐ நோக்கவும்.

பணியாளர்[84]களை எந்த நிரந்தர அடையாளங்களும் சுமத்தாமல் கௌரவிக்க முடியும் என்றால் ஏன் இந்து சமூகத்திற்கு இது கடினமானதாக இருக்கவேண்டும் என்ற கேள்வியை ஆர்ய சமாஜத்தவர் கவனிக்கத் தலைப்பட்டதாகத் தெரியவில்லை.

15.3

இந்த அடையாளங்கள் தொடர்வதில் இன்னுமொரு ஆட்சேபணையும் இருக்கிறது. மக்களின் மீதும் பிறவற்றின் மீதுமான மனிதர்களின் எண்ணங்கள், உணர்ச்சிகள், மனப்பாங்குகள் ஆகியவற்றில் ஏற்படும் மாற்றங்களைக் கொண்டுதான் எல்லா சீர்திருத்தங்களும் ஏற்படுகின்றன.[85] அந்த வகையில் சில பெயர்கள் குறிப்பிட்ட சில கருத்தாக்கங்களோடு சில மனோபாவங்களோடு இணைந்தே தொழிற்படுகின்றன, மனிதர்களின் பிறவற்றின் மீதான ஒருவரின் அணுகுமுறையை வடிவமைக்கின்றன என்பது பொதுவான ஒரு அனுபவம். பிராமணர், சத்திரியர், வைசியர், சூத்திரர் என்ற இந்தப் பெயர்கள் ஒரு தீர்மானமான நிலையான கருத்தாக்கத்தோடு ஒவ்வொரு இந்துவின் மனதிலும் பிணைக்கப்பட்டுள்ளன. அந்தக் கருத்தாக்கம் பிறப்பின் அடிப்படையிலான ஒரு படிநிலை என்பதுதான்.

15.4[86]

இந்தப் பெயர்கள் தொடர்கின்ற வரையில் இந்துக்கள் பிராமணர், சத்திரியர், வைசியர், சூத்திரர் என்பவற்றைப் பிறப்பின் அடிப்படையிலான படிநிலைப் பிரிவுகளாகவே கருதுவார்கள்; அப்படியே நடப்பார்கள். இந்துக்களை நாம் இவற்றை மறக்கச் செய்யவேண்டும். பழைய பெயர்ச்சிட்டைகள் தொடருமானால், அவர்களின் மனதில் பழைய கருத்தாக்கங்களை நினைவுபடுத்திக் கொண்டே இருக்குமானால் இதை நாம் எப்படிச் செய்யமுடியும்? புதிய கருத்தாக்கங்கள் மக்களின் மனதில் ஊன்றப்படவேண்டும் என்றால், அவற்றிற்குப் புதிய பெயர்களைக் கொடுக்கவேண்டிய தேவை இருக்கிறது. பழைய பெயர்களைத் தொடர்வது என்பது சீர்திருத்தத்தை விழலுக்கிறைப்பதாகும். பிறப்பின்

---

84. 1936–37 பதிப்புகளில் 'savant' என்றுள்ளது; 1944இல் திருத்தப்பட்டிருக்கிறது.

85. எடுப்பான எழுத்துக்களால் இப்பத்தியில் குறிக்கப்பட்டிருக்கும் வாசகங்கள் 'சாதியை அழித்தொழித்தல்' 1936ஆம் ஆண்டுப் பதிப்பில் இடம்பெறவில்லை. முதல் பதிப்பில் முக்கியமென பெரிதுபடுத்தப்பட்டிருந்த வரிகளின் கீழ் இவ்வாறு இருந்தது "சில பெயர்களுக்குப் பின்னே உள்ள உணர்வுகளும் தீர்மானங்களும் நம்முடைய ஒரு பகுதியாகவே மாறிவிடுகின்றன. பின்பு, அவை பயிற்சி பெற்ற மனங்களைக் கூட அடிமைப்படுத்தி நிறுத்தும் குணநலன்களாக இறுகிப் போகின்றன என்பது மனித இனம் கண்ட அனுபவம். கடந்த கால உறவுகளுடனான அறிவுரீதியான அடிமைத்தனம் மிகவும் பரவலாகக் காணப்படுகிறது. பொதுவாக கருதப்படுவதைப் போல அதை அவ்வளவு எளிதில் உடைத்துவிட முடியாது. தகவல்கள் மாறலாம், ஆனால் பெயர்கள் மாறாவிடில், அப்பெயர்களுடன் தொடர்புள்ள தீர்மானங்கள் நம்முடைய உணர்வுகளில் மட்டுமல்ல, நடைமுறையிலும் நிழலாடியபடியே இருக்கும். நடைமுறையில் இந்த முத்திரைகள்தான், இந்தியாவின் வரலாறு நெடுக பிறப்புரீதியாக சாதிப்படிநிலையை வகைப்படுத்தியதன் பின்னுள்ள சாராம்சத்தைத் தாங்கி நின்றுகொண்டிருப்பன. அவை மேலானவற்றுக்கும் கீழானவற்றுக்குமான முத்திரைகளாக புரிந்துகொள்ளப்பட்டன."

86. இப்பத்தியின் கடைசி வரி தவிர மற்றயவை 'சாதியை அழித்தொழித்தல்' 1936ஆம் ஆண்டுப் பதிப்பில் இடம்பெறவில்லை.

அடிப்படையிலான சமூகப் பிரிவுகளைக் குறிக்கும் – பிராமணர், சத்திரியர், வைசியர், சூத்திரர் என்ற இந்த நாற்றம்பிடித்த பெயர்ச்சிட்டைகளைத் தாங்கிவரும் குணத்தின் அடிப்படையிலான சதுர்வர்ணத்தை அனுமதிப்பதென்பது, விரித்த வலையில் தானே விழுவது போன்றதாகும்.

16

16.1

பழைய அதன் அடையாளங்களுடனான இந்த சதுர்வர்ணம் எனக்கு அறவே அருவருப்பானதாகப் படுகிறது. மிக முழுமையாக அதற்கெதிராக நான் நிற்கிறேன். ஆனால் நான் சதுர்வர்ணத்திற்கு எதிரான எனது வாதங்களை வெறும் உணர்ச்சிகள்மீது மட்டும் வைக்க விரும்பவில்லை. அதை எதிர்ப்பதற்கு இன்னமும் தூலமான வாதங்கள் என்னிடம் இருக்கின்றன. இந்தக் கொள்கையை நெருங்கிக் கவனித்ததில் சமூக அமைப்புக்கான ஒரு முறைமையாய் சதுர்வர்ணம் நடைமுறைச் சாத்தியமற்றது, தீங்கிழைக்கக் கூடியது; மேலும் அது மிக மோசமான தோல்வியைச் சந்தித்துவிட்டது என நம்புகிறேன்.[87] நடைமுறைப் பார்வையிலிருந்து சதுர்வர்ண முறை என்பது பல முட்டுக்கட்டைகளைப் போடுகிறது, அவற்றை அதன் கதாநாயகர்கள் கணக்கில் எடுத்துக்கொண்டதாகத் தெரியவில்லை. சாதியின் அடியிலிருக்கும் கோட்பாடானது சதுர்வர்ண[88]த்தின் அடியிலிருக்கும் கோட்பாட்டிலிருந்து அடிப்படையிலே வேறுபட்டது. அவை அடிப்படையிலேயே வேறுபட்டவை மட்டுமல்ல; அவை அடிப்படையிலேயே ஒன்றுக்கொன்று எதிரானவை.

16.2

முதலாவது (சதுர்வர்ணம்) என்பது குணம் அல்லது மதிப்பால் தீர்மானிக்கப்படுகிறது. பிறப்பால் உயர்நிலையை அடைந்தவர்களை அவர்களின் குணம்குறித்த மதிப்பீட்டை சொல்லாமல் அந்த இடத்தை நீங்கள் எப்படிக் காலிசெய்யச் சொல்வீர்கள்? பிறப்பால் கீழ்நிலையில் இருக்கும் ஒருவருக்கு உரிய அவரின் குணங்களுக்கு ஏற்ற மதிப்பையும் சமூகநிலையையும் ஏற்றுக்கொள்ளுமாறு நீங்கள் மக்களை எப்படி வலியுறுத்துவீர்கள்? அதற்கு சதுர்வர்ண முறையைக் கொண்டுவருவதற்கு ஏதுவாக நீங்கள் முதலில் சாதி அமைப்பை உடைக்கவேண்டும். நீங்கள் எப்படி பிறப்பின் அடிப்படையிலான நாலாயிரம் சாதிகளை மதிப்பின் அடிப்படையிலான நான்கு வர்ணங்களாகக் குறைக்கப் போகிறீர்கள்? சதுர்வர்ணத்தின் கதாநாயகர்கள் மல்லுக்கட்டவேண்டிய முதலாவது சிக்கல் இதுதான்.

---

87. 16.1இன் தொடக்கத்தில் ஒரு ". . . . ஒரு மோசமான தோல்வி" வரையுள்ள வரிகள் சாதியை அழித்தொழித்தல் 1936இல் பதினைந்தாம் பகுதியில் உள்ளன. 16.3இன் முதல் வரிவரை (". . . சதுர்வர்ணம் ஒரு வெற்றி" என முடியும்) இங்கே தொடரும் வரிகள் ("ஒரு நடைமுறையிலிருந்து . . ." எனத் தொடங்கும்) 1937 பதிப்பில் சேர்க்கப்பட்டுள்ளன.

88. 'சாதியை அழித்தொழித்தல்' 1936, 37ஆம் ஆண்டுப் பதிப்புகளில் 'வர்ணா' என்று இது குறிப்பிடப்பட்டுள்ளது; 1944ஆம் ஆண்டுப் பதிப்பில் 'சதுர்வர்ணா' என்று அம்பேத்கர் இதை மாற்றியிருக்கிறார்.

16.3

சதுர்வர்ணத்தை வெற்றிகரமாக நிலைநிறுத்த விரும்பினால் சதுர்வர்ணத்தின் கதாநாயகர்கள் எதிர்நோக்கவேண்டிய இரண்டாவது சிக்கல் ஒன்றும் இருக்கிறது.[89] மனிதர்களை நான்கு தீர்மானமான குழுக்களாகப் பிரித்துவிடமுடியும் என்பது சதுர்வர்ணத்தின் முன்நிபந்தனையாக இருக்கிறது. இது சாத்தியமா?[90], இந்த விஷயத்தில் சதுர்வர்ணத்தின் கோட்பாட்டுக்கு பிளேட்டோவின் கோட்பாட்டோடு ஒரு நெருங்கிய ஒற்றுமை இருக்கிறது என்பதை நீங்கள் பார்க்கலாம். பிளேட்டோவுக்கு மனிதர்கள் இயற்கையாகவே மூன்று பிரிவுகளில் இருக்கிறார்கள். அவர் நம்பியபடி,[91] சிலரில் வெறும் பசி மட்டுமே ஆதிக்கம் செலுத்தும். அவர்களை அவர் உடல் உழைப்பு, வியாபார வர்க்கமாக நியமித்தார். பிறர் தமது உடல்தேவைகளுக்கும் மேலாக தமது தைரியமான இயல்புகளை வெளிப்படுத்தினர். அவர்களை பிளேட்டோ போர்க்காலப் படையணிகளாகவும் உள்நாட்டு அமைதியின் பாதுகாவலர்களாகவும் நியமித்தார். ஏனையோர் எல்லாவற்றிற்கும் அடிப்படையில் இயங்கும் பொதுக் காரணங்களைப் புரிந்துகொள்லும் வல்லமை பெற்றவர்களாக இருந்தனர். அவர்களை அவர் சட்டம் இயற்றுபவர்களாக நியமித்தார்.

16.4

பிளேட்டோவின் குடியரசு எந்தகைய விமர்சனங்களுக்கு உட்பட்டதோ அதே விமர்சனங்களைத் தான் நான்கு தீர்மானமான பிரிவுகளுக்குள் மனிதர்களை வகைப்படுத்தும் சாத்தியப்பாட்டில் செயல்படுகிறது என்ற முறையில் சதுர்வர்ண முறைமீதும் நாம் செலுத்த வேண்டும்.[92]

---

89. 'சாதியை அழித்தொழித்தல்' 1936ஆம் ஆண்டுப் பதிப்பில், 16வது அத்தியாயம் இந்த வரியோடு இங்கே தொடங்குகிறது: "சதுர்வர்ணத்தின் நடைமுறைத்தன்மை இரு விசயங்களை முன்முடிவு செய்கிறது. அவை. . ."

90. 'சாதியை அழித்தொழித்தல்' 1936ஆம் ஆண்டுப் பதிப்பில் இக்கேள்வி இடம்பெறவில்லை.

91. 1937இல் இச்சொற்றொடர் இணைக்கப்பட்டது.

92. ப்ளேட்டோவின் 'தி ரிபப்ளிக்', நீதி பற்றிய தத்துவ விசாரணையின் முடிவில், மனித மனம் மூன்று பகுதிகளால் ஆனது என்ற தீர்மானத்திற்கு வருகிறது: 'தர்க்கத்தை' அடிப்படையாகக் கொண்ட சிந்திக்கும் பகுதி; சினம், உணர்ச்சிவசப்படுதல் ஆகியவற்றிற்கு காரணமான 'உணர்வு' பகுதி, பசி, தாகம், காமம், பணம் மீதான காதல் போன்ற ஆசைகள் ஏற்படுவதற்கு காரணமான 'தேவை' பகுதி. இதில் எந்தப் பகுதி மற்றொன்றை மீறி வெளிப்படுகிறது என்பதை அடிப்படையாகக் கொண்டு இப்புத்தகம் மனிதர்களையும் மூன்றாக வகைப்படுத்துகிறது: 'பாதுகாப்பாளர்களிடம்' தர்க்கம் மேலோங்கிக் காணப்படுகிறது, 'துணையாளர்கள்' மீது உணர்வு ஆதிக்கம் செலுத்துகிறது, 'உற்பத்தியாளர்கள்' மீது தேவை ஆதிக்கம் செலுத்துகிறது. பாதுகாப்பாளர்கள் ஆள வேண்டும். அவர்களின் ஆணைகளை நடைமுறைப்படுத்தத் துணையாளர்கள் உதவி புரிய வேண்டும். உற்பத்தியாளர்கள் பணிபுரிய வேண்டும். (மேலும் பார்க்க: குணா – கர்மா கோட்பாடு பற்றிய குறிப்பு 161.) பல நிலைகளில் ப்ளேட்டோவிடம் அம்பேத்கர் முரண்படுகிறார். மனதை வெறுமனே மூன்றாக வகைப்படுத்த முடியும் என்று அவர் ஏற்கவில்லை. மனிதனின் குணங்கள் பல்வகைப்பட்டவை எனவும், சிக்கலானவை எனவும் அவற்றைக் கண்டறிந்து வகைப்படுத்துவது சாத்தியமில்லை என்றும் அவர் நம்புகிறார். மேலும் வெவ்வேறு காலகட்டங்களில் வெவ்வேறு குணங்கள் ஒரே நபரிடம் அதிகமாகவும் குறைந்தும் காணப்படும் என்றும் அவர் சுட்டிக்காட்டுகிறார். இவரது விமர்சனம் பின்னர் 'ஒற்றைப் பரிமாண மனிதனின்' சிக்கல்கள் என்று ஹெர்பொர்ட் மார்குசேவால் (1964/1991) பரவலாக்கப்பட்டது. சாதி தொடர்பான தனது அனுபவத்தின் அடிப்படையில் அம்பேத்கர் முன்வைக்கும் விமர்சனமானது, பாதுகாப்பாளர்களிடமும் துணையாளர்களிடமும் (சாதிரீதியில் பார்க்கும் பொழுது 'இரு முறை பிறந்த' பார்ப்பனர்கள்,

பிளேட்டோவின் மீதான பிரதான விமர்சனம் என்பது தனிநபர்களைச் சில தீர்க்கமாக வரையறுக்கப்பட்ட பிரிவுகளாகக் குவிக்கமுடியும் என நம்பிய அவரது கருத்தானது மனிதர்கள் மற்றும் அவர்களது ஆற்றல்குறித்து மிக மேலோட்டமானது என்பதுதான். ஒவ்வொரு தனிநபரின் தனித்துவம் குறித்தும், பிறருடன் அப்படியே அடைக்கப்படமுடியாத தன்மை பற்றியும் ஒவ்வொரு தனிநபரும் தனக்கான ஒரு தனிப் பிரிவாக இருப்பது பற்றியும் பிளேட்டோவுக்கு எந்தப் புரிதலும் இல்லை. செயல்திறனின், செயல்போக்குகளின் எண்ணிலடங்காச் சாத்தியக்கூறுகள் பற்றியும் பல செயல்போக்குகளின் கூட்டுவினையாக ஒரு தனிநபர் செயல்படக்கூடிய சாத்தியங்களையும் அவர் அங்கீகரிக்கவில்லை. அவரைப் பொறுத்தவரை ஒரு தனிநபரின் கட்டமைப்பில் வெறும் துறைசார் திறன்கள் அல்லது ஆற்றல்கள் மட்டுமே இருந்தன.

16.5

இவை அனைத்துமே தவறு என்பது நிரூபணம். இப்படிப்பட்ட சில தீர்க்கமாக வரையறுக்கப்பட்ட பிரிவுகளுக்குள் மனிதர்களை அடைப்பது என்பது மனிதர் குறித்த மேலோட்டமான பார்வை என்றும் அவற்றை எவ்வித மதிப்புடனும் கருத்தில்கொள்ள வேண்டியதில்லை எனவும் நவீன அறிவியல் நமக்குக் காட்டிவிட்டது. விளைவாக மனிதர்களைப் பிரிவுகளாக வரிசைப்படுத்துவது என்பது மனிதர்களின் தனித்திறன்சார் பயன்பாட்டோடு முரண்பட்டு இருக்கும், ஏனெனில் மனிதர்களின் தனித்திறன்கள் வெவ்வேறானவை. பிளேட்டோவின் குடியரசு எக்காரணங்களால் வீழ்ந்ததோ அதே காரணத்தினால் சதுர்வர்ணம் வீழவேண்டும் – அக்காரணம் மனிதர்களை ஒரு பிரிவையோ வேறொன்றையோ சார்ந்தவர் எனப் புறாக்கூண்டுகளுக்குள் அடைக்க முடியாது என்பதுதான்.[93] மனிதர்களை நான்கு தீர்மானமான பிரிவுகளுக்குள் வரிசைப்படுத்துவது சாத்தியமில்லை என்பதற்கு இப்போது அந்த நான்கு பிரிவுகள் நான்காயிரம் சாதிகளாக நிற்பதே நிரூபணமாகும்.

16.6

சதுர்வர்ண முறையை நிலைநிறுத்துவதில் மூன்றாவது சிக்கல் ஒன்றும் உள்ளது. ஒருவேளை அது தோற்றுவிக்கப்பட்டது என வைத்துக்கொண்டால் கூட நீங்கள் அதை எப்படித் தொடர்ந்து நடத்துவீர்கள்? சதுர்வர்ண[94] முறை வெற்றிகரமாகத் தொடர தடையுத்தரவுகள் மூலம் அதை நிலைநிறுத்தக்கூடிய[95] தண்டனை அமைப்பு முக்கியமான ஒரு தேவை. சதுர்வர்ண அமைப்பு என்பது காலாகாலத்திற்கும் அதன் வரம்புகளைக்

சத்திரியர்கள், வைசியர்கள்) அதிகாரம் குவிக்கப்படும் வகையில் உள்ள ஒரு அமைப்பில் அவர்கள், உற்பத்தியாளர்கள் (சூத்திரர்கள், தீண்டத்தகாதவர்கள்) மீது ஒடுக்குமுறை செலுத்துவதைத் தடுப்பதற்கு எந்தவிதமான பொறியமைவும் இல்லை என்பதே.

93. ‘சாதியை அழித்தொழித்த’லின் 1936ஆம் ஆண்டுப் பதிப்பில் இது “மனிதர்களை இவ்வளவு துல்லியமாக வகைப்படுத்திவிட முடியாது” என்று மட்டுமே இருக்கிறது.

94. ‘சாதியை அழித்தொழித்த’லில் 1936ஆம் ஆண்டுப் பதிப்பில் இந்த வரி ‘மற்றொரு’ என்ற சொல்லுடன் தொடங்குகிறது; 1937ஆம் ஆண்டுப் பதிப்பில் புதிய வரிகள் சேர்க்கப்பட்ட பிறகு இது மாறியிருக்கலாம்.

95. ‘சாதியை அழித்தொழித்த’லில் 1936ஆம் ஆண்டுப் பதிப்பில் ‘இருத்தல்’ என்ற வார்த்தை பயன்படுத்தப்பட்டிருக்கிறது.

கடப்பவர்களை எதிர் கொள்ளவேண்டி வரும். வரம்புகடத்தல் மீதான தண்டனை ஒன்று இல்லாதவரை மனிதர்கள் தத்தமக்கு விதிக்கப்பட்ட பிரிவுகளில் தங்கியிருக்க மாட்டார்கள். மனித இயல்புக்கு மாறான அதன் மொத்த அமைப்பும் உடைபட்டுப் போகும். தனது உள்ளார்ந்த நன்மையினால் சதுர்வர்ணம் பிழைக்கமுடியாது. அது சட்டங்களால் அமலாக்கப்படவேண்டும்.

16.7

குற்றம் – தண்டனை முறை இல்லாமல் சதுர்வர்ண முறை செயலாக்கப்பட – முடியாது என்பதற்கு ராமாயணத்தில் உள்ள சம்புகனை ராமன் கொல்லும் கதையே ஆதாரம்.[96] ராமன் காரணம் ஏதுமின்றித் தான்தோன்றித்தனமாக சம்புகனைக் கொன்றுவிட்டான் என்று சிலர் குறைபடுகிறார்கள். ஆனால் சம்புகனைக் கொன்றதற்காக ராமனைக் குறைசொல்வது என்பது ஒட்டுமொத்தமாக அந்தச் சூழலையே தவறாகப் புரிந்துகொள்வதாகும். ராம ராஜ்யம் சதுர்வர்ணத்தை அடிப்படையாகக்கொண்ட ஒரு அரசு. ஒரு மன்னனாக, ராமன் சதுர்வர்ணத்தை நடைமுறைப்படுத்த கடமைப்பட்டவன். எனவே சூத்திர குலத்தின் வரம்பை மீறிப் பிராமணனாக விரும்பிய சம்புகனைக் கொல்வது ராமனின் கடமை. ராமன் சம்புகனைக் கொல்வதற்கு இதுதான் காரணம். ஆனால் இது சதுர்வர்ண முறையைக் கட்டிக் காப்பாற்ற தண்டனை அமைப்பு தேவை என்பதையும் காட்டுகிறது. தண்டனைமுறை தேவை என்பது மட்டுமல்ல, மரண தண்டனையும் அவசியம். அதனால்தான் மனுஸ்மிரிதி[97] வேதத்தைப் படிக்கும் அல்லது கேட்கும் சூத்திரனின் நாக்கை

96. வால்மீகி இராமாயணத்தின் ஏழாவது புத்தகமான உத்தரகாண்டத்தில் சம்புகனின் கதை கூறப்பட்டிருக்கிறது. தவத்தின் மூலமும் நற்செயலின் மூலமும் சூரர்களை (தேவர்கள், கடவுள்கள்) விடவும் அதிக அந்தஸ்து பெற்றவனாக மாற வேண்டும் என்பதே சம்புகனின் விருப்பம். ஒரு சூத்திரனான சம்புகன் தவம் செய்து கொண்டிருப்பதை அறிந்த இராமன், வர்ணாசிரம தர்மத்தை நிலைநாட்டுவதற்காக அவனது தலையைக் கொய்து விடுகிறான். இராமனைப் பரிபூரணனாக சித்திரிப்பதை எள்ளி நகையாடுவதற்குத் திராவிட இயக்கமும், சாதி எதிர்ப்பு எழுத்துக்களும் இக்கதையைப் பயன்படுத்தி வந்தன. ஞானபீட விருதுபெற்ற கன்னட எழுத்தாளரான குவேம்பு (குப்பள்ளி வேங்கடப்பா புட்டப்பா) (1904 – 94) சம்புகனின் வாழ்க்கையை மையமாகக் கொண்டு 'சூத்ர தபஸ்வி' (1944) என்ற நாவலை எழுதினார். நவீன தெலுங்கு கவிஞரான ஷிகாமணி, "சம்புகனின் தலையைக் கொய்த / வாள் பாதுகாப்பாகவும் கூர்மை மாறாமலும் / நூற்றாண்டுகள் கடந்தும் அப்படியே இருக்கிறது. / பிடித்திருந்த கைகள் மட்டுமே மாறியிருக்கின்றன / மேலும் இப்போது உன்னை அடையாளம் தெரிவதுமில்லை. / உன்னைக் காப்பதற்கு மனு என்றெவரும் இப்போதில்லை!" பார்க்க: "Steel Nibs are Sprouting …" சத்யநாராயணா மற்றும் தாரு (2013, 554)

97. பிரம்மனால் 'முதல் மனிதனான' மனுவிடம் போதிக்கப்பட்டு அவரிடம் இருந்து பத்து 'மகரிஷிகளில்' ஒருவரான பிருகுவிடம் கையளிக்கப்பட்ட தர்மசாத்திரமாகவே மனுஸ்மிரிதி தன்னைக் கூறிக்கொள்கிறது. தற்போது கிடைக்கப்பெறும் வடிவமானது கி.பி இரண்டாம் நூற்றாண்டில் நிலைபெற்றது என்று நம்பப்படுகிறது. அம்பேத்கரின் மறைவுக்குப் பின் வெளியான அவரின் புத்தகமான 'ரெவல்யூஷன் அண்ட் கவுண்டர்–ரெவொல்யூஷன் இன் ஏன்ஷியண்ட் இந்தியா' (BAWS 5, 273)வில் "புஷ்யமித்ர சுங்காவும் அவரது வழித்தோன்றல்களும் பார்ப்பனீயத்தை நிலைநாட்டுவதில் ஆர்வம்கொண்ட பார்ப்பனர்களாக இல்லாத பட்சத்தில் பார்ப்பனர்களைப் பற்றிய இதுபோன்ற வகைதொகையில்லாத புகழாரங்களைச் சகித்துக்கொண்டிருந்திருக்க முடியாது. சொல்லப்போனால் புஷ்யமித்ர சுங்காவின் (185 – 149 கிபி) ஆணையின் பெயரிலேயே பார்ப்பனீய தத்துவத்தின் புத்தகமான மனுஸ்மிரிதி இயற்றப்பட்டிருப்பதற்கான சாத்தியங்களும் உள்ளன." 'தீண்டத்தகாதவர் யாராக இருந்தனர் ? எப்படி தீண்டத்தாகதவராக ஆனார்கள் ?' (BAWS 9, 373) என்ற தனது

வெட்டுவது இல்லாவிட்டால் காதுக்குள் காய்ச்சிய ஈயத்தை ஊற்றுவது என்பதுபோன்ற கடுமையான தீர்ப்புகளை அது பரிந்துரைக்கிறது.[98] சதுர்வர்ணத்தின் ஆதரவாளர்கள் இப்படி மனிதர்களை வெற்றிகரமாகப் பிரிக்கமுடியும் என்றும், இருபதாம் நூற்றாண்டின் நவீன சமூகத்தில் மனுஸ்மிரிதியின் தடை – தண்டனை உத்தரவுகளை மீட்டுருவாக்கம் செய்ய வைக்க முடியும் என்றும் உத்தரவாதம் அளிக்கவேண்டும்.

16.8[99]

தமது அமைப்பிற்குள் பெண்களுக்கு என்ன நிகழும் என்று சதுர்வர்ணத்தின் கதாநாயகர்கள் கருத்தில் கொண்டதாகத் தெரியவில்லை.

புத்தகத்தில் அம்பேத்கர் "அனைத்துத் தரவுகளையும் கணக்கில் எடுத்துக்கொண்ட பிற்பாடு பேரா. பூலர் உண்மைக்கு நெருக்கமாகத் தெரியக்கூடிய ஒரு தேதியை நிச்சயிக்கிறார். பூலரின் கூற்றுப்படி, மனுஸ்மிரிதியின் தற்போதைய வடிவமானது கி.பி. இரண்டாம் நூற்றாண்டில் எழுதப்பட்டது." தற்கால அறிஞரான ஜெ. எல்ப்ரோகிங்டன் (1996, 92) இதே முடிவுக்கு வந்து சேர்கிறார். 1813ஆம் ஆண்டு வெளியிடப்பட்ட முதல் பதிப்பிற்குப் பின் மனுஸ்மிரிதியின் பல பதிப்புகள் வெளியிடப்பட்டுள்ளன. அதன் முதல் மொழிபெயர்ப்பானது 'இண்ஸ்டியூட்ஸ் ஆஃப் ஹிந்து லா, 'ஆர், தி ஆர்டினன்சஸ் ஆஃப் மனு', 'அக்கார்டிங் டு தி க்லாஸ் ஆஃப் குள்ளுகா: கம்ப்ரசிங் தி இந்தியன் சிஸ்டம் ஆஃப் டியூட்டீஸ்', 'ரிலீஜியஸ் அண்ட் சிவில்: வெர்பலி ட்ரான்ஸ்லேடட் ஃப்ரம் தி ஓரிஜினல் சான்ஸ்க்ரீட்: வித் ஏ ப்ரிஃபேஸ்', 'பை சர் வில்லியம் ஜோன்ஸ்' (1796). மிக விரிவான முன்னுரையுடனும் ஏழு விமர்சனங்களுடனும் வெளியிடப்பட்ட ஜார்ஜ் பூலரின் மொழிபெயர்ப்பான 'லாஸ் ஆஃப் மனு' (1886/2004) மிகச்சிறந்த மொழியாக்கங்களுள் ஒன்று. நூற்றாண்டுகள் தாண்டி அசையாதிருக்கும் மனுஸ்மிரிதியின் புகழிற்கும் அதிகாரத்திற்கும் இணையாக மேற்குலக அறிவு மரபில் வேறொன்று இல்லை என வெண்டி டோனிகர் தனது நவீன மொழிபெயர்ப்பில் கூறுகிறார். பார்க்க: டொனிகர், ஸ்மித் (1991, xviii-xix). சி.ஜெ. புல்லர் (2003, 484) கூறுமாறு பிரித்தானிய ஆட்சியாளர்கள் மனுஸ்மிரிதி போன்ற தர்மசாத்திரங்களின் துணைகொண்டு இந்தியாவிற்கான சட்ட வரைமுறை வகுத்ததன் மூலமாக இந்து மக்கள் அனைவரையும் பார்ப்பனீய சட்டமுறைகளின் கீழ் கொண்டு வந்தனர். மிகவும் மனுஸ்மிரிதியின் விரிவான நம்பகமான பதிப்பிற்கு (1331 பக்கங்கள்) பார்க்க: பாட்ரிக் ஓலிவெல் (2005).

98. மனுஸ்மிரிதியில் இது போன்ற பாடல்கள் இடம்பெறவில்லை. அம்பேத்கர் இதை பூலரின் புத்தகத்தில் வாசித்திருப்பதற்கான சாத்தியம் உள்ளது. அப்புத்தகத்தில் இதன் பொருளுக்கு ஏறக்குறைய இணையான வகையில் இரு பாடல்கள் உள்ளன. "ஒரு முறை பிறந்த மனிதன் (ஒரு சூத்திரன்), இரு முறை பிறந்த மனிதனைக் கேவலமான சொற்களால் வசைபாடினால் அவனது நாவு துண்டிக்கப்பட வேண்டும்; ஏனெனில் அவன் தாழ்ந்த குலத்தில் பிறந்தவன்." (8.270;1886/2004, 211). மேலும்: "பார்ப்பனர்களின் கடமையை அவர்களுக்குக் கற்றுத்தரும் ஆணவத்துடன் அவன் இருந்தால் அரசன் எண்ணெய் காய்ச்சி அவனது வாயிலும், காதிலும் ஊற்ற வேண்டும்." (8.272; 2004, 211). மனுஸ்மிரிதி பற்றிய அம்பேத்கரின் விரிவான விவாதத்திற்குப் பார்க்க: 'இந்தியாவில் சாதிகள்' ரெகே (2013, 77 – 108). அம்பேத்கரின் மறைவுக்குப் பின் வெளியான 'இந்து மதத்தின் தத்துவம்' (BAWS 3) என்ற புத்தகத்திலும் அவர் சுட்டிக்காட்டும் இந்தத் தண்டனைகளை கௌதம தர்ம சூத்ரா (600 கி.பி முதல் 300 கி.பி, மனுஸ்மிரிதிக்கு முன்) என்ற புத்தகத்தின் 12வது அத்தியாயத்தில் இருந்து மேற்கோள் காட்டுவதாக தெரிகிறது. பூலர் செய்த கௌதம தர்ம சூத்ராவின் மொழிபெயர்ப்பு (1898, 239) சூத்திரர்களுக்கான இதேபோன்ற தண்டனைகளைக் குறிப்பிடுகிறது. "4. ஒரு சூத்திரன் வேத உச்சரிப்பு என்று தெரிந்தே அதைச் செவி மடுத்துக் கேட்டால் அவனது காதில் ஈயத்தைக் காய்ச்சி ஊற்ற வேண்டும். 5. அவன் வேத உச்சரிப்பு செய்தால் அவனது நாக்கை அறுத்து விட வேண்டும். 6. அவன் அதை தனது நினைவில் கொண்டால் அவனது உடலை இருகூறாக்க வேண்டும். 7. அவர்களுக்கு (இரண்டு முறை பிறந்தவர்களுக்கு இணையாக) இணையாக அவன் அமர்ந்தாலோ படுத்தாலோ, உடன் அமர்ந்து உரையாடினாலோ, சாலையில் நடந்தாலோ அவனுக்கு உடல்ரீதியான தண்டனைகள் கொடுக்கப்பட வேண்டும்."

99. 16.8 மற்றும் 16.9 ஆகிய பத்திகள் 1937ஆம் ஆண்டு சேர்க்கப் பட்டது. இந்த வரி 16.9 1936ஆம் ஆண்டு அது 'சிரமங்கள்' என்று மட்டுமே வருகிறது.

அவர்களும் பிராமணர், சத்திரியர், வைசியர், சூத்திரர் என்னும் நான்கு பிரிவுகளாக வகைப்படுத்தப்படுவார்களா? அல்லது அவர்கள் தமது கணவர்களின் பிரிவை எடுத்துக்கொள்ள அனுமதிக்கப்படுவார்களா? பெண்களின் நிலை திருமணத்தின் பின்விளைவுதான் என்றால் – ஒவ்வொருவரின் குணமதிப்பின் பெயரில்தான் அவர்கள் வகைப்படுத்தப் படுவார்கள் என்னும் சதுர்வர்ணத்தின் அடிப்படைக் கொள்கை என்னவாகும்? அவரவர் குணம் சார்ந்து அவர்கள் வகைப்படுத்தப்படுவார்கள் என்றால் அந்த வகைப்படுத்துதல் உண்மையில் நிகழுமா அல்லது பெயரளவில் பிரதிநிதித்துவமுறையில் நிகழுமா?

16.9

அது பெயரளவில்தான் இருக்கும் என்றால், அது பயனற்றது; அப்போது சதுர்வர்ணத்தின் கதாநாயகர்கள் தங்கள் அமைப்பானது பெண்களுக்குப் பொருந்தாது என்று ஒப்புக்கொள்ளவேண்டும். அது உண்மையில் நிகழும் என்றால் பெண்களின் மீது செலுத்தப்படும் அதன் அறிவுபூர்வப் பின்விளைவுகளை எதிர்கொண்டு நிகழ்த்த சதுர்வர்ணத்தின் கதாநாயகர்கள் தயாரா? அவர்கள் பெண் பூசாரிகளையும் பெண் படையணிகளையும் ஏற்றுக்கொள்ள வேண்டி வரும். இந்து சமூகம் பெண் ஆசிரியர்கள் மற்றும் பெண் வழக்கறிஞர்களை ஏற்கப் பழகியுள்ளது. ஒருவேளை அது பெண் சாராயம் காய்ச்சுபவர்களையும், பெண் இறைச்சி வெட்டுபவரையும் ஏற்கப் பழகிக்கொள்ளலாம். ஆனால் பெண் பூசாரிகளையும் பெண் படையணிகளையும் ஏற்பேன் எனச் சொல்லும் அந்த நபர் நிச்சயம் ஒரு துணிச்சல்காரராகத்தான் இருக்கவேண்டும். ஆனால் சதுர்வர்ணத்தைப் பெண்களின்மீது செலுத்துவது என்பதன் தர்க்கபூர்வமான பின்விளைவு என்பது அதுவாகத்தான் இருக்கும். இந்தப் பிரச்சனைகளைக் கணக்கில்கொண்டு பார்த்தால், ஒரு பிறவிமுட்டாளைத் தவிர யாரும் சதுர்வர்ணத்தின் வெற்றிகரமான மீளுருவாக்கத்தில் நம்பிக்கை வைக்கமாட்டார்கள்.

17

17.1

சதுர்வர்ண முறை நடைமுறையில் சாத்தியம் என்று வைத்துக் கொண்டால்கூட அது மிகத் தீயதொரு அமைப்பு என நான் வாதிடுகிறேன். பிராமணர்கள் அறிவை வளர்க்கவேண்டும், சத்திரியர்கள் ஆயுதம் தரிக்கவேண்டும், வைசியர்கள் வியாபாரம் செய்யவேண்டும், சூத்திரர் சேவைப் பணிகள் செய்யவேண்டும் என்பது என்னவோ ஒரு தொழில் பிரிவினையாகத் தோற்றம் அளிக்கலாம்.[100] ஆனால் இந்த கோட்பாடு

100. 'சாதியை அழித்தொழித்த'லின் 1936ஆம் ஆண்டுப் பதிப்பில் 'சேவை' என்ற வார்த்தைக்குப் பிறகு "இது அனைத்தும் பார்ப்பதற்கு எளிமையானதாகவும் கச்சிதமானதாகவும் தோன்றுகிறது. ஆனால் இது நடைமுறையில் என்னவாக இருக்கிறது? குறிப்பிட்ட சிலரின் நலன்களுக்காகப் பெரும்பான்மை மக்களைப் பிச்சைக்காரர்களாக்குவது என்பதாகவே இது இருக்கிறது. குறிப்பிட்ட சிலரின் நலன்களுக்காகப் பெரும்பான்மை மக்களைப் பாதுகாப்பற்றவர்களாக மாற்றுவதாகவே இது இருக்கிறது. குறிப்பிட்ட சிலர் வாழ்வும் ஒளியும் பெறுவதற்கென பெரும்பான்மை மக்களின் வாழ்வை அழிப்பதும் சிதைப்பதுமாகவே

சூத்திரர்களுக்கு பிறமூன்றும் தேவையில்லை எனச் சொல்கிறதா, அல்லது, அவர்கள் செய்யக்கூடாது என ஆணை இடுகிறதா என்பது ஒரு சுவாரசியமான கேள்வி. சதுர்வர்ணத்தின் பாதுகாவலர்கள் அதற்கு முதலாவது அர்த்தத்தைக் கொடுக்கிறார்கள். சூத்திரர்கள் ஏன் சொத்து சம்பாதிக்கும் தொல்லையை அனுபவிக்கவேண்டும் அதுவும் அவர்களுக்கு மேலுள்ள மூன்று வர்ணங்களும் அவர்களை ஆதரிக்கத் தயாராக இருக்கும்போது எனச் சொல்கின்றனர். சூத்திரர்கள் ஏன் கல்வி கற்கும் தொல்லையை ஏற்கவேண்டும் அவர்களுக்குப் படிக்கவோ எழுதவோ தேவை ஏற்படும்போது அவர்கள் செல்வதற்கு பிராமணர்கள் இருக்கும்போது? சூத்திரன் ஏன் ஆயுதம் தரிக்கும் கவலையைப் படவேண்டும் அவனைப் பாதுகாக்க சத்திரியன் இருக்கும்போது? இம்முறையில் புரிந்துகொள்ளப்பட்டால் இந்த சதுர்வர்ண கோட்பாடு என்பது சூத்திரரை சிஷ்யராகவும் மேலுள்ள மூன்று வர்ணங்களைக் குருக்களாகவும் பார்க்கிறது எனக் கொள்ளலாம். இப்படி அர்த்தப்படுத்தினால், அது ஒரு எளிமையான உயர்வூட்டும் கவர்ச்சியான கோட்பாடு.

17.2

இதுதான் சதுர்வர்ணத்தின் கீழுள்ள கருத்தாக்கம்குறித்த சரியான பார்வை என வைத்துக் கொண்டால், இந்த முறை ஏமாற்றமுடியாததோ தகர்க்கமுடியாததோ அல்ல என்றே எனக்குப் படுகிறது. பிராமணர்களும் சத்திரியர்களும் வைசியர்களும் அவரவர் பணிகளான அறிவைத் தேடுவதில், பொருளாதார நிறுவனங்களை உருவாக்குவதில், திறமையான படையணிகளாகத் திகழ்வதில் தோல்வியடைந்தார்கள் என்றால் என்ன நடக்கும்? மாறாக அவர்கள் தங்கள் பணிகளைச் செய்து முடிக்கிறார்கள். ஆனால் சூத்திரர்களுக்கான தமது கடமையையோ பிறருக்கான தமது கடமையையோ மீறுகிறார்கள் என்றால் என்ன நடக்கும்? மூன்று வர்ணங்களும் நியாய அடிப்படையில் சூத்திரருக்கு ஆதரவாக இருக்க மறுத்தால், அல்லது ஒன்றுசேர்ந்து சூத்திரர்களைக் கீழ்மைப்படுத்தினால் சூத்திரர்கள் நிலை என்ன? சூத்திரர்களின் நலன்களை யார் பாதுகாப்பார்கள்? அதே போல அவர்களின் அறியாமையைத் தமக்குச் சாதகமாகப் பயன்படுத்திக் கொள்பவர்கள் பிராமணர்களாக இருக்கும்போது. அதைப் பறிப்பவர் சத்திரியராக இருக்கும்போது? வைசியர்களின் சத்திரியர்களின் நலன்களைக்கூட யார் பாதுகாப்பார்கள் – சூத்திரர்களின் சுதந்திரத்தை யார் பாதுகாப்பார்கள், சொல்லப்போனால் பிராமணர்கள் மற்றும் வைசியர்களின் சுதந்திரத்தையும்கூட யார் பாதுகாப்பார்கள்.

இது இருக்கிறது. குறிப்பிட்டுள்ளவாறு தன்னகத்தே உருவான சமூகத் தீமையினால் இந்தளவு பாதிக்கப்பட்ட நாடு இந்தியாவைத் தவிர பிறிதொன்று இவ்வுலகத்தில் இல்லை." 'சாதியை அழித்தொழித்த'லின் 1937ஆம் ஆண்டுப் பதிப்பில் அம்பேத்கர் இப்பத்தியை நீக்கிவிட்டு அந்த இடத்தில் சதுர்வர்ண அமைப்பு எவ்வாறு சுரண்டல் செய்யும் அமைப்பாகவும் தாக்கமற்றதாகவும் இருக்கிறது என்ற 650 வார்த்தைகளுடனான ஒரு நீண்ட விளக்கத்தைத் தருகிறார். சாதி வளர்ச்சியை நிராகரித்த அதே வேளை நான்கடுக்கு வர்ணாசிரம தர்மத்தைத் தூக்கிப்பிடித்து, அம்பேத்கரின் இந்த உரைக்கு ஹரிஜனில் காந்தி எழுதிய பதிலால் உந்தப்பட்டு இந்த விளக்கம் கொடுக்கப்பட்டது போல் தெரிகிறது. இந்தப் பதிப்பில் இந்த புதிய சேர்க்கை 17.1 முதல் 17.4 வரை இடம் பெறுகிறது.

17.3

பிரிவுகள் ஒன்றுக்கொன்று சார்ந்திருப்பது தவிர்க்க முடியாதது. சில நேரங்களின் ஒரு பிரிவு இன்னொரு பிரிவைச் சார்ந்திருப்பதுகூட அனுமதிக்கப்படலாம். ஆனால் தனது அத்தியாவசியத் தேவைகளுக்கு ஒரு நபர் இன்னொரு நபரைச் ஏன் சார்ந்திருக்க வைக்கப்பட வேண்டும்? கல்வி, அனைவரும் பெறவேண்டும். பாதுகாப்புக்கான வழிகள், அனைவரும் பெற்றிருக்கவேண்டும். ஒவ்வொரு மனிதரும் தம்மைச் சுயமாய் பேணுதற்கு இவை தலையாய தேவைகளாகும். தனது பக்கத்து வீட்டுக்காரர் கல்வி பெற்றிருக்கிறார், ஆயுதம் வைத்திருக்கிறார் எனும் கூற்று எப்படிக் கல்விபெறாத நிராயுதபாணியான ஒருவருக்கு உதவ முடியும்? இந்த ஒட்டுமொத்தக் கருத்தியலுமே அபத்தமானது. இந்தக் கேள்விகளைப் பற்றியெல்லாம் சதுர்வர்ணத்தின் பாதுகாவலர்களுக்கு எந்தப் பிரச்சனையும் இல்லை. ஆனால் இவை மிகத் தெளிவாக உள்ளிருக்கும் கேள்விகள். அவர்களின் கருத்தாக்கத்தில் சதுர்வர்ண முறையில் உள்ள வர்ணங்களின் இடையேயான உறவு என்பது குரு சிஷ்ய வகைப்பட்டது என வைத்துக்கொண்டால், இதுதான் சதுர்வர்ணத்தின் கீழுள்ள உண்மையான கருத்தாக்கம் என எடுத்துக்கொண்டால், இதில் குருவின் துர்காரியங்களில் இருந்து சிஷ்யரின் நலன்களைப் பாதுகாக்க எந்தக் கவசமும் வைக்கப்படவில்லை என்பதை ஏற்கத்தான் வேண்டும்.

17.4

சதுர்வர்ணத்தின் கீழுள்ள கருத்தாக்கம் என்பது உண்மையிலேயே குருவுக்கும் சிஷ்யருக்கும் ஆன உறவோ இல்லையோ, நடைமுறையில் அந்த உறவு எஜமானருக்கும் வேலைக்காரருக்கும் இடையிலானதுதான் என்பதில் எந்த ஐயமும் இல்லை. இந்த மூன்று வர்ணங்கள், பிராமணர்கள், சத்திரியர்கள், வைசியர்கள் தமக்குள் உள்ள பரஸ்பர உறவில் மகிழவில்லை என்றால்கூட சமரசங்களின் மூலம் சரிசெய்துகொள்வார்கள். சத்திரியரை பிராமணர் முகஸ்துதி செய்வார், மேலும் இருவரும் சேர்ந்து வைசியரை வாழவிடுவார்கள் அப்போதுதான் அவர்மேல் தாம் வாழமுடியும் என்பதால். ஆனால் மூவரும் சூத்திரரை வீழ்த்துவதில் ஒத்துப் போவார்கள். எங்கே மேலுள்ள மூன்று வர்ணத்தவரிடமிருந்தும் அவன் சுதந்திரமடைந்துவிடுவானோ என்பதால் அவனுக்கு பொருள் சேர்க்க அனுமதியில்லை. எங்கே தனது நலன்களைப் பாதுகாக்கும் விழிப்பை அவன் பெற்றுவிடுவானோ எனும் அச்சத்தால் அவனுக்கு அறிவைப் பெறுவதற்குத் தடை விதிக்கப்பட்டிருந்தது. எங்கே அதிகாரத்திற்கு எதிராய் அவன் கிளர்ந்தெழுந்துவிடுவானோ என அவனுக்கு ஆயுதம் தரிக்க தடை விதிக்கப்பட்டது. மூவர்ண[101]த்தாரால் இப்படித்தான் சூத்திரர் நடத்தப்பட்டனர் என்பதற்கு மனுவின் சட்டங்களே ஆதாரம். சமூக உரிமைகள் சார்ந்து அவப்பெயரை மனுவின் சட்டங்களுக்கு நிகராக வேறு எந்தச் சட்டத் தொகுப்பும் பெறவில்லை. இதுவரை நடந்த சமூக அநீதியின் நிகழ்வும் அதன்முன் மங்கிப்போகத்தான் வேண்டும்.

---

101. த்ரியவர்ணிகாஸ்: 'மூன்று வர்ணங்கள்' என்பதற்கான சமஸ்கிருத வார்த்தை; 'இருமுறை பிறந்த' வர்ணங்களான துவிஜர்களைக் குறிக்கிறது.

17.5

தம்மீது செலுத்தப்படுட சமூகத் தீமைகளை ஏன் பெருவாரியான மக்கள் சகித்துக் கொண்டார்கள்? உலகின் பிற நாடுகளில் சமூகப் புரட்சிகள் நிகழ்ந்திருக்கின்றன. ஏன் இந்தியாவில் அதுபோன்ற சமூகப் புரட்சிகள் நடக்கவில்லை என்ற கேள்வி எப்போதும் என்னைப் பெரிதும் துன்பப்படுத்தியுள்ளது. என்னால் ஒரே ஒரு பதிலைத்தான் தரமுடியும், இந்துக்க[102]ளின் கீழ் வர்ணத்தவர் நேரடியான செயல்பா[103]ட்டிலிருந்து

102. குறிக்கப்பட்டுள்ள வார்த்தைகள் 'சாதியை அழித்தொழித்த'லின் 1936ஆம் வருடப் பிரதியில் இவ்வாறு குறிப்பிடப்பட்டுள்ளன "அதுபோன்ற" (சமூகத்திற்காக), "நடந்தது" (தொந்தரவுக்குள்ளாக்கப்பட்டு). "செய்யமுடிந்தது" (செய்யமுடியும்) "மக்கள் கூட்டம்" (கீழ் வர்க்கத்தினர்).

103. தீண்டத்தகாதவர்கள் சமூக உரிமைகள் பெறுவதை உறுதி செய்ய அம்பேத்கர் வாதிட்ட முறைகளில் ஒன்று 'நேரடிச் செயல்பாடு' (BASWS 5, 375). கொலம்பியப் பல்கலைக் கழகத்தில் இருந்தபோது (1913–16), அம்பேத்கருக்கு எம்மா கோல்ட்மேனால் "அமெரிக்கா உருவாக்கியதிலேயே மிகவும் திறமைகொண்ட அற்புதமான அராஜகவாதிப் பெண்" என்றழைத்த பெண்ணிய அராஜகவாதி வால்ட்டேர் தெ க்ளெய்ரின் கருத்துகளோடு பரிச்சயம் ஏற்பட்டிருக்கலாம். 1912இல் தெ க்ளெய்ர் 'நேரடிச் செயல்பாடு' என்றொரு புகழ்பெற்ற கட்டுரையை எழுதினார். அதை அரசு மற்றும் முதலாளித்துவ ஒடுக்குமுறைக்கு எதிரான கூட்டுச் செயல்பாடு, கும்பல் எதிர்ப்பு என வரையறுத்தார். "எதையேனும் செய்யத் திட்டமிட்ட, அதைச் செய்துமுடித்த, தங்கள் திட்டங்களை மற்றவர் முன்வைத்த, மற்றவர்களின் ஒத்துழைப்பை தன்னோடு இணைந்து பணியாற்றப் பெற்ற, வெளி அதிகாரங்களிடம் சென்று அந்தச் செயலை அவருக்காகச் செய்யக் கெஞ்சாத ஒவ்வொரு நபரும் நேரடிச் செயல்பாட்டாளர்தான் . . . தனது வாழ்க்கையில் வேறு யாருடனும் வேறுபாடுகள், அதை அமைதியான திட்டத்தோடோ வேறு வழியிலோ நேரடியாக சம்பந்தப்பட்ட நபரிடம் சென்று தீர்த்துக்கொண்ட, ஒவ்வொரு நபரும் நேரடிச் செயல்பாட்டாளர்தான்." 1905இல் சிகாகோவில் உருவான உலகத் தொழிற்சாலைத் தொழிலாளர்களாலும் இப்பதம் பிரபலப்படுத்தப்பட்டது; அதன் அதிகாரப்பூர்வ ஏடு நேரடிச் செயல்பாடென அழைக்கப்பட்டது. தனது பங்கிற்கு, அம்பேத்கர் "நியமிக்கப்பட்ட இந்து வரிசைக்கெதிராக நேரடிச் செயல்பாட்டு வடிவத்தில் வெளிப்படையான எதிர்ப்பிற்கு" அழைத்தார். மஹத்தில் நடந்த சவுதார் குள சத்தியாகிரகம், காலாராம் கோவில் சத்தியாக்கிரகம் போன்றவற்றை இந்துக்களிடையே 'நெருக்கடி' ஏற்படுத்திய நேரடிச் செயல்பாடுகளாகப் பட்டியலிடுகிறார். சாதி இந்துக்கள் (தீண்டாமையைக் கடைபிடிப்பதற்காக) வருந்திக் குற்ற உணர்ச்சிக்குள்ளாகித் தானாக முன்வந்து தீண்டத்தகாதவர்களை கிராமத்தின் பொதுவாழ்வில் பங்குபெற, அதாவது பொது நீர்நிலைகளில் நீரெடுக்க சாலைகள் கோவில்களைப் பயன்படுத்த, அழைக்கவேண்டும் என்ற காந்தியின் ஹரிஜன சேவா சங்கத்தின் திட்டத்தில் அம்பேத்கர் இம்முறையால் மாறுபடுகிறார். ஹரிஜன சேவா சங்கத்தின் பொதுச் செயலாளர் ஏ.வி. தக்கருக்கு எழுதிய கடிதத்தில் அம்பேத்கர் குறிப்பிடுகிறார்: "ஒடுக்கப்பட்ட வகுப்பினரின் விடிவு, சாதி இந்துக்களை யோசிக்கவும் தங்கள் வழியை மாற்றிக்கொள்ள நிர்ப்பந்தித்தாலுமே வரும். இந்த சம்பிரதாய நடத்தை விதிகளினை நேரடிச் செயல்பாட்டால் எதிர்த்து நீங்கள் நெருக்கடியொன்றை உருவாக்கவேண்டும். அந்த நெருக்கடி அவனை யோசிக்கக் கட்டாயப்படுத்தும், அவன் யோசிக்கத் தொடங்கிவிட்டால் முன்னிருப்பதைவிட அதிகம் மாற்றத்துக்குத் தயாராக இருப்பான். குறைந்தளவு எதிர்ப்பு, அமைதியாக முற்போக்குக் கருத்துகளை ஊடுருவச் செய்தல் எனும் திட்டத்தில் உள்ள பெரிய குறைபாடானது அது எந்த நெருக்கடியும் உருவாக்கவில்லையென்பதால் அது 'கட்டாய'ப்படுத்துவதில்லை. மஹதின் சவுதார் குளத்தின் 1927இல், 1930இல் நாசிக்கின் காலாராம் கோவிலில், 1931–32இல் மலபாரின் குருவாயூர் கோவிலில் நடைபெற்ற நேரடிச் செயல்பாடுகள் சில நாட்களில், சீர்திருத்தவாதிகள் பல லட்சம் நாட்கள் பிரச்சாரம் செய்து சாதிக்கமுடியாததை செய்துவிட்டன." 1920களில் காந்திய சத்தியாக்கிரக முறையில் அம்பேத்கர் அவ்வளவு நம்பிக்கை வைக்கவில்லை; ராயின் முன்னுரையில் (ப. 103) குறிப்பிடுவதுபோல, காந்தியின் உருவப்படம் 1927 மஹத் சத்தியாகிரகத்தின் டிசம்பர் பகுதியில் மேடையில் வைக்கப்பட்டது. 1946இல் அனைத்திந்திய முஸ்லீம் லீக்கின் தலைவர் முகமது ஜின்னாவும் முஸ்லீம்களுக்கு பாகிஸ்தான் வழங்கப்படாவிட்டால் 'நேரடிச் செயல்பாட்டுக்கு' அழைத்தார். நேரடிச் செயல்பாடு என்று ஜின்னா எதைக்

இந்தக் கேடுகெட்ட சாதி அமைப்[104]பால் முழுவதுமாக முடக்கி வைக்கப்பட்டிருக்கின்றனர் என்பதுதான் அது. அவர்கள் ஆயுதம் தரிக்க இயலவில்லை, ஆயுதங்கள் இல்லாமல் அவர்களால் கலகம் செய்ய முடியவில்லை. அவர்கள் அனைவரும் ஏர் உழவர்கள் – அல்லது ஏர் உழுபவர்களாகப் பணிக்கப்பட்டவர்கள் – தமது ஏர்களை வாள்களாக்க அவர்கள் ஒருபோதும் அனுமதிக்கப்படவில்லை. அவர்களிடம் குழல்துப்பாக்கிகள் இல்லை. எனவே யாரெல்லாம் விரும்பினார்களோ அவர்களெல்லாம் இவர்களின் மேல் ஏறி அமர முடிந்தது; அமர்ந்தனர். சாதி முறைமையால் அவர்கள் கல்வி பெறவில்லை. தமது மீட்சிக்கான வழியை அறியவோ சிந்திக்கவோ அவர்களால் முடியவில்லை. அவர்கள் கீழானவர்களாக இருக்கப் பணிக்கப்பட்டனர்; தப்பிக்க வழி தெரியாததாலும் தப்பிக்க ஆதாரம் இல்லாததாலும் வழியின்றி அவர்கள் நித்திய அடிமைத்தன[105]த்திற்கு பழகிப் போனார்கள், அதை தமது தப்பிக்கமுடியாத தலைவிதி என்றும் ஏற்றுக்கொண்டார்கள்.

17.6[106]

ஐரோப்பாவிலும் கூட பலமானவர்கள் பலவீனமானவர்களைச் சுரண்டுவதில் இருந்தோ கெடுப்பதில் இருந்தோ விலகிவிடவில்லை என்பது உண்மைதான். ஆனால் இந்தியாவில் இந்துக்கள் இடையே இருப்பதைப் போல ஐரோப்பாவில் பலமானவர்கள் எப்போதும் பலவீனமானவர்களைத் தமது சுரண்டலுக்கு எதிராய் ஏதும் செய்ய வழியற்றவர்களாக ஆதாரங்களற்றவர்களாக தம்முடைய வெட்கமற்ற சூழ்ச்சியினால் ஆக்கவில்லை. இந்தியாவில் எப்போதும் நடந்திருப்பதைக் காட்டிலும் மிக வன்மையாக பலமானவர்களுக்கும் பலவீனமானவர்களுக்கும் இடையிலான சமூக யுத்தம் இங்கிலாந்தில் மூண்டு பொங்கிக்கொண்டிருக்கிறது. ஆனாலும் ஐரோப்பாவின் பலமற்றவர்கள் இராணுவத்தில் நுழையும் சுதந்திரம் வழியாய் தமது தூலமான ஆயுதத்தையும் தமது ஒடுக்குமுறையின் துன்பங்களில் இருந்து தமது அரசியல் ஆயுதத்தையும் கல்வியின் மூலம் தனது அரசியல் ஆயுதத்தையும் பெற முடிந்திருக்கிறது. விடுதலைக்கான இம்மூன்று ஆயுதங்களும் ஐரோப்பாவின் பலமானவர்களால் பலவீனமானவர்களிடமிருந்து பறிக்கப்படவில்லை. இந்தியாவின் மக்களுக்கு இந்த அனைத்து ஆயுதங்களும் சாதி அமைப்பினால் மறுக்கப்பட்டிருக்கிறது.

17.7

சாதி முறையை விடவும் கீழ்த்தரமான சமூக அமைப்பு எங்கும் இருக்க முடியாது. இந்த அமைப்பு மக்களை செத்தவர்களாக்கி, முடக்கி நொறுக்கி

குறிப்பிட்டார் என்பதில் அவருக்கு இருந்த தெளிவின்மை குறித்த விவாதத்திற்குப் பார்க்க: ஆயிஷா ஜலால் (1985, 211–3).

104. 1936இன் 'சாதியை அழித்தொழித்தல்' பதிப்பில், இது "சதுர்வாணத்தின் கேடுகெட்ட அமைப்பு" என்றிருக்கிறது. 17ஆம் பாகத்தின் அடுத்த சில பத்திகளில் தொடர்ந்து அம்பேத்கர் சதுர்வாணத்தைக் குறிப்பிடும் இடங்களில் 'சாதி அமைப்பு' எனக் குறிப்பிடுகிறார் – இந்த எல்லா இடங்களில் பாதி தடித்த எழுத்துகளில் குறிக்கப்பட்டுள்ளன.

105. 1936இன் 'சாதியை அழித்தொழித்தல்' பதிப்பில், இந்த வரி 'நித்திய சேவகத்தின் விதி' என்று முடிகிறது.

106. 1936இன் 'சாதியை அழித்தொழித்தல்' பதிப்பில் இந்தப் பத்தி இடம்பெறவில்லை.

அவர்களை உதவிபெற முடியாமல் தடுக்கும் அமைப்பு. இது அதிகப்படுத்திச் சொல்வதல்ல. இதற்கு வரலாறு போதுமான ஆதாரங்களோடு சாட்சியாக இருக்கிறது. இந்திய வரலாற்றில் சுதந்திரமான மகத்தான புகழ்விளங்கும் காலகட்டமாக ஒரே ஒரு காலகட்டம்தான் இருந்தது. அது மௌரிய சாம்ராஜ்ஜியத்தின் காலம். பிற எல்லா காலங்களிலும் நாடு பெரும் தோல்வியிலும் இருளிலுமே உழன்றிருக்கிறது. ஆனால் மௌரியர் காலம்[107] சாதி முறைமை முற்றிலுமாக அழித்தொழிக்கப்பட்ட காலம் – மக்களில் பெரும்பகுதியினராய் இருந்த சூத்திரர்கள் தமது சுயத்தை மீட்டு நாட்டின் மன்னர்களாக ஆன காலம். சாதி அமைப்பு வளம்பெற்று வளர்ந்த காலம்,தான் வரலாற்றில் தோல்வியும் இருளும் சூழ்ந்த காலம், நாட்டின் மக்கள்தொகையின் பெரும்பகுதியினர் மீளாக்கீழ்மையில் துன்புற்ற காலம்.

18

18.1

சதுர்வர்ணம் புதியதல்ல. அது வேதங்கள் அளவு பழையது. ஆரிய சமாஜத்தவர் அதன் நன்மைகளைப் எண்ணிப்பார்க்கச் சொல்லி நம்மைக் கேட்பதற்கு அதுவும் ஒரு காரணம். கடந்த காலத்தில் இருந்து சீர்தூக்கிப் பார்ப்பதானால், ஒரு சமூக அமைப்பாக அது பிரயோகிக்கப்பட்டு தோல்வியும் அடைந்துவிட்டது. எத்தனை முறை பிராமணர்கள் சத்திரியர்களின் வித்துகளை அழித்தொழித்திருக்கிறார்கள்! எத்தனை முறை சத்திரியர்கள் பிராமணர்களை அழித்தொழித்திருக்கிறார்கள்! பிராமணர்களுக்கும் சத்திரியர்களுக்கும் இடையிலான போராட்டத்தின் பல சம்பவங்கள் மகாபாரதத்திலும் புராணங்களிலும் நிறைந்து கிடக்கின்றன. யார் முதலில் முகமன் சொல்லுவது, தெருவில் இருவரும் சந்திக்கும்போது யார் யாருக்கு வழிவிட வேண்டும் பிராமணர்களா சத்திரியர்களா என்பதுபோன்ற அற்ப விஷயங்களுக்குக்கூட அவர்கள் சண்டைபிடித்து இருக்கிறார்கள்.[108]

---

107. மௌரிய அரசு கிமு 322இலிருந்து கிமு 185வரை நீடித்தது. அசோகரின் கீழ் தனது உச்சத்தை அடைந்தது. அசோகர் பேரரசைக் கைக்கொண்டு அதன் எல்லைகளை விரிவுபடுத்தியபின் பௌத்தத்தைத் தழுவி தனது ஆட்சிக்குள்ளிருந்த பகுதிகளில் அதைப் பரப்பினார். ஆசியா முழுக்கவும் பௌத்தத்தைப் பரப்ப தூதுவர்களை அனுப்பினார். அம்பேத்கர் (BAWS 3, 268) பண்டைய இந்தியாவில் இந்த பௌத்த கட்டத்தை ஒரு 'புரட்சி'யாகக் கருதினார். பின் பிராமண அரசன் புஷ்யமித்ர சுங்கனின் (கி.மு. 185–149) கீழ் பிராமணீய உருவான மறு எழுச்சியை 'எதிர்ப் புரட்சி' என்றழைத்தார்: "பிராமணர்கள் அரசு அதிகாரத்தை இழந்தது மட்டுமின்றி தங்கள் தொழிலையும் இழந்தனர். அவர்கள் தொழிலானது முக்கியமாகத் தட்சணை பெற்றுக்கொண்டு பலியிடுதல் பெரும்பாலும் மிகக் குறைவாகக் கிடைக்கும் அந்தப் பணமே அவர்களின் முக்கிய வாழ்வாதாரமாக இருந்தது. எனவே மௌரிய அரசு நீடித்த கிட்டத்தட்ட 140 ஆண்டுகள் பிராமணர்கள் ஒடுக்கப்பட்ட அடக்கப்பட்ட வகுப்பினராகவே வாழ்ந்தனர். பௌத்த அரசுக்கு எதிரான போராட்டமானது துன்புற்றுக் கொண்டிருந்த பிராமணர்களுக்கிருந்த ஒரே தப்பிக்கும் வழி மட்டுமல்ல, புஷ்யமித்ரன் மௌரிய அரசுக்கெதிராக போர்க்கொடி உயர்த்தியத்தியதற்கு ஒரு சிறப்புக் காரணமாகவும் இருக்கிறது."

108. வேறு இடங்களில் அம்பேத்கர் பிராமண சத்திரிய மோதல்களைக் குறித்து விரிவாக விவாதிக்கிறார் (BAWS 3, 392–415). இங்கே புராண பிராமண வீரனான பரசுராமன் தனது தந்தை சத்திரியர்களால் கொல்லப்பட்டதும் தன் தாய் இருபத்தோரு முறை மார்பிலடித்துக்கொல்வதைப் பார்த்தபின் சத்திரியர்களை ஒழிக்க இருபத்தோரு நாள் போர் தொடுத்த கதையைக் குறிப்பிடுகிறார். பிராமணர்களின் அதிகாரத்தை நிலைநிறுத்தும் புராண, காப்பியக் கதைகள் பிராமண உட்சாதிகள் தத்தம் மேலாண்மையை நிறுவவேண்டி

18.2

பிராமணர்கள் சத்திரியர்களின் கண்களுக்குக் காணச் சகியாதவர் களாகவும் சத்திரியர்கள் பிராமணர்கள் கண்களுக்குக் காணச் சகியாதவர்களாக இருந்தார்கள் என்பது மட்டுமல்ல, சத்திரியர்கள் கொடுங்கோன்மையாளர்களாக இருந்திருக்கிறார்கள். சதுர்வர்ணத்தால் நிராயுதபாணிகளாக்கப்பட்ட மக்கள் அந்தக் கொடுங்கோன்மையிலிருந்து காப்பாற்றுமாறு எல்லாம்வல்ல இறைவனை பிரார்த்தனை செய்திருக்கின்றனர். கிருஷ்ணர் ஒரு தெய்வீக குறிக்கோளுக்காகப் பிறப்பெடுத்தார் என பாகவதம்[109] சொல்கிறது: சத்திரியர்களை அழித்தொழிப்பதுதான் அது. வெவ்வேறு வர்ணங்களின் இடையிலான இத்தகைய பகைமைச் சம்பவங்கள் நம்முன் இருக்கும்போது எவரும் சதுர்வர்ணத்தை ஒரு லட்சியக் கருத்திய[110]லாக அல்லது இந்து சமூகம் தன்னைப் புனரமைத்துக்கொள்ள வழிவகுக்கும் வடிவமாக எப்படிப் பார்க்க முடியும் என்று எனக்குப் புரியவில்லை.

19

19.1

உங்களின் லட்சியங்களின் மீது வெளிப்படையான பகைகொண்ட உங்கள் அமைப்புக்கு (மண்டல்) வெளியே இருப்பவர்களை நான் எதிர் கொண்டிருக்கிறேன். இன்னும் பிறர் இருக்கிறார்கள்போலத் தெரிகிறது – அவர்கள் உங்களோடும் இல்லை உங்களுடன் இல்லாமலும் இல்லை – அவர்களின் பார்வைகளை நான் இங்கு எடுத்துக் கொள்ளவேண்டுமா என்ற தயக்கம் எனக்கிருந்தது. ஆனால் தொடர்ந்து ஆராய்ந்ததில் நான் அவர்களின் பார்வைகளையும் கட்டாயம் இங்கு எடுத்துக்கொள்ளவேண்டும் என்ற முடிவுக்கு வந்தேன். அதற்கு இரு காரணங்கள்; முதலாவது – சாதிப்பிரச்சனை குறித்த அவர்களின் அணுகுமுறை வெறும் நடுநிலைமையாக இல்லை, அது ஆயுதமேந்திய நடுநிலைமை[111]யாக

போட்டிக் கதைகட்டுதலில் ஈடுபட்டதால் ஒன்றுக்கொன்று மாறுபடுகின்றன. பார்க்க: ஃபிகுவெரா (2002). நவீன இந்தியாவில் சட்டபூர்வமான பிராமண உட்சண்டையின் வழமையான மாதிரியொன்றுக்குப் பார்க்கக் குறிப்புகள் 56–7, 7.2இல். இந்திய தேசியத்தின் உருவாக்கக் காலத்தில் இவை பம்பாய் மாகாணத்தில் செயல்பட்டது குறித்துப் பார்க்க: ஜான்சன் (2005). “யார் முதலில் முகமன் செய்வது, யார் முதலில் வழிவிடுவது” என்ற மேற்கோள் பிராமண – சத்திரிய மோதலோடு தொடர்புடையது, பார்க்க: 7.4இல் குறிப்பு 60.

109. பாகவதம் என்பது பகவத் கீதை. பகவத் கீதை குறித்த அம்பேத்கரின் விரிவான அலசலுக்குப் பார்க்க: ‘கிருஷ்ணரும் அவருடைய கீதையும்’ (BAWS 3). அம்பேத்கரைப் பொருத்தவரை எப்படி பகவத் கீதை ஒரு மதப் புத்தகமுமல்ல தத்துவ விளக்கவுரையும் அல்ல என்பதற்கு பார்க்க: பண்டிட் (1992). கூடவே குமார் (2010) ‘இந்தியப் பழமையின் எதிர்வரலாற்றை மீட்கும் அம்பேத்கரின் முயற்சி’ என்பதையும் பார்க்கவும்.

110. ‘சாதியை அழித்தொழித்தல்’ 1936ஆம் ஆண்டுப் பதிப்பில் ‘பிரதியெடுக்க வேண்டியது’ என்றிருக்கிறது.

111. இதொரு போர், அரசதந்திர சொற்பதம். “தனது நாட்டின் நடுநிலைப் பிரதேசத்தைப் பயன்படுத்தும் நோக்கில் தன்மீது இருதரப்பு நாடுகளும் இராணுவத் தாக்குதல் நிகழ்த்துவதற்கான சாத்தியம் உள்ளபோது ஒரு நடுநிலை அரசு தனது நடுநிலைமையைப் பாதுகாத்துக்கொள்ளும் பொருட்டு இராணுவரீதியாகத் தயாராவதை இராணுவரீதியிலான நடுநிலைமை என்று கூறுவோம்” (Oppenheim 1905, 353.)

இருக்கிறது. இரண்டாவது – அவர்கள் ஒரு குறிப்பிடத்தகுந்த அளவிலான மக்கள்தொகையின் பிரதிநிதிகளாக இருக்க வாய்ப்புள்ளது. இவற்றில் ஒரு அணி இந்துக்களின் சாதி அமைப்பில் எந்த விசித்திரத்தையோ இழிவையோ காணமுடியாத அணி. இத்தகைய இந்துக்கள் முஸ்லிம்கள், சீக்கியர், கிறிஸ்தவர்களை மேற்கோள் காட்டி அவர்களின் இடையிலும் சாதி இருக்கிறது எனச் சொல்லி ஆறுதல் காண்பவர்கள்.

19.2

இந்தக் கேள்வியைக் கருத்தில் எடுத்துப் பார்க்கையில், நீங்கள் உள்நுழையும் முன்பே உங்கள் மனதில் உலகில் எங்குமே மனித சமூகம் என்பது ஒரு ஒற்றை முழுமையல்ல என்பதை நிறுத்திக்கொள்ள வேண்டும். அது எப்போதுமே பன்மைத் தன்மை வாய்ந்தது. செயல்பாட்டின் உலகில் தனிநபர் ஒரு எல்லை என்றால் சமூகம் மற்றொரு எல்லை. இவற்றிற்கிடையில்தான் எல்லாவிதமான உறவுமுறை அமைப்புகளும் – அவை குறைந்த பரப்பில் செயலாற்றுபவையோ அல்லது பரந்த நிலையில் செயலாற்றுபவையோ– குடும்பங்கள், நட்புகள், கூட்டுறவுச் சங்கங்கள், வியாபார இணைப்புகள், அரசியல் கட்சிகள், திருடர்கள், கொள்ளையர்களின் கூட்டங்கள் என அனைத்தும் இடம்பெறுகின்றன. இந்தச் சிறு குழுக்கள் பொதுவாகவே இறுக்கமாக ஒன்றிணைக்கப்பட்டு, கிட்டத்தட்ட சாதிகளைப் போலவே தனித்து பிரத்தியேகமாய் இருக்கும். குறுகிய ஆனால் தீவிரமாக இருக்கும் அது பெரும்பாலும் சமூக விரோதத் தன்மையுடன் இருக்கும். ஐரோப்பா முதற்கொண்டு ஆசியாவரை இது எல்லா சமூகங்களுக்கும் பொருந்தும் உண்மையே. ஆகவே ஒரு சமூகம் லட்சிய சமூகமா, இல்லையா என்பதை நிர்ணயிக்க நாம் கேட்கவேண்டிய கேள்வி அதற்குள் குழுக்கள் இருக்கின்றனவா இல்லையா என்பதல்ல – ஏனெனில் எல்லாச் சமூகங்களிலும் குழுக்கள் இருக்கின்றன.

19.3

ஒரு சமூகம் லட்சிய சமூகமாக ஏற்கக்கூடியதா என்பதை அறிய கேட்கப்பட வேண்டிய கேள்விகளாவன: குழுக்களின் இடையே பிரக்ஞைபூர்வமாகப் பகிரப்படும் நலன்கள் எந்தளவு இருக்கின்றன? அவை எவ்வளவு பரந்த தன்மையில் இருக்கின்றன? பிறவகையான உறவு – இணைப்புக்களில் எவ்வளவு சுதந்திரமான எவ்வளவு முழுமையான பரிமாற்றம் சாத்தியப்படுகிறது? இந்தக் குழுக்களை பிரிவுகளாகப் பிரிக்கும் சக்திகள் அவற்றை இணைக்கும் சக்திகளைவிட அதிகம் இருக்கின்றனவா? இக் குழுவாழ்க்கைக்கு எந்தளவு சமூக முக்கியத்துவம் கொடுக்கப்படுகிறது? அதன் பிரத்தியேகத் தன்மை சடங்கு மற்றும் வசதி அறிந்து உருவானதா அல்லது அது மதத்தினால் உருவானதா? இக்கேள்விகளின் ஒளியில்தான் ஒருவர், இந்துவல்லாதவர் மத்தியில் இருக்கும் சாதியும் இந்துக்களின் மத்தியில் இருக்கும் சாதியும் ஒன்றேதானா என்பதைப் பரிசீலிக்கவேண்டும்.[112]

---

112. அம்பேத்கர் இக்கட்டுரையில் பின்னர் குறிப்பிட்டு நன்றி தெரிவிக்கும் தனது வழிகாட்டி டியூவியிடம் இருந்து எடுத்துப் பேசுகிறார். "கொடுக்கப்பட்ட எந்த ஒரு சமூக வாழ்க்கையினதுமான மதிப்பை அளவிடும் அளவுகோலின் தேவை" குறித்து டியூவி

19.4

இக்கருதுகோள்களை ஒருபுறம் முகமதியர்கள், சீக்கியர்கள், கிறிஸ்தவர்கள் மத்தியில் இருக்கும் சாதிகளின் மீதும் இன்னொருபுறம் இந்துக்களின் மத்தியில் இருக்கும் சாதிகளின் மீதும் நாம் செலுத்துவோமானால் இந்துவல்லாதவர்களின் மத்தியில் இருக்கும் சாதி இந்துக்களின் மத்தியில் இருக்கும் சாதியிலிருந்து அடிப்படையிலேயே மாறுபட்டது என்பது உங்களுக்கு தெரியவரும். முதலில், இந்துக்களைப் பிரக்ஞைபூர்வமாக ஒன்றிணைக்கும் பிணைப்புகள் எதுவுமே இல்லை. இந்துவல்லாதவர்கள் இடையே அத்தகைய பிணைப்புகள் பல உள்ளன. ஒரு சமூகத்தின் வலிமை அதற்குள் இருக்கும் பல்வேறு குழுக்கள் இடையே இயங்கும் சகவாழ்வுக்கான சாத்தியங்கள் தொடர்புகொள்ளும் சாளரங்களின் இருப்பு ஆகியவற்றைப் பொருத்தே விளங்குகிறது. இவற்றைத்தான் கார்லைல் 'உயிர்ப்புள்ள இழைகள்' என்றழைக்கிறார்.[113] அதாவது உடைபடும் கூறுகளை ஒன்றாக்கி அவற்றை மீண்டும் இணைக்கக்கூடிய நெகிழ்வுத் தன்மையுள்ள இழைகள். சாதியால் விளையும் உடைதலை எதிர்த்துச் செயலாற்றி இந்துக்களை ஒன்றிணைக்கக்கூடிய சக்தி இந்துமதத்தில் எதுவும் இல்லை. இந்துவல்லாதவர்கள் மத்தியில் அவர்களை ஒன்றாய்ப் பிணைக்க இத்தகைய உயிர்ப்புள்ள இழைகள் பல இருக்கின்றன.

19.5

இந்துக்களிடையே இருப்பதுபோலவே இந்துவல்லாதவர்கள் மத்தியிலும் சாதி இருந்தாலும் அது இந்துக்களின் இடையே சாதி பெறும் அதே சமூக முக்கியத்துவத்தைப் பெறுவதில்லை என்பதையும் நாம்

எழுதுகிறார் (1916, அத்தியாயம் 7): "உணர்வோடு பகிர்ந்துகொள்ளப்படும் விருப்பங்கள் எவ்வளவு எண்ணிக்கையில் அதிகமாகவும் வேறுபட்டனவையாகவும் இருக்கின்றன? ஒன்றிணைவதின் பல வடிவங்களிடையே எவ்வளவு தொடர்புள்ளது? இந்த அளவீடுகளை ஒரு குற்றக் கூட்டத்துக்குப் பொருத்திப் பார்க்கிறோம் என்று வைத்துக்கொண்டால், அதன் உறுப்பினர்களை உணர்வோடு ஒன்றாகப் பிணைக்கும் பிணைகள் வெகு சில என்றும் அவை வெறும் திருட்டு மட்டுமே பொது ஆர்வம் என்றளவு குறைக்கப்படக்கூடியதும் ஆகும்; வாழ்வின் விழுமியங்களைப் பெறுவதும் தருவதும் என்ற வகையில் மற்ற குழுக்களிடம் இருந்து தனிமைப்பட்டிருக்கின்றனர்." பார்க்க: லெனார்ட் ஸ்காஃப் (2011), இவர் அம்பேத்கரின் அரசியல் தத்துவத்தில் டியூவின் நடைமுறைவாதத்தின் தாக்கத்தை வரையும்போது, அவர் பெற்றிருப்பது டியூவியிடம் மட்டுமல்ல பிரிட்டிஷ் லட்சியவாதியும் லிபரலுமான டி.ஹெச். கிரீனிடமிருந்தும் (1836–82) என்கிறார். இதை சமகால பிரேசிலிய தத்துவவியலாளரும் சமூகக் கொள்கையியலாளருமான ரொபர்ட்டோ மங்காபெய்ரா உங்கரோடு இணைக்கிறார், இவர் ஹார்வட்டில் பராக் ஒபாமாவைப் பயிற்றுவித்தவராவார்.

113. தாமஸ் கார்லைல் (1795–1881) விக்டோரிய எழுத்துலகில் ஒரு மிகமுக்கியமான ஆளுமையாகும். பிரெஞ்சுப் புரட்சியின் வரலாறு (1937)இல், அவர் புரட்சியாளர்களோடு ஒரு கட்டம் வரை ஒத்துப்போனாலும் அரசின்மைவாதத்தை வெறுக்கிறார்: மக்களின் ஆட்சியை எண்ணி அச்சமுறுவதாகவும் தோன்றுகிறது. இங்கே பயன்படும் 'உயிர்ப்புள்ள இழைகள்' கருத்தாக்கம் சார்ட்டோர் ரெசார்ட்டஸ் (1833–4)இல் பெறப்பட்டது, தன்வரலாறாக நன்கு வேடமிடப்பட்ட இது பயன்பாட்டுவாதத்தின் பிரிட்டிஷ சமூகத்தின் மீதான விமர்சனமாகும், கார்லைலின் தத்துவத்தின் பகுதிகளை ஜெர்மானிய தத்துவவியலாளர் டையோஜெனிஸ் ட்யூஃபெல்ஸ்ட்ரோக்ச் என்ற புனைவுக் கதாபாத்திரம் எழுதிய கட்டுரைகளாக பகடி வடிவத்தில் தருகிறது. மூன்றாவது புத்தகத்தின் ஏழாவது அத்தியாயத்தில் கார்லைல் உலகத்தை இறந்துகொண்டிருக்கும்போதே மீண்டெழும் ஒரு பீனிக்ஸாக விளக்குகிறார். 'உயிர்ப்புள்ள இழைகள்' என்பவை உலகம் தன்னையே அழித்துக்கொள்ளும்போது அதை சேர்த்துப் பிடிக்கும் படைப்பின் செயல்பாடுகள் என்கிறார்.

மீண்டும் மனதில் நிறுத்தவேண்டும். ஒரு முகமதியரையோ சீக்கியரையோ கேளுங்கள் அவர் யார் என்று. அவர் தான் ஒரு முகமதியர் அல்லது சீக்கியர் என அவர் எதுவோ அதுசார்ந்து பதிலிறுப்பார். அவருக்கு சாதி இருக்கிறதென்றாலும் அவர் தனது சாதியைச் சொல்வதில்லை. நீங்களும் அவ்விடையைத் திருப்தியாய் ஏற்கிறீர்கள். அவர் தான் ஒரு முஸ்லிம் எனச் சொல்லும்போது நீங்கள் அவரிடம் அடுத்து அவர் ஷியாவா, சுன்னியா; ஷேக்கா, சையதா; காதிக்கா, பின்ஜரியா[114] எனக் கேட்பதில்லை. அவர் தான் ஒரு சீக்கியர் எனச் சொல்லும்போது நீங்கள் அவரிடம் மேலும் அவர் ஜாட்டா ரோடாவா, மஸ்பியா ராம்தாஸி[115]யா எனக் கேட்பதில்லை. ஆனால் ஒருவர் தான் ஒரு இந்து என்று சொன்னால் அதனோடு மட்டும் நீங்கள் திருப்தியடைவதில்லை. அவர் சாதியை அறியும் விசாரணையை மேற்கொள்ளும் கடப்பாடு உங்களுக்கு ஏற்பட்டுவிடுகிறது. ஏன்? இந்துக்களின் விஷயத்தில் சாதி அவ்வளவு இன்றியமையாத அத்தியாவசியமாகிறது. அதை அறியாமல் அவர் எத்தகைய மனிதர் என்பதை நீங்கள் உறுதியாகத் தெரிந்துகொள்ள இயலாது என நினைக்கும் அளவிற்கு.

19.6

சாதி மீறுதலின் பின்விளைவுகளைக் கருத்தில் கொண்டால் இந்துக்கள் மத்தியில் இருப்பதுபோல இந்துவல்லாதவர்கள் மத்தியில் சாதிக்கு அதே அளவு சமூக முக்கியத்துவம் இல்லை என்பது தெளிவாகத் தெரியும். சீக்கியர்கள் முகமதியர்கள் மத்தியில் சாதிகள் இருக்கலாம், ஆனால் சீக்கியர்களோ முகமதியர்களோ ஒரு சீக்கியரோ முகமதியரோ தனது சாதியை உடைத்துக்கொண்டு சென்றால் அவரை சமூகநீக்கம் செய்வதில்லை. உண்மையில், சமூகநீக்கம் என்கிற கருத்தே சீக்கியருக்கும் முகமதியருக்கும் அந்நியமானது. ஆனால் இந்துக்களைப் பொறுத்தவரை இவ்விஷயம் முற்றிலும் வேறானது. சாதியை உடைக்கும் இந்து நிச்சயமாக சாதிநீக்கம் செய்யப்படுவார். இந்நடைமுறை இந்துக்கள் மத்தியிலும் இந்துவல்லாதவர்கள் மத்தியிலும் சாதிக்கு இருக்கும் சமூக முக்கியத்துவம் வேறானது என்பதைக் காட்டுகிறது. இதுதான் இரண்டாவது வேறுபாடு.

19.7

ஆனால் முக்கியமான மூன்றாவது காரணம் ஒன்றும் இருக்கிறது. இந்துவல்லாதவர்களின் மத்தியில் இருக்கும் சாதிக்கு மதத்தின் ஒப்புதல்

114. இந்தியாவில் முஸ்லிம்களிடையே சாதி குறித்து சமீபத்தில் நிறைய ஆய்வுகள் நடந்துள்ளன; இம்தியாஸ் அகமது (1978) பார்க்க: அலி அன்வரின் 'மசாவத் கி ஜங்' (சமத்துவத்திற்கான போர்) – (2005) மற்றும் மசூத் ஆலம் ஃபலாஹியின் 'ஹிந்துஸ்தான் மேன் ஜாத் – பாத் அவுர் முசல்மான்' (இந்தியாவில் சாதியமும் முஸ்லிம்களும்) – (2007). ஒரு சிறிய மேலோட்டத்திற்கு, பார்க்க: சமகால பாஸ்மன்டா இயக்கத்தை ஆவணப்படுத்தும் காலித் அனீஸ் அன்சாரி (2013): 'பாஸ்மண்டா', பெர்சியப் பதமான இது 'பின்தங்கியவர்கள்' என்று பொருள்படும், சூத்திர (பின் தங்கிய) மற்றும் அதிசூத்திர (தலித்) சாதிகளைச் சேர்ந்த முஸ்லிம்களைக் குறிக்கிறது. ஆதிக்க அஷ்ரஃப் முஸ்லிம்களுக்கு (முன்னேறிய சாதிகள்) எதிரான அடையாளமாக 1998இல் பீஹாரில் முக்கியமாகச் செயல்பட்டுவந்த பாஸ்மண்டா முஸ்லிம் மஹஸ் என்ற இயக்கத்தால் முன்னெடுக்கப்பட்டது. அப்போதிருந்து பாஸ்மண்டா கருத்தாக்கம் வேறு இடங்களில் முன்னெடுக்கப்பட்டுள்ளது.

115. சீக்கியத்தில் சாதி நடைமுறை குறித்துப் பார்க்க: 2.22 மற்றும் 26.3இன் குறிப்புகள் 33, 168.

இல்லை. இந்துக்கள் மத்தியில் மிகத் தீர்மானமாக அது இருக்கிறது. இந்துவல்லாதவர்கள் மத்தியில் சாதி ஒரு நடைமுறைப் பழக்கம் மட்டுமே ஒரு புனித நிறுவனம் கிடையாது. அவர்கள் அதைத் தோற்றுவிக்கவில்லை. அவர்களிடம் அது ஒரு பிழைத்திருக்கும் உபாயம் மட்டுமே.[116] அவர்கள் சாதியை மதம் சொல்லும் மாற்றமுடியாத கட்டளையாக கருதுவதில்லை. சாதிகளுக்கு இடையிலான பிரிவினையை / தனிமைப்படுத்துதலை ஒரு நற்பயனாகப் பார்க்க இந்துக்களை அவர்களின் மதம் வற்புறுத்துகிறது. சாதிமீது இதேபோன்ற அணுகுமுறையை மேற்கொள்ள இந்துவல்லாதவர்களை அவர்களுடைய மதம் வற்புறுத்துவதில்லை. இந்துக்கள் சாதியை உடைக்க விரும்பினால், அவர்களின் மதம் குறுக்கே வரும். இந்துவல்லாதவர்களின் விஷயத்தில் இது அப்படி இல்லை. எனவே, இந்துவல்லாதவர்கள் மத்தியிலும் வெறுமனே சாதிகள் இருக்கின்றன என ஆறுதல் அடைவது, அவர்கள் வாழ்வில் அச்சாதிகளுக்கு எத்தகைய இடம் இருக்கிறது என்றோ சமூக உணர்வை சாதி உணர்விற்கும் மேலானதாக்கும் 'உயிர்ப்புள்ள இழைகள்' அவர்கள் மதத்தில் இருக்கிறதா என்றெல்லாம் தெரிந்துகொள்ள கவனம் செலுத்தாமல் சாதிகள் இருக்கின்றன என ஆறுதல்படுவது ஒரு ஆபத்தான மருள்கனவாகத்தான் இருக்கமுடியும். இம்மருளில் இருந்து எவ்வளவு சீக்கிரம் இந்துக்கள் குணமடைகிறார்களோ அவ்வளவு நல்லது.

19.8

இன்னொரு குழு (நடுநிலை இந்துக்கள்) இந்துக்களுக்கு அவர்கள் சிந்திக்கவேண்டிய அளவிலான எந்தப் பிரச்சனையும் சாதி அமைப்பால் உருவாகவில்லை என மறுக்கின்றவர்கள். இப்படியான இந்துக்கள், இந்துக்கள் பிழைத்து வந்திருக்கின்றனர் எனும் கூற்றையே அவர்களுக்கு பிழைத்துத் தொடர்வதற்கான ஆற்றல் இருப்பதற்கான ஆதாரமாக எடுத்துக் கொண்டு ஆறுதல் படுகின்றனர். பேராசிரியர் எஸ். ராதாகிருஷ்ணனின் 'வாழ்க்கைபற்றிய இந்து பார்வை'[117]யில் இக்கருத்து தெளிவாக முன்வைக்கப்படுகிறது. இந்து மதத்தைக் குறித்து அவர்,

---

116. இந்த வார்த்தை முந்தைய பதிப்புகளில் இடம்பெறவில்லை தெளிவுகருதி சேர்க்கப்பட்டுள்ளது.

117. எஸ். ராதாகிருஷ்ணன் (1888–1975) பெரிய எழுத்தாளர், இந்துத்துவ ஆதரவாளர்; சுதந்திர இந்தியாவின் இரண்டாவது குடியரசுத் தலைவர். அவர் ஆக்ஸ்ஃபோர்டில் 1926இல் வழங்கிய உரைகளின் தொகுப்பான, 'த ஹிந்து வே ஆஃப் லைஃப்' (1927,12–13)இலிருந்து அம்பேத்கர் மேற்கோள் காட்டுகிறார். புத்தகத்தில் பின்னால் ராதாகிருஷ்ணன் சொல்கிறார்: "வெவ்வேறு இனக்குழுக்களுக்கு இடையிலான வேறுபாடுகள் எனும் பிரச்சனையை எதிர்கொள்ளும்போது, இந்துமதம் ஜனநாயகம் என்னும் பாதுகாப்பான வழியைக் கைக்கொண்டது. அதாவது, ஒவ்வொரு இனக்குழுவின் இன்னொன்றின் வளர்ச்சியைப் பாதிக்காமல் தங்களின் சிறப்பை வளர்த்துக்கொள்ள அனுமதிப்பது. ஒவ்வொரு வரலாற்றுக் குழுவும் தனித்தன்மையானது, குறிப்பானது, ஒரு உட்சபட்ச மதிப்பீடைக் கொண்டது. மற்றும் அதிகபட்ச அறநெறியானது நாம் அதன் தனித்தன்மையை மதிக்கவேண்டுமெனக் கோருகிறது. சாதி, அதன் இனப் பக்கத்தில், மனிதக் குழுக்களின் இந்த எண்ணற்ற வேறுபாடுகளை உறுதிசெய்வது" (97). மேலும் "சாதி என்பது இந்துமதத்தை வெளியிலிருந்து அழுத்திக்கொண்டிருந்த சக்திகளுக்கு அதன் பதிலாகும். அது உட்கொண்ட பல்வேறு இனக்குழுக்களை நெறிப்படுத்த அது எடுத்துக்கொண்ட கருவியாகும். எந்த வகையிலும் தனித்தவர்களாகத் தெரியும் எந்த மக்கள் குழுவும் ஒரு சாதியாகும். ஒரு குழு ஒரு வகைமாதிரியைப் பிரதிநிதித்துவப் படுத்தும்போது ஒரு சாதி உருவாகிறது" (104.) முக்கியமாக, அவரது பிறந்த நாளான 5 செப்டம்பர் இந்தியாவில் ஆசிரியர் தினமாகக் கொண்டாடப்படுகிறது.

இந்த நாகரீகம் என்பது ஒன்றும் குறைந்தகால வாழ்வு கொண்டதல்ல. இதன் வரலாற்று ஆவணங்கள் நான்காயிரம் ஆண்டுகளுக்கும் முன் தேதியிடப்பட்டுள்ளன. அவ்வளவு பழையதானாலும் இந்த நாகரீகமானது உடைபடாத தொடர்ச்சியுடன், சிலவேளைகளில் மெதுவானதாகத் தேங்கியதாக இருந்தாலும், தொடர்ந்து வந்திருக்கிறது. அது நான்கு அல்லது ஐந்தாயிரம் ஆண்டுகளின் ஆன்மிக எண்ணம் மற்றும் அனுபவங்களின் பளுவையும் தாக்கத்தையும் தாங்கி நின்றிருக்கிறது. வரலாற்றின் துவக்கத்திலிருந்தே பல இன, பல கலாச்சார மக்கள் இந்தியாவுக்குள் வந்து குவிந்துகொண்டிருந்தாலும், இந்து மதம் அதன் மேலாண்மையை நிலைநிறுத்திக்கொண்டுள்ளது. அரசியல் அதிகாரத்தின் பின்புலத்தில் வந்த மதமாற்ற சமயங்களினாலும் பெரும்பான்மை இந்துக்களைத் தம் பார்வைக்கு மாறக் கட்டாயப்படுத்த முடியவில்லை. மிக வலிமையான பிற ஓட்டங்களுக்கு மறுக்கப்படும் ஏதோஒரு உயிர்ப்பு இந்துக் கலாச்சாரத்தில் இருக்கிறது. ஒரு மரத்தை வெட்டி அதனுள் வளரும் உள்மரம் இருக்கிறதா எனப் பார்ப்பது எவ்வளவு தேவையற்றதோ அதே அளவுக்குத் தேவையற்றது இந்து மதத்தைப் பிளந்து பரிசோதனை செய்வதும்.

அவர் எதைச் சொன்னாலும் அதற்கு ஒரு ஆழத்தைத் தந்து வாசிப்பவர்களின் மனதை வசப்படுத்தும் அளவுக்கு பேராசிரியர் எஸ். ராதாகிருஷ்ணனுடைய கீர்த்தி பெரியது.[118] ஆனால் நான் என்னுடைய மனதில் உள்ளதைச் சொல்லத் தயங்கக் கூடாது. ஏனெனில் பிழைத்திருத்தலே பிழைக்க ஏதுவாக இருப்பதற்கான ஆதாரம் என்ற தீய வாதம் ஒன்று அவரின் கூற்றின் அடிப்படையில் எழுந்துவிடும் என நான் அஞ்சுகிறேன்.

19.9

ஒரு சமூகம் வாழ்கிறதா அழிகிறதா என்பதல்ல கேள்வி என்று எனக்குப் படுகிறது, கேள்வி அது எத்தளத்தில் வாழ்கிறது என்பதுதான். பிழைத்திருப்பதற்குப் பல வழிகள் இருக்கின்றன. அனைத்துமே சமமான சீர்மை உடையவை அல்ல. ஒரு தனிநபருக்கோ சமூகத்துக்கோ வாழ்ந்திருத்தலுக்கும் கண்ணியமாய் வாழ்தலுக்கும் இடையே பெரும் பிளவு இருக்கிறது. யுத்தத்தில் போரிட்டுப் புகழுடன் வாழ்வது ஒரு வகை. தோற்று பின்வாங்கி சரணடைந்து அடைபட்டு வாழ்வதும் ஒரு வகை பிழைத்திருத்தல்தான். தானும் தன் மக்களும் பிழைத்திருந்துவிட்டோம் எனும் கருத்தைக்கொண்டு ஒரு இந்து ஆறுதலடைவது பயனற்றது. அவர் எதைக் கருத்தில்கொள்ள வேண்டும் என்றால், அவர்களின் பிழைப்பின் தரம் எத்தகையது என்பதுதான். அதைச் செய்தால், நான் நிச்சயமாகச் சொல்வேன் அவர் வெறும் பிழைத்திருத்தல் என்ற கூற்றில் பெருமையடைவதை நிறுத்திக்கொள்வார். ஒரு இந்துவின் வாழ்க்கை என்பது தொடர்ச்சியான தோல்விகளால் முறிக்கப்பட்ட வாழ்க்கை. எப்போதைக்குமான ஒரு வாழ்வு என அவர்கள் நினைக்கும் வாழ்வு உண்மையில் எப்போதைக்குமாக வாழ்வதில்லை. உண்மையில் அது

---

118. 'சாதியை அழித்தொழித்தல்' 1936: "அவர் சொல்லக்கூடிய எதனின் ஆழத்தினால் பல மனங்களை ஈர்க்க."

எப்போதைக்குமாக அழிந்துகொண்டிருக்கும் ஒரு வாழ்வு. உண்மையை ஏற்றுக்கொள்ள அச்சப்படாத நியாய உணர்வுள்ள ஒவ்வொரு இந்துவும் வெட்கி நாணக்கூடிய வகையான பிழைப்பு முறை அது.

20

20.1

என்னுடைய அபிப்ராயத்தில் நீங்கள் உங்கள் சமூக ஒழுங்கை மாற்றாவிட்டால் மிகக் குறைந்த அளவிலான முன்னேற்றத்தையே நீங்கள் வெல்ல முடியும் என்பதில் எந்த ஐயமும் இல்லை. தற்பாதுகாப்புக்கோ இல்லை தாக்குதலுக்கோ உங்கள் சமூகத்தை நீங்கள் ஒருங்குதிரட்டவே முடியாது. சாதியின் அஸ்திவாரத்தின் மேல் நீங்கள் எதையுமே கட்டியெழுப்ப முடியாது. நீங்கள் ஒரு தேசத்தைக் கட்ட முடியாது, ஒரு அறவியலைக் கட்ட முடியாது. சாதியின் அஸ்திவாரத்தின் மேல் நீங்கள் கட்டும் எதுவும் விரிசல் விடும்; மேலும் அது எப்போதும் முழுமையடையாது.

20.2

இன்னமும் நாம் கணக்கில் எடுத்துக்கொள்ள வேண்டிய ஒரே கேள்வி என்பது – இந்து சமூக ஒழுங்கில் எப்படி சீர்திருத்தத்தைக் கொண்டு வருவது? சாதியை எப்படி ஒழிப்பது?[119] இது உச்சபட்ச முக்கியத்துவம் உள்ள கேள்வி. சாதியைச் சீர்திருத்தும் பணியில் முதலாவது படி என்பது உட்சாதிகளை ஒழிப்பதுதான் என்று ஒரு பார்வை இருக்கிறது. இந்தப் பார்வை சாதிகளுக்கிடையே இருப்பதைவிட அதிகமான ஒற்றுமைகளும் ஒப்புமையும் உட்சாதிகளுக்கிடையே இருக்கிறது என்ற எண்ணத்தில் இருந்து வரும் ஒன்றாகும். இது ஒரு பிழையான எண்ணம் என்று நான் கருதுகிறேன். தக்காணத்தின் மற்றும் தென்னிந்தியாவின் பிராமணர்களோடு ஒப்பிடும்போது வட இந்தியாவிலும் மத்திய இந்தியாவிலும் வாழும் பிராமணர்கள் சமூகத்தரத்தில் தாழ்ந்தவர்கள். பின்னையவர்கள் வெறுமனே சமையல் செய்பவர்களும் தண்ணீர் சுமப்பவர்களுமே. ஆனால் முன்னையவர்கள் உயரிய சமூக அந்தஸ்தைப் பிடித்திருக்கிறார்கள். இன்னொரு புறம், வடஇந்தியாவில் வைசியர்களும் காயஸ்தர்களும் அறிவுத்துறையிலும் சமூக அளவிலும் தக்காண மற்றும் தென்னிந்திய பிராமணர்களுக்கு இணையாக விளங்குகிறார்கள்.

20.3

உணவுப் பழக்கத்திலும் சைவம் சாப்பிடும் தக்காண, தென்னிந்திய பிராமணர்களுக்கும் புலால் உண்ணும் வங்க காஷ்மீர பிராமணர்களுக்கும் எந்த ஒற்றுமையும் இல்லை. இன்னொரு பக்கம் தக்காண மற்றும் தென்னிந்திய பிராமணர்கள் உணவுப் பழக்கம் என்ற அளவில் பிராமணரல்லாதவர்களான குஜராத்திகள், மார்வாடிகள், பனியாக்கள் மற்றும் ஜைனர்களுடன் அதிக ஒற்றுமை கொண்டுள்ளனர்.

---

119. இந்தக் கேள்விகள் 1936 'சாதியை அழித்தொழித்தல்'இல் திட எழுத்துகளில் தரப்பட்டுள்ளன.

20.4

ஒரு சாதியில் இருந்து இன்னொரு சாதிக்கு மாறுவதை[120] எளிதாக்கும் நிலைப்பாட்டில் இருந்து பார்க்கும்போது வடஇந்தியாவின் காயஸ்தர்களையும் தென்னிந்தியாவின் பிற பிராமணரல்லாதோர்களையும் தக்காணம் மற்றும் திராவிட[121] நாட்டின் பிராமணரல்லாதோருடன் சேர்ப்பது என்பது வடக்கின், தெற்கின் பிராமணர்களைச் சேர்ப்பதைவிட நடைமுறையில் அதிக சாத்தியம் கொண்டது என்பதில் எந்த ஐயமும் இல்லை. ஆனால் உட்சாதிகளை இணைப்பது சாத்தியம் என்று வைத்துக் கொண்டாலும் உட்சாதிகளை ஒழிப்பது என்பது சாதிகளின் ஒழிப்பிற்கு இட்டுச்செல்லும் என்பதற்கு என்ன உத்தரவாதம்? மாறாக இந்த நடவடிக்கையானது உட்சாதிகளை ஒழிப்பதுடன் நின்று போய்விடுவதற்கு வாய்ப்பு உள்ளது. அப்படி நடக்கும் பட்சத்தில் உட்சாதிகளின் ஒழிப்பு என்பதே சாதிகளை வலுப்படுத்தி இன்னமும் விஷமத்தன்மையுடையதாக மாற்றும். எனவே இந்தத் தீர்வு நடைமுறைச் சாத்தியம் இல்லாத பலன் விளைவிக்க வழியற்ற தீர்வு; மேலும் இது ஒரு தவறான தீர்வாக மாறக்கூடிய ஒன்று.

20.5

இன்னுமொரு சாதி ஒழிப்புச் செயல்திட்டம் சமபந்தி போஜனங்களுடன் தொடங்குவது. இதுவும் என் கருத்தில் ஒரு போதாமையான தீர்வுதான். அன்னம் நீர் புழங்குதலை அனுமதிக்கும் பல சாதிகள் இருக்கின்றன. ஆனால் அன்னம் நீர் புழங்குதலும் சமபந்தி போஜனங்களும் தரும் அனுபவங்கள் சாதியின், சாதியுணர்வின் மனநிலையை அழிப்பதில் வெற்றியடையவில்லை. உண்மையான தீர்வென்பது சாதிகடந்த திருமணங்கள்தான் என நான் நம்புகிறேன். ரத்தக்கலப்பு மட்டுமே உற்றார் உறவினர் என்ற உணர்வை ஏற்படுத்த முடியும். இந்த உற்றார் என்ற உணர்வு, தன்னினம் என்ற உணர்வு தலையாயதாக ஆகாவிட்டால் சாதியினால் தோற்றுவிக்கப்பட்ட பிரிவினை உணர்வு – அந்நியத் தன்மை என்பது மறையாது. அது இந்துவல்லாதவர்களின் வாழ்வில் இருப்பதைக் காட்டிலும் இந்துக்களிடையே சாதிகடந்த திருமணம் என்பது அவர்களின் சமூக வாழ்வில் மகத்தான விசையாக இருக்க வேண்டியது அத்தியாவசியமானது. வேறு இழைகளால் நன்கு பிணைக்கப்பட்டிருக்கும் ஒரு சமூகத்தில் திருமணம் ஒரு எளிய வாழ்க்கை நிகழ்ச்சி. ஆனால் துண்டாக்கப்பட்டிருக்கும் ஒரு சமூகத்தில் இணைக்கும் சக்தியாக திருமணம் ஆகிவிடுவதால் அது அவசரத் தேவையாகிறது. சாதியை உடைப்பதற்கான உண்மையான தீர்வு சாதிகடந்த திருமணம்தான். வேறெதுவும் சாதியைக் கரைக்கும் வேலையைச் செய்யமுடியாது.

20.6

உங்கள் ஜாத் பாத் தோடக் மண்டல் இந்த தாக்குதல் வழியைக் கைக் கொண்டிருக்கிறது. இது ஒரு நேரடியான எதிர் நடவடிக்கை. இந்த

120. ‘சாதியை அழித்தொழித்தல்’ 1936 மற்றும் தொடர்ந்த பதிப்புகளில் “மாற்றத்தில்” என்றுள்ளது.
121. முந்தைய எல்லாப் பதிப்புகளிலும் ‘திராவிட’ (Dravid) என்றுள்ளது.

சரியான தீர்வை ஆய்வுசெய்து கண்டுகொண்டதற்கு நான் உங்களைப் பாராட்டுகிறேன். அதற்கும் மேலாக இந்துக்களிடம் சென்று அவர்களிடம் என்ன தவறு இருக்கிறதென்று சொல்லும் உங்கள் துணிச்சலைப் பாராட்டுகிறேன். சமூகக் கொடுங்கோன்மைக்கு முன்னால் அரசியல் கொடுங்கோன்மை ஒன்றுமேயில்லை, சமூகத்தை எதிர்க்கும் / மீறும் ஒரு சீர்திருத்தவாதி அரசை எதிர்க்கும், ஒரு அரசியல்வாதியைவிட அதிக துணிச்சல் மிகுந்தவர். சமபந்தி போஜனமும் சாதிகடந்த திருமணங்களும் சாதாரண நிகழ்வுகளாக மாறும்போதுதான் சமூகத்தில் சாதி ஆற்றும் வினை முற்றுப்பெறும் என்ற உங்கள் வாதம் சரியானது. நீங்கள் நோயின் தோற்றுவாயைக் கண்டறிந்துவிட்டீர்கள்.

20.7

ஆனால் உங்கள் தீர்வு உபாயம் நோய்க்குச் சரியானதுதானா? நீங்கள் உங்களையே இந்தக் கேள்வியைக் கேட்டுக்கொள்ளுங்கள்: பெரும்பான்மை இந்துக்கள் ஏன் அன்னம் நீர் புழங்குவதில்லை, இணைந்து உண்பதில்லை, சாதிகளுக்கிடையே திருமணம் செய்வதில்லை? ஏன் உங்களின் இந்தப் போராட்டம் பிரபலமடையவில்லை?

20.8

இந்தக் கேள்விக்கு ஒரே ஒரு பதில்தான் இருக்கமுடியும், அது அன்னம் நீர் புழங்குதலும் சாதிகடந்து மணம் செய்தலும் இந்துக்கள் புனிதம் எனப் போற்றும் நம்பிக்கைகளுக்கும் சமயக் கோட்பாட்டுக்கும் அசூயை ஏற்படுத்தும் செயல்களாகும். சாதி என்பது செங்கற்சுவர் போலவோ கம்பிவேலி வரிசையைப் போலவோ இந்துக்களை தம்முள் கலக்கமுடியாத மாதிரித் தடுக்கும் ஒரு தூலமான பொருள் அல்ல, அதை இழுத்துத் தள்ளிவிடுவதற்கு. சாதி ஒரு கருத்தியல்; அது ஒரு மனநிலை. ஆகவே சாதி அழிப்பு என்பது ஒரு தூலமான தடையை அழிப்பது என அர்த்தப்படாது. அது ஒரு கருத்தியல் மனநிலை மாற்றத்தையே குறிக்கமுடியும்.

20.9

சாதி தவறானதாக இருக்கலாம். மனிதன் சக மனிதன்மீது செலுத்தும் மனிதத்தன்மையற்ற செயல்பாடு என அழைக்கும் அளவிற்கான மோசமான, அச்சுறுத்தலான நடத்தைக்கு வழிகோலுவதாக இருக்கலாம். இதெல்லாம் இருந்தாலும், இந்துக்கள் சாதியை அவர்கள் மனிதத்தன்மையற்றவராக இருப்பதாலேயோ தீயமனம் கொண்டதாலேயோ கடைப்பிடிக்கவில்லை என்பதை நாம் ஒப்புக்கொள்ளவேண்டும். அவர்கள் ஆழமான மத உணர்வினாலேயே சாதியைக் கடைப்பிடிக்கிறார்கள். மக்கள் சாதியைக் கடைப்பிடிப்பதால் தவறானவர்கள் அல்ல. என் பார்வையில் எது தவறாக இருக்கிறதென்றால் சாதி என்ற கருத்தியலை ஊட்டும் அவர்களுடைய மதம்தான் தவறு. இது சரியென்றால், நாம் போராடவேண்டிய எதிரி சாதியைக் கடைப்பிடிக்கும் மக்கள் அல்ல, ஆனால் சாதியின் இந்த மதத்தை அவர்களுக்குப் புகட்டும் சாஸ்திரங்கள்தான். அன்னம் நீர்

புழங்காத, கலந்து மணம் புரியாத மக்களை விமர்சிப்பதும் எப்போதாவது ஒரு சமபந்தி போஜனத்தை நடத்துவதும் சாதிகடந்த திருமணங்களைக் கொண்டாடுவதும் நாம் விரும்பும் முடிவை எட்டுவதற்கு வீணாண வழிகளே. உண்மைத் தீர்வு என்பது சாஸ்திரங்களின் புனிதத்தின் மீதான நம்பிக்கைகளைத் தகர்ப்பதுதான்.

20.10

சாஸ்திரங்கள் தொடர்ந்து மக்களிடம் எண்ணங்களை நம்பிக்கைகளை உருவாக்கி வார்த்துக் கொண்டிருப்பதை நீங்கள் அனுமதித்துவிட்டு நீங்கள் எப்படி இதில் வெற்றியடைய முடியும் என நினைக்கிறீர்கள்? சாஸ்திரங்களின் ஆக்ஞையைக் கேள்வி கேட்காமல் – அவற்றின் புனிதத்தன்மையையும் அவற்றின் தடை – தண்டனைகளையும் நம்ப மக்களை அனுமதித்துவிட்டு, அதன்பின்னர் மக்களை அவர்களின் செயல்களுக்காக மனிதத்தன்மையற்றவர்கள் என்றும் பகுத்தறிவற்றவர்கள் என்றும் குறைகூறுவது – என்பது சமூக சீர்திருத்தத்தை முன்னெடுத்துச் செல்வதற்கான மிக முரணான வழியாகும். மகாத்மா காந்தி உள்ளிட்ட தீண்டாமையை ஒழிக்க வேலைபார்க்கும் சீர்திருத்தவாதிகள் யாரும் மக்களின் செயல்கள் அவர்களுடைய மனங்களில் ஊட்டப்பட்டிருக்கும் நம்பிக்கைகளின் வெளிப்பாடுகள் மட்டுமே என்பதை உணர்ந்ததாகத் தெரியவில்லை. மேலும் மக்கள் அவர்களின் நடவடிக்கைகளின் அடிப்படையாக இருக்கும் சாஸ்திரங்களின் இறைத்தன்மை பற்றிய தமது நம்பிக்கையை நிறுத்தும்வரை தமது நடவடிக்கைகளை மாற்றிக்கொள்ள மாட்டார்கள் என்பதையும் உனரவில்லை.

20.11

இப்படியான முயற்சிகள் எந்த விளைவையும் ஏற்படுத்தவில்லை என்பதில் எந்த ஆச்சரியமும் இல்லை. தீண்டாமையை நீக்க பணிபுரியும் சீர்திருத்தவாதிகளைப் போலவே நீங்களும் தவறுசெய்கிறீர்கள் என்றே படுகிறது. சமபந்தி போஜனங்களுக்காகவும் சாதிகலந்த திருமணங்களுக்காகவும் போராடுவதும் அவற்றை ஏற்பாடுசெய்து நடத்துவதும் செயற்கையான வழிமுறைகளால் கட்டாயமாய் உணவு புகட்டுவது போன்றதாகும். ஒவ்வொரு ஆணையும் பெண்ணையும் சாஸ்திரங்களின் அடிமைத் தனத்திலிருந்து விடுவியுங்கள், சாஸ்திரங்களில் காணப்படும் நாசகர கருத்தியல்களிலிருந்து அவர்களின் மனங்களைச் சுத்தப்படுத்துங்கள், அப்போது அவனோ அவளோ நீங்கள் அவனுக்கோ அவளுக்கோ எடுத்துச் சொல்லத் தேவையில்லாமலே அவர்கள் அன்னம் நீர் புழங்குவார்கள் சாதிகலந்த மணம் புரிவார்கள்.

20.12

சொற்புரட்டுகளில் அடைக்கலம் தேடுவதில் எந்தப் பயனும் இல்லை. சாஸ்திரங்கள் சொல்வதாக நம்பப்படுவதை அவை சொல்லவில்லை – அதாவது இலக்கணச்சுத்தியுடன் படித்துத் தர்க்கரீதியில் அர்த்தப்படுத்திக்கொண்டால் அவை அப்படிச் சொல்லவில்லை

என்றெல்லாம் மக்களிடம் சொல்வதில் எந்தப் பயனும் இல்லை. சாஸ்திரங்கள் எப்படி மக்களால் புரிந்துகொள்ளப்படுகின்றன என்பதுதான் முக்கியம். புத்தர் எடுத்த நிலைப்பாட்டை நீங்கள் எடுக்கவேண்டும். குருநானக் எடுத்த நிலைப்பாட்டை நீங்கள் எடுக்கவேண்டும். நீங்கள் சாஸ்திரங்களைத் தூக்கியெறிந்தால் மட்டும் போதாது; நீங்கள் அவற்றின் அதிகாரத்தை மறுக்கவேண்டும். புத்தரும் குருநானக்கும் செய்ததுபோல. இந்துக்களிடம் அவர்களிடம் இருக்கும் பிழை அவர்களின் மதம்தான் – சாதிகள் புனிதமானவை எனும் கருத்தியலை அவர்களிடம் உருவாக்கிய மதம்தான் தவறு என்று சொல்லும் துணிச்சல் உங்களுக்கு நிச்சயம் வேண்டும். நீங்கள் அந்தத் துணிச்சலைக் கொள்வீர்களா?

21

21.1

நீங்கள் வெற்றிபெறுவதற்கான வாய்ப்புகள் என்ன?[122] சமூக சீர்திருத்தங்கள் பல வகைகளுக்குள் அடங்குகின்றன. மக்களின் மதக் கருத்துக்களோடு தொடர்பற்ற ஒரு வகைச் சீர்திருத்தம் இருக்கிறது, அது தூய மதச்சார்பற்ற குணம் கொண்டது. மக்களின் மதக் கருத்துக்களோடு தொடர்புபடும் இன்னொரு வகைச் சீர்திருத்தமும் இருக்கிறது. அப்படியான ஒரு வகைச் சீர்திருத்தத்தில் இரண்டு விதங்கள் இருக்கின்றன. ஒன்று மதக் கொள்கைகளை ஏற்றுக்கொண்டு அதிலிருந்து வெளியேறிவிட்ட மக்களை மீண்டும் அவற்றிற்குத் திரும்பி பின்பற்றச் சொல்லும் சீர்திருத்தம்.

21.2

இரண்டாவது விதம் மதக் கொள்கைகளைத் தொடுவது மட்டுமல்ல அவற்றோடு நேரெதிரான நிலை எடுத்து, மக்களை அதனிலிருந்து வெளியேறி அதன் அதிகாரத்தையும் உதறிவிட்டு, அதற்கு எதிராகச் செயல்படச் சொல்லும் சீர்திருத்தம். தெய்வீக ஞானம் அருளப்பட்ட, தெய்வாம்சம் பொருந்திய முனிவர்களின் ஆணைகள் தான் சாஸ்திரங்கள் என நம்பப்படுகின்றன. பாவம் புரியாமல் அவ்வாணைகளை ஒருவர் மீற முடியாது. இந்த சாஸ்திரங்களால் இறைத்தன்மை அளிக்கப்பட்ட சில மத நம்பிக்கைகளின் வெளிப்பாடுதான் சாதி.

21.3

சாதியை அழிப்பது என்பது மூன்றாவது வகையில் விழும் ஒரு சீர்திருத்தம் அதாவது இரண்டாவது வகையின் இரண்டாவது விதத்தில். சாதியை விட்டுவிடுமாறு மக்களைக் கேட்பது அவர்களை தம்முடைய அடிப்படையான மதக் கருத்தியலுக்கு எதிராய்ப் போகச் சொல்லுவதாகும். முதலாவது மற்றும் இரண்டாவது வகைச் சீர்திருத்தங்கள் சுலபமானவை என்பது தெளிவு. மூன்றாவது மிக மலைக்கச் செய்யும் ஒரு பணி, கிட்டத்தட்ட சாத்தியமில்லாத ஒன்று. இந்துக்கள் சமூக ஒழுங்கைப் புனிதமாக உயர்த்திப் பிடித்துள்ளனர். சாதிக்கு ஒரு தெய்வீக

122. 'சாதியை அழித்தொழித்தல்' 1936இல் திட எழுத்தில் உள்ளது.

அடித்தளம் உள்ளது. எனவே நீங்கள் சாதிக்கு வழங்கப்பட்டுள்ள இந்த புனிதத்தன்மையையும் தெய்வீகத்தன்மையையும் அழிக்கவேண்டும். இறுதி ஆய்வில், சாஸ்திரங்களின் வேதங்களின் அதிகாரத்தை நீங்கள் அழிக்கவேண்டும் என்பதே இதன் பொருள்.

21.4

சாதியை அழிப்பதன் வழிகளும் கருவிகளும் குறித்த இந்தக் கேள்விக்கு நான் அதிக அழுத்தம் கொடுத்திருக்கிறேன், ஏனெனில் லட்சியத்தைத் தெரிந்துகொள்வதையும் விட அதை அடைவதற்கான வழிமுறைகளும் உபகரணங்களையும் அறிந்துகொள்வது மிக முக்கியம் என நான் நினைக்கிறேன். உங்களுக்கு வழிமுறைகளும் உபகரணங்களும் தெரிந்திருக்கவில்லை என்றால் உங்களுடைய அனைத்துத் தாக்குதலும் குறிதவறித்தான் போகும் என்பது திண்ணம். என்னுடைய ஆய்வு சரியானதென்றால், உங்கள் முன்னுள்ளது ஒரு இமாலயப் பணி. இதை வென்றெடுக்கும் சக்தி உங்களுக்கு சாத்தியமா என்பதை நீங்கள் மட்டுமே சொல்லமுடியும்.

21.5

என்னைப் பொறுத்தவரை, நான் இந்தப் பணியைக் கிட்டத்தட்ட சாத்தியமற்ற ஒன்றாகவே பார்க்கிறேன். நான் ஏன் அப்படி நினைக்கிறேன் என்று நீங்கள் அறிய விரும்பலாம். இம்முடிவை எடுக்க என்னைத் தள்ளிய பல காரணங்களில் முக்கியமானவை என நான் கருதும் சிலவற்றைக் குறிப்பிடுகிறேன். பிராமணர்கள் இக்கேள்விமீது காண்பிக்கும் பகைமையும் எதிர்ப்பு அணுகுமுறையும் இவற்றில் ஒரு காரணம். அரசியல் சீர்திருத்தத்திற்கான இயக்கத்தின் சில இடங்களில், பொருளாதாரச் சீர்திருத்தத்தின் இயக்கத்திலும் அவற்றின் முன்னணிப்படையாகப் பிராமணர்கள் இருக்கிறார்கள். ஆனால் சாதியின் தளைகளை உடைத்துநொறுக்கத் திரட்டப்படும் இராணுவத்தில் அவர்கள் வெறும் முகாம் ஆதரவாளர்களாகக்கூட காணக் கிடைப்பதில்லை. எனவே எதிர்காலத்தில் இப்போராட்டத்தில் பிராமணர்கள் முன்கை எடுப்பார்களென எதிர்பார்ப்பு இருக்கமுடியுமா? இல்லை என்று நான் சொல்கிறேன்.

21.6

ஏன் என்று நீங்கள் கேட்கலாம். பிராமணர்கள் சமூகச் சீர்திருத்தத்தைத் தொடர்ந்து ஒதுக்குவார்கள் என்பதற்கான காரணங்கள் ஏதுமில்லை என நீங்கள் வாதிடலாம். இந்து சமூகத்தின் அழிவுச் சக்தி சாதிதான் எனப் பிராமணர்கள் அறிவார்கள், ஒரு அறிவுபெற்ற பிரிவினராக அதன் பின்விளைவுகள்பற்றி அவர்கள் அசிரத்தையாக இருக்கச் சாத்தியமில்லை எனவும் நீங்கள் வாதிடலாம். மதச்சார்பற்ற பிராமணர்கள் இருக்கிறார்கள் புரோகித பிராமணர்கள்[123] இருக்கிறார்கள், ஒருவேளை பின்னையவர்கள்

---

123. லௌகீக பிராமணன் எனப்படும் மதச்சார்பற்ற பிராமணன் என்று சொல்லிக்கொள்வோருக்கும் ஸ்ரோத்ரிய அல்லது வைதீக பிராமணன் எனப்படும் வேதங்களை (ஸ்ருதி பாரம்பரியம்; கேட்க, ஸ்ரு என்பதிலிருந்து, ஸ்ரோ – த்ரிய; வாய்வழி மரபு) நன்கு கற்றுணர்ந்த பிராமணருக்கும்

சாதியை உடைக்க விரும்புபவர்களின் சார்பாக சம்மட்டியைத் தூக்கா விட்டாலும் முன்னையவர்கள் செய்வார்கள் என்றும் நீங்கள் வாதிடலாம்.

21.7

இவை அனைத்துமே சாத்தியம் போலவே தெரிகின்றன. ஆனால் இவை அனைத்திலும் ஒரு விஷயம் மறக்கப்படுகிறது; சாதி அமைப்பின் உடைப்பு என்பது பிராமண சாதிக்குப் பாதகமான விளைவுகளை ஏற்படுத்தும். இதைக் கருத்தில் எடுத்துப் பார்த்தால், பிராமணர்கள் தமது சாதியின் அதிகாரத்தையும் கௌரவத்தையுமே அழிக்கும் ஒரு போராட்டத்தை முன் நின்று நடத்த முன்வருவார்கள் என நாம் எதிர்பார்ப்பது அறிவுபூர்வமானதா? புரோகித பிராமணர்களுக்கு எதிரான ஒரு இயக்கத்தில் பங்கெடுக்க மதச்சார்பற்ற பிராமணர்களை எதிர்பார்ப்பது அறிவுபூர்வமானதா? என் கணிப்பில் புரோகித பிராமணர்கள் மதச்சார்பற்ற பிராமணர்கள் என்ற வேறுபாடே பயனற்றது. இருசாராருமே உற்றார்உறவினர். அவர்கள் ஒரே உடலின் இருகரங்கள், ஒன்றின் இருப்பைத் தக்கவைக்க இன்னொன்று போராடக் கடமைப்பட்டது.

21.8

இதன் தொடர்பில், பேராசிரியர் டைசி தனது ஆங்கிலேய அரசியலமைப்புச் சட்ட[124]த்தில் எழுதியுள்ள சில ஆழமான கருத்துள்ள குறிப்புகள் என் நினைவுக்கு வருகின்றன. மக்களவையின்

வசதியாகப் பிரிக்கப்பட்ட தொழில் வேறுபாடு இருக்கிறது. மானுடவியலாளர் எம்.என். ஸ்ரீனிவாஸ் (1972,8) இந்தப் பதங்களைப் பின்வரும் பொருளில் பயன்படுத்துகிறார். லௌகீக – அப்படியே பொருள்கொண்டால் உலகாயுத விசயங்களில் கவனம் செலுத்துபவர்கள், தற்காலிகமான (லோக) விசயங்கள் – இவர்கள் மேற்கத்திய அறிவொளியின் அப்பதத்தின் பொருளில் மதச்சார்பற்றோர் அல்ல, நம்பிக்கையைத் துறப்பவர்களும் மத விதிகள் படிப்பினைகளிலிருந்து விடுபட்டோர் போல. லௌகீக பிராமணன் – அமைச்சராக, அரசூழியராக, சமூகப் பணியாளராக, எழுத்தாளராக இருக்கும் பிராமணன் – இவர்களையே இந்துக்களின் அறிவுஜீவி வர்க்கம் என அம்பேத்கர் குறிப்பிடுகிறார். இவர்கள் பூசாரியல்லாத ஒரு பணியை மேற்கொள்கிறார்கள்; பூசாரி வேலை வைதீக / ஸ்ரோத்ரிய பிராமணருக்காக வைக்கப்பட்டுள்ளது (மறுபடியும், வேத சடங்குகளை மட்டும் மேற்கொள்ளும் பூசாரிகள் கோவிலில் சடங்கு நடத்தும் பக்திக்குப் பிற்பட்ட வேதத்திற்கு பின்னான கடவுள்களைச் சேவிக்கும் பூசாரிகளிடமிருந்து வித்தியாசப்படுத்தப் படுகிறார்கள். எப்படியிருந்தாலும், லௌகீக பிராமணர் ஸ்ரோத்ரிய பிராமணரின் முக்கியத்துவத்தையோ வகிக்கும் பாத்திரத்தையோ குறைப்பதில்லை. சொல்லப்போனால், அவர் ஸ்ரோத்ரிய பிராமணரின் சேவைகளைப் பயன்படுத்தி அங்கீகரிக்கிறார். லௌகீக பிராமணர் இந்த உலக விசயங்களின்மீது அதிகாரம் செலுத்துகிறார், ஸ்ரோத்ரிய பிராமணரின் அதிகாரம் மறு உலகத்தின் மீதானது. இதெல்லாம் இருந்தாலும், லௌகீகர்களும் ஸ்ரோத்ரியர்களை சமூக வரிசையில் கீழானவர்களாகவே பார்க்கிறார்கள்; ஒரு விலைக்கு வாங்கக்கூடிய சேவைகளைத் தரும் ஒருவராகவே. விளைவில், அவர்கள் பிராமணீயத்தின் இரு பகுதிகள். சமஸ்கிருத இலக்கணவியலாளர் பாணினியின் அஷ்டத்யாயியில் (கிமு 400 வாக்கில்) லௌகீக வைதீகப் பதங்களின் பயன்பாடுகுறித்த விவாதத்திற்குப் பார்க்க: பாட்ரிக் ஒலிவெல்லெ (2008,161–3).

124. ஆல்பர்ட் வெண் டைசி (1835–1922) ஒரு பிரிட்டிஷ் சட்டவல்லுநரும் அரசியலமைப்புக் கொள்கையாளருமாவார். 'சட்டத்தின் ஆட்சி' என்ற கோட்பாட்டை உருவாக்கி அந்த பதத்தைப் புகழ்பெறச் செய்தவர் அவரே. பின்வரும் மேற்கோள் 'அரசியலமைப்புச் சட்டம்குறித்த ஆய்வு ஒரு அறிமுகம்' (1885, 75–6)இலிருந்து, இது எழுதப்படாத பிரிட்டிஷ் அரசியலமைப்பின் ஒரு பகுதி அதனால் பிரிட்டிஷ் அரசியலமைப்பு என்றும் குறிப்பிடப்படுவது.

பாராளுமன்ற இறையாண்மையை உயர்த்திப் பிடிப்பதன் உண்மையான வரையறைகள்பற்றிப் பேசும்போது அவர் சொல்கிறார்:

"உண்மையில் அதிகாரத்தைச் செயல்படுத்துவது என்று வரும்போது, எந்த இறையாண்மையாக இருந்தாலும், குறிப்பாகப் பாராளுமன்றம் இரண்டு வரையறைகளால் கட்டுப்படுத்தப்படுகிறது அல்லது அடைக்கப்படுகிறது. இவற்றில் ஒன்று புறவயமானது; இன்னொன்று அகவயமானது. இறையாண்மையின் உண்மை அதிகாரத்தின் புறவய வரையறையானது அதன் குடிமக்கள் அல்லது அவர்களின் பெரும்பகுதியினர் அதன் சட்டங்களை எதிர்ப்பார்கள் அல்லது ஒத்துழையாமல் இருப்பார்கள் என்ற சாத்தியத்திலும் அல்லது நிச்சயத்திலும் அடங்கி இருக்கிறது . . .

இறையாண்மைப் பிரயோகத்தின் அகவய வரையறையானது இறையாண்மை அதிகாரத்தின் இயல்பிலிருந்தே எழுகிறது. ஒரு எதேச்சாதிகாரிகூட தனது குணநலன்களுக்கு ஏற்றார்போல்தான் தனது அதிகாரத்தைப் பிரயோகிக்கிறான். அந்தக் குணநலன் அவன் வாழும் சூழ்நிலைகளில் இருந்து வார்க்கப்படுகிறது, அக்காலகட்டத்தின் அறவுணர்வு, அவன் சார்ந்திருக்கும் சமூகம் ஆகியவையும் இதில் அடக்கம். அவன் விரும்பினாலும் சுல்தானால் முகமதிய உலகின் மதத்தை மாற்ற முடியாது. ஆனால் அவன் அப்படி செய்ய முடியும் என்றாலும் கூட முகமதியத்தின் தலைமை, முகமதுவின் மதத்தைத் தூக்கியெறிய விரும்புவது என்பது மிக அதீத அளவிற்குச் சாத்தியமற்ற ஒன்று; இப்படி சுல்தானின் அதிகாரம் மீதான புறவய வரையரைக்குச் சற்றும் குறைந்ததல்ல அவருக்குள் இருக்கும் அகவய உள்ளுணர்வின் வரையறை. ஏன் போப்பு இந்தச் சீர்திருத்தத்தைக் கொண்டுவரவில்லை, அந்த சீர்திருத்தத்தைத் தொடங்கவில்லை என்றெல்லாம் மக்கள் சிலவேளை இந்த வீணான கேள்வியைக் கேட்பார்கள். உண்மையான பதில் என்னவென்றால் ஒரு புரட்சியாளன் போப்பு ஆகக்கூடிய வகைப்பட்ட மனிதன் அல்ல. போப்பு ஆகும் மனிதனுக்குப் புரட்சியாளனாகும் விருப்பம் எதுவும் இருக்காது."

21.9

இந்தக் குறிப்புகள் இந்தியாவின் பிராமணர்களுக்குக் கச்சிதமாய்ப் பொருந்தும் என நான் நினைக்கிறேன். போப்பு ஆகும் மனிதனுக்குப் புரட்சியாளன் ஆக விருப்பம் இருக்காது எனச் சொல்லும் அதே அளவு உண்மையுடன் பிராமணனாக பிறந்தவனுக்குப் புரட்சியாளனாகும் விருப்பம் அதனிலும் குறைவு என்று சொல்லலாம். உண்மையில் ஒரு பிராமணனைச் சமூகச் சீர்திருத்தத்தில் புரட்சியாளனாக இருக்க எதிர்பார்ப்பது என்பது ஆங்கிலேயப் பாராளுமன்றத்தை லெஸ்லீ ஸ்டீபன்[125] சொன்னதுபோல அனைத்து நீல விழிக் குழந்தைகளையும் கொல்வதற்குச் சட்டமியற்ற சொல்வது போன்றது.

---

125. லெஸ்லி ஸ்டீஃபன் (1832–1904) ஒரு பிரிட்டிஷ் தத்துவவியலாளர்; இலக்கியச் சமூக விமர்சகர். நீலக் கண் குழந்தைகளைத் தடைசெய்வது குறித்த அவரது கருத்துகளின் மேற்கோள்களை மேலே குறிப்பிடப்பட்டுள்ள டைசியில் (1885,78) காணலாம். ஸ்டீபனின் 'நெறிமுறைகளின் விஞ்ஞானம்' (1882)இலிருந்து டைசி மேற்கோள் காட்டுகிறார், இது பரிணாம வளர்ச்சிக் கோட்பாட்டின் நெறிமுறைப் பின்விளைவுகளை மொத்தமாக பதிவுசெய்யும் படைப்பாகும்.

21.10

சாதி எதிர்ப்பு இயக்கத்தின் தலைமையேற்றுச் செயல்பட பிராமணர்கள் வருவார்களா இல்லை வரமாட்டார்களா என்பது ஒரு சிறு விஷயம் என்று உங்களில் சிலர் சொல்வீர்கள். இந்தப் பார்வையை எடுப்பது, என்னுடைய பார்வையில், சமூகத்தில் அறிவுஜீவி வர்க்கத்தின் பங்கைப் புறக்கணிப்பதாகும். மகத்தான மனிதர்களே வரலாற்றை[126] ஆக்குகிறார்கள் என்னும் கோட்பாட்டை நீங்கள் ஏற்கிறீர்களோ இல்லையோ இவ்வளவாவது நீங்கள் ஒப்புக்கொண்டுதான் ஆகவேண்டும். எல்லா நாடுகளிலும் அறிவுஜீவி வர்க்கம்தான் ஆட்சிபுரியும் வர்க்கமாக இல்லாவிட்டாலும் மிக செல்வாக்கான வர்க்கம். அறிவுஜீவி வர்க்கம்தான் முன்னறியும் சக்தியுள்ளது, அதுதான் வழிகாட்டியாக முன்செல்ல உதவும் வர்க்கம். எந்த நாட்டிலும் பெரும்பான்மை மக்கள் கூட்டம் அறிவுபூர்வ சிந்தனை மற்றும் செயலாக்க வாழ்வை வாழ்வதில்லை. அவர்கள் பெரும்பாலும் போலச் செய்கிறார்கள், அறிவுஜீவி வர்க்கத்தை பின்பற்றுகிறார்கள்.

21.11

ஒரு நாட்டின் ஒட்டுமொத்தத் தலைவிதியே அதன் அறிவுஜீவி வர்க்கத்தைச் சார்ந்திருக்கிறது என்று சொல்வது சற்றும் மிகையல்ல. அறிவுஜீவி வர்க்கம் நேர்மையானதாக, சுயாதீனமானதாக, விருப்புவெறுப்பற்று இருக்குமானால், அது நெருக்கடி காலத்தில் முன்முயற்சி எடுக்கவும் ஒரு சரியான தலைமையைக் கொடுக்கவும் செய்யும் என நம்பலாம். அறிவுடைமை தன்னளவில் ஒரு நற்குணம் அல்ல என்பது உண்மைதான். அது ஒரு வழி மட்டுமே அந்த வழிகளை எந்த இறுதி இலக்கை நோக்கி ஒரு அறிவுஜீவி பயன்படுத்துகிறார் என்பது மட்டுமே அவ்வழிகளைப் பயனுள்ளதாக்கும். ஒரு அறிவுஜீவி மனிதர் நல்லவராக இருக்கலாம், அதேசமயம் அவர் வெகு சுலபமாக ஒரு அயோக்கியனாகவும் இருக்கலாம். அதே போல ஒரு அறிவுஜீவி வர்க்கம் என்பது உயர் ஆத்மாக்களின் உதவத் தயாராயிருக்கும் தவறிழைக்கும் மனிதகுலத்தை விடுவிக்கத் தயாராயிருக்கும் குழுவாகவும் இருக்கலாம், அல்லது அது மிகச் சுலபமாக ஒரு திருடர்களின் மோசடிக்காரர்களின் கும்பலாகவோ ஒரு சிறு குழுவிலிருந்து தனது ஆதாரங்களைப் பெறும் அக்குழுவின் ஆதரவாளர்களாகவும் இருக்கலாம்.

21.12

இந்தியாவில் அறிவுஜீவி வர்க்கம் என்பதே பிராமண சாதியின் மற்றொரு பெயர்தான் என்பது பரிதாபத்துக்குரியது என நீங்கள்

---

126. அம்பேத்கர் கார்லைலால் பத்தொன்பதாம் நூற்றாண்டில் பரவலாக்கப்பட்ட சிறந்த மனிதர் கோட்பாட்டைக் குறிப்பிடுகிறார். கார்லைலின் கதாநாயகர்கள் குறித்து, நாயகவழிபாடு, வரலாற்றில் நாயகத்தன்மை (1840) வரலாற்றில் முகமது, லூத்தர், ரொசாவு, க்ரோம்வெல், நெப்போலியன் போன்றவர்கள் வரலாற்றை முன்நகர்த்தும் சக்திகளாக வரலாற்றின் சிறந்த மனிதர்களாகக் குறிப்பிடுகிறது. இந்தச் சிறந்த மனிதர் கோட்பாட்டின் முக்கியமான விமர்சனம் ஹெர்பார்ட் ஸ்பென்சரால் சமூகவியல் ஆய்வு (1873)இல் உருவாக்கப்பட்டது, ஆனால் கார்லைலின் கோட்பாடு லியோ டால்ஸ்டாய் போன்ற பல்வேறு செல்வாக்குள்ள சிந்தனையாளர்களின் மனதை ஆக்ரமித்திருந்தது.

நினைக்கலாம். இந்த இரண்டும் ஒன்றே எனும் நிலை இருப்பதற்காக நீங்கள் வருந்தலாம். அறிவுஜீவி வர்க்கமே ஒரே சாதிக்குள் அடைபட்டு கிடப்பது, அந்த அறிவுஜீவி வர்க்கம் பிராமண சாதியின் நலன்களையும் விழைவுகளையும் பகிர்ந்துகொள்வதும், அந்த வர்க்கம் தன்னை நாட்டின் நலன்களுக்குப் பாதுகாவலராக இருப்பதைக் காட்டிலும் தமது சாதிக்கான பாதுகாவலர்களாகத் தம்மைக் கருதிக்கொள்வது குறித்தும் நீங்கள் வருந்தலாம். இவை அனைத்துமே வருந்தத்தக்கவையாக இருக்கலாம். ஆனால் பிராமணர்கள்தான் இந்துக்களின் அறிவுஜீவி வர்க்கம் என்பது தவிர்க்கமுடியாத உண்மை. அது ஒரு அறிவுஜீவி வர்க்கம் மட்டுமல்ல, பிற இந்துக்களால் மகத்தான மரியாதையுடன் உயர்ந்தேத்தப்படும் ஒரு வர்க்கமாகும்.

21.13

பிராமணர்கள்தான் பூதேவர்கள் (பூமியில் உள்ள கடவுள்கள்) என இந்துக்களுக்குக் கற்றுத் தரப்பட்டுள்ளது. **वर्णानाम ब्राह्मणो गुरुः** [127] பிராமணர்கள் மட்டுமே தமக்குக் குருவாக இருக்கமுடியும் என இந்துக்களுக்கு கற்றுத் தரப்பட்டுள்ளது. “தனியாக சொல்லப்படாத தருமத்தின் கூறுகளைப் பொறுத்து என்ன செய்வது எனக் கேட்டால், அதற்கான பதில் – சிஷ்தாக்களான பிராமணர்கள் என்ன வகுக்கிறார்களோ அதுவே சந்தேகத்துக்கிடமின்றிச் சட்ட பூர்வமானதாக விளங்கும்” என மனு சொல்கிறார்.[128]

> अनाम्नातेषु धर्मेषु कथं स्यादिति चेद्भवेत् ।
> यं शिष्टा ब्राह्मणा ब्रूयुः स धर्मः स्यादशङ्कितः ॥ [129]

21.14

சமூகத்தின் பிறரைத் தனது கைப்பிடியில் வைத்திருக்கும் இப்படிப்பட்ட ஒரு அறிவுஜீவி வர்க்கம் சாதியச் சீர்திருத்தத்திற்கு எதிராக இருக்குமானால் சாதியை உடைப்பதற்கான இயக்கத்தின் வெற்றி வாய்ப்பு மிக அரிதானதாகவே எனக்குத் தெரிகிறது.

21.15

இந்தக் காரியம் சாத்தியமற்றது என ஏன் சொல்கிறேன் என்பதற்கான இரண்டாவது காரணம், சாதி அமைப்புக்கு இரு முகங்கள் உள்ளன என்பதை நீங்கள் மனதில் இருத்தினால் விளங்கும். ஒரு முகத்தில் அது மனிதர்களை வேறுவேறான சமூகங்களாகப் பிரிக்கிறது. இரண்டாவது

---

127. ‘சாதியை அழித்தொழித்தல்’ தொடக்கத்தில் அம்பேத்கர் குறிப்பிடும் மனுஸ்மிரிதியின் ஆணையே இது. பார்க்க 1.2இலிருந்து குறிப்பு 1.

128. ஷிஸ்த்தாஸ்: மத விவகாரங்களில் கல்விபெற்ற பிராமணர்கள்.

129. (அனாம்னதேஷு தர்மேஷு கதம் ஸ்யாதிதி சேத்பவேத்/ யம் ஷிஷ்த்தா ப்ராஹ்மணா ப்ருயூஹ் சா தர்மாஹ் ஸ்யாதஷத்க்கிடாஹ்.) அம்பேத்கர் முதலில் மனுஸ்மிரிதி 12.108இன் பூலருடைய மொழிபெயர்ப்பை (1886/2004, 337) மேற்கோள்காட்டி பின்னர் சமஸ்கிருத வாக்கியத்தை தருகிறார். பிபேக் டெப்ராயின் மொழிபெயர்ப்பு: “தர்மத்தின் சொல்லப்படாத பகுதிகளைப் பற்றிக் கேட்கும்போது, சந்தேகமே இல்லாமல், படித்த / நல்ல பிராமணர்கள் என்ன சொல்கிறார்களோ அதுவே தர்மம்.”

முகத்தில், அது இச்சமூகங்களை ஒரு படிநிலை வரிசையில் சமூக அந்தஸ்த்தில் ஒன்றின்மேல் ஒன்றாக அடுக்குகிறது. ஒவ்வொரு சாதியும் தனக்கான பெருமையையும் ஆறுதலையும் தான் ஏதோ ஒரு சாதிக்கு மேலாக இருக்கிறோம் என்பதில் இருந்து பெறுகிறது. இப்படிநிலையின் வெளிப்படையான குறியீடாக ஒரு சமூக, மத உரிமைகள் சார்ந்த படிநிலையும் இருக்கிறது. அஷ்டாதிகாரங்கள்[130], சன்ஸ்காரங்கள்[131] என்று இவை முறையே அழைக்கப்படுகின்றன. சாதியின் தர வரிசையில் மேலே இருந்தால் இவ்வுரிமைகள் அதிக எண்ணிக்கையில் கிடைக்கும், தரவரிசையில் கீழே போகப்போக உரிமைகளின் எண்ணிக்கை குறையும்.

21.16

சாதிகளை மேல்கீழ் படுத்தும் தரவரிசை சாதி அமைப்பிற்கு எதிராக ஒரு பொது முன்னணியை அணிதிரட்டுவதைச் சாத்தியமற்றதாக்குகிறது. ஒரு சாதி தனக்கு மேலே வைக்கப்பட்டுள்ள இன்னொரு சாதியுடன் அன்னம் நீர் புழங்கவும் கலந்து மணம் புரியவும் உரிமைகோர முற்படுகையில் – அது சில விஷமிகள் (இப்படியான விஷமச் செயல்களில் பல பிராமண விஷமிகள் ஈடுபடுகின்றனர்) வந்து அவர்களிடம் இதே உரிமைகளை நீங்கள் உங்களுக்குக் கீழாக இருக்கும் சாதிகளுக்கும் அளிக்கவேண்டும் எனச் சொன்னவுடன் உறைந்து போகிறார்கள்[132]. சாதி அமைப்பிற்கு அனைவருமே அடிமைகள். ஆனால் அனைத்து அடிமைகளும் சம அந்தஸ்துடையவர்கள் அல்ல.[133]

---

130. அம்பேத்கர் அஷ்டாதிகாரங்கள் என எதைக் குறிப்பிடுகிறாரென்பது தெளிவாக இல்லை. வேத இந்துமதம், தாந்திரீகம் இரண்டிலுமே அதிகாரா என்பது சில குறிப்பிட்ட சடங்குளைச் செய்வதற்கான தகுதியையும் அனுமதியையும் குறிக்கும். ஜேம்ஸ் லாச்டஃபெல்ட்(2002, 6) கூற்றின்படி, "இது ஓரளவு சடங்கைச் செய்ய தெரிந்திருப்பதைக் குறிக்கும், அதன் மூலம் 'தகுதி' பெறுவதை . . . அதைவிட முக்கியமாகச் சடங்குகளைச் செய்ய ஒருவரை உரிமைபெற்றவராக்கும் சடங்கு நிலையை அடைவதைக் குறிக்கும். இந்த நிலை பொதுவாக ஒருவகையான சம்பிரதாயமான தீட்சையால் வழங்கப்பெறும் . . . ஒருவரது ஆசிரியரால்." எனவேதான் ராமாயணத்தின் முக்கியமான சூத்திரரான சம்புகன், வேத சடங்கைச் செய்யும் அனுமதியின்றிச் செய்ததால் தண்டிக்கப்பட்டார் என்று நாம் சொல்லலாம். அதிகாரம் குறித்து மேலும் விவாதங்களுக்குப் பார்க்க: வில்ஹெல்ம் ஹால்ப்ஃபஸ்(1990,67), அவர் சொல்கிறார் "அதிகாரம் என்பது 'அதிகாரம்', 'திறம்', 'பணி' என்பது போன்ற அர்த்தங்களைப் பெறுவதோடு 'கடமை' 'பொறுப்பு' போன்ற அர்த்தங்களையும் கொள்கிறது. இயற்கை மற்றும் சமூகத்திலுள்ள 'ஆளும்' செயற்பாடுகளையும் கூறுகளையும் மட்டுமன்றி, பிரதிகளிலும் போதனைகளிலுமுள்ளவற்றையும் குறிக்கிறது, அங்கே அது ஆளும் விதியையோ மேலாதிக்கமான பொருளையோ குறிக்கலாம்."

131. சன்ஸ்காரங்கள் (சம்ஸ்காரங்கள் எனவும் சொல்லப்படும்) என்பது மனித வாழ்வின் வெவ்வேறு கட்டங்களைக் குறிக்கும் பல்வேறு வாழ்வு, சுழற்சி, பலி, சடங்குகளுக்கு அளிக்கப்படும் பொதுப்பெயர்; மக்களையோ (அல்லது பொருட்களையோ) சில கறைகளை நீக்குவதன் மூலமும் நல்லவற்றை உருவாக்குவதன் மூலமும் ஒரு காரியத்திற்கு (சடங்கு நடத்துவது, சமூகத்தில் ஒருவருக்குரிய இடத்தை எடுத்துக்கொள்வது) பொருத்தமாக்கும் சடங்குகள். (மைக்கேல்ஸ், 2005, 74). சன்ஸ்காரங்களின் மொத்த எண்ணிகையில் (12 முதல் 18 வரை) இந்து தர்மசாஸ்திரங்கள் வேறுபடுகின்றன. ஆனால் பொதுவாக பதினாறு சன்ஸ்காரங்கள் ஏற்றுக்கொள்ளப்படுகின்றன.

132. 1936 'சாதியை அழித்தொழித்தல்' பிரதியில் பயன்படுத்தப்பட்டுள்ள வார்த்தை 'அமைதியாக்கப்பட்டு'; 1937, 1944 'சொன்ன கணமே உறையவைக்கப்பட்டு' என்று தெளிவுகருதித் திருத்தப்பட்டிருக்கிறது.

133. 1936 'சாதியை அழித்தொழித்தல்' பிரதியில் "சமமாக துன்புறுவதில்லை" என்றிருக்கிறது, 1937இல் மாற்றப்பட்டிருக்கிறது.

21.17

உழைக்கும் வர்க்கத்தை ஒரு பொருளாதாரப் புரட்சியை ஏற்படுத்துமாறு உற்சாகப்படுத்த கார்ல் மார்க்ஸ் இப்படிச் சொன்னார்: "உங்களிடம் இழப்பதற்கு ஏதுமில்லை உங்கள் அடிமை விலங்குகளைத் தவிர."[134] ஆனால் வெவ்வேறு சாதிகளுக்கிடையில் சிலருக்கு அதிகமும் சிலருக்கு கொஞ்சமும் என சமூக உரிமைகளும் மதஉரிமைகளும் பிரித்தளிக்கப்பட்டுள்ள இந்த கலாபூர்வ வழிமுறையால், கார்ல் மார்க்ஸின் இந்தக் கோஷம் இந்துக்களை சாதி அமைப்பிற்கு எதிராகப் போராட அழைப்பதற்குப் பயனற்றதாகிறது.[135] சாதிகள் ஒரு தரவரிசைப்படுத்தப்பட்ட மேல்கீழான இறையாண்மைகளை உருவாக்குகின்றன, ஒன்றின் மேல் ஒன்று பொறாமைப்படும் இறையாண்மைகள். அவர்களுக்குத் தெரியும் ஒட்டுமொத்த கலைப்பு நிகழ்ந்தால் அவர்களில் சில அதிகாரத்திலும் அந்தஸ்திலும் மற்றவர்களைவிட அதிகமாக இழக்க நேரிடும் என்று.[136] எனவே (இராணுவச் சொல்லாடலில் சொல்வதென்றால்) சாதி அமைப்பைத் தாக்குவதற்கு ஒரு பொதுவான இந்து அணிதிரட்டலை நீங்கள் உருவாக்க முடியாது.

22

22.1

நீங்கள் பகுத்தறிவின் பெயரால் கோரிக்கை விடுத்து, இந்துக்களைப் பகுத்தறிவுக்குப் புறம்பாக இருக்கும் தமது சாதியை உதறிவிடுமாறு கேட்கமுடியுமா? அப்படி என்றால் அப்போது ஒரு கேள்வி எழும்: ஒரு இந்து தனது பகுத்தறிவைப் பின்பற்ற அவருக்குச் சுதந்திரம் இருக்கிறதா? அவரவர் நடத்தைகளில் ஒவ்வொரு இந்துவும் கட்டாயம் பின்பற்றவேண்டிய மூன்று உத்தரவுகளை மனு விட்டுச் சென்றிருக்கிறார்:

वेद: स्मिति: सदाचार: स्वस्य च प्रियमात्मन: ।[137]

---

134. கம்யூனிஸ்ட் அறிக்கையின் (1848) வாசகங்களுள் ஒன்று: "தொழிலாளர்களுக்கு இழக்க ஏதுமில்லை தங்கள் விலங்குகளைத் தவிர. வெல்ல ஒரு உலகமிருக்கிறது. உலகத் தொழிலாளர்களே, ஒன்றுகூடுங்கள்!"

135. 1936 'சாதியை அழித்தொழித்தல்' பிரதியில்: "கார்ல் மார்க்ஸ் பயன்படுத்திய அழைப்பை நீங்கள் பயன்படுத்தமுடியாது."

136. 1936 'சாதியை அழித்தொழித்தல்' பதிப்பில் இந்த வரி இவ்வாறு உள்ளது: "சாதி அமைப்பு ஏகாதிபத்தியத்துள்ளே ஏகாதிபத்தியமாகும். பொதுவான சாதி அழிப்பில், சில சாதிகள் மற்ற சாதிகளைவிட அதிகமாகத் தங்கள் பெருமிதத்தையும் அதிகாரத்தையும் இழக்கநேரும்." ஏகாதிபத்தியத்துக்குள்ளே ஏகாதிபத்தியம் என்பது ஒரு அரசு, அதிகாரம் அல்லது தன்னதிகாரத்துக்குள்ளே இருக்கும் ஒரு அரசு, அதிகாரம் அல்லது தன்னதிகாரத்தைக் குறிக்கும்.

137. (வேதா ஸ்மிரிதி சடாச்சார ஸ்வஸ்ய சா ப்ரியமாத்மானாஹ்.) டெப்ராய்: "தனக்காகவும் தான் விரும்புகிறவர்களுக்காகவும், வேதங்களும் ஸ்மிரிதிகளும் நன்னடத்தையும் . . ." ஸ்லோகத்தின் இரட்டை வரிகளில் ஒரு பாதி இது. மனுஸ்மிரிதி 2.12இலிருந்து முழு ஸ்லோகம் பூலரால் இவ்வாறு விளக்கப்படுகிறது: "வேதங்கள், புனித வழமைகள், நல்லொழுக்கம்கொண்ட மனிதரின் வழக்கங்கள், ஒருவரின் சொந்த சுகம் இவை நான்கும் புனித சட்டத்தை வரையறை செய்யும் நான்கு வழிகளாம்" (1886/2004, 19). சமஸ்கிருதத்தில் இரண்டாவது வரி: एतच्चतुर्विधं प्राहु: साक्षाद्धर्मस्य लक्षणाम् ॥ (எதாக்ஞ–சதுர்விதாம் ப்ராஹு சாக்ஷதர்மஸ்ய லக்ஷணாம்).

22.2

இங்கே பகுத்தறிவு செயலாற்ற எந்த இடமும் இல்லை. ஒரு இந்து வேதம், சாஸ்திரம் அல்லது சடாச்சார[138]த்தைப் பின்பற்றவேண்டும். அவர் வேறெதையும் பின்பற்ற முடியாது.

22.3

முதலாவதாக, அவற்றின் பொருளில் எப்போதெல்லாம் சந்தேகம் வருகிறதோ அப்போது வேதத்தையும் ஸ்மிரிதிகளையும் எப்படிப் பொருள்படுத்திக் கொள்வது? இந்த முக்கியமான கேள்விக்கு மனுவின் பதில் தீர்மானமானது. அவர் சொல்கிறார்:

योऽवमन्येत ते मूले हेतुशास्त्राश्रयाद्विजः ।
स साधुभिर्बहिष्कार्यो नास्तिको वेदनिन्दकः ॥ [139]

22.4[140]

இந்த விதியின்படி, வேதங்களையும் ஸ்மிரிதிகளையும் புரிந்துகொள்ள பகுத்தறிவு என்னும் வகைமாதிரி முழுவதுமாக நிந்திக்கப்படுகிறது. அது நாத்திகத்தின் அளவு கொடுமையானதாகக் கருதப்படுகிறது, அதற்கான தண்டனை பகிஷ்கரிப்பு / சமூக நீக்கம் என விதிக்கப்பட்டுள்ளது. ஆகவே வேதத்திலும் ஸ்மிரிதிகளிலும் சொல்லப்படும் ஒரு விஷயத்தை ஒரு இந்துப் பகுத்தறிவு சிந்தனையால் ஆராய முடியாது.

22.5

வேதங்களுக்கும் ஸ்மிரிதிகளுக்கும் முரண்பாடு இருக்கும் விஷயங்களிலும் அவற்றில் சாதகமான உத்தரவுகள் தரப்பட்டிருந்தாலும் அதற்கான தீர்வு பகுத்தறிவுக்கு விட்டுவைக்கப்படவில்லை. இரண்டு சுருதிகளுக்கு இடையே முரண்பாடு இருந்தால் இரண்டுமே சமமான அதிகாரம் உடையவையாகக் கருதப்பட வேண்டும். ஏதாவது ஒன்றைக்

---

138. சடாச்சார்: அறநெறி அல்லது நன்னடத்தைக்கான சமஸ்கிருத வார்த்தை, டோனிகரும் ஸ்மித்தும் இதை 'நல்ல மனிதர்களின் நடத்தை' என விளக்குகிறார்கள். அம்பேத்கர் தனது தெளிவான விளக்கத்தை 'சாதியை அழித்தொழித்தல்' 22.14–15இல் அளிக்கிறார்.

139. (யோ–அவமன்யேத தே மூலே ஹெதுஷாஸ்த்ராஷ்ரயாட்த்விஜாஹ் / சா சாதுபிர்பாஹிஷ்கார்யோ நாஸ்திகோ வேதானிண்டகாஹ்.) மனுஸ்மிரிதி 2.11. டெப்ராயின் மொழிபெயர்ப்பு: "தர்க்கத்தின் பிரதிகளை அடிப்படையாகக் கொண்டு இவ்விரண்டையும் (முன்னரே குறிப்பிட்டப்பட்ட சுலோகங்கள்) அலட்சியம் செய்யும் ஓவ்வொரு த்விஜரும் (இதை பிராமணர் அல்லது மூன்று வர்ணங்களில் முதல் வர்ணத்தைச் சேர்ந்தவர் எனப் புரிந்துகொள்ளலாம்) நல்லொழுக்கம் கொண்டோரால், மத நம்பிக்கையற்றோரையும் வேதங்களை விமர்சிப்போரையும் போல, புறக்கணிக்கப்பட வேண்டும்." பூலரின் விளக்கத்தில்: "வாதங்களில் நம்பிக்கைவைத்து (சட்டத்தின்) இவ்விரண்டு மூலங்களையும் வெறுக்கும் ஓவ்வொரு இருமுறை பிறந்த மனிதனும், நல்லோரால் ஓதுக்கிவைக்கப்பட வேண்டும், நாத்திகரையும் வேதங்களை இகழ்வோரையும் போல." (1886/2004, 19.)

140. 'சாதியை அழித்தொழித்தல்' 1936 – 1937 பிரதிகளில் அம்பேத்கர் இங்கே மகாபாரதத்திலிருந்து ஒரு வரியை முன்வைக்கிறார், 1944 பிரதியில் அது பின்னால் வருகிறது; இந்தப் பிரதியில் 22.7 பார்க்க: "மகாபாரதத்திலும் இதே சட்டம் வருகிறது:

पुराणं मानवो धर्मः सांगो वेदश्चिकित्सितं ।
आज्ञासिद्धानि चत्वारि न हन्तव्यानि हेतुभिः ॥

கடைபிடிக்கலாம். இரண்டில் எது பகுத்தறிவுக்குப் பொருந்தி வருகிறது என அறிந்துகொள்ளும் எந்த முயற்சியும் இல்லை[141]. இது மனுவால் தெளிவாகச் சொல்லப்பட்டுள்ளது.

श्रुतिद्वैधं तु यत्र स्यात्तत्र धर्मावुभौ स्मृतौ । [142]

சுருதிக்கும் ஸ்மிரிதிக்கும் இடையே முரண்பாடு வரும்போது, சுருதியே முதன்மை பெறும். ஆனால் இங்கும் இரண்டில் எது பகுத்தறிவுடன் பொருந்திப் போகிறது எனத் தெரிந்துகொள்ளும் முயற்சி ஏதுமில்லை. இது மனுவின் கீழ்க்காணும் சுலோகத்தில் சொல்லப்பட்டுள்ளது.

या वेदवाह्याः स्मृतयो याश्च काश्च कुदृष्टयः ।
सर्वास्ता निष्फलाः प्रेत्य तमोनिष्ठा हि ताः स्मृताः ॥ [143]

22.6

மறுபடியும், இரண்டு ஸ்மிரிதிகளுக்கிடையே முரண்பாடு வந்தால், மனுஸ்மிரிதியே முதன்மை பெறும், ஆனால் இரண்டில் எது பகுத்தறிவுக்குப் பொருந்தி வருகிறது என அறிந்துகொள்ள எந்த முயற்சியும் இல்லை. இதுதான் பிரகஸ்பதியால் வழங்கப்பட்ட தீர்ப்பு:[144]

वेदार्थत्वोपनिबंधृत्वात प्रामाण्यं हि मनोः स्मृतं ।
मन्वर्थविपरीता तु या स्मृतिः सा न शस्यते ॥ [145]

---

141. 'சாதியை அழித்தொழித்தல்' 1936 பிரதியில், இவ்விரு வாக்கியங்களும் ஒரு 'ஆனால்'ஐக்கொண்டு இணைக்கப்பட்டிருக்கின்றன: "இரண்டில் எதையும் பின்பற்றலாம் ஆனால் ஒரு முயற்சியும். . ." 1937–1944 பிரதிகளில், 'ஆனால்' நீக்கப்பட்டிருக்கிறது.

142. (ஷ்டுதிவைதம் து யாத்ரா ஸ்யாட்டட்ரா தர்மாவுபவு ஸ்மரிதவு.) இது மனுஸ்மிரிதி 2.14இன் முதல் வரி. டெப்ராயின் மொழிபெயர்ப்பு: "இரண்டு ஷ்ருதிகள் ஒன்றுக்கொண்று வேறுபடும்போது, இரண்டுமே தர்மம் எனப்படும்." பூலர்: "இரண்டு புனிதப் பிரதிகள் (ஸ்ருதி) ஒன்றுக்கொன்று வேறுபடும்போது, இரண்டுமே சட்டமாகக் கொள்ளப்படும்; இரண்டுமே ஞானிகளால் ஏற்கப்பட்ட சட்டமெனப்பட்டதால்."

143. (யா வேதவாஹ்யா ஸ்ம்ருதயோ யாஸ்ச்ச காஷ்ச்ச குத்ரிஷ்டயா/ ஸ்மிரிதிசர்வாஷ்ட்ட நிஷ்பலாஹ ப்ரேத்யா தமொனிஷ்தா ஹி தாஹ ஸ்மிரிதாஹ.) மனுஸ்மிரிதி 12.95. டெப்ராய்: "தீய . . . தத்துவங்களை அடிப்படையாகக் கொண்டவையும் வேதங்களுக்கு வெளியே இருப்பவையுமான எல்லா ஸ்மிரிதிகளும் எல்லா பிரதிகளும், மரணத்திற்குப் பின் எப் பலனையும் தாராது. அவை யாவும் இருண்மையை அடிப்படையாகக் கொண்டதாகச் சொல்லப்படுகிறது." பஹ்லர்: "வேதங்களை அடிப்படையாகக் கொள்ளாத இந்த எல்லா வழமைகளும் (ஸ்மிரிதி) எல்லா வெறுக்கத்தக்க தத்துவ அமைப்புகளும் இறப்புக்குப் பின் எந்தப் பலனையும் தராது; ஏனெனில் அவை இருளிலிருந்து தோன்றியதாக அறிவிக்கப்படுகிறதால்" (1886/2002, 335).

144. ப்ரிஹஸ்பதி ஆறாம் அல்லது ஏழாம் நூற்றாண்டைச் சேர்ந்த ஒரு பிராமண சட்டமியற்றுபவர். அவரது முக்கியப் படைப்பான 'ப்ரிஹஸ்பதி ஸ்மிரிதி', துண்டுகளாகவே இப்போதுள்ளது. ஜூலியஸ் ஜாலியின் மொழிபெயர்ப்பில் 'த மைனர் லாபுக்ஸ்' (1889)இல் அது பதிப்பிக்கப்பட்டுள்ளது. தண்டனைச் சட்டத்திலிருந்து சிவில் சட்டத்தைப் பிரித்த முதல் இந்து சட்டம் இயற்றுபவராக ப்ரிஹஸ்பதி கருதப்படுகிறார். பெண்கள் குறித்த அவரது பார்வையும் சுதந்திரநோக்குடையதாகக் கருதப்படுகிறது. எப்படியிருந்தாலும் ஒரு 'உயர்'சாதிப் பெண்ணுடன் பாலுறவு கொள்ளும் ஆணுக்கு அவர் மரண தண்டனை விதிக்கிறார்; அதேநேரம் சமமான அல்லது 'கீழ்' சாதிப் பெண்களுடன் பாலுறவு கொள்ளும் ஆண்களுக்கு வெறுமனே அபராதம்தான். பெண்ணின் சம்மதம் (அல்லது சம்மதமின்மை) தண்டனையின் தீவிரத்தை மாற்றுவதில்லை. பார்க்க: ஜி.எஸ். குர்யே (1969, 245).

145. (வேதார்த்தத்வோபனிபந்துத்பாட் ப்ராமான்யம் ஹி மனோஹ ஸ்மிரிதம்/ மன்வர்தவிபரேத து யா ஸ்ம்ருதிஹ சா நா ஷஸ்யதே.) டெப்ராய்: "இவ்வாக்கியத்தின் முதல் வரியில்

22.7

எனவே இதிலிருந்து தெளிவாக எந்த விஷயத்திலும் சுருதிகளும் ஸ்மிரிதிகளும் சாதகமான உத்தரவை வழங்கியிருந்தாலும் கூட, ஒரு இந்து தனது பகுத்தறியும் புலனைப் பயன்படுத்த அவருக்குச் சுதந்திரமில்லை. இதே விதிதான் மகாபாரதத்திலும் சொல்லப்பட்டு இருக்கிறது.

पुराणं मानवो धर्मः सांगो वेदश्चिकित्सितं ।
आज्ञासिद्धानि चत्वारि न हन्तव्यानि हेतुभिः ॥ [146]

22.8

அவன் அவர்களின் உத்தரவுகளுக்கு ஒத்துப்போக வேண்டும். சாதியும் வர்ணமும் வேதங்களாலும் ஸ்மிரிதிகளாலும் கைக்கொள்ளப்படும் விஷயங்கள். எனவே, பகுத்தறிவின் பேரால் கோரிக்கை விடுப்பது ஒரு இந்து மேல் எவ்வித தாக்கத்தையும் ஏற்படுத்தாது.

22.9

சாதியையும் வர்ணத்தையும் பொறுத்தவரை சாஸ்திரங்கள் ஒரு இந்துவைக் கேள்விக்கான பதிலை அறிவதில் மட்டும் பகுத்தறிவைப் பயன்படுத்த அனுமதி மறுக்கவில்லை. அவை பகுத்தறிவின் துணையோடு சாதியின் வர்ணத்தின் அடிக்கட்டுமானத்தை ஆராய்வதற்கான எந்தத் தேவையும் இல்லாதவாறு பார்த்துக் கொண்டுள்ளன. ஆயிரக்கணக்கான இந்துக்கள் சில தருணங்களில் அதாவது ரயில் பயணங்கள் மற்றும் வெளிநாட்டுப் பயணங்களில் மட்டும் சாதியை உடைத்துவிட்டு ஆனாலும் வாழ்க்கையின் மிச்ச அனைத்திலும் சாதியைத் தூக்கிப் பிடிப்பது என்பது பல இந்துவல்லாதவர்கள் அமைதியாகச் சிரிக்கும் ஒரு நகைச்சுவைச் சம்பவமாக இருக்கும்.

அச்சுப்பிழை இருப்பதாகப் படுகிறது. முதல் வரி இப்படியிருந்திருக்க வேண்டும் **वेदार्थोपनिबद्धत्वात् प्राधान्यं तु मनोः स्मृतं।** (வேதார்த்தோபனிபாத்தட்வாத் ப்ராதாண்யம் து மனோஹ ஸ்ம்ருதம்.) இது ப்ரிஹஸ்பதி ஸ்மிரிதியின் வ்யாவஹார – கண்டவில் இருந்து. எப்படியிருந்தாலும் அது முக்கிய பிரதியிலிருந்தல்ல; வ்யாவஹார – கண்டவின் முதல் அத்தியாத்தின் இறுதியில் இணைக்கப்பட்டிருக்கிறது. எனவே இந்த ஸ்லோகத்திற்கு எண் இல்லை." டெப்ராயின் மொழிபெயர்ப்பு: "ஆனால், வேதங்களின் அர்த்தத்தின் எல்லைகளை நிர்ணயிப்பதற்கு மனுஸ்மிரிதியே முதன்மையானது. மனுவின் ஸ்மிரிதியில் வேறுபடும் எந்த ஸ்மிரிதியும் கற்பிக்கப்படவோ புகழப்படவோ கூடாது."

146. (புராணம் மானவோ தர்மா சாங்கோ வேதாஷ்சிகிட்சிதம்/ ஆஜ்னாசித்தானி சத்வாரி நா ஹண்டவ்யானி ஹெடுபிஹ்.) டெப்ராய்: "மகாபாரதத்தின் முழுமையான ஆராய்ச்சிப் பதிப்பில் (பண்டார்கர் ஓரியண்டல் ஆராய்ச்சி நிறுவனம், அம்பேத்கரின் மறைவுக்குப் பத்தாண்டுகள் கழித்து 1966இல் தொடங்கப்பட்டது) இவ்வாக்கியம் இல்லை. பண்டார்கர் இதை 14.98 – 72இல் நிராகரிக்கப்பட்ட பிரதிகளில் பட்டியலிடுகிறார். ஆனால் அங்கேயும் பின்வருவதுபோல முதல் வார்த்தையில் ஒரு சிறிய மாறுதலோடு இருக்கிறது. அதாவது, அது முழுமையான பதிப்பில் இல்லாத அஷ்வமேதிக பர்வத்தில் இருக்கிறது:

भारतं मानवो धर्मो वेदाः साङ्गाश्चिकित्सितम्।
आज्ञासिद्धानि चत्वारि न हन्तव्यानि हेतुभिः॥

(பாரதம் மானவோ தர்மோ வேதாஹ் சாத்காஷ்சிகிட்சிடம்/ ஆஜ்னாசித்தானி சத்வரி நா ஹண்டவ்யானி ஹெடுபிஹ்.) அம்பேத்கா பயன்படுத்தும் வாக்கியத்தின் ஒரு மொழிபெயர்ப்பு: "புராணங்கள், மனுவின் தர்மம், வேதங்களும் அவற்றின் கிளைகளும், மருத்துவம் – இவை நான்குமே கட்டளைகளின் இயல்பிலிருப்பவை. எந்தச் சூழலும் அவை கொல்லப்படவோ/அழிக்கப்படவோ கூடாது."

22.10

இந்த நூதன நிகழ்வுக்கான விளக்கம் இந்துக்களின் பகுத்தறியும் புலன்களின் ஆற்றல் குறித்த மற்றொரு தளையையும் வெளிப்படுத்துகிறது. மனிதர்களின் வாழ்க்கை பொதுவாக பழக்கதோஷத்தில் ஆழ்ந்த சிந்தனை இன்றிக் கடக்கும் ஒன்று. பிரதிபலிக்கும் சிந்தனை – எந்த நம்பிக்கையையோ அல்லது அறிவு வகையையோ ஒரு செயலூக்கமுள்ள, இடைவிடாத, கவனமான கருதுதலுக்கு உட்படுத்தி அதற்கு நடைமுறையில் இருக்கும் கள ஆதாரங்களின், அது உருவாக்கும் பின்விளைவுகளின் ஒளியில் எடைபோடுவது மிக அரிதானது. அது குழப்பங்களும் ஊசலாட்டங்களும் தோன்றும் சூழ்நிலையில்தான் எழுகிறது. ரயில் பயணங்களும் வெளிநாட்டுப் பயணங்களும் ஒரு இந்துவின் வாழ்க்கையில் உண்மையிலேயே நெருக்கடியான தருணங்கள்தான். எனவே ஒரு இந்து அதை எப்போதும் கடைப்பிடிப்பது சாத்தியமில்லை என்றால் சாதியைத் தான் ஏன் கடைப்பிடிக்க வேண்டும், என்று தன்னைப் பார்த்து கேட்டுக்கொள்வது இயற்கையானது. ஆனால் அவர் அப்படிச் செய்வதில்லை. அவர் சாதியை ஒரு படியில் உடைக்கிறார், ஆனால் அடுத்த படியில் எந்தக் கேள்வியும் இல்லாமல் கடைப்பிடிக்கிறார்.[147]

22.11

இந்த அதிர்ச்சியூட்டும் நடத்தைக்கான காரணம் சாஸ்திரங்களின் விதிகளில் காணக் கிடைக்கிறது. அவனை அது முடிந்தவரை சாதியைக் கடைப்பிடிக்கச் சொல்கிறது முடியாதபோது பிராயசித்தம்[148] செய்யச் சொல்கிறது, இந்த பிராயசித்தத் திட்டத்தின் மூலம், சாஸ்திரங்கள் ஒரு சமரச உணர்வைக் கடைப்பிடிப்பதன் வாயிலாக சாதிக்கு என்றென்றென்றைக்குமாக வாழும் வாய்ப்பை வழங்கிவிட்டன. அதன்மூலம் ஒருவேளை சாதியின் கருத்தியலை அழிக்கும் விதமாய் செயல்பட்டிருக்கக் கூடிய ஆழ்ந்த சிந்தனையை ஒரேயடியாகக் குலைத்துவிட்டன.[149]

---

147. அம்பேத்கரின் கருத்தை விவரிக்கும் வகையிலிருக்கும் டபிள்யு.சி. போனர்ஜியின் அனுபவங்களை இங்கே 2.6இன் குறிப்பு எண் 10இல் பார்க்கவும்.

148. ப்ராயஸ்சித்தா: சாதி சமூக வழமைகளை உடைப்பதற்குத் தண்டனையாக மேற்கொள்ளவேண்டிய தூய்மைப்படுத்தும் சடங்குகளின் சமஸ்கிருதப் பெயர். இது தண்டனை, பரிகாரம், மனந்திருந்துதலின் பல்வேறு சேர்க்கைகளாகப் புரிந்துகொள்ளப் படுகிறது. தர்மசாஸ்திரங்கள் ப்ராயஸ்சித்தத்தை (பரிகாரம்) ஆச்சாரம் (சடங்கு), வ்யாவஹாரம் (சட்ட தத்துவம்) ஆகியவற்றோடு சேர்த்து இந்து சட்டத்தின் அம்சங்களாக விவாதிக்கின்றன.

149. ஸ்லோவேனிய மார்க்சியத் தத்துவவியலாளரான ஸ்லாவோஜ் ஸிசெக் மனுஸ்மிரிதி, சாதி அமைப்பு குறித்துச் சொல்லும்போது, இத்தகையதொரு அமைப்பு தக்கவைக்கப்படுவது “தந்திரங்கள், இடம்பெயரச்செய்தல், சமரசங்களின் சிக்கலான ஒரு மகா கலவையால்தான் சாத்தியம். அதன் அடிப்படைச் சூத்திரம் உலகளாவியது; ஆனால் விதிவிலக்குகளோடு: கொள்கையளவில் ஆம், ஆனால். . . . மனுவின் விதிகள் இப்பணியை நிறைவேற்றுவதில் ஒரு மூச்சடைக்கச் செய்யும் மதிநுட்பத்தைக் கொண்டுள்ளன.” ஸிசெக் சட்டத்தின் உண்மையான கட்டுப்படுத்தும் அதிகாரம் அதன் “நேரடித் தடைகளிலல்ல, நமது செயல்களை அனுமதிக்கப்பட்டவை, தடைசெய்யப்படவை எனப் பிரிப்பதில் அல்ல, ஆனால் அந்தத் தடைகளை மீறுவதைச் சீர்செய்வதில் இருக்கிறது: அடிப்படை மீறல்களைச் சட்டம் அமைதியாக ஏற்றுக்கொள்கிறது (அல்லது ரகசியமாக நம்மை மீறத் தூண்டுகிறது), அதன் பின், தடையைச் சீர்செய்யப்பட்ட வகையில் மீறுவதை சட்டத்தைக் கொண்டே மீறலை எப்படி சரிசெய்வதெனச் சொல்கிறது.” சி. ஆனந்த் (2010)இல் மேற்கோள்

22.12

சாதி மற்றும் தீண்டாமை ஒழிப்பு இயக்கத்தில் பணிபுரிந்த பலர் இருக்கின்றனர். அவர்களில் குறிப்பிடத் தகுந்தவர்களாக ராமானுஜர்[150], கபீர்[151] போன்ற பிறர் முக்கியமானவர்களாக நிற்கின்றனர். இந்த சீர்திருத்தவாதிகளின் செயல்களைக் காண்பித்து அவற்றைப் பின்பற்றுமாறு நீங்கள் இந்துக்களுக்கு அறைகூவல் விடுக்கமுடியுமா?

22.13

மனு, சுருதி – ஸ்மிரிதியோடு சேர்த்து சடாச்சாரத்தையும் தனது ஆக்ஞையாகச் சேர்த்திருக்கிறார் என்பது உண்மைதான். உண்மையில் சடாச்சாரத்திற்கு சாஸ்திரங்களில் உயரிய இடம் அளிக்கப்பட்டிருக்கிறது.

यद्यदाचर्यते येन धर्म्यं वा ऽधर्म्यमेव वा ।
देशस्याचरणं नित्यं चरित्रं तद्धिकीर्तितम् ।। [152]

காட்டப்பட்டது. அம்பேத்கர் இதே நோக்கைப் பின்னர் "மகாத்மாவுக்கு ஒரு பதில்" (11.5) என்ற 'சாதியை அழித்தொழித்தல்' குறித்த விவாதத்தில் மேற்கொள்கிறார். அதில், ஒரு பிராமணர் அவர் செய்வது என்னவாக இருந்தாலும் பிராமணராகவே இருக்கமுடிவதைக் குறித்து அம்பேத்கர் பேசுகிறார்: "காலணிகளை விற்கும் பிராமணர்களின் எண்ணிக்கை பூசாரிகளாக இருக்கும் பிராமணரைவிட அதிகம். வியாபாரத்துக்காகத் தமது பரம்பரைப் பணியை விட்டது மட்டுமில்லை அவர்கள் சாஸ்திரங்கள் அவர்களுக்கு தடை செய்யும் தொழில்களிலும் நுழைந்துவிட்டார்கள். ஆனாலும் தினந்தோறும் சாதியை உடைக்கும் பிராமணர்களில் எத்தனை பிராமணர்கள் சாதிக்கு எதிராகவும் சாஸ்திரங்களுக்கு எதிராகவும் போதிப்பார்கள்?" வெண்டி டோனிகர் தனது மனுஸ்மிரிதி மொழிபெயர்ப்புக்கான முன்னுரையில் (டோனிகர் – ஸ்மித், 1991, liv), அது எப்படி "அதீதத்தின் சட்டமாக" இருக்கிறது எனச் சொல்லும்போது, ஒவ்வொரு அதீத விதியும் விதியோடு மாறுபடும் ஒரு விதிவிலக்கோடு இருக்கிறது; ஒரு அவசரகால – ஆபத் – தப்பித்தல் உட்கூறு. "ஆபத் கருத்தாக்கம் மானுடர் தவறிழைக்கும் தன்மையை கணக்கில் கொள்கிறது: இதைச் செய்யாதே, என்று சொல்லும் மனுவே, ஆனால் இதை நீ செய்தால், அதைச் சரிசெய்ய நீ செய்யவேண்டியது இது என்கிறார்."

150. ராமானுஜர் அல்லது ராமானுஜாச்சாரியார், பனிரெண்டாம் நூற்றாண்டைச் சேர்ந்த பிராமண தத்துவஞானி, ஒரே கடவுள் என்ற சிந்தனைப் பள்ளியான விஷிஷ்டத்வைதத்தை முன்மொழிந்தவர். ஒரே தெய்வ வழிபாடுடைய தமிழ் பக்தி இயக்கங்களின் சைவ நாயன்மார்களையும் வைஷ்ணவ ஆழ்வார்களையும் தொடர்ந்து (ஆறு முதல் எட்டாம் நூற்றாண்டு வரை), ராமானுஜர் தனிப்பட்ட கடவுள் வழிபாட்டிற்கு முன்னுரிமை அளித்தார். பிரம்ம சூத்திரத்தை பற்றிய அவரது கருத்தில் பிராமணர்கள் அளவு சூத்திரர்களும் வேதம் படிக்கத் தகுதியானவர்களே என அறிவிக்கிறார். ஒரு பிராமணரல்லாதவரை அவர் குருவாக ஏற்றதாகச் சொல்லப்படுகிறது. பார்க்க: பார்ட்லி (2002).

151. கபீர் பதினைந்தாம் நூற்றாண்டைச் சேர்ந்த ஒரு முற்போக்குத் துறவி / கவிஞர். நெசவாளியாகப் பிறந்த இவர் இயற்றியதாகச் சொல்லப்படும் ஆயிரக்கணக்கான பாடல்களும் கவிதைகளும் சாதி அமைப்பைக் கேள்விக்குள்ளாக்குவதோடு கடவுளின் பார்வையில் அனைவரும் சமம் என அறிவித்துப் பக்தியை வளர்த்தவை. கபீர் எழுத்துக்களின் மொழிபெயர்ப்புக்கு பார்க்க: ஹெஸ், சிங் (2002), ஹெஸ் (2009). இந்தியத் துணைக்கண்டம் முழுவதிலிருக்கும் பல கபீர் மரபுகளின் ஒலி / ஒளி பதிவுகள் ஷப்னம் வீர்மானியால் தொகுக்கப்பட்டு 'www.kabirproject.org' என்ற இணையதளத்தில் பதிவுசெய்யப்பட்டிருக்கின்றன.

152. (யத்யதாசார்யதே யேனா தர்ம்யம் வா – அதர்ம்யமேவா வா/தேஷாஸ்யாசரணம் நித்யம் சரிதம் தத்திகீர்திதம்) குறிப்பிடவோ மறுபடி பயன்படுத்தவோ எதையும் முக்கியமாகச் சொல்லாததால் இதன் மூலத்தை அறியமுடியவில்லை என டெப்ராய் கூறுகிறார். மொழிபெயர்ப்பு: "ஒரு தேசத்தில் எது பின்பற்றப்படுகிறதோ, அது தர்மமோ அதர்மமோ, அது எப்போதும் பின்பற்றப்படவும் போற்றப்படவும் வேண்டும்."

22.14

இதன் அடிப்படையில், சடாச்சாரங்கள் அவை தர்மியவோ (धर्म्य) அல்லது அதர்மியவோ (अधर्म्य)[153] சாஸ்திரங்களுக்கு பொருந்திப் போவதாக இருந்தாலும் அல்லது அவற்றிற்கு எதிராக இருந்தாலும் அவை பின்பற்றப்படவேண்டும். ஆனால் சடாச்சாரம் என்பதன் பொருள் என்ன? யாராவது சடாச்சாரம் என்பது சரியான அல்லது நன்மைதரும் செயல்கள் – அதாவது நல்ல நியாய உணர்வுள்ள மனிதர்களின் செயல்கள் – என்று நினைத்திருந்தால் அவர்கள் தாம் பெரிய தவறு செய்துவிட்டோம் என உணர்வார்கள். சடாச்சாரம் என்பது நல்ல செயல்களோ நல்ல மனிதர்களின் செயல்களோ அல்ல. அதன் பொருள் புராதன சடங்குகள், நல்லதோ கெட்டதோ. கீழ்க்காணும் வரிகள் அதைத் தெளிவாகச் சொல்கின்றன:

> **यस्मिन देशे य आचारः पारंपर्यक्रमागत ।**
> **वर्णानां किल सर्वेषां स सदाचार उच्यते ॥**[154]

22.15

சடாச்சாரம் என்றால் நல்ல செயல்கள் அல்லது நல்லோரின் செயல்கள் என்ற பார்வைக்கு எதிராக மக்களை எச்சரிக்கை செய்யும் விதமாக, எங்கே அப்படிப் புரிந்துகொண்டு நல்லோரைப் பின்பற்றிவிடுவார்களோ எனும் அச்சத்தில் ஸ்மிரிதிகள் இந்துக்களைக் குழப்பங்களேதுமற்ற வார்த்தைகளில் சுருதி, ஸ்மிரிதி, சடாச்சாரம் ஆகியவற்றிற்கு மாறாக இருந்தால் கடவுளரைக்கூட அவர்களது நல்ல செயல்களிலும் பின்பற்ற வேண்டாம் என்று ஆணையிட்டுள்ளன. இது மிகமிக அசாதாரணமானதாகவும் மிகக் குயுக்தியானதாகவும் உங்களுக்குத் தோன்றலாம், **न देवचरितमं चरेत्**[155] ஆனால் உண்மையில் இது இந்துக்களுக்கு அவர்களின் சாஸ்திரம் இட்டுள்ள ஆணையே ஆகும்.

22.16

பகுத்தறிவும் அறவியலும் ஒரு சீர்திருத்தவாதியின் ஆயுதக்கலனில் மிக வலிமைவாய்ந்த இரு ஆயுதங்கள். அவற்றை அவர் பயன்படுத்த முடியாதபடி செய்வது அவரைச் செயலாற்ற முடியாதவாறு முடக்குவது ஆகும். மக்களுக்குச் சாதி பகுத்தறிவோடு பொருந்துகிறதா இல்லையா எனச் சிந்திக்க சுதந்திரம் இல்லையெனில் நீங்கள் சாதியை எப்படி

---

153. தார்ம்யம் அல்லது அதார்ம்யம். விரிவான நோக்கில் இவை சட்டப்படி / புனிதமான மற்றும் சட்டம் மீறிய என அர்த்தப்படும். கௌடில்யரின் அர்த்தசாஸ்திரத்தின்படி, எட்டு வகையான திருமணங்கள் இருகின்றன. அவற்றில் நான்கு தார்ம்யமாகும்; மீத நான்கு அதார்மியமாகும் (1992, 394–5). இந்தத் திருமணங்கள் குறித்த அம்பேத்கரின் வாதத்திற்கு, பார்க்க: "புதிர் எண். 19: தந்தைவழியிலிருந்து தாய்வழிக்கான மாற்றம் – பிராமணர்கள் அதில் அடைய விரும்பியது என்ன?" ஷர்மிளா ரெகே (2013, 169–76).

154. (யாஸ்மின் தேஷே யா ஆச்சாரா பாரம்பர்யா–கரமாகதா / வர்ணணாம் கிலா சர்வேஷாம் சா சடாச்சரா உச்யதே.) இதற்கு முன்னர் அம்பேத்கர் குறிப்பிட்டுக் காட்டும் வரியையே இதுவும் எதிரொலிக்கிறது. டெப்ராய்: "எந்த நாட்டில் பின்பற்றப்படுவும் எதுவும், மரபிலிருந்து எடுத்து, எல்லா வர்ணங்களுக்கும், நிச்சயமாக நல்ல நடத்தையென்றே சொல்லப்படும்."

155. (நா தேவா சரிதமம் சரேத்) டெப்ராய்: "ஒருவன் கடவுள்களின் நடத்தையைப் பின்பற்றக் கூடாது.

உடைக்கப் போகிறீர்கள்? அது அறவுணர்வோடு பொருந்துகிறதா எனப் பார்க்க அவர்களுக்குச் சுதந்திரம் இல்லையெனில் நீங்கள் சாதியை எப்படி உடைக்க முடியும்? சாதியைச் சுற்றிக் கட்டப்பட்டுள்ள சுவர் உள்நுழைய முடியாதது, அதைக் கட்டப் பயன்படுத்தப்பட்ட பொருட்களில் அறிவு, அறம் சார்ந்த தீப்பற்றக்கூடிய பொருட்கள் எதுவும் இல்லை. இந்தச் சுவர்களுக்குள் அறிவுஜீவி வர்க்கமாக இருக்கும், இந்துக்களின் இயற்கையான தலைவர்களாக இருக்கும் கூலிக்குப் போர்புரிபவர்களாக இல்லாமல் தமது தாய்நாட்டுக்காக போரிடும் படையைப்போன்ற பிராமணர்களின் இராணுவம் நின்றுகொண்டிருக்கிறது என்பதையும் சேர்த்துக்கொள்ளுங்கள். அப்போது உங்களுக்குப் புரியும், ஏன் நான் இந்துக்களின் மத்தியிலிருந்து சாதியை உடைப்பது என்பது அறவே சாத்தியமில்லாதது எனச் சொல்கிறேன் என்று. எப்படி இருந்தாலும் இப்படியான ஒரு உடைப்பு ஏற்படுவதற்கு பல தலைமுறைகள் பிடிக்கும்.

22.17

அதைச் செய்ய காலம் பிடிக்குமோ அல்லது உடனே நடக்குமோ, நீங்கள் ஒன்றை மறந்துவிடக்கூடாது. நீங்கள் இந்த அமைப்பில் ஒரு உடைப்பைக் கொண்டுவர விரும்பினால் நீங்கள் பகுத்தறிவிற்கு எந்தப் பாத்திரத்தையும் மறுக்கும் சாஸ்திரங்களின் வேதங்களின் மேல் அறவுணர்வுக்கு எவ்வித இடத்தையும் தரமறுக்கும் வேதங்களின் மேல் சாஸ்திரங்களின் மேல் குண்டுவீசத் தயாராக வேண்டும் என்பதுதான் அது. நீங்கள் சுருதிகளின் ஸ்மிரிதிகளின் மதத்தை அழிக்கவேண்டும். வேறெதுவும் பயன் தராது. இதுதான் இவ்விஷயம் குறித்த என்னுடைய ஆழ்ந்த பார்வை.

23

23.1

மதத்தை அழிப்பது என்று நான் எதைச் சொல்கிறேன் என்று சிலருக்குப் புரியாமல் இருக்கலாம்; சிலருக்கு இந்த எண்ணமே அருவருப்பூட்டுவதாக இருக்கலாம் (கலங்கடிப்பதாக, குமட்டுவதாக) மேலும் சிலருக்கு அது புரட்சிகரமானதாகத் தெரியலாம். ஆகவே என்னுடைய நிலைப்பாட்டை நான் விளக்க விரும்புகிறேன். நீங்கள் கொள்கைகளையும் விதிகளையும் வேறுபடுத்திப் பார்க்கிறீர்களா என்று எனக்குத் தெரியாது. நான் அப்படிப் பார்க்கிறேன். நான் வேறுபடுத்துவதோடு நிற்கவில்லை. நான் இந்த வேறுபாடு உண்மையானதும் முக்கியமானதும் என்றும் சொல்கிறேன். விதிகள் நடைமுறை சார்ந்தவை; பரிந்துரைகளின்படி விஷயங்களைப் பழக்கமாகச் செய்யும் விதங்கள் அவை. ஆனால் கொள்கைகள் அறிவு பூர்வமானவை; அவை விஷயங்களைச் சீர்தூக்கி முடிவெடுக்க உதவும் பயனுள்ள வழிகள். ஒருவரை அவர் என்ன செய்ய வேண்டும் என்றுதான் விதிகள் சொல்லும். கொள்கைகள் குறிப்பிட்ட செயல்வழியைப் பரிந்துரைப்பதில்லை. விதிகள் சமையல் குறிப்புகளைப் போல என்ன செய்ய வேண்டும் எப்படிச் செய்ய வேண்டும் என்றுதான் சொல்லும். ஒரு கொள்கை, நீதியுணர்வு போன்றதொரு கொள்கை, ஒருவர் அவரது

குறிக்கோள்களையும் விழைவுகளையும் சீர்தூக்கிப் பார்ப்பதற்கான ஒரு உரைகல்லாக ஒரு முக்கிய சட்டகத்தை வழங்குகிறது; அது மனதில் இருத்த வேண்டிய முக்கியமான கருதுகோள்களை அவருக்குச் சுட்டுவதன் மூலம் அவரை அவருடைய சிந்தனையில் வழிநடத்துகிறது.

23.2

விதிகளுக்கும் கொள்கைகளுக்கும் உள்ள வேறுபாடு அவற்றைப் பின்பற்றிச் செய்யப்படும் செயல்களின் தரத்தையும் உள்ளடகத்தையும் வேறுபடுத்துகிறது.[156] ஒரு விதியின்படி எது நல்லது என சொல்லப்பட்டதோ அதைச் செய்வதும் ஒரு கொள்கையின் ஒளியில் நல்லது செய்வதும் இரண்டு வேறுவேறு செயல்கள். கொள்கை தவறாக இருக்கலாம், ஆனால் செயல் பிரக்ஞைபூர்வமானது; பொறுப்புணர்வுள்ளது. விதி சரியாக இருக்கலாம், ஆனால் செயல் இயந்திரத் தன்மையானது. ஒரு மதச் செயல் சரியான செயலாக இல்லாமல் இருக்கலாம், ஆனால் அது குறைந்தபட்சம் பொறுப்பான செயலாகவாவது இருக்கவேண்டும். இந்தப் பொறுப்புணர்வை அனுமதிப்பதாக இருந்தால், மதம் என்பது கொள்கைகளின் அடிப்படையிலான ஒன்றாகத்தான் இருக்கவேண்டும். அது விதிகளால் கட்டப்பட்ட விஷயமாக இருக்கக் கூடாது. அது விதிகளாகச் சிதையும் கணத்தில் ஒரு உண்மையான மதச் செயல்பாட்டின் சாரமான பொறுப்புணர்வைக் கொன்று போடுவதால் அது மதமாகத் தொடர்வதில்லை.

23.3

இந்த இந்துமதம்தான் என்ன? அது ஒரு கொள்கைத் தொகுப்பா, அல்லது அது விதிகளின் தொகுப்பா? வேதங்களிலும் ஸ்மிரிதிகளிலும் உள்ளதுபடி இந்து மதம் என்பது சமூக, அரசியல், பலியிடுவது குறித்த மற்றும் சுகாதார விதிகளும் விதிமுறைகளுமான, எல்லாம் கலந்துபோய்க் கிடக்கும் ஒரு பெரும் கூளம். இந்துக்களால் மதம் என்று அழைக்கப்படுவது பலப்பல ஆணைகளும் தடைகளும் தவிர வேறெதுவுமில்லை. மதம், ஆன்மிகக் கொள்கைகள் என்னும் விதத்தில், உண்மையில் பொதுவானதாக, அனைத்து இனங்களுக்கும் பொருந்தக் கூடியதாக, எல்லா நாடுகளுக்கும், எல்லாக் காலங்களுக்கும் பொருந்துகின்ற எதுவும் அவற்றுள் இல்லை. அப்படி எதுவும் இருந்தாலும் அது ஒரு இந்துவின் வாழ்க்கையை

---

156. மறுபடியும், அம்பேத்கர் தனது வழிகாட்டியான ட்யூவியை மேற்கோள்காட்டிப் பேசுகிறார் போலத் தெரிகிறது, ட்யூவி (1922, 239) எழுதுகிறார்: “வழமையாக்கப்பட்ட பழக்கங்கள் செயல்பாட்டை ஆதிக்கம் செலுத்தி ஒத்தியல்பை அதிகப்படுத்தாமல் நிலைமைகளிலிருந்து விலக்கிச் செல்லும். எனவே நிலையான விதிகளாகக் கருதப்படும் கொள்கைகள் உதவியான முறைகளாக இல்லாமல் மனிதர்களை அனுபவத்திலிருந்து விலக்குகின்றன. நிலைமை எவ்வளவு சிக்கலாக இருக்கிறதோ, அவ்வளவு குறைவாக நாம் அதைப்பற்றி அறிகிறோம், எதுவோ நிலையான மற்றும் உலகலாவிய கொள்கை நேரடியாக பொருத்தி பின்பற்றவேண்டிய சட்டமொன்றின் முந்தைய இருப்பின்மீது பழமைவாத ஒழுக்கக் கருத்துகள் அவ்வளவு அதிக அழுத்தம் செலுத்துகின்றன.” இங்கே டியூவியின் வார்த்தைகளுக்கும் – அவர் இறுக்கமாகக் கொள்கைகளை நடைமுறைப்படுத்துவது குறித்து விமர்சனப் பார்வை கொண்டுள்ளார் – அம்பேத்கரின் பார்வைக்கும் இடையே ஒரு இறுக்கம் தெரிகிறது. அம்பேத்கர் திடமான கொள்கைகள் மட்டுமே அறத்திற்கான ஒரே சாத்தியமான அடிப்படையென வாதிடுகிறார்.

நிர்வகிக்கும் பகுதிக்குள் வரவில்லை. ஒரு இந்துவுக்கு, தர்மம் என்பது கட்டளைகளும் தடைகளும்தான் என்பது வேதங்களிலும் ஸ்மிரிதிகளிலும் தர்மம் என்ற வார்த்தை பயன்படுத்தப்பட்டுள்ள விதத்திலேயே பார்ப்பவர்களுக்கு தெரிந்துவிடும். வேதங்களில் பெரும்பான்மை இடங்களில் பயன்படுத்தப்பட்டுள்ள தர்மம் என்ற வார்த்தை மத ஆணைகள் அல்லது சடங்குகள் என்ற பொருளையே தருகின்றன. தன்னுடைய பூர்வ மீமாம்சா[157]வில் ஜைமினியும் தர்மத்தை "வேதங்களின் ஆணைகளின்படி குறிக்கப்படும் ஒரு விரும்பத்தக்க குறிக்கோள் அல்லது பலன்" என்றுதான் வரையறுக்கிறார்.

23.4

சாதாரண மொழியில் சொல்வதாயிருந்தால், இந்துக்கள் மதம் என்று அழைப்பது உண்மையில் சட்டம் அல்லது அதிகபட்சமாகச் சொல்வதென்றால் சட்டபூர்வமான வகுப்பு ஒழுங்குமுறை. வெளிப்படையாகச் சொல்வதென்றால், இந்த ஆணைகளின் தொகுப்பை என்னால் ஒரு மதம் என்று அழைக்க முடியாது. மக்களிடம் மதம் எனத் திரித்துக் கூறப்பட்டுள்ள இப்படிப்பட்ட ஆணைத்தொகுப்பின் முதலாவது தீமையானது, அது அற வாழ்விலிருந்து சுதந்திரத்தையும் தன்னியல்பையும் ஒழித்துவிடுகிறது என்பதுதான். மேலும் அதைக் குறைத்து (அதுவும் மனசாட்சியுடையவர்களுக்கு மட்டும்தான்) சற்றேறக்குறைய ஒரு தவிப்புடனான அடிமைத்தனமான, புறத்திலிருந்து திணிக்கப்படும் விதிகளுக்கு ஒத்துப்போகச் செய்கிறது. அதன்கீழ், லட்சியங்களுக்கென எந்த விசுவாசமும் இல்லை, வெறும் கட்டளைகளுக்கான ஒத்துப் போதல்தான்.

23.5

இந்த ஆணைத் தொகுப்பின் மோசமான தீமை என்பது அதில் இருக்கும் சட்டங்கள் நேற்றும் இன்றும், என்றும் ஒன்றாகவே இருக்கவேண்டும் என்பதுதான். அவை ஒரு வர்க்கத்திற்கு இருப்பதைப் போல இன்னொரு வர்க்கத்திற்கு இல்லை என்பதில் அவை சமத்துவமற்றதாய் இருக்கின்றன. ஆனால் அவற்றைக் காலகாலத்துக்கும் பரிந்துரைப்பதின் மூலம் இந்த ஏற்றத்தாழ்வும் நித்தியமானதாக்கப்பட்டுள்ளது. இப்படிப்பட்ட ஒரு திட்டத்தின் ஆட்சேபனைக்குரிய பகுதி, அது தீர்க்கதரிசிகள் சட்டம் படைப்பவர்கள் எனக் குறிப்பிட்ட ஆட்களால் உருவாக்கப்பட்டிருக்கிறது என்பதல்ல, ஆட்சேபணைக்குரிய பகுதி அது அறுதித் தீர்மானமானதாகவும் மாற்றமற்ற நிலைப்புத் தன்மையுடனும் நிறுவப்பட்டுள்ளது என்பதே.

---

157. ஜைமினியின் பூர்வ மீமாம்ச சூத்திரங்கள் கி.மு. இரண்டாம் நூற்றாண்டிலிருந்து கி.பி. இரண்டாம் நூற்றாண்டுக் காலகட்டத்தைச் சேர்ந்தவை, வேத சடங்கு கட்டளைகளை விளக்குவதில் ஈடுபாடுகொண்ட மீமாம்ச தத்துவப் பள்ளியின் முதல் புத்தகம். (பழைய இந்துமதம் ஆறு தத்துவப் பள்ளிகள் கொண்டது: நியாய, வைசேஷிக, சாம்க்ய, யோக, மீமாம்ச, வேதாந்த). பூர்வ மீமாம்ச சூத்திரங்கள் முறைப்படி வரிசைப்படுத்தப்பட்ட கிட்டத்தட்ட 2,745 சிறு கூற்றுகளைக் கொண்டது, இவைத் தனித்தனியாக சூத்திரம் எனவும் குறிப்பிடப்படுகின்றன. அம்பேத்கர் இங்கே சூத்திரம் 1.1.2ஐக் குறிப்பிடுகிறார். 'பூர்வ மீமாம்ச', 'உத்தர மீமாம்ச' என்னும் பதங்களுக்கு வழங்கப்படும் பல்வேறு விளக்கங்களை அறிய பார்க்க: பார்போலா(1981). பூர்வ மீமாம்ச சூத்திரங்களின் விளக்கவுரையுடன் கூடிய முழுமையான மொழிபெயர்ப்புக்கு பார்க்க: ஜா (1942); பென்சன் (2010), க்ளூனி, எஸ். ஜே (1990).

ஒருவரின் சூழலையும் நிலைமைகளையும் பொறுத்து சந்தோஷம் என்பது மிகக் குறிப்பிடத்தக்க வகையில் மாறுபடும். அதேபோல பிற மக்களின் நிலைமைகளையும் சகாப்தங்களையும் பொறுத்தும் மாறுபடும். விஷயம் அப்படியிருக்க, மனிதகுலம் இந்த நித்தியச் சட்டத் தொகுப்பை முடங்கிப் போகாமல் முடமாகாமல் எப்படி சகித்து வாழ முடியும்?

23.6

ஆகவே, இப்படிப்பட்ட ஒரு மதம் அழிக்கப்படவேண்டும் எனச் சொல்வதில் எனக்கு எந்தத் தயக்கமும் இல்லை. மேலும் இப்படிப்பட்ட ஒரு மதத்தின் அழிவுக்கு உழைப்பதில் எந்த மதமற்ற தன்மையும் இல்லை என்றும் சொல்கிறேன். உண்மையில் இந்த முகமூடியைக் கிழித்து எறிவதும் இந்தச் சட்டத்தொகுப்பை மதம் என்று தவறாகப் பெயரிடுவதால் ஏற்படும் திரிபை நீக்குவதும் உங்களின் மேலான கடமை என நான் கருதுகிறேன். இது உங்களுக்கு ஒரு அத்தியாவசியமான படி. மக்களின் மனங்களில் உள்ள இந்தத் தவறான புரிதலை நீங்கள் அகற்றிவிட்டால், அவர்களுக்கு மதம் எனச் சொல்லப்பட்டது மதம் அல்ல அது சட்டங்கள்தான் என அவர்களை உணரச் செய்துவிட்டால் நீங்கள் அப்போது அதைத் திருத்துவது அல்லது தடைசெய்வது எனும் திசையில் அவர்களைச் செலுத்தக் கூடிய இடத்தில் இருப்பீர்கள்.

23.7

மக்கள் அதை மதமாகப் பார்க்கும்வரை அவர்கள் ஒரு மாற்றத்திற்குத் தயாராக மாட்டார்கள். ஏனெனில் மதம் என்ற கருத்தியலே பொதுவாக மாற்றம் என்ற எண்ணத்தோடு தொடர்புடையதல்ல. ஆனால் சட்டம் என்ற கருத்து மாற்றம் என்ற எண்ணத்தோடு தொடர்புடையது. மதம் என்று அழைக்கப்பட்டது உண்மையில் பழைய கரடு தட்டிப் போன சட்டம்தான் என்று மக்களுக்குத் தெரிய வரும்போது அவர்கள் மாற்றத்திற்குத் தயாராக இருப்பார்கள். ஏனெனில் சட்டம் என்பது மாற்றப்படக்கூடியது என்பது மக்களுக்குத் தெரியும்.

24

24.1

நான் விதிகளாலான ஒரு மதத்தை நிந்திக்கிறேன் என்னும் அதே வேளையில், நான் மதத்திற்கான தேவையே இல்லை என்னும் கருத்தைக் கொண்டிருக்கிறேன் என புரிந்துகொள்ளப்படக் கூடாது. மாறாக, "உண்மையான மதம்தான் சமூகத்தின் அடித்தளம், உண்மையான சிவில் அரசாங்கம் நிலைபெறும் அஸ்திவாரம், இரண்டின் ஆணையும் அதுவே"[158] என்ற பர்க்கின் வாதத்தோடு நான் உடன்படுகிறேன். இதன்

158. எட்மண்ட் பர்க் (1729–97) ஒரு பிரிட்டிஷ் அரசியலறிஞர், பேச்சாளர், ஐரிஷ் பூர்வீகம்கொண்ட அரசியல் சிந்தனையாளர். அமெரிக்கப் புரட்சியின் தீவிர ஆதரவாளருமான இவர், தனது 'ஃபிரான்ஸ் புரட்சி குறித்த சில சிந்தனைகள்' (1790) என்ற புத்தகத்தில் ஃபிரெஞ்சுப் புரட்சியை எதிர்க்கிறார். அம்பேத்கர் இவரை அடிக்கடி மேற்கோள் காட்டுகிறார், குறிப்பாக வட்ட மேசை மாநாட்டில் அவரது தலையீடுகளின்போது. (பார்க்க: தாச் 2010b). இந்த மேற்கோளின் மூலத்தைக் கண்டடைவது கடினம் என்றாலும், இதன் முழுமையான வடிவம் பரவலாகக் குறிப்பிடப்படுவது. பார்க்க: ஓ'ப்ரையன் (1947, 191): "உண்மையான

விளைவாக இந்த புராதன வாழ்க்கை விதிகள் கலைக்கப்படவேண்டும் என நான் சொல்லும்போது, அவற்றின் இடத்தைக் கொள்கைகளின் அடிப்படையிலான ஒரு மதம் எடுத்துக் கொள்ளவேண்டும் எனத் தவிப்புடன் எதிர்நோக்குகிறேன். அப்படியான மதம் மட்டுமே உண்மையான மதம் என்ற இடத்தைக் கோரமுடியும். மதச் சீர்திருத்தத்தில் என்னென்ன விஷயங்கள் அவசியம் என நான் நினைக்கிறேன் என உங்களுக்குச் சொல்லும் அளவிற்கு உண்மையில் மதத்தின் அத்தியாவசியத்தை நான் மிக நம்புகிறேன். என்னுடைய பார்வையில் கீழ்க்காணும் இவை இந்தச் சீர்திருத்தத்தில் அதிமுக்கிய பாகங்களாக இருக்கவேண்டும்.

1. அனைத்து இந்துக்களாலும் ஏற்கக்கூடிய, அனைத்து இந்துக்களாலும் அங்கீகரிக்கப்பட்ட ஒரே ஒரு நிலையான புத்தகம்தான் இந்துமதத்திற்கு இருக்கவேண்டும். இதன் பொருள் அதிகாரப்பூர்வமானதாகவும் புனிதமானதாகவும் கருதப்படும் இந்து மதத்தின் பிற புத்தகங்கள் – வேதங்கள், சாஸ்திரங்கள், புராணங்கள் – ஆகியவை சட்டத்தின்மூலம் அவ்வாறு கருதப்படுவதிலிருந்து தடுக்கப்படவேண்டும்; அந்த புத்தகங்களில் உள்ள சமூக அல்லது மதம்சார்ந்த எந்தக் கருத்தியலையும் பரப்புவது தண்டனைக்குரிய குற்றமாக்கப்படவேண்டும்.

2. இந்துக்கள் மத்தியில் பூசாரி முறை அழிக்கப்பட்டுவிட்டால் நல்லது. ஆனால் இது சாத்தியமற்றது என தோன்றுவதால், குறைந்தபட்சம் பூசாரிகள் பரம்பரை பரம்பரையாக வருவதாவது நிறுத்தப்படவேண்டும். அரசால் வழங்கப்படும் பூசாரியாகப் பணிபுரிய அனுமதிக்கும் சனத்[159] இருந்தால் ஒழிய அரசால் நிர்ணயிக்கப்பட்ட தேர்வில் வெற்றிபெற்றால் ஒழிய எந்த இந்துவும் பூசாரியாக முடியாத மாதிரிச் சட்டம் இயற்றப்பட வேண்டும்.

3. சனத் இல்லாத ஒரு பூசாரி செய்யும் எந்தச் சடங்கும் சட்டத்தின் முன் செல்லுபடியாகாது; சனத் இல்லாத ஒருவர் பூசாரியாக செயல்பட்டால் அது தண்டனைக்குரிய குற்றமாக ஆக்கப்பட வேண்டும்.

4. ஒரு பூசாரி அரசின் பணியாளராக[160] இருக்க வேண்டும், அவர் பிற குடிமக்களுடன் நாட்டின் சாதாரண சட்டங்களுக்கு உட்பட்டு இருப்பதோடு அவரது அறச்செயல்பாடுகள், நம்பிக்கைகள், வழிபாடு ஆகியவற்றில் முறைகேடு இருந்தால் அரசின் ஒழுங்கு நடவடிக்கைக்கு உட்படவேண்டும்.

மதம்தான் சமூகத்தின் அடித்தளம், உண்மையான சிவில் அரசாங்கம் அதன் மீதுதான் நிலைபெறுகிறது, அதிகாரம் தனது மேலாண்மையை அதிலிருந்தே பெறுகிறது, சட்டங்கள் தனது விளைவுத்திறனை, இரண்டின் ஆணையும் அதுவே. அது ஒருமுறை வெறுப்பால் அசைக்கப்பட்டுவிட்டால், முழு இழைகளும் நிலையாகவோ நீடித்தோ இருக்கமுடியாது."

159. சனத்: சான்றிதழ் அல்லது பட்டம் என்பதற்கான ஹிந்தி சொல். மெரியம் – வெப்ஸ்டர் அகராதி சனத் என்பதன் பொருள் "ஒரு இந்திய அரசு சாசனம், பற்றாணை, பட்டம், காப்புரிமை அல்லது பத்திரம்" என்கிறது.

160. 'சாதியை அழித்தொழித்தல்' 1936 – 1937 பிரதிகளில் இது: "ஒரு பூசாரி எந்த ஒரு சிவில் பணியாளரையும் போல அரசின் பணியாளாக இருக்கவேண்டும், அரசிடமே சம்பளம் பெறவேண்டும்" என்றுள்ளது. சாய்ந்துள்ள வார்த்தைகள் 1944 பிரதியில் நீக்கப்பட்டுள்ளன.

5. ஐ.சி.எஸ்ஸில் (இந்திய ஆட்சிப் பணி) செய்யப்படுவதுபோல நாட்டின் தேவைகளுக்கு ஏற்ப பூசாரிகளின் எண்ணிக்கை சட்டத்தின் மூலமாக வரையறுக்கப் படவேண்டும்.

24.2

சிலருக்கு இது புரட்சிகரமானதாகத் தெரியலாம். ஆனால் என் மனதிற்கு, இதில் புரட்சிகரமாக ஏதுமில்லை. இந்தியாவில் ஒவ்வொரு தொழிலும் முறைப்படுத்தப் பட்டுள்ளது. அவரவர் தொழிலில் செயல்படுவதற்கு முன் பொறியாளர்கள் தேர்ச்சி காட்டவேண்டும், மருத்துவர்கள் தேர்ச்சி காட்ட வேண்டும், வழக்கறிஞர்கள் தேர்ச்சி காட்ட வேண்டும். அவர்களின் பணிக் காலம் முழுவதும் அவர்கள் மண்ணின் சட்டங்களுக்கும் சிவில், குற்றவியல் சட்டங்களுக்கும் கீழ்ப்படிவது மட்டுமின்றி, அவரவர் தொழில்களுக்குப் பரிந்துரைக்கப்பட்டிருக்கும் சிறப்பு அறவிதித் தொகுப்புகளுக்கும் கீழ்ப்படிய வேண்டும். பூசாரியினுடைய தொழில் மட்டும்தான் எந்தத் தேர்ச்சியும் தேவைப் படாத ஒன்றாக இருக்கிறது. இந்துப் பூசாரியின் தொழிலானது மட்டுமே எந்த விதிமுறைக்கும் உட்படுத்தப்படாத ஒரே தொழில்.

24.3

மனதளவில் ஒரு பூசாரி முட்டாளாக இருக்கலாம், உடலளவில் ஒரு பூசாரி மோசமான நோயால் சிஃபிலிஸ் அல்லது கொனொரியா போன்றவற்றால் தாக்கப்பட்டிருக்கலாம், ஒழுக்கமுறைகள்படி ஒரு கேவலமானவனாக இருக்கலாம். ஆனால் அவர் முக்கியமான சடங்குகளை விழாக்களை நிகழ்த்தவும், ஒரு இந்துக் கோயிலின் கர்ப்பக்கிரகத்துள் நுழையவும், ஒரு இந்துக் கடவுளை வழிபடவும் தகுதியுடையவனாக இருக்கிறான். இவை அனைத்தும் இந்துக்களிடையே சாத்தியப்படுகிறது ஏனென்றால் ஒருவன் பூசாரியாக ஆக அவன் பூசாரிக் குலத்தில் பிறந்தால் மட்டுமே போதும் என்பதால். இந்த மொத்த விஷயமே அருவருப்பானது. இந்துக்களிடையே பூசாரி வர்க்கம் எந்த சட்டத்துக்கும் அறவியலுக்கும் உட்படுத்தப்படாத காரணத்தால்தான், அவர்கள் தமக்குரிய கடமைகளையும் உணர்வதில்லை. அதற்கு வெறும் உரிமைகளும் தனித்த வசதிகளுமே தெரிகிறது. மக்கள் கூட்டத்தின் மேல் மனரீதியான மற்றும் அறவியல் சீர்கேட்டை உருவாக்க தெய்வீகம் அவிழ்த்துவிட்ட நச்சுக் கிருமி அது.

24.4

பூசாரிக் குலம் நிச்சயமாக மேலே கோடிட்டுக் காட்டியது போன்ற ஒரு சட்டத்தால் நிச்சயமாக கட்டுப்பாட்டிற்குள் கொண்டுவரப்பட வேண்டும். விஷமத்தனங்கள் செய்வதிலிருந்தும் மக்களைத் தவறாக வழிநடத்துவதிலிருந்தும் இது அவர்களைத் தடுக்கும். மேலும் அதை நாம் அனைவருக்கும் திறந்துவிடுவதன் மூலம் ஜனநாயகப் படுத்தப்படும். இது நிச்சயமாக பிராமணீயத்தை அழிப்பதற்கும் சாதியை (அது வேறொன்றுமில்லை பிராமணீயத்தின் மறுவடிவம்தான்) அழிப்பதற்கும் நிச்சயமாக உதவும். இந்து மதத்தைக் கெடுத்த விஷம் பிராமணீயம்தான். நீங்கள் பிராமணீயத்தைக் கொன்றால் இந்து மதத்தைக் காப்பாற்றுவதில்

வெற்றியடைவீர்கள். இந்தச் சீர்திருத்தத்திற்கு எந்த முகாமிலிருந்தும் எந்த எதிர்ப்பும் இருக்கக் கூடாது. இது ஆர்ய சமாஜத்தவர்களாலும் வரவேற்கப் படவேண்டும், ஏனெனில் இது அவர்களுடைய குணம் – கர்மம் என்ற கருத்தியலின் சாதாரணப் பயன்பாடுதான்.[161]

24.5

நீங்கள் அதைச் செய்கிறீர்களோ இல்லையோ, நீங்கள் உங்கள் மதத்திற்கு ஒரு புதிய கருத்தியல் தளத்தைக் கொடுத்தாக வேண்டும் – சுதந்திரம், சமத்துவம், சகோதரத்துவம் சுருக்கமாகச் சொன்னால் ஜனநாயகத்தோடு ஒத்திசையும் ஒரு அடித்தளம். நான் அந்த விஷயத்தில் ஒரு நிபுணன் அல்ல. ஆனால் இவ்வகையில் சுதந்திரம், சமத்துவம், சகோதரத்துவம் ஆகியவற்றோடு ஒத்திசையும் மதக் கொள்கைகளுக்காக நீங்கள் வெளியிலிருந்து இருந்து எதையும் பெறவேண்டியதில்லை, நீங்கள் உபநிஷத்துகளின் கொள்கைகளிலிருந்தே அதைப் பெறமுடியும் என எனக்குச் சொல்கிறார்கள். ஒரு ஒட்டுமொத்த மறுவார்ப்பு செய்யாமல் கணிசமான அளவில் சுரண்டியெடுத்து உடைத்து எறியாமல் நீங்கள் அதைச் செய்ய இயலுமா என்பது என்னை மீறிய ஒன்று. இதன் பொருள் வாழ்க்கைபற்றிய அடிப்படைக் கருதுகோள்களின் ஒட்டுமொத்த மாற்றமாக இருக்கும். வாழ்க்கையுடைய விழுமியங்களின் ஒட்டுமொத்த மாற்றமாக அது இருக்கும். மனிதர்கள் மற்றபிற குறித்த அணுகுமுறையில் ஒட்டுமொத்த மாற்றமாக அது இருக்கும்.

---

161. மார்க்சிய வரலாற்றியலாளரான டி.டி. கோசாம்பி (1962,16) மஹாபாரத காவியத்தில் “கிபி 150இலிருந்து 350க்குள் எப்போதோ” சேர்க்கப்பட்டதாக சொல்லும் பகவத் கீதைதான் முதலில் குணம் – கர்மம் வாதத்தை பிரபலமாக முன்வைத்தது. இங்கே குணம் என்பது உள்ளார்ந்த குணங்களையும் தனித்திறன்களையும் குறிக்கிறது, கர்மம் என்பது செயல்களை. கீதைக்கு வெகுமுன்பே, கி.மு. இரண்டாம் நூற்றாண்டு காலத்தில், உபநிஷத தத்துவத்தின் சாம்கிய பள்ளி திரிகுண தத்துவத்தை முன்வைத்தது. இம்மூன்று குணங்களாவன, சாத்வீகம் (எண்ணத் தெளிவையும் மன சுத்தத்தையும் பற்றிய இது, பிராமணர்களோடு தொடர்புடையது), ரஜஸ் (உணர்ச்சிகரமான, கிளர்ச்சியடையக்கூடிய மனநிலை, சத்திரியர்களோடு தொடர்புடையது), தமஸ் (இருண்மை, குழப்ப நிலை, சூத்திரர்களோடு தொடர்புடையது). இந்த சாம்க்ய அடிப்படையிலிருந்து, கீதை சொல்கிறது 4:13:

चातुर्वर्ण्यां मया: सृष्टं गुणकर्मविभागश: |
तस्य कर्तारम अपि मां विद्धिय अकर्तारमव्ययम् ||

(சதுர்வர்ண்யம் மாயா ஸ்ருஷ்டம் குணகர்மவிபாகஷா: / தஸ்யா கர்தாரம அபி மாம் வித்தியா அகர்தாரமவ்யயம்.) டெப்ராய் (2005:65): “குணங்கள், செயல்களின் அடிப்படையில் நான்கு வர்ணங்களும் என்னால் உருவாக்கப்பட்டவை. இவற்றைப் படைத்தவனாக இருந்தாலும், நான் நிலையானவனே அன்றி ஈடுபடுபவனல்ல என்றறிக.” ரிக் வேதத்தாலும் (மந்திரங்கள் 11–12, சூக்தம் 90, புத்தகம் 10) தொடர்ந்து மனுவாலும் ஸ்மிரிதிகளாலும் சொல்லப்படுவதுபோல வர்ணம் பிறப்பால் நிர்ணயிக்கப்படுவதல்ல. மதிப்பாலும் (குணம்) செயலாலும்(கர்மம்) நிர்ணயிக்கப்படுவதாக இந்த ஸ்லோகம் வாதிடுகிறது. ஆர்ய சமாஜமும் காந்தி அரவிந்தர் போன்றோரும், சாதியை மறுத்துவிட்டு வர்ணாசிரமத்தைப் பாதுகாக்க இந்த குண – கர்ம தத்துவத்தையே மேற்கோள் காட்டி சாதி பிறப்பினடிப்படையில் இருக்கத் தேவையில்லென வாதிட்டனர். இதனை அம்பேத்கர் சாதியின் மூலம் – தொடக்கத்தை எப்படி ஆராய்கிறார் என்பதோடும், சாதிகளின் அமைப்பு என அவர் தனது ‘இந்தியாவில் சாதிகள்’ (2013 ரெகே) என்ற 1916 கட்டுரையில் சொல்வதோடும் ஒப்பிட்டுப் பார்க்கவும். பார்க்க: 16.4 மற்றும் பிளேட்டோவின் குடியரசு பற்றிய குறிப்பு.

24.6

அது மதமாற்றம் என்று பொருள்படும் – ஆனால் அந்த வார்த்தை உங்களுக்குப் பிடிக்கவில்லை என்றால் நான் அதைப் புதுவாழ்வு என்று அழைக்கிறேன். ஆனால் ஒரு புது வாழ்வு செத்த உடலுக்குள் நுழைய முடியாது. புதுவாழ்வு ஒரு புது உடலுக்குள்தான் நுழைய முடியும். ஒரு புதிய உடல் உருவாகி அதனுள் ஒரு புதுவாழ்வு நுழைய வேண்டுமென்றால் பழைய உடல் மரணிக்க வேண்டும். எளிமையாகச் சொல்வதென்றால்: புதியது உயிர்பெறத் தொடங்குமுன் துடிக்கத் தொடங்குமுன் பழையது செயல்பாட்டில் இருந்து நின்றுபோய்விட வேண்டும். நீங்கள் சாஸ்திரங்களின் அதிகாரத்தை உதறி எறிய வேண்டும், சாஸ்திரங்களின் மதத்தை அழிக்கவேண்டும் என நான் சொன்னபோது நான் சொன்னது இதைத்தான்.

25

25.1

நான் உங்களை நீண்ட நேரம் இருத்திவிட்டேன். இந்த உரையை நான் முடிக்க வேண்டிய நேரம் வந்துவிட்டது. நிறுத்துவதற்கான வசதியான புள்ளியாய் இது இருந்திருக்கமுடியும். ஆனால் இந்துக்களுடன் இன்றியமையாத வகையில் தொடர்புடைய இவ்விஷயத்தைப் பற்றி ஒரு இந்துக்களின் அவையில் பெரும்பாலும் நான் நிகழ்த்தப்போகும் கடைசி உரை இதுவாகத்தான் இருக்கும். ஆகவே இதை முடிப்பதற்குமுன் அவர்கள் என்னை அனுமதித்தால் இந்துக்களின் முன்னால் நான் அத்தியாவசிமானவை எனக் கருதும் சில கேள்விகளை வைத்து அவர்களை அவற்றைத் தீவிரமாகச் சிந்திக்குமாறு கேட்டுக்கொள்ள விரும்புகிறேன்.

25.2

முதல் இடத்தில், இந்துக்கள் ஒரு விஷயத்தைக் கருத்தில் கொள்ளவேண்டும்; நம்பிக்கைகள், உலகின் வெவ்வேறு மக்களிடையே இருந்து கிடைக்கும் பழக்கவழக்கங்கள், அறவிழுமியங்கள், வாழ்க்கை குறித்த அணுகுமுறைகள் குறித்து சொல்வதற்கு ஏதுமில்லை – அவை அடிக்கடி மாறுபடும் என்பதைத் தவிர என்னும் செயலற்ற அமைதியான மானுடவியலாளரின் பார்வையைப் போன்ற நிலைப்பாட்டை எடுப்பது போதுமானதா? அல்லது என்ன மாதிரியான அற விழுமியங்கள், நம்பிக்கைகள், பழக்கவழக்கங்கள், அணுகுமுறைகள் சிறப்பாகச் செயலாற்றியுள்ளன, அவற்றை கொண்டிருப்பவர்கள் வளமாய்ப் பெருக வழிவகுத்தன, வலிமையாய் வளர உதவின இப்பூமியில் பரந்து அதை வெற்றிகொள்ள ஆற்றல் தந்தன என்று நாம் அறிய முயல்வது தேவையில்லையா? பேராசிரியர் கார்வரின் பார்வைப் படி:

> நெறிசார் ஒப்புதல் மற்றும் ஒப்புதல் இன்மையின் ஒழுங்கமைக்கப்பட்ட வெளிப்பாடான அறவியலும், மதமும் இருப்பின் / போராட்டத்தின் கூறுகளாகக் கருதப்படவேண்டும்; அவை உண்மையில் பற்களும் வளைநகங்களும் போல, கொம்புகளும் குளம்புகளும் போல, மயிர்களும் இறகுகளும் போலத் தாக்குதலுக்கும் தற்காப்புக்குமான

ஆயுதங்களே. சமூகக் குழு, சமுதாயம், பழங்குடி அல்லது தேசம் எது ஒன்றும் செயல்பட முடியாத நெறிகளின் தொகுப்பை உருவாக்கும் என்றால், அத்தொகுப்பிற்குள் அதையே வலிமையற்றுப் போகச் செய்யும், அதை தகுதியிழக்கச் செய்யும், சமூகச் செயல்பாடுகள் பழக்கமான ஒரு ஒப்புதலுக்கான உணர்வைத் தோற்றுவிக்கும். இன்னொரு பக்கம் அதை வலிமையுறச் செய்யும், அதைப் பரந்து விரிய வழிசெய்யும் செயல்பாடுகள் ஒரு பழக்கமான எதிர்ப்பை உருவாக்கும் இறுதியில் அவை வெளியேற்றப்படும். எனவே இப்படியான அதன் ஒப்புதல் அல்லது எதிர்ப்பு (இவை மதத்தின் அறநெறியின் விளைவுகள்) எனும் பழக்கங்கள்தான் அதை முடமாக்கும். ஒரு ஈக்கூட்டத்திற்கு ஒரு பக்கம் இரு இறக்கைகளும் இன்னொருபுறம் ஒன்றுமே இல்லாமலும் இருந்தால் அது எவ்வளவு முடங்கிப் போகுமோ அவ்வளவு முடமாக்கும். ஒரு அமைப்பைப் போல இன்னொன்று நல்லது என்று எது ஒன்றில் வாதிடுதலும் பயனற்றது, விழலானது.[162]

25.3

ஆகவே, அறவியலும் மதமும், வெறும் விருப்பு வெறுப்பு சார்ந்த விஷயங்களில்லை. ஒரு நாட்டில் முழுமையான வகையில் பின்பற்றப்படும், அந்நாட்டைப் பூமியின் மீதான மிக வலிமையான நாடாக மாற்றக்கூடிய, நெறிகளின் ஒரு தொகுப்பை நீங்கள் அதிகதிகமாக வெறுக்கலாம். ஆனால் உங்களின் வெறுப்பையும் மீறி அப்படிப்பட்ட ஒரு தேசம் வலிமையானதாகும். ஒரு நாட்டில் முழுமையான வகையில் பின்பற்றப்படும் என்றால், அந்நாட்டை பிறநாடுகளுடனான போராட்டத்தில் தனது இடத்தைத் தக்கவைக்க இயலாமல் போகும் நீதியின் லட்சியம்கொண்ட ஒரு நெறிகளின் தொகுப்பை நீங்கள் அதிகதிகமாக விரும்பலாம். ஆனால் உங்கள் விருப்பையும் மீறி அந்த நாடு காலப் போக்கில் காணாமல் போய்விடும். ஆகவே இந்துக்கள் தமது மதத்தையும் நெறிகளையும் தமது இருப்பிற்கான தக்கவைத்துக் கொள்ளுதலுக்கான மதிப்பீடுகளின் அடிப்படையில் ஆராய்ந்து பார்க்க வேண்டும்.

25.4

இரண்டாவதாக, இந்துக்கள் தம்முடைய ஒட்டுமொத்தச் சமூகப் பாரம்பரியத்தைப் பாதுகாப்பதா அல்லது அதில் பயனுள்ளவற்றை மட்டும் தேர்ந்தெடுத்து அவற்றை மட்டும் பிறவற்றைத் தவித்து இனிவரும் தலைமுறைகளுக்குக் கடத்துவதா என்பதைச் சிந்திக்கவேண்டும். என்னுடைய ஆசிரியரும் நான் மிகக் கடப்பட்டுள்ளவருமான பேராசிரியர் ஜான் டியூவி இப்படிச் சொல்லியிருக்கிறார்:

---

162. தாமஸ் நிக்ஸன் கார்வரின் சமூக நீதி குறித்த கட்டுரைத் தொகுப்பான 'நீதி என்றால் என்ன ?' வின் (1915, 20) முதல் அத்தியாத்திலிருந்து எடுக்கப்பட்ட பகுதி. கார்வர் (1865–1961) ஒரு நியோக்ளாசிகல் அமெரிக்கப் பொருளாதாரவியலாளர், கிராமப் பொருளாதாரம், சொத்துப் பகிர்வின் பிரச்சனைகள், சமூக நீதி, சமூகத்தில் மதத்தின் இடம், சமூக வளர்ச்சி உள்ளிட்ட பரந்துபட்ட பல தலைப்புகளில் எழுதியவர். 1900 முதல் 1932வரை ஹார்வர்ட் பல்கலைக்கழகத்தில் பொருளாதாரம், சமூகவியல் பேராசிரியராக இருந்தவர். அம்பேத்கரின் கார்வர் மேற்கோளில் இருந்த சிறிய தவறுகள் – 1936, 1937, 1944 பிரதிகளிலும் தொடர்கின்றன – சரிசெய்யப்பட்டிருக்கின்றன.

> ஒவ்வொரு சமூகமும் மிகச் சில்லறையானவற்றில் சிக்கிக்கொள்கிறது, கடந்த காலத்தின் செத்த மரத்தோடு, நிச்சயமான குதர்க்கங்களோடு . . . ஒரு சமூகம் அறிவொளியில் உயரும்போது, அது தனது அனைத்து சாதனைகளையும் பாதுகாக்கும் பொறுப்பு அதற்கு இல்லை. ஆனால் ஒரு மேன்மையான வருங்கால சமூகத்தை உருவாக்கக்கூடியவற்றை மட்டுமே பாதுகாக்கும் பொறுப்பு அதற்குள்ளது என்பதை அது உணர்கிறது.[163]

பேராசிரியர் பர்க் ஃபிரெஞ்சுப் புரட்சியில் உள்ளார்ந்து காணப்படும் மாற்றத்தின் கொள்கைகள் மீதான அவருடைய தீவிரமான எதிர்ப்பையும் மீறி "சில மாற்றங்களுக்கான வழிகளற்ற ஒரு அரசு தன்னைத் தக்கவைத்துக் கொள்ளும் வழியும் அற்றதாகவே இருக்கும். இப்படிப்பட்ட வாய்ப்புகள் இல்லாதபோது அது தனது அரசியலமைப்பில் மிகத் தீவிரமாகப் பாதுகாக்க விரும்பிய பாகங்களைக்கூட இழக்கும் அபாயத்தைச் சந்திக்கும்"[164] என்று ஏற்றுக்கொள்ள வேண்டிய நிர்ப்பந்தத்தைச் சந்திக்கிறார். பர்க் அரசுகுறித்துக் கூறியது சமூகத்திற்கும் சமமாகப் பொருந்தும்.

25.5

மூன்றாவதாக, தமது லட்சியங்களை வழங்குவதாக தமது கடந்த காலத்தை வழிபடுவதை இந்துக்கள் நிறுத்த வேண்டாமா என்பதையும் அவர்கள் சிந்திக்க வேண்டும். இந்த கடந்தகால வழிபாட்டின் மோசமான பின்விளைவுகள் பேராசிரியர் டியூவியால் சிறப்பாகத் தொகுத்தளிக்கப்படுகின்றன. அவர் சொல்கிறார்:

> ஒரு தனிநபர் நிகழ்காலத்தில் மட்டுமே வாழமுடியும். நிகழ்காலம் என்பது வெறுமனே கடந்தகாலத்தில் இருந்து வருவது மட்டுமல்ல; நிச்சயம் அதனால் உருவாக்கப்பட்டதும் அல்ல. கடந்தகாலத்தை விட்டுவிட்டு வரும் வாழ்க்கை என்னவாக இருக்கிறது என்பதுதான் அது. கடந்தகாலத்தைப் படித்தல் நமக்கு நிகழ்காலத்தைப் புரிந்துகொள்ள உதவாது. கடந்தகாலத்தைப் பற்றிய அறிவும் அதன் பாரம்பரியமும் நிகழ்காலத்தில் நுழையும் போது மிக முக்கியமானவை, ஆனால் அதைப் பின்னோக்கி நிகழ்த்த முடியாது. கடந்த காலத்தின் பதிவுகளையும் விகுதிகளையும் கல்வியின் முக்கிய பாகங்களாக ஆக்குவதன் தவறு என்பது அது கடந்தகாலத்தை நிகழ்காலத்தின் எதிரியாக ஆக்கிவிடுகிறது என்பதும் நிகழ்காலத்தைக் கடந்தகாலத்தின் மிக வீணான ஒரு பிரதியாக ஆக்கிவிடுகிறது என்பதும்தான்.[165]

---

163. தனது உரையில் முடிவு நெருங்கும்போது, அம்பேத்கர் தான் அதிகமாக எடுத்தாண்டுள்ள எழுத்துகள் என்றமுறையில் டியூவிக்கு நன்றிக்கடன் பட்டிருப்பதைப் பதிவுசெய்கிறார். இதொரு கூட்டத்தின் தலைமை உரை என்பதால் அம்பேத்கர் எல்லா இடங்களிலும் மேற்கோள்களைக் குறிப்பிடுவதில்லை – டியூவி மட்டுமல்ல அவர் தனது வாதத்தை நிறுவ எடுத்தாளும் பல்வேறு எழுத்துகளுக்கும். இந்த மேற்கோள் 'ஜனநாயகமும் கல்வியும்: கல்வி பற்றிய தத்துவத்திற்கு ஒரு அறிமுகம்' (1916)இன் இரண்டாவது அத்தியாயத்திலிருந்து, சமூக மாற்றத்தை உருவாக்குவதில் பள்ளியின் பங்கு குறித்தது.

164. பர்க்கின் 'ஃபிரான்சில் நடந்த புரட்சி குறித்த சிந்தனைகள்' நூலிருந்து மேற்கோள், இதில் அவர் ஃபிரெஞ்சுப் புரட்சி மீது காட்டமான விமர்சனத்தைத் தொடுக்கிறார்.

165. டியூவி, 'ஜனநாயகமும் கல்வியும்', அத்தியாயம் 7.

நிகழ்காலத்தின் வாழ்தலையும் வளர்தலையும் மிகச் சிறியதாக ஆக்கும் கொள்கை இயற்கையாகவே நிகழ்காலத்தை வெறுமையானதாகவும் எதிர்காலத்தை அடையமுடியாத ஒன்றாகவும் பார்க்கும். இப்படியான கொள்கை முன்னேற்றத்திற்கு எதிரானது. மேலும் சக்திவாய்ந்த ஸ்திரமான வாழ்க்கையின் போக்கிற்குத் தடையானதும் ஆகும்.

25.6

நான்காவதாக, இந்துக்கள் எதுவும் நிலையானது அல்ல, எதுவும் நித்தியமல்ல, எதுவும் சனாதனமானதல்ல;[166] எல்லாமும் மாறிக் கொண்டிருக்கின்றன, தனிநபர்களுக்கானாலும் சமூகத்திற்கானாலும் மாற்றம்தான் வாழ்க்கையின் விதி என்பதையும் அங்கீகரிக்க வேண்டிய காலம் வந்துவிடவில்லையா எனவும் சிந்திக்கவேண்டும். மாறிக்கொண்டிருக்கும் ஒரு சமூகத்தில் பழைய விழுமியங்களின் மீதான தொடர் புரட்சி இருக்க வேண்டும்; மனிதர்களின் செயல்களை அளக்க அளவீடுகள் இருக்கவேண்டுமென்றால் அவ்வளவீடுகளை மாற்றுவதற்கான தயார் நிலையும் அவசியம் என்பதை இந்துக்கள் உணரவேண்டும்.

26

26.1

இவ்வுரை மிகவும் நீளமானதாக ஆகிவிட்டதென்பதை நான் ஒப்புக்கொள்ளவேண்டும். இதன் அகலமும் ஆழமும் அந்தக் குற்றத்தின் தவறுக்கான இழப்பீடாகச் சமன் செய்யுமா என்பதை நீங்கள்தான் முடிவு செய்ய முடியும். எனது பார்வைகளை வெளிப்படையாக நான் உங்களிடம் சொல்லிவிட்டேன் என்பதை மட்டுமே நான் சொல்ல முடியும். உங்களின் தலைவிதிமீது ஆழ்ந்த கரிசனமும் என்னுடைய ஆராய்ச்சியையும் தவிர இவற்றை உங்களுக்குப் பரிந்துரைக்க என்னிடம் பெரிதாய் ஏதும் இல்லை. நீங்கள் என்னைச் சொல்ல அனுமதித்தால், ஒன்றைச் சொல்லமுடியும் – இந்தப் பார்வைகள் அதிகாரத்தின் கருவியாக என்றுமே இருந்திராத உன்னதங்களுக்கு முகஸ்துதி பாடாத ஒரு மனிதனின் பார்வைகள். தனது பொது முயற்சிகள் அனைத்துமே ஒடுக்கப்பட்டவர்களின் ஏழைகளின் விடுதலைக்கான தொடர்ச்சியான போராட்டமாய் வாழ்ந்தவனின் பார்வைகள். அதற்காக வசைமாரிகளையும் தேசிய தலைவர்க[167]ளின்,

---

166. சனாதன என்றால் நிரந்தரமான எப்போதைக்குமிருப்பது எனப் பொருள்தரும்; சனாதன தர்ம (சனாதன தர்மம் எனவும் சொல்லப்படுவது) தொடக்கமும் முடிவுமற்றதாகச் சொல்லப்படும் மதமாகும். தேசியவாத காலகட்டத்தைச் சேர்ந்த ஒரு பழமைவாதி தன்னை சனாதன தர்மத்தைச் சேர்ந்தவராக, எப்போதைக்குமிருக்கும் மதத்தைச் சேர்ந்தவராக சொல்லிக்கொள்ள விரும்புவார். ஆங்கிலமயமாக்கப்பட்ட பதங்களான 'இந்து' 'ஹிந்துயிசம்' போன்றவை சனாதன தர்மத்தில் பொதிந்திருக்கும் அடிப்படைவாதத்தைக் காட்டுபவையாக இல்லை. ஆரிய சமாஜம், பிரம்ம சமாஜம் போன்றோர் சீர்திருத்தம் வேண்டுமென வாதிட்டபோது, சனாதன இந்துக்கள் (பழமைவாதிகள்) எந்தச் சீர்திருத்தமும் தேவையில்லாத எப்போதைக்குமான / சனாதன இந்துமதத்தில் நம்பிக்கை கொண்டிருந்தனர். காந்தியின் சனாதன சாய்வுகளைப் பற்றி அம்பேத்கர் இணைப்பு 9.30இல் விவாதிக்கிறார்.
167. வலதுசாரி இந்துத்துவச் சித்தாந்தியான அருண் ஷோரி (1997) அம்பேத்கரை பிரிட்டிஷின் 'கையாள்' என்றழைத்து அவரது தேசிய தகுதிகளை சந்தேகத்துக்குள்ளாக்குவதற்கு வெகுமுன்னரே, அம்பேத்கர் காலத்துச் செய்தித்தாள்கள் அவரது நற்சான்றுகளைத்

நாளிதழ்களின் ஏசல்களையும் மட்டுமே பெற்றுவருபவனின் பார்வைகள். இந்த வசைபாடல்களுக்கு ஒரு காரணம்தான் அது நான் அவர்களுடன் சேர்ந்து அந்த அற்புதத்தை – தந்திரம் என்று சொல்லமாட்டேன் – கொடுங்கோலரின் தங்கத்தைக் கொண்டு ஒடுக்கப்பட்டவரின் விடுதலையை நிகழ்த்த, பணக்காரர்களின் பொருளைக்கொண்டு ஏழைகளை உயர்த்தும் அந்த நிகழ்த்துதலுக்கு வர மறுக்கிறேன் என்பது மட்டுமே.

26.2

எனது பார்வைகளை நீங்கள் பாராட்ட இவை அனைத்துமே போதுமானதாக இல்லாமல் போகலாம். அவை உங்களின் பார்வைகளை மாற்றாது என நான் நினைக்கிறேன். ஆனால் அவை மாற்றுகிறதோ இல்லையோ அதன் பொறுப்பு முழுவதுமாக உங்களுடையது மட்டுமே. சாதியை வேரறுக்க நீங்கள் முயற்சி எடுக்க வேண்டும், என் வழியில் இல்லாவிட்டால், உங்கள் வழியிலாவது.

26.3

மன்னித்துவிடுங்கள், நான் உங்களுடன் இருக்கமாட்டேன். நான் மாறும் முடிவை எடுத்துவிட்டேன். அதற்கான காரணங்களைக் கொடுக்க இது இடம் இல்லை. ஆனால் நான் உங்களிடமிருந்து போனபின்பும் நான் உங்களின் இயக்கத்தைச் செயலூக்கமுள்ள கரிசனத்துடன் பார்த்துக் கொண்டிருப்பேன். எனது உதவி – அதற்கு என்ன மதிப்பு இருக்கிறதோ அந்தளவில் – உங்களுக்கு என்றும் இருக்கும். உங்களுடையது ஒரு தேசியப் போராட்டம். சாதி என்பது முழுமுதன்மையாக இந்துக்களின் சுவாசம்தான் என்பதில் ஐயம் இல்லை. ஆனால் இந்துக்கள் காற்றை எல்லா இடத்திலும் மாசுபடுத்தியுள்ளனர்; அனைவரும் அதனால் பீடிக்கப்பட்டுள்ளனர் – சீக்கியர், முஸ்லிம்கள், கிறிஸ்தவர்கள்.[168] ஆகவே உங்களுக்கு இதனால்

தொடர்ந்து சந்தேகத்துக்குள்ளாக்கின. காந்தியும் காங்கிரஸும் தீண்டத்தகாதவர்களுக்கு செய்ததென்ன'வில் (BAWS 9, 200), அம்பேத்கர் எழுதுகிறார்: "(தீண்டத்தகாதவர்களுக்கு) என்று எந்த பத்திரிகையும் இல்லை காங்கிரஸ் பத்திரிகை அவர்களுக்கு மூடப்பட்டிருக்கிறது. அவை அவர்களுக்குச் சிறிதளவு விளம்பரமும் கொடுத்துவிடக்கூடாதென்பதில் உறுதியாக உள்ளன. அவர்களால் சொந்தமாகப் பத்திரிகை வைத்துக்கொள்ள முடியாது. எந்த செய்தித்தாளும் விளம்பர வருமானம் இல்லாமல் தாக்குப்பிடிக்க முடியாது என்பது தெரிந்ததே . . . இந்தியாவில் முக்கியமான செய்தி விநியோக நிறுவனமான அசோசியேட்டட் பிரஸ்ஸின் பணியாளர்களில் முழுக்கவே மெட்ராஸ் பிராமணர்கள் – இந்தியாவின் பத்திரிகைத் துறை முழுக்க அவர்கள் கைகளில்தான் இருக்கிறது. அவர்கள் நன்கறியப்பட்ட காரணங்களுக்காக முழுக்க காங்கிரஸ் ஆதரவாளர்கள்; காங்கிரஸுக்கு பாதகமான எந்த செய்தியும் பிரசித்திபெற அனுமதிக்கமாட்டார்கள். இவை தீண்டத்தகாதவர்களின் சக்திக்கு அப்பாற்பட்ட காரணிகள்." தேசியப் பத்திரிகை என்று சொல்லிக்கொண்டவை எப்படி படுமோசமான வகையில் அம்பேத்கர் குறித்து எழுதின என்றறிய, பார்க்க: ராம்நாராயண் ராவத் (2001, 128–9).

168. இங்கே குறிக்கப்படும் அர்த்தம் சாதி இந்தியாவில் புதிதாகத் தோன்றிய மதங்களையும் (சீக்கியம் போன்று) இந்தியாவுக்கு வந்த மதங்களை (இஸ்லாம், கிறித்தவம்) பீடித்தது போன்றே பீடித்தது. சாதி எவ்வாறு சீக்கியத்தை பீடித்திருக்கிறது என்பதற்கு, பார்க்க: மார்க் ஜுயர்கென்ஸ்மேயர் (2009); இந்தியாவில் முஸ்லிம்களிடையே சாதி குறித்துப் பார்க்க: இம்தியாஸ் அகமது (1978); கிறித்தவர்களிடையே, பார்க்க கென்னத் பால்ஹாட்செட் (1998), மற்றும் தமிழ்நாட்டை மையமாகக் கொண்ட டேவிட் மோசேவின் சமீபத்திய ஆராய்ச்சியையும் (2012).

பீடிக்கப்பட்டு துயருறுபவர்கள் அனைவரினதும், சீக்கியர், முஸ்லிம்கள் மற்றும் கிறிஸ்தவரின் ஆதரவும் உங்களுக்கு உரித்தானது.

26.4

மற்றைய தேசியப் போராட்டத்தைவிடவும் அதாவது சுயராஜ்ய[169]க் கோரிக்கையை விடவும் உங்களுடையது மிகக் கடினமானது. நீங்கள் சுயராஜ்ஜியத்திற்கான போராட்டத்தில் மொத்த தேசமும் உங்கள் பக்கம் இருக்கப் போராடலாம். இதில், நீங்கள் மொத்த தேசத்தையும், அதுவும் உங்கள் சொந்த தேசத்தையே எதிர்த்துப் போராட வேண்டும்.[170] ஆனால் இது சுயராஜ்ஜியத்தைவிட மிக முக்கியமானது. இதைக் காப்பாற்றிக்கொள்ள முடியாத நிலையில் சுயராஜ்ஜியத்தைப் பெறுவதில் எந்தப் பயனும் இல்லை. சுயராஜ்ஜியத்தைக் காப்பாற்றும் கேள்வியைவிட சுயராஜ்ஜியத்திற்குள் இந்துக்களைக் காப்பாற்றும் கேள்வி முக்கியமானது. என்னுடைய பார்வையில், இந்து சமூகம் எப்போது சாதியற்ற சமூகமாக மாறுகிறதோ அப்போதுதான் அது தன்னைப் பாதுகாத்துக் கொள்ளும் அளவு வலிமையுடையதாக ஆகலாம் என நம்பமுடியும். இப்படிப்பட்ட உள்ளார்ந்த வலிமை இல்லாமல் இந்துக்களுக்கு சுயராஜ்ஜியம் என்பது அடிமை முறையை நோக்கிய ஒரு படியாகத்தான் இருக்க முடியும். உங்களுடைய வெற்றிக்கு நல்வாழ்த்துகள்! விடைபெறுகிறேன்!

---

169. ஸ்வராஜ், அப்படியே அர்த்தப்படுத்தினால் 'தன்னாட்சி', என்பது காங்கிரஸ் கட்சியாலும் மற்ற தேசியவாத தலைவர்களாலும் பிரிட்டிஷ் ஆட்சியிலிருந்து சுதந்திரம் பெறுவதற்கான போராட்டத்தைக் குறிக்கப் பயன்படுத்தப்பெற்ற பதம். மரபுவாதத் தலைவரான பாலகங்காதர திலகரின் புகழ்பெற்ற 1899 அறிவிப்பில்: "ஸ்வராஜ்யம் எனது பிறப்புரிமை, அதை நான் அடைந்தே தீருவேன்" என்றார். என்றாலும் காந்திதான் அதைப் பிரபலப்படுத்தினார், குறிப்பாக அறிக்கைபோன்ற அவரது 'ஹிந்து ஸ்வராஜ்' அல்லது 'இந்தியன் ஹோம் ரூல்' (1909) கட்டுரையில். காந்தியின் பார்வையில், "நாம் நம்மை ஆட்சி செய்யக் கற்றுக்கொள்வதே ஸ்வராஜ்யம்." இந்து ஸ்வராஜ்யத்தின் விளக்கக் குறிப்புகளிடப்பட்ட பதிப்புக்குப் பார்க்க: பரேல் (1997). லெலிவெல்டின் படி (2001, xiv), காந்திக்கு ஸ்வராஜ்யம் வெறுமனே பிரிட்டிஷ் ஆட்சியிலிருந்து சுதந்திரம் பெறும் போராட்டத்தைவிடப் பெரிது. "காந்தி பயன்படுத்தியபடி, பூர்ண (முழுமையான) ஸ்வராஜ்யம் இலக்கை மேலான தளத்தில் வைத்தது. அவருடைய உட்சபட்ச கற்பனாவாதத்தில், அது இந்தியாவுக்கான இலக்கு மட்டுமன்று ஒவ்வொரு தனிப்பட்ட இந்தியருக்குமான இலக்கு; அப்போதுதான் அது பூர்ணமடையும் அல்லது முழுமையடையும். வெறுமனே பிரிட்டிஷ் ஆட்சியை மட்டும் நீக்குவதல்ல பிரிட்டிஷ் வழிமுறைகளையும் நீக்குவதே அது, நவீன தொழிற்சாலை சமூகத்தை இந்தியாவை தலைகீழாக சீரமைப்பதற்காக நிராகரிப்பது, அதன் கிராமங்களில் தொடங்கி. . ."

170. இதேபோன்றதொரு உணர்வைப் பிரதிபலிக்கும் வகையில் 1927இல் மகதின் சவுதார் குளத்தைத் தீண்டத்தகாதவர்கள் பயன்படுத்துவதற்கான உரிமைக்காக சமூக உரிமைப் போராட்டத்தை நடத்தியபோது அம்பேத்கர் சொல்கிறார்: "காந்தியால் தொடங்கப்பட்ட சத்தியாக்கிரக இயக்கம் அந்நிய ஆதிக்கத்திற்கு எதிரானதென்பதால் மக்களின் ஆதரவைப் பெற்றது. நமது போராட்டம் பெரும்பான்மையான சாதி இந்துக்களுக்கு எதிரானதென்பதால் இயல்பாகவே நமக்கு வெளியிலிருந்து மிகக் குறைவான ஆதரவே இருக்கிறது." அம்பேத்கர் மகதில் ஆற்றிய உரையில் அந்நிகழ்வை பஸ்டில் தாக்குதலோடு ஒப்பிடுவது குறித்த பகுதிக்கு அர்ஜுன் டாங்லே (1992, 223–33), சத்யநாராயணாவும் தாருவும் (2013, 22–31). மஹத் போராட்டம் குறித்த பதிவுக்குப் பார்க்க: செல்லியட் (2013, 78–82), ராவ் (2009, 83–8).

அம்பேத்கர் – காந்தி விவாதம்

மகாத்மா காந்தி முன்வைக்கும் சாதிக்கான வக்காலத்து

டாக்டர் அம்பேத்கரின் குற்றச்சாட்டு – 1

1

1.1[1]

கடந்த மே மாதம் நடைபெறவிருந்த லாகூரின் ஜாத் பாத் தோடக் மண்டலின் வருடாந்திர மாநாட்டிற்கு டாக்டர் அம்பேத்கர் தலைமை தாங்கவிருந்தார் என்பது வாசகர்களுக்கு நினைவிருக்கும். டாக்டர் அம்பேத்கரின் உரை வரவேற்புக் குழுவினருக்கு ஏற்புடையதாக இல்லாததால் அந்த மாநாடே ரத்து செய்யப்பட்டது. அதுவும் தமக்கு ஏற்பில்லாத கருத்துக்களைக் கொண்ட ஒரு உரையின் பெயரால் தான் தேர்வுசெய்த ஒரு தலைவருடைய உரையை மறுதலிக்கும் உரிமை அவர்களுக்கு எந்தளவு இருக்கிறது என்பது வெளிப்படையான கேள்வி. டாக்டர் அம்பேத்கரின் சாதிபற்றிய பார்வையும் இந்துமத சாஸ்திரங்கள் பற்றிய பார்வைகளும் அந்தக் கமிட்டியினருக்குத் தெரியும். அவர் தெளிவாகவும் சந்தேகத்திற்கு இடமில்லாத வகையிலும் இந்து மதத்தைவிட்டு வெளியேற முடிவெடுத்துவிட்டார் என்பதும் அவர்களுக்குத் தெரியும். அவர் தயாரித்த உரைக்குக் குறைந்த எதையும் அவரிடமிருந்து எதிர்பார்த்திருக்க முடியாது. சமூகத்தில் தனக்கென ஒரு தனித்துவமான இடத்தைச் செதுக்கிக் கொண்டுள்ள ஒரு மனிதரின் அசலான கருத்துக்களைக் கேட்கும் வாய்ப்பைப் பொதுமக்களுக்குக் கிடைக்காமல் செய்துள்ளது அந்த கமிட்டி.

---

1. 'சாதியை அழித்தொழித்தல்' பனுவலுக்கான தனது இருபாக பதிலுக்கு காந்தி வைத்த தலைப்பு; முதலில் *ஹரிஜனில்* வெளிவந்தது 'டாக்டர் அம்பேத்கரின் குற்றப்பத்திரம்' என்பதாகும். அம்பேத்கர் காந்தியின் பதிலையும் தனது 1937 திருத்தப்பட்ட பதிப்பில் சேர்த்து வெளியிடுகிறார். அதில் அவரே ஒரு தலைப்பையும் வைக்கிறார், 'மகாத்மா காந்தியின் சாதியை நிலைநிறுத்தும் வாதம்.' காந்திக்கான சந்த் ராமின் பதிலுரை *ஹரிஜனில்* வெளியிடப்பட்டாலும் அம்பேத்கர் அவருக்குமான தனது விரிவான பதிலை 1937ஆம் ஆண்டில் வெளிவந்த 'சாதியை அழித்தொழித்தல்' நூலில் முன்வைக்கிறார். இவை அனைத்தும் 1937இன் 'சாதியை அழித்தொழித்தல்' நூலில் உள்ளபடியே இங்கே வரிசைப்படி தரப்பட்டுள்ளன.

1.2

டாக்டர் அம்பேத்கர் வரவேற்புக் குழுவினரால் தோற்கடிக்கப்படுவதை ஏற்றுக்கொள்பவர் அல்ல. அவர் அவர்களுடைய புறக்கணிப்புக்குத் தனது உரையைத் தானே சொந்த செலவில் பதிப்பிப்பதன் மூலம் பதிலளித்துள்ளார். அதற்கு எட்டு அணாக்கள் அவர் விலையாக வைத்திருக்கிறார். அதை அவர் ஒரு இரண்டணாக்கள் அல்லது நான்கு அணாக்கள் குறைத்து வைக்கலாம் என நான் பரிந்துரைக்கிறேன்.[2]

1.3

எந்த சீர்திருத்தவாதியும் அந்த உரையைப் புறந்தள்ள முடியாது. அதைப் படிப்பதன் மூலம் பழமைவாதிகள் பலன் அடைவார்கள். இப்படிச் சொல்வது அந்த உரையில் ஏற்க முடியாத விஷயங்கள் இல்லை எனச் சொல்வதற்கில்லை. அது படிக்கப்பட வேண்டும்; ஏனென்றால் ஆழமான எதிர்ப்பை அது எதிர்நோக்குகிறது. டாக்டர் அம்பேத்கர் இந்து மதத்திற்கு ஒரு சவால். ஒரு இந்துவாகப் பிறந்து,[3] இந்து ஆற்றல்மிகு ஆதரவாளர்களால் கல்விபெற்ற அவர்,[4] சவர்ண இந்துக்கள் என்றழைக்கப்படுபவர்கள் மீது மிகுந்த அரூயையும், அவரும் அவர் மக்களும் சவர்ண இந்து என்பாரிடம் அனுபவிக்கும் செயல்களினால் பாதிப்பும் பெற்றிருப்பதால் அவர் அவர்களை மட்டுமல்ல ஆனால் அவருடைய சொந்த மதமான பொதுப் பாரம்பரியமான இந்து மதத்தையே விட்டுச்செல்ல விழைகிறார். அதன் ஒரு பகுதி, ஏற்பாளர்களின் மீதான தனது வெறுப்பை அவர் அந்த மதம் மீது ஏற்றி விடுகிறார்.

1.4

ஆனால் இதில் வியப்பதற்கு ஏதும் இல்லை. ஒரு அமைப்பையோ அல்லது நிறுவனத்தையோ ஒருவர் அதன் பிரதிநிதிகளை வைத்துத் தானே கணிக்க முடியும். இன்னும் என்ன வேண்டும், பெரும்பான்மை சவர்ண இந்துக்கள் தமது சக இந்துக்களைத் தீண்டத்தகாதவர்களாக வரையறுத்து, அவர்களின் மேல் மனிதத்தன்மையற்ற முறைகளில்

---

2. காங்கிரஸ் கட்சியின் அடிப்படை உறுப்பினர் கட்டணம் என்பது நான்கு அணாக்கள்.

3. அம்பேத்கரின் அடையாளம் குறித்தும் சாதி எதிர்ப்பு போராட்டத்தின்மீது அவர் கொண்டிருந்த அர்ப்பணிப்பு பற்றியும் காந்தி 'உண்மையிலிருந்து உண்மைக்குச் சென்றார்' வட்ட மேசை மாநாட்டிற்கு சிறிது முன்னர் அவர்கள் பம்பாயில் முதல்முதலாகச் சந்தித்தபோது காந்தி அம்பேத்கரை தீண்டாமைக்கெதிராய்ப் போராடும் ஒரு தீவிரவாதப் பிராமணர் என நினைத்தார். அவருடைய பேரன் ராஜமோகன் காந்தி எழுதியுள்ள காந்தியின் வாழ்க்கை சரிதமான 'காந்தி (2007,' 334) நூலில் குறிப்பிடுவதைப்போல இதை 'காந்தி' எப்படியும் அம்பேத்கரிடம் சொல்லவில்லை; தனது பிழையை உடனடியாக உணர்ந்துகொண்டார்.

4. தனது மாநிலத்தில் தீண்டத்தகாதவர்களுக்கான பதினெட்டு சிறப்புப் பள்ளிகளைத் திறந்தவரும் அம்பேத்கரின் கல்விக்கு இந்தியாவிலும் (பம்பாய் எல்ஃபின்ஸ்டன் கல்லூரியில் இளங்கலைப் பட்டம்பெற அம்பேத்கருக்கு 25 ரூபாய் உதவித் தொகையுடன்) வெளிநாட்டிலும் (கொலம்பியா பல்கலைக்கழகத்தில் அவரது முதுகலை, முனைவர் பட்டப் படிப்புக்கு மாதம் 11.5 பிரிட்டிஷ் பவுண்டுகள் என மூன்றாண்டுகள் 1913–16 வரை வழங்கியும்) உதவிய சமூக சீர்திருத்தத்தின் முன்னோடியான பரோடா மகாராஜா சாயாஜிராவ் கெய்க்வாட் (1863 – 1939) பற்றிய குறிப்பு இது. ஃபடேஷின்ராவ் கெயிக்வாடால் எழுதப்பட்ட 'மகாராஜா மூன்றாம் சாயாஜிராவ் கெய்க்வாடின் வாழ்க்கை வரலாற்று நூலை'ப்(1989) பார்க்கவும்.

நடந்துகொண்டது மட்டுமல்ல அவர்கள் தமது நடத்தையை தமது மத சாஸ்திரங்களின் அதிகாரத்தின் மீது சார்த்தி இதைச் செய்கிறார்கள் என்பதை டாக்டர் அம்பேத்கர் கண்டிருக்கிறார். அவர்களிடையே அம்பேத்கர் தேடிப் பார்த்தபோது, தீண்டாமையின் மீதும் அதன் அத்தனை பின்விளைவுகளின் மீதும் அவர்களுக்கு ஏராளமான நம்பிக்கைகள் இருப்பதையும் அவர் கண்டறிந்திருக்கிறார். உரையின் ஆசிரியர் தனது மூன்றடுக்குக் குற்றச்சாட்டுகளுக்கு – மனிதத்தன்மையற்ற நடத்தை, அதை நிகழ்த்துபவர்களின் அதற்கான வெட்கமற்ற நியாயப்படுத்துதல், அதன் பின்விளைவாகத் தொடர்ந்த கண்டுபிடிப்பு, அதாவது அந்த நியாயப் படுத்துதல்களை அவர்களின் சாஸ்திரங்களே வழங்குகின்றன என்பது – ஆகியவற்றிற்கான ஆதாரங்களை அவர் அத்தியாயம் அத்தியாயமாக வசனங்களோடு தந்திருக்கிறார்.

1.5

தனது உயிருக்கு மேலாக தனது நம்பிக்கையைப் போற்றும் எந்த இந்துவும் இந்தக் குற்றச்சாட்டின் முக்கியத்துவத்தைக் குறைத்து மதிப்பிட முடியாது. இந்த வெறுப்புணர்வில் டாக்டர் அம்பேத்கர் தனியராக இல்லை. அவர் அதனுடைய சமரசமற்ற வழக்கறிஞர் / பிரதிநிதி; அவர்களுள் மிக வல்லமை பொருந்திய ஒருவர். நிச்சயமாக அவர்களுள் ஒத்துப்போவற்கு மிகுந்த எதிர்ப்புடையவரும் அவரே. தலைவர்களின் முன்னணி வரிசையில் அவர் தனிமையாக ஒற்றையாளாக நிற்கிறார் என்பதற்கு நாம் கடவுளுக்குத்தான் நன்றி சொல்ல வேண்டும். ஆனாலும் ஒரு சிறிய பெரும்பான்மையின் பிரதிநிதியாக நிற்கிறார். தாழ்த்தப்பட்ட வகுப்புகளைச் சார்ந்த பல தலைவர்கள் அதே வன்மத்தோடோ அல்லது சிறிது குறைந்த வன்மத்தோடோ அவரது கருத்துக்களுக்கு குரல் கொடுத்துக் கொண்டுதான் இருக்கிறார்கள். குறைந்த வன்மத்துடன் பேசுவோரில், உதாரணத்திற்கு ராவ் பகதூர் எம்.சி. ராஜா, திவான் பகதூர் சீனிவாசன்[5]

---

5. ராவ் பகதூர் எம்.சி. ராஜா (1883 –1943), ரெட்டமலை சீனிவாசன் (1860–1945, திவான் பகதூர் பட்டம் பெற்றவர்) ஆகியோர் சென்னை மாகாணத்தின் தீண்டத்தகாதவருக்கான தலைவர்கள். இந்தியாவில் தீண்டத்தகாதவர் ஒருவரால் ஆங்கிலத்தில் எழுதப்பட்ட முதல் நூலான 'ஒடுக்கப்பட்ட இந்துக்கள்' (1925) நூலை எழுதிய ராஜா, தேசிய அளவில் தாழ்த்தப்பட்ட வகுப்பினருக்குப் பிரதிநிதியாக யார் விளங்குவது என்ற அளவில் அம்பேத்கரின் முக்கிய அரசியல் போட்டியாளராக இருந்தார். அம்பேத்கரைப் போலவே அவரது தாத்தா பிரிட்டிஷ் இராணுவத்தில் பணியாற்றியவர். 1922இல், அவர் சென்னை மாகாணச் சட்டசபையில் முதலாவது ஆதி திராவிட உறுப்பினராக இணைந்தபின் ராஜாவுக்கு ஆங்கிலேய கௌரவப் பட்டமான ராவ் பகதூர் பட்டம் வழங்கப்பட்டது. 1927இல் அவர் மத்திய சட்டசபையில் முதலாவது தாழ்த்தப்பட்ட வகுப்பினருக்கான பிரதிநிதியாய் நியமனம் செய்யப்பட்டார். அம்பேத்கர் தன்னை விட்டுவிட்டு சென்னை மாகாணச் சட்டசபையின் மற்றொரு உறுப்பினரான ரெட்டமலை சீனிவாசனை வட்டமேசை மாநாட்டிற்கு அழைத்துச் செல்லத் தேர்ந்தெடுத்தது குறித்து ராஜாவுக்கு எரிச்சல் இருந்தது. சீனிவாசன் 1930, 1931இல் நடந்த இரு வட்ட மேசை மாநாடுகளுக்கும் அம்பேத்கருடன் உடன் சென்றார். அவர் சைமன் கமிஷனுக்கு முன்பாகவும் அம்பேத்கருடன் இணைந்து வாக்குமூலம் அளித்தார். இரட்டை வாக்குரிமை கோரிக்கையிலும் அம்பேத்கரைப் பின்பற்றினார். 1932இல், முதலாம் (1931) வட்ட மேசை மாநாட்டுக்குப் பின்னரான பேச்சுவார்த்தைகளின்போது ராஜா தன்னை இந்து மகாசபையின் பி.எஸ். மூன்ஜேயுடன் இணைத்துக்கொண்டு இந்துக்களுடன் இணைந்த வாக்காளர் தொகுதிகளில் தாழ்த்தப்பட்ட வகுப்பினருக்குத் தனித் தொகுதிகளை ஒதுக்கீடு செய்ய உத்தரவாதமளிக்கும் ராஜா – மூன்ஜே ஒப்பந்தத்தைக் கொண்டு வந்தார்; நாக்பூரில் நடந்த அனைத்திந்தியத்

ஆகியோர் இந்து மதத்தை விடுவதாக அச்சுறுத்துவது மட்டுமல்ல, பெரும்பகுதி ஹரிசனங்கள் சந்திக்கும் அவமானகரமான துன்பத்திற்கு இழப்பீடு செய்யவல்ல போதிய வெம்மையும் அதனுள் இருப்பதாகக் காண்கிறார்கள்.

1.6

பல தலைவர்கள் இந்துமதப் பரப்புக்குள் மிஞ்சி இருக்கிறார்கள் என்பது டாக்டர் அம்பேத்கர் சொல்பவற்றைத் தூக்கியெறிவதற்கான உத்தரவாதம் அல்ல. சவர்ணர்கள் தமது நம்பிக்கையையும் நடத்தையையும் திருத்திக்கொள்ள வேண்டும். எல்லாவற்றிற்கும் மேலாக சவர்ணர்களுள் தமது படிப்பினாலும் செல்வாக்கினாலும் பிறரை விஞ்சி நிற்பவர்கள் சாஸ்திரங்களுக்கு ஒரு அதிகாரபூர்வமான விளக்க உரையைத் தர வேண்டும். அம்பேத்கரின் குற்றச்சாட்டு முன்வைக்கும் கேள்விகளாவன:

1. சாஸ்திரங்கள் என்பவை யாவை?
2. அச்சில் இருக்கும் அனைத்தும் அவற்றின் பாகமாகக் கொள்ளப் பட வேண்டுமா, அல்லது அவற்றின் ஏதேனும் பாகத்தை அதிகார பூர்வமற்றதாகவோ திரிக்கப்பட்டதாகவோ மறுத்து ஒதுக்க வேண்டுமா?

தாழ்த்தப்பட்ட வகுப்பினரின் மாநாடு இதைக் கடும் கண்டனத்துடன் நிராகரித்தது. இந்தியா முழுவதிலுமிருந்த தாழ்த்தப்பட்ட வகுப்பு அமைப்புகள் தமது ஆதரவை அம்பேத்கருக்கு அளித்தன. பல காலம் பின்பு ராஜா தன்னுடைய நிலைப்பாட்டை எண்ணி வருந்தினார். செப்டம்பர் 1932இல் அம்பேத்கர் நிர்பந்தத்தால் 'பூனா ஒப்பந்த'த்தில் கைச்சாற்றிடத் தள்ளப்பட்டபோது அது கிட்டத்தட்ட ராஜா – மூன் ஜே ஒப்பந்தத்தினை ஒத்ததாகவே இருந்தது. ஜாஃப்ரெலாட் (2005, 67) குறிப்பிடுவதைப்போல: "இந்தத் திட்டம் என்பது உண்மையில் ராஜா – மூன் ஜே ஒப்பந்தத்திற்கு அவ்வளவு நெருக்கமாக இருந்தது. காந்தியைப் பொறுத்தவரை பூனா ஒப்பந்தம் என்பது அரசியல் தொழில்நுட்பத்தில் இன்னுமொரு செயலாக்கம் அவ்வளவுதான்; ஆனால் ஒட்டுமொத்தச் சமூகத்திற்கு அதனால் பல பரந்துபட்ட விளைவுகளும் பாதிப்புகளும் இருந்தன. 1933இல் காந்தி அம்பேத்கரிடம் பேசிய விஷயத்திலிருந்தே இதை நாம் அறியலாம்: "பூனா ஒப்பந்தத்தை ஒப்புக் கொள்வதில் நீங்கள் இந்துக்கள்தான் என்ற நிலைப்பாட்டை ஏற்கிறீர்கள்." 'மூன்றாண்டுகள் கழித்து, காந்தியவாதிகளாலும் மகாசபையினராலும் உந்தப்பட்டு, தான் ஒரு இந்துவாகச் சாகமாட்டேன் என்ற அம்பேத்கரின் பிரகடனத்தையும் ராஜா எதிர்த்தார். காந்தியால் எப்படி ராஜா கையாளப்பட்டார் என்பதை அறிய பார்க்க: கீர் (1954 / 1990, 266–84). பார்க்க: ஸெல்லியாட் (2013, 124–39). ஆனால் ஜஃப்ரெலாட் குறிப்பிடுகிறார்: "ராஜா ஆறு ஆண்டுகள் கழித்து 1938இல் அம்பேத்கருடன் இணைந்தார். அவரது தளமான சென்னை மாகாணத்தில் உருப்பெற்ற காங்கிரஸ் அரசின் பழமைவாதத்தைப் பார்த்து ஏமாற்றமும் அதிர்ச்சியும் அடைந்து திரும்பி வந்தார். ராஜா இதுகுறித்து காந்தியிடம் புகார் செய்தார், காந்தி அவரைப் பொறுமை காக்கும்படி சொன்னார்; மேலும் சென்னை மாகாண அரசின் தலைவர் – ஒரு பிராமணனான ராஜகோபாலாச்சாரி மீது தனது நம்பிக்கையை காந்தி மீண்டும் உறுதி செய்தார். இதனால் மனச்சோர்வுற்ற ராஜா பூனா ஒப்பந்தத்தை எண்ணி ஒருவகையில் வருந்தினார்; மேலும் அம்பேத்கரைப் போலவே 1942இல் 'வெள்ளையனே வெளியேறு' இயக்கத்தை எதிர்த்தார்." (2005, 181–2n48). க்ரிப்ஸ் கமிஷன் முன்பு 1942இல் அளிக்கப்பட்ட வாக்குமூலமானது, "ராஜாவை இன்னமும் அம்பேத்கருக்கு நெருக்கமாகக் கொண்டு வந்தது. அவரைப் போலவே ராஜாவும் இதில் வைக்கப்பட்ட கோரிக்கைகளுள் இரட்டை வாக்குரிமைக் கோரிக்கை இல்லாமல் போனதைப்பற்றி வருந்தினார் . . . தன்னுடைய தென்னிந்திய சுற்றுப் பயணத்தின்போது, 1944இல் அம்பேத்கர் எம்.சி. ராஜாவால் சென்னைக்கு அழைக்கப்பட்டார்" (184 n31).

3. தீண்டாமை, சாதி, சம அந்தஸ்து, அன்னம் நீர் புழங்குதல், சாதிகலந்த மணங்கள் பற்றிய கேள்விகளுக்கு இப்படிப்பட்ட பிழை நீக்கப்பட்ட, ஏற்றுக்கொள்ளப்பட்ட சாஸ்திரங்களின் பதில் என்ன?

இந்தக் கேள்விகளுக்கான எனது சொந்தப் பதில்களை நான் அடுத்த இதழுக்கு எடுத்து வைக்கிறேன். அதனோடு டாக்டர் அம்பேத்கரின் ஆய்வறிக்கையில் வெளிப்படும் பிழைகள் (குறைந்தபட்சம் சிலவற்றை) பற்றிய எனது அறிக்கையும் வெளியிடப்படும்.

***ஹரிஜன், ஜூலை* 11, 1936**

டாக்டர் அம்பேத்கரின் குற்றச்சாட்டு – 2

2

2.1

வேதங்கள், உபநிடதங்கள், ஸ்மிரிதிகள் மற்றும் ராமாயணம் மகாபாரதம் உள்ளிட்ட புராணங்கள் ஆகியவைதான் இந்துமத சாஸ்திரங்கள். இது முடிவடைந்துவிட்ட பட்டியலும் அல்ல. ஒவ்வொரு சகாப்தமும் இல்லாவிட்டால் ஒவ்வொரு தலைமுறையும்கூட இந்தப் பட்டியலில் சேர்க்கைகளை இணைத்திருக்கின்றனர். இதன் பொருள், அச்சில் உள்ள அனைத்தும் சில சமயம் கையெழுத்துப் பிரதியாகக் கண்டெடுக்கப்பட்டவையும் சாஸ்திரம் அல்ல. உதாரணத்திற்கு ஸ்மிரிதிகள், அவை கடவுளின் வார்த்தைகள் என்று எப்போதும் ஏற்கவே முடியாத பல விஷயங்களைக் கொண்டிருக்கின்றன. இப்படியாக டாக்டர் அம்பேத்கர் ஸ்மிரிதிகளில் இருந்து மேற்கோள் காட்டும் பல பனுவல்கள் அதிகாரபூர்வமானவை என்று ஏற்கமுடியாது. ஒழுங்கானவையாக ஏற்கப்பட்ட சாஸ்திரங்கள் நித்திய மெய்மைகளைப் பற்றி மட்டுமே கவலைப்படுவனவாயிருக்க முடியும் மேலும் அவை எந்த மனசாட்சியையும் – தனது புரிதலின் கண்களைத் திறந்துவைத்துள்ள எந்த இதயத்தையும் – ஒரேபோலத் தொடவல்லதாய்த்தான் இருக்க முடியும். அறிவால் சோதித்துப் பார்க்க முடியாத ஆன்மிகமாக அனுபவிக்க முடியாத எதையும் கடவுளின் வார்த்தை என்று ஏற்றுக்கொள்ள முடியாது. பிழைகள் நீக்கப்பட்ட ஒரு சாஸ்திரம் நமக்குக் கிடைத்தாலும் அப்போதும் அவற்றிற்கான விளக்கவுரைகள் உங்களுக்குத் தேவைப்படும். யார் அதற்கான சிறந்த உரையாசிரியர்? கற்றறிந்த மனிதர் அல்ல நிச்சயமாய். கல்வி நிச்சயம் இருக்க வேண்டும். ஆனால் மதம் அதைக்கொண்டு வாழ்வதில்லை. மதம் அதனுடைய முனிவர்களின் துறவிகளின் அனுபவங்களிலும் அவர்களது வாழ்க்கைகளிலும் அவர்கள் சொல்லியவற்றிலும் வாழ்கிறது. சாஸ்திரங்களின் மிகப் படித்த கருத்தாளர்கள் அனைவரும் முற்றிலுமாக மறக்கப்படும் போதும் துறவிகளின் முனிவர்களின் குவிக்கப்பட்ட அனுபவங்கள் உறுதியாக இருக்கும்; பின்வரும் பல தலைமுறைகளுக்கு ஒரு உந்துசக்தியாக விளங்கும்.

2.2

சாதிக்கு மதத்தோடு எந்தச் சம்பந்தமும் இல்லை. அது ஒரு வழக்கம்; அதன் தோற்றுவாய் எனக்குத் தெரியவில்லை. மேலும் எனது ஆன்மிகப் பசிக்கு அதைத் தெரிந்துகொள்ள வேண்டிய தேவையும் இல்லை. ஆனால் எனக்குத் தெரிந்தது அது ஆன்மிக வளர்ச்சிக்கும் தேசிய வளர்ச்சிக்கும் மிகத் தீங்கானது என்பது. வர்ணம், ஆசிரமம்[6] ஆகிய நிறுவனங்களுக்கும் சாதிக்கும் எந்தத் தொடர்பும் கிடையாது. நாம் ஒவ்வொருவரும் நமது மூதாதை / பாரம்பரிய வழக்கப் பணிகளைச் செய்து நமது உணவை சம்பாதிக்க வேண்டும் என வர்ண விதிகள் நமக்குக் கற்பிக்கின்றன. அது நமது உரிமைகளை அல்ல, நமது கடமைகளை வரையறுக்கிறது. அது நிச்சயமாக மனிதகுலத்தின் நலனுக்கான பணிகளை மட்டுமே தனது சான்றாகக் கொண்டுள்ளது வேறு எதையும் அல்ல. எந்த பணியும் மேலானதும் அல்ல; எது ஒன்றும் கீழானதுமில்லை என்பதையும் அது பின்பற்றுகிறது. அனைத்தும் நல்ல, சட்டபூர்வமான, சர்வ நிச்சயமாகச் சம அந்தஸ்து உடையவை. ஒரு பிராமணனின் பணி – ஆன்மிகக் குருவாக இருப்பதும் ஒரு துப்புரவுத் தொழிலாளரின் பணியும் சமமானவை; அவர்களின் முறையான செயல்பாடு என்பது அவர்களுக்குக் கடவுளின் முன்னால் சம தகுதியைப் பெற்றுத் தரும். அது ஒரு காலத்தில் மனிதனின் முன்பும் சமமான சன்மானத்தையே பெற்றிருந்துள்ளது. இருவருக்கும் அவரது வாழ்வாதாரம் தவிர வேறெதுவுமில்லை. இப்பொழுதும் கூட கிராமங்களில் இந்த சட்டத்தின் ஆரோக்கியமான செயலாக்கத்தின் மிஞ் சியிருக்கும் லேசான கோடுகளை ஒருவர் காணமுடியும்.[7]

---

6. மனிதர்கள் நால் வர்ணமாகப் பிரிக்கப்பட்டிருப்பது போலவே, இரு பிறப்பாளனான ஒரு சவர்ணா இந்து ஆணின் வாழ்க்கையும் நான்கு நிலைகளை (ஆசிரமங்களை) கொண்டிருக்கிறது, பிரம்மச்சரிய (திருமணம் செய்துகொள்ளாமை, இதில் அந்த ஆண் தனது நேரத்தைக் கல்விக்குச் செலவழிப்பான்) நிலையிலிருந்து மேலே சென்று கிரஹஸ்தன் (சம்சாரி), வானப்ரஸ்தன் (இவன் காட்டில் முனிவராக வாழ்வான், ஆனால் தனது குடும்பத்திடமிருந்து துண்டித்துக் கொள்ளாமலே) இறுதியாக சன்யாசம் (உலக வாழ்வை முற்றிலுமாகத் துறப்பது). பிற இந்து மத நூல்களோடு மனுஸ்மிரிதியும் இந்த நான்கு ஆசிரமங்கள் குறித்து விரிவாக விவாதிக்கிறது.

7. இங்கே காந்தி வர்ணாசிரமத்தின் நன்மைகள் குறித்த தனது பார்வைகளை மீண்டும் உரைக்கிறார்; அவருடைய முந்தைய எழுத்துகளில் (*யங் இந்தியா,* 1925 ஆகஸ்ட் 13; CWMG 32, 286) அவர் சொல்லியிருந்தார்: "வர்ணாசிரமம், என்னுடைய கருத்தில், ஒரு குறுகிய நோக்கோடு உருவாக்கப்பட்டதில்லை. மாறாக, இந்த முறையானது அது தொழிலாளிகளுக்கும், சூத்திரர்களுக்கும் சிந்தனையாளர்களான பிராமணருக்கு இருக்கும் அதேபோன்ற இடத்தைத் தருகிறது." இன்னமும் முன்பாக, அவர் எழுதியிருந்தார் (*யங் இந்தியா,* 1920 பிப்ரவரி 25; CWMG 19, 417): "சாதி என்பது ஒரு தீங்கிழைக்கும் நிறுவனம் என்று கருதாதவர்களுள் நானும் ஒருவன். தொடக்கத்தில் சாதி ஒரு முழுமையான வழக்கமாக இருந்தது; அது தேசிய நலனை வளர்த்தெடுத்தது. என்னுடைய கருத்தில், சாதிகலந்த திருமணங்களும், அனைத்துச் சாதியினரும் அன்னம் நீர் புழங்குதல் ஆகியவையும் தேசிய வளர்ச்சிக்கு இன்றியமையாதவை எனும் எண்ணமே மேற்கில் இருந்து கடன் வாங்கப்பட்ட ஒரு மூடநம்பிக்கை என்பேன்." ஆனால் பிற்காலத்தில் சாதியை ஒரு சீர்கேடு என விமர்சிக்கும் நிலைப்பாட்டிற்கு அவர் வந்து சேர்ந்தாலும் தனது வாழ்நாள் முழுவதும் காந்தி 'உயர்ந்ததாக கருதிய' வர்ணவியவஸ்தத்தைக் காப்பாற்ற உறுதியாகப் போராடினார். நௌரியா (2006), வர்ணாசிரமம் பற்றிய தனது பார்வைகளை காந்தி திரும்பப் பெற்றதாகக் கருதுகிறார்.

2.3

செகோ[8]னில் அதன் அறுநூறு பேர்கொண்ட மக்கள்தொகையுடன் வாழ்ந்தபோது எனக்கு அதன் வெவ்வேறு கைவினைஞர்களின் வருமானங்களில், பிராமணர்கள் உட்பட, எனக்கு பெரிய வேறுபாடுகள் தெரியவில்லை. இந்தச் சீரழிந்த காலங்களிலும் தமக்கு இலவசமாக இடப்படும் பிட்சையில் வாழ்ந்துகொண்டும் தம்மிடம் இருக்கக்கூடிய ஆன்மிக பொக்கிஷங்களைப் பிறருக்கு இலவசமாக அளித்துக் கொண்டும் இருக்கும் உண்மையான பிராமணர்கள் காணக் கிடைப்பார்கள் என்றே எனக்குப் படுகிறது. தாம் ஒரு வர்ணத்தைச் சேர்ந்தவர் எனச் சொல்லிக்கொண்டு அதன் ஒரே செயல்பாட்டு விதியை வெளிப்படையாகவே முறிப்பவர்களின் வாழ்க்கைகளில் வெளிப்படும் அதன் கேலிச்சித்திரத்தை வைத்து வர்ணத்தின் சட்டத்தை கணிப்பது / தீர்ப்பிடுவது என்பது தவறானதாகவும் முறையற்றதுமாகும். வர்ணத்தினாலோ வர்ணமேயோ தன்னை உயர்வென்று ஒரு மேலான இடத்தை அகங்காரமாய் எடுத்துக் கொள்வது என்பது சட்டத்தை மறுதலிப்பதாகும். தீண்டாமையில் நம்பிக்கை கொள்ளச் செய்யும் எது ஒன்றும் வர்ணத்தின் சட்டத்தில் இல்லவே இல்லை. (இந்து மதத்தின் சாரம் என்பது உண்மையை ஒரே ஒரு ஒற்றைக் கடவுளின் வடிவமாகப் பார்க்கும் அதன் கூற்றிலும் அகிம்சையை மனித குடும்பத்தின் சட்டமாகத் துணிச்சலுடன் ஏற்றுக்கொள்வதிலும்தான் அடங்கியிருக்கிறது.)

2.4

டாக்டர் அம்பேத்கரைத் தவிர்த்து இன்னும் பலராலும் இந்த என்னுடைய இந்துமத விளக்கம் விவாதப்படுத்தப்படும் என நான் அறிந்தே இருக்கிறேன். அது என்னுடைய நிலைப்பாட்டைப் பாதிக்கவில்லை. இது ஒரு விளக்கம்; இதைக் கொண்டுதான் நான் எனது கிட்டதட்ட அரை நூற்றாண்டு கால வாழ்க்கையை வாழ்ந்திருக்கிறேன், இதன் அடிப்படையில்தான் எனது சக்திகளுக்கேற்ற வகையில் எனது வாழ்க்கையை ஒழுங்குபடுத்திக் கொள்ள முயன்றுள்ளேன்.

2.5

என்னுடைய பார்வையில் டாக்டர் அம்பேத்கர் தனது உரையில் செய்திருக்கும் ஆழமான பிழை என்பது அவர் சந்தேகத்துக்குரிய அதிகாரபூர்வமற்ற மதிப்பற்ற பனுவல்களைப் பொறுக்கி எடுத்ததும் மேலும் அவர்கள் சார்ந்திருக்கும் நம்பிக்கைக்கு எந்த வகையில் பொருத்தமான உதாரணங்கள் அல்லாத மிக துன்பகரமான வகையில் அந்நம்பிக்கையைத் தவறாகப் பிரதிநிதித்துவப் படுத்தும் தரம்தாழ்ந்த இந்துக்களை எடுத்துக் கொண்டதும்தான். டாக்டர் அம்பேத்கர் செலுத்திப் பார்க்கும் நிலுவைகளை சீர்தூக்கிப் பார்த்தால், வாழ்ந்துகொண்டிருக்கும் அனைத்து அறியப்பட்ட நம்பிக்கைகளும் தோல்வியடையும் சாத்தியமிருக்கிறது.

8. செகாவ்ன்: பின்னர் சேவாகிராம் என அழைக்கப்பட்டது, காந்தியால் நிர்மாணிக்கப்பட்ட ஆசிரமம், இன்றைய மகாராஷ்டிரத்தில் உள்ள வார்தா அருகில் உள்ளது.

2.6

அவருடைய மேலான உரையில், கற்றறிந்த டாக்டர் அம்பேத்கர் தனது வழக்கைத் தேவைக்கதிமாக நிறுவியுள்ளார். சைதன்யர், ஞானதீபர், துக்காராம், திருவள்ளுவர், ராமகிருஷ்ண பரமஹம்சர், ராஜாராம் மோகன் ராய், மகரிஷி தேவேந்திரநாத் தாகூர், விவேகானந்தர்[9] மற்றும் சுலபமாக பெயர் சொல்லக்கூடிய இன்னும் பலரால் ஏற்றுப் பரப்பப்பட்ட ஒரு மதம். டாக்டர் அம்பேத்கர் தனது உரையில் கட்டுவதுபோல முற்றிலுமாக எந்தத் தகுதியும் அற்றதாக இருக்க முடியுமா? ஒரு மதம் அதன் மோசமான உதாரணங்களைக் கொண்டு மதிப்பிடப்படக் கூடாது. ஆனால் அது ஒருவேளை உருவாக்கியிருக்கக் கூடிய சிறந்தவற்றைக் கொண்டுதான் மதிப்பிடப்பட வேண்டும். இதை முன்னேற்றுவதற்காக இல்லாவிட்டாலும் அதனளவிலேயே அதுதான் அது மட்டும்தான் நாம் நாடவேண்டிய அளவுகோல்.

***ஹரிஜன்*, ஜூலை 18, 1936**

---

9. சைதன்யர் பதினாறாம் நூற்றாண்டின் வங்கத்தில் ஒரு வைணவத் துறவி, பக்தி யோகத்தைப் பரப்பியவர். ஞான்தியோ அல்லது ஞானதேவ் (தியானதேவ் எனவும் அழைக்கப்படுகிறார்) மேற்கிந்தியாவில் பதின்மூன்றாம் நூற்றாண்டில் வாழ்ந்த ஒரு பக்திக் கவிமுனி; இவர் பகவத் கீதைக்கு ஒரு உரை எழுதினார். துக்காராம் பதினேழாம் நூற்றாண்டைச் சேர்ந்த வர்காரி பாரம்பரியத்தில் வந்த துறவி; சொக்கமேளா பதினான்காம் நூற்றாண்டைச் சேர்ந்த அதே பாரம்பரியத்தில் வந்த ஒரு மகர் துறவி (காந்தி இதைக் குறிப்பிடவில்லை). திருவள்ளுவர் ஒரு தமிழ்க் கவிஞர், தத்துவவியலாளர், திருக்குறளின் ஆசிரியர்; இவரது காலம் இரண்டாம் நூற்றாண்டிற்கும் எட்டாம் நூற்றாண்டிற்கும் இடைப்பட்டது. ராமகிருஷ்ண பரமஹம்ஸர் பத்தொன்பதாம் நூற்றாண்டின் காளியை வழிபடும் ஒரு வங்க முனிவர். ராஜா ராம் மோஹன் ராய், மஹரிஷி தேவேந்திரநாத் தாகூர் இணைந்து பிரம்ம சமாஜத்தை உருவாக்கினார்கள்; அது பத்தொன்பதாம் நூற்றாண்டு வங்கத்தில் ஒரு சமூக, மத சீர்திருத்த இயக்கமாக இருந்தது (காஃப் 1979). விவேகானந்தர் தானே தனக்குத் தீட்சை அளித்துக்கொண்ட ஒரு இந்துத் துறவி. இவர் ராமகிருஷ்ண பரமஹம்சரின் சீடர், பின்னர் இவர் ராமக் கிருஷ்ணா மிஷனைத் தோற்றுவித்தார். (பார்க்க: ஜோதிர்மயா ஷர்மா 2012).

சந்த் ராம் காந்திக்கு பதிலளிக்கிறார்

வர்ணம் VS சாதி

3

3.1

லாகூரின் ஜாத் பாத் தோடக் மண்டலின் திரு. சந்த் ராம்ஜி கீழ்க்காண்பவற்றை நான் வெளியிடவேண்டுமென்று விரும்புகிறார்:[10]

3.2

"டாக்டர் அம்பேத்கர் குறித்தும் லாகூரின் ஜாத் பாத் தோடக் மண்டல் குறித்தும் தங்களுடைய கருத்துக்களை நான் படித்தேன். அது தொடர்பில் கீழ்காண்பவற்றை நான் சமர்ப்பிக்க வேண்டுகிறேன்:

"நாங்கள் டாக்டர் அம்பேத்கரை அவர் தாழ்த்தப்பட்ட வகுப்புகளைச் சேர்ந்தவர் என்பதால் எமது மாநாட்டிற்குத் தலைமை தாங்க அழைக்கவில்லை. ஏனெனில் நாங்கள் தீண்டத்தகுந்த இந்துவையும் தீண்டத்தகாத இந்துவையும் எந்தப் பாகுபாட்டோடும் பார்ப்பவர்களில்லை. மாறாக இந்து சமூகத்தின் அபாயகரமான நோய்குறித்த அவரது ஆய்வுரீதியான சோதனைமுடிவும் எம்முடைய சோதனை முடிவும் ஒன்றே என்பதுதான் எமது தேர்வு அவர்மீது நேரிடையாக விழுவதற்குக் காரணம். அதாவது இந்துக்களின் தகர்வுக்கும் அவர்களின் வீழ்ச்சிக்கும் மூல காரணம் சாதி அமைப்புதான் என்று எமக்கிருக்கும் கருத்துதான் அவருக்கும் இருக்கிறது. டாக்டரின் ஆய்வுப்படிப்பிற்கான தலைப்பும் சாதி அமைப்பைப் பற்றியதானதால்,[11] அவர் விஷயத்தை ஆழ்ந்து

10. காந்தி சந்த் ராமின் கடிதத்தை *ஹரிஜனி*ல் வெளியிட்டார்; அதற்கான தனது பதிலையும் அதனோடு சேர்த்து வெளியிட்டார்.

11. அம்பேத்கர் 1916இல் தனது கொலம்பியா பல்கலைக்கழகக் காலத்தில் 'இந்தியாவில் சாதிகள்' எனும் கட்டுரையை எழுதியிருந்தாலும் அவருடைய முனைவர்பட்ட ஆய்வு சாதி அமைப்பைப் பற்றியது அல்ல. அவரது முனைவர்பட்ட ஆய்வு 'பிரிட்டிஷ் இந்தியாவில் மாகாண நிதிஆதாரங்களின் பரிணாம வளர்ச்சி: ஏகாதிபத்திய நிதிநிலையின் மாகாண அளவிலான

முழுமையாக ஆராய்ந்து கற்றுள்ளார். எமது மாநாட்டின் குறிக்கோள் என்பது இந்துக்களை சாதியை அழித்தொழிக்க நகர்த்துவது எனும்போது, சமூக, மத விஷயங்களில் இந்துவல்லாத ஒருவரின் அறிவுரை என்பது அவர்களின் மேல் எந்த பாதிப்பையும் ஏற்படுத்த முடியாது. டாக்டர் தனது பிற்பகுதி உரையில் அதுவே ஒரு இந்துவாக அவருடைய கடைசி உரை எனக் கட்டாயமாகச் சொல்ல வலியுறுத்தியதால்,[12] அது சம்மந்தமில்லாத ஒன்றும் மாநாட்டின் நலன்களுக்கு எதிராகத் தீங்கிழைக்கக் கூடிய ஒன்றும் ஆகும். அதனால் நாங்கள் அவரை அந்த வரியை நீக்கச் சொல்லிக் கேட்டோம்; ஏன் என்றால் அதை அவர் வேறு எந்தத் தருணத்திலும் நிகழ்விலும் சொல்லமுடியும் என்பதால். ஆனால் அவர் மறுத்துவிட்டார். எங்கள் நிகழ்ச்சியை காட்சிக்காக நடத்துவதில் எந்தப் பயனும் இருப்பதாக எமக்குத் தெரியவில்லை. இவை அனைத்தையும் மீறி, அவருடைய உரையை என்னால் பாராட்டாமல் இருக்கமுடியாது, அது என் அறிவுக்கு எட்டிய வரையில் அந்தத் தலைப்பின் மீதான மிகக் கற்றறிந்த ஒரு ஆய்வு முடிவாகும்; அது இந்தியாவின் அனைத்து மொழிகளிலும் மொழிபெயர்க்கப்படவேண்டிய ஒன்றுமாகும்.

3.3

“அதற்கும் மேலாக நான் உங்கள் கவனத்திற்குக் கொண்டுவர விரும்புகிறேன், வர்ணம், சாதிக்கு இடையிலான தாங்கள் சுட்டும் தத்துவார்த்த வேறுபாடு என்பது வெகுமக்கள் புரிதலுக்கு எளிமையாக எட்டமுடியாத அளவிற்கு மிகப் பூடகமாக இருக்கிறது. ஏனெனில் இந்து சமூகத்தின் அனைத்து நடைமுறைத் தேவைகளுக்கும் சாதியும் வர்ணமும் ஒன்றேதான்; அவை இரண்டின் செயலாக்கமும் ஒன்றேதான்; அது குறிப்பாக சாதிகளுக்கிடையே அன்னம் நீர் புழங்குதலையும் சாதி கலந்த மணங்களையும் தடை செய்வதேயாகும். வர்ணவிவகாரம் குறித்த உங்களுடைய கருத்தாக்கம் இந்தக் காலகட்டத்தின் நடைமுறைகளுக்கு ஒவ்வாதது; உடன்வரும் எதிர்காலத்தில் அது மறுமலர்ச்சி அடையும் என்ற எந்த எதிர்பார்ப்பும் சாத்தியமில்லை. ஆனால் இந்துக்கள் சாதிக்கு அடிமையாக இருக்கிறார்கள், அதை அழிக்க அவர்கள் விரும்பவில்லை.

பரவல் குறித்த ஒரு ஆய்வு’ என்பதாகும். அது பின்னர் லண்டனில் 1925இல் அம்பேதக்ருக்கு கொலம்பியாவில் ஆசிரியராக இருந்த எட்வின் செலிக்மானின் முன்னுரையோடு பி.எஸ். கிங் மற்றும் கம்பெனியால் வெளியிடப்பட்டது.

12. அம்பேத்கர் தனது உரையில் சொன்னதுபற்றி வேண்டுமென்றே ஏற்படுத்திக் கொண்ட ஒரு பிழைபுரிதலாகவே தெரிகிறது, சந்த் ராமினால் மட்டுமல்ல ஹர் பகவானாலும் இப்படி புரிந்துகொள்ளப்பட்டுள்ளது (‘சாதியை அழித்தொழித்த’லுக்கான முன்னுரைப் பகுதியில் உள்ள அவரது கடிதத்தைப் பார்க்கவும்). அம்பேத்கர் தான் இந்து மதத்தை விட்டு வெளியேறுவதாக 1935இல் தான் அறிவித்தார்; சாதியை அழித்தொழித்தல் அவர் இந்து மதத்தை கண்டனம் தான் செய்கிறார் (‘சாதியை அழித்தொழித்தல்’ முன்னுரைக்கான குறிப்பு 15ஐப் பார்க்கவும்). ‘சாதியை அழித்தொழித்தல்’ 25.1இல் அம்பேத்கர் சொல்லியிருப்பது, “ஆனால் இந்துக்களுடன் இன்றியமையாத வகையில் தொடர்புடைய இவ்விஷயத்தைப் பற்றி ஒரு இந்துக்களின் அவையில் பெரும்பாலும் நான் நிகழ்த்தப்போகும் கடைசி உரை இதுவாகத்தான் இருக்கும்.” (அழுத்தம் சேர்க்கப்பட்டுள்ளது).

எனவே தாங்கள் தங்களுடைய வர்ணவிவகாரம் என்ற லட்சியத்தை முன்மொழியும்போது அவர்கள் சாதியைக் கெட்டியாகப் பிடித்துக் கிடக்க சாக்குகளை அடைகிறார்கள். இப்படி தாங்கள் வர்ணப் பிரிவுகளுக்கு தங்களுடைய கற்பனையான உபயோகங்களை நியாயப்படுத்திப் பரப்புவதன் மூலம் சமூக சீர்திருத்தத்திற்கு மிகப் பெரிய கேடு விளைவிக்கிறீர்கள்; ஏனெனில் அது எங்கள் பாதையில் ஒரு தடையாக ஆகிறது. வர்ண விவகாரத்தின் அடிவேரில் தாக்குதல் தொடுக்காமல் தீண்டாமையை நீக்குவது என்பது ஒரு நோயின் வெளித்தெரியும் அறிகுறிகளுக்கு மட்டும் சிகிச்சை அளிப்பதற்கு அல்லது நீரின்மேல் கோடு ஒன்றை வரைவதற்கு ஒப்பானதாகும். ஏனெனில் தங்கள் மனதிற்குள் மனதாக துவிஜர்கள், தீண்டத்தகுந்தவர் என்றழைக்கப்படும் மற்றும் தீண்டத்தகாதவர் என்றழைக்கப்படும் சூத்திரருக்கு சமூக அளவிலான சமத்துவத்தை அளிக்க விரும்புவதில்லை. எனவே அவர்கள் சாதியை உடைக்க மறுக்கிறார்கள் – ஆனால் தீண்டாமை ஒழிப்பிற்குத் தாராளமாக நன்கொடை அளிக்கிறார்கள்; இந்தப் பிரச்சினையைத் தவிர்த்து ஒதுங்கிக் கொள்கிறார்கள். தீண்டாமை, சாதி ஒழிப்பிற்கு சாஸ்திரங்களின் உதவியை நாடுவது என்பது சாதாரணமாக மண்ணை மண்ணால் கழுவுவதற்குத்தான் ஒப்பாகும்."

3.4

கடிதத்தின் கடைசிப் பத்தி அதன் முதல் பத்தியை நிச்சயமாக ரத்து செய்துவிடுகிறது. சாஸ்திரங்களின் உதவியை மண்டலினர் மறுக்கின்றனர் என்றால் அப்போது அவர்களும் டாக்டர் அம்பேத்கர் செய்வதையேதான் செய்கின்றனர் அதாவது இந்துவாக இல்லாமல் ஆவது. டாக்டர் அம்பேத்கரின் உரையை அது அவர் இந்துவாக ஆற்றும் கடைசி உரை எனச் சொன்னார் என்பதற்காக மட்டும் அவர்கள் எப்படி எதிர்க்க முடியும்? முக்கியமாக எந்த மண்டலுக்காக திரு. சந்த் ராம் பேசுவதாக சொல்லிக்கொள்கிறாரோ அவர்கள் டாக்டர் அம்பேத்கரின் உரையைக் கைகொட்டி வரவேற்கின்றனர் எனும்போது அவர்களின் நிலைப்பாடு முழுமையாக முரணானதாக இருக்கிறது.

3.5

ஆனால் சாஸ்திரங்களை மண்டல் நிராகரிக்கிறது என்றால் அவர்கள் எதை நம்புகிறார்கள் எனக் கேட்பது தேவையானதாக ஆகிறது. குர்ஆனை நிராகரித்துவிட்டு ஒருவர் எப்படி முஸ்லிமாக இருக்க முடியும், அல்லது பைபிளை நிராகரித்துவிட்டு ஒருவர் எப்படி கிறித்தவராக இருக்கமுடியும்? சாதியும் வர்ணமும் ஒன்றுக்கொன்று மாற்றிக்கொள்ளக்கூடிய வார்த்தைகள்தான் என்றால், இந்துமதத்தை வரையறுக்கும் சாஸ்திரங்கள் வர்ணத்தை இன்றியமையாத ஒரு பாகமாகக் கொண்டிருக்கிறது எனும்போது, சாதியை அதாவது வர்ணத்தை நிராகரிக்கும் ஒருவர் தன்னை எப்படி இந்துவாகக் கருதிக்கொள்ள முடியும் என்பது எனக்குப் புலப்படவில்லை.

3.6

சாஸ்திரங்களை மண்ணுக்குச் சமமாக திரு. சந்த் ராம் ஒப்பிடுகிறார். டாக்டர் அம்பேத்கர் என் நினைவுக்கு எட்டிய வரையில் இப்படியான எந்தக் காட்சி விவரணைகொண்ட பதத்தையும் அவற்றிற்கு அளிக்கவில்லை. நான் சொன்னதை நிச்சயமாக அதன் பொருளுணர்ந்துதான் சொன்னேன்: சாஸ்திரங்கள் தீண்டாமையை ஆதரிக்கின்றன என்றால் நான் ஒரு இந்து என்று என்னை அழைத்துக் கொள்ளமாட்டேன் என்று. அதேபோல சாஸ்திரங்கள் இன்று நாம் அறியும் வகையிலான சாதியையும் அதன் அவ்வளவு வக்கிரங்களையும் ஆதரிக்கின்றன என்றால் நான் என்னை ஒரு இந்து என அழைத்துக் கொள்ளமாட்டேன் ஒரு இந்துவாக நீடிக்கவும் மாட்டேன். ஏனெனில் எனக்கு அன்னம் நீர் புழங்குதலிலும் சாதிகலந்த மணங்களிலும் எந்த மனவுறுத்தல்களும் இல்லை. சாஸ்திரங்கள் பற்றியும் அவற்றின் விளக்கவுரைகள் பற்றியும் எனது நிலைப்பாட்டை மீண்டும் திருப்பிச் சொல்லத் தேவையில்லை. அது பகுத்தறிவின் பாற்பட்டதும் சரியானதும் அறிவியல்பூர்வமாக நியாயப்படுத்தக் கூடியதுமான ஒன்றுதான் என்பதை மட்டும் திரு. சந்த் ராம் அவர்களுக்கு நான் சொல்ல விழைகிறேன்.

***ஹரிஜன்*, ஆகஸ்ட் 15, 1936.**

மகாத்மாவுக்கு ஒரு பதில்

பி.ஆர். அம்பேத்கர்

1

1.1

ஜாத் பாத் தோடக் மண்டலினருக்காக நான் தயாரித்த சாதி பற்றிய எனது உரையை அவருடைய *ஹரிஜன்* பத்திரிகையில் மகாத்மா அவர்கள் கவனம் கொண்டமை மூலம் எனக்கு அளித்துள்ள மரியாதையை பெரிதும் போற்றுகிறேன். எனது உரையைப் பற்றிய அவரது மதிப்பீட்டைப் படித்துப் பார்த்ததில் சாதியைப் பற்றி வெளிப்படுத்தியுள்ள கருத்துகளுடன் மகாத்மா முற்றிலுமாக எதிர் நிலையிலிருக்கிறார் என்பது தெளிவாகத் தெரிகிறது. மாறாகச் செயல்பட சிறப்புக் காரணங்கள் என்னை வற்புறுத்தினால் ஒழிய எனது எதிர்ப்பாளர்களுடன் சர்ச்சைகளுக்குள் நுழைவது எனக்குப் பழக்கமில்லை. ஒருவேளை எனது எதிர்ப்பாளர் ஒரு இழிவான பகையார்ந்த நபராக இருந்தால் நான் அவருக்குப் பதிலளித்திருக்க மாட்டேன். ஆனால் என்னுடைய எதிர்ப்பாளர் மகாத்மாவே என்பதால், நானும் இவ்விவாதத்தில் அவர் முன்வைத்துள்ள வாதத்தின் எனது எதிர்த் தரப்பை முன்வைக்க முயற்சிக்க வேண்டும் எனக் கருதுகிறேன்.

1.2

அவர் எனக்கு அளித்துள்ள இடத்தை கௌரவத்தை வரவேற்கும் அதே நேரத்தில், எவரைக் காட்டிலும் மகாத்மா, என்னை பிரபலபடுத்திக்கொள்ள விழைபவனாக குற்றம்சாட்டுவதைப் பார்த்து நான் உணர்ந்த ஆச்சரியத்தையும் ஒப்புக்கொள்ள வேண்டும். எனது ஆற்றப்படாத உரையை நான் பதிப்பிப்பதன் மூலம் என்னுடைய நோக்கம் ‘மறக்கப்படாமல்’ இருக்கும் விழைவு என அவர் குறிப்பிடும்போது அது அப்படி வெளிப்படுகிறது. மகாத்மா எப்படி எடுத்துக் கொண்டாலும் எதைச் சொன்னாலும் உரையைப் பதிப்பித்ததில் என்னுடைய நோக்கம் என்பது இந்துக்களைச் சிந்திக்க தூண்டுவதும் தமது நிலைமைகளைக் கணக்கெடுத்துக் கொள்வதுமேயாகும். நான்

எப்போதும் புகழுக்கும் பிரபலத்துக்கும் அலைந்ததில்லை. மேலும் ஒன்றை நான் சொல்ல முடியும் என்றால், நான் விரும்புவதைக் காட்டிலும் தேவைக்கதிகமாகவே அது எனக்கு இருக்கிறது. ஆனால் அப்படியே நான் விளம்பரம் பெறும் நோக்கோடுதான் அந்த உரையை அச்சிட்டேன் என வைத்துக் கொண்டால்கூட என்மீது யார் கல்லெறிய முடியும்? நிச்சயமாக அது மகாத்மாவைப் போல கண்ணாடி மாளிகைகளில் வாழ்பவர்களாக இருக்க முடியாது.

2

2.1

நோக்கத்தை ஒருபுறம் வைத்துவிட்டு, எனது உரையில் நான் எழுப்பியுள்ள கேள்விபற்றி மகாத்மாவுக்கு என்ன சொல்ல இருக்கிறது? முதலாவதாக, எனது உரையைப் படித்த எவரும் என்னால் எழுப்பப்பட்ட பிரச்சினைகளை மகாத்மா முழுவதுமாக விட்டுவிட்டார் என்பதையும் அவர் எழுப்பும் விஷயங்கள் இந்துமதத்தின் மீதான குற்றச்சாட்டு என அவர் விரும்பி அழைக்கும் எனது உரையில் இருந்து எழுபவை அல்ல என்பதும் தெளிவாகும். எனது உரையில் நான் எழுப்பியுள்ள பிரதான புள்ளிகளை இப்படி வகைப்படுத்த முடியும்.

2.2

1. சாதி இந்துக்களை ஒழித்துவிட்டது என்பது.

2. சதுர்வர்ணத்தின் அடிப்படையில் இந்து சமூகத்தை மறுசீரமைப்புச் செய்வது என்பது சாத்தியமில்லாத ஒன்று; ஏனெனில் வர்ணவிவகாரம் என்பது ஒரு ஓட்டைப்பானை போலவோ சலதோஷம் பிடித்த மனிதன் போலவோ[1] ஆன ஒன்று என்பதால். அது தனது சொந்த குணநலன்களைக் கொண்டே தன்னை தக்கவைத்துக் கொள்ளும் ஆற்றலற்றது. வர்ணத்திலிருந்து தாண்டும் அனைவர்மீதும் செலுத்தப்படக்கூடிய சட்டரீதியான தடை ஒன்று பின்னாலிருந்து தடுக்காவிட்டால் அது சாதி அமைப்பாகச் சீரழியும் உள்ளார்ந்த உந்துதலைப் பெற்றே இருக்கிறது.

3. சதுர் வர்ணத்தின் அடிப்படையில் இந்து சமூகத்தின் மறுசீரமைப்பு மிகத் தீங்கானதாக இருக்கும், ஏனெனில் வர்ணவிவகாரத்தின் நேரடி விளைவு என்பது மக்களுக்கு அறிவுபெறும் வாய்ப்பை மறுப்பதன் மூலம் மக்கள்கூட்டத்தைச் சீரழிப்பதாகவே இருக்கும். மேலும் அவர்களை ஆயுதமேந்தும் உரிமையை மறுப்பதன்மூலம் அவர்களைச் செயலற்றவர்களாக்கிவிடும்.

4. சுதந்திரம், சமத்துவம், சகோதரத்துவம் ஆகிய கொள்கைகளை அங்கீகரிக்கும் ஒரு மத அடிப்படையில் இந்து சமூகம் மறுசீரமைப்புக்குள்ளாக்கப்பட வேண்டும்.

---

1. 'மூக்கு ஒழுகுதல்' போன்றது. இங்கு இந்தப் பதம் போலியாக அழுவது, பரிதாபத்துக்குரிய விதத்தில் புலம்புவது எனப் பொருள்படும் — சாமுவேல் ஜான்சனின் ஆங்கில மொழிக்கான அகராதியிலிருந்து.

5. இதைச் சாதிக்க வேண்டுமென்றால் சாதிக்கும் வர்ணத்திற்கும் பின்னால் இருக்கும் மத ஒப்புதல் / புனிதப்படுத்துதல் அழிக்கப்பட வேண்டும்.
6. சாதிக்கும் வர்ணத்திற்கும் உள்ள தெய்வீகப் புனிதம் அழிக்கப்பட வேண்டும் என்றால் அது சாஸ்திரங்களின் அதிகாரத்தைத் தூக்கியெறிவதன் மூலம் மட்டுமே நிகழ முடியும்.

2.3

மகாத்மாவால் எழுப்பப்பட்டுள்ள கேள்விகள் முன்னிருக்கும் புள்ளிக்கு முற்றிலுமாக அப்பாற்பட்டவை என்பதைக் காணமுடியும். மேலும் உரையின் பிரதான வாதமே அவருக்குப் பிடிபடவில்லை என்பதையும் காட்டுகிறது.

3

3.1

மகாத்மாவால் எழுப்பப்பட்டுள்ள புள்ளிகளின் சாரத்தை நான் பரிசீலிக்கிறேன். மகாத்மாவின் முதலாவது புள்ளி என்பது நான் மேற்கோள் காட்டியுள்ள பனுவல்கள் அதிகாரபூர்வமானதல்ல என்பது. இந்த விஷயத்தில் நான் ஒரு நிபுணன் அல்ல என்பதை ஒப்புக் கொள்கிறேன். ஆனால் நான் சுட்டுவதற்கு எடுத்துக்கொண்ட பனுவல்கள் அனைத்துமே இந்து சாஸ்திரங்களிலும் சமஸ்கிருத மொழியிலும் அங்கீகரிக்கப்பட்ட நிபுணராக விளங்கிய திரு. திலக[2]ரின் எழுத்துகளில் இருந்து எடுக்கப்பட்டவைதான் என்பதை இங்கு நான் சொல்ல விரும்புகிறேன். அவரது இரண்டாவது புள்ளி இந்த சாஸ்திரங்கள் கற்றறிந்தவர்களால் விலக்கப்படக் கூடாது அது துறவிகளால் விளக்கப்பட வேண்டும் என்பது; அத்தகைய துறவிகளின் புரிதலின்படி சாஸ்திரங்கள் சாதியையும் தீண்டாமையையும் ஆதரிக்கவில்லை என்பதும்.

3.2

முதலாவது புள்ளியைப் பொறுத்தவரை நான் மகாத்மாவிடம் கேட்க விரும்புவது என்னவென்றால், இந்தப் பனுவல்கள் அனைத்தும்

---

2. அம்பேத்கர் திலகரின் நூலைச் சுட்ட அதிக வாய்ப்புள்ளது. திலகரின் இரு பாக பெருநூல் ஸ்ரீமத் பகவத் கீத ரகஸ்யா (சுருக்கமாக கீத ரகஸ்யா என அழைக்கப்பட்டது; எசோடெரிக் இம்போர்ட் ஓஃப் கீதா (Esoteric Import of Geetha) எனும் பெயரில் அவராலேயே மொழிபெயர்க்கப்பட்டது. இந்நூல் திலகர் 1907இல் பர்மாவின் மண்டாலே சிறையில் தேசத் துரோகக் குற்றச்சாட்டின் கீழ் சிறைவைக்கப்பட்டிருந்தபோது எழுதப்பட்டது. 1915இல் முதலில் மராத்தியில் வெளியிடப்பட்டது. பி.எஸ். சுக்தான் கரால் மொழிபெயர்க்கப்பட்ட ஆங்கிலப் பதிப்பு திலக் பிரதர்ஸ் நிறுவனத்தால் பூனாவில் 1935இல் வெளியிடப்பட்டது. இதை அம்பேத்கர் வாசித்திருக்க வாய்ப்புள்ளது. அதற்குள் 'கீத ரகஸ்யா' பல இந்திய மொழிகளில் வெளிவந்திருந்தது. இந்த ஆங்கிலப் பதிப்பிற்கு ஒரு பெரிய தலைவர் படையே பல பக்கங்களுக்குப் பாராட்டுகளை வழங்கினார்கள், இவர்கள்: சுவாமி விவேகானந்தர், அன்னி பெசன்ட், மதன் மோகன் மாளவியா, கோபால் கிருஷ்ண கோகலே, அரோபிந்தோ கோஷ், காந்தி. "கீதை குறித்த திலகரின் தலைசிறந்த உரை விஞ்ச முடியாதது; அது இன்னும் பல காலத்துக்குப் பொருத்தமானதாக அப்படியே இருக்கும்" என காந்தி சொன்னார்.

விளக்கக் கணிப்புகள்தான் என்றால், அவை துறவிகளால் வேறாக விளக்கப்பட்டிருக்கின்றன என்றால் அவற்றால் யாருக்கு என்ன பயன்? அசலான பனுவல்களுக்கும் விளக்கக் கணிப்புகளான பனுவல்களுக்கும் இடையே எந்த வேறுபாட்டையும் மக்கள் பார்ப்பதில்லை. மக்களுக்கு அந்தப் பனுவல்கள் என்ன என்று தெரியாது. சாஸ்திரங்களின் உள்ளடக்கத்தைத் தெரிந்துகொள்ளும் அறிய முடியாத வகையில் அவர்கள் மிக எழுத்தறிவற்றவர்களாக இருக்கின்றனர். அவர்கள் தமக்குச் சொல்லப்பட்டவற்றை நம்பிவருகிறார்கள்; சாதியை தீண்டாமையைக் கடைப்பிடிப்பது ஒரு மதக் கடமை என்று சாஸ்திரங்கள் கட்டளையிடுவதாகவே அவர்களுக்குச் சொல்லப்பட்டிருக்கிறது.

3.3

துறவிகளைப் பொறுத்தவரை, அவர்களின் படிப்பினைகள் எவ்வளவுதான் உயர்த்துவதாகவும் மாறுபட்டதாகவும் இருந்தாலும் வெறுமனே கற்றறிந்தவர்களின் படிப்பினைகளோடு ஒப்பிட்டுப் பார்த்தால் அவை மிக ஓலமிடும் அளவிற்குப் பயனற்றதாக / விளைபயனற்றதாகவே இருக்கின்றன. அவை இரு காரணங்களால் பயனற்றதாக இருந்து வருகின்றன. முதலில் எந்தத் துறவியும் எப்போதும் சாதிகளின் அமைப்பைத் தாக்கியதில்லை. மாறாக, அவர்கள் சாதிகளின் அமைப்பில் அசைக்கமுடியாத நம்பிக்கை கொண்டவர்களாக இருக்கிறார்கள். அவர்களில் பெரும்பான்மையோர் தாம் பிறந்த சாதியின் உறுப்பினர்களாகவே வாழ்ந்து செத்தும் போனார்கள். தனது பிராமண அந்தஸ்த்துடன் ஞானதீபர் எவ்வளவு உணர்வுபூர்வமாகப் பிணைந்திருந்தார் என்றால், பைத்தானின் பிராமணர்கள் அவரைத் தமது பிரிவிற்குள் அனுமதிக்க மறுத்தபோது அவர் கீழுலகையும் மேலுலகையும் அசைத்து பிராமணச் சகோதரர்களை தனது அந்தஸ்த்தை அங்கீகரிக்கச் செய்தார்.

3.4

இப்போது 'தர்மாத்மா'[3] திரைப்படத்தில் தீண்டத்தகாதவர்களைத் தொடுவதற்கும் அவர்களோடு உணவு உட்கொள்ளுவதற்கும் துணிந்ததால் நாயகராகச் சித்திரிக்கப்படும் துறவி ஏக்நாத்[4]தும் கூட அவர் சாதிக்கும் தீண்டாமைக்கும் எதிர்ப்பாக இருந்ததால் அப்படிச் செய்யவில்லை. ஆனால் அப்படிச் செய்வதன்மூலம் ஏற்படும் தீட்டை கங்கை நதியின் புனிதநீரில் ஒருமுறை குளிப்பதன் மூலம் அகற்றிவிட முடியும் என்பதால்

---

3. வி. சாந்தாராம் 1935இல் ஏக்நாத் பற்றிய இப்படத்தை எடுத்தார். பிரபல நடிகர் பால் கந்தர்வ் ஏக்நாத் கதாபாத்திரம் ஏற்று நடித்தார்.

4. ஏக்நாத் (1533 – 1599) இவர் பதினாறாம் நூற்றாண்டின் மராத்தி முனிவர். ஞானதியோ ('சாதியை அழித்தொழித்தல்' நூலுக்கான குறிப்பு 32ஐப் பார்க்கவும்) உருவாக்கிய வர்காரி பாரம்பரியத்தைச் சேர்ந்தவர். சமஸ்கிருத பாகவத புராணத்தின் (பத்தாம் நூற்றாண்டின் புராணப் பனுவல் – இதன் காலகட்டம் குறித்து ஆய்வாளர்கள் வேறுபட்ட கருத்துக் கொண்டுள்ளனர் – கிருஷ்ணனையும் பகவத் கீதையையும் முன்னிலைப்படுத்தும் பனுவல் இது.) பதினோறாவது காண்டம்குறித்த ஒரு விவரணையே ஏக்நாதி பாகவத் ஆகும். இது உடைவற்றது எனும் பொருள்தரும் அபங்கா என்னும் மராத்தி செய்யுள் வடிவத்தில் ஓவி தாளத்தில் எழுதப்பட்டுள்ளது.

அப்படிச் செய்தார்.[5] என்னுடைய ஆய்வின்படி துறவிகள் சாதிக்கும் தீண்டாமைக்கும் எதிராக ஒரு பிரச்சாரத்தை மேற்கொண்டதில்லை. மனிதர்கள் இடையே நடைபெறும் போராட்டத்தைப் பற்றி அவர்கள் எப்போதும் கவலைப்பட்டதில்லை. அவர்கள் கடவுளுக்கும் மனிதருக்கும் இடையிலான உறவைப் பற்றித்தான் கவலைகொண்டனர். அனைத்து மனிதரும் சமம் என்று அவர்கள் போதித்ததில்லை. அவர்கள் கடவுளின் கண்களுக்கு அனைத்து மனிதரும் சமம் என்றே போதித்தனர். மிக வேறான பார்வைக்குத் தீங்கற்றதாகத் தெரியும் ஒரு மொழிவு இது; நம்புவதற்கு அபாயங்கள் ஏதுமற்றதும் போதிப்பதற்கு யாருக்கும் கடினங்களற்றதும் இது.[6]

3.5

துறவிகளின் படிப்பினைகள் பயனற்றதாக நிறுவப்பட இரண்டாவது காரணம் என்பது மக்களுக்கு ஒரு துறவி வேண்டுமானால் சாதியை உடைக்கலாம். ஆனால் சாதாரண மனிதர் அப்படி செய்யக் கூடாது எனப் பாடம் புகட்டப் பட்டிருக்கிறது. இப்படியாக ஒரு துறவி எப்போதுமே பின்பற்றுவதற்கான உதாரணர் அல்லர். அவர் எப்போதுமே கௌரவப்படுத்த வேண்டிய ஒரு பக்திமானாகவே நீடித்திருக்கிறார். சாஸ்திரங்களின் பாடங்களுக்கு எதிராகத் துறவிகளின் பக்தியான வாழ்க்கைகளும் மேன்மையான பிரசங்கங்களும் மக்களின் வாழ்விலும் அவர்தம் நடத்தையிலும் எந்த விளைவையும் பயனையும் ஏற்படுத்தவில்லை என்பது மக்கள் சாதிமீதும் தீண்டாமைமீதும் கொண்டுள்ள அசைக்கமுடியாத

---

5. अन्त्यजाचा विटाळ ज्यासि । गंगास्नाने शुद्धत्व त्यासि ॥ एकाथि भागवत, अ.२८, ओ.१९१. அந்த்யஜாச்சாவிடல் ஜ்யாஸி / கங்காஸ்னானே ஷுதத்வ த்யாஸி – ஏக்நாதி பாகவத், அ.28, ஓ.191). இந்த செய்யுள்கள் அதன்மூலம் பற்றிய குறிப்போடு 1937இல் வெளிவந்த ‘சாதியை அழித்தொழித்தல்’ பதிப்பில் ஒரு அடிக்குறிப்பாக இருக்கிறது. இந்த மராத்தி செய்யுள் வரிகள் தேப் ராயால் இப்படி மொழிபெயர்க்கப்பட்டுள்ளன: “நீக்கப்பட்ட சாதிகளில் உள்ள தீட்டுப்பட்டவர்கள் / கங்கையில் குளிப்பதன் மூலம் தூய்மையாகலாம்.”

6. அவருடைய அவநம்பிக்கையையும் முனிவர்கள் துறவிகள், பக்தி இயக்க நிராகரிப்பையும் மீறி அம்பேத்கர் ‘தீண்டத்தகாத’ பக்திக் கவிமுனிகளின் மாற்றக்காரணியான பங்கை அங்கீகரிக்கவே செய்தார். தனது ‘தீண்டத்தகாதவர்கள்: அவர்கள் யாராக இருந்தார்கள் எப்படி தீண்டத்தகாதவர் ஆனார்கள்’ (1948 / 1990) நூலின் சமர்ப்பணத்தில்: “தமது பக்தியால் குணநலனால் அனைவரின் மரியாதையையும் வென்றெடுத்த தீண்டத்தகாதவர்களுள் பிறந்த பிரசித்திபெற்ற மூன்று முனிகள் – நந்தனார், ரவிதாஸ், சொக்கமேளா ஆகியோரின் நினைவுக்குச் சமர்ப்பணம் எனக் குறிப்பிடுகிறார். இதில் நந்தனார் ரவிதாஸைப் போலவோ சொக்கமேளாவைப் போலவோ ஒரு வரலாற்றுப் பாத்திரம் அல்லர். பனிரெண்டாம் நூற்றாண்டின் தமிழ் பனுவலான சேக்கிழாரின் பெரிய புராணத்தில், அறுபத்து மூன்று தமிழ் சைவ முனிகள் பற்றிய புகழ்மாலைகள் இடம்பெறுகின்றன. அதில் ஒரு குறிப்பிட்ட சிலரே வரலாற்றில் வாழ்ந்த பாத்திரங்கள். பறையராகப் பிறந்த நந்தனார் ‘திருநாளைப் போவார்’ என குறிப்பிடப்படுகிறார். அனுஷியா ராமசுவாமி (2010,76) சுட்டிக்காட்டுவதுபோல நந்தனார் “சாதியால் வரையறுக்கப்பட்ட படிநிலையின் விதிகளைக் கேள்விகளற்று ஏற்றுக்கொள்வதாக, அதாவது விருப்பத்தோடு சிதம்பரம் கோயில் நுழைவாயிலில் தானே தன்னைச் சடங்குச் சிதையில் தீயிலிறக்கச் சம்மதிப்பதாக” சேக்கிழார் காண்பிக்கிறார். காலனிய தேசிய இயக்கத்தின்போது நந்தனாரின் பாத்திரம் மீட்டுருவாக்கம் செய்யப்பட்டது. ஒரு சைவக் கவிஞரும் இசையமைப்பாளருமான கோபாலகிருஷ்ண பாரதி 1861–1862இல் ‘நந்தனார் சரித்திரம்’ நூலைப் பதிப்பித்தார். அது இருபதாம் நூற்றாண்டின் தொடக்ககாலத்தில் அரங்கில் நாட்டிய நாடகமாக பலராலும் தழுவித் தயாரிக்கப்பட்டது. பின்னர், நந்தனார்பற்றி ஐந்து தமிழ்ப் படங்கள் எடுக்கப்பட்டன – இரண்டு பேசாப் படங்கள் 1923இலும் 1930இலும்; மூன்று பேசும் படங்கள் 1933, 1935, 1942இல்.

நம்பிக்கையையே காட்டுகிறது. எனவே துறவிகள் இருந்தார்கள் என்பதோ கற்றறிந்த சிலராலோ அல்லது கல்வியில்லாத பலராலோ புரிந்துகொள்ளப்பட்டதற்கு மாறாக சாஸ்திரங்களை வேறுவிதமாகப் புரிந்துள்ள ஒரு மகாத்மா இருக்கிறார் என்பதோ எந்த ஆறுதலையும் தரும் விஷயமாக இருக்க முடியாது.[7]

3.6

மக்கள் சாஸ்திரங்கள் குறித்த வேறொரு பார்வையைக் கொண்டிருக்கிறார்கள் என்பது நாம் ஏற்கவேண்டிய நிச்சயமாக எதிர்கொள்ளவேண்டிய ஒரு விஷயம். அவர்களின் நடத்தைமீது ஆளுகை செலுத்தும் சாஸ்திரங்களைத் தூக்கியெறியாமல் அதை எப்படிக் கையாள்வது என்பது மகாத்மா கருத்தில் எடுத்துக்கொள்ளாத கேள்வியாகவே இருக்கிறது. சாஸ்திரங்களின் பிடிப்பினைகளிலிருந்து மக்களை விடுதலைசெய்ய செயல் விழைவுள்ள எவ்விதமான திட்டத்தை மகாத்மா முன்வைப்பதாக இருந்தாலும், ஒன்றை அவர் ஏற்றுத்தான் ஆகவேண்டும். ஒரு நல்ல கருணையாளர் நடத்தும் பக்தியான வாழ்க்கை என்பது அவருக்கு உயர்வெழுச்சி தருவதாக இருக்கலாம். ஆனால் இந்தியாவில் துறவிகளின் மீதும் மகாத்மாக்களின் மீதும் சாதாரண மக்களுக்கு இருக்கும் அணுகுமுறையைப் பார்க்கும்போது – கௌரவப்படுத்துவது ஆனால் பின்பற்றுவது அல்ல – இதிலிருந்து ஒருவர் பெரிதாக எதையும் எதிர்பார்க்க முடியாது என்பதுதான் அது.

4

4.1

மகாத்மா எழுப்பியுள்ள மூன்றாவது புள்ளி என்பது – சைதன்யர், ஞான தீபர், துக்காராம், திருவள்ளுவர், ராமகிருஷ்ண பரமஹம்சர் மற்றும் பலராலும் ஏற்றுப் பரப்பப்பட்ட ஒரு மதம் நான் சொல்வதுபோல எந்தத் தகுதியும் இல்லாததாக இருக்கமுடியாது என்பதும் ஒரு மதத்தை அது உருவாக்கிய சிறந்த உதாரணங்களைக் கொண்டுதான் மதிப்பிட வேண்டுமேயொழிய அது உருவாக்கிய மோசமான உதாரணங்களைக் கொண்டல்ல என்பதும் ஆகும். அவருடைய இந்தக் கூற்றின் ஒவ்வொரு வார்த்தையோடும் நான் உடன்படுகிறேன். ஆனால் இதன்மூலமாக மகாத்மா எதை நிறுவ முனைகிறார் என்பது எனக்குச் சரியாகப் புரியவில்லை. மோசமான உதாரணங்களைக் கொண்டல்ல மாறாக அதன் சிறந்த உதாரணங்களைக் கொண்டுதான் மதம் மதிப்பிடவேண்டும் என்பது

---

7. காந்தி தன்னை அடிக்கடி ஒரு பங்கியுடன் ஒப்பிட்டுக் கொள்வதை அம்பேத்கர் ஒருவேளை சுட்டுகிறாராக இருக்கலாம். பங்கிகள் தீண்டத்தகாதவர்களுள் துப்புரவு, மலமள்ளும் பணிகளுக்கு நிர்ப்பந்திக்கப்பட்ட சாதியினர். காந்தி அடிக்கடி தனது ஆசிரமத்தின் கழிவறைகளைத் தானே சுத்தம்செய்ததாக அறிவித்தார். அம்பேத்கரைப் பொறுத்தவரை, இப்படியான நாடகீய நிகழ்த்துதல்களில் ஒரு துறவியோ ஒரு மகாத்மாவோ ஈடுபடுவதும் அதை வெளியுலகிற்கு அறிவிப்பதும் மக்களின் நம்பிக்கைகளை உள்ளபடியே மாற்றாது எனக் கருதினார். துப்புரவுத் தொழிலாளர்கள் பற்றிய காந்தியின் எழுத்துகளுக்குப் பார்க்க: ராமஸ்வாமி (2005, 86–95); தூய்மைப் பணியாளர் மற்றும் மலமள்ளும் தொழிலாளர் பற்றிய காந்தியின் அணுகுமுறை குறித்த விமர்சனத்திற்குப் பார்க்க: பிரசாத் (1996, 2001).

உண்மைதான், ஆனால் இது பிரச்சினையைத் தள்ளுபடி செய்கிறதா? இல்லை என்று நான் சொல்கிறேன்.

4.2

மோசமானவர்கள் ஏன் இவ்வளவு அதிக எண்ணிக்கையில் இருக்கிறார்கள், சிறந்தவர்கள் இவ்வளவு குறைந்த எண்ணிக்கையில் இருக்கிறார்கள் என்ற கேள்வி இன்னமும் நீடித்திருக்கிறது. இந்தக் கேள்விக்கு இரண்டு காரணங்கள்தான் இருக்கமுடியும் என்று என் மனதிற்குப் படுகிறது. (1) அதன் மோசமானவர்கள் தம்முடைய அசலான சொந்த மூர்க்கத்தனத்தால் அறவியல் படிப்பினைகளைப் பெறமுடியாதவர்களாகவும் அதன் காரணமாக மத லட்சியத்தை நோக்கி ஒரு மிகச்சிறிய அடியையும் எடுத்துவைக்க இயலாதவர்களாக இருக்கின்றனர் என்பது. அல்லது (2) இந்த மத லட்சியம் முற்றிலும் தவறான லட்சியம்; அது பலருடைய வாழ்விற்குத் தவறான அறவியல் திருப்பத்தை ஏற்படுத்தியுள்ளது. அதன் சிறந்தவர்கள் தவறான லட்சியத்தையும் மீறித்தான் சிறந்தவர்களாக ஆகியிருக்கின்றனர் – அதாவது தாம் செலுத்தப்பட்ட தவறான திருப்பத்தை மாற்றி அதைச் சரிப்படுத்திதான் அப்படி ஆகி இருக்கின்றனர் என்பது.

4.3

இந்த இரண்டு காரணங்களில் முதலாவதை ஏற்க நான் தயார் இல்லை, ஏன் மகாத்மாவுமே இதை மறுக்கமாட்டார் என நான் உறுதியாக நினைக்கிறேன். எனது மனதிற்கு இரண்டாவதுதான் தர்க்கபூர்வமான அறிவுசார் விளக்கமாக இருக்கமுடியும். ஏன் மோசமானவர் இவ்வளவு அதிக எண்ணிக்கையிலிருக்கிறார்கள், ஏன் சிறந்தவர்கள் இவ்வளவு குறைந்த எண்ணிக்கையிலிருக்கிறார்கள் என்பதை விளக்கக்கூடிய வேறு ஒரு மூன்றாவது மாற்று மகாத்மாவிடம் இருக்குமானால் தவிர. இரண்டாவதுதான் இதற்கான ஒரே விளக்கம் என்றால் அப்போது வெளிப்படையாகவே ஒரு மதம் அதன் சிறந்த பற்றாளர்களைக் கொண்டே மதிப்பிடப்பட வேண்டும் என்ற மகாத்மாவின் வாதம் நம்மை எங்கும் கொண்டு சேர்க்கவில்லை என்பது தெளிவு. தவறான இலக்குகளை வழிபடுபவர்களாக ஆக்கப்பட்டுவிட்டார்கள் என்பதற்காகத் தவறாகப் போய்விட்ட மிகு எண்ணிக்கையினரைப் பார்த்துப் பரிதாபப்படுவதைத் தவிர வேறெதுவும் இல்லை.

5

5.1

துறவிகளின் உதாரணத்தைப் பலரும் பின்பற்றுவார்களேயானால் இந்துமதம் சகிக்கக் கூடியதாக இருக்கும் என்ற மகாத்மாவின் வாதம் இன்னொரு காரணத்தாலும் தவறானது. (இதன் தொடர்பில், ஏப்ரல் 1936இல் வெளியான *ஆரியன் பாத்* பத்திரிகையில் திரு.எச்.என். ப்ரெய்ல்ஸ்ஃபோர்டின் 'சமூக அமைப்பும் அறவுணர்வும்' என்ற

ஒளிபொருந்திய கட்டுரையைப் பார்க்கவும்.[8]) சைதன்யர் உள்ளிட்ட மற்றும் பலரின் பெயர்களைச் சுட்டுவதன் மூலம் பரந்துபட்ட எளிமையான வடிவத்தில் மகாத்மா சொல்லவருவதென்பது அதன் அமைப்பில் எந்த அடிப்படை மாற்றமும் செய்யாமலே இந்து சமூகம் சகிப்புத் தன்மையுள்ளதாகவும் ஏன் மகிழ்ச்சியானதாகவும் ஆக்கப்பட முடியும், எப்போதென்றால் அதன் அனைத்து உயர் சாதி இந்துக்களும் தாழ்ந்த சாதி இந்துக்களின் உடனான தமது அனைத்துக் கொடுக்கல் வாங்கல்களிலும் ஒரு உயர்தர அறவியல் ஒழுங்கைப் பின்பற்றுவார்களானால் அப்போது அது ஆக்கப்பட முடியும் என்பதுதான் அவரது கூற்று என்று எனக்குப் படுகிறது. இப்படிப்பட்ட கருத்தியலோடு அறவே எதிர்ப்படுகிறேன்.

5.2

தமது வாழ்க்கையை ஒரு உயரிய சமூக இலக்கை நோக்கி நடத்த முயலும் சாதி இந்துக்களை என்னால் மதிக்க முடியும். இப்படிப்பட்டவர்கள் இல்லாமல் இந்தியா அதனுள் வசிப்பதற்கு இப்போது இருப்பதைவிட இன்னமும் அசிங்கமான இன்னமும் மகிழ்ச்சி குன்றிய இடமாகத்தான் இருக்கும். அதுவெல்லாம் இருப்பினும் அவர்களது தனிப்பட்ட குணத்தை / நடத்தையை மேம்படுத்துவதன் மூலம் சாதி இந்து உறுப்பினர்களை நல்லவர்களாக மாற்றும் முயற்சியின் மீது யாரொருவர் நம்பிக்கை வைக்கிறார்களோ அவர்கள் என்னுடைய மதிப்பீட்டில் தமது சக்தியை விரயம் செய்கிறார்கள்; ஒரு மாயையைக் கட்டி அணைக்கிறார்கள். ஒரு படைத் தளவாடம் செய்பவனின் தனிப்பட்ட நடத்தை அவனை நல்லவனாக

---

8. அடைப்புக் குறிக்குள் இருக்கும் வரி 1937இல் வந்த 'சாதியை அழித்தொழித்தல்' நூலில் அடிக்குறிப்பாகக் காணப்படுகிறது. *ஆரியன் பாத்* (ஆரிய பாதை : 1936, ஏப்ரல், 166–9) பத்திரிகையில் வந்த ப்ரெயில்ஸ்ஃபோர்டின் (Brailsford) கட்டுரையை அம்பேத்கர் சுட்டுகிறார். பிரம்மஞான சபையினரால் பம்பாயிலிருந்து 1930களில் தொடங்கி வெளியிடப்பட்ட பத்திரிகை *ஆரியன் பாத்*. ஹென்றி நோயல் ப்ரெயில்ஸ்ஃபோர்ட் (1873–1958) ஒரு ஆங்கிலேய இடதுசாரிப் பத்திரிகையாளர், எழுத்தாளர். அவர் கிரீஸ் நாட்டின் க்ரேட் நகரில் நிகழ்ந்த யுத்தத்தின்போது அயல்நாட்டுச் செய்தியாளராக தனது பத்திரிகைப் பணியைத் துவங்கியவர். முதலாம் உலகப் போருக்குப் பின் அவர் தொடர்ந்து பாரிஸிலிருந்தும் மாசெடோனியாவிலிருந்தும் செய்திகள் சேகரித்து எழுதி வந்தார். அவர் பெண்களுக்கு வாக்குரிமை கோரிய சஃப்ரஜெட் இயக்கத்தை ஆதரித்தார். பிரிட்டிஷ் சுதந்திரத் தொழிலாளர் கட்சியின் செய்தித் தாளான *தி நியு லீட*ரின் ஆசிரியராக 1922இல் ஆக்கப்பட்டார். இந்தியாவில் ஏழு வார சுற்றுப் பயணத்திற்குப் பிறகு அவர் இந்தியா லீக்கில் உறுப்பினராக ஆனார். அந்த அமைப்பு காலனியத்தின் தீமைகளை பிரச்சாரம் செய்துவந்த ஒரு ஆங்கிலேய அமைப்பாகும். அவர் காலனிய ஆட்சியை எதிர்க்கும் 'ரெபல் இந்தியா' (1931) எனும் நூலை எழுதினார். அம்பேத்கர் இங்கு சுட்டும் கட்டுரையில் ப்ரெயில்ஸ்ஃபோர்ட் ஒரு கருத்தாக்கத்தை முன்வைக்கிறார், "நமது இன்றைய சமூகம் அதன் அடிப்படைக் கட்டமைப்பு மாறாமலே சகிப்புத் தன்மையுள்ளதாக மகிழ்ச்சியானதாகக்கூட எப்போது ஆகுமென்றால் ஒருவேளை நாம் அனைவருமே அதிலும் முக்கியமாக வசதிபடைத்த சாதிகள் தமது சக மனிதருடன் ஒழுகும் முறைகளில் ஒரு உயரிய அறவியலைக் கடைப்பிடித்தால்தான் அது சாத்தியம். இதுவே எப்போதைக்குமான கத்தோலிக்கத் திருச்சபையின் போதனை. அது கந்துவட்டியைத் தடை செய்தபோதிலும், உயர் நிதிவைப்புக் குறித்து அது விமர்சனபூர்வ நிலையை எடுத்திருந்த போதிலும் இதுவே அதன் போதனை. இதே வகையான மிக ஈர்க்கவைக்கும் பேருரைகளை திரு. காந்தி நில உடைமையாளர்களுக்கும் (முக்கியமாக ஐக்கிய மாகாணங்களில்), தொழிற்துறை முதலாளிகளுக்கும் போதித்திருக்கிறார்." இங்கே, ப்ரெயில்ஸ்ஃபோர்டு காந்தியின் அறங்காவலர் கருத்தியலை எதிரொலிக்கும் நிலைக்கு வருகிறார்; இந்நிலைப்பாடு குறித்த ஒரு விமர்சனத்திற்குப் பார்க்க: இப்புத்தகத்துக்கான அருந்ததி ராயின் முன்னுரை.

ஆக்கமுடியுமா, அதாவது குண்டுகளை விற்கும் ஒருவனின் குண்டுகள் வெடிக்காமல் போய்விடுமா? செலுத்திய ரசாயனவாயு விஷப்படுத்தாமல் போய்விடுமா? விடாது என்றால் சாதி உணர்வால் நிரம்பியிருக்கும் ஒருவரை நல்லவர் ஆக்குவதற்கு – அதாவது தனது சக மனிதர்களை தனது நண்பர்களாகவும் தனக்குச் சமமானவர்களாகவும் கருதக்கூடிய ஒருவராக – அவரின் தனிப்பட்ட நடத்தையை (போதுமானதென்று) எப்படி நீங்கள் ஏற்க முடியும்? அவருக்கு அவர் உண்மையாக இருப்பதற்கு அவர் தனது சக மனிதரை அந்த சூழலைப் பொறுத்து உயர்வானவராகவோ தாழ்வானவராகவோ கையாள வேண்டும்; எப்படியாயினும் தனது சக சாதியினரிலிருந்து நிச்சயமான வேறுபட்ட வகையில் நடத்த வேண்டும். அவர் எப்போதும் தனது சக மனிதர்களை தனது உற்றார் உறவினர் போன்றோ சமதையானவர்களாகவோ நடத்துவார் என எதிர்பார்க்க முடியாது.

5.3

உண்மையில் விஷயம் என்னவென்றால், ஒரு இந்து தனது சாதியைச் சாராத அனைவரையும் அவர்கள் ஏதோ வேற்றுக் கிரகத்தவர் போலத்தான் நடத்துகிறான். அவர்கள்மீது எந்த நீதியுணர்வும் இல்லாமல் ஒடுக்கப்படக் கூடியவர்களாக வெட்கம் ஏதும் இல்லாமல் அவர்களுக்கு எதிராக எந்த மோசடியையும் சூழ்ச்சியையும் நிகழ்த்தக்கூடியவனாக நடக்கிறான். இதன் மூலம் நான் சொல்வது என்னவென்றால் ஒரு சிறந்த இந்துவோ அல்லது மோசமான இந்துவோ இருக்க முடியும். ஆனால் ஒரு நல்ல இந்து என்று மட்டும் இருக்கவே முடியாது. இது இப்படி இருப்பது அவர்களுடைய தனிப்பட்ட நடத்தையில் எதுவும் தவறாக இருப்பதால் அல்ல. உண்மையில் எது தவறானதென்றால் அவன் தனது சக மனிதருடன் கொண்டுள்ள உறவுமுறையின் மொத்த அடித்தளமும்தான். அவர்களுக்கும் அவர்களது சக மனிதருக்கும் இடையிலான உறவின் அடித்தளமே ஒரு அடிப்படையில் தவறான உறவுமுறையாக இருக்கும்போது மனிதரில் ஆகச் சிறந்தோர் கூட அறவுணர்வுடன் வாழமுடியாது. ஒரு அடிமைக்கு, அவனது எஜமானர் மேலானவராகவோ மோசமானவராகவோ இருக்கலாம். ஆனால் ஒரு நல்ல எஜமானர் இருக்க முடியாது. ஒரு நல்ல மனிதர் அடிமைகளை வைத்திருக்கும் எஜமானர் ஆகமுடியாது, ஒரு எஜமானர் நல்ல மனிதராக முடியாது.

5.4

உயர் சாதியினருக்கும் தாழ்ந்த சாதியினருக்கும் இடையிலான உறவுமுறைக்கும் இது அப்படியே பொருந்தும். ஒரு தாழ்ந்த சாதிக்காரனுக்கு, ஒரு உயர் சாதிக்காரன் பிற உயர் சாதிக்காரர்களோடு ஒப்பிடுகையில் மேலானவனாகவோ மோசமானவனாகவோ இருக்கலாம். தன்னை உயர் சாதிக்காரனாகத் தகுதிப்படுத்திக் கொள்ள அவனுக்கு ஒரு தாழ்ந்த சாதிக்காரன் ஒருவன் தேவைப்படுகிறான் என்ற வகையில் ஒரு உயர் சாதிக்காரன் ஒரு நல்ல மனிதனாக இருக்க முடியாது. அவனுக்கும் மேலே ஒரு உயர்ந்த சாதிக்காரன் இருக்கிறான் என்பதை அறிந்து இருப்பது ஒரு தாழ்ந்த சாதிக்காரனுக்கு நல்லதாக இருக்க முடியாது. சாதி அல்லது

வர்ணத்தை அடித்தளமாகக் கொண்டிருக்கும் ஒரு சமூகம் தவறான உறவுமுறைகளைத் தனது அடித்தளமாகக் கொண்டிருக்கும் ஒரு சமூகம் என்று எனது உரையில் வாதிட்டிருந்தேன். மகாத்மா எனது வாதத்தை உடைத்து நொறுக்க முயல்வார் என்று எதிர்பார்த்திருந்தேன். ஆனால் அதைச் செய்வதை விட்டுவிட்டு அவர் வெறுமனே எதன்மீது அவர் அதை நிற்க வைக்கிறார் என்பதை வெளிப்படுத்தாமலேயே சதுர்வர்ணத்தில் தனது நம்பிக்கையை மீண்டும் வலியுறுத்தி இருக்கிறார்.

6

6.1

அவர் போதிப்பதை மகாத்மா செயலில் கடைபிடிக்கிறாரா? பொதுவான தளத்தில் இயங்கும் ஒரு வாக்குவாதத்தில் ஒரு தனிப்பட்ட குறிப்பைச் சொல்ல ஒருவர் விரும்புவதில்லை. ஆனால் ஒரு கருத்தை ஒருவர் போதிக்கும்போது அதை மறுப்புக்கிடமில்லாத உயர் கொள்கையாய் ஒருவர் ஏற்கும்போது அவர் அதை எவ்வளவு தூரம் செயலில் கடைப்பிடிக்கிறார் என்பதை அறியும் ஆவல் ஏற்படுகிறது. அதைச் செயல்பாட்டில் கடைப்பிடிப்பதில் தோல்வி என்பது அந்த லட்சியம் எட்ட முடியாத உயரத்தில் இருப்பதன் காரணமாக இருக்கலாம்; அதை செயல்பாட்டில் கடைப்பிடிப்பதில் தோல்வி என்பது மனிதனின் உள்ளார்ந்த பாசாங்குத்தனத்தால் இருக்கலாம். எந்தக் காரணமானாலும் அவர் தனது நடத்தையைப் பரிசீலனைக்கு வெளிப்படுத்துகிறார். அதைக் கேள்வி கேட்பதால் அதாவது மகாத்மா எவ்வளவு தூரம் தனது லட்சியத்தை நிஜமான செயலாக மாற்றும் முயற்சியில் வெற்றி பெற்றிருக்கிறார் என்று கேட்டால் என்னை நீங்கள் குறைகூறக் கூடாது.

6.2

பிறப்பால் மகாத்மா ஒரு பனியா. அவரது மூதாதையர் பிராமணர் களுக்கு இடப்பட்ட பணியான பூசாரிப் பணிகளுக்கு ஆதரவாக தமது வியாபாரத்தைக் கைவிட்டவர்கள். அவரது சொந்த வாழ்க்கையில், அவர் மகாத்மாவாக ஆவதற்கு முன்னால் அவர் ஒரு தொழிலைத் தேர்ந்தெடுக்க வேண்டிய தருணம் வந்தபோது அவர் ஒரு வியாபாரியின் தராசை விடுத்துச் சட்டத்தைத் தேர்ந்தெடுத்தார். சட்டத்தைக் கைவிட்டபோது, அவர் அரை துறவி, அரை அரசியல்வாதி ஆனார். அவர் அவருடைய மூதாதையருக்கு இடப்பட்ட பணியான வியாபாரத்தை எப்போதும் தொட்டதில்லை.

6.3

அவரது கடைசி மகன் – தனது தந்தையின் விசுவாசமான பற்றாளராக இருப்பார் என நான் நினைக்கிறேன் – பிறப்பால் ஒரு வைசியர், ஒரு பிராமணரின் மகளைத் திருமணம் புரிந்துள்ளார் மேலும் ஒரு செய்தித்தாள் பெருமுதலாளிக்கு பணிபுரிய தேர்வு செய்துள்ளார்.[9] மகாத்மா அவர்

9. அம்பேத்கர், "தனது தந்தையை விசுவாசமாகப் பின்பற்றுபவரான ஒருவர்" எனக் குறிப்பிடும்போது அவர் காந்திக்கு நெருக்கமானவரும் அவரது புரவலருமான மார்வாடி

தனது மூதாதைவழி இடப்பட்ட பணியைப் பின்பற்றாததற்காக அவரைக் கண்டித்ததாகத் தெரியவில்லை. ஒரு லட்சியத்தின் மோசமான உதாரணங்களைக் கொண்டு அதை மதிப்பீடு செய்வது தவறாக இருக்கலாம்; ஆனால் நிச்சயமாக ஒரு மாதிரியாக மகாத்மாவை விட மேலானவர் யாரும் இல்லை. அப்படியே அவர் தனது இலக்கை அடைவதில் தோற்றாலும் அது அந்த லட்சியத்தை சாத்தியமற்றதாக ஆக்கும்; மனிதனின் நடைமுறை உள்ளுணர்வுகளுக்கு மிக எதிரானதாக ஆக்கும்.

6.4

அவர் ஒன்றைப்பற்றி சிந்திப்பதற்கு முன்பாக அதைப்பற்றி அடிக்கடி அவர் பேசுவார் என்று கார்லைலின் மாணவர்களுக்குத் தெரியும். சாதி என்ற விஷயத்தில் மகாத்மாவினதும் அப்படிப்பட்ட ஒரு பழக்கமா என்று நான் வியக்கிறேன். இல்லாவிட்டால் எனக்குத் தோன்றும் சில குறிப்பிட்ட கேள்விகள் அவருக்கு ஏற்படாமல்போக வாய்ப்பில்லை. ஒரு பணி எப்போது மூதாதையர்வழி இடப்பட்ட பணியாக ஒரு மனிதனின் கடப்பாடாக ஆகிறது? ஒரு மனிதன் அது தனது சக்திகளுக்குப் பொருத்தமற்றதாக இருந்தாலும் அது தனக்கு லாபமற்ற ஒன்றாக இருந்தாலும், தனது மூதாதைவழி இடப்பட்ட பணியைப் பின்பற்ற வேண்டுமா? அது அறமற்றது என அவனுக்குத் தெரிந்தாலும் ஒரு மனிதன் தனக்கு மூதாதைவழி இடப்பட்ட பணியைப் பின்பற்ற வேண்டுமா? அப்படி ஒவ்வொருவரும் தமது மூதாதைவழி இடப்பட்ட பணியைப் பின்பற்றுவதாக இருந்தால் அதன் தொடர்ச்சி என்பது தனது தாத்தா ஒரு பாலியல் தரகராக இருந்தால் அவரும் ஒரு பாலியல் தரகராகத்தான் இருக்க வேண்டும், அவரது பாட்டி ஒரு பாலியல் தொழிலாளியாக இருந்தால் அவரும் ஒரு பாலியல் தொழிலாளியாகத்தான் இருக்க வேண்டும் என்பதாக இருக்கும். தனது கருத்துநிலையின் தர்க்கரீதியான இம்முடிவை ஏற்க மகாத்மா தயாராக இருக்கிறாரா? ஒருவர் தனது மூதாதைவழி இடப்பட்ட பணியைப் பின்பற்றுவது என்னும் அவரது லட்சியம் சாத்தியமற்றது மட்டுமல்ல நடைமுறைக்கு ஒவ்வாததும் அறவியல் ரீதியாகத் தக்கவைக்க முடியாத ஒன்றுமாகும்.

பனியா தொழிலதிபரான ஜி.டி. பிர்லாவால் நடத்தப்பட்ட *ஹிந்துஸ்தான் டைம்ஸி*ன் ஆசிரியராக நியமிக்கப்பட்ட காந்தியின் மூன்றாவது மகனான தேவதாஸ் காந்தியைச் சூசகமாகக் குறிக்கிறார். தில்லியில் உள்ள பிர்லா ஹவுஸ் மாளிகையை காந்தி 25 ஆண்டுகளுக்குத் தனது இருப்பிடமாகப் பயன்படுத்தினார். (1971இல் பிர்லா ஹவுசுக்கு 'காந்தி ஸ்மிரிதி' எனப் பெயர் மாற்றப்பட்டது.) காந்தியின் சுதேச பொருளாதாரக் கொள்கைகள் அவர் தனது காலத்திய பழமைவாதத் தொழிலதிபர்களோடு கூட்டுச்சேரும் விதமாகத் தொழிற்பட்டன. ஜி.டி. பிர்லா மற்றும் பிற சுதேச தொழில் நிறுவனங்களுடனான காந்தியின் உறவு பற்றிய அலசலுக்குப் பார்க்க: லியா ரெனால்ட்(1994, 16–38). காந்தியின் முதல் மகன் ஹரிலால் 1936 மே 29 அன்று இஸ்லாத்தை தழுவியதால் காந்தியிடம் இருந்து பிரிந்து, அவரை 'விசுவாசமாகப் பின்பற்றுபவராக' இல்லாமல் ஆனார். 'சாதியை அழித்தொழித்தல்' முதல்முதலாக வெளிவந்த அதே வருடத்தில் இந்த மதமாற்றம் நிகழ்ந்தது. அம்பேத்கர் 1935 அக்டோபர் 13 அன்று இயோலாவில் தான் இந்துவாக இறக்கமாட்டேன் என்று சூளுரைத்துத் தீண்டத்தகாதவர்களை ஒரு புதிய மதத்தில் நிவாரணம் தேடுமாறு பிரகடனம்செய்த நாளிலிருந்து ஒரு வருடத்துக்குள்ளாகவே ஹரிலால் மதம் மாறினார். ஹரிலாலின் வாழ்க்கைப் பதிவுக்குப் பார்க்க: சந்துலால் பாகுபாய் தலால் (2007).

7

7.1

ஒரு பிராமணர் தனது வாழ்நாள் முழுவதும் பிராமணராகவே நீடித்திருப்பதில் மகத்தான நற்குணம் இருப்பதாக மகாத்மா கருதுகிறார். வாழ்நாள் முழுவதும் பிராமணர்களாகவே நீடிக்க விரும்பாத பிராமணர்கள் பலர் இருக்கின்றனர் என்பதையும் தள்ளிவைத்துவிட்டுத் தமது மூதாதைவழி இடப்பட்ட பணியான பூசாரிப் பணியை இறுகப் பிடித்துள்ள பிராமணர்களைப் பற்றி நாம் என்ன சொல்ல முடியும்? அவர்கள் தமது நற்குணத்தின் பெயரில் உள்ள நம்பிக்கையால் அப்படிச் செய்கிறார்களா, அல்லது இழிவான லாபநோக்கில் அப்படிச் செய்கிறார்களா? இப்படிப்பட்ட கேள்விகளை எல்லாம் மகாத்மா கருத்தில் கொண்டதாக தெரியவில்லை. இவர்கள் "தமக்குத் தானமாகத் தரப்பட்ட பிச்சையில் வாழ்பவர்கள், தம்மிடம் உள்ள ஆன்மிகப் பொக்கிஷங்களைத் தானமாக அளிப்பவர்கள்" என அவர் திருப்தி அடைகிறார். ஒரு பாரம்பரிய பூசாரி என்பவர் இப்படித்தான் மகாத்மாவுக்குக் காட்சியளிக்கிறார் – ஆன்மிகப் பொக்கிஷங்களைக் கொண்டிருப்பவர்.

7.2

ஆனால் பாரம்பரிய பிராமணரின் இன்னொரு உருவக் காட்சியும் வரையப்பட முடியும். ஒரு பிராமணர் அன்பின் கடவுளான விஷ்ணுவுக்குப் பூசாரியாக இருக்கலாம். அழிவின் கடவுளான சங்கரனுக்குப் பூசாரியாக இருக்கலாம். அன்பின் உன்னதக் கோட்பாட்டைப் போதித்த மனித குலத்தின் மகத்தான ஆசானான புத்தரை வழிபடும் புத்த கயா[10]வில் அவர் பூசாரியாக இருக்கலாம். அவர் தனது ரத்த தாகத்தை தீர்த்துக்கொள்ள தினமும் மிருக பலி கட்டாயமாகப் பெறும் பெண் தெய்வமான காளியின் பூசாரியாக இருக்கலாம். சத்திரியக் கடவுளான ராமரின் கோவிலில் அவர் பூசாரியாக இருக்கலாம். சத்திரியர்களை அழிப்பதற்கு அவதாரம்பூண்ட கடவுளான பரசுராமரின் கோவிலில் அவர் பூசாரியாக இருக்கலாம். உலகைப் படைத்த பிரம்மனுக்குப் பூசாரியாக இருக்கலாம். உலகின்

---

10. புத்த கயா அல்லது போத்கயா பௌத்தத்தின் அதி புனிதத் தளமாகும்; அங்குதான் புத்தர் ஞானம் பெற்றார் எனப் போற்றப்படும் தளம். அங்குள்ள கோவில் வளாகம் பல காலமாக பிராமண மஹந்த் பூசாரிகளின் கட்டுப்பாட்டில் இருந்து வருகிறது. இந்திய விடுதலைக்கு இரண்டு ஆண்டுகளுக்கு முன்பு இயற்றப்பட்ட போத்கயா கோவில் சட்டம் நான்கு பௌத்தர்கள் நான்கு இந்துக்கள் அடங்கிய எட்டு நபர் கமிட்டி ஒன்றையும் தலைவர் ஒருவரையும் 'கோவில் நிலங்களையும் அதன் பிற சொத்துக்களையும்' நிர்வகிக்க வகை செய்தது. அந்தச் சட்டத்தின் செக்ஷன் 3(3), "கயாவின் மாவட்ட நீதிபதி அக்கமிட்டியின் கௌரவத் தலைவராக இருப்பார்; ஒருவேளை கயாவின் மாவட்ட நீதிபதி இந்துவல்லாதவராக இருக்கும் காலங்களில் மாநில அரசு ஒரு இந்துவைத் தலைவராகப் பரிந்துரை செய்யும் வகையில்" எனச் சொல்கிறது. இந்த நிலைமைகளுக்கும் ரோமாபுரியில் நிகழ்ந்த மதங்களின் மோதல்களுக்கும் குறிப்பாக தலைவர்களையும் குறைகேட்புத் தீர்ப்பாயங்களையும் நியமிக்கும் செயல்முறையின் வரலாற்றையும் டெல்ஃபியில் ஓரகிளை (பிரதம குறி சொல்பவர்) நியமிப்பதிலும் உள்ள வினோதமான ஒற்றுமைகள்பற்றி அறிய 'சாதியை அழித்தொழித்த'லுக்கான குறிப்புகள் 27 மற்றும் 36ஐப் பார்க்கவும். கமிட்டியின் தலைவராக இந்து அல்லாதவர் இருக்க வகைசெய்யும் சட்டத் திருத்தம் ஆகஸ்ட் 2013இல்தான் பீகார் சட்டமன்றத்தால் இயற்றப்பட்டது.

மீது தனது ஆன்மிக மேலாதிக்கத்தைப் பகிர்ந்துகொள்ளக் கோரும் பிரம்மனின் ஆளுகையை ஏற்றுக்கொள்ளாத கடவுளான அல்லாவின் பற்றாளரான ஒரு ஃபிர்"னுடைய பூசாரியாக இருக்கலாம்! இத்தகைய காட்சி உண்மைக்குப் புறம்பானது என்று எவரும் சொல்லமாட்டார்கள்.

7.3

இது உண்மையான காட்சி என்றால், தத்தமது பண்புகளில் ஒருவருக்கொருவர் எதிரெதிர் நிலையில் இருக்கும், எந்த நேர்மையான மனிதரும் இவர்களனைவருக்கும் பக்தனாக இருக்கவே முடியாத இத்தெய்வங்களுக்கு இப்பெண் தெய்வங்களுக்கு அனைத்திற்கும் விசுவாசம் காட்டும் இந்த ஆற்றலைப் பற்றி ஒருவர் என்ன சொல்வது என்று தெரியவில்லை. இந்த நம்பமுடியாத ஆற்றலைத்தான் இந்துக்கள் தமது மதத்தின் மகத்தான நற்குணத்திற்கான ஆதாரமாய் நம்பிக்கொண்டிருக்கிறார்கள். பெயர் சொல்வதாயிருந்தால் அதனுடைய கத்தோலிக்கத் தன்மை, அதன் சகிப்புத் தன்மை. இந்த வசதியான எளிய பார்வைக்கு மாறாக எது கட்டாயமாக்கப்படுகிறதோ எது கத்தோலிக்க அல்லது சகிப்புத் தன்மையுள்ளதாக அழைக்கப்படுகிறதோ அது உண்மையில் ஒரு ஏனோதானோவென்ற பாராமுகமும் கவனமின்மையும்தான். இந்த இரு அணுகுமுறைகளையும் அவர்களுடைய வெளிப்புறத் தோற்றத்தில் கண்டுணர்வது கடினம். ஆனால் அவர்கள் உண்மையான தரத்தில் மிக அத்தியாவசியான முறையில் வேறுபட்டவர்களாக இருக்கின்றனர். அவர்களை நெருக்கமாகப் பரிசோதனை செய்யும் யாரும் அவற்றில் ஒன்றின் பதிலாய் மற்றொன்றைத் தவறுதலாக எடுத்துக்கொள்ள முடியும்.

---

11. பெரியவர் அல்லது துறவி எனப் பொருள்படும் ஃபிர் என்பவர் இஸ்லாத்தின் சித்துநிலை வழிபாட்டு வகையான சூஃபியிசத்தை பின்பற்றுபவர்களுக்கு ஆன்மிக வழிகாட்டியாக இருப்பவர். சூஃபிக்கள் பல குழுக்களாகப் பிரிந்து அதில் ஒவ்வொரு குழுவும் கடவுள் வழிபாட்டில் தமது சுய அகங்காரத்தை ஒப்புகொடுத்துவிட வழிகாட்டும் தலைவர் ஒருவரைப் பின்பற்றுபவர்களாக இருப்பார்கள். ஒரு பிராமணன் – பூசாரியிலிருந்து ஃபிர் வரை எதுவாகவும் ஆகலாம் என அம்பேத்கர் சொல்லும்போது, அவர் பிராமணர்களின் எல்லாவற்றையும் தழுவும் பாணியையும் அதனால் அவர்கள் எந்தச் சவாலையும் சந்தித்துப் பிழைத்திருக்கும் பாங்கையும் குறிக்கிறார். காங்கிரஸ், காந்தி குறித்த தனது விமர்சனத்தில் இதுபற்றி மிகக் கூர்மையாக அவர் இப்படி விவரிக்கிறார், “இந்துமதத்தின் சில நாயகர்கள், இந்துமதம் அனைத்தையும் ஏற்றுத் தழுவிக்கொள்ளும் மதம் என்றும், அது எல்லாவற்றிற்கும் தன்னைத் தகவமைத்துக் கொள்ளும், எதைவேண்டுமானாலும் உள்வாங்கிக் கொள்ளும் என சொல்கிறார்கள் என்பது எனக்கு நன்றாகத் தெரியும். ஒரு மதத்தில் இத்தகைய வல்லமை இருந்தால் அதை நற்குணமாகக் கொண்டு பெருமைப்பட பலர் முன்வருவார்கள் என்று நான் கருதவில்லை. ஒரு குழந்தை சாணத்தைத் தின்று செரிக்கும் வல்லமையைப் பெற்றுவிட்டது என்பதாலேயே அதை யாரும் உயர்வாகப் போற்ற மாட்டார்கள்; அதுபோலத்தான் இதுவும். ஆனால் அது வேறு ஒரு விஷயம். இந்துமதம் தன்னையே மாற்றித் தகவமைத்துக் கொள்ளக்கூடிய மதம் என்பது உண்மைதான். அதன் தகவமைத்துக் கொள்ளும் பாணியின் சிறந்த உதாரணம் என்பது அல்லா உபனிஷத் என்ற இலக்கியப் படைப்புதான். அக்பரின் காலத்திய பிராமணர்கள் இந்து மதத்திற்குள் அக்பரின் தின் – ஏ – இலாஹிக்கு இடம் கொடுக்கவும் அதை இந்துத்துவத்தின் ஏழாவது அமைப்பாக அங்கீகரிக்கவும் உருவாக்கிய படைப்பு அது. சூஃபியிசம் குறித்த புரிதலுக்கு, ஆனாமேரி ஷிம்மலின் (1975) சிறந்த எழுத்துக்களையும் தன்வீர் அஞ்சும்மின் (2011) சமீபத்திய படைப்புகளையும் பார்க்கவும்.

7.4

ஒரு மனிதன் பல கடவுளருக்கும் பெண் தெய்வங்களுக்கும் தனது வழிபாட்டைச் செலுத்தத் தயாராக இருக்கிறான் என்பது அவனுடைய சகிப்புத் தன்மைக்கான ஆதாரமாய்க் காட்டப்படலாம். ஆனால் அது – காலத்தோடு சேர்ந்து வாழ வேண்டும் என்ற விருப்பத்தில் இருந்து பிறந்த நேர்மையற்ற உணர்வின் ஆதாரமாகவும் இருக்கலாம் இல்லையா? இந்த சகிப்புத் தன்மை வெறுமனே ஒரு நேர்மையற்ற தன்மைதான் என நான் உறுதியாய் நம்புகிறேன். நன்கு நிறுவப்பட்ட ஒன்றாக இந்தப் பார்வை இருக்குமானால் ஒருவர் கேட்கலாம்: "தான் வழிபடவும் போற்றுவதற்குமான தேவையைப் பூர்த்திசெய்யும் எந்தக் கடவுளுக்கும் வழிபாட்டாளனாக பூசாரியாக இருக்கத் தயாராக இருக்கும் ஒரு நபருக்குள் அப்படி என்ன ஒரு ஆன்மிகப் பொக்கிஷம் இருக்க முடியும்? அப்படிப்பட்ட ஒரு நபர் அனைத்து ஆன்மிக பொக்கிஷங்களும் ஜப்தி செய்யப்பட்ட ஒருவராகக் கருதப்பட வேண்டும்; மேலும் அப்படிப்பட்ட ஒருவர் அவருக்கு மூதாதைவழி இடப்பட்ட பணி என்பதாலேயே அவர் ஒரு உயரிய தொழிலான பூசாரித் தொழிலை அவர் செய்வது – எந்த நம்பிக்கையும் இல்லாமல், எந்தப் பற்றுறுதியும் இல்லாமல், தந்தையிடம் இருந்து மகனுக்குக் கையளிக்கப்படும் வெறும் ஒரு இயந்திரகதியான செயல்பாடாக அதைச் செய்வது என்பது உண்மையில் நற்குணங்களைப் பாதுகாப்பது ஆகாது; உண்மையில் மதசேவை என்னும் மகத்தான தொழிலை விபச்சாரமாக்குவதுதான் அது.

8

8.1

ஒவ்வொருவரும் தமது மூதாதைவழிப் பணிகளை பின்பற்றுவது என்னும் கருத்தாக்கத்தை ஏன் மகாத்மா கட்டியமுழுகிறார்? அதற்கான காரணங்களை அவர் எங்கும் தரவில்லை. ஆனால் அவர் எடுத்தியம்ப வில்லையானாலும் ஏதாவது சில காரணங்கள் இருக்கத்தான் வேண்டும். பல வருடங்களுக்கு முன்பு தனது *யங் இந்தியா*[12] பத்திரிகையில் 'சாதி Vs

12. ஆங்கில வார இதழான *யங் இந்தியா* பம்பாயில் இந்துலால் யாக்னிக் என்பவரால் ஜம்னாதாஸ் துவாரகாதாஸ், ஷன்கர்லால் பேங்கர் ஆகியோருடன் சேர்ந்து 1915இல் தொடங்கப்பட்டுத் தொடர்ந்து பதிப்பிக்கப்பட்டது. யாக்னிக் குஜராத்தி மொழியில் *நவஜீவன்* எனும் மாத இதழையும் கொண்டு வந்தார். 1919இல் தென் ஆப்பிரிக்காவில் இருந்து திரும்பிவந்த காந்தியை *நவ ஜீவன்* மற்றும் *யங் இந்தியா*வின் ஆசிரியராகப் பொறுப்பேற்கும்படி யாக்னிக் கேட்டுக்கொண்டார். காந்தியின் ஆசிரியத்துவத்தின் கீழ், 7 மே 1919இலிருந்து இருவார இதழாகவும் 7 செப்டம்பர் 1919இலிருந்து வார இதழாகவும் அகமதாபத் சபர்மதி ஆசிரமத்திலிருந்து *யங் இந்தியா* வெளிவந்தது. (ராஜமோகன் காந்தி, 2007, 211). காந்தி 1932ல் *ஹரிஜன்* இதழைத் தொடங்கும்வரை *யங் இந்தியா* வார இதழை நடத்தி வந்தார். இங்கே அம்பேத்கர் 1920 டிசம்பர் 29 தேதியிட்ட காந்தியின் கட்டுரையைக் குறிப்பிடுகிறார். அக்கட்டுரையில் காந்தி வர்க்கத்தைவிட சாதி ஏன் மேலானது என வாதிடுகிறார்: "சாதி அமைப்பின் அழகே என்னவெனில் அது தன்னைச் சொத்து உடைமைகளின் அடிப்படையில் வேறுபடுத்துவதில்லை என்பதுதான். வரலாறு நிரூபித்து உள்ளபடி, பணம், உலகின் மிக மோசமான சக்தி. குடும்ப உறவுகளின் புனிதம்கூடச் சொத்தினால் ஏற்படும் மாசுபடுத்துதலிலிருந்து பாதுகாப்பானவையாக இல்லை எனச் சங்கராச்சாரியார் சொல்கிறார். குடும்பக் கோட்பாட்டின் ஒரு விரிவுதான்

வர்க்கம்' குறித்து எழுதும்போது சாதிதான் சமூக நிலைத்தன்மைக்கு சிறந்த சாத்தியங்கள்கொண்ட ஒரு சீரமைவு என்னும் கருத்தை முன்வைத்து, அவர் வர்க்க அமைப்பைவிட சாதி அமைப்பு மேலானது என வாதிட்டார். எல்லோரும் தத்தமது மூதாதைவழிப் பணிகளைச் செய்ய வேண்டும் என்ற கருத்தாக்கத்தை அவர் இறுகப் பிடித்துள்ளமைக்கு அதுதான் காரணமென்றால் மகாத்மா சமூக வாழ்க்கை பற்றிய ஒரு தவறான பார்வையை இறுகப் பற்றியுள்ளார்.

8.2

சமூக நிலைத்தன்மையை எல்லோரும் விரும்புகிறார்கள், மேலும் அதற்கென சில சீர்படுத்துதல்களை மனிதருக்கிடையான வகுப்புகளுக்கிடையிலான உறவுகளில் அந்த ஸ்திரப்படுத்தலை சாதிக்கும் பொருட்டுச் செய்யத்தான் வேண்டும். ஆனால் யாரும் இந்த இரண்டு விஷயங்களை விரும்பவில்லை என நான் உறுதியாகக் கருதுகிறேன். நிலைத்துப்போன நகர்வற்ற மாற்றமுடியாத எல்லாக் காலங்களுக்கும் ஒன்றேயாக நிலைத்துவிட்ட உறவுகளை முதலாவதாக யாரும் விரும்புவதில்லை. நிலைப்பு விரும்பப் படுகிறது, ஆனால் மாற்றம் என்னும் விலை கொடுத்து அல்ல; அதுவும் மாற்றம் தவிர்க்கமுடியாததாக இருக்கும்போது அதை விலையாகக் கொடுத்து அல்ல. இரண்டாவதாக வெறும் சீர்படுத்துதல்களை யாரும் விரும்புவதில்லை. சீரமைவு விரும்பப் படுகிறது, ஆனால் சமூகநீதியைப் பலியிட்டு அல்ல.

8.3

சாதியின் அடிப்படையில் சமூக உறவுகளைச் சீரமைப்பது என்பது – அதாவது ஒவ்வொருவரும் தமது பரம்பரைப் பணிகளை செய்வது என்ற அடிப்படையில் – இந்த இரு தீமைகளையும் தவிர்க்க முடியுமா? முடியாது என்பதில் நான் தெளிவாக இருக்கிறேன். சிறந்த சீர்படுத்தும் சாத்தியமாக இல்லையென்பதைவிட. சமூக சீர்படுத்துதலின் இரு முக்கிய நியதிகளை அதாவது சமத்துவம் மற்றும் திரவத்தன்மை ஆகிய இரண்டையுமே அது மிக பாதிக்கிறது என்ற முறையில் அது ஆக மோசமான சாத்தியம் என்பதில் எனக்கு எந்த ஐயமும் இல்லை.

9

9.1

அவர் சாதியை நம்பவில்லை, வெறும் வர்ணத்தை மட்டுமே இப்போது நம்புகிறார் எனும் வகையில் மகாத்மா மிகுந்த முன்னேற்றமடைந்திருக்கிறார் என சிலர் நினைக்கலாம். மகாத்மா ஒரு முழுமையான தேர்ந்தெடுத்த

சாதி. இரண்டுமே ரத்தத்தாலும் பரம்பரையாலும் நிர்வகிக்கப்படுகின்றன ... சாதி என்பது உயர்வு தாழ்வைக் குறிப்பது அல்ல. அது வெறுமனே வெவ்வேறான பார்வைகளையும் அதன் தொடர்பான வாழ்க்கை முறைகளையும் அங்கீகரிக்கும் ஒன்று. ஆனால் சாதி அமைப்புக்குள் ஒருவகையான ஏற்றத்தாழ்வு உருவாக்கப்பட்டுவிட்டது என்ற உண்மையை மறுப்பதில் பயன் ஏதும் இல்லை.

சனாதன இந்து[13]வாக இருந்த காலம் ஒன்றிருந்தது என்பது உண்மைதான். வேதங்களிலும் உபநிடதங்கள், புராணங்கள், இந்து சாஸ்திரம் என அறியப்பட்ட அனைத்தையும் அதன் விளைவாக அவதாரங்களையும் மறுபிறவியையும் அவர் நம்பியிருந்தார். அவர் சாதியை நம்பினார், அதைக் காக்க வாதிட்டார்.[14] அன்னம் புழங்குதல், நீர் புழங்குதல், சாதி கலந்த மணங்கள் ஆகியவற்றிற்கு கண்டனம் தெரிவித்தார். அன்னம் நீர் புழங்குதல் குறித்த தடைகள் சரியானவையென்று பெரிதும் வாதிட்டார்: "அவை மன உறுதியை வளர்த்தெடுப்பதற்கும் ஒரு குறிப்பிட்ட சமூக நற்குணத்தை பாதுகாக்கவும் உதவின."[15]

---

13. தான் சநாதநியாக இருப்பதுபற்றி காந்தி: "எனக்கடுத்து இருந்த நண்பர் ஒரு இந்து சநாதநிக்கான வரையறை என்ன என்று என்னிடம் கேட்டார்: 'ஒரு சநாதநி இந்து பிராமணன் ஒரு இந்து பிராமணரல்லாதவருடன் அவர் அசைவம் உண்பவராக இருந்தாலும் அன்னம் நீர் புழங்கலாமா' சநாதநி பிராமணன் பற்றிய என்னுடைய வரையறை என்பது: எவன் ஒருவன் இந்துமதத்தின் அடிப்படைக் கொள்கைகளை நம்புகிறானோ அவன் சநாதநி இந்து. இந்துமதத்தின் அடிப்படைக் கொள்கை என்பது சத்தியத்தில் முழுமுற்றான நம்பிக்கை, அகிம்சையும் ஆகும்." 1925 மார்ச் 23 *தி இந்து* நாளிதழில் வெளியான செய்தி. இந்த உரை சென்னை மாகாணத்தில் பிராமணரல்லாதோர் இயக்கம் கொடிகட்டிப் பறந்த உச்ச காலகட்டத்தில் ஆற்றப்பட்டது. இதே காலகட்டத்தில் கல்கத்தாவில் நிகழ்த்திய இன்னொரு உரையில் காந்தி சொல்கிறார்: "சநாதநி இந்து என அறிவித்துக் கொள்ளும் என்னிடமிருந்து சநாதநி இந்துக்கள் புரிந்து கொள்ளட்டும். நான் உங்களை யாருடனும் அன்னம் நீர் புழங்கச் சொல்லவில்லை; நான் உங்கள் மகள்களைத் தீண்டத்தகாதவர்களுடனோ அல்லது பிறருடனோ பெண் கொடுக்கச் சொல்லவில்லை, ஆனால் நான் உங்களிடம் இந்த (தீண்டாமை என்கிற) சாபக்கேட்டை நீக்குமாறு கேட்டுக் கொல்கிறேன். ஏனெனில் அப்படித்தான் நாம் அவர்களைச் சேவைப்பணிகளில் இருந்து வெளியே சென்று விடாமல் பார்த்துக்கொள்ள முடியும்." 1925 மே 2ஆம் தேதியிட்ட *அம்ரித் பசார்* பத்திரிகையிலிருந்து. ஆனால் அனில் நௌரியா (2006, 1835) 1940களின் மத்திய பகுதியில் வர்ணமுறை பற்றிய காந்தியின் பார்வைகள் மாறியதாகவும் அவர் வர்ணாசிரமத்தைக் கைவிட்டுவிட்டதாகவும் ஒரு வாதத்தை வைக்கிறார். "நால்வர்ண முறையின் மீதான ஒரு விமர்சனத்தை காந்தி படிப்படியாக வெளிப்படுத்தினார். இறுதியில் அத்தகைய கருத்தியலையே 1940களின் மத்தியில் மறைந்து போகச் செய்தார்." இப்படிப்பட்ட 'செர்ரிப் பழம் பொறுக்கும் செயற்பாடுகள்' குறித்து அறிய இப்புத்தகத்துக்கான அருந்ததி ராயின் முன்னுரையைப் பார்க்கவும்.

14. டேவிட் ஹார்டிமேன் எழுதுகிறார் (2004, 126) தன்னுடைய தென்னாப்பிரிக்க வருடங்களில் காந்தி, "சாதி அமைப்புக்கென சற்றும் நேரமில்லாதவர் போலவே காணப்பட்டார். அவர் அந்தக் காலகட்டத்தில் தீட்டானதாகக் கருதப்பட்ட வெளிநாட்டுப் பயணம் மேற்கொண்டதால் அவர் தன்னுடைய பனியா உட் சாதியிலிருந்தே விலக்கி வைக்கவும் பட்டார். அவர் மீண்டும் தன் சாதியில் மீள்சேர்க்கை கோரவில்லை. 1909இல் அவர் சாதி அமைப்பையும் சாதிக் கொடுமையையும் கண்டித்தார். அவர் இந்தியாவுக்கு திரும்பி வந்தவுடன் அக்கேள்வி குறித்து மென்மையான நிலைப்பாட்டைக் கைக்கொண்டார். உலகெங்கும் உள்ள வேலைப் பிரிவினைகள்போல சாதியும் ஒரு வேலைப் பிரிவினையின் வடிவம்தானே தவிர வேறொன்றுமில்லை எனும் வாதங்களைக் கொண்டு சாதி அமைப்பு இந்தியாவிற்குத் தீங்கிழைக்கவில்லை என வாதாடினார். உண்மையில் அது "முதன்மையாக சொத்துக்களின் அடிப்படையில் தீர்மானிக்கப்படும்" வர்க்கப் பிரிவினைகளைவிட உயர்வானது என்றார். அவர் சாதி அமைப்புகளின் மூலமாகச் சீர்திருத்தங்களைக் கொண்டுவர முடியும் எனவும் நம்பினார்.

15. அம்பேத்கர் மீண்டும் காந்தியின் 1920 டிசம்பர் 29ஆம் தேதியிட்ட *யங் இந்தியா* கட்டுரையை சுட்டுகிறார்: "சாதி கலந்த அன்னம் நீர் புழங்குதல் என்பது எவ்வகையிலும் சிறப்பான ஒரு சகோதரத்துவத்தை வளர்த்தெடுக்கும் என எப்போதும் அறியப்படவில்லை. ஆனால் அன்னம் நீர் புழங்குதல் தொடர்பான கட்டுப்பாடுகள் ஒரு பெரிய அளவுக்கு உள்ள உறுதியையும் சில குறிப்பிட்ட சமூகக் குணங்களைக் காப்பாற்றவும் உதவி செய்துள்ளன."

9.2

இந்தப் புனிதப்படுத்தப்பட்ட குப்பைகளை அவர் வெறுத்தெறிந்துவிட்டது நல்லதுதான். சாதி "ஆன்மிக, தேசிய வளர்ச்சிக்குத் தீங்கானது" என அவர் ஒப்புக்கொண்டதும் நல்லதுதான். ஒருவேளை அவரது இம்மாற்றத்திற்குச் சொந்த சாதிக்கு வெளியே அவரது மகன் மணம் புரிந்ததும் காரணமாக இருக்கலாம். ஆனால் மகாத்மா உண்மையில் முன்னேறியிருக்கிறாரா? அவர் தூக்கிப்பிடிக்கும் இந்த வர்ணத்தின் இயல்பு யாது? அது சுவாமி தயாநந்த சரஸ்வதி, அவரது பற்றாளர்கள் அதாவது ஆர்ய சமாஜத்தினர் பொதுவாகப் புரிந்துகொண்டு போதிக்கும் விதத்திலான ஒரு வேதக் கருத்துநிலையா? வர்ணம் என்னும் வேதக் கருத்துநிலையின் சாரம் என்பது ஒருவர் தனது இயற்கையான திறமைகளுக்கு ஏற்ற ஒரு பணியைத் தேடிக்கொள்வதுதான். மகாத்மாவின் வர்ணக் கருத்துநிலையின் சாரம் என்பது ஒருவர் தனது இயற்கையான திறமைகள் எதுவாயிருந்தாலும் தனது பரம்பரைப் பணியை மேற்கொள்வது என்பதுதான்.

9.3

மகாத்மாவால் புரிந்துகொள்ளப்பட்டபடி சாதிக்கும் வர்ணத்துக்குமான வேறுபாடு என்ன? எனக்கு எதுவும் தெரியவில்லை. மகாத்மாவால் வரையறுக்கப்பட்ட வகையில் அவை இரண்டின் சாரமும் அதாவது ஒருவர் தனது பரம்பரைத் தொழிலை மேற்கொள்வது என்னும் விதத்தில் ஒன்றேயாக இருக்கிறது என்னும் எளிமையான காரணத்தினால் வர்ணம் என்பது சாதிக்கு மற்றொரு பெயராக மட்டுமே இருக்கிறது. முன்னேற்றமடைவதற்கு மாறாக மகாத்மா பின்னடைவால் பாதிக்கப்பட்டிருக்கிறார். வர்ணம்குறித்த வேதக் கருத்துநிலைமீது தனது விளக்கத்தைச் சுமத்துவதன் மூலம் அவர் மேலானதாக இருந்த ஒன்றை கேலிக்குரியதாக ஆக்கிவிட்டார். வேத வர்ண விவகாரத்தை எனது உரையில் குறிப்பிட்டுள்ள காரணங்களுக்காக நான் மறுக்கிறேன் என்றபோதும் சுவாமி தயாநந்தர் மற்றும் சிலரால் அர்த்தப்படுத்தப்பட்டுள்ள வர்ணம் பற்றிய வேதக் கருத்தியல் என்பது ஒரு விவேகமான மனதைப் புண்படுத்தாத ஒன்றாகவே இருக்கிறது என்பதை நான் ஒப்புக் கொள்ளத்தான் வேண்டும். அதில் சமூகத்தில் ஒருவரது இடத்தைத் தீர்மானிக்கும் விஷயமாகப் பிறப்பு ஏற்றுக்கொள்ளப்படவில்லை. அது மதிப்பை மட்டுமே அங்கீகரிக்கிறது.

9.4

வர்ணம் பற்றிய மகாத்மாவின் பார்வை வேதங்களுடைய வர்ணத்தை அர்த்தமற்றதாக மட்டும் ஆக்கவில்லை, அதை மேலும் அருவருக்கத்தக்கதாக ஆக்குகிறது. வர்ணமும் சாதியும் இரு மிக வேறுபட்ட கருத்தாக்கங்கள். அவரவர் மதிப்பின் அடிப்படையில் என்ற கொள்கையின் மீது வர்ணம் இயங்குகிறது மறுபுறம் அவரவர் பிறப்பின் அடிப்படையில் என்ற அடிப்படையில் சாதி இயங்குகிறது. இவை இரண்டுக்கும் இடையே உள்ள வேறுபாடு என்பது சுண்ணத்திற்கும் வெண்ணெய்க்கும் உள்ள வேறுபாடு. உள்ளபடியே இரண்டிற்கும் இடையே ஒரு கருத்து எதிர்நிலை இருக்கிறது.

ஒவ்வொருவரும் தமது பரம்பரைப் பணிகளைப் பின்பற்ற வேண்டும் என்பதை மகாத்மா அவர் சொல்வதுபோல் ஒருவேளை நம்புவதாக இருந்தால், அவர் வெகு நிச்சயமாக சாதி அமைப்பையே முன்மொழிகிறார்; மேலும் அதை வர்ண முறை என்றழைப்பதன் மூலம் அவர் வெறும் கலைச்சொல் துல்லியமின்மை எனும் குற்றத்தை மட்டும் செய்யவில்லை அவர் ஒரு திகைப்படையச் செய்யும் குழப்பத்தை விளைவிக்கிறார்.

9.5

மகாத்மாவின் அனைத்துக் குழப்பங்களுக்கும் காரணம் என்பது அவர் வர்ணம் என்றால் என்ன? சாதி என்றால் என்ன? என்பது குறித்த, மேலும் இந்துமதத்தைக் காப்பாற்ற இவை இரண்டின் அவசியம் பற்றிய தெளிவான தீர்மானகரமான கருத்தாக்கங்கள் அவருக்கு இல்லை என்பதிலிருந்து விளைகின்றன. சாதி, இந்து மதத்தின் சாரம் இல்லை என்று அவர் சொல்லியிருக்கிறார் – அவரது பார்வையை மாற்றிக்கொள்ள ஏதாவதொரு மாயை அவருக்குக் கிட்டாதென ஒருவர் எதிர்பார்க்கலாம். அப்படியென்றால் அவர் வர்ணத்தை இந்துமதத்தின் சாரம் என்று கருதுகிறாரா? இதற்கு ஒருவர் திட்டவட்டமான பதிலை இப்போதைக்குச் சொல்ல முடியாது.

9.6

'டாக்டர் அம்பேத்கரின் குற்றச்சாட்டு' என்னும் அவரது கட்டுரையை படிப்பவர்கள் "இல்லை" என்று பதிலளிப்பார்கள். கட்டுரையில் அவர் இந்துமதம் என்னும் சமயத்திற்கு வர்ணம் என்னும் மாற்றமுடியாத கோட்பாடு ஒரு அத்தியாவசியமான பாகம் என்று சொல்லவில்லை. வர்ணத்தை இந்துமதத்தின் சாரமாக ஆக்குவதற்குப் பதிலாக அவர், "இந்து மதத்தின் சாரம் என்பது அது உண்மைதான் கடவுள் எனச்சொல்லும் விதத்திலும் மேலும் மனித குடும்பத்தின் சட்டமாக அது அகிம்சையை ஏற்கும் துணிவிலும்தான் இருக்கிறது" என்று சொல்கிறார்.

9.7

திரு. சந்த் ராமிற்கு அவர் எழுதியுள்ள பதில் கட்டுரையைப் படிப்பவர்கள் "ஆமாம்" என்று சொல்வார்கள். அந்தக் கட்டுரையில் அவர் சொல்கிறார், "குர்ஆனை நிராகரித்துவிட்டு ஒருவர் எப்படி முஸ்லிமாக இருக்க முடியும், அல்லது பைபிளை நிராகரித்துவிட்டு ஒருவர் எப்படி கிறித்தவராக இருக்க முடியும்? சாதியும் வர்ணமும் ஒன்றுக்கொன்று மாற்றிக்கொள்ளக்கூடிய வார்த்தைகள்தான் என்றால், இந்து மதத்தை வரையறுக்கும் சாஸ்திரங்கள் வர்ணத்தை இன்றியமையாத ஒரு பாகமாகக் கொண்டிருக்கிறது எனும்போது, சாதியை அதாவது வர்ணத்தை நிராகரிக்கும் ஒருவர் தன்னை எப்படி இந்துவாகக் கருதிக்கொள்ள முடியும் என்பது எனக்குப் புலப்படவில்லை." ஏன் இந்தப் புரட்டு? மகாத்மா ஏன் அடைபடுகிறார்? யாரை அவர் திருப்திப்படுத்த முனைகிறார்? உண்மையை உணர்வதற்குத் துறவி தோற்றுப் போய்விட்டாரா? அல்லது அரசியல்வாதி துறவியின் வழியில் தடையாக நிற்கிறாரா?

9.8

மாகாத்மா ஏன் இந்த குழப்பத்தில் சிக்கியிருக்கிறார் என்பதற்கான உண்மைக் காரணத்திற்காக நாம் இரண்டு மூலங்களுக்கு நாம் தொடர்ந்து செல்லலாம். முதலாவது மகாத்மாவின் மனோநிலை. அவர் கிட்டத்தட்ட அனைத்திலும் ஒரு குழந்தையின் எளிமையைக் கொண்டிருக்கிறார், ஒரு குழந்தையின் தன்னைத் தானே ஏமாற்றிக் கொள்ளும் ஆற்றலோடு கூடிய மனோநிலை. ஒரு குழந்தையைப்போல, அவர் நம்ப விரும்பும் எதையும் அவரால் நம்பமுடியும். அதனால் மகாத்மா தனது சாதியின் மீதான பற்றுறுதியை எப்படிக் கைவிட்டாரோ அதேபோல அவராகவே தனது வர்ணம் மீதான பற்றுறுதியைக் கைவிடும் வரை நாம் காத்திருக்க வேண்டும்.

9.9

குழப்பத்திற்கான இரண்டாவது காரணம் மகாத்மா ஆட விரும்பும் இரட்டை வேடங்களில் – ஒரு மகாத்மாவாக, ஒரு அரசியல்வாதியாக – இருக்கிறது. ஒரு மகாத்மாவாக, அவர் அரசியலை ஆன்மிகப் படுத்த முனைபவராக இருக்கலாம். ஆனால் அதில் வெற்றியடைந்திருக்கிறாரோ இல்லையோ அரசியல் அவரை சந்தைப்படுத்தியிருக்கிறது. ஒரு சமூகம் முழு உண்மைகளைத் தாங்கும் சக்தியற்றது என்று ஒரு அரசியல்வாதி அறிந்திருக்க வேண்டும். அவர் முழு உண்மைகளைப் பேசினால் அது அவருடைய அரசியலுக்கு நல்லதல்ல. மகாத்மா எப்போதும் சாதியையும் வர்ணத்தையும் ஏன் ஆதரித்து வருகிறார் என்றால் எங்கே அவற்றை எதிர்த்தால் அரசியலில் தனக்கான இடத்தை இழந்துவிடுவோமோ என்ற அச்சம்தான் காரணம். இந்தக் குழப்பத்திற்கான காரணம் எதுவாக இருந்தாலும், அவர் தன்னைத் தானே ஏமாற்றிக்கொண்டிருக்கிறார் என்று மகாத்மாவுக்குச் சொல்லப்பட வேண்டும். மேலும் அவர் வர்ணத்தின் பெயரால் சாதியைப் போதிப்பதன் மூலம் மக்களையும் ஏமாற்றிக் கொண்டிருக்கிறார்.

10

10.1

இந்துக்களையும் இந்து மதத்தையும் சோதிக்க நான் பயன்படுத்தியுள்ள அளவீடுகள் மிகக் கடுமையானவை என்று மகாத்மா சொல்கிறார். அந்த அளவீடுகளில் மதிப்பீடு செய்தால் எந்த அறியப்பட்ட வாழும் மதமும் தோற்கவே செய்யும் என்றும் சொல்கிறார். என்னுடைய அளவீடுகள் உயர்நிலையில் இருக்கின்றன என்ற புகார் உண்மையாக இருக்கலாம். ஆனால் அவை உயரத்தில் இருக்கின்றனவா தாழ்ந்து இருக்கின்றனவா என்பதல்ல கேள்வி. அவை பரிசோதனைக்கு ஏற்ற சரியான அளவீடுகள்தானா என்பதுதான் கேள்வி. ஒரு மக்களும் ஒரு மதமும் சமூக அறவியல்சார்ந்த சமூக நியதிகளைக்கொண்டே அளக்கப்பட வேண்டும். மக்களின் நல்வாழ்வுக்கு மதம் அவசியமானது எனக் கருதுவோமானால் வேறெந்த நியதியும் அளவீடும் பொருள் தராது.

10.2

இந்துக்கள் மீதும் இந்து மதத்தின் மீதும் நான் செலுத்தியுள்ள அளவீடுகள் மிகப் பொருத்தமானவை என்று நான் நிலைநிறுத்துகிறேன். நான் அறிந்தவரை அவற்றைவிட மேலான எதுவும் இல்லை. எனது அளவீடுகளின் படி சோதித்தால் அறியப்பட்ட மதங்கள் அனைத்துமே தோற்றுவிடும் எனும் முடிவு உண்மையாக இருக்கலாம். ஆனால் எப்படி ஒரு பைத்தியக்காரனின் இருப்பு இன்னொரு பைத்தியக்காரனுக்கு ஆறுதலாக இருக்கக்கூடாதோ அல்லது ஒரு குற்றவாளியின் இருப்பு இன்னொரு குற்றவாளியை வசதியாக இருக்கச் செய்யக் கூடாதோ அதேபோல இந்தக் கூற்று இந்துக்களின் இந்து மதத்தின் முதன்மை ஆட்டக்காரரான மகாத்மாவுக்கு ஆறுதலாக இருப்பதற்கான வாய்ப்பைத் தரக் கூடாது.

10.3

என்னில் நிறைந்திருக்கும் அருவெறுப்பின் கண்டனத்தின் உணர்வுகளைத் எனக்குத் தோற்றுவித்திருப்பவை இந்துக்களின் இந்துமதத்தின் தோல்வி மட்டுமல்ல என்று மகாத்மாவுக்கு உறுதிகூற விரும்புகிறேன். இந்த உலகம் ஒரு சரியான பூரணமான உலகம் இல்லை என்பதை நான் உணர்கிறேன். இதில் வாழ விரும்புபவர்கள் அதன் குறைபாடுகளைச் சகித்துக் கொண்டுதான் வாழமுடியும் என்பதையும் உணர்கிறேன்.

10.4

ஆனால் நான் பணியாற்றப் பணிக்கப்பட்டிருக்கும் இச்சமூகத்தின் குறைபாடுகளையும் அபூரணங்களையும் சகித்துக்கொள்ள நான் தயாராக இருக்கும் அதே வேளையில் தவறான இலட்சியங்களை உயர்த்திப் பிடிக்கும் ஒரு சமூகத்தில் அல்லது சரியான லட்சியங்கள் இருந்தும் தனது சமூக வாழ்க்கையை அதற்கு ஒப்ப நடத்த ஒவ்வாத ஒரு சமூகத்தில் வாழ நான் ஒப்புக்கொள்ளக் கூடாது என்றும் கருதுகிறேன். இந்துக்கள் மீதும் இந்துமதத்தின் மீது நான் அருவெறுப்பை உணர்கிறேன் என்றால் அது அவர்கள் தவறான லட்சியத்தை உயர்த்திப் பிடிக்கிறார்கள், தவறான ஒரு சமூக வாழ்வை வாழ்கிறார்கள் என்று நான் முழுவதுமாக நம்புவதால்தான். இந்துக்கள், இந்து மதத்துடன் எனது சண்டை என்பது அவர்களின் சமூக நடத்தையின் குறைபாடுகளால் ஏற்பட்டதல்ல. அது இன்னமும் அடிப்படையானது. அது அவர்களின் லட்சியங்களின் மீதானது.

11

11.1

தள்ளிப்போடுவது அபாயகரமானதான ஒரு அறவியல் மீட்டுருவாக்கம் தேவைப்படும் இடத்தில் இந்துமதம் நின்றுகொண்டிருப்பதாக எனக்குப் படுகிறது. அதில் கேள்வி இதுதான், இந்த அறவியல் மீட்டுருவாக்கத்தை யார் தீர்மானிக்கப் போகிறார்கள்? யார் கட்டுப்படுத்தப் போகிறார்கள்?

யாரெல்லாம் அறிவு மீட்டுருவாக்கம் பெற்றிருக்கிறார்களோ, யாரெல்லாம் அறிவுசார் விடுதலையிலிருந்து பிறக்கும் நம்பிக்கைகளின் துணிச்சலைப் பெற்றிருப்பதற்கான நேர்மையோடு இருக்கிறார்களோ அவர்கள் மட்டுமே இதைச் செய்யமுடியும் என்பது வெளிப்படையான தெளிவு. இந்த நியதிகளின் படி மதிப்பிட்டால், கருத்தில் கொள்ளவேண்டிய இந்துத் தலைவர்கள் என்னுடைய பார்வையில் இந்தப் பணிக்குப் பொருத்தமானவர்கள் அல்ல. அவர்கள் முதற்படி அறிவுசார் மீட்டுருவாக்கத்தையே அடைந்திருக்கிறார்கள் என்றால் அவர்கள் படிப்பறிவற்ற மக்கள்தொகையினரைப் போல எளிமையான வழிகளில் தம்மை மாயைகளுக்குள் செலுத்திக்கொள்ள மாட்டார்கள். பிறரின் பழமையான முட்டாள்தனத்தை சாதகமாக்கிக் கொண்டும் இருக்கமாட்டார்கள்.

11.2

இந்து சமூகத்தின் நொறுங்கிவீழும் நிலையை மீறியும், இந்தத் தலைவர்கள் வெட்கமேதுமில்லாமல் சம காலத்தோடு எந்தத் தொடர்பும் இல்லாத கடந்தகால லட்சியங்களுக்கு ஆள்சேர்க்க மாட்டார்கள். இந்த லட்சியங்கள் அவை தோன்றிய காலத்தில், அவை எவ்வளவு பொருத்தமானவையாக இருந்திருந்தாலும், இப்போது வழிகாட்டியாக இல்லாமல் எச்சரிக்கைகளாகவே இருக்கின்றன. அவர்களுக்கு இன்னமும் பழங்கால வடிவங்கள்மீது ஒரு பூடகமான நம்பிக்கை இருக்கிறது; அது அவர்களைத் தமது சமூகத்தின் அடித்தளங்களைப் பரிசோதித்துப் பார்ப்பதில் விருப்பமற்றவர்களாக ஆக்குகிறது. இந்துக் கூட்டம் நிச்சயமாக தமது நம்பிக்கை உருவாக்கத்தில் மிகுந்த அலட்சியம் கொண்டது. அதைவிட மோசம் என்னவென்றால் யாராவது அவர்களது துணையை (நம்பிக்கைகளை) திருடிவிட முயலும்போது இந்த இந்துத் தலைவர்கள் தமது நம்பிக்கைகளின் மீது கள்ளத்தனமான காதலால் நிரம்பி விடுகிறார்கள்.

11.3

மகாத்மாவும் இதற்கு விதிவிலக்கல்ல. மகாத்மா சிந்திப்பதில் நம்பிக்கையற்றவராகத் தெரிகிறார். அவர் துறவிகளைப் பின்பற்றுவதை அதிகமாக விரும்புகிறார். பிரதிஷ்டை செய்யப்பட்ட கருத்துக்கள்மீது பெருமதிப்பு கொண்டுள்ள ஒரு பழமைவாதியைப் போல, அவர் எங்கே ஒருமுறை சிந்திக்கத் தொடங்கிவிட்டால் அவர் இறுகப் பிடித்துள்ள பல லட்சியங்களும் நிறுவனங்களும் இருளில் ஆழ்ந்து விடுமோ என்று அச்சப்படுகிறார். அவர்மீது ஒருவர் பரிதாபம் கொள்ள வேண்டும். ஏனெனில் சுதந்திரமான சிந்தனையின் ஒவ்வொரு செயலும் நிலையானது எனத் தெரியும் ஒரு உலகத்தின் ஏதோவொரு பாகத்தை அழிவில் ஆழ்த்திக் கொண்டுதான் இருக்கிறது.

11.4

துறவிகள்மீதான சார்பு நம்மை உண்மைக்கு இட்டுச் செல்லாது என்பது சம அளவு உண்மைதான். துறவிகள் மட்டும் என்ன அவர்களும் மனிதர்கள்தானே. பிரபு பால்ஃபர் சொன்னதுபோல, "ஒரு பன்றியின்

மூக்கைவிட மனித மனம் ஒன்றும் பெரிதான உண்மையறியும் கருவியல்ல."[16] அவர் சிந்திப்பார் எனில் அதன்வரை அவர் தனது அறிவை இந்துக்களின் புராதன சமூக அமைப்பை ஆதரிப்பதற்கான காரணங்களைக் கண்டுபிடிக்கும் பணியில் விபச்சாரம் செய்கிறார் என்றே எனக்குப் படுகிறது. அவர்தான் அதன் பெரும் செல்வாக்குள்ள வக்காலத்து வாங்குபவர் / வாதாடி. எனவே இந்துக்களின் ஆக மோசமான எதிரியும்கூட.

11.5

மகாத்மாவைப் போலல்லாமல், வெறுமனே நம்புவது பின்பற்றுவதும் போதும் என்று நிறைவடையாத இந்துத் தலைவர்கள் இருக்கிறார்கள். அவர்கள் சிந்திக்கத் துணிகிறார்கள், அவர்களின் சிந்தனையின் விளைவுகளுக்கு ஏற்றாற்போலச் செயல்படுகிறார்கள். ஆனால் துரதிர்ஷ்டவசமாக அவர்கள் மக்கள் கூட்டத்திற்கு சரியான வழிகாட்டுதலைத் தரும் கேள்வியில் ஒன்று நேர்மையற்றவர்களாக இருக்க வேண்டும், அல்லது அலட்சியமானவர்களாக இருக்க வேண்டும். ஏறத்தாழ அனைத்து பிராமணர்களும் சாதியின் விதியை மீறிவிட்டார்கள். காலணிகளை விற்கும் பிராமணர்களின் எண்ணிக்கை பூசாரிகளாக இருக்கும் பிராமணரைவிட அதிகம். வியாபாரத்துக்காக தமது பரம்பரைப் பணியை விட்டது மட்டுமில்லை அவர்கள் சாஸ்திரங்கள் அவர்களுக்குத் தடைசெய்யும் தொழில்களிலும் நுழைந்துவிட்டார்கள். ஆனாலும் தினந்தோறும் சாதியை உடைக்கும் பிராமணர்களில் எத்தனை பிராமணர்கள் சாதிக்கு எதிராகவும் சாஸ்திரங்களுக்கு எதிராகவும் போதிப்பார்கள்?

11.6

தனது நடைமுறை உணர்வுகளும் அறவியல் மனசாட்சியும் அவற்றில் நம்பிக்கை கொள்வதை ஆதரிக்காது என்பதால் சாதிக்கும் சாஸ்திரங்களுக்கும் எதிராக பிரச்சாரம் செய்யும் ஒரு நேர்மையான பிராமணருக்கு எதிரே தினம் தினம் சாதியை உடைக்கும் சாஸ்திரங்களை போட்டு மிதிக்கும் நூற்றுக்கணக்கானவர்கள் இருக்கிறார்கள். ஆனால் அவர்கள்தான் சாதிக் கருத்தியலின் சாஸ்திரங்களின் புனிதத்தின் மிக தீவிரவாத ஆதரவாளர்களாகவும் அதைத் தூக்கிப் பிடிப்பவர்களாகவும் இருக்கிறார்கள். ஏன் இந்த இரட்டை வேடம்? ஏனெனில் சாதியின்

---

16. (ஆர்தர் ஜேம்ஸ்) பால்ஃபர் பிரபு ஒரு ஆங்கிலேய பழமைவாத அரசியல்வாதி; அவர் 1902 முதல் 1905 வரை பிரதம மந்திரியாகவும் 1916 முதல் 1919 வரை அயலுறவுச் செயலராகவும் பணியாற்றியவர். இந்த வார்த்தைகளை பால்ஃபர் பிரபு எங்கு பேசினார் என்பது தெளிவாகத் தெரியவில்லை. ஆனால் இது இன்னும் பலராலும் இதே காலகட்டத்தில் பேசப்பட்டதாகச் சுட்டப்பட்டுள்ளது. ஒவ்வொரு சுட்டியிலும் சிறிய விவர வேறுபாடுகளுடன். 'தி வேர்ல்டு ரெவியு (1936, 67)' பால்ஃபரை இப்படி மேற்கோள் காட்டுகிறது: "பால்ஃபர் பிரபு ஞானத்துடன் சொல்லியிருக்கிறார், 'மனித மூளை என்பதும் அடிப்படையில் உணவு தேடுவதற்கான ஒரு அங்கம்தான் ஒரு பன்றிக்கு வாயைப்போல.' எப்படிப் பார்த்தாலும் மனித மூளை என்பது முதுகுத் தண்டின் ஒரு பெரிதாக்கப்பட்ட பகுதிதான் அதன் முதன்மைச் செயல்பாடே அபாயத்தை உணர்ந்தறிந்து உயிரைப் பாதுகாத்துக் கொள்வதுதான்.

நுகத்தடியிலிருந்து மக்கள் கூட்டம் விடுபட்டுவிட்டால் ஒரு வகுப்பாக பிராமணர்களின் அதிகாரத்திற்கும் அந்தஸ்திற்கும் அவர்கள் ஒரு தொந்தரவாக இருப்பார்கள் என்று உணர்வதால். மக்கள்கூட்டத்திற்கு தமது (பிராமணர்களின்) சிந்தனையின் கனிகளை வழங்க மறுக்கும் இந்த அறிவுசார் வகுப்பின் நேர்மையற்றதன்மை ஒரு பெரும் அவமானகரமான நிகழ்வு.

11.7

மேத்யு ஆர்னால்டின் வார்த்தைகளில் சொல்வதானால், இந்துக்கள், "இரு உலகங்களுக்கு இடையே திரிந்து கொண்டிருக்கிறார்கள், ஒன்று செத்துப் போனது, இன்னொன்று பிறக்கும் சக்தியற்றது."[17] அவர்கள் என்ன செய்ய முடியும்? தமக்கு வழிகாட்டுமாறு அவர்கள் கேட்கும் மகாத்மா சிந்திப்பதில் நம்பிக்கையற்றவர். எனவே அனுபவத்தின் சோதனையில் நிற்கக்கூடிய எந்த வழிகாட்டுதலையும் அவரால் தரமுடியாது. தமது வழிகாட்டுதலுக்காக மக்கள்கூட்டம் வேண்டி நிற்கும் அறிவுஜீவி வகுப்போ ஒன்று மிகுந்த நேர்மையற்றவர்களாக இருக்கிறார்கள் அல்லது அவர்களை சரியான திசையில் வழிநடத்துவதற்கு அலட்சியம் கொண்டுள்ளனர். உண்மையில் நாம் ஒரு மகத்தான துயரகாவியத்திற்குச் சாட்சிகள். இந்த துயரத்தின் முகம் பார்த்து நாம் புலம்பிச் சொல்லக் கூடியதெல்லாம் –– 'ஓ . . . இந்துக்களே! இப்படியானவர்கள் உங்கள் தலைவர்கள்!

17. இவ்வரிகள் ஆங்கிலக் கவிஞரும் இலக்கிய விமர்சகருமான மாத்யு ஆர்னால்டின் (1822–88) 'க்ராண்டே சார்ட்ருசின் பத்திகள்' [Stanzas from Grande Chartreusse] எனும் கவிதையிலிருந்து எடுக்கப்பட்டுள்ளன. விஞ்ஞான முன்னேற்றம் ஒரு புறம், மதம், அடையாளம், விழுமியங்கள் மறுபுறம் என்ற விக்டோரியன் காலகட்டத்தின் உள் போராட்டத்தை எதிரொலிக்கும் வரிகள். தன்னுடைய கொலம்பியா பல்கலைக்கழக நாட்களில் எழுதப்பட்ட 'இந்தியாவில் சாதிகள்' (1916) கட்டுரையிலும் அம்பேத்கர் ஆர்னால்டை மேற்கோள் காட்டுகிறார். அம்பேத்கர் அவ்வப்போது ஆர்னால்டை நோக்கித் திரும்பியதற்கு அவருடைய ஆசிரியரும் வழிகாட்டியுமான டியூவியே காரணம். ட்யூவி ஆர்னால்டை மேற்கோள் காட்டுவதை விரும்பிச் செய்தவர். எஸ். மோரிஸ் ஏம்ஸின் (1969, *xxxvii*) கூற்றுப்படி, ட்யூவியின் கட்டுரை, 'கவிதையும் தத்துவமும்' (1890) ஆர்னால்டின் நீண்ட கவிதை மேற்கோளுடன்தான் தொடங்குகிறது. ஏம்ஸ் சொல்கிறார்: "மாத்யு ஆர்னால்டின் பல நுண்நோக்குகளை ட்யூவி உயர்வாக மதித்தார். பிற்காலங்களில் அவர் மீண்டும்மீண்டும் இந்தக் கவிஞர் மற்றும் விமர்சகரினுடையதாக அவர் குறிப்பிட்ட எண்ணங்களை நோக்கி மீளச் சென்றார். ஆர்னால்டு ஒரு இடத்தில் எழுதியிருக்கிறார், "கவிதை என்பது வாழ்க்கையின் விமர்சனம்" என. ட்யூவி கவிதை என்பது இதனினும் விரிந்தது என நினைக்கும் அதேவேளையில் அவர் கவிதையைத் தத்துவமாக மாற்றம் செய்யும் ஆர்னால்டின் பார்வையால் பாதிப்படைந்தவராக இருந்தார். ஏனெனில் அவர் பின்னர் தத்துவம் என்பது 'உள்ளார்ந்த விமர்சனம்தான்' என எழுதுகிறார். அவர் தன்னுடைய முறைமையால் தத்துவத்தை 'ஒரு விமர்சனங்களின் விமர்சனமாக' கட்டமைக்கிறார். இந்தக் கருத்து அம்பேத்கரின் சமகாலத்தவரான இத்தாலிய அரசியல் சிந்தனையாளர் அந்தோனியோ கிராம்ஸியாலும்(1891–1937) எதிரொலிக்கப்படுகிறது: "நெருக்கடி என்பது மிகத் துல்லியமாகப் பழையவை இறந்துகொண்டிருப்பதிலும் புதியவை பிறக்கமுடியாமல் இருப்பதுமான இந்த உண்மைநிலையில் தான் நெருக்கடி குடிகொண்டிருக்கிறது. இந்த இடைப்பட்ட வெளியில்தான் மிகப் பல வகைப்பட்டதான சீக்குப்பிடித்த நோய்க்குறிகள் தோன்றும்" (1971, 276).

பூனா ஒப்பந்தம் பற்றிய ஒரு குறிப்பு

பூனா ஒப்பந்தம் பற்றிய ஒரு குறிப்பு

சி. ஆனந்த்

இந்தியாவில் சமூக மாற்றத்தைக் காத்திரமாக முன்னெடுத்தவர்களுக்கு 1932ஆம் ஆண்டு ஆகஸ்டு 16ஆம் தேதி நிறைவேற்றப்பட்ட வகுப்புவாரி இடஒதுக்கீடு ஒரு வெற்றி என்றால், 1932ஆம் ஆண்டு செப்டம்பர் 24ஆம் தேதி நிறைவேற்றப்பட்ட பூனா ஒப்பந்தம் நிச்சயமாக ஒரு தோல்வியே. இந்தியாவின் எதிர்காலத்தைப் பற்றிய முக்கியமான அரசியல், தத்துவ விவாதங்கள் தீவிரமாக நடைபெற்று வந்த சூழலில், 'பல்வேறு சமூகங்களின் குவியல்'[1] என்று பி.ஆர். அம்பேத்கர் விவரித்த, பெரும்பான்மையாக சாதிய, மத, பிராந்திய, மொழிவாரிச் சிறுபான்மையினரால் உருவாக்கப்பட்டிருக்கும் இந்த துணைக் கண்டத்திற்கு ஏற்ற ஜனநாயகத்தை வடிவமைப்பதற்காக மேன்மையான வழிகளை உருவாக்கும் முயற்சியில் ஒரு தடங்கலாகவே இந்த ஒப்பந்தம் அமைந்தது. இந்தத் தருணத்தில்தான், ஒரு புரட்சிகர தீர்க்கதரிசனத்துடன் அம்பேத்கர், வெல்பவருக்கே அனைத்தும் என்ற அமைப்புமுறையை ஏற்றுக்கொள்வது இந்தியச் சூழலில் இந்துச் சமூகப் பெரும்பான்மை, அரசியல் பெரும்பான்மையாக தன்னைப் பறைசாற்றிக் கொள்வதற்கு இட்டுச்செல்லும் என்று அஞ்சி அந்த முறை ஏற்றுக்கொள்ளப்படுவதை முடக்க முயன்றுகொண்டிருந்தார். மற்றொருபுறம், எம்.கே. காந்தி இஸ்லாமியர்கள், சீக்கியர்களுக்கானதைத் தவிர ஏனையவர்களுக்கான சிறப்பு பிரதிநிதித்துவத்தை எதிர்த்தார். தனித்தொகுதிகள் இந்து மதத்தை "சர்வ சாதாரணமாகக் கூறுபடுத்திச் சிதைக்கும்" என்றும், வகுப்புவாரி ஒதுக்கீடு "இந்து மதத்திற்குள் பிளவை ஏற்படுத்தும்; அது நடப்பதை எக்காரணம் கொண்டும் என்னால் ஏற்றுக்கொள்ள இயலாது"[2] என்றும் கூறினார். வகுப்புவாரி ஒதுக்கீடு தீண்டத்தகாதோருக்கு

வழங்கிய அரசியல் உரிமைகளை எதிர்த்து காந்தி மிக நாடகீயமான அழுத்தம் தரும் நடவடிக்கையாக 1932ஆம் ஆண்டு செப்டம்பர் 20ஆம் தேதி சாகும் வரையிலான உண்ணாநிலைப் போராட்டத்தைத் தொடங்கினார். அதன் விளைவாக நான்கே நாட்களுக்குப் பின் பூனா ஒப்பந்தம் கையெழுத்திடப்பட்டது.

இந்திய அறிவுத்துறை, ஆய்வுத்துறை, அரசியல்துறை ஆகியவை வகுப்புவாரி ஒதுக்கீடு மற்றும் பூனா ஒப்பந்தம் ஆகியவற்றின் சிக்கலான இயங்குமுறை குறித்து கிட்டத்தட்ட எல்லா நேரங்களிலும் ஆர்வமற்றவையாகவே இருந்து வந்திருக்கின்றன. (இதன் குறிப்பிட்ட சில விதிவிலகல்கள் கூட தலித் இயக்கங்களைச் சார்ந்தவர்களாகவே இருந்து வந்திருக்கின்றனர்.[3]) தீண்டத்தகாதோருக்கு மட்டுமல்லாமல் இஸ்லாமியர்கள், சீக்கியர்கள், கிறித்தவர்கள், ஆங்கிலோ – இந்தியர்கள், ஐரோப்பியர்கள், நிலவுடைமையாளர்கள், தொழிலாளர்கள், வியாபாரிகள் ஆகியோருக்கும் கூட தனித்தொகுதி வழங்கிய வகுப்புவாரி ஒதுக்கீட்டைக் குறித்துத் தேசியவாத வரலாறுகளில் பிரித்தாளும் முறை என்றே குறிப்பிடப்படுகிறது. ‘சாதியை அழித்தொழித்தல்’ ஒரு வகையில் பூனா ஒப்பந்தத்தின் மீதான அம்பேத்கரின் அதிருப்தியின் விளைவே என்பதால் நடைமுறையில் அதன் பொருள் என்னவென்பதைப் புரிந்துகொள்வது முக்கியமாக இருக்கிறது. வகுப்புவாரி ஒதுக்கீடு உருவாகக் காரணம் என்ன? அதை எதிர்ப்பதற்கான காந்தியின் மைய விசை எதிலிருந்து வந்தது? பூனா ஒப்பந்தத்தின் ஷரத்துகள் யாவை? காங்கிரஸ் இவற்றைச் செயல்படுத்தியதா? என்ற கேள்விகளுக்கான பதில்களே சாதி அமைப்பை மட்டுமல்லாது இந்து மதத்தையும் அது அடிப்படையாகக் கொண்ட நூல்களையும் ‘சாதியை அழித்தொழித்தல்’ நூலில் அம்பேத்கர் தீவிரமாகச் சாடியதற்கான பின்புலத்தை நாம் புரிந்துகொள்வதற்கு முக்கியமானவை.[4] அம்பேத்கர் எந்த அளவு மனமொடிந்து போயிருந்தாரென்றால், பூனா ஒப்பந்தம் கையெழுத்திடப்பட்டு 13 ஆண்டுகள் கழித்து அதைப்பற்றி, காந்தி மற்றும் காங்கிரஸ் பற்றிய மிகக் கடுமையான விமர்சனத்தை, ‘காந்தியும் காங்கிரசும் தீண்டத்தகாதாருக்கு செய்தது என்ன?’ நூலில் எழுதினார்.

இந்தியாவின் எதிர்கால அரசியலமைப்புச் சட்டத்தைக் குறித்து விவாதிப்பதற்காகத் தொழிலாளர் கட்சியைச் சேர்ந்த ராம்சே மெக்டொனால்டின் அரசால் 1930ஆம் ஆண்டு நவம்பர் 12 முதல் 1931ஆம் ஆண்டு சனவரி 19 வரை முதலாம் வட்டமேசை மாநாடு இலண்டனில் கூட்டப்பட்டது. 1930இல் காந்தியால் ஒத்துழையாமை இயக்கம் தொடங்கப்பட்டதால் இம்மாநாட்டின் முதல்கட்டப் பேச்சுவார்த்தையில் காங்கிரஸ் கலந்துகொள்ளவில்லை. மாநாட்டில் தீண்டத்தகாதோர் பிரதிநிதிகளாக அம்பேத்கரும் ரெட்டைமலை சீனிவாசனும் கலந்துகொண்டனர். இஸ்லாமியர்கள் சார்பாக எம்.ஏ. ஜின்னாவும் பிற சிறுபான்மையினரின் பிரதிநிதிகளும், மன்னராட்சி மாகாணங்களின் பிரதிநிதிகளும் பங்கேற்றனர். ஆனால் இரண்டாம் வட்டமேசை மாநாட்டிற்குள் இர்வின் பிரபு காங்கிரசுடன் ஒரு ஒப்பந்தத்திற்கு வந்திருந்தார்; ஆதலால் அக்கட்சி இரண்டாம் வட்டமேசை மாநாட்டில்

(செப்டம்பர் 7 1931 முதல் டிசம்பர் 1 1931 வரை) கலந்துகொள்வது என்றும் காந்தி அதனது பிரதிநிதி என்றும் முடிவு செய்தது.

அம்மாநாட்டில் இஸ்லாமிய, சீக்கிய, கிறித்தவ, தீண்டத்தகாதோர் சமூகங்களின் தலைவர்களையும் சுய பிரதிநிதித்துவம் தொடர்பான அவர்களின் நிலைப்பாட்டையும் காந்தி கேள்விக்குட்படுத்தினார். இறுதியில் சீக்கியர்கள், இஸ்லாமியர்களுக்கான பிரதிநிதித்துவத்தை அவர் ஏற்றுக்கொள்ளும் நிலைக்குச் சென்றபோதும் தாழ்த்தப்பட்ட மக்களுக்கென 'இரட்டை வாக்குரிமை' கேட்ட அம்பேத்கரை எதிர்த்தார். தீண்டத்தகாதோருக்கான அரசியல் உரிமையை நிலைநாட்டுதல் என்று அம்பேத்கர் கருதிய ஒன்று காந்திக்கு மதம் தொடர்பான ஒன்றாக இருந்தது. பிரிட்டிஷ் அமைச்சரவையில் இந்தியாவிற்கான செயலாளராக இருந்த சர். சாமுவேல் ஹோரேவிற்கு மார்ச் 11, 1932 தேதியிட்டு காந்தி எழுதிய கடிதத்தில் "என்னைப் பொறுத்தவரை இந்த வகுப்புகள் தொடர்பான நிலைப்பாடு என்பது முழுவதும் மதம்சார்ந்த, நெறிசார்ந்த ஒன்று. இதன் அரசியல் நோக்கு முக்கியமானதுதான் என்றாலும் மதத்தின் முன்பும் தார்மீக நெறியின் முன்பும் அது ஒளியிழந்து முக்கியமற்றுப் போகிறது"[5] என்று எழுதியிருக்கிறார்.

எந்த அளவு தீவிரத்தன்மையுடன் காந்தி இந்த மாநாட்டில் கலந்துகொண்டார் என்பதைப் பற்றிய அம்பேத்கரின் குறிப்பு விரிவாக மேற்கோள் காட்டப்பட வேண்டிய ஒன்று:

> வட்டமேசை மாநாட்டில் கலந்துகொண்ட காங்கிரசு கட்சியின் பார்வையானது, இந்தியாவின் ஒரே அரசியல் கட்சி தாம்தான் என்பது போலவும், வேறெவரும் பொருட்படுத்தப்படும் அளவில் இல்லை எனவும் தம்முடன் மட்டுமே பிரிட்டிஷ் அரசு ஒப்பந்தத்தைக் கையெழுத்திட வேண்டும் என்பது போலவுமே இருந்தது என்று நான் சொன்னால் அது மிகைப்படுத்துதலோ அல்லது திரித்துச் சொன்னதோ அல்ல. வட்டமேசை மாநாட்டில் காந்தியின் கூப்பாட்டுக்குப் பின்னிருந்த விசையும் இதுதான். இந்தியாவின் சர்வாதிகாரியாக பிரிட்டிஷ் அரசு அவரை அங்கீகரித்துவிட வேண்டும் என்பதிலேயே குறியாக இருந்த அவர், யாருடன் ஒப்பந்தம் செய்யப்பட வேண்டும் என்பதைவிட அந்த ஒப்பந்தத்தின் உட்கூறு முக்கியமானது என்பதை ஒட்டுமொத்தமாக மறந்துவிட்டார். ஒப்பந்தத்தின் நிபந்தனைகளை முடிவுசெய்யும் பணிக்கு ஏற்றவராகவும் காந்தி இல்லை. அவர் லண்டன் செல்கையில் அவரிடம் அறிவுரை கேட்கவந்து அவரது ஆசிகள் பெற்றுத் திரும்பும் கூட்டம் போன்றவர்கள் அங்கிருக்க மாட்டார்கள், வழக்குரைஞர்கள் கூண்டில் நிற்கவைத்துச் சாட்சிகளைக் கேள்வி கேட்பது போலவே இவரை நடத்துவார்கள் என்பதையும் மறந்து போனார். ஒரு அரசியல் மாநாட்டிற்குச் செல்கிறோம் என்பதையும் கூட அவர் மறந்து போனார். நர்சி மேத்தாவின் பாடல்களைப் பாடிக்கொண்டு வைஷ்ணவ ஆலயத்திற்கு செல்வதைப் போலவே அவர் அங்கு சென்றார். இந்த மொத்த அத்தியாயத்தைப் பற்றியும் நான் இப்போது நினைத்துப் பார்க்கையில் வேறு எந்த நாடாவது தனது

தேசத்திற்கான ஆட்சிமாற்ற ஒப்பந்தத்தைப் பற்றி விவாதிப்பதற்கு காந்தியைவிட லாயக்கற்ற ஒரு பிரதிநிதியை அனுப்பியிருக்குமா என்று எனக்கு சந்தேகமாக உள்ளது.[6]

அனைத்து இந்தியர்களுக்குமான ஒரே பிரதிநிதி காங்கிரசு மட்டுமே என்ற பார்வையை காந்தி மாற்றிக்கொள்ளவில்லை. 1939ஆம் ஆண்டு அக்டோபர் 21ஆம் தேதி *ஹரிஜ*னில் 'தி ஃபிக்ஷன் ஆஃப் மெஜாரிட்டி' 'பெரும்பான்மை என்றொரு புனைவு' என்ற தலைப்பிட்ட கட்டுரையை மகாத்மாக்களுக்கே உரித்தான உறுதியுடன் எழுதியிருந்தார்:

ஒட்டுமொத்த இந்திய மக்களின் சார்பாகப் பேசுவதற்கான ஏகபோக உரிமை காங்கிரசிற்கே உள்ளது என்று கூறியதற்காகப் பலர் என் மேல் கோபமாக உள்ளனர் என்று எனக்குத் தெரியும்.. இது ஒன்றும் அகந்தைமிகு பாவனை அல்ல. காங்கிரசு கட்சி ஆவணத்தின் முதல் ஷரத்தில் இது தெளிவாகக் குறிப்பிடப்பட்டுள்ளது. இக்கட்சி ஒட்டுமொத்த இந்தியாவின் விடுதலையை விரும்பி அதற்காகப் பாடுபடுகிறது. பெரும்பான்மைக்காகவோ அல்லது சிறுபான்மைக்காகவோ மட்டும் இக்கட்சி பேசவில்லை. எந்தவித பாகுபாடுமின்றி அனைத்து இந்தியர்களையும் பிரதிநிதித்துவப்படுத்தவே இது முயல்கிறது. சுதந்திரத்துக்கான கோரிக்கையை ஏற்றுக் கொண்டோமானால் காங்கிரசின் இந்நிலைப்பாட்டை எதிர்ப்பவர்களைப் பொருட்படுத்தத் தேவையில்லை. இதை ஆதரிப்பவர்களோ காங்கிரசின் கூற்றுக்கு வலுச் சேர்க்கவே செய்கின்றனர் . . . வேறு வார்த்தைகளில் சொல்லப்போனால், நடைமுறையில், இந்தியாவைப் பொறுத்தவரை அரசியல் கட்சிகள் மட்டுமே இருக்க முடியும் பெரும்பான்மை அல்லது சிறுபான்மைச் சமூகங்கள் என்று தனியாக இருக்க முடியாது. பெரும்பான்மையின் கொடுங்கோன்மை பற்றிய அழுகுரல் பொய்யானது.[7]

பார்ப்பனர்களும் நிலவுடைமையாளர்களும் கூட சிறுபான்மையினர் என்று உரிமை கோரலாம் என்று கூறி சிறுபான்மையினர் உரிமைக்கான அத்தனை கோரிக்கைகளையும் காந்தி இக்கட்டுரையில் கேலிக்குள்ளாக்குகிறார்.

ஆகஸ்டு 16, 1932ஆம் ஆண்டு கையொப்பமிடப்பட்ட வகுப்புவாரி ஒதுக்கீடில் காந்தியின் எதிர்ப்பு புறந்தள்ளப்பட்டு தாழ்த்தப்பட்ட மக்களுக்கு தனித்தொகுதிகளும் அடுத்த இருபது வருடங்களுக்கு அவர்களுக்கு இரட்டை வாக்குரிமையும், அம்பேத்கர் பத்து வருடங்களுக்கே கோரிக்கை வைத்திருந்தபோதும், வழங்கியது. அதன் 9ஆவது உட்கூறு இவ்வாறு கூறுகிறது:

வாக்குரிமை பெற்ற 'தாழ்த்தப்பட்ட மக்கள்' பொதுத் தொகுதியில் வாக்களிக்க உரிமை பெற்றவர்களாகின்றனர். ஒரு கணிசமான காலகட்டத்திற்கு, இம்மக்கள் இந்த வழிமுறை மூலமாக மட்டுமே மக்களவையில் தங்களுக்கான உரிய பிரதிநிதித்துவத்தை உறுதிப்படுத்திக் கொள்வது, நடைமுறையில் சாத்தியமற்றதாக இருக்குமென்பதால்,

அவர்களுக்கென்று குறிப்பிட்ட அளவு சிறப்பு இடங்கள் ஒதுக்கப்படும் … வாக்குரிமை பெற்ற 'தாழ்த்தப்பட்ட மக்கள்' மட்டுமே வாக்களிக்க அனுமதிக்கப்படும் சிறப்புத் தொகுதிகளுக்கான தேர்தல்கள் மூலம் இந்த இடங்கள் நிரப்பப்படும். இதுபோன்ற சிறப்புத் தொகுதிகளில் வாக்களிக்கத் தகுதிபெற்ற ஒவ்வொருவரும் பொதுத் தொகுதிகளில் வாக்களிக்கத் தகுதி பெற்றவராகின்றார். தாழ்த்தப்பட்ட மக்கள் அதிக எண்ணிக்கையில் வாழும் தேர்ந்தெடுக்கப்பட்ட சில பகுதிகளை உள்ளடக்கியே இந்த சிறப்புத் தொகுதிகள் அமைக்கப்பட வேண்டும்; மேலும், மெட்ராஸைத் தவிர, இவை ஒரு மாகாணத்தின் ஒட்டுமொத்தப் பரப்பளவையும் உள்ளடக்கியதாக இருக்கக் கூடாது.[8]

இந்த இரட்டை உறுப்பினர் தொகுதிகளில், ஒரு உறுப்பினர் தீண்டத்தகாதோர் பிரிவை (அல்லது பழங்குடியினர் / பட்டியல் சாதியினர்) சேர்ந்தவராகவும், மற்றொருவர் இந்துவாகவும் இருக்க வேண்டும் என்று கூறப்பட்டது.[9] இதன் பொருளாவது, முதன்மையாக தீண்டத்தகாதோர், தீண்டத்தகாதோர் மட்டுமே, மக்களவையில் தங்களுக்கான பிரதிநிதிகளைத் தேர்ந்தெடுப்பார்கள். இரண்டாவதாக, சாதி இந்துக்களில் யார் தீண்டத்தகாதோர் நலனை மக்களவையில் பிரதிநிதித்துவப்படுத்துவர் அல்லது ஓரளவாவது பிரதிநிதித்துவப்படுத்துவர் என்று தேர்வு செய்யும் உரிமையை அவர்களுக்கு வழங்கக்கூடிய இரண்டாவது வாக்குரிமையும் அளிக்கப்படும். இத்தகைய காப்புவிதிகள் தேவையானவை என்று அம்பேத்கர் வாதிட்டார். ஏனெனில், சவர்ணர்கள் (சாதி இந்துக்கள்) தீண்டத்தகாதோரை விட கணிசமான அளவில் அதிகமாக உள்ளனர், சில சமயங்களில் அவர்கள் 'ஒன்றிற்கு பத்து' என்ற விகிதத்தில் இருக்கின்றனர் என்பது மட்டுமல்ல, தீண்டத்தகாதோர் – இந்தியாவின் பல பகுதிகளில் இன்றுவரை தொடர்ந்து கொண்டிருக்கும் வன்முறைகளைப் போன்றே – தேர்தல்களின் போது சாதி இந்துக்களின் நேரடி உடல்ரீதியிலான தாக்குதல்களையும் எதிர்கொள்ள வேண்டியிருக்கும். மேலும், சாதி இந்துக்களுக்கு இணையான பொருளாதார மதரீதியான மற்றும் பொது உரிமைகள் பெற்றிருக்கவில்லை. மேலும் அவர்கள் தொடர்ச்சியாக காழ்ப்புணர்ச்சிக்கு ஆளாக்கப்பட்டு வருகிறார்கள்; ஆதலால் வெறுமனே வாக்குரிமை பெறுவதால் மட்டுமே அவர்கள் பலனடைந்துவிட மாட்டார்கள் என்றும் அவர்கள் இந்துக்களின் சதிகளுக்கும் கயமைத்தனத்திற்கும் ஆளாக நேரிடும் என்றும், அம்பேத்கர் நம்பினார். இரட்டை வாக்குரிமை, தங்களுக்கான பிரதிநிதிகளைத் தாங்கள் மட்டுமே தேர்ந்தெடுக்கும் உரிமையை தீண்டத்தகாதோருக்கு அளிப்பதால் சவர்ணர்களும் சமூகத்தின் ஏனைய அங்கத்தினரும் அவர்களை மரியாதையுடனும் கண்ணியத்துடனும் நடத்தியாக வேண்டும் என்ற சூழல் ஏற்படும். மேலும், தீண்டத்தகாதோர் அரசியல் ரீதியாக முக்கியத்துவம் கொண்டவர்களாக – தலித்துகளாக மாற்றமடைவார்கள்.

வகுப்புவாரி ஒதுக்கீடிற்கு எதிராகத் தனது மிக வலிமையான ஆயுதத்தை காந்தி ஏவினார். அந்த ஒதுக்கீடு ரத்து செய்யப்படும் வரை தான் சாகும் வரை உண்ணாவிரதம் இருக்கப் போவதாக அறிவித்தார். தேசமே பீதியில் உறைந்தது.. "செப்டம்பர் 20ஆம் தேதி உண்ணாவிரதத்திற்கான, பிரார்த்தனைக்கான நாளாக இந்தியா முழுவதும்

அனுசரிக்கப்பட வேண்டும்” என்று காந்தியின் படையணித் தலைவரான சி. இராஜகோபாலாச்சாரி வேண்டுகோள் விடுத்தார்.[10]

அம்பேத்கர் ஒப்புக்கொண்டால் மட்டுமே இந்த ஒதுக்கீடைத் திரும்பப் பெற இயலும் என்று பிரிட்டிஷ் அரசாங்கம் கூறிவிட்டது. முதலில் அம்பேத்கர், காந்தியிடம் உண்மையை விளக்கிக் கூறச் சொல்லிக் கேட்டார்: “இந்துமத நம்பிக்கைக்கும் அரசியல் அதிகாரத்தைப் பெறுதலுக்கும் இடையே தாழ்த்தப்பட்ட மக்களைத் தேர்வுசெய்யச் சொன்னால் அவர்கள் அரசியல் அதிகாரத்தைத் தேர்வுசெய்து காந்தி உயிர்த் துறப்பதில் இருந்து காப்பாற்றுவார்கள் என்பதில் எனக்கு நம்பிக்கை இருக்கிறது.”[11] அம்பேத்கர் தான் எப்போதும் கூறிவந்த விஷயத்தையே – தீண்டத்தகாதோரை ‘இந்து’ என்ற வரையறைக்குள் கொண்டு வருவதில் அவருக்கு இருந்த அசௌகரியத்தையே இங்கும் வெளிப்படுத்தினார். “நான் மொத்தத்தின் ஒரு பகுதியல்ல. நான் தனியான இன்னொரு பகுதி” என்று அவர் 1939ஆம் ஆண்டு பம்பாய் சட்டப்பேரவையில் கூறினார்.[12]

அம்பேத்கர் தனது நிலைப்பாட்டில் உறுதியாக இருந்த சூழலில், வகுப்புவாரி ஒதுக்கீடு தாழ்த்தப்பட்ட மக்களையும் இந்துக்களையும் எவ்விதத்திலும் பிரிக்கவில்லை என்று பிரிட்டிஷ் பிரதம மந்திரி இராம்சே மெக்டொனால்ட் காந்தியிடம் உறுதியளிக்க முயன்றார். 8 செப்டம்பர் 1932 தேதியிட்டு காந்திக்கு அவர் எழுதிய கடிதத்தில், “தாழ்த்தப்பட்ட மக்கள் இந்து சமூகத்தின் ஒரு அங்கமாகவே தொடர்வார்கள், மேலும் இந்து வாக்காளர்களுக்கு இணையான உரிமையுடனேயே அவர்கள் வாக்களிப்பார்கள்” என்றும் அவர் விளக்கமளித்தார். தீண்டத்தகாதோரின் “உரிமைகளையும் நலன்களையும்” காப்பதற்கென்று அமைக்கப்பட்டுள்ள “குறிப்பிட்ட அளவிளான சிறப்புத் தொகுதிகளின்” காரணமாக “தாழ்த்தப்பட்ட மக்கள் பொது இந்துத் தொகுதிகளில் வாக்களிப்பதில் இருந்து தடுக்கப்பட மாட்டார்கள். மாறாக இந்து சமூகத்தின் உறுப்பினர் என்ற அவர்களின் அந்தஸ்து பாதிக்கப்படாமல் இருப்பதற்காகவே அவர்களுக்கு இரண்டு வாக்குகள் வழங்கப்படுகின்றன” என்று அவர் சுட்டிக்காட்டினார். மேலும் “பொதுத் தொகுதியில் வாக்களிக்கவோ போட்டியிடவோ இயலாத” இஸ்லாமியர்களுக்கு இத்தகைய காப்பு விதிகள் பொருந்தாது “ஆனால் வாக்குரிமை பெற்ற தாழ்த்தப்பட்டவர் யாராயினும் அவர் எந்தப் பொதுத் தொகுதியிலும் போட்டியிடவும் வாக்களிக்கவும் தகுதியுடையவராகின்றார்.”[13]

செப்டம்பர் மாதம் 19ஆம் தேதி, காந்தியின் உண்ணாவிரதம் தொடங்குவதற்கு ஒருநாள் முன்னதாக அம்பேத்கர், “அடுத்து வரும் பல தலைமுறைகளுக்கென எம்மக்களின் கை காலைப் பிணைத்து அவர்களை சாதி இந்துக்களின் கையில் ஒப்படைப்பதற்கு என்னால் ஒருபோதும் ஒப்புக்கொள்ள முடியாது” என்றார். காந்தியின் காவிய உண்ணாவிரதத்தை அவர் “மிரட்டலின் உச்சபட்ச வடிவம்” என்றும் “கேவலமான மற்றும் ஈனத்தனமான செயல்” என்றும் “உயிர்துறப்பதற்கான சபதம்” இது என்றும் கூறினார்.[14]

ஆயினும் காந்தி தனது ஆன்மீக 'சபதத்தை' மேற்கொண்டார். ஏறக்குறைய தேசியவாத இயக்கத்தின் அனைத்துத் தலைவர்களும் அவர் பின்னே, அதாவது அம்பேத்கருக்கு எதிராக அணிதிரண்டனர். காந்தியின் மகனான தேவதாஸ் தனது தந்தையின் உயிரைக் காப்பாற்றுமாறு அம்பேத்கரிடம் பகிரங்கமாக மன்றாடினார். உண்ணாவிரதத்தைக் கைவிடுமாறு காந்தியிடம் கோரிக்கை வைத்த அம்பேத்கர், காந்தி இறக்க நேரிட்டால் "அவரது தொண்டர்கள் நாடு முழுவதும் உள்ள தாழ்த்தப்பட்ட மக்கள் மீது தீவிரவாதச் செயல்களைக் கட்டவிழ்த்து விடுவதில் தான் அது சென்று முடியும்"[15] என்று கூறினார். வெறுக்கப்பட்டும் வன்முறைக்கான அபாயங்கள் ஓயாமல் சூழ்ந்தபடியும் தம்மீது தொடர்ந்து கூட்டுத் தண்டனைகளை ஏவிவிடும் ஒரு சமூகத்தின் விளிம்பில் வாழும் தீண்டத்தகாதோரின் சார்பாக இப்படியான பாதகம் விளைவிக்கக்கூடிய முடிவை தீர்க்கமான மனதுடன் எடுக்கும் வாய்ப்பு அம்பேத்கரின் மனசாட்சிக்கு இல்லை. சாத்தியமின்மையின் உச்ச நிலையில் அவர் தன்னை வாழ்நாள் முழுதும் துரத்திக் குடையப் போகும் ஒரு முடிவை எடுக்கத் தள்ளப்பட்டார். செப்டம்பர் 24, 1932ஆம் ஆண்டு தனது நிலைப்பாட்டைத் தளர்த்திக்கொண்ட அம்பேத்கர் பூனா ஒப்பந்தத்தில் தாழ்த்தப்பட்ட மக்களின் முதன்மைப் பிரதிநிதியாக இருந்து கையெழுத்திட்டார். காந்தியையும் இந்துக்களையும் பிரதிநிதித்துவப்படுத்தி வலதுசாரி இந்து மகா சபையின் தலைவரான பண்டித மதன் மோகன் மாள்வியா கையெழுத்திட்டார். காந்தி இந்த ஒப்பந்தத்தில் கையெழுத்திடவில்லை.

பூனா ஒப்பந்தத்தின் படி, தீண்டத்தகாதோர் தங்களுக்கான தனி வாக்காளர் தொகுதிகளை விட்டுக்கொடுத்து இந்துக்களுடனான கூட்டுத் தொகுதிகளின் ஒரு அங்கமாக மாறவேண்டி வந்தது. அம்பேத்கர் தங்களுக்கென்று வென்றெடுத்திருந்த தனித்துவமிக்க அரசியல் ஆயுதமான – தங்களது தொகுதிகளில் சாதி இந்து வேட்பாளர்களைத் தேர்வு செய்யும் உரிமையை அளிக்கக்கூடிய இரண்டாவது வாக்கையும் விட்டுக்கொடுக்க வேண்டி வந்தது. ஒட்டுமொத்த சமூகப் பிரிவினராலும் தேர்ந்தெடுக்கப்படும், பட்டியல் சாதி வேட்பாளருக்கென ஒதுக்கப்பட்ட தனித் தொகுதி மட்டுமே இறுதியில் அவர்களுக்கு எஞ்சி இருந்தது. பட்டியல் சாதியினரின் அரசியல் அபிலாஷைகளுக்கு எப்போதுமே எதிராக இருந்த அதே சாதி – இந்துப் பெரும்பான்மையினராலேயே இந்தப் பட்டியல் இன வேட்பாளர் தேர்ந்தெடுக்கப்பட வேண்டும் என்பதே இதன் நடைமுறைப் பொருள்.

1932 ஒப்பந்தத்தின் உடனடி விளைவுகள் என்ன? பிரிட்டிஷ் இந்தியாவின் அரசியலமைப்புச் சட்டத்தில் – இந்திய அரசுச் சட்டம் 1935இல் பூனா ஒப்பந்தம் சேர்க்கப்பட்ட பிறகு 1937ஆம் ஆண்டு பிப்ரவரியில் மாகாண சபைகளுக்கான தேர்தல்கள் நடைபெற்றன. பூனா ஒப்பந்தத்தின் நடைமுறை வலிமையைச் சோதித்துப் பார்ப்பதற்கான முதல் களமாக இது இருந்தது. அதன் முக்கியமான விதிமுறை 2ஆம் சட்டவிதியில் இருந்தது:

> இதுபோன்ற கூட்டுத் தொகுதிகளுக்கான தேர்தல்கள் கீழ்க் குறிப்பிடப்பட்டுள்ள நடைமுறையைப் பின்பற்ற வேண்டும்:

> ஒரு தொகுதியின் பொது வாக்காளர் பட்டியலில் பதிவு செய்யப் பட்டுள்ள தாழ்த்தப்பட்ட மக்கள் பிரிவைச் சேர்ந்த அனைவரையும் சேர்த்து ஒரு வாக்காளர் குழாம் உருவாக்கப்பட வேண்டும். அக்குழாம் பின்பு 'ஒருவருக்கு ஒரு வாக்கு' என்ற முறையின்படி, தாழ்த்தப்பட்ட பிரிவைச் சேர்ந்த நான்கு வேட்பாளர்களைத் தேர்வு செய்யும்; இந்த முதல்நிலைத் தேர்தலில் அதிக வாக்குகள் பெறும் முதல் நான்கு வேட்பாளர்கள் பொதுத் தொகுதியில் வேட்பாளர்களாக நிறுத்தப்படுவார்கள். இவ்வாறு அனைத்து ரிசர்வ் தொகுதிகளுக்கும் நடைபெறும்.[16]

'முதல்நிலைத் தேர்தல்' என்ற புதினமான கருத்தாக்கம் முதன்முறையாக இந்தியாவில்தான் அறிமுகப்படுத்தப்பட்டது, ஆனாலும், அதில் பயன்படுத்தப்பட்ட தெளிவற்ற வாக்கியங்கள் குழப்பமான புரிதலுக்கே இட்டுச் சென்றது. தோற்றத்தில் தீங்கற்றதாகத் தெரியும் "நான்குபேர் கொண்ட குழு" என்ற பதம் தவறாகவும் முறையற்றதாகவும் பயன்படுத்தப்படலாம் என்று அம்பேத்கர் கருதினார். அக்குழு குறைந்தட்சம் நான்கு பேர்களைக் கொண்டதாக இருக்க வேண்டுமா அல்லது அதிகபட்சமாகவா? இறுதித் தேர்தலில் வாக்களிக்கும் முறைமை என்னவாக இருக்கும்? இதுபோன்ற சந்தேகங்களைத் தீர்ப்பதற்காக சர். லாரி ஹாமண்ட் தலைமையில் ஒரு கமிட்டி அமைக்கப்பட்டது. அக்குழுவில் குறைந்தபட்சமாக நான்குபேர் இடம்பெற வேண்டும் என சாதி இந்துக்கள் விரும்பியதாக அம்பேத்கர் கூறினார். அதன் பொருள் என்னவென்றால், வேட்பாளர்களின் எண்ணிக்கை நான்கைத் தாண்டாவிட்டால் முதல்நிலைத் தேர்தல் நடத்தப்பட முடியாது, அதன் தொடர்ச்சியாக தனித் தொகுதிக்கான தேர்தலும் நடத்தப்பட முடியாது என்பதேயாகும். ஹாமண்ட் கமிட்டி முன் தனது தரப்பை முன்வைத்த அம்பேத்கர் பூனா ஒப்பந்தத்தில் நான்கு என்று குறிப்பிடப்பட்டிருப்பது "நான்கு பேர்களுக்கு மிகாமல்" என்ற பொருளில் தானேயொழிய, "நான்கு பேர்களுக்குக் குறையாமல்" என்ற பொருளில் அல்ல என்று கூறினார். அக்குழு நான்கு என்ற சுமைமிக்க எண்ணிக்கையைக் கொண்டிருப்பது "தீண்டத்தகாதோரின் பிரதிநிதியைத் தேர்ந்தெடுப்பதற்காக நடத்தப்படும் இந்தத் தேர்தலில் சாதி இந்துக்கள் தங்களுடைய கருவியாக செயல்படக்கூடிய வேட்பாளரை முன்னிறுத்தி அந்தத் தொகுதியைக் கைப்பற்றுவதற்கு" சாதகமான சூழலை அமைத்துக் கொடுக்கும் என்று அம்பேத்கர் நம்பினார்.[17] அதாவது, தீண்டத்தகாதோர் பிரிவைச் சேர்ந்த, தங்களுக்கேற்றாற் போல் வளையக்கூடிய, வலுவற்ற வேட்பாளர் ஒருவர் இக்குழுவில் இடம்பெறுவதை சாதி இந்துக்கள் உறுதிசெய்து, அவரையே தேர்ந்தெடுக்கவும் செய்வர். மாறாக, இதுபோல் ஒரு குழு அமைக்கப்படாமல் தங்களுடைய பிரதிநிதி யாரென்று தீண்டத்தகாதோரே முடிவு செய்யும் நிலை இருந்தால், அவ்வாறு தேர்ந்தெடுக்கப்படுபவர் "தீண்டத்தகாதோருக்கான வலிமைமிகு பிரதிநிதியாகவும் இந்துக்களின் கண்ணோட்டத்தில் மிக மோசமானவராகவும் தென்படுவார்" என்று அம்பேத்கர் கருதினார்.[18]

மேலும், ஹாமண்ட் கமிட்டி முன் தோன்றிய இந்துக்களின் பிரதிநிதி, "கட்டாயப் பகிர்ந்தளிப்பு" முறையிலான வாக்களிப்பே சரியானது என்று வாதிட்டனர், அம்பேத்கரோ "கூட்டுப்பயன்" முறையிலான வாக்களிப்பே சரியானது என்று வாதிட்டார். கட்டாயப் பகிர்ந்தளிப்பு வாக்களிக்கும் முறையில், "மொத்தம் எத்தனை இடங்கள் இருக்கின்றனவோ அத்தனை வாக்குகள் வாக்காளருக்கு இருக்கும், ஆனால் ஒரு வேட்பாளருக்கு அவர் ஒரு வாக்குதான் அளிக்க முடியும்." அதாவது, தீண்டத்தகாதோர் பிரிவைச் சேர்ந்த வாக்காளர் ஒருவர் தனக்குப் பிடித்த வேட்பாளாருக்கு தனது நான்கு வாக்குகளையும் அளிக்க முடியாது. ஆனால் கூட்டுப்பயன் முறைப்படி இது சாத்தியம், அதன்படி "மொத்தம் எத்தனை இடங்கள் இருக்கின்றனவோ வாக்காளருக்கு அத்தனை வாக்குகள் உள்ளன."[19] மேலும், "அவரது வாக்கு அனைத்தையுமே ஒரு வேட்பாளருக்கே அளிக்கலாம் இல்லாவிடில் விருப்பப்படி இரண்டு அல்லது மூன்று வேட்பாளர்களுக்குப் பிரித்தும் கொடுக்கலாம்."

பகிர்ந்தளிப்பு முறையில் தவறாகப் பயன்படுத்துவதற்கான சாத்தியங்கள் அதிகம் என அம்பேத்கர் கருதினார்:

> பொதுத் தொகுதிகளில் தீண்டத்தகாதோர் பிரிவுக்கென ஒதுக்கப்பட்டிருக்கும் ரிசர்வ் தொகுதி இடங்களுக்கு நடக்கும் தேர்தல்களில் தங்களுக்குச் சாதகமாகச் செயல்படக்கூடிய தீண்டத்தகாதோர் பிரிவு வேட்பாளருக்கு ஆதரவாக சாதி இந்துக்களின் உபரி வாக்குகளை மடைமாற்றிவிட வேண்டும் என்பதே அவர்களின் முதன்மை நோக்கம். தீண்டத்தகாதோர் பிரிவு வாக்காளர்களின் எண்ணிக்கையைத் தோற்கடித்துத் தங்களது பிரதிநிதியைத் தேர்ந்தெடுப்பதில் இருந்து அவர்களைத் தடுக்க வேண்டும் என்பதே இதன் நோக்கம். இந்து வாக்காளர்களின் உபரி வாக்குகளை இந்து வேட்பாளரிடம் இருந்து தீண்டத்தகாத பிரிவு வேட்பாளர்களை நோக்கித் திசைதிருப்பாமல் இது ஈடேறாது. உபரி வாக்குகளைத் திசை திருப்புவதற்குக் கூட்டுப் பயன்முறையைவிட பகிர்ந்தளித்தல் முறையில் அதிக வாய்ப்பு இருக்கிறது.[20]

அம்பேத்கரின் கண்ணோட்டத்தில், கூட்டுப்பயன் முறைப்படி சாதி இந்துக்களுக்குத் தெளிவான தேர்வுகள் அளிக்கப்பட்டால் தங்களுக்குள்ளேயுள்ள சண்டைகளை அவர்கள் இதன்மூலம் தீர்த்துக்கொள்ள முயல்வார்கள் – ஒரு சாதி இந்து வாக்காளர் தனக்குப் பகையாயுள்ள சாதி இந்து வேட்பாளருக்கு எதிராக தனக்கு விருப்பமான சாதி இந்து வேட்பாளாருக்கு தனது அனைத்து வாக்குகளையும் அளிப்பதன் மூலம் தீண்டத்தகாத பிரிவைச் சேர்ந்த வேட்பாளரைக் கண்டுகொள்ளாமல் விட்டுவிடுவார். ஆனால், ஒரு வாக்காளருக்கு ஒரு வாக்கு என்று பகிர்ந்தளித்தல் முறையை நடைமுறைப்படுத்தினால் ஒரு புரட்சிகரமான தீண்டத்தகாத பிரிவு வேட்பாளர் மீதான அவர்களின் வெறுப்பு இரண்டாவது மூன்றாவது அல்லது நான்காவது சாதி இந்து வேட்பாளர் மீதான விருப்பத்தைவிட அதிகமாக அவர்களை இயக்கும்.

அனைத்துத் தரப்பு வாதங்களையும் கேட்ட பிறகு முதல்நிலைத் தேர்வுக் குழுவில் நான்கு என்ற எண்ணிக்கை "அதிகபட்சமும் அல்ல குறைந்தபட்சமும் அல்ல; அது உகந்த அளவு" என்று ஹாமண்ட் கமிட்டி தீர்ப்பளித்தது. மேலும் "முதல்நிலைத் தேர்வின் முடிவாக ஒரே ஒரு வேட்பாளர் மட்டுமே தேர்ந்தெடுக்கப்படும் பட்சத்திலோ அல்லது அதைத் தொடர்ந்து வேட்பாளர்கள் விலகிக்கொண்டாலோ, இறுதித் தேர்தலில் அந்த ரிசர்வ் தொகுதியில் இருந்து அதே வேட்பாளர் போட்டியின்றித் தேர்ந்தெடுக்கப்பட வேண்டும்"[21] என்றும் கூறியது. இன்னொரு முக்கியமான தீர்ப்பு என்னவென்றால் "இறுதித் தேர்தலுக்கு இரண்டு மாதங்களுக்கு முன்னதாகவே முதல்நிலைத் தேர்வு நடத்தப்பட வேண்டும்" என்பதே. இதன்மூலம் சாதி இந்துக்கள் தங்களுக்கு உகந்த தீண்டத்தகாத பிரிவைச் சேர்ந்த வேட்பாளருக்கு ஆதரவு திரட்டுவதற்கு அது வழிவகை செய்து கொடுப்பதாக அமைந்து விடுகிறது.

எந்தத் தரப்பின் வாதம் இறுதியானதாக இருக்கும் என்ற போராட்டம்தான் வட்டமேசை மாநாடுகளின் இழுபறிக்கு மையக் காரணம். தேர்தல் ஜனநாயகம், பிரதிநிதித்துவம் ஆகிய புதிய சட்டகங்களுக்குள்ளும் தீண்டத்தகாதோரின் வாழ்வில் தங்களுக்கே இறுதி அதிகாரம் இருக்க வேண்டும் என்று சாதி இந்துக்கள் விரும்பினர். அம்பேத்கரால் பிரதிநிதித்துவப்பட்ட – ஒடுக்கப்பட்ட சிறுபான்மையினராக இருக்கும் – தீண்டத்தகாதோர் பிரிவு இந்த வரலாற்றுத் தர்க்கத்தை மாற்றியமைத்து பெரும்பான்மை சமூகமான சாதி இந்துக்களின் வாழ்வை நிர்ணயிப்பது தாங்களாக இருக்க வேண்டும் என்று விரும்பினர். காந்தியால் வழிநடத்தப்பட்ட இந்துக்களுக்கோ இந்த புரட்சிகர எண்ணம் சகிக்கமுடியாத ஒன்றாக இருந்தது. 'சாதியை அழித்தொழித்த'லில் சிக்கல்மிகுந்த இப்பிரச்சினையைப் பற்றி எழுதுகையில் ரோம் குடியரசின் அரசியலமைப்பையும் வகுப்புவாரி ஒதுக்கீட்டையும் ஒப்பிட்டுக் கூறும் அம்பேத்கர் பாட்ரிசியன்களும் பிளெபியன்களும் "இரு வெவ்வேறு சாதிகள்போல" என்று கூறுகிறார். "பாட்ரிசியன்களின் தலைமை நீதிபதியின் பாற்பட்டு நிற்காமல் சுயாதீனமாக செயல்படக்கூடிய வலுவான ஒரு பிளெபியன் தலைமை நீதிபதி கூட" பிளெபியன்களுக்கு வாய்க்கவில்லை. பிளெபியன்கள் தங்களது உரிமைகளை இழந்ததையும் தீண்டத்தகாதோர் பூனா ஒப்பந்தத்தில் தங்களது உரிமைகளை இழந்ததையும் அம்பேத்கர் ஒப்பிடுகிறார் – பாட்ரிசியன்கள், சாதி இந்துக்கள் இருவரும் சிலவற்றை விட்டுக்கொடுத்தாலும் தீண்டத்தகாதவர்கள் மற்றும் பிளெபியன்கள் ஆகிய இருவரின் வாழ்விலுமே இறுதி முடிவெடுக்கும் அதிகாரத்தை தங்களிடமே வைத்துக் கொண்டார்கள்.[22]

வகுப்புவாரி ஒதுக்கீடு[23]ல் தீண்டத்தகாதோருக்காகத் தான் கேட்டுவாங்கிய இடங்களின் எண்ணிக்கை பூனா ஒப்பந்தத்தில் கிட்டத்தட்ட இருமடங்காக உயர்ந்தது என்பதை அம்பேத்கர் ஒப்புக்கொண்டாலும் நடைமுறையில் அதன் உண்மையான தாக்கத்தை அவர் உணர்ந்தே இருந்தார். "ஒரு அரசியல் ஆயுதமாக அச்சுறுத்தல்களுக்கு அப்பாற்பட்ட வலிமையுடனானதாக இருந்த" இரட்டை வாக்குரிமையின்

“விலைமதிப்பில்லா சிறப்புரிமையை” இழந்தது குறித்து அம்பேத்கர் மனஉளைச்சலும் ஏக்கமும் உற்றார்.

> தீண்டத்தகாதோர் பிரிவைச் சேர்ந்தவர்களின் வாக்குகள் மீது சாதி இந்து வேட்பாளரின் நலன்களுக்கான சார்பு அமைக்கப்பட்டிருந்தால் அவர்களுள் ஒருவர்கூட தனது தொகுதியில் உள்ள தீண்டத்தகாதோரைப் புறக்கணித்திருக்கவோ அவர்களுடைய நலன்களுக்கு எதிராகச் செயல்பட்டிருக்கவோ மாட்டார்கள். வகுப்புவாரி ஒதுக்கீடில் தீண்டத்தகாதோருக்குக் கிடைத்ததை விட ஓரளவு அதிக இடங்கள் தற்போது அவர்களுக்குக் கிடைத்துள்ளது. ஆனால் அவர்கள் வசம் தற்போது இது மட்டுமே உள்ளது. மற்ற உறுப்பினர்கள் அனைவரும் எதிராக இல்லையென்றாலும் கூட கண்டும்காணாதவர்கள் போல் நடந்து கொள்கிறார்கள். வகுப்புவாரி ஒதுக்கீடின் இரட்டை வாக்குரிமை நீடித்திருந்தால் தீண்டத்தகாதோருக்கு இதைவிடக் குறைவான இடங்களே கிடைக்க நேர்ந்திருந்தாலும் அதன்மூலம் தேர்ந்தெடுக்கப்பட்டிருப்பவர்கள் ஒவ்வொருவரும் தீண்டத்தகாதோரின் உண்மையான பிரதிநிதியாக இருந்திருப்பார்கள். தீண்டத்தகாதோருக்கான அதிகரிக்கப்பட்ட இடங்கள் நடைமுறையில் பலனளிக்கக் கூடியதே அல்ல, மேலும் இழந்த தனி வாக்காளர் தொகுதிகளையும் இரட்டை வாக்குரிமையையும் இந்த எண்ணிக்கை உயர்வால் எவ்விதத்திலும் ஈடுசெய்யவே முடியாது.[24]

அனைத்துச் சிறுபான்மையினரும் – முக்கியமாக தீண்டத்தகாதோர் (ஆனால் அவர்கள் மட்டுமேயல்ல) – போதுமான பாதுகாப்பிற்கான ஒப்பந்தத்தை வெற்றிகரமாகக் கேட்டுப் பெறுவதை எவ்வாறு உறுதி செய்வது என்ற கேள்வியே ஜனநாயகம் குறித்த அம்பேத்கருடைய அணுகுமுறையின் மையமாக இருந்தது. ‘ஒரு மனிதன் ஒரு மதிப்பு’ ஆகவே ‘ஒரு மனிதன், ஒரு வாக்கு’ என்பதை அடிப்படையாகக் கொண்டு தான் ஜனநாயகம் கருத்தளவில் நிறுத்தப்பட்டுள்ளது. ஆனால் கீழான மனிதர்களாக நடத்தப்படும் தீண்டத்தகாதோருக்கு தீண்டத்தக்கவர்களுக்கு இணையான மதிப்பு அளிக்கப்படவில்லை. எனவே சாதிப் பாகுபாடுகொண்ட ஒரு சமூகத்தில் ஜனநாயகம் போதுமான வலிமையுடன் இயங்குவதற்கு அதில் கருத்தளவிலேயே மாறுதல்கள் தேவைப்பட்டன. இதுபோன்று மறுவடிவமைக்கப்பட்ட ஜனநாயகத்தில் மதிப்பு குறைக்கப்பட்ட தீண்டத்தகாதவரின் மதிப்பு இரட்டை வாக்குரிமை அல்லது இடஒதுக்கீடுக் கொள்கை (அல்லது இரண்டுமே) ஆகியன போன்ற சிறப்பு உரிமைகளின் மூலம் திட்டமிட்டு உயர்த்தப்பட வேண்டும்.

1937ஆம் ஆண்டுத் தேர்தல்களில் தீண்டத்தகாதோர் மட்டுமே தேர்ந்தெடுக்கப்படக் கூடிய 151 ரிசர்வ் தொகுதிகள்[25] இருந்தன. இவற்றுள் 78 இடங்களை காங்கிரஸ் வென்றது, அம்பேத்கரின் வார்த்தைகளில் “மீதமுள்ள 73 இடங்களில் மட்டுமே உண்மையான சுயாதீனமான தீண்டத்தகாதோர் பிரதிநிதிகள் வெற்றிபெற முடிந்தது (BAWS 9, 92).” ஏனெனில் காங்கிரஸ் வென்ற 78 இடங்களில் பெரும்பான்மையானவை “சாதி இந்துக்களுடைய

வாக்குகளின் உதவியால் வெல்லப்பட்டவை, ஆதலால் அவை எவ்விதத்திலும் பட்டியல் சாதியினரைப் பிரதிநிதித்துவப்படுத்தவில்லை" (BAWS 9, iii). முக்கியமாக, காங்கிரசு கட்சி பொருளாதார வலிமை பொருந்தியதாக இருந்த போதிலும், தலித் இயக்கம் வலுவாக இருந்த வங்காளம், பம்பாயில் காங்கிரசை சாராத தீண்டத்தகாதோர் வேட்பாளர்களிடம் தோற்றுப் போனது. 1937ஆம் ஆண்டு பிப்ரவரியில் நடந்த தேர்தலுக்கு ஐந்தே மாதங்களுக்கு முன் அம்பேத்கர் தொடங்கிய சுதந்திர தொழிலாளர் கட்சி "அளப்பரிய வெற்றியை ஈட்டியது. பம்பாய் பிரசிடென்சியில் பட்டியல் சாதியினருக்கென ஒதுக்கீடு செய்யப்பட்டிருந்த 15 தொகுதிகளில் 13இலும் பொதுத் தொகுதிகள் இரண்டிலும் வெற்றி பெற்றது."[26]

இதைவிட முக்கியமாக, இந்தியா முழுவதும் இருந்த காங்கிரசு மாகாண சபை அமைச்சரவைகள் அனைத்துமே ஒருமித்ததாக, தீண்டத்தகாதோர் பிரிவைச் சேர்ந்த 78 உறுப்பினர்களில் ஒருவருக்குக் கூட தங்களது அமைச்சரவையில் இடம் கொடுப்பதில்லை என்று முடிவு செய்தன என்கிறார் அம்பேத்கர். வட்டமேசை மாநாடுகளில் "அமைச்சரவையில் பிரதிநிதித்துவத்திற்கான தீண்டத்தகாதோரின் உரிமையை அங்கீகரிக்க வேண்டும்" என்ற கோரிக்கையைச் சட்டமன்றத்தில் பிரதிநிதித்துவத்திற்கான தீண்டத்தகாதோரின் உரிமையை அங்கீகரிக்க வேண்டும் என்ற கோரிக்கையை எவ்வளவு வலியுறுத்தினாரோ 'அதே அழுத்தத்துடன் வலியுறுத்தினார்.'[27] மத்திய மாகாணங்களில் காங்கிரஸ் அமைச்சரவையின் பிரதம மந்திரியான நாராயண் பாஸ்கர் காரே[28], தீண்டத்தகாதவரான ஆர்.ஜி. அக்னிபோஜை தன்னுடைய அமைச்சர்களில் ஒருவராகக் கொண்டு உயர்மட்ட அமைச்சரவையை உருவாக்கியபோது, காங்கிரஸ் செயற்குழு 26 ஜூலை 1938இல் வார்தாவில் கூடி காரேவைக் கண்டித்து ஒரு தீர்மானம் இயற்றியது. அம்பேத்கர் சொல்கிறார்:

> திரு. காந்தியைப் பொருத்தவரை அமைச்சரவையில் ஒரு தீண்டத்தகாதவரைச் சேர்ப்பது ஒழுங்கீனமான செயல் என டாக்டர் காரே வெளிப்படையாகச் சொன்னார். தீண்டத்தகாதவர்களிடையே இத்தகைய விருப்பங்கள், லட்சியங்களைத் தூண்டுவது அவரது தவறு என்றும் அது தவறான மதிப்பீட்டில் செய்யப்பட்ட செயல் என்றும், தான் அவரை ஒருபோதும் மன்னிக்க முடியாது என்றும் திரு. காந்தி தன்னிடம் கூறியதாக டாக்டர் காரே கூறியிருக்கிறார். பல்வேறு மேடைகளில் இந்த தகவல் டாக்டர் காரேவால் மீண்டும் மீண்டும் சொல்லப்பட்டது. திரு. காந்தி அதனோடு ஒரு முறைகூட முரண்படவில்லை.[29]

1942இல், காங்கிரஸின் தீண்டத்தகாத உறுப்பினர் ஒருவர் அனைத்திந்திய பட்டியல் சாதிகள் மாநாட்டில் கலந்துகொண்டபின் காந்திக்கு ஒரு கடிதம் எழுதி 'ஒரு ஹரிஜன் சட்டமன்ற உறுப்பினரின் ஐந்து கேள்விகள்' என அதற்குத் தலைப்பிட்டார். வருங்கால இந்திய அரசியலமைப்பில் தீண்டத்தகாதோரின் பிரதிநிதித்துவத்தை உறுதிப்படுத்த 'பஞ்சாயத்து போர்டிலிருந்து மாநிலச் சட்டப்பேரவை வரை மக்கள்தொகை அடிப்படையில் ஐந்து இடங்களை உறுதிசெய்ய' வகை செய்வாரா;

‘ஹரிஜனங்களின் பின்தங்கிய நிலையைக் கருத்தில் கொண்டு உள்ளாட்சிக் குழுக்கள் மற்றும் முனிசிபல் கவுன்சில்களின்’ நிர்வாகப் பதவிகளை ‘சமுதாயச் சுழற்சி முறையின்’ அடிப்படையில் தேர்ந்தெடுப்பதன்மூலம் ஹரிஜனங்கள் தலைவர்களாக சேர்மேன்களாக ஆக அதிகாரமளிக்க’ அரசாங்கத்தை காந்தி அறிவுறுத்துவாரா; பட்டியல் சாதி சட்டமன்ற உறுப்பினர்கள் உயர்மட்ட அமைச்சர்களாவதை உறுதிசெய்யும்படி காங்கிரஸ் அமைச்சரவைகளுக்கு அறிவுறுத்துவாரா; ‘மாவட்ட காங்கிரஸ் கமிட்டியிலிருந்து காங்கிரஸ் செயற்குழு வரை குறிப்பிட்ட சதவீத இடங்களை ஹரிஜனங்களுக்கென ஒதுக்கீடு செய்வாரா’ என்றெல்லாம் அவர் காந்தியிடம் இருந்து அறிந்துகொள்ள விரும்பினார். 2 ஆகஸ்ட் 1942இல் வெளியான தனது ஊதுகுழலான *ஹரிஜ*னில் காந்தி, தனது பதிலில் இடஒதுக்கீடு உள்ளிட்ட ஒடுக்கப்பட்டவர்களுக்கான சாதக நடவடிக்கைகளை எதிர்ப்பவர்கள் அடிக்கடிப் பயன்படுத்தும் தகுதி–தரம் தேர்வு எனும் தர்க்கத்திற்குள் சென்று ஒளிந்து கொண்டார்; காந்தி:

> இந்தக் கோட்பாடு ஆபத்தானது. புறக்கணிக்கப்பட்ட வர்க்கங்களைப் பாதுகாத்தல் என்பது, அவர்களையோ தேசத்தையோ பாதிக்கும் அளவு மேற்கோள்ளப்படக் கூடாது. ஒரு உயர்மட்டக் குழு அமைச்சர் அனைவரின் நம்பிக்கையையும் பெற்ற, உச்சபட்ச மனிதராக இருக்க வேண்டும். ஒரு நபர் தேர்ந்தெடுக்கப்பட்ட அமைப்பொன்றில் ஒரு இடத்தைப் பெற்றபின், போட்டிக்குள்ளான இடங்களைத் தக்கவைத்துக்கொள்ள தனது உள்ளார்ந்த திறனையும் புகழையுமே சார்ந்திருக்க வேண்டும்.[30]

பார்ப்பனரல்லாத மற்றும் தீண்டத்தகாத வேட்பாளர் தேர்வை காங்கிரஸ் மேற்பார்வையிடும் பாங்கில் ஒரு போக்கை அம்பேத்கர் அடையாளங் கண்டார்:

“பார்ப்பனர்கள், அவர்களின் கூட்டாளிச் சமூகங்கள் போன்ற உயர்சாதி இந்துக்களிலிருந்து வரும் வேட்பாளர்களில், அதிகபட்சத் தகுதிகள் கொண்டவர்கள் தேர்ந்தெடுக்கப்பட்டார்கள். பார்ப்பனரல்லாதோரைப் பொறுத்தவரை குறைந்த தகுதியுடையோரே அதிக தகுதியுடையோரைவிட விரும்பப்பட்டனர். மேலும் தீண்டத்தகாதோரைப் பொறுத்தவரை மிகக் குறைந்த அல்லது தகுதியே இல்லாதவர்களே தகுதியுடையோருக்குப் பதிலாகத் தேர்ந்தெடுக்கப்பட்டனர்.”[31] “காங்கிரஸ் பூனா ஒப்பந்தத்தின் முழுச் சாறையும் உறிந்து கொண்டு வெறும் சக்கையைத் தீண்டத்தகாதோரின் முகத்தில் வீசியெறிகிறது” என்ற முடிவுக்கு அம்பேத்கர் வந்தார்.[32]

பூனா ஒப்பந்தத்தின் ஆவி, சாதி இந்துக்கள் எவ்வாறு அதன் தர்க்கத்தை தலித்துகளில் சிறந்தவர்களைத் தோற்கடிக்கப் பயன்படுத்துவார்கள் என்று அறிந்திருந்த மனிதரை ஓயாது வந்து துரத்தித் துன்புறுத்தியது.[33] இவ்வாறு 1946இலிருந்து 1950வரை இந்திய அரசியலமைப்பின் வடிவமைப்பை முன்னடத்திய மனிதர் சுதந்திர இந்தியாவின் தேர்தல் மேடைகளில் இருமுறை அவமானப்படுத்தப்பட்டார். இரண்டு முறையுமே காங்கிரஸ் களமிறக்கிய குறைந்த வல்லமையுடைய வேட்பாளர்களால். 1951இல் மக்களவைக்கான முதல் தேர்தலில், தனது கட்சியான ஷெட்யூல்ட்

காஸ்ட்ஸ் ஃபெடரேஷன் சார்பாக, இரு உறுப்பினர் பம்பாய் வடக்கு தொகுதியின் இடஒதுக்கீடு செய்யப்பட்ட பகுதியில் போட்டியிட்டு, காங்கிரஸின் நாராயண் சடோபா கஜ்ரோல்கரால் 14, 374 வாக்குகள் வித்தியாசத்தில் அம்பேத்கர் தோற்கடிக்கப்பட்டார். அந்தப் பகுதியில் மகர்களுக்கு அடுத்த பெரிய தீண்டத்தகாத சாதியான சம்பர் சாதியைச் சேர்ந்த வேட்பாளரை காங்கிரஸ் வேண்டுமென்றே களமிறக்கியது. ஒரு மக[34]ரான அம்பேத்கரின் அறியப்பட்ட எதிரியாக ஏற்கனவே அவர் இருந்தார். கஜ்ரோல்கர் வகுப்புவாரி ஒதுக்கீடு விஷயத்தில் மட்டுமின்றி அம்பேத்கரின் மதமாற்ற அழைப்பின் போதும் எதிர்த்து இப்படிச் சொன்னார், ‘நாங்கள், ஹரிஜனங்களாகிய எங்களுக்கு எங்களது மூத்த தலைவர் டாக்டர் அம்பேத்கர் அளித்துள்ள அறிவுரையால் அதிர்ந்து போயிருக்கிறோம், இந்து மதத்தைப் புறக்கணிக்கும்படி . . . கடந்தகாலத்தில் ஒரு சிறந்த தலைமையை அளித்த டாக்டர் அம்பேத்கர், எங்கள் மதத்தைத் துறக்கச் சொல்லி அதன் மூலம் தற்கொலை செய்துகொள்ள அழைப்பது . . . எங்கள் இதயங்களை உடைந்துபோகச் செய்கிறது . . .”[35] 1954 மகாராஷ்ட்ராவின் பாந்த்ரா இடைத் தேர்தலில் அம்பேத்கர் மறுபடி முயன்று பார்த்தபோது, மறுபடியும் தோற்றார், இம்முறை பாவுராவ் போர்கார் என்ற காங்கிரஸ் வேட்பாளரிடம். இவர் அம்பேத்கரால் தோற்றுவிக்கப்பட்டு வழிநடத்தப்பட்ட ஷெட்யூல்ட் காஸ்ட்ஸ் ஃபெடரேஷன் கட்சிக்காக முன்னர் தொழிலாளர்களை ஒருங்கிணைத்தவர்.

இன்று, பட்டியல் சாதிகள், பட்டியலினப் பழங்குடிகள் மக்கள் தொகையில் அவர்கள் விகிதத்திற்கு ஈடாக – பஞ்சாயத்து தொடங்கி மேலாக – எல்லா அரசியல் அவைகளிலும் தேர்ந்தெடுக்கப்படுவதை உறுதிசெய்யும் ஒரு அரசியல் இடஒதுக்கீடு அமைப்பைக் கொண்டிருப்பதாக இந்தியா பெருமை கொள்கிறது. நாடாளுமன்றத்தின் கீழவையான மக்களவையைப் பொறுத்தவரை, அதன் 543 இடங்களில் 79 தலித்துகளுக்காகவும் 41 இடங்கள் ஆதிவாசிகளுக்காகவும் ஒதுக்கீடு செய்யப்பட்டுள்ளது.

இருப்பினும், அம்பேத்கரும் இன்றைய தலித்துகளும், அதிக சாறும் குறைந்த சக்கையும் தமக்குக் கிடைத்திருந்தால் கூடுதலாக மகிழ்ச்சியடைந்திருப்பர்.

அடிக்குறிப்புகள்

1. BAWS 4, 13.
2. BAWS 9, 78இல் சுட்டப்பட்டுள்ளது.
3. இரட்டை வாக்குரிமை, தனி வாக்காளர் தொகுதிகள் கோரிக்கையை மீண்டும் செயலாக்குமாறு முன்னணி தலித் அமைப்புகள் மற்றும் சிறு தலித் குழுக்கள் எந்த பதிலோ பயனோ இல்லாமல் எழுப்பி வந்திருக்கின்றன; தமிழ்நாட்டில், 1990களில் இடைப்பகுதியில் ரவிக்குமாரால் எடுக்கப்பட்ட முன்முயற்சிகள் குறிப்பாக வகுப்புவாரி ஒதுக்கீடு மீண்டும் அறிமுகப்படுத்தப்பட வேண்டும் எனக் கோரி நடத்தப்பட்ட பதினொறு மாநாடுகள் 'ஓர் ஆயுதம்' (ஒன் வெபன், 1997) எனும் ஆவணப்படத்தில் சஞ்சய் கக்கால் பதிவு செய்யப்பட்டுள்ளது. சுதந்திரத்துக்கு பிந்தைய இந்தியாவில் பூனா ஒப்பந்தம் மீதான மிகக் கடுமையான தாக்குதல் கான்ஷி ராமால் தொடுக்கப்பட்டது; இதை அவர் 1984இல் பகுஜன் சமாஜ் கட்சி தொடங்குவதற்கு முன்பிருந்தே செய்து வந்தார். 1982 செப்டம்பர் 24 அன்று, பூனா ஒப்பந்தம் கைசாற்றிடப்பட்ட ஐம்பதாம் ஆண்டு நிறைவுக்குத் துக்கம் அனுஷ்டித்ததன் மூலம் அவர் தேசிய அளவில் பிரபலமானார். அப்போது பரவலாக அறியப்படாதவராக இருந்த கான்ஷி ராம் அதற்கு ஒரு வருடத்திற்கு முன் 1981ஆம் ஆண்டு, தலித் ஷோஷித் சமாஜ் சங்கர்ஷ் சமிதி (DS4 என அழைக்கப்பட்ட) எனும் அமைப்பை, அம்பேத்கரின் இறந்த நாளான டிசம்பர் 6ஆம் தேதி நிறுவியிருந்தார். தொடர்ச்சியாக பூனாவிலிருந்து ஜலந்தர் வரையிலான அறுபது கண்டன நிகழ்வுகளின் வாயிலாக அவர் கட்டியமைத்த பூனா ஒப்பந்தம் மீதான நேரடித் தாக்குதலின் விளைவாக பூனா ஒப்பந்தத்தின் ஐம்பதாம் ஆண்டு நினைவைப் போற்றும் நிகழ்ச்சியை நடத்தத் திட்டமிட்டிருந்த பிரதம மந்திரி இந்திரா காந்தி அதைக் கைவிடவேண்டிய நிலையை உருவாக்கியது. தேர்தலில் வெற்றிபெற்ற தலித் பிரதிநிதிகள் காங்கிரஸ்

கட்சியின் கைப்பாவைகளாக இருப்பதற்கு பூனா ஒப்பந்தம்தான் காரணம் என கான்ஷி ராம் நம்பினார். அவர்களை 'சம்ச்சாக்கள்' அதாவது 'ஜால்ராக்கள்' என அழைத்தார். பூனா ஒப்பந்தத்திற்கு பின்பான காலத்தை அவர் 'ஜால்ரா காலம்' என அழைத்தார். கான்ஷி ராமுக்கு, ஜக்ஜீவன் ராம் தான் காங்கிரஸால் வளர்க்கப்பட்ட ஜால்ரா காலத்தின் சிறந்த பிரதிநிதி – காந்தியாலும் காங்கிரஸாலும் தமது கட்சியின் 'ஹரிஜன முகமாக' முன்னிறுத்தப்பட்டுப் பின் துணைப் பிரதமராக உயர்ந்தவர் ஜகஜீவன் ராம். இன்றுவரை, காந்தி குறித்தும் பூனா ஒப்பந்தம் குறித்தும் குழப்பமின்றித் தெளிவாக எதிர்த்துப் பேசும் முக்கிய அரசியல் கட்சி பகுஜன் சமாஜ் கட்சி மட்டுமே.

4. வகுப்புவாரிப் பிரதிநிதித்துவக் கோரிக்கை, பூனா ஒப்பந்தம் குறித்த ஒட்டுமொத்த விரிவான ஓர்மையை நாடுவோர் அம்பேத்கர் *1945*ஆம் ஆண்டில் எழுதிய மகத்தான நூலான 'காந்தியும் காங்கிரஸும் தீண்டத்தகாதவர்களுக்கு செய்தது என்ன?' (BAWS *9*) நூலைப் படிக்கவும். ரவீந்தர் குமாரின் *(1985)* கட்டுரைகள், உபேந்திர பக்ஸியின் *(1979, 1995)* கட்டுரைகளும் ஆராய்ச்சிக்கு எடுத்துக் கொள்ளலாம். பூனா ஒப்பந்தம் பற்றிய காந்தியச் சார்புப் பார்வைக்கு காந்தியின் செயலாளர் ப்யாரேலாலின்*(1932)* நூலைப் பார்க்கவும். அம்பேத்கர் இந்நூல் குறித்து, "ஒரு காவிய உண்ணாவிரதம் என்ற அழகான படோடோபமான தலைப்பைக் கொண்டுள்ளது . ஆர்வமுள்ளவர்கள் அதை வாசிக்கலாம். ஆனால் அவர்களை நான் எச்சரிக்க வேண்டும் அது ஒரு போஸ்வெல்லால் எழுதப்பட்டுள்ளது மேலும் போஸ்வெல்லியானாவின் அனைத்து பிழைகளும் அதில் உள்ளன" என சொல்லியிருக்கிறார். (BAWS 9, 87). [போஸ்வெல் என்பவர் சாமுவேல் ஜான்சன் என்பாரின் வாழ்க்கைச் சரிதம் எழுதியவர். இவர் அடிமை முறையை ஆதரித்தவர். **மொ.பெ குறிப்பு**)

5. BAWSஇல் சுட்டப்பட்டுள்ளது *9, 78.*

6. BAWS *1, 351–2.*

7. CWMG *77, 5.*

8. BAWS *9, 81.*

9. பக்ஸி இரட்டை வேட்பாளர் தொகுதிகளின் செயல்திட்டங்களைப் பற்றி விளக்குகிறார்: "ஓட்டுக்களை எண்ணும்போது, அதிக எண்ணிக்கையிலுள்ள பட்டியல் சாதி அல்லது பழங்குடிப் பிரதிநிதிக்கு ஒதுக்கீடு செய்யப்பட்ட இடம் கிடைக்கும். அதன் பின்னர், பட்டியல் குழுக்கள் உள்ளிட்ட அனைத்துப் பிரதிநிதிகளும் பொதுஇடத்திற்குப் போட்டியிடுவர். அந்த இடம் மொத்தத்தில் அதிக வாக்குகளைப் பெற்ற பிரதிநிதிக்கு வழங்கப்படும். இதன்படி, இரண்டாவது தேர்வில் பட்டியல் குழுக்கள் மிக அதிக வாக்குகளைப் பெற்றால் அங்கு இந்த முறைமை இரு பட்டியல் பிரதிநிதிகளை ஒரு தொகுதிக்கு உருவாக்கும்; தனித்தொகுதி ஒதுக்கீட்டில் ஒருவரே வருவதற்கு மாறாக இது இருக்கும் *(1979, 19).*" பூனா ஒப்பந்தமும்கூட இப்படிப்பட்ட இரு

பிரதிநிதி முறையின் அடிப்படையில்தான் விவாதிக்கப்பட்டது; இவை இந்தியாவில் 1961 வரை செயலாக்கவும் பட்டன. 1959இல் ஆந்திரப் பிரதேசத்தில் காங்கிரஸின் பெருந்தலைவரும் பின்னாளில் குடியரசுத் தலைவராக இருந்தவருமான வி.வி. கிரியை பார்வதிபுரம் தொகுதியில் திப்பாலா சூரி சோரா தோற்கடித்தபோது அதாவது இரு பழங்குடிப் பிரதிநிதிகள் "இரு பழங்குடி அல்லாத பிரதிநிதிகளைக் காட்டிலும் அதிக வாக்குகளைப் பெற்று வெற்றிபெற்றவர்களாக அறிவிக்கப்பட்ட" பின்னணியில் இம்முறை 1961இல் தடை செய்யப்பட்டது. (பக்ஸி 1979, 19). கிரி இந்த 'அநீதி'க்கெதிராக உச்சநீதிமன்றத்தில் வழக்குத் தொடுத்தார், நீதிமன்றம் ஒரு பழங்குடிப் பிரதிநிதி இப்படிப் பொதுத் தொகுதியின் நம்பிக்கையைப் பெற்று வெற்றி பெறுவதில் எந்த பிரச்சினையும் இருப்பதாகப் பார்க்கவில்லை. பக்ஸி சொல்வதுபோல், "இட ஒதுக்கீடுக் கொள்கைகள் அரசியலமைப்புச் சட்டத்தின் பகுதி 14 உத்திரவாதமளிக்கும் அடிப்படை உரிமைகள் மீதே இடையூறு செய்கின்றன என அவர் வாதிட்ட கிரியின் தேர்தல் மனு 1959இல் உச்ச நீதிமன்றத்தால் தள்ளுபடி செய்யப்பட்டது." காங்கிரஸ் பெரும்பான்மை வகித்த நாடாளுமன்றம் அப்போது இரட்டை வாக்காளர் தொகுதிகளை ஒழிக்க இரு உறுப்பினர் தொகுதிகள் (ஒழிப்பு) சட்டம் – 1961, கொண்டு வந்தது. வழக்கில் இருந்த 91 இத்தகைய நாடாளுமன்ற தொகுதிகளை அச்சட்டம் முடிவுக்கு கொண்டு வந்தது. அவை பின்னர் மீள் வரையறை செய்யப்பட்டு ஓர் உறுப்பினர் தொகுதிகளாக ஆக்கப்பட்டன.

10. ப்யாரேலால் 1932, 19.

11. BAWS 9, 326.

12. BAWS 10, 166.

13. BAWS 9, 85.

14. மேற்சொன்னது, 253. 259, 312.

15. மேற்சொன்னது, 316.

16. பூனா ஒப்பந்தத்தின் முழு ஆங்கில நகலுக்கு பார்க்க மேற்சொன்னது, 88–9.

17. மேற்சொன்னது, 92.

18. மேற்சொன்னது, 92

19. மேற்சொன்னது, 92

20. மேற்சொன்னது, 92

21. கான் (1937, 319)இல் சுட்டப்பட்டுள்ளது.

22. பார்க்க: சாதியை அழித்தொழித்தல், 2.20, 3.3–3.6.

23. பூனா ஒப்பந்தம் தீண்டத்தகாதவர்களுக்கு 148 இடங்களைக் கொடுத்தது, ஆனால் வகுப்புவாரிப் பிரதிநிதித்துவ ஆணை அவர்களுக்கு 78 இடங்களை மட்டுமே தந்தது.

24. மேற்சொன்னது, 90.

25. பூனா ஒப்பந்தத்தில் ஒப்புக்கொள்ளப்பட்ட தொகுதி எண்ணிக்கை 148 என்றபோதிலும், பீகார் மற்றும் ஒரிசாவை உள்ளிணைக்க இன்னமும் மூன்று தொகுதிகளைச் சேர்க்க வேண்டியதாயிற்று.

26. மேற்சொன்னது, iii.

27. மேற்சொன்னது, 95.

28. ஜாத் பாத் தோடக் மண்டலுக்கு தலைமை உரை ஆற்றியவர்களுள் காரேவும் ஒருவர் என்பது குறிப்பிடத்தக்கது. பார்க்க: சாதியை அழித்தொழித்தல் முன்னுரைக்கான குறிப்பு 16.

29. BAWS 9, 98.

30. CWMG 83, 119.

31. BAWS 9, 101.

32. மேற்சொன்னது., 103.

33. தலித்துகளையும் தலித் தலைமையிலான அரசியல் கட்சிகளையும் பூனா ஒப்பந்தம் தொடர்ந்து வாட்டி வருகிறது. எந்த முண்ணனி அரசியல் கட்சிகள் – காங்கிரஸ், பாஜக, திமுக, கம்யூனிஸ்ட் கட்சிகள் – சார்பில் வளைந்து கொடுக்கக்கூடிய வேட்பாளர்கள் போட்டியிட்டு வெல்லமுடியும் என்றாலும் பகுஜன் சமாஜ் கட்சிக்கு பல தோல்விகளுக்கு பின்னரே அதன் பெருந்தலைவர்களான கான்ஷி ராமும் மாயாவதியும் தேர்தல்களில் தனித்தொகுதியில் நின்றுகூட வெல்ல முடிந்தது. இன்றைக்கும் இட ஒதுக்கீடு இல்லாத ஒரு பொதுத் தொகுதியில் ஒரு தலித் வேட்பாளர், அவர் எந்தக் கட்சியை பிரதிநிதித்துவப் படுத்தினாலும் வெற்றி பெறுவது அரிதானதாகவே இருக்கிறது. உண்மையில் உத்தரப்பிரதேசத்தில் பகுஜன் சமாஜ் கட்சி பிரபல்யத்தின் உச்சத்தில் இருந்தபோது கூட இது சாத்தியப் படவில்லை. அம்மாநிலத்தில் 2007 சட்டமன்ற தேர்தல்களின்போது பகுஜன் சமாஜ் கட்சி தான் நிறுத்திய 93 தலித் வேட்பாளர்களில் நான்கு பேரைத்தான் பொதுத் தொகுதிகளில் நிறுத்தியது. பொதுத் தொகுதியின் தலித் அல்லாதவர் வாக்குகள் ஒரு தலித்துக்கு விழுவதில்லை என்றே தோன்றுகிறது. ஏனெனில் நான்கு வேட்பாளர்களும் தோல்வியடைந்தனர்; அதேவேளையில் தனித் தொகுதிகளில் நிறுத்தப்பட்ட மீதி 89 தலித் வேட்பாளர்களுள் 62பேர் வெற்றி அடைந்தனர். நாடாளுமன்ற ஜனநாயகத்தையும் தாண்டி பகுஜன் சமாஜ் கட்சி எப்படி அதிகாரத்தை கைப்பற்றியது என்பது குறித்த ஆய்விற்குப் பார்க்க: ஆனந்த் (2008).

34. ஸெல்லியாட், கோத்தாரி நூலில்; 1973, 53.

35. புர்ரா; 1986, 430.

BIBLIOGRAPHY

Doctor and the Saint

Adams, Jad. 2011. *Gandhi: Naked Ambition*. London: Quercus.

Alexander, Michelle. 2010. *The New Jim Crow: Mass Incarceration in the Age of Colorblindness*. New York: The New Press.

Aloysius, G. 1997. *Nationalism Without a Nation in India*. New Delhi: Oxford University Press.

Ambedkar, B.R. 2003. *Ambedkar: Autobiographical Notes*. Ed. Ravikumar. Pondicherry: Navayana.

———. 1979–2003. *Dr Babasaheb Ambedkar: Writings and Speeches* (BAWS). Volumes 1–17. Mumbai: Education Department, Government of Maharashtra.

———. 1992. "Dr Ambedkar's Speech at Mahad." In *Poisoned Bread: Translations from Modern Marathi Dalit Literature*. Ed. Arjun Dangle. Hyderabad: Orient Longman.

Amin, Shahid. 1998. "Gandhi as Mahatma: Gorakhpur District, Eastern UP, 1921–2." In *Selected Subaltern Studies*. Ed. Ranajit Guha and Gayatri Spivak, 288–348. New Delhi: Oxford University Press.

Anand, S. 2002. "Meenakshipuram Redux." *Outlook,* 21 October. http://www.outlookindia.com/article.aspx?217605. Accessed 1 August 2013.

———. 2008a. "Despite Parliamentary Democracy." *Himal,* August. http://www.himalmag.com/component/content/article/838-despite-parliamentary-democracy.html. Accessed 20 July 2013.

———. 2008b. "Understanding the Khairlanji Verdict." The Hindu, 5 October.

———. 2009. "Resurrecting the Radical Ambedkar." *Seminar,* September.

———. 2012a. "Between Red And Blue." 16 April. http://www.outlookindia.com/article.aspx?280573. Accessed 10 August 2013.

———. 2012b. "A Case for Bhim Rajya." *Outlook,* 20 August.

Anderson, Perry. 2012. *The Indian Ideology*. New Delhi: Three Essays Collective.

Banerji, Rita. 2008. *Sex and Power: Defining History, Shaping Societies*. New Delhi: Penguin.

———. 2013. "Gandhi used His Position to Sexually Exploit Young Women." 15 October. http://www.youthkiawaaz.com/2013/10/gandhi-used-power-position-exploit-young-women-way-react-matters-even-today/. Accessed 20 October 2013.

Bayly, Susan. 1998. "Hindu Modernisers and the 'Public' Arena. Indigenous Critiques of Caste in Colonial India." In *Vivekananda and the Modernisation of Hinduism*. Ed. William Radice, 93–137. New Delhi: Oxford University Press.

Béteille, André. 2001. "Race and Caste." *The Hindu,* 10 March.

Bhasin, Agrima. 2013. "The Railways in Denial." Infochange News and Features, February. http://infochangeindia.org/human-rights/struggle-for-human-dignity/the-railways-in-denial.html. Accessed 5 August 2013.

Birla, G.D. 1953. *In the Shadow of the Mahatma: A Personal Memoir*. Calcutta: Orient Longman.

Breman, Jan. 2004. *The Making and Unmaking of an Industrial Working Class: Sliding Down the Labour Hierarchy in Ahmedabad, India*. New Delhi: Oxford University Press.

Buckwalter, Sabrina. 2006. "Just Another Rape Story." *Sunday Times of India,* 29 October.

Carnegie, Andrew. 1889. *The Gospel of Wealth*. http://www.swarthmore.edu/SocSci/rbannis1/AIH19th/Carnegie.html. Accessed 26 August 2013.

Chandavarkar, Rajnarayan. 2009. *History, Culture and the Indian City: Essays*. Cambridge: Cambridge University Press.

Chandra, Uday. 2013. "Liberalism and Its Other: The Politics of Primitivism in Colonial and Postcolonial Indian Law." *Law & Society Review* 47 (1): 135–68.

Chawla, Prabhu. 1999. "Courting Controversy." *India Today,* 29 January.

Chitre, Dilip. 2003. *Says Tuka: Selected Poems of Tukaram*. Pune: Sontheimer Cultural Association.

Chowdhry, Prem. 2007. *Contentious Marriages, Eloping Couples: Gender, Caste and Patriarchy in Northern India*. New Delhi: Oxford University Press.

Chugtai, Ismat. 2003. *A Chugtai Collection*. Tr. Tahira Naqvi and Syeda S. Hameed. New Delhi: Women Unlimited.

Damodaran, Harish. 2008. *India's New Capitalists: Caste, Business, and Industry in a Modern Nation*. New Delhi: Permanent Black.

Dangle, Arjun, ed. 1992. *Poisoned Bread: Translations from Modern Marathi Dalit Literature*. Hyderabad: Orient Longman.

Das, Bhagwan, ed., 1980. *Rare Prefaces* [of B.R. Ambedkar]. Jullundur: Bheem Patrika.

———. 2000. "Moments in a History of Reservations". *Economic & Political Weekly,* 28 October: 3381–4.

———. 2010. *Thus Spoke Ambedkar,* Vol.1: A Stake in the Nation. New Delhi: Navayana.

Davis, Mike. 2002. *The Great Victorian Holocausts: El Nino Famines and the Making of the Third World*. New York: Verso.

Debroy, Bibek, tr. 2005. *The Bhagavad Gita.* New Delhi: Penguin.

Desai, Ashwin and Goolam Vahed. 2010. *Inside Indian Indenture: A South African Story, 1860–1914.* Cape Town: HSRC Press.

Deshpande, G.P., ed. 2002. *Selected Writings of Jotirao Phule.* New Delhi: LeftWord.

Devji, Faisal. 2012. *The Impossible Indian: Gandhi and the Temptation of Violence.* Cambridge, Massachusetts: Harvard University Press.

Dogra, Chander Suta. 2013. *Manoj and Babli: A Hate Story.* New Delhi: Penguin.

Doniger, Wendy. 2005. *The Rig Veda.* New Delhi: Penguin.

———. and Brian K. Smith. Tr. 1991. *The Laws of Manu.* New Delhi: Penguin Books.

Fischer, Louis. 1951. *The Life of Mahatma Gandhi.* New Delhi: HarperCollins. (Rpr. 1997.)

Gajvee, Premanand. 2013. "Gandhi–Ambedkar." In *The Strength of Our Wrists: Three Plays.* Tr. from Marathi by Shanta Gokhale and M.D. Hatkanangalekar, 91–150. New Delhi: Navayana.

Gandhi, Leela. 1996–97. "Concerning Violence: The Limits and Circulations of Gandhian Ahimsa or Passive Resistance." *Cultural Critique,* 35. 105–47.

Gandhi, Lingaraja. 2004. "Mulk Raj Anand: Quest for So Many Freedoms." *Deccan Herald,* 3 October. http://archive.deccanherald.com/deccanherald/oct032004/sh1.asp. Accessed 5 October 2013.

Gandhi, M.K. 1999. *The Collected Works of Mahatma Gandhi* (Electronic Book). 98 volumes. New Delhi: Publications Division, Government of India.

Ghosh, Suniti Kumar. 2007. *India and the Raj, 1919–1947: Glory, Shame, and Bondage.* Calcutta: Sahitya Samsad.

Godse, Nathuram. 1998. *Why I Assassinated Mahatma Gandhi.* New Delhi: Surya Bharti Prakashan.

Golwalkar, M.S. 1945. *We, or Our Nationhood Defined.* Nagpur: Bharat Prakashan. Fourth ed.

Guha, Ramachandra. 2013a. "What Hindus Can and Should be Proud Of." *The Hindu,* 23 July. http://www.thehindu.com/opinion/lead/what-hindus-can-and-should-be-proud-of/article4941930.ece. Accessed 24 July 2013.

———. 2013b. *India Before Gandhi.* New Delhi: Penguin.

Gupta, Dipankar. 2001. "Caste, Race and Politics." *Seminar,* December.

———. 2007. "Why Caste Discrimination is not Racial Discrimination." *Seminar,* April.

Guru, Gopal. 2012. "Rise of the 'Dalit Millionaire': A Low Intensity Spectacle." *Economic & Political Weekly,* 15 December: 41–49.

Guy, Jeff. 1994. *The Destruction of the Zulu Kingdom: The Civil War in Zululand, 1879–1884.* Pietermaritzburg: University of Natal Press.

———. 2005. *The Maphumulo Uprising: War, Law and Ritual in the Zulu Rebellion.* Scotsville, South Africa: University of KwaZulu-Natal Press.

Hardiman, David. 1996. *Feeding the Baniya: Peasants and Usurers in Western India.* New Delhi: Oxford University Press.

———. 2006. "A Forgotten Massacre: Motilal Tejawat and His Movement amongst the Bhils, 1921–2." *In Histories for the Subordinated,* 29–56. Calcutta: Seagull.

———. 2004. *Gandhi: In His Time and Ours: The Global Legacy of His Ideas.* New York: Columbia University Press.

Hickok, Elonnai. 2012. "Rethinking DNA Profiling in India." *Economic & Political Weekly,* 27 October. Web exclusive piece: http://www.epw.in/web-exclusives/rethinking-dna-profiling-india.html#sdfootnote20anc. Accessed 10 September 2013.

Hochschild, Adam. 2011. *To End All Wars: A Story of Loyalty and Rebellion, 1914–1918.* London: Houghton Mifflin Harcourt.

Human Rights Watch. 1999. *Broken People: Caste Violence against India's "Untouchables".* New York: Human Rights Watch.

Hutton, J.H. 1935. *Census of India 1931.* Delhi: Government of India.

Ilaiah, Kancha. 1996. *Why I Am Not a Hindu: A Sudra Critique of Hindutva Philosophy, Culture and Political Economy.* Calcutta: Samya.

Jaffrelot, Christophe. 2005. *Dr Ambedkar and Untouchability: Analysing and Fighting Caste.* New Delhi: Permanent Black.

Jamnadas, K. 2010. *"Manusmriti* Dahan Din" [*Manusmriti* burning day]. 14 July. *Round Table India* (roundtableindia.co.in). Accessed 6 September 2013.

Janyala, Sreenivas. 2005. "Tsunami Can't Wash this Away: Hatred for Dalits." *The Indian Express,* 7 January.

Jaoul, Nicolas. 2006. "Learning the Use of Symbolic Means: Dalits, Ambedkar Statues and the State in Uttar Pradesh." *Contributions to Indian Sociology* 40 (2): 175–207.

Jondhale, Surendra and Johannes Beltz. 2004. *Reconstructing the World: B.R. Ambedkar and Buddhism in India.* New Delhi: Oxford University Press.

Joseph, George Gheverghese. 2003. *George Joseph: The Life and Times of a Kerala Christian Nationalist.* Hyderabad: Orient Longman.

Jose, Vinod K. 2010. "Counting Castes." *Caravan,* June.

Josh, Sohan Singh. 2007. *Hindustan Gadar Party: A Short History.* Jalandhar: Desh Bhagat Yadgar Committee. (Orig. publ. 1977.)

Juergensmeyer, Mark. 2009. *Religious Rebels in the Punjab: The Ad Dharm Challenge to Caste.* New Delhi: Navayana. (Orig. publ. 1982.)

Kael, Pauline. 1982. "Tootsie, Gandhi, and Sophie." *The New Yorker,* 27 December.

Kandasamy, Meena. 2013. "How Real-Life Tamil Love Stories End." *Outlook,* 22 July.

Kapur, Devesh, Chandra Bhan Prasad, Lant Pritchett and D. Shyam Babu. 2010. "Rethinking Inequality: Dalits in Uttar Pradesh in the Market Reform Era." *Economic & Political Weekly.* 28 August: 39–49.

Keer, Dhananjay. 1990. *Dr Ambedkar: Life and Mission.* Mumbai: Popular Prakashan. (Orig. publ. 1954.)

Khandekar, Milind. 2013. *Dalit Millionaires: 15 Inspiring Stories.* Tr. from Hindi by Vandana R. Singh and Reenu Talwar. New Delhi: Penguin.

Kishwar, Madhu. 2006. "Caste System: Society's Bold Mould." *Tehelka,* 11 February http://archive.tehelka.com/story_main16.asp?filename=In021106Societys_12.asp. Accessed 10 October 2013.

Kosambi, D.D. 1948. "Marxism and Ancient Indian Culture." *Annals of the Bhandarkar Oriental Research Institute.* Vol. 26, 271–7.

Krishna, Raj. 1979. "The Nehru Gandhi Polarity and Economic Policy." Ed. B.R. Nanda, P.C. Joshi and Raj Krishna, 51–64. In *Gandhi and Nehru.* New Delhi: Oxford University Press.

Kumar, Vinoj P.C. 2009. "Bringing Out the Dead." *Tehelka,* 4 July. http://www.tehelka.com/bringing-out-the-dead/#. Accessed 10 August 2013.

——. 2009b. "Numbness of Death." *Tehelka,* 4 July. http://www.tehelka.com/numbness-of-death/. Accessed 10 August 2013.

Lal, Vinay. 2008. "The Gandhi Everyone Loves to Hate." *Economic & Political Weekly,* 4 October: 55–64.

Lelyveld, Joseph. 2011. *Great Soul: Mahatma Gandhi and His Struggle With India.* New York: Alfred A. Knopf.

Mani, Braj Ranjan. 2005. *Debrahmanising History: Dominance and Resistance in Indian Society.* New Delhi: Manohar.

——. 2012. "Amartya Sen's Imagined India." 4 June. http://www.countercurrents.org/mani040612.htm. Accessed 15 July 2013.

Mendelsohn, Oliver and Marika Vicziany. 1998. *The Untouchables: Subordination, Poverty and the State in Modern India.* Cambridge: Cambridge University Press.

Menon, Dilip. 2006. *The Blindness of Insight: Essays on Caste in Modern India.* Pondicherry: Navayana.

Menon, Meena and Neera Adarkar. 2005. *One Hundred Years, One Hundred Voices: The Millworkers of Girangaon: An Oral History.* Calcutta: Seagull.

Menon, Visalakshi. 2003. *From Movement to Government: The Congress in the United Provinces, 1937–42.* New Delhi: Sage.

Mishra, Sheokesh. 2007. "Holy Word." *India Today,* 20 December. http://indiatoday.intoday.in/story/Holy+word/1/2736.html. Accessed 26 August 2013.

Mohanty, B.B. 2001. "Land Distribution among Scheduled Castes and Tribes." *Economic & Political Weekly,* 6 October: 1357–68.

Mukherjee, Aditya, Mridula Mukherjee and Sucheta Mahajan. 2008. *RSS School Texts and the Murder of Mahatma Gandhi: The Hindu Communal Project.* New Delhi: Sage.

Muktabai (Salve). 1855/1991. "Mang Maharachya Dukhavisayi." Tr. Maya Pandit, "About the Griefs of the Mangs and Mahars." In *Women Writing in India: 600 B.C. to the Present.* Ed. Susie Tharu and K. Lalita, 214–16. New Delhi: Oxford University Press.

Murthy, Srinivasa. 1987. *Mahatma Gandhi and Leo Tolstoy: Letters.* Long Beach: Long Beach Publications.

Nagaraj. D.R. 2010. *The Flaming Feet and Other Essays: The Dalit Movement in India.* Ranikhet: Permanent Black.

Nambissan, Geetha B. 2002. "Equality in Education: The Schooling of Dalit Children in India." In *Dalits and the State.* Ed. Ghanshyam Shah, 79–128. New Delhi: Concept.

Namboodiripad, E.M.S. 1986. *History of the Indian Freedom Struggle.* Trivandrum: Social Scientist Press.

Nandy, Ashis. 1983. *Intimate Enemy: Loss and Recovery of Self under Colonialism.* New Delhi: Oxford University Press.

Natarajan, Balmurli. 2007. "Misrepresenting Caste and Race." *Seminar,* April.

———. and Paul Greenough, ed. 2009. *Against Stigma: Studies in Caste, Race and Justice Since Durban.* Hyderabad: Orient Blackswan.

National Commission for Scheduled Castes and Scheduled Tribes. 1998. *Fourth Report.* New Delhi: NCSCST.

National Crime Records Bureau. 2012. *Crime in India 2011: Statistics.* New Delhi: NCRB, Ministry of Home Affairs.

Nauriya, Anil. 2006. "Gandhi's Little-Known Critique of Varna." *Economic & Political Weekly,* 13 May: 1835–8.

Navaria, Ajay. 2013. *Unclaimed Terrain.* Tr. Laura Brueck. New Delhi: Navayana.

Navsarjan Trust and Robert F. Kennedy Center for Justice & Human Rights. N.d. *Understanding Untouchability: A Comprehensive Study of Practices and Conditions in 1589 Villages.* http://navsarjan.org/Documents/Untouchability_Report_FINAL_Complete.pdf. Accessed 12 September 2013.

Omvedt, Gail. 1994. *Dalits and the Democratic Revolution: Dr Ambedkar and the Dalit Movement in Colonial India.* New Delhi: Sage.

———. 2003. *Buddhism in India: Challenging Brahmanism and Caste.* New Delhi: Sage.

———. 2004. *Ambedkar: Towards an Enlightened India.* New Delhi: Penguin.

———. 2008. *Seeking Begumpura: The Social Vision of Anticaste Intellectuals.* New Delhi: Navayana.

Parel, Anthony, ed. 1997. *'Hind Swaraj' and Other Writings.* Cambridge: Cambridge University Press.

Patel, Sujata. 1988. "Construction and Reconstruction of Women in Gandhi." *Economic & Political Weekly,* 20 February: 377–87.

Patwardhan, Anand. 2011. *Jai Bhim Comrade.* DVD, documentary film.

Phadke, Y.D. 1993. *Senapati Bapat: Portrait of a Revolutionary.* New Delhi: National Book Trust.

Prashad, Vijay. 1996. "The Untouchable Question." *Economic & Political Weekly,* 2 March: 551–9.

———. 2001. *Untouchable Freedom: A Social History of a Dalit Community.* New Delhi: Oxford University Press.

Pyarelal. 1932. *The Epic Fast.* Ahmedabad: Navajivan.

Raman, Anuradha. 2010. "Standard Deviation." *Outlook,* 26 April.

Ramaswamy, Gita. 2005. *India Stinking: Manual Scavengers in Andhra Pradesh and Their Work.* Chennai: Navayana.

Ravikumar. 2009. *Venomous Touch: Notes on Caste, Culture and Politics.* Calcutta: Samya.

Rege, Sharmila. 2013. *Against the Madness of Manu: B.R. Ambedkar's Writings on Brahmanical Patriarchy.* New Delhi: Navayana.

Renold, Leah. 1994. "Gandhi: Patron Saint of the Industrialist." *Sagar: South Asia Graduate Research Journal* 1 (1): 16–38.

Sainath, P. 2013a. "Over 2,000 Fewer Farmers Every Day." *The Hindu,* 2 May.

———. 2013b. "Farmers' Suicide Rates Soar Above the Rest." *The Hindu,* 18 May.

———. 1999a. "One People, Many Identities." *The Hindu,* 31 January.

———. 1999b. "After Meenakshipuram: Caste, Not Cash, Led to Conversions." *The Hindu,* 7 February.

Santhosh S. and Joshil K. Abraham. 2010. "Caste Injustice in Jawaharlal Nehru University." *Economic & Political Weekly,* 26 June: 27–9.

Satyanarayana, K. and Susie Tharu, ed. 2013. *The Exercise of Freedom: An Introduction to Dalit Writing.* New Delhi: Navayana.

Savarkar, V.D. 1923. *Hindutva.* Nagpur: V.V. Kelkar.

Sen, Dwaipayan. 2010. "A Politics Subsumed." *Himal,* April.

Singh, G.B. 2004. *Gandhi: Behind the Mask of Divinity.* New York: Prometheus Books.

Singh, Khushwant. 1990. "Brahmin Power." *Sunday,* 29 December.

Singh, Patwant. 1999. *The Sikhs.* London: John Murray/New Delhi: Rupa.

Skaria, Ajay. 2006. "Only One Word, Properly Altered: Gandhi and the Question of the Prostitute." *Economic & Political Weekly,* 9 December: 5065–72.

Swan, Maureen. 1984. "The 1913 Natal Indian Strike." *Journal of Southern African Studies,* 10 (2): 239–58.

———. 1985. *Gandhi: The South African Experience.* Johannesburg: Ravan Press.

Tagore, Rabindranath. 2007. *The English Writings of Rabindranath Tagore, Vol 2: Poems.* New Delhi: Atlantic.

Teltumbde, Anand. 2005. *Anti-Imperialism and Annihilation of Castes.* Thane: Ramai Prakashan.

———. 2010a. *The Persistence of Caste: The Khairlanji Murders and India's Hidden Apartheid.* New Delhi: Navayana/London: Zed Books.

———. 2010b. "Dangerous Sedative". Himal, April. http://www.himalmag.com/component/content/article/132-.html. Accessed 20 August 2013.

———. 2012. "It's Not Red vs. Blue." Outlook, 20 August. http://www.outlookindia.com/article.aspx?281944. Accessed 22 August 2013.

——— and Shoma Sen, ed. 2012a. *Scripting the Change: Selected Writings of Anuradha Ghandy.* New Delhi: Danish Books.

———. 2013. *"Aerocasteics* of Rahul Gandhi." *Economic & Political Weekly:* 2 November: 10–11.

Tharu, Susie and K. Lalita, ed. 1997. *Women Writing in India, Vol. 1: 600 B.C. to the Early Twentieth Century.* New Delhi: Oxford University Press. (Orig. publ. 1991.)

Thorat, S.K. and Umakant, ed. 2004. *Caste, Race, and Discrimination: Discourses in International Context.* New Delhi: Rawat.

———. 2009. *Dalits in India: Search for a Common Destiny.* New Delhi: Sage.

Tidrick, Kathryn. 2006. *Gandhi: A Political and Spiritual Life.* London: I.B. Tauris.

Valmiki, Omprakash. 2003. *Joothan: A Dalit's Life.* Calcutta: Samya.

Vanita, Ruth. 2002. "Whatever Happened to the Hindu Left?" *Seminar,* April.

Viswanathan, S. 2005. *Dalits in Dravidian Land: Frontline Reports on Anti-Dalit Violence in Tamil Nadu (1995–2004).* Chennai: Navayana.

Viswanath, Rupa. 2012. "A Textbook Case of Exclusion." *The Indian Express,* 20 July.

———. 2014 (forthcoming). *The Pariah Problem: Caste, Religion, and the Social in Modern India.* New York: Columbia University Press/New Delhi: Navayana.

Vyam, Durgabai, Subhash Vyam, Srividya Natarajan and S. Anand. 2011. *Bhimayana: Experiences of Untouchability.* New Delhi: Navayana.

Weiss, Gordon. 2011. *The Cage: The Fight for Sri Lanka and the Last Days of the Tamil Tigers.* London: The Bodley Head.

Wolpert, Stanley. 1993. *A New History of India.* New York: Oxford University Press. (Orig. Publ. 1973.)

Zelliot, Eleanor. 2013. *Ambedkar's World: The Making of Babasaheb and the Dalit Movement.* New Delhi: Navayana.

Zinn, Howard and Anthony Arnove. 2004. *Voices of a People's History of the United States.* New York: Seven Stories Press.

Annihilation of Caste

Ahmad, Imtiaz. 1978. *Caste and Social Stratification Among Muslims in India*. Delhi: Manohar.

Aloysius, G. 1997. *Nationalism Without a Nation in India*. New Delhi: Oxford University Press.

———. 2004. Introd. to Swami Dharmateertha, *No Freedom with Caste: The Menace of Hindu Imperialism*. New Delhi: Media House. (Orig. publ. Krishnanagar, Lahore: Happy Home Publication, 1941.)

Ambedkar, B.R. 1979. "Castes in India: Their Mechanism, Genesis and Development." *Indian Antiquary* 41: 81–95. Repr. BAWS, vol. 1, 5–22. Mumbai: Education Department, Government of Maharashtra. (Orig. publ. 1917.)

———. 1987a. "Krishna and His Gita." In BAWS, vol. 3, 375–80. Bombay: Education Department, Government of Maharashtra.

———. 1987b. "Revolution and Counter-Revolution in Ancient India." In BAWS, vol. 3. Bombay: Education Department, Government of Maharashtra.

———. 1987c. "Philosophy of Hinduism." In BAWS, vol. 3, 1–92. Bombay: Education Department, Government of Maharashtra.

———. 1989a. "Essays on Untouchables and Untouchability." In BAWS, vol. 5, Bombay: Education Department, Government of Maharashtra.

———. 1989b. "Untouchables or the Children of India's Ghetto." In BAWS, vol. 5. Bombay: Education Department, Government of Maharashtra.

———. 1990. *The Untouchables: Who Were They and Why They Became Untouchable*. In BAWS, vol. 7. Bombay: Education Department, Government of Maharashtra. (Orig. publ. 1948.)

———. 1991. *What Congress and Gandhi Have Done to the Untouchables*. In BAWS, vol. 9. Bombay: Education Department, Government of Maharashtra. (Orig. publ. 1945.)

———. 1992. "Dr Ambedkar's Speech at Mahad [1927]." In *Poisoned Bread: Translations from Modern Marathi Dalit Literature*. Ed. Arjun Dangle, 223–33. Hyderabad: Orient Longman.

———. 2010. "Capitalism, Labour and Brahminism." Speech delivered 12–13 February 1938. In *Thus Spoke Ambedkar, Vol. 1: A Stake in the Nation*. Ed. Bhagwan Das, 49–68. New Delhi: Navayana.

Anand, S. 2008. "Despite Parliamentary Democracy." *Himal,* August. http://www.himalmag.com/component/content/article/838-despite-parliamentary-democracy.html. Accessed 20 July 2013.

———. 2010. "Equalisation to Annihilation—and Beyond." *Himal,* April. http://www.himalmag.com/component/content/article/53/118-equalisation-to-annihilation-and-beyond.html. Accessed 10 March 2013.

Anjum, Tanvir. 2011. *From Restrained Indifference to Calculated Defiance: Chishti Sufis in the Sultanate of Delhi (1190–1400).* New Delhi: Oxford University Press.

Ansari, Khalid Anis. 2013. "Muslims that 'Minority Politics' Left Behind." *The Hindu,* 17 June. http://www.thehindu.com/opinion/lead/muslims-that-minority-politics-left-behind/article4820565.ece. Accessed 20 April 2013.

Anwar, Ali. 2005. Masawat ki Jung [Battle for equality]. New Delhi: Indian Social Institute.

Armstrong, Karen. 2000. *Islam: A Short History.* New York: Random House.

Bachchan, Harivansh Rai. 1998. *In the Afternoon of Time: An Autobiography.* New Delhi: Penguin.

Ballhatchet, Kenneth. 1998. *Caste, Class and Catholicism in India: 1789–1914.* Cornwall: Curzon Press.

Bapu, Prabhu. 2013. *Hindu Mahasabha in Colonial North India, 1915–1930: Constructing Nation and History.* Oxon: Routledge.

Bartley, C.J. 2002. *The Theology of Ramanuja: Realism and Religion.* London: Routledge.

Baruah, Sanjib. 2007. *Durable Disorder: Understanding the Politics of Northeast India.* New Delhi: Oxford University Press.

Bateson, William. 1909. *Mendel's Principles of Heredity.* Cambridge: Cambridge University Press.

Baxi, Upendra. 1979. *Political Reservations for the Scheduled Castes: B.R. Ambedkar Memorial Lecture.* Madras: University of Madras.

———. 1995. "Emancipation as Justice: Babasaheb Ambedkar's Legacy and Vision." In *Crisis and Change in Contemporary India.* Ed. Upendra Baxi and Bhikhu Parekh, 122–49. New Delhi: Sage.

Bayly, Susan. 1999. *Caste, Society and Politics in India: From the Eighteenth Century to Modern India.* Cambridge: Cambridge University Press.

Bendrey, V.S. 1960. *Coronation of Sivaji the Great.* Bombay: PPH Bookstall.

Benson, James, ed. 2010. *Mahadeva Vedantin: Mimamsanyayasamgraha: A Compendium of the Principles of Mimamsa.* Wiesbaden: Harrassowitz Verlag.

Bhagwan, Har (Sethi). 1974. "Experiences of a Worker". *The Atheist* 6, March–April. Vijayawada: Atheist Centre.

Bhai Parmanand. 2003. *The Story of My Life.* Tr.N. Sundra Iyer and Lal Chand. Lahore: The Central Hindu Yuvak Sabha. Repr. New Delhi: Ocean Books. (Orig. publ. 1934.)

Bhandarkar, D.R. 1911. "Foreign Elements in the Hindu Population." *Indian Antiquary* 40: 7–37.

Blavatsky, H.P. 1892/2010. *From the Caves and Jungles of Hindostan.* Gloucester: Dodo Press.

Brailsford, Henry Noel. 1931. *Rebel India.* London: Leonard Stein and Victor Gollancz.

———. 1936. "Morality and the Social Structure". *Aryan Path,* April: 166–9.

Brasted, Howard. 1980. "Indian Nationalist Development and the Influence of Irish Home Rule, 1870–1886." *Modern Asian Studies* 14 (1): 37–63.

Brockington, J.L. 1996. *The Sacred Thread: A Short History of Hinduism.* Edinburgh: Edinburgh University Press.

Bühler, George. 1886. *The Laws of Manu.* Sacred Books of the East 25. Oxford: Clarendon Press. Repr. 2004. New Delhi: Cosmo.

———. 1898. *The Sacred Laws of the Aryas: As Taught in the Schools of Apastamba, Gautama, Vasishtha and Baudhayana.* New York: The Christian Literature Company. (Orig. publ. 1879.)

Burke, Edmund. 2001. *Reflections on the Revolution in France: A Critical Edition.* Ed. J.C.D. Clark. Stanford: Stanford University Press. (Orig. publ. 1790.)

Burra, Neera. 1986. "Was Ambedkar Just a Leader of the Mahars?" *Economic & Political Weekly,* 15 March: 429–31.

Carlyle, Thomas. 1831. *Sartor Resartus: The Life and Opinions of Herr Teufelsdrockh.* http://archive.org/details/sartor00-resartuslicarlrich. Accessed 20 June 2013.

———. 1840. On Heroes, *Hero-Worship and the Heroic in History.* London: Chapman and Hall. http://www.gutenberg.org/files/1091/1091-h/1091-h.htm. Accessed 20 June 2013.

Carver, Thomas Nixon. 1915. *"What is Justice?" Essays in Social Justice.* Cambridge: Harvard University Press. http://archive.org/details/essaysinsocialju00carv. Accessed 12 May 2013.

Census of India. 1961. Volume 11, Part 6, Issue 14. New Delhi: Office of the Registrar General.

Chakravarti, Uma. 1995. "Wifehood, Widowhood, and Adultery: Female Sexuality, Surveillance, and the State in Eighteenth-Century Maharashtra." *Contributions to Indian Sociology,* n.s., 29 (1–2): 3–21.

———. 2000. *Rewriting History: Life and Times of Pandita Ramabai.* New Delhi: Kali for Women.

Chandra, Uday. 2013. "Liberalism and Its Other: The Politics of Primitivism in Colonial and Postcolonial Indian Law." *Law & Society Review* 47 (1): 135–68.

Charsley, Simon. 1996. "'Untouchable': What is in a Name?" *The Journal of the Royal Anthropological Institute* 2 (1): 1–23.

Chomsky, Noam. 2003. On Dewey. http://www.american-philosophy.org/Chomsky_on_Dewey_transcript_2003.html.

———. 2013. "Can Civilization Survive Capitalism?" AlterNet. http://www.alternet.org/noam-chomsky-can-civilization-survive-capitalism.

Clooney, Francis, S.J. 1990. *Thinking Ritually: Rediscovering the Purva Mimamsa of Jaimini*. Vienna: Publications of the de Nobili Research Library.

Dalal, Chandulal Bhagubhai. 2007. *Harilal Gandhi: A Life*. Ed. and tr. Tridip Suhrud. Hyderabad: Orient Blackswan.

Dangle, Arjun, ed. 1992. *Poisoned Bread: Translations from Modern Marathi Dalit Literature*. Hyderabad: Orient Longman.

Das, Bhagwan. 2010a. *In Pursuit of Ambedkar: A Memoir*. New Delhi: Navayana.

———., ed. 2010b. *Thus Spoke Ambedkar, Vol.1: A Stake in the Nation*. New Delhi: Navayana.

Debroy, Bibek, tr. 2005. *The Bhagavad Gita*. New Delhi: Penguin.

Deshpande, G.P., ed. 2002 *Selected Writings of Jotirao Phule*. New Delhi: LeftWord.

Dewey, John. 1916. *Democracy and Education: An Introduction to the Philosophy of Education*. Repr. New York: Macmillan, 1958. Indian ed. Aakar Books. New Delhi: 2004. Available online: Electronic Text Center, University of Virginia Library: http://etext.lib.virginia.edu/toc/modeng/public/DewDemo.html. Accessed 15 March 2013.

———. 1922. "The Nature of Principles." *In Human Nature and Conduct: An Introduction to Social Psychology*, 238–47. New York: Modern Library.

Dharmateertha, Swami. 1941. *The Menace of Hindu Imperialism*. Krishnanagar, Lahore: Happy Home Publication. New edition: *No Freedom with Caste: The Menace of Hindu Imperialism*. Ed. and introd. by G. Aloysius. New Delhi: Media House, 2004.

Dicey, Albert Venn. 1885. *Introduction to the Study of the Law of the Constitution*. London: Macmillan.

Dirks, Nicholas B. 2001. *Castes of Mind: Colonialism and the Making of Modern India*. New Delhi: Permanent Black.

Doniger, Wendy, ed. 1993. *Purana Perennis: Reciprocity and Transformation in Hindu and Jaina Texts*. New York: SUNY Press.

——— and Brian K. Smith. Tr. 1991. *The Laws of Manu*. New Delhi: Penguin Books.

D'Souza, Dilip. 2001. *Branded by Law: Looking at India's Denotified Tribes*. New Delhi: Penguin.

Dutt, R.C. 1980. *Socialism of Jawaharlal Nehru*. New Delhi: Abhinav.

Eames, S. Morris. 1969. "Introduction." *The Early Works of John Dewey, 1882–1898: Essays and Outlines of a Critical Theory of Ethics, 1889–1892*, vol. 3. Carbondale: Southern Illinois University Press.

Eaton, Richard M. 2005. "Tarabai (1675–1761): The Rise of Brahmins in Politics." In A Social History of the Deccan, 1300–1761: *Eight Indian Lives*, 177–201. The New Cambridge History of India 8. Cambridge: Cambridge University Press.

Falahi, Masood Alam. 2007. *Hindustan mein zaat-paat aur Musalman* [Casteism in India and Muslims]. New Delhi: Al Qazi Publishers.

Figueira, Dorothy. 2002. *Aryans, Jews, Brahmins: Theorizing Authority through Myths of Identity*. New York: SUNY Press.

Fontenrose, Joseph. 1978. *The Delphic Oracle: Its Responses and Operations, with a Catalogue of Responses*. Berkeley: University of California Press.

Fuller, C.J. "Caste." 2003. In *The Oxford India Companion to Sociology and Social Anthropology*. Ed. Veena Das, 477–501. Oxford: Oxford University Press.

Fürer Haimendorf, Christoph von. 1982. *Tribes of India: The Struggle for Survival*. Berkley: University of California Press.

Gaekwad, Fatehsinhrao. 1989. *Sayajirao of Baroda: The Prince and the Man*. Bombay: Popular Prakashan.

Gandhi, M.K. 1925. "Varnashrama and Untouchability." *Young India*, 3 August.

———. 1920. "Caste versus Class." *Young India*, 29 December. Repr. CWMG, vol. 22, 154–5.

———. 1931. *Mahatma Gandhi: His Own Story*. Ed. C.F. Andrews. New York: Macmillan.

———. 1997. *Hind Swaraj and Other Writings of M.K. Gandhi*. Ed. and annotated by Anthony Parel. Cambridge: Cambridge University Press.

———. 1999. *The Collected Works of Mahatma Gandhi* (Electronic Book). 98 volumes. New Delhi: Publications Division, Government of India.

Gandhi, Rajmohan. 2007. *Gandhi: The Man, His People, and the Empire*. New Delhi: Penguin.

Ghurye, Govind Sadashiv. 1969. *Caste and Race in India*. New Delhi: Popular Prakashan.

Giddings, Franklin H. 2004. *The Principles of Sociology*. New Delhi: Cosmo. (Orig. publ. 1896.)

Gramsci, Antonio. 1971. *Selections from Prison Notebooks*. New York: International Publishers.

Halbfass, Wilhelm. 1990. *Tradition and Reflection: Explorations in Indian Thought*. New York: SUNY Press.

Hansen, Thomas Blom. 1999. *The Saffron Wave Democracy and Hindu Nationalism in Modern India*. New Jersey: Princeton University Press.

Hardiman, David. 2004. *Gandhi: In His Time and Ours: The Global Legacy of His Ideas*. New York: Columbia University Press.

Harvey, R.D. 1995. "Pioneers of Genetics: A Comparison of the Attitudes of William Bateson and Erwin Baur to Eugenics." *Notes and Records of the Royal Society of London 49* (1): 105–17.

Hassan, Syed Sirajul. 1920. *The Castes and Tribes of H.E.H. the Nizam's Dominions: Vol. 1*. Bombay: The Times Press.

Hawley, John Stratton. 2005. *Three Bhakti Voices: Mirabai, Surdas, and Kabir in Their Time and Ours*. New Delhi: Oxford University Press.

Hess, Linda and Shukdeo Singh. 2002. *The Bijak of Kabir*. New Delhi: Oxford University Press.

——. 2009. *Singing Emptiness: Kumar Gandharva Performs the Poetry of Kabir*. Calcutta: Seagull Books.

Holt, Mara. 1994. "Dewey and the 'Cult of Efficiency': Competing Ideologies in Collaborative Pedagogies of the 1920s." *Journal of Advanced Composition* 14 (1): 73–92.

Jackson, Alvin. 2003. *Home Rule: An Irish History, 1800–2000*. Oxford: Oxford University Press.

Jaffrelot, Christophe. 1995. "The Genesis and Development of Hindu Nationalism in the Punjab: From the Arya Samaj to the Hindu Sabha (1875–1990)." *The Indo–British Review* 21 (1): 3–39.

——. 1999a. "Militant Hindus and the Conversion Issue (1885–1990): From Shuddhi to Dharm Parivartan: The Politicization and the Diffusion of an 'Invention of Tradition'." In *The Resources of History: Tradition and Narration in South Asia*. Ed. J. Assayag. 127–52. Paris: EFEO.

——. 1999b. *The Hindu Nationalist Movement and Indian Politics, 1925 to the 1990s: Strategies of Identity-building, Implantation and Mobilization*. New Delhi: Penguin.

——. 2005. *Dr Ambedkar and Untouchability: Analysing and Fighting Caste*. New Delhi: Permanent Black.

——. 2010. *Religion, Caste, and Politics in India*. New Delhi: Primus Books.

Jalal, Ayesha. 1985. *The Sole Spokesman: Jinnah, the Muslim League and the Demand for Pakistan*. Cambridge: Cambridge University Press.

Jha, Ganganatha. 1942. *The Purva-Mimamsa Sutras of Jaimini: With an Original Commentary in English*. Banaras: Banaras Hindu University.

Johnson, Gordon. 2005. *Provincial Politics and Indian Nationalism: Bombay and the Indian National Congress*. Cambridge: Cambridge University Press.

Jolly, Julius. 1889. *The Minor Lawbooks: Narada and Brihaspati*. Sacred Texts of the East, vol. 33. Oxford: Clarendon Press. http://www.sacred-texts.com/hin/sbe33/index.htm. Accessed 1 March 2013.

Jones, Kenneth W. 2006. *Arya Dharm: Hindu Consciousness in 19th Century Punjab.* Delhi: Manohar. (Orig. publ. 1976.)

Jones, William. 1796. *Institutes of Hindu law, or, The Ordinances of Menu.* Calcutta: Government; London: J. Sewell, Cornhill; and J. Debrett.

Juergensmeyer, Mark. 2009. *Religious Rebels in the Punjab: The Ad Dharm Challenge to Caste.* New Delhi: Navayana. (Orig. publ. 1982.)

Kak, Sanjay. 1997. *One Weapon.* DVD, documentary film.

Karlsson, Bengt G. 2011. *Unruly Hills: Nature and Nation in India's Northeast.* New Delhi: Social Sciences Press.

Keer, Dhananjay. 1990. *Dr Ambedkar: Life and Mission.* Bombay: Popular Prakashan. (Orig. publ. 1954.)

Kela, Shashank. 2012. A Rogue and Peasant Slave: Adivasi Resistance 1800–2000. New Delhi: Navayana.

Ketkar, S.V. 1998. *History of Caste in India.* New Delhi: Low Price Publications. (Orig. publ. 1909.)

Khan, Shafa'at Ahmad. 1937. *The Indian Federation: An Exposition and Critical Review.* London: Macmillan.

Klaus K. Klostermaier, 2007. *A Survey of Hinduism.* New York: SUNY Press.

Knoll, Michael. 2009. "From Kidd to Dewey: The Origin and Meaning of 'Social Efficiency'." *Journal of Curriculum Studies* 41 (3): 361–91.

Kopf, David. 1979. *The Brahmo Samaj and the Shaping of the Modern Indian Mind.* Princeton, N.J.: Princeton University Press.

Kosambi, D.D. 1962. *Myth and Reality: Studies in the Formation of Indian Culture.* Bombay: Popular Prakashan.

Krishan, Gopal. 2004. "Demography of the Punjab (1849–1947)." *Journal of Punjab Studies* 11(1): 77–89.

Kshirsagar, R.K. 1994. *Dalit Movement in India and its Leaders, 1857–1956.* New Delhi: MD Publications.

Kumar, Aishwary. 2010. "Ambedkar's Inheritances." *Modern Intellectual History* 7 (2): 391–415.

———. 2014 (forthcoming). *Equality at War: Ambedkar, Gandhi, and the Antinomies of Democracy.* Stanford: Stanford University Press.

Kumar, Krishna. 1989. "Colonial Citizen as an Educational Ideal." *Economic & Political Weekly,* 28 January: 45–51.

Kumar, Ravinder. 1985. "Ambedkar, Gandhi and the Poona Pact." *South Asia: Journal of South Asian Studies,* 8 (1–2): 87–101.

Laine, James. 2003. *Shivaji: Hindu King in Islamic India.* New Delhi: Oxford University Press.

Lassalle, Ferdinand. 1862 "On the Essence of Constitutions." Speech delivered on 16 April. Berlin. Repr. *Fourth International* 3 (1), January 1942: 25–31. http://www.marxists.org/history/etol/newspape/fi/vol03/no01/lassalle.htm. Accessed 16 February 2013.

Lele, Jayant, ed. 1981. Tradition and Modernity in Bhakti Movements. Leideon: E.J. Brill.

Lelyveld, Joseph. 2011. Great Soul: Mahatma Gandhi and His Struggle With India. New York: Alfred A. Knopf.

Livy. 2006. *The History of Rome: Books 1–5*. Tr. Valerie Warrior. Indianapolis: Hackett Publishing Company, Inc.

Lochtefeld, James. 2002. *The Illustrated Encyclopedia of Hinduism*, vol 1. New York: Rosen Publishing Group.

Lorenzen, David N. 2006. "Who Invented Hinduism?" *In Who Invented Hinduism: Essays on Religion in History,* 1–36. New Delhi: Yoda Press.

Louis, Prakash. 2003. *The Political Sociology of Dalit Assertion*. New Delhi: Gyan Publishing.

Lucas, Scott. 2004. Constructive Critics, Hadith Literature, and the Articulation of Sunni Islam: The Legacy of the Generation of Ibn Seed, Ibn Main, and Ibn Hanbal. Leiden: Brill. Majumdar, Janaki Agnes Penelope. 2003. Family History. Ed. Antoinette Burton. New Delhi: Oxford University Press.

Marcuse, Herbert. 1991. *One-Dimensional Man: Studies in the Ideology of Advanced Industrial Society*. Massachusetts: Beacon Press. (Orig. publ. 1964.)

Marx, Karl, 1865. "Letter to Ludwig Kugelman." 23 February. Marx & Engels Internet Archive. http://www.marxists.org/archive/marx/works/1865/letters/65_02_23.htm. Accessed 16 February 2013.

Marx, Karl, and Friedrich Engels. 2004. *The Communist Manifesto*. London: Penguin. (Orig. publ. 1848.)

McLane, John R. 1988. "The Early Congress, Hindu Populism, and the Wider Society." In *Congress and Indian Nationalism: The Pre-Independence Phase*. Ed. Richard Sisson and Stanley A. Wolpert. California: University of Berkeley Press.

Michaels, Axel. 2005. *Hinduism: Past and Present*. New Delhi: Orient Longman.

Mill, John Stuart. 1984. "A Few Words on Non-Intervention." In *The Collected Works of John Stuart Mill,* vol. 21. Toronto: The University of Toronto Press. (Orig. publ. 1859.) http://oll.libertyfund.org/?option=com_staticxt&staticfile=show.php%3Ftitle=255&chapter=21666&layout=html&Itemid=27. Accessed 18 March 2013.

———. 2004. *Considerations on Representative Government*. Online publ. Pennsylvania: The Pennsylvania State University. (Orig. publ. 1861.) http://www2.hn.psu.edu/faculty/jmanis/jsmill/considerations.pdf. Accessed 20 March 2013.

Monius, Anne. 2009. Imagining a Place for Buddhism. Literary Culture and Religious Community in Tamil-Speaking South India. New Delhi: Navayana.

Morris, William. 1888. *A Dream of John Ball.* http://morrisedition.lib.uiowa.edu/dream1888text.html. Accessed 20 March 2013.

Mosse, David. 2012. *The Saint in the Banyan Tree: Christianity and Caste Society in India.* Berkeley: University of California Press.

Mukherjee, Arun P. 2009. "B.R. Ambedkar, John Dewey, and the Meaning of Democracy." *New Literary History* 40 (2): 345–70.

Naregal, Veena. 2001. *Language Politics, Elites, and the Public Sphere: Western India Under Colonialism.* New Delhi: Permanent Black.

Nauriya, Anil, 2006. "Gandhi's Little-Known Critique of Varna." *Economic & Political Weekly,* 13 May: 1835–8.

———. 2012. "Gandhi and Some Contemporary African Leaders from KwaZulu-Natal." *Natalia* 42: 45–64.

Naval, T.R. 2004. Legally Combating Atrocities on Scheduled Castes and Scheduled Tribes. New Delhi: Concept Publishing Company.

O'Brien, John A. 1947. *Truths Men Live By: A Philosophy of Religions and Life.* New York: Macmillan.

O'Day, Alan. 1998. *Irish Home Rule, 1867–1921.* Manchester: Manchester University Press.

O'Hanlon, Rosalind. 2002. *Caste, Conflict and Ideology: Mahatma Jotirao Phule and Low-Caste Protest in Nineteenth-Century Western India.* Cambridge: Cambridge University Press.

———. 2010a. "Letters Home: Banaras Pandits and the Maratha Regions in Early Modern India". *Modern Asian Studies* 44 (2): 201–40.

———. 2010b. "The Social Worth of Scribes: Brahmins, Kayasthas and the Social Order in Early Modern India." *Indian Economic Social History Review* 47 (4): 563–96.

Olivelle, Patrick. 2005. *Manu's Code of Law: A Critical Edition and Translation of the Manava-Dharmasastra.* New York: Oxford University Press.

———. 2008. Collected Essays *1—Language, Texts and Society: Explorations in Ancient Indian Culture and Religion.* Florence: University of Florence Press.

Omvedt, Gail. 1976. *Cultural Revolt in a Colonial Society: The Non-Brahman Movement in Western India,* 1873–1930. Bombay: Scientific Socialist Education Trust.

———. 1994. *Dalits and the Democratic Revolution: Dr Ambedkar and the Dalit Movement in Colonial India.* New Delhi: Sage.

———. 2003. *Buddhism in India: Challenging Brahmanism and Caste.* New Delhi: Sage.

———. 2004. *Ambedkar: Towards an Enlightened India.* New Delhi: Penguin.

———. 2008. *Seeking Begumpura: The Social Vision of Anticaste Intellectuals.* New Delhi: Navayana.

Oommen, T.K. 2005. *Crisis and Contention in Indian Society.* New Delhi: Sage.

Oppenheim, Lassa Francis. 1905. *International Law: A Treatise,* vol. 2. London: Longmans Green and Co.

Pandit, Nalini. 1992. "Ambedkar and the Bhagwat Gita." *Economic & Political Weekly,* 16 May: 1063–5.

Pappas, Gregory Fernando. 2008. *John Dewey's Ethics: Democracy as Experience.* Bloomington: Indiana University Press.

Parel, Anthony, ed. 2000. *Gandhi, Freedom, and Self-Rule.* Oxford: Lexington.

———. Parel, Anthony, ed. 1997. 'Hind Swaraj' and Other Writings. Cambridge: Cambridge University Press.

Parpola, Asko. 1981. "On the Formation of the Mimamsa and the Problems concerning Jaimini, With Particular Reference to the Teacher Quotations and the Vedic Schools, Part 1." *Wiener Zeitschrift für die Kunde Südasiens* 25: 145–9.

Prashad, Vijay. 1996. "The Untouchable Question." *Economic & Political Weekly,* 2 March: 551–9.

———. 2001. *Untouchable Freedom: A Social History of a Dalit Community.* New Delhi: Oxford University Press.

Puri, Harish K. 2003. "Scheduled Castes in Sikh Community: A Historical Perspective." *Economic & Political Weekly,* 4 July: 2693–701.

Pyarelal. 1932. *The Epic Fast.* Ahmedabad: Navajivan.

Radhakrishna, Meena. 2001. *Dishonoured by History: 'Criminal Tribes' and British Colonial Policy.* New Delhi: Orient Longman.

Radhakrishnan, S. 1927. *The Hindu Way of Life.* London: George Allen and Unwin Ltd.

Raghavan, T.C.A. 1983. "Origins and Development of Hindu Mahasabha Ideology: The Call of V.D. Savarkar and Bhai Parmanand." *Economic & Political Weekly* 9 April: 595–600.

Rajah, M.C. 1925. The Oppressed Hindus. Madras: The Huxley Press:

Ramasamy, Anushiya. 2010. "Where Reason is Dazzled and Magic Regins Supreme." In N.D. Rajkumar, Give Us This Day a Feast of Flesh: Poems from Tamil. New Delhi: Navayana.

Ramaswamy, Gita. 2005. "Mohandas Gandhi on Manual Scavenging." Appendix 4. *In India Stinking: Manual Scavengers in Andhra Pradesh and Their Work,* 86–95. Chennai: Navayana.

Rangarajan. L.N., tr. 1992. *Kautilya: The Arthashastra.* New Delhi: Penguin.

Rao, Anupama. 2009. *The Caste Question: Dalits and the Politics of Modern India.* Berkeley: University of California Press.

Rao, Parimala V. n.d. "Educating Women and Non-Brahmins as 'Loss of Nationality': Bal Gangadhar Tilak and the Nationalist Agenda in Maharashtra." CWDS Occasional

Paper. http://www.cwds.ac.in/OCPaper/EducatingWomen-Parimala.pdf. Accessed 30 March 2013.

Rawat, Ramnarayan. 2001. "Partition Politics and Achhut Identity: A Study of the Scheduled Castes Federation and Dalit Politics in UP, 1946–48." In *The Partitions of Memory: The Afterlife of the Division of India.* Ed. Suvir Kaul, 111–39. New Delhi: Permanent Black.

Rege, Sharmila. 2013. *Against the Madness of Manu: B.R. Ambedkar's Writings on Brahmanical Patriarchy.* New Delhi: Navayana.

Renold, Leah. 1994. "Gandhi: Patron Saint of the Industrialist." *Sagar: South Asia Graduate Research Journal* 1 (1): 16–38.

Roy, T.N. 1927. "Hindu Eugenics." *The Journal of Heredity* 18 (2): 67–72.

Rüpke, Jörg, ed. 2007. *A Companion to Roman Religion.* Oxford: Blackwell.

Sant Ram, B.A. 2008 *Mere jivan ke anubhav* [Experiences of my life]. Repr. New Delhi: Gautam Book Centre. (Orig. pub. 1963.)

Sarkar, Sir Jadunath. 1948. *Shivaji and His Times.* Calcutta: S.C. Sarkar and Sons.

Satyanarayana, K. and Susie Tharu, ed. 2013. *The Exercise of Freedom: An Introduction to Dalit Writing.* New Delhi: Navayana.

Schimmel, Annemarie. 1975. *Mystical Dimensions of Islam.* North Carolina: University of North Carolina Press.

Sharma, Jyotirmaya. 2012. *Cosmic Love and Human Apathy: Swami Vivekananda's Restatement of Religion.* New Delhi: HarperCollins.

Shourie, Arun. 1997. *Worshipping False Gods: Ambedkar and the Facts which have been Erased.* New Delhi: ASA Publishers.

Siim, Birte and Monika Mokre. 2013. *Negotiating Gender and Diversity in an Emergent European Public Sphere.* Hampshire: Palgrave Macmillan.

Singleton, Mark. 2007. "Yoga, Eugenics, and Spiritual Darwinism in the Early Twentieth Century." *International Journal of Hindu Studies* 11 (2): 125–46.

Škof, Lenart. 2011. "Pragmatism and Deepened Democracy: Ambedkar Between Dewey and Unger." In *Democratic Culture: Historical and Philosophical Essays.* Ed. Akeel Bilgrami, 122–42. New Delhi: Routledge.

Spencer, Herbert. 1873. The Study of Sociology. London: Henry S. King.

Srinivas, M.N. 1972. *Social Change in Modern India.* Hyderabad: Orient Longman. (Orig. publ. 1966.)

Streets, Heather. 2004. *Martial Races: The Military, Race and Masculinity in British Imperial Culture,* 1857–1914. Manchester: Manchester University Press.

Swaris, Nalin. 2011. *The Buddha's Way to Human Liberation: A Socio-Historical Approach.* New Delhi: Navayana.

Tejani, Shabnum. 2013. "The Necessary Conditions for Democracy: B.R. Ambedkar on Nationalism, Minorities and Pakistan." *Economic & Political Weekly*, 14 December: 111–19.

Tellegen-Couperus, Olga. 1993. *A Short History of Roman Law*. London: Routledge.

Thapar, Romila. 1989. "Syndicated Hindusim." *Hinduism Reconsidered.* Ed. Günther-Dietz Sontheimer and Hermann Kulke, 54–81. Delhi: Manohar.

Tilak, B.G. 1903. *The Arctic Home in the Vedas: Being Also a New Key to the Interpretation of Many Vedic Texts and Legends*. Pune: Tilak Bros.

——. 1935. *The Esoteric Import of the Gita* (Srimad Bhagavad Gita Rahasya). Tr. B.S. Sukthankar. Pune: Tilak Bros.

Tocqueville, Alexis de. Democracy in America. Tr. Henry Reeve. Available online at http://www.gutenberg.org/files/815/815-h/815-h.htm. Accessed 10 September 2013.

Usmani, Salman. 2008. "Shackling Water." *Tehelka*, 26 January.

Viswanathan, Gauri. 1998. *Outside the Fold: Conversion, Modernity, and Belief.* Princeton: Princeton University Press.

Wallace, Peter G. 2004. *The Long European Reformation: Religion, Political Conflict, and the Search for Conformity, 1350–1750*. New York: Palgrave Macmillan.

Woodhouse, A.S.P., ed. 1951. *Puritanism and Liberty, being the Army Debates (1647–9) from the Clarke Manuscripts with Supplementary Documents*. Chicago: University of Chicago Press. http://oll.libertyfund.org/?option=com_staticxt&staticfile=show.php%3Ftitle=2183. Accessed 25 August 2013.

Yadav, Kripal Chandra and Krishan Singh Arya. 1988. *Arya Samaj and the Freedom Movement: 1875–1918*. Delhi: Manohar.

Zelliot, Eleanor. 2013. *Ambedkar's World: The Making of Babasaheb and the Dalit Movement*. New Delhi: Navayana.

—— and Maxine Berntsen, ed. 1998. *The Experience of Hinduism: Essays on Religion in Maharashtra*. New York: SUNY Press.

——. 1970. "Learning the Use of Political Means: The Mahars of Maharashtra." In *Caste in Indian Politics*. Ed. Rajni Kothari, 29–69. New Delhi: Allied.

Zweiniger-Bargielowska, Ina. 2006. "Building a British Superman: Physical Culture in Interwar Britain." *Journal of Contemporary History* 41 (4): 595–610.

நன்றியுரை

அருந்ததி ராய்

இந்த முன்னுரையை எழுத அழைக்கப்பட்ட அரிய வாய்ப்பிற்காக நான் எனது பதிப்பாளரும் நெருங்கிய நண்பருமான சி. ஆனந்திற்கு மிகவும் கடமைப் பட்டுள்ளேன். அவரைவிட நுட்பமான, அர்ப்பணிப்புள்ள அறிவார்ந்த எடிட்டரை நான் வேண்டியிருக்க முடியாது.

கெய்ல் ஓம்வெட், ஷர்மிளா ரெகே, ஆனந்த் டெல்டும்ப்டே, எலினார் ஸெல்லியாட், லியா ரெனால்ட், விஜய் பிரஷாத், காதரின் டிட்ரிக், மற்றும் ரூபா விஷ்வநாத் ஆகியோரது ஆய்வுகள் காந்தி, அம்பேத்கர் குறித்த எனது புரிதலையும் சாதி பற்றிய விவாதங்களின் சிக்கலான வரலாற்றைப் பற்றிய புரிதலையும் மேம்படுத்தின. அவர்களுக்கு நன்றி!

ஜி.பி. சிங்கிற்கு ஒரு சிறப்பு நன்றி – அவரது புத்தகம் காந்தி: புனிதத்தின் முகமூடிக்கு பின்னால், எனக்கு தனது தென்னாப்பிரிக்க ஆண்டுகளின் போது காந்தி எழுதியவற்றின் தொகுப்பாகக் கிடைத்து உதவியது.

'டாக்டரும் புனிதரும்' பனுவலைப் பலர் வாசித்தனர். அவர்களது கருத்துக்கள் எனக்கு மதிப்பு வாய்ந்தவையாக இருந்தன. தாமஸ் ப்லோம் ஹான்சென், சதிஷ் தேஷ்பாண்டே, ஆனந்த் டெல்டும்ப்டே, உமா சக்கரவர்த்தி, தருன் பாரதியா மற்றும் பங்கஜ் மிஷ்ரா ஆகியோருக்கு நன்றி! நேட் ஆரின் மிகக் கூர்மையான வாசிப்பும் அவரது கருத்துக்களும் விமரிசனங்களும் இதை மிக முக்கியமான வகைகளில் எனது பனுவலை உறுதிப்படுத்தியுள்ளன.

தென் ஆப்பிரிக்காவின் குறுக்கும் நெடுக்கும் ஆன எங்களது பல பயணங்களுக்கும், இதன் முதல் பிரதிகளை ஆழ்ந்து உனர்வுபூர்வமாக வாசித்தமைக்கும், தோட்டத் தொழிலாளர்கள் பற்றிய அவரது பதிப்பிக்கப்பட்ட ஆய்வு களுக்கும் தென்னாப்பிரிக்காவில் காந்தி குறித்த அவரது இன்னமும் வெளிவராத ஆய்வுகளுக்கும் நான் எனது நண்பர் அஷ்வின் தேசாய்க்கு நன்றி சொல்கிறேன்.

இப்புத்தகத்தின் அட்டையில் இருக்கும் அம்பேத்கரின் ஓவியத்தை வரைந்த எனது மூத்த நண்பர் கோலக் கண்டுவால் அவர்களுக்கு கடமைப்பட்டிருக்கிறேன்.

படிக்கும்போது அது தன்னுடையது என அவர் அறிந்துகொள்ளப் போகும் அவருடைய ஒரு குறிப்பிற்காக ஜான் க்யுசாக்கிற்கு நன்றி! என்னை கொதிப்படையவைத்து ஒரு திசையில் என்னைச் செலுத்தியதற்காக சயித் நக்விக்கு நன்றி, அந்த பயணமே இக்கட்டுரையின் முக்கிய ஒரு மையக் கருத்தாக ஆகி இருக்கிறது. (அதைப் படிக்கும் போது அவர் சிரிப்பார் என நினைக்கிறேன்.) வெனாமஸ் டச் என்ற அவரது புத்தகத்துக்காகவும் அவருடைய அறிவுச்சீர்மைக்காகவும் நுண் தரிசனங்களுக்காகவும் கடலூரின் ஊடான பயணங்களுக்காகவும் ரவிக்குமாருக்கு நன்றி; ஒரு சிக்கலான கருதுகோளை முன்வைப்பதில் எனக்கு உதவிய ஷோஹினி கோஷுக்கு நன்றி; உருவற்ற அற்புதமான விஷயங்களுக்காக மயங்க் ஆஸ்டென் சூஃபிக்கு நன்றி!

அவர்களை சந்தித்து உரையாடியதன் மூலம் நான் கற்றுக்கொண்ட எல்லாவற்றிற்காகவும் காஞ்சா ஐலய்யாவுக்கும் டாக்டர் மோண்ட்ரு ஃப்ரான்சிஸ் கோபிநாத்துக்கும் நான் நன்றிக் கடன்பட்டுள்ளேன். சில நம்பமுடியாத தடைகளின் ஊடாக இப்புத்தக பயணத்தை வழிநடத்திய எனது நண்பன் பிரவீன் ஆனந்துக்கும் இந்த பனுவலை எடிட் செய்த ஷ்யாமா ஹல்தார் மற்றும் ஆரிஃப் அயாஸ் பர்ரே ஆகியோருக்கும் கடன் பட்டிருக்கிறேன்.

எனது ஏஜெண்டுகள் டேவிட் காட்வின் மற்றும் ஆண்டனி அர்னோவ் ஆகியோரின் தண்மதிக்கும் அறிவார்ந்த ஆலோசனைகளுக்கும் நான் எப்போதுமே கடன் பட்டிருப்பேன்.

பிரதீப் கிரிஷன் எனது மிக முந்தைய மிக எழிலார்ந்த எப்போதைக்குமான எடிட்டர் எனது எழுத்துகளில் இருந்து எனது சினத்தை கோதி எடுக்க எனக்கு உதவினார்.

சஞ்சய் கக் இந்தப் பனுவலின் பலப்பல வரைவுகள் அனைத்தையும் வாசித்தார். அவரது நிதானமான துல்லியத்திற்கும் இதன் வடிவத்தில் முக்கியமான அமைப்பு சார்ந்த ஆலோசனைகளை வழங்கியதற்கும், மிக நுண்ணிய விவரங்களில் அவர் செலுத்தும் கவனத்திற்கும் எப்போதும் எனக்கென நிற்பதற்கும் அவருக்கு நன்றி!

இறுதியாக 'சாதியை அழித்தொழித்தல்' பனுவலை எழுதியதற்காக டாக்டர் பி.ஆர். அம்பேத்கருக்கு நன்றி!

நன்றியுரை

சி. ஆனந்த்

சாதியுடனான எனது போராட்டங்களின் பயணம் எனக்கு தனிப்பட்ட முறையில் தான் தொடங்கியது - சிவப்ரியாவுடனான எனது புது வாழ்க்கை அமைந்த (எப்போதும் எனது எழுத்துக்கள் பற்றிய சரியான சந்தேகங்களோடு இருக்கும் எனது மிகச் சிறந்த எடிட்டர்.) அதே காலகட்டத்தில் தான் நான் காஞ்சா ஐலய்யாவையும் அவரது துவக்க கால எழுத்தான நான் ஏன் இந்து அல்லவையும் கண்டறிந்தேன். *1996*இல் அவர் என்னை அம்பேத்கரிடம் இட்டுச் சென்றார்; ஹைதராபாத் மத்திய பல்கலைக் கழகத்தின் பி ஹாஸ்டலைச் சேர்ந்த தலித் மாணவர்கள் தங்களுடைய தொலைக்காட்சி அறையில் புன்னகையோடு கீழ்நோக்கிக் கொண்டிருக்கும் காந்தியின் தன்னந்தனி புகைப் படத்திற்கு அருகே அம்பேத்கரின் புகைப்படத்தை மாட்டும் சிறு போராட்டத்தின் வெற்றியின் மூலமும் என்னை இதே இடத்திற்கு நகர்த்தினர். சென்னையில், புனித பாண்டியன் மற்றும் ஜெமிமா ஆலிஸ் தலைமையிலான *தலித் முரசு* குழு எனக்கு இடம் அளித்து எனது கருத்துக்களை வளர்த்தெடுத்தனர். *தி தலித்* என்ற குறைந்த காலமே வாழ்ந்த ஒரு பத்திரிகையின் பணியில் நானும் இணைந்துகொள்ள அனுமதித்தனர். அதன்மூலமே நான் மீனா கந்தசாமியை சென்றடைந்தேன் (அவருக்குத் தெரியும் நான் அவருக்கு எவ்வளவு கடன்பட்டிருக்கிறேன் என). பாண்டியனும் ஆலிஸும் எனது உற்சாகத்தை வேடிக்கையாகவும் சில தயக்கங்களுடனுமே பார்த்தனர், ஏனெனில் சாதியை அழித்தொழித்தல் பனுவலில் அம்பேதகர் எச்சரிக்கை செய்திருக்கிறார்: "சமூக சீர்திருத்த விஷயங்களில் ஒரு பிராமணனை புரட்சியாளராக இருக்க எதிர்பார்ப்பது என்பது ஆங்கிலேய பாராளுமன்றத்தை . . . நீல விழிகொண்ட அனைத்து குழந்தைகளையும் கொன்றுவிடச் சட்டமியற்றுமாறு கேட்பதற்கு ஒப்பானது."

ரவிக்குமார் இருக்கிறார் – வார்த்தைகளால் வெளிப்படுத்த முடியாத அளவு கடன்பட்டிருக்கிறேன் நான் அவருக்கு.

எனது ஆற்றல்களை ஒருமுகப்படுத்த அவர் முயன்றார், ஒரு பதிப்பகம் தொடங்கும் ஆலோசனையையும் தந்தார். இணைந்து நாங்கள் இந்த bastard child ஐ உருவாக்கினோம், நவம்பர் 2003இல் எமது முதல் நூலாக 'அம்பேத்கர்: ஆட்டோபயாகிரஃபிகள் நோட்ஸ்' வெளிவந்தது. அதன் விலை நாற்பது ரூபாய். சாதியை அழித்தொழித்தல் நூலின் இப்பதிப்பு அவரில்லாமல் சத்தியமாகியிருக்காது.

*2007*இல் தில்லிக்கு குடிபெயர்ந்த நான் அங்கே முனிர்காவில் அவருடைய அடுக்கக வீட்டில் பகவான் தாஸை சந்தித்தேன். தாஸ் மற்றும் அவருடன் ஜலந்தரைச் சேர்ந்த லஹோரி ராம் பல்லே ஆகிய இருவரும் அம்பேத்கரின் எழுத்துக்களையும் உரைகளையும் தஸ் ஸ்போக் அம்பேத்கர் எனும் தொடர் நூல் வரிசையாக பதிப்பித்த முன்னோடிகள். அவரது வாழ்வும் பணியும் என்னை சாதியை அழித்தொழித்தல் நூலிற்கு அடிக்குறிப்புகளை எழுத உந்தியது. இந்த பதிப்பு என்பதே அவருக்கும் சாதி எதிர்ப்பு ஜோதியை அணையாமல் எரிய காரணமாயிருந்த தலித் இயக்கத்தில் இருக்கும் அவரைப் போன்ற பலருக்குமான காணிக்கையே ஆகும்.

மும்பையின் லோக்வாங்மே க்ரிஹாவின் பிரகாஷ் விஷ்வாஸ்ராவ் என்னை அம்பேத்கர் பற்றிய பல நினைவுப் பொருட்களை சேகரித்து வைத்திருக்கும் ரமேஷ் ஷிண்டேவிடம் அறிமுகப்படுத்தினார். ஷிண்டே மிகுந்த பெருந்தன்மையோடு சாதியை அழித்தொழித்தல் நூலின் *1936*ஆம் ஆண்டு வெளியான முதல் பதிப்பையும் *1937* மற்றும் *1944*ஆம் ஆண்டுகளின் பதிப்புகளை பயன்படுத்திக் கொள்ள தந்து உதவினார். விஷ்வாஸ்ராவுக்கும் ஷிண்டேவுக்கும் எனது வணக்கங்கள்!

இந்தப் பயணத்தில், பல தரப்பட்ட நண்பர்கள் மற்றும் உடன் பணியாற்றுவோரின் தங்கு தடையற்ற உதவியைப் பெறும் அதிர்ஷ்டம் எனக்கு வாய்த்தது. இந்த பட்டியலில் முதலில் இருப்பவர் ஜூலி பெர்க்ஸெல். அடிக்குறிப்பிடும் பணிகள் உச்சத்திலிருந்தபோது அவரைவிட அர்ப்பணிப்புள்ள ஓர் ஆராய்ச்சி உதவியாளரை நான் பெற்றிருக்கவே முடியாது. பகிரப்பட்ட அரசியலினால் உருவான ஓர் அன்பின் வளையத்தின் பகுதிகள் ரூபாவும் நேட்டும். அவர்கள் இருவரும் உண்மையில் இந்த பணியின் இறுதி மற்றும் கடினமான கட்டங்களில் என் கை பற்றி உடன் இருந்தவர்கள்.

அவர்களின் நட்பிற்காகவும் ஆதரவிற்காகவும் நான் உதய் சந்திரா, நிக்கோலஸ் ஜாவுல், ஜோயல் லீ மற்றும் சாரா ஹாட்ஜஸ் ஆகியோருக்கு நன்றி சொல்ல விரும்புகிறேன்; கடந்த ஆறு வருடங்களாக 'நவயானா'வில் பணிகளை இலகுவாக மாற்றிய ராஜீவ் குமார்; அவரைத் தவிர வேறு யாரையும் நான் அணுக முடியாது எனச் சொல்லியதும் மிகக் குறைந்த அவகாசத்தில் பனுவலைத் தொகுக்க சரிபார்க்க வந்த ஷ்யாமா ஹல்தார்; மெய்ப்பு நோக்கிய ரிம்லி பூரோவா; அவர் செய்யும் அனைத்திற்காகவும் – புத்தகத் தயாரிப்பை பார்த்துக் கொள்பவரும் நண்பருமான சஞ்ஜீவ் பல்லிவால்; பலர் கண்களிலும் படாத தொடர்களுக்கும் கருத்துக்களுக்கும் அடிக்குறிப்பிட்ட அவரது அசாதாரணமான உத்வேகத்திற்கும் - இப்பணியின்

இறுதிக் கட்டத்தில் வந்த ஆரிஃப் அயாஸ் பர்ரே; பூனா ஒப்பந்தம் கட்டுரை குறித்த அவரது நிதானமான கருத்துக்களுக்காக சஞ்சய் கக்; அவரது பெருந்தன்மைக்காக டேவிட் காட்வின்; அட்டைப்படத்திற்காக கோலக் கண்டுவால்; அவர்களின் ஆலோசனைகளுக்காக பிரவின் ஆனந்த மற்றும் அவரது குழுவினருக்கு - நன்றி!

இப்புத்தகத்தை மதிப்பாய்வு செய்த சக ஆராய்ச்சியாளர்களுக்கு நன்றி, அவர்களின் மதிப்புரைகளை நாங்கள் குறிப்புகளாக இப்புத்தகத்தில் பயன்படுத்த அனுமதித்தமைக்கும் நன்றி.

'நவயானா' மீது நம்பிக்கை வைத்து எம்முடன் பதிப்பித்த அனைத்து எழுத்தாளர்களுக்கும் மொழிபெயர்ப்பாளர்களுக்கும் நான் நன்றி சொல்ல விரும்புகிறேன். நவயானா தொடர்ந்து நடக்க உதவியவர்கள் இருக்கிறார்கள்: அகிலா சேஷசாயி, ஹோஷங் மெர்சண்ட், ரன்வீர் ஷா, ராம லக்ஷ்மி, நித்திலா பாஸ்கரன், தாரா ப்ரேஸ்-ஜான், அருணா ரத்னம்.

இறுதியாக, அருந்ததி ராய். எனது வேண்டுகோளுக்கிணங்கி பத்தாண்டுகளுக்கு முன்பு 'சாதியை அழித்தொழித்தல்' நூலைப் படித்ததற்கும் மேலும் இப்போது இந்த முன்னுரையை எழுத ஒப்புக் கொண்டதற்கும். எங்களது நட்பிற்கான அடித்தளத்தை அம்பேத்கர் உருவாக்கினார்.

பொருளடைவு

அகிம்சை, 22, 54, 83, 87, 144, 146, 150, 303, 324, 326

அக்பர்: தின் – ஏ – இலாஹி, 321

அசாம், 28, 112, 129, 232

அசோகர் (மௌரியப் பேரரசர்), 257

அச்சுதானந்த ஹரிஹர் (சுவாமி), 54

அச்சுத் (இதழ்), 36

அஞ்சலீனா ஜோலி, 18

அடல் பிஹாரி வாஜ்பாயி, 59

அடால்ப் ஹிட்லர், 59, 65, 150, 222

அணிசாரா நாடுகள் இயக்கம், 26

அதி சூத்திரர், 24, 25, 73

அத் தர்ம இயக்கம், 36, 55, 118, 149

அந்தயஜர், 195

அந்தோனியோ கிராம்ஸி, 331

அமெரிக்க விடுதலைப்போர், 209

அமைதியான எதிர்ப்பு, 70

அம்ரித் பசார் பத்திரிகை, 324

அயர்லாந்து, 206, 207

அயோத்திதாசர், 36

அய்யன்காளி, 36

அரசியல் நிர்ணய சபை, 43, 44, 132

அரோபிந்தோ கோஷ், 311

அராஜகவாதி, 38, 172, 255

அருண் காம்பிளே, 111

அருண் பி. முகர்ஜி, 196

அருண் ஷோரி, 292

அருந்ததியர், 49

அர்த்தசாஸ்திரம், 28, 29

அலெக்சிஸ் டி டாக்குவில்லி, 209

அல் – பிரூனி, 225

அவர்ண சாதிகள், 24, 25

அவர்னோதயா சமதா சங், 181

அவுட்லுக், 140, 141

அறங்காவலர், 87, 88, 144, 316

அறிவொளி மிக்க, 44

அனார்யாக்கள், 233

அனைத்திந்திய அச்சுதோத்தார் கமிட்டி, 53, 148

அனைத்திந்திய அடக்கப்பட்ட வகுப்பினர், 105

அனைத்திந்திய ஒடுக்கப்பட்டோர் மாநாடு, 94

அனைத்திந்திய நூற்பாளர் சங்கம், 90

அன்னி பெசன்ட், 311

அஷ்டத்யாயி, 270

அஷ்வின் தேசாய், 150, 152, 373

ஆங்கிலோ – போயர் போர், 65

ஆணாதிக்கம், 72

ஆண்ட்ரு கார்னேகி, 87

ஆதி இந்து இயக்கம், 36

ஆதி திராவிட, 29

ஆதிவாசி நிலங்கள், 114, 115

ஆதிவாசி மக்கள், 112, 114, 115, 129, 158, 231

ஆதிவாசிகள், 27, 28, 32, 33, 34, 113, 114, 115, 129, 130, 134, 159, 160, 231, 232, 233, 348

ஆப்பிரிக்க அமெரிக்கர்கள், 23, 52, 121

ஆப்பிரிக்கன் கிரானிக்கள், 83

ஆம்புலன்ஸ் அணி (காந்தி), 65, 66, 67, 68, 69

ஆயிஷா ஜலால், 256

ஆயுதமேந்திய நடுநிலைமை, 258

ஆரஞ்சு சுதந்திர மாகாணம், 66, 81

ஆரிய சமாஜம், 12, 40, 55, 171, 173, 176, 178, 179, 235

ஆரியன், 64

ஆரியன் பாத், 315, 316

ஆர்.ஜி. அக்னிபோஜ், 346

ஆர்தர் ஷோபன்ஹேயர், 64

ஆர்ய பட்கள், 51

ஆலய நுழைவுச் சட்டம், 125

ஆனந்த் டெல்டும்ப்டே, 2, 13, 135, 155, 156, 157, 373

இ.எம்.எஸ். நம்பூதிரிப்பாட், 110

இட ஒதுக்கீடு, 160, 351, 352

இந்திய அரசியலமைப்புச் சட்டம், 42, 114, 131, 132, 146

இந்திய அரசுச் சட்டம் 1935, 176, 231, 341

இந்திய தேசிய காங்கிரஸ், 56, 196, 197, 229

இந்தியன் ஆண்டிகுவெரி, 174

இந்தியன் எக்ஸ்பிரஸ், 31, 139, 140, 142, 143

இந்தியன் ஒபினியன், 67, 70, 151

இந்தியன் ரெவ்யூ, 56

இந்திரா காந்தி, 349

இந்து சட்டம், 277, 279

இந்து மகாசபை, 60, 122, 179, 299

இந்து ஸ்வராஜ்யம், 294

இந்துத்வா, 148

இந்துஸ்தான் டைம்ஸ், 85

இம்தியாஸ் அகமது, 261, 293

இரண்டாம் உலகப் போர், 150

இன வன்முறை, 59

இனத்துய்மைவாதம், 114, 222, 223, 224

இனப்படுகொலை, 79

இனப்பண்பாட்டியல், இனவரைவியல், 220

இனம், 52, 53, 62, 96, 111, 114, 138, 222, 224, 246

இனவெறிக்கு எதிரான சர்வதேச மாநாடு, டர்பன், 22

இஸ்மத் சுக்தாய், 147

இஸ்லாம், 56, 129, 132, 149, 194, 209, 238, 293

ஈழவர், 100

ஈஷ்வர் சந்திர வித்யாசாகர், 223

உகா, 96, 97, 154

உச்சநீதிமன்றம், 26, 29, 30, 32, 33, 141, 141, 230, 351

உதய் சந்திரா, 159, 232, 376

உபநிடங்கள், 89, 301, 324

உபேந்திர பக்ஸி, 350

உப்புச் சத்தியாக்கிரகம், 117, 118

உமா சக்ரவர்த்தி, 199, 234

உலக மதங்களின் பேரவை, சிகாகோ, 52

உல்ஸ்டர், 206, 207

எட்மண்ட் பர்க், 285

எட்வின் செலிக்மான், 93, 306

எம்.ஏ. ஜின்னா, 59, 336

எம்.சி. ராஜா, 120, 122, 299, 300

எம்மா கோல்ட்மேன், 72, 255

எரவாடா மத்திய சிறை, 68, 119, 120

எல்.கே. அத்வானி, 59

எல்பின்ஸ்டன் கல்லூரி, 92

எஸ். ராதாகிருஷ்ணன், 262, 263

எஸ்.ஏ. டாங்கே, 105, 112

ஏ.ஏ. கோல்டன் வெய்சர், 93

ஆல்பர்ட் வெண் டைசி, 270, 271

ஏகாதிபத்தியம், 22, 38, 62, 148, 207, 275

ஏக்நாத், 312

ஐக்கிய மாகாணங்கள், 58, 86, 188, 237, 316

ஐரோப்பியர்கள், 69, 85, 89, 336

ஐஸ்வரிகுமார், 176

ஒட்டோமன் பேரரசு, 57

ஒத்துழையாமை இயக்கம், 57, 58, 85, 336

ஓரான், 114

பிரான்சிஸ் கால்டன், 222

ஃபிர், 321

ஃபெர்டினாண்டு லசால், 222

ஃபைசல் தேவ்ஜி, 57

ஃபோர்டு பவுண்டேஷன், 112

ஃபோர்ப்ஸ், 27

ஃப்ரான்க்ளின் ஹென்றி கிட்டிங்ஸ், 226

ஃப்பிரெஞ்சுப் புரட்சி, 243, 285, 291

கத்தர் கட்சி, 54, 148

கத்தோலிக்கர், 207

கத்ரி, 27, 97

கபீர், 36, 91, 280

கம்பாலப்பள்ளி, 136

கம்மா, 31

கயர்லாஞ்சி, 18, 20, 104, 135

கரிசனப் பிரகடனம், 23

கருப்பு உணர்வு இயக்கம், 84

கர்ணன், 91

கர்மா, 245, 248

காலாராம் கோவில் சத்தியாகிரகம், 255

கலியுகம், 166

கவிதா (கிராமம்), 12, 201, 202

காஃபிர்கள், 63, 68, 70, 71, 74, 79, 149, 150

காந்தி (திரைப்படம்), 37

காயஸ்தர், 230, 241, 264, 265

காரம்சேடு, 136

கார்டன் ப்ரவுன், 18

கார்ல் மார்க்ஸ், 133, 205, 275

காளி (பெண் தெய்வம்), 304, 320

காஷ்மீர், 38, 51

கிராந்தி, 175, 176

கிருஷ்ணன், 91

கிரெகெர் மெண்டல், 223

கிர்னி காம்கார் யூனியன், 105, 106, 157

கிலாஃபத், 57, 58, 100, 237

கீழ்வெண்மணி, 135

குடியரசுக் கட்சி, 157

குணா – கர்மா கோட்பாடு, 245, 248

குரு கோவிந்த சிங், 238

குரு நானக், 210

குருவாயூர் கோவில், 124, 255

குலாம்கிரி (ஜோதபா புலே), 73, 78, 221

குஷ்வந்த் சிங், 29, 30

கெய்சர் – ஏ – ஹிந்த், 85

கெயில் ஓம்வெட், 138, 373

கொரில்லா, 49, 65, 114

கென்னத் W. ஜோன்ஸ், 179

கே.ஆர். நாராயணன், 32

கே.எம். பிர்லா, 27

கே.எஸ். சுதர்சன், 131

கே.பி. ஹெட்கேவர், 58, 59

கேசரி, 100, 197

கைப்பற்றுவோம் இயக்கம், 38

கொங்கண், 90

கொமிடியா சென்டுரியாடா, 12

கொலம்பியா பல்கலைக்கழகம், 23, 93, 153, 298, 305, 306, 331

கோகல் சந்த் நரங், 179, 180

கோண்டுகள், 114

கோத்திரங்கள், 24

கோத்ரா, 13

கோபால கிருஷ்ண கோகலே, 90

கோரேகான் யுத்தம், 90

கோல்கள், 114

கோல்வால்க்கர், 59, 149

கௌடில்யர், 281

கௌதம தர்ம சூத்ரா, 92, 251

கௌதம் அதானி, 27

க்ராம்வெல்லியன் யுத்தம், 229, 230

க்ரே இன், 93

சக்வாரா, 202, 203

சங்கதன், 237, 238

சங்கராச்சாரியர், 147, 322

சச்சார் கமிட்டி அறிக்கை, 34, 142

சடாச்சாரம், 275, 276, 280, 281

சதுர்வர்ணம், 231, 245, 247, 248, 249, 250, 251, 252, 253, 254, 256, 257, 258, 310, 319

சத்திரியர்கள், 133, 230, 234, 245, 246, 247, 249, 252, 253, 254, 257, 258, 288, 320

சத்யசோதக் சமாஜ், 36

சத்தியாக்கிரகம், 58, 65, 73, 74, 76, 78, 80, 83, 86, 100, 101, 103, 105, 109, 117, 119, 156, 255, 294, 324

சத்ரபதி ஷாஹு மகாராஜா, 100

சனாதன தர்மம், 36, 56, 88, 103, 115, 292

சந்தால்கள், 88, 113, 114

சந்திரகுப்த மௌரியர், 210, 211

சந்த் ராம், 7, 12, 171, 172, 173, 175, 177, 178, 179, 180, 182, 183, 186, 297, 305, 306, 307, 308, 326

சபர்மதி ஆசிரமம், 107, 322

சமத்துவம், 44, 50, 63, 104, 179, 216, 236, 242, 243, 245, 288, 310, 323

சம்பாரன் சத்தியாக்கிரகம், 86

சம்பர், 122, 348

சம்புகன், 250, 274

சர் ரத்தன்ஜி ஜாம்ஷெட்ஜி டாட்டா, 67

சர். சாமுவேல் ஹோரே, 152, 337

சர்தார் சரோவர் அணை, 146

சர்தார் வல்லபாய் பட்டேல், 201, 232

சவுதார் குளம், 101, 102, 103, 255, 294

சவ்வூடுபரவல், 12, 242

சனத், 159, 286

சன்னி முஸ்லிம்கள், 57

சன்ஸ்காரங்கள், 274

சஹாயத்ரிகண்ட், 228

சாக்கிய பௌத்தர்கள், 36

சசாங்க் கேலா, 232

சாதி எதிர்ப்பு இயக்கம், 36, 48, 54, 272

சாதிசார் குலத்தொழில், 23

சாதிப் பாகுபாடு, 223, 345

சாயாஜிராவ் கெய்க்வாட் (பரோடா மன்னர்), 92, 298

சாரதா கபீர், 133

சாவித்ரி தேவி ஜிண்டால், 27

சாவித்ரி பூலே, 125

சானு (கிராமம்), 202

சாஸ்திரங்கள், 45, 156, 193, 194, 236, 366, 267, 268, 269, 278, 279, 280, 281, 282, 286, 289, 299, 300, 301, 307, 308, 311, 312, 313, 314, 326, 330

சி.எப். ஆண்ட்ருஸ், 178

சி3 பிரிவினர், 114

சிந்து (நதி), 53, 225

சிரியன் கிறித்தவர், 100

சிரோன்மணி குருத்துவாரா பிரபந்தக் கமிட்டி, 181

சிவன், 56, 194

சிவாஜி, 90, 194, 198, 199, 210, 229

சிறப்புப் பொருளாதார மண்டலம், 27, 230

சிஷ்தாக்கள், 273

சீக்கியப் பிரச்சார மாநாடு, 183, 189

சீக்கியர்கள் (சீக்கியம்), 51, 56, 99, 114, 115, 118, 137, 155, 164, 181, 183, 205, 210, 231, 235, 237 238, 260, 261, 335, 336, 337

சுண்டூர், 136

சுதந்திர தொழிலாளர் கட்சி, 161, 215, 346

சுத்தி (சுத்தம்), 53, 54, 237

சுரேகா பூட்மாங்கே, 17, 95

சுவாமி தர்மதீர்த்தா, 180

சுனில் மித்தல், 27

சூத்திரர்கள், 24, 25, 28, 31, 51, 73, 100, 134, 143, 166, 195, 230, 245, 246, 247, 249, 251, 252, 253, 254, 257, 288, 302

செகாவன், 303

செல்லியட் (எலனார் செல்லியட்), 294

சைதன்யர், 148, 194, 304, 314, 316

சைமன் கமிஷன், 147, 299

சொக்கமேளா, 36, 210, 304, 313

சோஷலிசம், 110, 117, 214, 215, 217

சோவியத் கூட்டமைப்பு, 26

சௌத்போரோ கமிஷன், 99

சௌரி சௌரா, 58

டக்காளிகள், 49

டபிள்யு.சி. போனர்ஜி, 198, 199, 203, 279

டர்பன், 22, 63, 64, 73, 85, 101, 108, 382

W.E.B. டுபாய்ஸ், 71

டி.ஆர். பண்டார்க்கர், 220

டி.டி. கோசாம்பி, 106, 158, 288

டி.ஜி. டெண்டுல்கர், 88

டிரான்ஸ்வால், 68, 69, 75, 83

டிரான்ஸ்வால் ஆசியாடிக் சட்டத் திருத்தம், 69

டெல்ஃபியன் ஆரக்கிள், 208

டேட்கள், 126

டேவிட் மில்லிபண்டு, 155

டேவிட் ஹார்டிமேன், 324

டைம், 18

டைம்ஸ் ஆஃப் இந்தியா, 31, 163, 165, 200, 201

டைம்ஸ் நவ், 31

தமிழர்கள், 133

தம்மம், 133, 153

தயானந்த சரஸ்வதி, 37, 52, 173, 237, 245

தர்மசாஸ்திரங்கள், 274, 279

தர்மம், 179, 273, 247, 278, 284

தர்மாத்மா, 312

தலித் இந்திய வர்த்தக மற்றும் தொழில் சங்கம் (DICCI), 35

தலித் பேந்தர்ஸ், 111, 131, 176

தலித்த சுத்தா, 177

தலித்துகள், 11, 21–23, 26, 27, 29, 31–35, 45, 74, 95, 96, 98, 111, 112, 129, 130 –132, 134–139, 142, 143, 147, 149, 157, 158, 160, 176, 210, 339, 347, 348, 352

தனித் தொகுதிகள், 38, 54, 60, 61, 92, 99, 115, 117–119, 152, 157, 205, 232, 299, 342, 352

தனிமனித சமத்துவம், 216

தன்னார்வத் தொண்டு நிறுவனங்கள், 86, 112

தாசபோதம், 194

தாமஸ் கார்லைல், 260

தாமஸ் நிக்ஸன் கார்வெர், 290

தாமஸ் ஜெஃப்ர்சன், 44

தாராளவாதம், 93, 113, 116, 133, 232

தலிபான், 18

தாழ்த்தப்பட்டோர் பழங்குடிகள், 20

தி இந்து, 31, 165, 221, 324

தி ரிபப்ளிக், 248

திண்ணியம், 137

தியானதேவ், 304

தீபங்கர் குப்தா, 138

திராவிடர், 221

திருவிதாங்கூர், 36, 100, 101

திலிப் சாங்வி, 27

தீண்டாமை, 52, 54–56, 60, 81, 94, 96, 97, 99, 101, 102, 104, 116, 118,
121–124, 129, 139, 255, 267, 280, 298, 299, 301, 303, 307, 308, 311–313, 324

தீண்டாமை எதிர்ப்பு அறிக்கை, 94

தீவிரவாதத் தடுப்புச் சட்டம், 130

துக்காராம், 36, 46, 91, 102, 194, 210, 304, 314

துராக்கிரகம், 117, 156

துளசிதாஸ், 176

தூய்மைவாதம், 209

தென் ஆப்பிரிக்கா, 57, 60, 69, 150, 158, 322, 373

தேசிய குற்றக் கணக்குத் துறை, 111

தேசியவாத, 207, 236, 292, 294, 336, 341

தைனிக் பாஸ்கர், 31

தைனிக் ஜாக்ரன், 31

த்யானேஷ்வர், 194

த்ரியவர்ணிகாஸ், 254, 304

த்விஜர், 276

நக்சலைட்டுகள், 111

நந்தனார், 313

நரேந்திர மோடி, 38, 59, 123, 127, 130, 162

நர்மதை நதி, 146

நவகாளி, 129, 154

நவஜீவன், 25, 39, 158, 322

நவ்சர்ஜன் அறக்கட்டளை, 139

நடால், 63, 65–69, 81, 82, 151

நலின்சுவாரிஸ், 177

நாக்பூர், 100, 133, 186, 299

நாதுராம் கோட்சே, 60, 122, 229

நாத்திகம், 276

நாம்தியோ தசால், 111, 131

நாயன்மார்கள், 194, 280

நாராயண ஆப்டே, 61

நாராயண பாஸ்கர் காரே, 346

நியூயார்க் டைம்ஸ், 18

நிர்குணி, 210

நிலச் சுவாதீனச் சட்டம், 82

நிறைவேறி, 22

நீக்ரோ, 21, 72, 73, 81

நெல்சன் மண்டேலா, 84

நெறிமுறைகள், 119, 271

நேரடிச் செயல்பாடு, 12, 95, 255

நோபல் பரிசு, 18

நோம் சோம்ஸ்கி, 218

பகவத் கீதை, 56, 61, 70, 166, 225, 258, 288, 304, 312

பகவான் தாஸ், 141, 153, 376

பகிஷ்கரித் பாரத், 102

பகுஜன் சமாஜ், 26, 161, 349, 350, 352

பக்தி கவிமுனிகள், 36

பங்கி, 96, 97, 108, 126, 154, 155, 314

பங்கிம் சந்திர சாட்டர்ஜி, 223

பசவண்ணர், 36, 194

பசுவதை தடுப்புச் சட்டம், 123

பண்டித ரமாபாய், 36, 72, 92, 129, 229, 236

பதாரே பிரபு, 234, 235

பதானி தோலா, 135

பந்தர்பூர், 48

பம்பாத்தா காமக்கின்ஸா, 67, 68

பம்பாத்தா கிளர்ச்சி, 67-69

பம்பாய் மில், 146

பயோனிர் நாளிதழ், 88

பராக் ஒபாமா, 260

பல்வங்கர் பாலு, 122

பழங்குடிகள், 20, 113, 159, 348

பறையர்கள், 49

பனியா, 27, 28, 31, 61, 85, 86, 114, 127, 130, 264, 318

பஜ்ரங் தளம், 129, 130

பாகினாபாய், 210

பாகிஸ்தான், 18, 38, 59, 60, 129, 144

பாசிசம், 58, 224

பாட்டாளிவர்க்கம், 109, 216

பாட்ரிசியன், 207, 208, 212, 213, 344

பாண்டிஃபெக்ஸ் மாக்ஸிமஸ், 207

பாபு மங்கு ராம், 36, 54, 55

பாப்ரி மசூதி, 133

பாம்பே கெஜட்டுகள், 176

பாய் பரமானந்த், 178

பார்சிக்கள், 27, 115

பால கங்காதர திலக், 94, 197, 198, 221, 229

பாலாய், 200, 201

பால் கந்தர்வ், 312

பால்ஃபர் பிரபு, 329, 330

பால்மீகிகள், 97, 98, 127

பாவுராவ் போர்கர், 348

பாஜிராவ், 90, 199

பாஸ் சட்டங்கள், 82

பாஸ்மன்டா இயக்கம், 261

பி. சாய்நாத், 147

பி.எஸ். ஐயர், 83

பி.எஸ். மூன்ஜெ, 58

பி.டபிள்யு. போத்தா, 83

பி.பி. மண்டல், 159

பிபன் சந்திரா, 141

பிபிஸி, 18

பிரபுத்த பாரத், 46, 148

பிரம்ம சமாஜம், 292

பிரம்ம சூத்திரம், 280

பிரம்மஞான சபை, 56, 316

பிராமணீயம், 54, 184, 198, 257, 70, 287

பிரிவினை, 52, 57, 59, 60–63, 81, 110, 129, 132, 144, 172, 179, 180, 217–219, 221, 222, 232, 252, 262, 265, 324

பிருகு, 250

பிரேம்நகர், 46, 48

பிர்லா மாளிகை, 60

பிளேட்டோ, 248, 249, 288

பிற பிற்படுத்தப்பட்ட வகுப்பினர், 130

பிற்படுத்தப்பட்ட சமூகங்கள், 160

பீமாபாய் மூர்பத்கர் சாக்பால், 91

புத்தரும் அவரின் தம்மமும், 133

புத்தர், 45, 169, 177, 210, 261, 320

புராணங்கள், 278, 286, 301, 324

புருஷ ஸூக்த மந்திரம், 36

புரோட்டஸ்டண்டு, 207

புலையர்கள், 101, 102

புறமண முறை, 24

புஷ்யமித்ர சுங்கா, 250, 257

பூர்வகுடிகள், 69, 210, 221

பூர்வ மீமாம்ச சூத்திரம், 284

பெஞ்சமின் கிட், 196

'பெரியார்' ஈ.வெ. ராமசாமி நாயக்கர், 36, 221

பெருநிறுவனங்கள் சமூகப் பொறுப்புணர்வுத் திட்டம், 87

பெல்ச்சி, 135

பென்ஹர்ஸ்ட் பிரபு ஹார்டிங்கே, 85

பேகம்புரா, 46, 48

பேஷ்வா, 90, 199, 228–230, 234, 235

போயர், 65–68

போராக்கள், 27

போல்ஷெவிசம், 105

பௌசெப்பதாஸ் ஜேக்கஸ், 86

ப்ரிஹஸ்பதி, 227, 278

ப்ருஷியா, 205

ப்ரெய்ல்ஸ்ஃபோர்டு, 315

ப்லெபியன்கள், 212, 213

மகத் சத்தியாக்கிரகம், 101, 156

மகரிஷி தேவேந்திரநாத் தாகூர், 304

மகர், 18, 24, 90–92, 94, 100, 106, 183, 304, 348

மகாதேவ் தேசாய், 154

மகாத்மா ஹன்ஸ்ராஜ், 179

மகாபாரதம், 220, 225, 301

மசூத் ஆலம் ஃபலாஹி, 261

மடோனா, 18

மண்டல் கமிஷன், 159

மதமாற்றம், 176, 183, 236, 237, 289, 289, 319

மதன்மோகன் மாளவியா, 122

மது கிஷ்வர், 138

மத்திய மாகாணங்கள், 110, 183, 346

மனு, 28, 116, 201, 250, 273, 275

மராத்தா, 90, 194, 199, 220

மலபார், 36, 225

மலாலா யூசுஃப்ஸை, 17, 18

B.N. மல்லிக், 33

மனுஸ்மிருதி, 103, 127, 156, 163, 193, 194, 250, 251, 273, 275–280, 302

மன்மோகன் சிங், 142

மஜூர் மகாஜன் சங், 107

மஹாதேவ் கோவிந்த ரானடே, 197

மாங் (மாங் வகுப்பு), 125

மாயாவதி, 26, 161, 352

மாரிஜாபி, 336

மார்கரெட் போர்க் ஒயிட், 96, 124

மார்க் ஜீர்கென்ஸ்மேயர், 137, 173, 293

மார்டின் லூதர், 209

மார்டின் லூதர் கிங், 23, 84

மார்வாடி, 28, 31, 88, 264, 318

மாலாக்கள், 49

மாவோ (மாவோ சே துங), 49

மாறன் (கலாநிதி மாறன், தயாநிதி மாறன் சகோதரர்கள்), 31

மிண்டோ மார்லி சீர்த்திருத்தம், 55, 92

மிலேச்சர், 57

மிஷெல் அலெக்சாண்டர், 121

மீமாம்சம், 284

மீராபாய், 36

மீனாட்சிபுரம், 147

முகமதியர்கள், 235, 236, 260, 261

முகமது (நபி), 128, 255, 271, 272

முகேஷ் அம்பானி, 27, 31

முக்தாபாய் சால்வே, 125

முசோலினி, 58, 59, 119

முண்டாக்கள், 114

முதல் உலகப்போர், 224

முல்க்ராஜ் ஆனந்த், 154

முஸ்லிம் லீக், 59, 131, 129, 255

மூக் நாயக், 100

மேக்ஸ் முல்லர், 64

மேத்யு அர்னால்டு, 331

மேலவளவு, 136

மேஹ்தர்கள், 97

மொரார்ஜி தேசாய், 160

மோகன்தாஸ் கரம்சந்த் காந்தி, 25, 55

மோதிலால் நேரு, 186

மௌரியப் பேரரசு, 210

யங் இந்தியா, 144, 146, 149, 151, 153–155, 302, 322, 324

யாகம், 106

யூதர்கள், 21, 59, 66

ரம்ஜான், 125

ரவிக்குமார், 349, 374, 375

ரவிதாஸ், 36, 46, 55, 210, 313

ரவீந்தர் குமார், 350

ரவீந்திரநாத் தாகூர், 82

ரன்வீர் சேனை, 335

ரஷ்யப் புரட்சி, 89, 105

ராகுல் காந்தி, 38

ராக்ஃபெல்லர், 87

ராம ராஜ்யம், 250

ராமகிருஷ்ண பரமஹம்சர், 304, 314

ராமகிருஷ்ண மடம், 37, 52

ராமச்சந்திர குஹா, 62, 149, 152

ராமன், 77, 91, 133, 142, 234, 250

ராமாயணம், 91, 176, 225, 250, 274, 301

ராமானுஜர் அல்லது ராமானுஜாச்சாரியார், 148, 280

ராமோஜி ராவ், 31

ராம்சே மெக்டொனால்ட், 116, 119, 205, 336, 340

ராம்தாஸ், 194, 214, 261

ராம்ஜி சாக்பால், 90, 91

ராஜகோபாலாச்சாரி, 100, 120, 155, 300, 340

ராஜபுத்திரர், 200, 220, 230

ராஜா தாலே, 111

ராஜா நரேந்திரநாத், 179, 186

ராஜா ராம் மோகன் ராய், 37, 223, 304

ராஜு சோலங்கி, 130

ராஜேந்திர பிரசாத், 44

ராஷ்ட்ரிய ஸ்வயம் சேவக் சங், 58, 129

ரிக் வேதம், 36, 143, 220, 288

ரிச்சர்ட் அட்டன்பரோ, 37

ரெட்டமலை ஸ்ரீநிவாசன், 299

ரெல்லிகள், 49

ரெவரெண்ட் ஜோசஃப் டோக், 81

ரோமாபுரியின் குடியரசு, 207, 208

ரோமெய்ன் ரோலண்ட், 89

ரோஜாக்களின் போர்கள், 229

ரௌலட் சட்டம், 57

லக்ஷ்மன்பூர் பாதே, 135

லண்டன் பொருளாதாரப் பள்ளி, 93

லக்ஷ்மி மித்தல், 27

லாரி ஹாமண்ட் கமிட்டி, 342, 343

லாலா முல்க் ராஜ் பல்லா, 97

லாலா லஜபதிராய், 178

லியா ரெனால்ட், 146, 319, 373

லூட்டைட்டுகள், 79

லூயிஸ் போத்தா, 81

லெஸ்லீ ஸ்டீபன், 271

வகுப்புவாரி பிரதிநிதித்துவம், 60, 213

வட்டமேசை மாநாடு, 38, 115, 117, 118, 121, 122, 231, 299, 336, 337, 344, 346

வர்காரி, 194, 210, 304, 312

வர்ணம், 40, 195, 230, 245, 302, 305, 306, 325–327

வர்ணாசிரமம், 24, 25, 40, 166, 179, 210, 245, 250, 253, 272, 288, 302, 324

வளர்ந்து வரும் சமூகங்களுக்கான ஆராய்ச்சி மையம் (C.S.D.S.), 29

வன்னியர், 49

வி. சாந்தாராம், 312

வி.வி. கிரி, 351

விதவைகள் மறுமணம், 198

வித்தலா, 210

வில்லியம் பேட்சன், 223

வில்லியம் மோரிஸ், 239

வில்லியம் ஜோன்ஸ், 64, 179, 251

விவேகானந்தர், 35, 37, 148, 152, 304, 311

வினாயக் தாமோதர் சவார்க்கர், 92

வின்ஸ்டன் சர்ச்சில், 68

விஜய் பிரசாத், 48, 373

விஸ்வ இந்து பரிஷத், 79, 147

விஸ்வநாத் பிரதாப் சிங், 159

விஷ்ணு, 194, 210, 228, 320

வீரசைவர்கள், 36, 194

வீரேஸ்வர், 102

வெரினிக்கிங் ஒப்பந்தம், 66

வென்டி டோனிகர், 143, 163, 228, 251, 276, 280

வேதம், 50, 92, 182

வேதாந்தம், வேதாந்தா நிறுவனம், 158, 194, 284

வேல்ஸ் இளவரசர், 54

வைக்கம் சத்தியாக்கிரகம், 100, 155

வைஷ்ணவம், வைணவம், 176, 337

ஜமீன்தார், 44, 56, 86, 112, 114

ஜவஹர்லால் நேரு, 33, 71

ஜவஹர்லால் நேரு பல்கலைக்கழகம், 33, 138, 141

ஜஸ்வந்த் ராவ், 181

ஜாத் பாத் தோடக் சமதா சங், 171

ஜார்ஜ் புஹ்லர், 194

ஜார்ஜ் ஜோசஃப், 100

ஜானாபாய், 36

ஜான் எட்வர்ட் ரெட்மாண்ட், வில்லியம் ரெட்மாண்ட், 206

ஜான் டியூவி, 196, 218, 290

ஜான் ஸ்டூவர்ட் மில், 203

ஜான் ஹேய்ன்ஸ் ஹோம்ஸ், 89

ஜாஜர், 136

ஜி.டி. பிர்லா, 47, 85, 102, 122, 124, 156, 319

ஜிம் க்ரோ சட்டம், 24, 121

ஜெயபிரகாஷ் நாராயண், 214

ஜெயின், 162, 164

ஜேம்ஸ் சாட்வெல், 93

ஜேம்ஸ் ஹார்வி ராபின்சன், 93

ஜேன் ஸ்மட்ஸ், 66, 83

ஜைமினி, 284

ஜோகேந்திரநாத் மண்டல், 36, 131, 132, 165

ஜோதிபா பூலே, 90, 129, 176, 198, 221

ஸூலூ, 63, 67–69, 399

ஸ்கந்தபுராணம், 228

ஸ்டான்லி ஓல்பெர்ட், 59

ஸ்மிரிதிகள், 275–278, 281–284, 288, 301

ஸ்ரத்தானந்த தலித்உத்தார் சபா, 53

ஸ்ரீ நாராயண குரு, 180

ஸ்வராஜ்யம், 294

ஸ்ருதி, 269, 277

ஸ்லாவோஜ் ஸிசெக், 279

ஸ்வதேஷ், 88

ஷர்மிளா ரெகே, 145, 154, 173, 281

ஷாகித் அமின், 88, 153

ஷியா, 261

ஷோத்ரிய பிராமணர், 269, 270

ஹரிவன்ஷ் ராய் பச்சன், 230

ஹரிஜன் சேவா சங்கம், 123, 124, 201, 255

ஹர் பகவான், 142, 185, 306

ஹாரியட் டப்மேன், 72

ஹெர்மன் காலன்பக், 73

ஹென்றி எஸ்.எல். போலாக், 81, 83

ஹோ (இனம்), 114, 172